સૌંદર્યના સરોવરેથી વૈરાગ્યના શિખરે

પૂર્વાર્ધ

# અનાવૃતા

સ્શ્રી આર. એમ. મેર

BlueRose ONE.com
Stories Matter
NewDelhi • London

**BLUEROSE PUBLISHERS**
India | U.K.

Copyright © Maheshraj 2023

All rights reserved by author. No part of this publication may be reproduced, stored in a retrieval system or transmitted in any form or by any means, electronic, mechanical, photocopying, recording or otherwise, without the prior permission of the author. Although every precaution has been taken to verify the accuracy of the information contained herein, the publisher assumes no responsibility for any errors or omissions. No liability is assumed for damages that may result from the use of information contained within.

BlueRose Publishers takes no responsibility for any damages, losses, or liabilities that may arise from the use or misuse of the information, products, or services provided in this publication.

For permissions requests or inquiries regarding this publication, please contact:

BLUEROSE PUBLISHERS
www.BlueRoseONE.com
info@bluerosepublishers.com
+91 8882 898 898
+4407342408967

ISBN: 978-93-5819-117-2

Cover design: Shivam
Typesetting: Namrata Saini

First Edition: September 2023

# લેખક તરફથી

પ્રિય વાચકો,

આજના જેટ, રોકેટ અને ઈન્ટરનેટના આ યુગમાં આપને નવલકથાઓ વાંચવામાં રસ છે તે ખૂબ જ આનંદની વાત છે. આ માટે મારા તરફથી આપને ખૂબ ખૂબ અભિનંદન.

મિત્રો, આ નવલકથા વિશે મારે આપની સાથે થોડીક વાત કરવી છે. આ નવલકથાનું નામ મેં 'સૌંદર્યના સરોવરેથી વૈરાગ્યના શિખરે' રાખ્યું છે. ખરેખર તો મારે આ નવલકથાનું નામ 'એક અનાવૃત અભિનેત્રી સાથે એક રાત' રાખવું હતું કારણ કે આ નવલકથા એક એવાં નવયુવાનની છે જેને સંજોગવસાત્ એક દિવસ માટે અનાવૃત રહેતી ફિલ્મી અભિનેત્રી સાથે તેના ઘેર એક રાત ગુજારવી પડે છે. જેના એક વર્ષ બાદ એ અભિનેત્રી પર બદમાશો સામુહિક બળાત્કાર કરી તેની હત્યા કરી નાખે છે જેનો સીધો આરોપ આ યુવાન પર આવે છે જેના કારણે તેના જીવનમાં એવો તો ઝંઝાવાટ આવે છે કે તેની દિશા અને દશા બંને બદલાય જાય છે. સમયાંતરે તે સાચા હત્યારાઓને શોધીને પોતાના હાથે તેમને ક્રુર સજા આપે છે. જીવનના અનેક વળાંકો પછી તે સન્યાસી બને છે.

આ નવલકથા બે ભાગમાં વહેંચાયેલી છે. જેના પહેલાં ભાગનું નામ મેં 'અનાવૃતા' રાખેલ છે. આ નવલકથામાં અનેક નાની મોટી વાતો સમાવી લેવામાં આવી છે. જેના પરથી અનેક સ્વતંત્ર વાર્તાઓ રચી શકાય તેમ છે. આ નવલકથામાં શૃંગાર, હાસ્ય, કરુણ, રૌદ્ર, વીર, ભયાનક, બીભત્સ, અદ્ભૂત અને શાન્ત એ નવેનવ રસનો સમાવેશ થયેલો છે. જેમાં શૃંગાર રસરાજ છે. સંભોગ અને વિપ્રલંભ એ શૃંગારના બે પ્રકાર છે. આ બંને પ્રકારને મેં મહત્વના ગણી આ નવલકથાનું સર્જન કરેલું છે. સંભોગ વગર સંસારનું અસ્તિત્વ રહેતું નથી એ નિર્વિવાદ સત્ય છે અને સંજોગો જ વિપ્રલંભ સર્જે છે.

કેટલાંક વાંકદેખાઓને આ પુસ્તક અશ્લિલ લાગશે તો સમજો કે આ પુસ્તક અશ્લિલ છે. જે લોકોને સમજ નથી કે શ્લિલ શું છે તેને બધું જ અશ્લિલ લાગે છે. જેને શ્લિલની સમજ છે તેને બધું જ શ્લિલ લાગે છે. સત્ય તો એ છે કે આ

સૃષ્ટિમાં શ્લિલ કે અશ્લિલ જેવું કશું નથી હોતું. જોનારની, વાંચનારની, સાંભળનારની આંખો, સમજ, જ્ઞાન, હેતુ અને તેના વિચારો પર શ્લિલ–અશ્લિલનો આખો આધાર છે. કુદરતે બધું શ્લિલ જ સર્જેલું છે. આપણી સમજણ જ તેને અશ્લિલ બનાવે છે.

કોઈ સ્વરૂપવાન સ્ત્રી તેના બાળકને તેના સુંદર ગોરાં પયોધરથી દુગ્ધપાન કરાવી રહી હોય ત્યારે બાળક જે ભાવનાથી તેના સ્તનોને પકડી લે છે તે શ્લિલ છે. તે જ વખતે કોઈ કામી પુરુષ આ પયોધર જોઈને બીજી કોઈ ભાવનાથી તે સ્ત્રીના સ્તનોનું મર્દન કરવાની મનમાં ઈચ્છા કરે છે! આ અશ્લિલ છે. અહીં શ્લિલ આધાર બાળકની સમજ અને તેના હેતુ પર છે અને અશ્લિલનો આધાર પુરુષની સમજ અને તેના હેતુ પર છે. બાકી બંનેએ સૃષ્ટિનું એક સરખું જ સર્જન જોયું છે ને?

દરેક સજીવ અનાવૃત જન્મે છે. મનુષ્યેતર સજીવો અનાવૃત રહે છે. તો શું તે અશ્લિલ છે?

ભારત આજે છે એવું અને એટલું સંકુચિત પહેલાં કદી ન હતું. જો હોત તો અહીં કદી કવિ કાલિદાસ જન્મી જ ના શકત. અભિજ્ઞાન શંકુતલામાં કાલિદાસે શંકુતલાના સૌંદર્યનું જે વર્ણન કર્યું છે તેવું વર્ણન આપણે કદી કોઈ સ્ત્રીનું ન કરી શકીએ. કુમારસંભવમાં કાલિદાસ માઁ પાર્વતી અને ભગવાન શંકરની સુહાગરાતનું વર્ણન કરે છે. જેમાં તે પાર્વતીના એક એક અંગની સુંદરતાનું અને શંકરની કામચેષ્ટાઓનું બારીકાઈથી વર્ણન કરે છે.

મેઘદૂતમાં તો કાલિદાસ મેઘને કહે છે કે ત્યાં બે વિશાળ નદીઓનો સંગમ થાય છે તે તને કોઈ સુંદર સ્ત્રીના બે માંસલ ઉપાંગોના મિલનસ્થાન જેવું જણાશે. ત્યાં તું થોડીવાર વિશ્રામ કરજે કારણ કે કોઈ કામિનીની જાંઘ પર સૂતેલો પુરુષ થોડો તરત જ ઊભો થઈ જાય છે!

શંગારશતકમાં ભતૃહરિ કહે છે કે પુરુષને બે સ્થળોએ ચિર નિવાસ કરવો જોઈએ કાં ગુફામાં કાં સુદરીમાં. દરિ વા સુંદરી વા. દરી એટલે ગુફા અને સુંદરી એટલે સારી યોનિવાળી સ્ત્રી!! કોઈ કહેશે આ ખોટું છે. કદાચ સુદરીમાંથી સુંદરી બન્યું હોય. ભાષાઓમાં આવું થતું રહેતું હોય છે.

આદ્ય ગુરુ શંકરાચાર્યે સૌંદર્ય–લહેરીમાં માઁ પાર્વતીની સુંદરતાનું નખશિખ વર્ણન કરેલ છે. ભગવતી માઁ પાર્વતીના સ્તનોને તે નાનકડા હાથીના ગંડસ્થળો સાથે સરખાવે છે. એક શ્લોકમાં કહે છે, માઁ પાર્વતીના બંને સ્તનોની ડીટડીઓમાંથી જે દૂધ સ્ત્રવે છે જેનું પાન ગણેશ અને કાર્તિકેય બંને કરી રહ્યા હોય છે ત્યારે ગણેશ પોતાની સૂંઢ હાથીના મસ્તકમાંથી બનેલાં તેના માથા પર ફેરવે છે. આથી માઁ ભગવતી હસી પઠે છે. આમ, ગણેશની ચેષ્ટાથી હાસ્ય ઉત્પન્ન થાય છે.

આથી એવું સમજમાં આવે છે કે માઁ પાર્વતીના સ્તનોને જોઈને ગણેશને બાળસહજ શંકા થાય છે કે કયાંક માઁએ મારા મસ્તક પરના બંને ગંડસ્થળો તો ચોરી નથી લીધાને તેથી તે તેની સૂંઢથી પોતાના ગંડસ્થળો પોતાના સ્થાને છે કે નહીં તે ચકાસે છે! અથવા સ્તનપાન કરતા બાળકો સ્તનપાન કરતી વખતે માતાના સ્તન પર તેના હાથ ફેરવે છે તેમ માઁ પાર્વતીના સ્તનો પર હાથ ફેરવવાના બદલે તેના માથા પરના ગંડસ્થળોને માઁ પાર્વતીના સ્તનો સમજીને તેના પર પોતાની સૂંઢ ફેરવે છે.

આમ, શંકરાચાર્ય માઁ પાર્વતીના સ્તનોને હાથીના ગંડસ્થળો સાથે સરખાવે છે કે હાથીના ગંડસ્થળોને માઁ પાર્વતીના સ્તનો સાથે સરખાવે છે તે સૌંદર્ય–લહેરીના વાચક પર આધારિત છે. આવું જ શ્લિલ–અશ્લિલની સમજ વિશે છે. શૃંગાર સાથે શ્લિલ–અશ્લિલ તીવ્રતાથી જોડાયેલું છે.

એક રાજસ્થાની દોહરાનો અર્થ કંઈક એવો છે કે હે રાણા, પ્રણ્ય સમયે તારી સુંદર, નાજુક અને નિઃવસ્ત્ર રાણીઓ તને બળથી છાતી સરસી ચાંપી લેતી તે વખતે તેના કઠણ સ્તનોની ડીટડીઓ તારી છાતીમાં ભોકાઈ જતી તો તું ચીસ પાડી ઊઠતો હતો તેવી કોમળ છાતીમાં રણસંગ્રામમાં દુશ્મનોના ભાલાઓની ધારદાર અણીઓ ઘૂંસી ગઈ ત્યારે તેની પીડા તું કેમ કરીને સહન કરી શકયો! જુઓ તો, અહીં શૃંગાર સાથે વીરરસ જોડાયેલો છે અથવા કહો કે વીરરસ સાથે શૃંગારરસ જોડી દીધો છે.

દેવીઓના રાક્ષસો સાથેના યુદ્ધની કથાઓમાં ચામુંડ માતાના સૌંદર્યની પ્રસંશા રાક્ષસો કરે છે તેમાં કવિઓની કલ્પનાને દાદ દેવી પડે તેમ છે. શ્રી કૃષ્ણે તેની રાણી સાથે આઠ પ્રકારના જુદા જુદા આસનો કરી સંભોગનો અનેરો આનંદ

પ્રાપ્ત કર્યો એવું પણ એક શ્લોકમાં કહેવાયું છે. ગીતગોંવિદમાં જયદેવે રાધાજીના તનનું રસમય વર્ણન કરેલું છે.

સંસ્કૃત સાહિત્યમાં સ્ત્રીઓના સ્તનોને હંમેશા ગોરાં, ઉન્નત, ગોળ, માંસલ, મોટાં અને કડક બતાવવામાં આવ્યા છે. સ્ત્રીઓના બંને સ્તનોને હાથીના માથા પરના બે ગંડસ્થળો સાથે સરખાવવામાં આવ્યા છે. સ્ત્રીના પગને જાંઘથી લઈને પગની પાની સુધી ગોરા, માંસલ, મજબૂત, ઉપરથી વિશાળ અને નીચેથી પાતળા બતાવવામાં આવ્યા છે. સ્ત્રીના પગને કેળના થાંભલા સાથે કે હાથીની સૂંઢ સાથે સરખાવવામાં આવ્યા છે. સ્ત્રીના સ્તન પરની ચોળી છુટી જતી અને કમર પર વીંટેલું વારંવાર સરકી જતું જણાવવામાં આવે છે. આવું થવાથી સ્ત્રીના ગુપ્ત અંગોનું દર્શન થાય છે અને તેનું મનમોહક વર્ણન કરવામાં આવે છે. કવિ દંડીએ દશકુમાર ચરિતમાં પણ આમ લખેલું છે.

એક શ્લોક એવો છે કે કૈલાશમાં નગ્નાવસ્થામાં બેઠેલાં શિવને નંદી જણાવે છે કે વિષ્ણુ મળવા આવ્યા છે તો ઉતાવળમાં શિવ તેના ગજમર્ચને કેડે વીંટાળીને તેને સાપની નાડી કરી બાંધી દઈને વિષ્ણુને સામા લેવા જાય છે ત્યાં ગરુડને જોઈને સાપ ભયભીત બનતાં ઢીલો પડે છે અને તેથી ગજચર્મ સરકીને નીચે પડી જતાં શિવ પહેલાં જેવાં જ દિગંબર બની જાય છે તેથી તે વિષ્ણુની સામે છોભીલા બની નીચું જોઈને ઊભા રહી જાય છે. આ કલ્યાણકારી શિવ સર્વનું રક્ષણ કરો.

આપણાં ગુજરાતી પુસ્તક કૃષ્ણાવતાર ભાગ–૧ માં કનૈયાલાલ મા. મુનશી લખે છે કે અદમ્ય ભાવાવેગથી કૃષ્ણે રાધા તરફ ઝૂકીને પોતાના હોઠ એના હોઠ સાથે ચાંપ્યા. એકનો આત્મા બીજાના આત્મામાં ભળી ગયો અને બંને એક થઈ ગયા ત્યાં સુધી એ હોઠ એકબીજાથી અલગ ન થયા. કૃષ્ણે રાધાના ગાલ પસવાર્યા. એના સ્તનમંડળ પર એનો હાથ ફરી રહ્યો. ત્યાંથી સુકુમારતાથી સરકતો સરકતો એ એના નમણા ને લાલિત્યસભર દેહના પ્રત્યેક સુંદર વળાંકો શોધતો શોધતો ભાવાર્દ્રતાપૂર્વક એના અંગાગ ઉપર પણ ફરી વળ્યો.આનંદની એક મદભરી ઊર્મિ એમને અવર્ણનિય રસસમાધિમાં ડૂબાડીને અભેદભાવનો અનુભવ કરાવી રહી હતી.

આજે દેવી કે દેવતાના સૌંદર્યનું કે આવી કોઈ ચમત્કૃતિનું વર્ણન કરવામાં આવે તો હુલ્લડ મચી જાય. આવું થાય છે અને થયું છે કારણ કે આપણે સંસ્કૃતથી

જુદાં નથી થયાં, સંસ્કૃતિથી પણ જુદાં થયાં છીએ. નહિતર આજનું યૌવનધન વસંતોત્સવ–મદનોત્સવ પડતો મૂકી વેલેન્ટાઈન ડે ન જ ઉજવત.

આ નવલકથામાં મેં શંકરાચાર્ય વિરચિત સૌંદર્યલહેરી અને રાજા ભતૃહરિ વિરચિત શતકોના શ્લોકોના અનુવાદોને વણી લીધા છે. જેનો આશય ઉઠાંતરીનો નહીં પણ ઉઠાવ અને ઉજાશનો છે. આ અનુવાદોથી આ નવલકથાને ઉઠાવ મળે છે અને એ શ્લોકોને ફરી ઉજાશ મળે છે. જિજ્ઞાસાવશ કોઈ તેને વાચે. આથી અન્યોન્યને લાભ થાય છે. જેમ સુંદર યુવતી અલંકારોથી અતિ સુંદર બને છે તેમ સુંદર યુવતીના કારણે તે અલંકારોનું મૂલ્ય શોભે છે. જેમ વનથી સિંહને રક્ષણ મળે છે અને સિંહથી વનને.

સંભવિત છે કે આ નવલકથાને અનેરો આવકાર મળે અથવા તીવ્ર તિરસ્કાર મળે. જે પણ મળે તેનો રચયિતાએ સ્વીકાર કરવો પડે. વિરોધના ભયથી સર્જકે કદી કોઈ સર્જન અટકાવવું ન જોઈએ.

આ નવલકથામાં કોઈ સમાજને ઉતારી પાડવાનો પણ આશય નથી. સત્યને ઉજાગર કરવાનો પ્રયાસ છે. આ નવલકથા સંપૂર્ણપણે કાલ્પિનિક છે તેવું પણ નથી. જેમકે, કલાસરૂમમાં બોમ્બવાળો પ્રસંગ મોરબીની કોલેજમાં ઘટેલો છે. મારા મિત્રના દાદાની વાછડીને ખાઈ ગયેલાં મગરને તેના દાદાએ પકડીને ગામ વચાળે લાવી લટકાવી દીધી હતી. હોળીમાં ગાડું સળગાવ્યાની ઘટના મારા તાલુકા પોલીસ સ્ટેશનમાં વરસો પહેલાં નોંધાયેલી છે. બળાત્કાર અને ખૂનના પ્રસંગો તો બનતા જ રહે છે. અનેક અજીબોગરીબ પ્રસંગો અને ચમત્કારમાં ખપી જાય તેવી ઘટનાઓ મારાતમારા જીવનમાં સદાય ઘટતી જ રહે છે.

આ પુસ્તકના શુદ્ધિકરણ માટે પ્રૂફરિડિંગ કરી આપવા માટે પ્રૂફરિડરશ્રીનો અને સમયસર પ્રકાશિત થઈ શકે તે માટે પ્રકાશકશ્રીનો અને મુખપૃષ્ઠનું ચિત્ર તૈયાર કરી આપવા માટે ચિત્રકારશ્રીનો હું ખૂબ ખૂબ આભારી છું. પુસ્તકમાં આવતાં પાત્રો, નામો, જ્ઞાતિઓ, સમાજો, સમુદાયો સંયોગવશ કોઈને અનુરૂપ થતાં મળે તો તેને વાર્તાની જરૂરિયાત અને યોગાનુયોગ જ ગણી લેવા વિનંતિ છે. જાણ્યેઅજાણ્યે કોઈને માઠું લાગે તેવું લખાણ હોય તો તેને દરગુજ્જર કરી ઉદાર હૃદયે ક્ષમા કરશોજી.

અંતે તો આ પુસ્તક સાહિત્યના સમુદ્રમાં તરતી મૂકેલી કાગળની એક નાનકડી નાવડી માત્ર છે. તે સમુદ્ર પાર પણ કરી શકે છે અને મધદરિયે ડૂબી પણ શકે છે. જે કંઈ છે તે વાચકોના હાથમાં છે.

આભાર                                                                                          લી. મહેશરાજ

# ૧

મારી વહાલાસોઈ માના અવસાનને પૂરો એક દિવસ પણ પસાર થયો નથી અને હું ઉતાવળે તેની ટાઢી જેવી તેવી ઠારીને એકાદ બે કલાકની અંદર જ ટ્રેનમાં બેસી મારી પ્રિયતમાને મળવા માટે નીકળી પડયો છું. મને મારી મા બહુ વ્હાલી હતી તોપણ નીકળી જવું પડયું છે કારણ કે આજે મારી પ્રિયતમા સાથે મારું મિલન થવાનું છે પણ હું ચોક્કસ ચોવીસ કલાક મોડો પડવાનો છું. સમય દરેક માણસ સાથે ખેલ ખેલે છે અને દર વખતે સમય જ જીતતો હોય છે. સમય આજે મારી સાથે પણ અજબ ખેલ ખેલી રહ્યો છે. જે દિવસની સાંજે મારી પ્રિયતમા સાથે મારું મિલન થવાનું છે એ જ દિવસેની સવારે મારી માનું અવસાન થયેલું છે. એક તરફ માની વિદાય અને અને બીજી તરફ પ્રિયતમાનું મિલન. આ તે કેવો યોગાનુયોગ છે! મારી માની અંતિમવિધિ પૂરી કરીને હું નીકળી પડયો છું–મહામયી મુંબઈ જવા. અહીંથી પૂરા સાતસો કિલોમીટર દૂર.

મિલનવેળાએ દરેક પ્રેમીએ તેની પ્રિયતમાને કશુંક આપવું જ જોઈએ પણ મારી પ્રિયતમાને આપવા માટે મારી પાસે કશું જ ન હતું સિવાય કે મારું દિલ અને તે તો હું કયારનોય તેને આપી ચૂકયો હતો. અત્યારે પણ મારી પાસે કશું જ નથી સિવાય કે એક બગલથેલો. જેમાં છે બે જોડ કપડાં, એક ટુવાલ, એક રૂમાલ, એક ટૂથ બ્રશ, એક ટૂથ પેસ્ટ, એક ઊલિયું, એક દાંતિયો, એક સાબુ અને એક શેમ્પૂની પડીકી. આમાંનું કશું જ કિંમતી નથી. થોડું ઘણું કિંમતી છે તે મારાં ખિસ્સામાં છે. એક પાકિટ અને એક સાદો મોબાઈલ. પાકિટમાં છે ત્રણ હજાર રૂપિયા. મોબાઈલમાં છે પચાસ રૂપિયાનું બેલેન્સ, એક મારી માની તસ્વીર અને એક મારી પ્રિયતમાની તસ્વીર. આથી વધારે કોઈ સંપત્તિ મારી પાસે નથી. તેમ છતાં એક કરોડપતિ પ્રિયતમાનો હું પ્રેમી છું. હું તેને બેસુમાર પ્રેમ કરું છું. પ્રેમનો હું પરવાનો છું અને હું મારો તમામ પ્રેમ મારી અનન્ય પ્રિયતમા પર ન્યોછાવર કરું છું.

હું જાણું છું કે આજે તે તેના ઘરમાં એકલી જ હશે. તે મારી રાહ જોતી હશે. મારે તેને મોબાઈલથી ફોન કરવો જોઈએ પણ આજે તે તેનો મોબાઈલ ફોન બંધ રાખે છે તેની મને ખબર છે.

ટ્રેન પાટા પર સડસડાટ દોડી રહી છે. વચ્ચેવચ્ચે સીટીઓ મારતી જાય છે જાણે કહેતી હોય કે આઘા રહેજો હું દેમાર ઝડપે આવી રહી છું. મારી અડફેટે ચડયા છો તો જીવથી જશો. તેની ઝડપનો અંદાજ પાટાઓના ઠક..ઠકાક..ઠક થતાં અવાજો પરથી થઈ જતો હતો. ગામડાઓનાં સ્ટેશનો તો આંખનું મટકું મારીએ તેટલીવારમાં જ પસાર થઈ જતાં હતાં. આંખ પરથી યાદ આવ્યું કે હવે મારી બંને આંખો સતત રડી રહી છે પરંતુ તેમનાં આસુંઓમાં ખાસ્સો ફરક છે. મારી એક આંખમાં દુઃખનાં આસું છે અને બીજી આંખમાં આનંદનાં આસું છે. મને ઘડીકમાં મારી માની યાદ સતાવે છે તો ઘડીકમાં મને મારી પ્રિયતમા યાદ આવે છે. એક આંખ માની વિદાયથી દુઃખી છે તો બીજી આંખ પ્રિયતમાના મિલનથી સુખી છે. મારી બંને આંખોનાં આસું હું વારંવાર મારી આંગળીઓથી લૂછી લઉં છું.

હું થોડો સ્વસ્થ થવા મથું છું પણ નિષ્ફળ જાવ છું. હું મારા આસું છુપાવવાં મથું છું તો તે બળવો કરી વધુ ઝડપે બહાર આવે છે. ટ્રેનમાં ચા આપવા આવનાર પાસેથી ચા મંગાવી પીવા મથ્યો તો મને એની ચા મોળી લાગી. ઠંડાં પીણાં વેચવા આવનાર પાસેથી ઠંડાં પીણાની બોટલ લીધી પણ મને તે પીણું પસંદ ન પડયું. તેથી તેને વોશ બેસિનમાં ઢોળી આવ્યો. રાત્રે ભૂખ્યાં ઊંઘ નહીં આવે તેમ માની થોડુંઘણું પેટ ભરવા માટે ફેરિયા પાસેથી ભજિયાં અને ગાંઠિયાં ખરીદયાં જે મને જરાય ન ભાવ્યા એટલે બહાર ફેંકી દીધા. આમ, ગાડીમાં હું લગભગ ભૂખ્યો તરસ્યો જ રહ્યો.

માના જવાથી હું કેટલો ઓશિયારો બની ગયો છું તે હવે હું ફકત મારી પ્રિયતમાને જ જણાવી શકું છું. માના જવાથી એક અમંગળ થઈ ચૂકયું છે તો પ્રિયતમ પાસે જવાથી બીજું અમંગળ થઈ શકે છે તેવો એક અંદેશો અચાનક મારા મનમાં આવી જાય છે. અંદેશો આવી જવો પણ આસાન હતો કારણ કે એક વર્ષ પહેલાં તેનાથી વિખૂટા પડતી વખતે મેં તેને મોડામાં મોડું આજના દિવસે જરૂર મળવાનું વચન આપ્યું હતું. બે પ્રેમીઓના મિલનનો દિવસ હોવાથી આજનો દિવસ તેના માટે ખાસ હતો.

આજનો દિવસ તેના માટે ખાસ યાદગાર બની રહેનાર હતો. આજના દિવસની સાથોસાથ આજની રાત પણ તે ફકત મારા સાથે જ વિતાવવા માંગતી હતી! આજનો દિવસ મારા માટે પણ યાદગાર જ બની રહેનાર હતો કારણ કે

એક વર્ષ પહેલાં તેણે મને સામું વચન આપ્યું હતું કે જો અમારાં મિલનનો આજનો દિવસ હું તેની સાથે સંયમથી વિતાવી શકીશ તો આવતી કાલે તે મારી સાથે લગ્ન કરશે. સંયમ એવો રાખવાનો કે ભલભલા તપસ્વી પણ ન રાખી શકે! વિશ્વામિત્રનું તપ પણ ભાંગી પડે તેવી પરિસ્થિતિમાં સંયમ જાળવવાનો!!

આજે હું કદાચ તેની મરજી મુજબનો સંયમ જાળવી શકું તેમ હતો કારણ કે મારી માતાના અવસાનથી હું દુ:ખીદુ:ખી હતો. મારા આ દુ:ખ પાસે મારી સામે અપ્સરાઓ નાચતી હોય તો તે પણ મને ચલિત કરી શકે તેમ ન હતી. મારી માને યાદ કરતો રહીને હું બહુ આસાનીથી એ સંયમની પરીક્ષા ઉત્તીર્ણ કરી શકું તેમ છું પરંતુ આજે આવી પરીક્ષા આપવી મારા માટે શકય બને તેમ નથી કારણ કે પરીક્ષા લેનાર સુધી હું આજે પહોંચી શકું તેમ જ નથી.

આ સાથે મનમાં ફરી આશંકા આવી જાય છે કે કદાચ હું આજે મારી પ્રિયતમા પાસે નહીં પહોંચી શકું તો તે વિરહની આગમાં સાચેસાચ કેરોસીન કે પેટ્રોલ છાંટી સળગી નહીં મરે ને? પ્રેમીએ કરેલાં વચનભંગથી તે ભાંગી પડશે અને તે ઝેર પી લેશે તો? મારા આવવાની રાહ જોતી તે મોડી રાત સુધી જાગતી રહેવાની છે અને છેવટે ઊંઘવાની ગોળીઓ વધારે પડતી પી જશે તો? આજે મને તેની પાસે ન ભાળીને તે દોરડે લટકી જશે તો? હું તેનો નથી માની દરિયામાં ડૂબી મરશે તો?

કોણ જાણે કેમ તેના મોતનો અંદેશો મારા મનમાંથી લગીરેક પણ ખસતો ન હતો. જેને આપણે આપણા જીવથી પણ વધારે ચાહતા હોઈએ છીએ ખરેખર તો તેના મોતની કલ્પના સહુથી વધુ આપણે જ કરતાં હોઈએ છીએ! મને તો કુદરતનો આ પણ એક ચમત્કાર જ લાગે છે.

જો રસ્તામાં કોઈ આપઘાત કરવા માટે પાટાં નીચે ન ઝંપલાવે તો સવાર સુધીમાં ગાડી મુંબઈ પહોંચી ગઈ સમજો. મેં મારો મોબાઈલ ફોન ચાર્જ કરવા ડબામાં લગાવેલાં શોકેટમાં લગાવ્યો. ધીરેધીરે મારી માના અવસાન પરથી હું મારી પ્રિયતમાના મોત વિશે વિચારતો જતો હતો. જેમજેમ ગાડી આગળ વધી રહી હતી તેમતેમ મારી પ્રિયતમાને તેના મોત તરફ હું ખેંચી જવા લાગ્યો હતો. એક તબક્કે મને હકીકતમાં થયું કે હું મારી પ્રિયતમાને જીવતી નહીં નિહાળી શકું. અરે તેને મરેલી ભાળવી તે પહેલાં મારી આંખ મીંચાઈ જાય તો સારું... અને સાચે જ મારી આંખ મીંચાઈ ગઈ—થાકથી કે વિચારોથી કશી ખબર

નથી પણ જે થયું તે સારું થયું કારણ કે મારી પ્રિયતમાના મોતની વધુ કલ્પના કરતા તો હું અટકી જ ગયો.

મારી કલ્પના ભલે અટકી ગઈ હોય પણ ટ્રેન તો ચાલુ જ હતી અને તે મારા દુઃખથી નિર્લેપ હોય તેમ મુંબઈ તરફનો રસ્તો નિયત ગતિથી કાપી રહી હતી.

# ૨

બીજે દિવસે વહેલી સવારે ટિકિટ ચેકરે મને હાથ લગાડી ઢંઢોર્યો ત્યારે મારી ઊંઘ ઊડી. ઊંઘ બગાડવા માટે તેની સાથે ઝઘડી પડયો પછી ટિકિટ બતાવી. મેં બહાર જોયું તો બહાર અંધકાર વિદાય લેવાની તૈયારી કરી રહ્યો હતો. ગામડામાં આ સમયને મોંસુઝણું થયું કહેવાય. દરિયાના પાણીની ચમકતી લહેરો પરથી મને ખ્યાલ આવી ગયો કે ગાડી વસઈની ખાડી પરથી પસાર થઈ રહી છે.

સવારની તમામ ક્રિયાઓ પૂર્ણ કરીને ફરી મારી જગ્યાએ જઈને બેઠો. ફરી એજ અંજપો, ઉત્તેજના અને અંદેશો મને ઘેરી વળ્યા. વચ્ચેના સ્ટેશનોએ ગાડી રોકાતી તેમાં તો હું મનમાંને મનમાં આખા રેલ્વે મંત્રાલયને ગાળો દેતો હતો. દેશની તમામ સિસ્ટમ ખાડે ગઈ છે. દિલ્હીમાં ખોટી સરકાર બેસાડી દીધી છે તેવી હૈયાવરાળ કાઢતો કાઢતો હું આખા દેશની જનતાને પણ કોસવા લાગ્યો. જનતા જ મતદાન કરતી વખતે લોભ–લાલચમાં આવી જાય છે અને ખોટાં લોકોને મત આપે છે. ખોટાં લોકો ખોટી સરકાર બનાવે છે. આ જનતાને જ ગોળી મારી દેવી જોઈએ. રહી રહીને ભાન થયું કે ગોળી દેવાની શરૂઆત મારાથી કરવી પડશે કારણ કે હું પણ આ દેશની જનતા જ છું ને!

એકાદ–દોઢ કલાક પછી મારું અંધેરી મેટ્રો સ્ટેશન આવી ગયું. હું ઝડપથી ઊતરી લગભગ દોડતો હોઉં તેમ બહાર નીકળવાના દરવાજા તરફ ધસી ગયો. આથી રેલ્વે પોલીસના બે જમાદારો મને પકડવા દોડયા. મને પકડયો પણ ખરો. એવા શકમાં કે હું ટ્રેનમાં બોમ્બ મૂકીને નાશી છૂટવા માંગું છું. હું કોઈ ત્રાસવાદી કે બેગ લીફટર નથી તેવી માંડમાંડ ખાતરી કરાવી તેમની પકડમાંથી છૂટી હું ફરી દરવાજા તરફ ભાગ્યો. બહાર નીકળી ટેક્સિ ભાડે કરી હું વર્સોવા બીચ તરફ વછૂટયો.

મુંબઈના રોડ પરના ભારે ટ્રાફિક વચ્ચે ટેક્સિ પ્રતિ કલાક સાઈઠથી સિતેર કિલોમીટરની ઝડપે ભાગી રહી હોવા છતાં મને ટેકસી ડ્રાઈવર ચાલણગાડી ચલાવી રહ્યો હોય તેમ જણાતું હતું. વારંવાર થોડા ગુસ્સા સાથે હું તેને ઝડપ વધારવા કહેતો હતો. તે યથાશકિત ઝડપ વધારતો હતો પરંતુ મને પસંદ આવે

તેટલી ઝડપે ગાડી ચલાવવી નામુમકિન હતું. તેમ છતાં મારી નજરમાં રોડની બંને બાજુના બંગલાઓ, મકાનો અને દુકાનો સડસડાટ પસાર થતા જતા હતા.

અંતે મારા ગુજરાતી ટેક્સિ ડ્રાઈવરે તેની ટેકસી ધીમી કરી અને મને પૂછયું "સાહેબ, સાત બંગલા વટાવી ગયા છીએ, બંગલા રોડ પર આવી ગયા છીએ, હવે કઈ તરફ ગાડી વાળું?"

બંગલા રોડ પરનો રતનકુંજનો વિસ્તાર જોતાં જ મેં કહ્યું "કયાંય વાળવી નથી, ગાડી ઊભી રાખ." ટેકસી એક ધીમી બ્રેક સાથે ઊભી રહી. બારણું ખોલી હું બહાર નીકળ્યો.

મીટર જોઈને ટેક્સિ ડ્રાઈવર બોલ્યો "સાહેબ, ચારસો રૂપિયા થયા."

મને બરાબર ખબર છે કે અંધેરી મેટ્રો સ્ટેશનથી વર્સોવા બીચ સુધીનું ટેક્સિ ભાડું ત્રણસો રૂપિયા જ થાય. કાં ટેક્સિનું મીટર ખોટું છે અથવા તો ડ્રાઈવર ખોટું બોલે છે. બીજો કોઈ સમય હોત તો હું ગાળ બોલીને ટેક્સિ ડ્રાઈવર સાથે ઝઘડી પડયો હોત અને તેને ત્રણસો રૂપિયાથી એક ફદિયું પણ વધારે ન આપત પરંતુ અત્યારે મારી પાસે સમય ન હતો અને મારો સમય પણ ન હતો. મેં પાંચસો રૂપિયાની નોટ કાઢી તેને આપી અને ઝડપથી સાત બંગલાની સામેના રોડ તરફ વળી ગયો.

રોડ પર અનેક ગાડીઓ લાઈનબંધ પાર્ક થયેલી હતી–એક બે સિવાય.

મને પાછળથી ટેક્સિ ડ્રાઈવરનો અવાજ સંભળાયો "સાહેબ, સો રૂપિયા પરત લેવાનું ભૂલી જાવ છો!"

મને ટેક્સિ ડ્રાઈવર પ્રમાણિક લાગ્યો. અત્યારે મારા માટે સો રૂપિયા કરતાં એક સેકન્ડ પણ વધુ કિંમતી હતી એટલે મેં ચાલતા ચાલતા જ બૂમ પાડતાં કહ્યું "તારા બાળકો માટે કશુંક લેતો જાજે."

રોડ મૂકી હું એક મોટી અને લાંબી ગલીમાં વળ્યો ત્યારે મને ટેક્સિ ડ્રાઈવરનો દૂરથી આવતો ધીમો અવાજ સંભળાયો "થેન્ક યુ, સાહેબ."

આ ગલીમાં જ મારી પ્રિયતમાનું ઘર હતું. લગભગ દોડતો હોઉં તેમ હું આગળ વધ્યો. મેં ગલીમાં નજર કરી તો અનેક નામાંકિત ફિલ્મ હસ્તીઓ ગલીમાં સફેદ કપડાં પહેરી ગંભીર વદને ઊભી હતી. મારા પરિચિત ફિલ્મ નિમાર્તાઓ, દિગ્દર્શકો, અભિનેતાઓ, સંગીતકારો, એડિટરો અને કેમેરામેન

સુધ્ધાં હાજર હતા પણ મારી પાસે તેમને મળવા માટેનો સમય ન હતો. હું આગળ વધ્યો અને મારી પ્રિયતમાના બંગલા પાસે પહોંચ્યો. બંગલાની લગોલગ ત્રણેક પોલીસવાનો અને એક એમ્બ્યુલન્સ ઊભી હતી. મારા મનમાં એક ધ્રાસકો પડયો–તેને તો કંઈ નહીં થયું હોય ને?

હું સડસડાટ મારી પ્રિયતમાના બંગલાના કંપાઉન્ડના દરવાજાની અંદર ઘૂસી ગયો. બે–ત્રણ પોલીસમેને મને અટકાવવાનો પ્રયત્ન કર્યો પણ હું ન રોકાયો. બંગલાના કંપાઉન્ડની અંદર ઘણી પોલીસ હતી. તેમને નજરઅંદાજ કરી હું મારી પ્રિયતમાના ઘરના દરવાજા તરફ ગયો. દરવાજાના બારણાં ખુલ્લાં હતાં. દરવાજા પાસે કોઈ પોલીસમેન રોકે તે પહેલાં તો હું અંદર ઘૂસી ગયો અને તેનો દિવાનખંડ વટાવી તેના બેડરૂમમાં પહોંચી ગયો.

બેડરૂમની અંદર જતાં જ જે દશ્ય મેં જોયું તે જોઈને મારી આંખો ફાટી ગઈ. મારી છાતીના પાટિયાં બેસી ગયાં. મારો શ્વાસ થંભી ગયો. હું અવાચક થઈ ગયો. હું પથ્થરવત્ બની સ્થિર થઈ ગયો. મારું લોહી ઠંડું થઈ ગયું. એક બે પળમાં હું બેહોશ થઈને જમીન પર ઢળી પડીશ તેવું લાગ્યું. મેં કદી કલ્પના પણ નહીં કરી હોય તેવું દશ્ય મારી આંખો સામે હતું. હું શું કરું તે મને સૂઝયું નહીં.

મારી નજર સામે મારી પ્રિયતમાની નિઃવસ્ત્ર હાલતમાં ચત્તીપાટ લાશ પડી હતી. તેની આજુબાજુ જમીન પર લોહીના ખાબોચિયાં ભરાઈ ગયાં હતાં. તેની આખી બેડ લોહીલુહાણ હતી. તેના શરીર પર છરીઓનાં ચાર–પાંચ જીવલેણ ઘા હતા. તેમાંથી ધીમેધીમે હજી પણ લોહી બહાર આવી રહ્યું હતું. તેનો એક હાથ લંબાયેલો હતો. તેનો એક પગ અવળો થઈ ગયો હતો. તેની આંખો ફાટી ગઈ હતી. તેનું મુખ લોહીવાળું અને ખુલ્લું હતું. તેની લાશ નજીક ફરસ પર કશુંક લોહીથી લખેલું હતું. જે હું સ્પષ્ટ રીતે વાંચી શકતો ન હતો. મેં વધુ નજર કરી તો આખા ઓરડામાં ટેબલ પર, સોફા પર, ખુરશી પર અને દિવાલો પર લોહીવાળા હાથની છાપના રેગાડાં ઉતરેલા હતા. આ બધું જોઈને હું કંપી ગયો. મારા રૂંવાડાં ઊભાં થઈ ગયાં. હું ડરનો માર્યો થોડો થોડો ધ્રૂજવા લાગ્યો. બહુ ભયાવહ દશ્ય હતું. હું આ દશ્ય વધુ સમય જોઈ શકું તેમ ન હતો. મેં મારી નજર દૂર હટાવી લીધી.

મેં થોડે દૂર જોયું તો એક ફોટોગ્રાફર પોલીસ ઈન્સપેક્ટરની સૂચના મુજબ ચારેબાજુથી જુદા જુદા એંગલથી ફોટાઓ લઈ રહ્યો હતો. એક બે પોલીસમેન

લોહીના ડાઘ ફરતે સફેદ ચોકથી નાના મોટા ગોળ કૂંડાળાં દોરી રહ્યા હતા. એક પોલીસ રાઈટર આ દશ્યનું લખાણ તૈયાર કરી રહ્યો હતો. બે પોલીસમેન ગુનેગારના આંગળાની છાપ હોવાની શકયતા હોય તેવી બધી ચીજ વસ્તુઓ અને હાથ લાગેલાં છરી–ચપ્પુઓને પ્લાસ્ટિકની કોથળીમાં ભરી સીલબંધ કરી રહ્યા હતા. પોલીસ તેની કામગીરીમાં એટલી બધી મશગૂલ હતી કે મારી હાજરીની કદાચ તેને ખબર ન હતી. પોલીસની ગતિવિધિ પરથી જણાઈ આવતું હતું કે પોલીસને અહીં આવ્યાને કલાકથી વધારે સમય થયો નથી.

શું બની ગયું છે તે હવે મારી સમજમાં આવી ગયું હતું. મારી પ્રિયતમાનું કોઈએ નિર્દયપણે ખૂન કરી નાખ્યું હતું. જે આશંકા મારા મનમાં સતત ઊભરાતી હતી તે આશંકા મટીને સત્ય બની મારી સામે આવીને ઊભી રહી ગઈ હતી. સત્ય સદૈવ સુંદર હોતું નથી ક્યારેક ક્યારેક ભયાનક પણ હોય છે.

પોલીસે સ્થળ પરની તેમની તપાસ પૂરી કરી લીધી. તપાસના અંતે પોલીસ એ તારણ પર આવી હતી કે હિન્દી ફિલ્મની સુપ્રસિધ્ધ અભિનેત્રી મિસ માલિની પર આજે રાતના આશરે બેથી પાંચ વાગ્યા વચ્ચે બળાત્કાર થયો હતો. સાંયોગિક પુરાવાઓના આધારે કહી શકાય તેમ હતું કે બળાત્કારીઓ એક કરતાં વધારે હતા. અભિનેત્રી પર ગેંગરેપ થયો હતો. આ બળાત્કારીઓ જાણભેદુઓ હતા. તેમણે સામુહિક બળાત્કાર બાદ તેની નિમર્મ હત્યા કરી દીધી હતી. પોલીસ જેમ બને તેમ જલ્દી બળાત્કારીઓને પકડી લેવા માંગતી હતી. તેથી તે માહિતી ભેગી કરવા લાગી હતી.

પોલીસે લાશને પોસ્ટમોર્ટમ માટે હોસ્પિટલ લઈ જવા માટે એમ્બ્યુલન્સના સ્ટાફને અંદર બોલાવ્યો તેની સાથે જ મિડિયાના લોકો પણ અંદર ઘસી આવ્યા. પ્રેસ મિડિયાના લોકો ધડાધડ લાશના ફોટા પાડવા લાગ્યા. ટીવી મિડિયાના લોકો કેમેરા વડે શુટીંગ કરવા લાગ્યા. થોડીવાર માટે અવ્યવસ્થા સર્જાઈ ગઈ. છેવટે પોલીસે ધક્કા મારીને મિડિયાના તમામ લોકોને બહાર કાઢયા. અહીં બધા હિન્દીમાં બોલતા હતા પણ હું તે ગુજરાતીમાં લખી રહ્યો છું. હું હજી અંદર જ હતો. છેવટે પોલીસ ઈન્સપેક્ટરની નજર મારા પર પડી. તેણે તરત બરાડો પાડયો "તું કેમ અંદર છે?"

મેં કહ્યું "સાહેબ, હું તો કયારનોય અંદર જ છું!"

મારો જવાબ સાંભળી પોલીસ ઈન્સપેક્ટરનો પિત્તો ગયો. તે બરાડયો "તું કયારનોય અંદર શું કરે છે? તને અંદર આવવા કોણે દીધો? તું છો કોણ?"

મેં ગભરાઈને જવાબ વાળ્યો "સાહેબ, હું રાજેશ..., રાજેશકુમાર..."

હું જવાબ પૂરો કરું તે પહેલાં તો પોલીસ ઈન્સપેક્ટર મારી નજીક આવી ગયો અને મને મારવા હાથ ઉગામતો તે બોલ્યો "તું સિને રાઈટર રાજેશકુમાર?"

મેં જવાબમાં 'હા' ભણી.

મારી હા સાંભળી પોલીસ ઈન્સપેક્ટરે મને મારવા ઉપાડેલો હાથ નીચો કર્યો અને રિવોલ્વર કેશમાંથી રિવોલ્વર બહાર કાઢી મારા માથા પર મૂકી બોલ્યો " ખબરદાર, કશી ચાલાકી કરવાની હિંમત કરી છે તો તારા ભેજાના કટકે કટકા થઈ જાશે! યુ આર અન્ડર એરેસ્ટ"

હું ઠંડોગાર બની એકદમ સ્થિર બની ઊભો રહ્યો. પાગલ ટ્રિગર દબાવી દે તો? તે ડરથી. મને સ્થિર થઈ ગયાનું જોઈ મિસ માલિનીના હત્યારાને શોધી લીધો હોય તેમ સત્તાવાહી અવાજે પોલીસ ઈન્સપેક્ટર પોલીસમેન તરફ પોતાનો ચહેરો કરી બોલ્યો "આને હથકડી પહેરાવો."

હું કશું કહું તે પહેલાં તો બે પોલીસમેન આગળ આવ્યા. એકે પોતાના ડ્રેસના મોટા ખિસ્સામાં હાથ નાંખી એક હથકડી બહાર કાઢી. તે જોઈને મેં મારા બંને હાથ તેની તરફ લંબાવ્યા. આમેય અત્યારે સત્તા પાસે શાણપણ નકામું ઠરે તેમ હતું. તેણે મને હથકડી પહેરાવી તેને લોક કરી. આ પછી બે બહાદૂર પોલીસમેન એક એક લાકડી લઈને મારા પર તૂટી પડયા. તેમનામાં જેટલું જોર હતું તેટલું જોર વાપરીને મને ફટકારવા લાગ્યા. સખ્ત માર ખાઈને હું જમીન પર ફસડાઈ પડયો. પોલીસ દયા વિનાની હોય છે તેવી લોકોક્તિનો તેમણે મને જાત અનુભવ કરાવ્યો. હવે વધુ મારીશું તો મરી જશે તેવું વિચારી પોલીસ ઈન્સપેક્ટર બોલ્યો "લઈ ચાલો તેને પોલીસ સ્ટેશન."

આ સાથે વધુ બીજા બે પોલીસમેન આગળ આવ્યા. ચારેય મને ખેંચીને બહાર લઈ ગયા. બહારના મારા પરિચિત લોકો મને ડઘાઈને જોઈ રહ્યા. પોલીસે મને પોલીસવાનમાં પાછળ બેસાડી દીધો પછી તેમણે એક આતંકવાદી પકડયો હોય તેમ તેમની બંદૂકો લઈને અંદર આવી મારી ફરતે બેસી ગયા. તરત

જ અમારી પોલીસવાન ચાલુ થઈ. તેની પાછળ બીજી પોલીસવાન પણ ચાલુ થઈ. ગલીમાંની ભીડમાંથી આ બંને પોલીસવાન બહાર આવવા મથામણ કરવા લાગી.

આ વખતે પ્રેસના ફોટોગ્રાફરો મારા ફોટા પાડવા મચી પડયા. ટીવી મિડિયાવાળાં મારું શૂંટિગ કરવા લાગી પડયા. કેટલાંક ટીવી એન્કરો અમારી પોલીસવાનની અંદર તેમનું માઈક અને તેમનું આખેઆખું માથું બંને ખોંસીને મને પ્રશ્નો પૂછવા લાગ્યા.

"તમે મિસ માલિનીનું ખૂન શા માટે કર્યુ? તમારે અને મિસ માલિનીને શું સંબંધ હતો? આ પહેલાં તમે મિસ માલિની સાથે એક રાત વીતાવી હતી? શું મિસ માલિની તમારી સાથે લગ્ન કરવાની હતી? શું મિસ માલિની તમારા સંતાનની માં બનવાની હતી? શું તમારે આ સંતાન જોઈતું ન હતું એટલે તમે મિસ માલિનીની કત્લ કરી છે? કત્લ કરતા પહેલાં તેના પર તમે બળાત્કાર કરેલો છે? તમારા સહિત કેટલાં લોકોએ મિસ માલિની પર બળાત્કાર કયો છે? બળાત્કાર પછી તેમનું ખૂન કરી નાંખવા પાછળ તમારો શું ઈરાદો હતો? મિસ માલિનીએ તેની સંપત્તિ તમારા નામે કરી છે?"

આવાં કેટલાંય મનઘડંત પ્રશ્નો મને કરવામાં આવ્યા. જેના કોઈ જવાબો મેં ન આપ્યા. એટલે તેમણે ચલાવ્યું "જુઓ, મિસ માલિનીનો ખૂની પ્રેમી, બળાત્કારી પ્રેમી કોઈ જવાબ ન આપીને કેવો પોતાનો ગુનો કબૂલી રહ્યો છે. સરકાર તેને ફાંસીની જ સજા કરાવે તેવી લોકોની માંગણી છે."

મિડિયાના લોકોએ તત્કાળ મારો ગુનો સાબિત કરી દીધો અને મારા માટે ફાંસીની સજાની માંગણી કરી દીધી! બ્રેકિંગ ન્યુઝમાં મને સિને રાઈટરમાંથી સીધો કાતિલ બળાત્કારી બનાવી દીધો હશે!

જેમ તેમ ભીડમાંથી મારગ કાઢી અમારી બંને પોલીસવાન ગલી વટાવી રોડ પર આવી. અમારી પોલીસવાન સાયરન વગાડતી પોલીસ સ્ટેશન તરફ આગળ વધી રહી હતી ત્યારે એ સમયે મેં એ એમ્બ્યુલન્સને પણ જોઈ જે જરૂર ન હોવા છતાં પણ સાયરન વગાડતી જતી હતી! તેમાં મારી પ્રિયતમા મિસ માલિનીની લાશ પોસ્ટમોર્ટમ માટે હોસ્પિટલ તરફ લઈ જવાઈ રહી હતી. તેની પાછળ પોલીસ ઈન્સપેક્ટરની પોલીસવાન હતી.

આ જોઈને હું મનોમન ખુદબખુદ સવાલી બની ગયો. "શું આ જ અમારું મિલન હતું? શું આટલો જ અમારો સાથ હતો? શું મારી માની જેમ મારી પ્રિયતમા પણ મને એકલો છોડીને જતી રહી હતી? આ બંનેના મોત વચ્ચે એક જ દિવસનો ફેર શા માટે? હવે મારું કોણ? શું ટીવી મિડિયાના એન્કરોએ મને જે સવાલો પૂછયાં તે સવાલો સાચાં ન હતા? શું મને ફાંસીની સજા થશે ખરી? શું હું આ આરોપોમાંથી નિર્દોષ છૂટી શકીશ ખરો? શું મારી પ્રિયતમાની સંપત્તિનો હું હક્કદાર બની શકીશ ખરો? લોકો જેને નિયતિ કહે છે તે શું આ જ છે?"

બ્રેકની એક જબરી ચિચિયારી સાથે અમારી પોલીસવાન પોલીસ સ્ટેશનમાં આવીને રોકાઈ ગઈ અને એ ચિચિયારી સાથે જ મારી વિચારલીલા પણ ભંગ થઈ. પોલીસવાનમાંથી બધા પોલીસમેન ધડાધડ નીચે ઉતર્યા. બે પોલીસમેને મને ખેંચીને પોલીસવાનમાંથી બહાર કાઢયો. કેટલાંક પોલીસમેન હું આતંકવાદી હોઉ તેમ મારા તરફ બંદૂકો તાકીને ઊભા રહ્યા. બાકીના ત્રણ ચાર પોલીસમેન પણ ભેગા થયા અને આપણે બટેટાની ગૂણને ગબડાવવા માટે જેવાં ધક્કા મારીએ છીએ તેવાં કેટલાંક ધક્કાઓ મારીને મને લોક અપ ભેગો કરી દીધો—આતંકવાદીની જેમ જ સ્તો.

# ૩

લોક અપમાં મારો મોબાઈલ ફોન લઈ લેવાયો અને મારી હથકડીઓ ખોલી નાખવામાં આવી તેથી મને થોડીક રાહત થઈ! મને અંદર મૂકીને બધા પોલીસમેન લોક અપની બહાર નીકળી ગયા. તેથી મને વધુ રાહત થઈ!! તેમણે બહાર નીકળીને તરત જ લોક અપનો દરવાજા બંધ કરી તેને તાળું મારી દીધું તેથી મને હમણાં જેટલી રાહત થઈ હતી તે કરતાં બમણી ગભરામણ થઈ ગઈ!!!

પોલીસ કસ્ટડી નાની હતી અને થોડી ગંધારી પણ હતી. તેનો દરવાજો જાડા લોખંડનો બનેલો હતો. બપોરનો સમય થઈ ગયો હતો તેથી થોડી ઘણી ગરમી પણ વર્તાતી હતી. અંદર પંખો ન હતો પણ તેની ફરિયાદ થઈ શકે તેમ ન હતું કારણ કે અહીં કોઈ સહેલગાહે થોડું આવે છે! એટલું સારું હતું કે અંદર એક નાનકડું માટલું અને એક પ્લાસ્ટિકનો પ્યાલો રાખવામાં આવ્યાં હતાં. માટલામાં અડધે સુધી પાણી હતું તેથી મેં બે–ત્રણ પ્યાલા પાણી પી મારી તરસ બૂઝાવી. પાણી બે–ત્રણ દિવસનું વાસી હતું પણ તેની ફરિયાદ ન કરાય કારણ કે હું અહીં થોડો સહેલગાહે આવ્યો હતો!!

પોલીસ ઈન્સપેક્ટર હોસ્પિટલ ગયા હતા–પોસ્ટમોર્ટમની કેટલીક ઔપચારિકતા પૂરી કરવા. તેમને આવતા ઓછામાં ઓછા બે કલાક લાગે તેમ હતું આથી મેં જમીન પર જ લંબાવ્યું. મારા હાથને વાળીને તેનું ઓશિકું બનાવ્યું. થોડી થોડી વારે બહાર જોતો કે પોલીસ શું કરી રહી છે?

આપણાં દેશની પોલીસ અજબ કામગીરી બજાવે છે! પોલીસ સ્ટેશનની બહાર તે કાયદાની રખેવાળ બને છે અને પોલીસ સ્ટેશનની અંદર કાયદાને નેવે મૂકે છે. દેશી દારૂના ભઠ્ઠાવાળાઓ, જુગારના અડ્ડાવાળાઓ, વરલી મટકાવાળાઓ અને બાર ગર્લ્સ રાખતા હોટલવાળાઓ હપ્તો પહોંચાડવા વટભેર સીધા પોલીસ સ્ટેશનમાં ઘૂસી જતા હતા અને વટભેર પોલીસ સ્ટેશનની બહાર પણ નીકળી જતા હતા. પોલીસની આ મહત્વની કામગીરીમાં તમે અડચણ ઊભી કરો તો પોલીસની ફરજમાં રુકાવટનો કેસ તરત જ તમારા પર લાગી જાય!!

પોલીસ સ્ટેશનમાં મોટેભાગે નાના ચોર, પાકિટમાર, ખિસ્સાકાતરું અને સિનેમાની ટિકિટની કાળી બજારી કરનારાઓને પકડીને પૂરી દેવામાં આવતા હતા. લાખો કરોડોનું કૌભાંડ કરનારાઓ અને બેન્કોને અબજો રૂપિયાનો ચૂનો લગાડનારાઓને કદી પોલીસ સ્ટેશનમાં લાવવામાં આવતા નથી, સીધેસીધા પરદેશ મોકલાય છે. પોલીસ ખાતા જેટલી સહકારની ભાવના બીજા કોઈ ખાતામાં હોતી નથી. અહીં વહેંચીને ખાવાની જેટલી પ્રબળ ભાવના જોવા મળે છે તેટલી ભાવના સરકાર અને વિપક્ષમાં પણ હોતી નથી. હપ્તો આપનાર સામે પોલીસ છૂટથી બોલતી પણ હતી કે આ બધું અમારે થોડું રાખી લેવાનું હોય છે? અમારે ઠેઠ ઉપર સુધી પહોંચાડવું પડે છે. હપ્તો આપનાર સમજી શકતો ન હતો કે આ ઉપરવાળો ભગવાન છે કે માણસ છે. જો તે ભગવાન હોય તો તેને આ લોકો આ હપ્તાઓ પહોંચાડતા કેવી રીતે હશે? અને જો તે માણસ છે તો તે ધરાતો કેમ નથી?!

જે હોય તે પોલીસ પણ છેવટે તો માણસ જ છે ને? તેનામાં પણ નબળાઈ હોય છે. તેની ગમે તેટલી નબળાઈ હોય તોપણ એક હકીકત છે કે તેના કારણે જ આપણે આપણા ઘરમાં નિરાંતે સૂઈ શકીએ છીએ. તેના કારણે જ આપણે શહેરમાં અને ગામમાં સલામત છીએ. તે ન હોય તો આપણે ચોરના ડરથી આપણા ઘરની આખી રાત ચોકીદારી કરવી પડત. તે ન હોત તો ભરબજારે આપણને કોઈ લૂંટી જાત. તે ન હોત તો આ દેશમાં પીંઢારાઓ અને બહારવટિયાઓ આજે પણ સરેઆમ ઘૂમતા હોત. આપણામાંથી મોટાભાગના લોકોનું મોત ઘરને બદલે બહાર જ થતું હોત.

આથી પોલીસને તેની કામગીરીમાં સાથસહકાર આપવો એ આપણી નૈતિક ફરજ છે. જો પોલીસને પ્રજાનો પૂરેપૂરો સાથ મળે તો અડધી ગુનાખોરી એમને એમ જ ઓછી થઈ જાય. આવું હું માનતો હતો આથી મેં ત્યારે મારી સામેની પોલીસ તપાસમાં સહકાર આપવાનું મનોમન નક્કી કર્યું. આમેય હું ક્યાં દોષિત હતો કે મારે પોલીસ તપાસમાં ગુનો કબૂલવાની નોબત આવે તેમ હતું? અને કદાચ એવી નોબત આવે તો મને કોઈ વકીલને બોલાવી લેવાની કોણ ના પાડી શકવાનું હતું? આથી નિરાંત જીવે હું પોલીસ સ્ટેશનના લોક અપમાં લાંબો થઈને પડયો રહ્યો. બિલકુલ બેફિકર થઈને –મસ્તમૌલાની જેમ.

ત્રણેક કલાક પછી સરકારી હોસ્પિટલેથી પાછા ફરી પોલીસ ઈન્સપેક્ટર પોલીસ સ્ટેશન આવ્યા. તેના ટેબલ પર બેઠા. એક પોલીસમેન કાચના એક પ્યાલામાં પાણી લાવ્યો. તેણે પાણી પીધું. બીજો પોલીસમેન કાચની નાની પ્યાલીમાં ચા લાવ્યો. તેણે ચા પીધી. પછી આળસ મરડી એકાદ બે તેના ટેબલ પરના કામો પતાવ્યા. બે–ચાર ફોન કર્યા. બે–ત્રણ પોલીસમેનને કેટલીક સૂચનાઓ આપી કામે લગાડયા. પછી તેના ટેબલ પરથી ઊભા થયા અને મારી બાજુના લોક અપમાં જઈને તેમાં પૂરેલા એક–બે નાના ગુનેગારોને બે–ચાર લાફા વળગાડી દીધા. આવાં તમામ નાના નાના કામો પૂરા કરી મારા લોક અપ સામે આવી ઊભા રહ્યા–મોટું કામ પૂરું કરવા જ સ્તો.

એક પોલીસમેને દરવાજાનું તાળું ખોલીને તેનો ઝાંપલી જેવો નાનો દરવાજો ખોલી આપ્યો. તે નમીને અંદર આવ્યા. જેણે દરવાજો ખોલી આપેલો તે પોલીસમેન જરા જોરથી અને કંઈક અંશે મને ડરાવવાના ઈરાદા સાથે જ બોલ્યો "એઈ... ઊભો થા, સાહેબ આવ્યા છે, ખબર નથી પડતી?"

હું સડાક દઈને બેઠો થઈ ગયો. હું ઊભો થવા ગયો ત્યાં પોલીસ ઈન્સપેક્ટરે મારા ખંભા પર તેના હાથનું જોર દઈને કહ્યું "રહેવા દે, ઊભા થવાની કોઈ જરૂર નથી."

મને આ પોલીસ ઈન્સપેક્ટર દયાળું લાગ્યો. હું બેસી જ રહ્યો. મને થોડોક ગભરાટ થતો હતો. તેણે નમીને મને પૂછયું "હં... તો મિસ્ટર રાજેશકુમાર, તમને હું મારો પરિચય આપી દઉં. મારું નામ ભાસ્કરરાવ, પોલીસ ઈન્સપેક્ટર ભાસ્કરરાવ"

મેં ચહેરા પર થોડું સ્મિત લાવી કહ્યું "આપનું નામ જાણી મને આનંદ થયો, સાહે..."

હું પૂરું બોલી રહું તે પહેલાં તો તેની દયા કયાંક ગાયબ થઈ ગઈ અને મને સટાક દઈને મારા જડબા પર લાફો વળગાડી દેતા જોરથી બોલ્યો "હું તને મારું નામ જણાવવા અહીં નથી આવ્યો? હું એ જાણવા આવ્યો છું કે તે મિસ માલિનીનું ખૂન કેમ કર્યું?"

લાફો એટલો જોરદાર હતો કે મારી બંને આંખમાંથી થોડાક આસું નીકળી ગયાં. મેં માંડ માંડ કહ્યું "સાહેબ, મિસ માલિનીનું ખૂન મેં નથી કર્યું?"

તે બરાડયો "ખોટું બોલ મા, હવે ખોટું બોલીશ તો હું તારી ચામડી ઉતેરી નાખીશ."

મેં આજીજી કરતા કહ્યું "સાહેબ, હું સાચું બોલું છું, મેં મિસ માલિનીનું ખૂન નથી કર્યુ, સાહેબ, મારો વિશ્વાસ કરો, હું સાચું બોલું છું. હું આજે જ મુંબઈ આવ્યો છું. જુઓ મારી ટિકિટ."

મેં મારા ખિસ્સામાંથી ટિકિટ શોધી પણ તે ન મળી. આથી તેણે દાંત કચકચાવ્યા અને મારી તરફ મુઠ્ઠી ઉગામીને બોલ્યો "છેલ્લીવાર કહું છું, કહી દે કે તે જ મિસ માલિનીનું ખૂન કર્યુ છે"

મેં મક્કમતાથી કહ્યું " મેં ખૂન નથી કર્યુ તો શા માટે કહું કે મેં મિસ માલિનીનું ખૂન કર્યુ છે. સાહેબ, તે મારી પ્રેમિકા હતી. હું શા માટે મારી પ્રેમિકાનું ખૂન કરું?"

તે વધુ બગડયો. ગાંડાની જેમ મને ઉપરાઉપરી લાફાઓ ઠોકતો ઠોકતો તે બોલ્યો "તો તારે જાણવું જ છે કે તે મિસ માલિનીનું ખૂન શા માટે કર્યુ છે? તે તેની સંપત્તિ માટે તેનું ખૂન કર્યુ છે"

મારો જવાબ સાંભળવા તે રોકાયો. મેં ગળગળા થઈને કહ્યું "ના, સાહેબ, મેં તેની સંપત્તિ માટે તેનું ખૂન નથી કર્યું"

તેણે તેના એક હાથથી મજબૂતાઈથી મારું જડબું પકડયું અને તેને ઊંચું કરી મારી આંખોમાં તેની મોટી મોટી આંખો પરોવી બોલ્યો "તો પછી શેના માટે તેનું ખૂન કર્યુ છે? બોલ"

મેં રડમશ અવાજે કહ્યું "સાહેબ, મેં કશાય માટે કોઈનું પણ ખૂન નથી કર્યુ"

મેં સજ્જડ રીતે ખૂનનો ઈન્કાર કરી દેતા તેણે મને જોરથી લાત મારી. હું ગબડી પડયો.

આથી તેણે મને બેઠો કર્યો અને મને થોડી હળવાશથી પૂછવા લાગ્યો " ચાલ, જવા દે ખૂનની વાત, મને એ કહે કે તે તેના પર બળાત્કાર કેમ કર્યો? તારી સાથે બીજું કોણ કોણ હતું?"

મેં બે હાથ જોડી કહ્યું "સાહેબ, મારી વાત સાંભળો, જેમ મેં તેનું ખૂન નથી કર્યું તેમ તેના પર મેં બળાત્કાર પણ નથી કર્યો. સાહેબ, હું તેને બેસુમાર પ્રેમ કરતો હતો અને આજે પણ કરું છું."

તેણે ફરી મને અવળા હાથની લગાડી તાડૂકયો "પહેલાં મારી વાત સાંભળ, મારી તપાસ પ્રમાણે તે અને તારા સાથીદારોએ મિસ માલિની પર પહેલાં બળાત્કાર કર્યો છે અને પછી તેનું ખૂન કર્યું છે. સાલા, મને તારા સાથીદારોના નામ બતાવ."

હું માર ખાઈ ખાઈને ઢીલો પડી ગયો હતો. મેં થોડાક નીચા અવાજે જ કહ્યું " સાહેબ, તમારી તપાસ ગમે તે કહેતી હોય પણ મેં તેનું ખૂન નથી કર્યું કે નથી તેના પર બળાત્કાર કર્યો."

મેં અજાણતામાં આડકતરી રીતે તેની તપાસ ખોટી છે તેમ જણાવી દીધું તે તેનાથી જરા પણ સહન થઈ શકે તેમ ન હતું. તે હવે પૂરેપૂરો મારા પર બગડી ગયો તે અત્યંત ગુસ્સાથી બોલ્યો "તું મારી તપાસ ખોટી છે તેમ કહેવા માંગે છે કેમ? હમણાં બતાવું છું કે મારી તપાસ કેવી છે?"

આમ કહેતાની સાથે જ તેણે મને લાત અને ઘુસાઓ મારવાનું ચાલુ કર્યું. તેના આ સત્કાર્યમાં સાથ આપવા બે પોલીસમેન પણ અંદર ઘૂસી આવ્યા અને મને આડેધડ પાટુઓ મારવા લાગ્યા. હવે મારે પોલીસને સહકાર આપવો જોઈએ તેવી મારી ભ્રમણા ભાંગવા લાગી હતી. ભાસ્કરરાવ હવે મને પોલીસ ઈન્સપેક્ટર મટીને શેતાન બની ગયો હોય તેવો લાગવા લાગ્યો.

તેમના અવિરત મારના દર્દથી હું ચીસો પાડવા લાગ્યો પણ તેમને જરાય દયા ન આવી. અંતે તેઓ માર મારી થાકયા એટલે તેઓ બહાર ગયા. ટેબલ કલોથ વડે શેતાને પોતાના કપાળ, મોં, ગળા અને હાથનો પરસેવો લૂંછયો. તેને હાંફ ચડી ગયો હતો. હું હવે દર્દથી કણસી રહ્યો હતો.

થોડીવારે ભાસ્કરરાવ શાંત પડયો. તેણે મને ગુનો કબૂલ કરાવવા શું કરવું જોઈએ તેનો તે વિચાર કરવા લાગ્યો. થોડીવારે તેણે ચપટી વગાડી પાસે રહેલાં બે પોલીસમેનને કહ્યું "આ હાઈ પ્રોફાઈલ મર્ડર મિસ્ટરિનું સોલ્યુશન આમ છે. ખૂનની વાત પછી, પહેલાં આપણે આણે મિસ માલિની પર બળાત્કાર કર્યો છે

તેમ સાબિત કરી દઈએ તો પછી તેણે મિસ માલિનીનું ખૂન પણ કર્યુ છે તેમ આપોઆપ સાબિત થઈ શકે તેમ છે. જાવ, આ આરોપીને સરકારી દવાખાને લઈ જાવ અને પહેલાં તેનો પોટેન્સી રિપોર્ટ કરાવો અને પછી તેનો સિમેન રિપોર્ટ કરાવો.''

મને તરત જ પોલીસવાનમાં બેસાડી દવાખાને લઈ જવામાં આવ્યો અને ત્યાં ડોકટરોએ જે કંઈ મારા પર વિતાડી છે તે કહેવાય તેવી વાત નથી. આ તો જેના પર વીતી હોય તે જ જાણે!

# ૪

પોટેન્સી રિપોર્ટ એટલે પુરુષના પુરુષાતનની ચકાસણી. પુરુષ સ્ત્રી સાથે કામક્રિડા કરી શકવા સક્ષમ છે કે નહીં તેનો દાકતરી અહેવાલ. જેમાં પુરુષના લિંગ પર સીધું જ પરીક્ષણ થાય છે.

જીંદગીની સફળતા માટે ઘણી બધી વસ્તુઓ પોઝિટિવ એટલે કે હકારાત્મક હોવી જોઈએ. જેમકે, પોઝિટિવ થિંકિંગ, પોઝિટિવ એપ્ટીટયુડ, પોઝિટિવ પર્સનાલિટિ વગેરે વગેરે જે સારી બાબતો ગણાય છે. પોઝિટિવથી વિરુધ્ધનું એટલે નેગેટિવ. નેગેટિવ બાબતો મોટેભાગે ખરાબ ગણાય છે. આમ તો, પોઝિટિવ બાબતો સારી હોય છે પરંતુ પોઝિટિવ બાબતો હંમેશા સારી જ હોય છે એવું નથી. જેમ કે, કોઈ દર્દીનો એઈડસ્નો રિપોર્ટ પોઝિટિવ આવે તો તે ખરાબ બાબત છે. એવી જ રીતે કોઈ આરોપીનો પોટેન્સી રિપોર્ટ પોઝિટિવ આવે તો તે અતિખરાબ બાબત છે. આવો દર્દી અને આવો આરોપી હંમેશા ઈચ્છે છે કે તેનો રિપોર્ટ નેગેટિવ આવે તો સારું.

મારો પોટેન્સી રિપોર્ટ નેગેટિવ આવે તેવી કોઈ શકયતા ન હતી. કારણ કે હું હજી નવયુવાન છું. મારા લગ્ન થવાના પણ બાકી છે અને જેની સાથે લગ્ન થવાની આશા હતી તે તો સ્વર્ગે સિધાવી છે!

સિમેન રિપોર્ટ એટલે વીર્યનો અહેવાલ. વધુ કહું તો ડીએનએનો અહેવાલ. વીર્ય એટલે કેટલુંક પાણી, કેટલાંક પ્રોટીન યુકત નત્રલ પદાર્થો, કેટલાંક શ્લેષ્મ સ્ત્રાવો અને હજારોની સંખ્યામાં શુક્રકોષો. પુરુષના એક ચમચી જેટલાં વીર્યમાં દશ હજારથી લઈને એંસી હજાર જેટલાં શુક્રકોષો હોય છે. માનવ શરીર અબજો કોષોનું બનેલું છે. તેમાંથી ફકત એક ચમચીથી પણ ઓછાં જથ્થામાં રહેલાં આ શુક્રકોષો જ ગતિશીલ હોય છે. શુક્રકોષો એટલાં સૂક્ષ્મ હોય છે કે તેને જોવા માટે માઈક્રોસ્કોપ–સૂક્ષ્મદર્શક યંત્ર વાપરવું પડે. અંડકોષ નાના મોતીના દાણા જેવાં હોય છે અને તેને નરી આંખે જોઈ શકાય છે. શુક્રકોષો એક શીર્ષ અને લાંબી પૂંછડી ધરાવે છે. પ્રજનન વખતે પુરુષના શિશ્ન દ્વારા શુક્રકોષો પહેલાં સ્ત્રીની યોનિમાં દાખલ થાય છે. તે તેની પૂંછડીના હલનચલનથી ગતિ મેળવીને સ્ત્રીના

અંડકોષ પાસે જઈ તેની સાથે તેમાંથી કોઈ એક શુક્રકોષ મિલન પામી ગર્ભની રચના કરે છે.

માનવ શરીરના શુક્રકોષો અને અંડકોષો સિવાયના તમામ શારીરિક કોષોને દૈહિક કોષો કહેવામાં આવે છે. તેમાં રંગસૂત્રોની ૨૩ જોડ હોય છે. સ્ત્રીના તમામ શારીરિક કોષોમાં રંગસૂત્રોની આ ૨૩ જોડમાંની દરેક જોડના બંને રંગસૂત્રો એક સરખા હોય છે. પુરુષના તમામ શારીરિક કોષોમાં રંગસૂત્રોની ૨૩ જોડમાંથી ૨૨ જોડમાંની દરેક જોડના બંને રંગસૂત્રો એક સરખા હોય છે અને ૨૩ મી જોડના બંને રંગસૂત્રો જુદાં હોય છે. જેમાં એક રંગસૂત્રને 'એક્સ' અને બીજા રંગસૂત્રને 'વાય' નામ આપવામાં આવેલ છે. સ્ત્રી–પુરુષના જનન અંગોમાં માતૃજનનકોષ હોય છે. જેના રંગસૂત્રોની રચના આવી જ હોય છે. સ્ત્રીનો માતૃજનનકોષ આ રંગસૂત્રોની દરેક જોડમાંથી એક રંગસૂત્ર એક ભાગમાં અને બીજુ રંગસૂત્ર બીજા ભાગમાં જાય તે રીતે બે ભાગમાં વિભાજિત થઈને બે અંડકોષો બનાવે છે. આ દરેક અંડકોષમાં ફકત ૨૩ રંગસૂત્રો હોય છે. આ બંને અંડકોષો એક સરખાં હોય છે. સ્ત્રીના માતૃજનનકોષની જેમ પુરુષનો દરેક માતૃજનનકોષ બે ભાગમાં વહેંચાઈને બે શુક્રકોષો બનાવે છે. આ બંને શુક્રકોષમાં ૨૨ રંગસૂત્રો એક સરખા હોય છે પરંતુ ૨૩ મું રંગસૂત્ર એક શુક્રકોષમાં 'એક્સ' હોય છે અને બીજા શુક્રકોષમાં 'વાય' હોય છે. આમ, શુક્રકોષો બે પ્રકારના હોય છે. પુરુષમાં દરરોજ હજારો માતૃજનનકોષો વિભાજન પામી હજારો શુક્રકોષો બનાવે છે. સ્ત્રીનાં બે અંડકોષમાંથી કોઈ એક અંડકોષ પુરુષના હજારો શુક્રકોષોમાંથી કોઈ એક જ શુક્રકોષ સાથે મિલન પામી શકે છે.

જો ૨૩ મું એકસ રંગસૂત્ર ધરાવતો શુક્રકોષ અંડકોષ સાથે મિલન કરે તો ગર્ભમાં રંગસૂત્રોની રચના સ્ત્રીનાં શારીરિક કોષો જેવી બને છે તેથી સમયાંતરે ગર્ભનો વિકાસ થઈને છોકરીનો જન્મ થાય છે અને જો ૨૩ મું વાય રંગસૂત્ર ધરાવતો શુક્રકોષ અંડકોષ સાથે મિલન કરે તો ગર્ભમાં રંગસૂત્રોની રચના પુરુષના શારીરિક કોષો જેવી બને છે તેથી સમયાંતરે ગર્ભનો વિકાસ થઈને છોકરાનો જન્મ થાય છે.

આમ, છોકરો જન્મશે કે છોકરી તેનો આધાર પુરુષના શુક્રકોષના રંગસૂત્ર પર હોય છે. તેથી સ્ત્રી છોકરાને જન્મ આપશે કે છોકરીને જન્મ આપશે તે માટે પુરુષનો દોષ છે. આથી છોકરાને જન્મ આપવો કે છોકરીને જન્મ આપવો તેમાં

સ્ત્રીનો કોઈ જ દોષ નથી. જો કે, સ્ત્રીનો અંડકોષ કયા શુક્રકોષ સાથે મિલન કરશે તેનો આધાર અંડકોષ પર છે. તેથી છોકરાને જન્મ આપવો કે છોકરીને જન્મ આપવો તે માટે સ્ત્રી જવાબદાર છે. આ માટે પુરુષ જવાબદાર નથી.

વાસ્તવમાં અંડકોષ અને શુક્રકોષના મિલન પર સ્ત્રી કે પુરુષ બેમાંથી એકેયનું કશું ચાલતું નથી. આ માટે પ્રકૃતિ જવાબદાર છે. તેથી છોકરો જન્મશે કે છોકરી તેનો આધાર સ્ત્રી કે પુરુષ પર નથી. આ માટે કુદરત પસંદગી આપે છે અને કુદરત બંને પર સરખી સંખ્યામાં જ પસંદગી કરે છે. એટલે જો માણસનો હસ્તક્ષેપ ન થતો હોય તો દુનિયામાં જેટલા છોકરા જન્મે તેટલી જ છોકરીઓ જન્મે. આથી સ્ત્રીઓની અને પુરુષોની સંખ્યા એક સરખી જ હોય. લાખો વર્ષથી આમ જ થયું છે.

આમ, સંતાનોના જન્મ માટે સ્ત્રી અને પુરુષ વચ્ચે કુદરતે કોઈ ભેદ રાખેલો નથી.

આમ છતાં કુદરતે સ્ત્રી અને પુરુષમાં બે અદ્ભૂત ભેદ રાખેલાં છે. પહેલો ભેદ–એક સ્ત્રી જો દર વર્ષે એકાદ સંતાનની મા બને તોપણ તે બહુ ઓછા સંતાનોની મા બની શકે છે કારણ કે સ્ત્રી ચાળીસ–પિસ્તાળીસ વર્ષની ઉંમરે વંધ્યા બની જાય છે. હવે, તેનાં શરીરમાં અંડકોષની ઉત્પત્તિ થતી નથી. જયારે પુરુષમાં આખી જિંદગી શુક્રકોષની ઉત્પત્તિ ચાલુ જ રહે છે. જો પુરુષમાં સ્ત્રી સાથે સમાગમ કરવાની શારીરિક શક્તિ સાબૂત રહે તો તે નેવું વર્ષની ઉંમરે પણ પિતા બની શકે છે. આ અર્થમાં પુરુષ કદી ઘરડો થતો નથી. બીજો ભેદ–એક સ્ત્રી જો દર વર્ષે એક કે અનેક પુરુષો સાથે અનેક વખત સમાગમો કરીને પણ દર વર્ષે એકાદ સંતાનની મા બની શકે છે જયારે પુરુષ એટલા જ સમયમાં અનેક સ્ત્રીઓ સાથે અનેક સમાગમો કરી અનેક સ્ત્રીઓના સંતાનોનો પિતા બની શકે છે.

હવે, મૂળ વાત પર આવીએ તો, મારો પોટેન્સી રિપોર્ટ અને મારો સિમેન રિપોર્ટ વહેલા આવે તે માટે પોલીસ ઈન્સપેક્ટર ભાસ્કરરાવ ખૂબ તલપાપડ થઈ રહ્યો હતો જેથી તે મને પહેલાં બળાત્કારી અને પછી ખૂની સાબિત કરી શકે. આ સાથે એક હાઈ પ્રોફાઈલ કેસ ઉકેલવાની તે નામના મેળવી શકે. પોલીસ બેડામાં તેની વાહવાહ થાય. આ અહેવાલો વહેલા આવે તે માટે હું પણ આતુર હતો જેનાથી આ નર્કમાંથી છૂટી શકાશે તેવી મને પાકી ખાતરી હતી કારણ કે મેં

કંઈ મિસ માલિની પર બળાત્કાર કર્યો ન હતો. આથી તેની યોનિમાંથી મળેલાં સિમેન મારા સિમેન સાથે મેચ થવાના ન હતા. જોકે, અમારા બંનેની ઉત્સુકતા ખોટી હતી કારણ કે ડોકટરે કહી દીધું હતું કે ચાર દિવસ પહેલાં રિપોર્ટ આપી શકાય તેમ નથી. ખરેખર તો આ રિપોર્ટ તૈયાર કરતા ચાર કલાકથી વધારે સમય ન લાગે પણ આ સરકારી કામકાજ હતું તેમાં વાર તો લાગવાની જ ને!

આ સરકારી વિલંબવાળી વાત ભાસ્કરરાવ જાણતા હતા તેમ છતાં હોસ્પિટલેથી મને પોલીસ સ્ટેશન પરત લવાતાની સાથે આ હોનહાર પોલીસ ઈન્સપેક્ટરે ફરી મારી પૂછપાછ આદરી.

ભાસ્કરરાવે મને પૂછયું " ચાલ, હવે મારી બનાવટ કરવાનું છોડી દે. તે મારી સાથે ઘણી બનાવટ કરી છે છતાં મને તારી દયા આવે છે એટલે જેટલો સવાલ પૂછું તેટલો જ જવાબ આપજે અને સાચો જવાબ આપજે. જો ખોટા જવાબો આપીશ તો હમણાં જ ડોકટરના રિપોર્ટ આવી જશે એટલે તારા ખોટા જવાબો પકડાઈ જશે. આ પછી તારા પર હું જરાય દયા નહીં રાખું, સમજયો?"

મને થયું કે આ શેતાન મારી શું દયા ખાશે! છતાં મેં તેને કહ્યું "હા, સાહેબ, સમજયો"

તેણે બહુ હળવાશથી પૂછયું "સરસ, મને આ જ આશા હતી હવે હું તને ખૂબ મદદ કરીશ. હું તને બચાવી શકું તેમ છું. તું મારી પર વિશ્વાસ રાખજે હું તને જરૂર બચાવીશ પણ તે માટે પહેલાં તારે મને સાચી હકીકત જણાવવી જોઈએ. આ માટે તારે પણ મને થોડીક મદદ પણ કરવી જોઈએ ને!"

મેં માથું હલાવી હા કહી. તેણે શિકારને ફસાવવા પોતાની જાળ ફેલાવવા માંડી હતી. હું સમજી શકતો હતો કે તે મને મિસ માલિનીના બળાત્કારના અને ખૂન કેસમાં ફસાવવા માંગતો હતો. તે બહુ શાતિર અને ચાલાક પોલીસ અફસર હતો. છતાં એક મારી મોટી મુશ્કેલી એ હતી કે હું તેને સાચું કહી રહ્યો હતો અને તેને તે ખોટું માની રહ્યો હતો.

તેણે પાસો ફેંકયો "પહેલાં તું એ કહે કે તું કેટલાં સમયથી મિસ માલિનીના ઘરમાં હતો? તારી સાથે કોણ કોણ હતું? તમારી પાસે કયા કયા હથિયારો હતા? આ હથિયારો તમે કયાં છુપાવી દીધા છે?તમે કઈ રીતે મિસ માલિનીના ઘરમાં ઘૂસી ગયા? તમે મિસ માલિનીના ઘરમાં શું શું કર્યું? તમે મિસ માલિની સાથે શું

શું કર્યું? તારા સાથીદારો કયારે ગયા? તેઓ અત્યારે કયાં છે? તું કેમ તેની સાથે નથી ગયો? ચાલ, ટૂંકમાં કહું છું પહેલેથી છેલ્લે સુધી શું શું બન્યું હતું તે મને જણાવી દે.''

મેં કહ્યું ''સાહેબ, તમે આવ્યા પછી જ હું મિસ માલિનીના ઘરમાં આવ્યો હતો. મેં તેની લાશ અને તમારી કેટલીક પોલીસ કામગીરી જોઈ છે. આથી વધારે મેં કશું કર્યું નથી.''

ભાસ્કરરાવે તેની ભ્રમર ઊંચી કરી બોલ્યો ''તો તે નક્કી કરી લીધું છે કે તું સાચું નહીં બતાવે કેમ! હાં... તો પછી હું તને સાચું બતાવું છું. પહેલાં તો તું અને તારા સાથીદારો એક–દોઢવાગ્યાના અરસામાં ઘાતક હથિયારો સાથે મિસ માલિનીના ઘર પાસે પહોંચ્યા. તમને મેઈન દરવાજા પાસે ફરજ બજાવતી મહિલા ચોકીદારે રોકવાની કોશિશ કરી તો તમે તેના પર ઘાતક હુમલો કરી દીધો. હું તને જણાવી દઉ કે આ મહિલા ચોકીદાર અત્યારે હોસ્પિટલમાં જીવન મરણની વચ્ચે ઝોલાં ખાય છે. તે ભાનમાં આવશે એટલે તારો અને તારા સાથીદારોનો ભાંડો ફૂટી જ જવાનો છે.''

મને બચવાની આશા જાગી મેં તેને કહ્યું ''સાહેબ, અત્યાર સુધી મને ખબર જ ન હતી કે મહિલા ચોકીદાર પણ હુમલો થયો છે! તમારી આ જાણકારી આપવા બદલ તમારો આભાર. આ મહિલા ચોકીદાર જરૂર મારી વાતની સાહિદી પૂરશે કે આ બનાવ વખતે હું હાજર ન હતો.''

મારી વાત સાંભળી ભાસ્કરરાવે પોતાના ઉપલાં દાંત વડે તેનો નીચલો હોઠ દબાવ્યો. તેને મારી વાત માનવામાં ન આવી તેણે આગળ ચલાવ્યું ''ધીરો ખમ ભાઈ ધીરો ખમ, પહેલાં પૂરી વાત તો સાંભળી લે. તું અને તારા સાથીદારોને એમ થયું કે ચાલો મહિલા ચોકીદાર મરી ગઈ છે તેથી તમે તેને છોડી ઘરની અંદર ઘૂસી ગયા. તારા સાથીદારો તારી પાછળ સંતાઈ ગયા. તે ઘરનું બારણું ખખડાવી મિસ માલિનીને જગાડી. તેણે બારણું ખોલ્યું હતું. તે વસ્ત્રવિહીન હતી. બોલ, તને ખબર હતી કે નહીં તે આજે વસ્ત્રવિહીન સૂતી છે?''

મેં કહ્યું ''હા સાહેબ, મને ખબર હતી કે તે આજે વસ્ત્રવિહીન દશામાં જ હશે.''

પોલીસ ઈન્સપેક્ટર ખડખડાટ હસી પડયો. હસીહસીને લોટપોટ થઈ ગયો. હસતા હસતા બોલ્યો "મારું બેટું, ગજબ છે, જેના ઢીંચણથી ઉપરનો થોડો અમથો ભાગ જોવા માટે અમે પાંચસો રૂપિયાની ટિકિટ લઈને ફિલ્મ જોવા જઈએ છીએ અને તે તમને વસ્ત્રવિહીન દશામાં દર્શન આપે છે! એ સેક્સ સિમ્બોલ અમને મનોરંજન કર સાથેનો ખર્ચો કરાવે અને તમને વિનામૂલ્યે મનોરંજન આપે છે! તમેય મોટા જાદુગર છો હોં આવી મોટી અભિનેત્રીને ગજબની ફસાવી દીધી."

મને તેનું હસવું અને બોલવું બંને ભદ્દુ લાગ્યું. મેં તેને અટકાવવા માટે કહ્યું "સાહેબ, આગળની વાત કરોને?"

તેણે માંડ માંડ તેનું અટ્ટહાસ્ય અટકાવ્યું અને તેનું ધૂપ્પલ આગળ ચલાવ્યું "પછી તો શું? તેણે તને અંદર બોલાવ્યો. તારી સાથે તારા સાથીદારો પણ અંદર ઘૂસી ગયા. તેણે તારી સાથે બીજા સાથીદારોને લાવવા બદલ તારી સાથે ઝઘડો કર્યો. તારો પ્લાન હતો તેનું ખૂન કરી નાખવાનો. તેનું ખૂન કરી નાખવાનું કારણ એટલું જ હતું કે તેણે તારા પ્રેમમાં આંધળી બનીને તેના પચાસ કરોડ રૂપિયા અને બંગલાની સંપત્તિ તને મળે તેનું વિલ તૈયાર કરાવ્યું હતું જેની તને પાકી ખબર હતી. તને રૂપિયાની સખ્ત જરૂર હતી. તે મરે તો તને ધન મળે તેમ હતું તેથી તું તેને જલ્દી મારી નાખવા માંગતો હતો. તારા આ કામમાં સાથ આપે તે માટે તે સામુહિક બળાત્કારની મજા લેવાની લાલચ આપી બે–ત્રણ સાગરીતો તૈયાર કર્યા હતા. તમે બધાએ પહેલાં તેની પર ગેંગરેપ કર્યો હતો. તમે તેને વહેલી સવાર સુધી ચૂંથી હતી. છેવટે તારી યોજના મુજબ તમે તેને ઘાતકી રીતે મારી નાંખી. આ પછી તમે તમારા હથિયારો છરી–ચપ્પા વગરે બાથરૂમમાં જઈને સાફ કર્યા હતા. તમે તેના બાથરૂમમાં નાહ્યા પણ હતા. લાલચમાં આવી જઈને તારા સાગરીતોએ મિસ માલિનીના ખૂન પછી તેના રૂપિયાની અને તેના કેટલાક કિંમતી સોનાના ઘરેણાંની ચોરી પણ કરી હતી. એ પછી તમે બધાએ તમારી યોજના મુજબ એક પછી એકે આછા થતા જતાં અંધારામાં નાસવાનું શરૂ કર્યુ હતું. છેલ્લે તું રહ્યો હતો. તારા નસીબ ખરાબ હતા કે તું ભાગવા જાય તે પહેલાં સવારની પાળીવાળી મહિલા ચોકીદાર આવી ગઈ હતી. તેને જોઈને તું મિસ માલિનીના ઘરમાં કયાંક છૂપાઈ ગયો હતો. તું તેના ઘરના ખૂણેખૂણાથી વાકેફ હતો. તું સંતાઈને ચુપચાપ પડયો રહ્યો. તું ભાગી જવાનો રસ્તો શોધતો હતો

પરંતુ એ મહિલા ચોકીદારની સજાગતાના કારણે ભાગી શકયો ન હતો. એ મહિલા ચોકીદારે પોલીસને ફોન કરી સમયસર પોલીસ બોલાવી લીધી હતી. જયારે પોલીસતપાસ દરમિયાન પ્રેસ અને મિડિયાના માણસો અંદર ઘૂસી આવ્યા ત્યારે થયેલી અવ્યવસ્થાનો લાભ લઈને તું બહાર ભાગી જવા માંગતો હતો પણ મારી ચકોર નજરે તને પકડી લીધો અને હવાલાત ભેગો કરી દીધો. બોલ, હવે તારે કંઈ કહેવું છે કે પછી તારે તારો ગુનો કબૂલ કરી લેવો છે? જે કરવું તે બોલ.''

તે આ બધું એકી સાથે બોલી ગયો હતો તેથી તેને થોડોક શ્વાસ પણ ચડી ગયો હતો. આમ છતાં તેણે મોટો મીર માર્યો હોય તેવી રીતે શકય તેટલી મોટી છાતી ફૂલાવી મારી સામે જોઈ રહ્યો. મને તેની વાત સાંભળીને ગુસ્સો આવી ગયો.

મેં જોરજોરથી કહ્યું ''ગપ્પા, ગપ્પા, ગપ્પા, ગપોડી તારા ગપ્પા સાંભળીને મને ઊંઘ આવે છે. હવે, તું બંધ થા.''

ફરી રંગ બદલાઈ ગયો. તેણે મને ખૂબ ફટકાર્યો. તે થાકયો ત્યાં સુધી ફટકાર્યો. છેવટે તેણે મને અઠંગ અને રીઢો ગુનેગાર માની લીધો. મને ગુનો કબૂલ કરાવવાનું તેને ખૂબ કાઠું પડયું હતું.

હવે, તેણે મને વિધિવત્ રીતે ગુનેગાર માની લીધો. એક રજિસ્ટરમાં મારા બંને હાથની આંગળીઓ અને અંગુઠાની કાળી શાહીથી છાપ લીધી. અનેક કાગળો તૈયાર કર્યા. એક ફોટોગ્રાફરને બોલાવી મારા ફોટા લીધા. એક નાના અખબારના પ્રેસ રિપોર્ટરને બોલાવી મિસ માલિનીના હત્યારાએ ગુનો કબૂલી લીધો હોવાની બ્રિફ આપી. એક ખાનગી ડોકટરને બોલાવી મારું મેડિકલ ચેક અપ કરાવ્યું. તેના મળતિયા ડોકટરને બધું ઠીકઠાક જ લાગ્યું.

મને હવે શાંતિ જણાવવા લાગી. મને મિસ માલિનીનો હત્યારો માની લેવામાં આવ્યો હતો. તેની કબૂલાત મારી પાસે કરાવવા ભાસ્કરરાવે છેલ્લો દાવ અજમાવ્યો. તેણે કહ્યું ''આ કસ્ટડીમાં અનેક ગુનેગારો પહેલાં મારી પાસે પોતાનો ગુનો કબૂલતા નથી પણ પછી તેના પસ્તાવાના ભાવથી પાછળથી કસ્ટડીમાં આપઘાત કરી પોતાનું જીવન ટુંકાવી દે છે. તું તો આવું નહીં કરેને?''

મને ખબર છે પોલીસ લોક અપમાં કોઈ કેદી આપઘાત કરવા નથી આવતો. તેને કોઈક ગુનાસર લોક અપમાં લાવવામાં આવે છે. તેને કોઈ ગંભીર

ગુનો કબૂલાવા માટે તો કયારેક ફકત પૈસા પડાવવા માટે થર્ડ ડિગ્રી સુધીની યાતનાઓ આપવામાં આવે છે. ખૂબ માર મારવામાં આવે છે. આથી તેની કિડની ફેલ થઈ જવાથી તે મરી જાય છે. જે એક પ્રકારની હત્યા જ છે. કયારેક હરીફ ગેંગના નાણા પોલીસને મળી જવાથી પોલીસ આરોપીનું ગળું દબાવી હત્યા કરી નાંખે છે. પોલીસ કસ્ટડીમાં થતી આવી હત્યાઓને આપઘાતમાં ખપાવી દેવાનું પોલીસ માટે ખૂબ સહેલું હોય છે.

મને આવો કોઈ ડર ન હતો કારણ કે મારી હત્યાથી પોલીસને કશું મળે તેમ ન હતું. મિસ માલિનીની આ હાઈ પ્રોફાઈલ હત્યા વખતની મહિલા ચોકીદાર હાલ બેભાન અવસ્થામાં હોસ્પિટલમાં સારવાર લઈ રહી હતી. તે ભાનમાં આવીને નિવેદન આપે એટલે મેં મિસ માલિનીની હત્યા કરી છે કે નહીં તે બહાર આવી જાય તેમ હતું. આથી ભાસ્કરરાવ મારી હત્યાનું પગલું ભરે તેમ ન હતું અને કદાચ ભરે તોપણ તેને કશું મળે તેમ ન હતું કારણ કે હાલમાં તેને દેવા માટે મારી પાસે કશું ન હતું.

ગઈ કાલે મારી મા મરી ગઈ હતી અને આજે મારી પ્રેમિકા મરી ગઈ હોવાથી બે દિવસથી મેં ખાસ કંઈ ખાધું ન હતું. આથી મારા શરીરમાં ગ્લુકોઝનું પ્રમાણ ઝડપથી ઘટી રહ્યું હતું. મારું બ્લડ પ્રેસર પણ ઘટી રહ્યું હતું. મેં ભાસ્કરરાવને જણાવ્યું કે મને ચક્કર આવે છે અને મારું મોં પણ સુકાય રહ્યું છે.

ભાસ્કરરાવે તેના પર જરાય ધ્યાન ન આપ્યું અને વધારામાં બોલ્યો કે આવું તો થાય. થોડીવારમાં હું બેભાન થઈ ગયો. હવે, ભાસ્કરરાવ ખરેખર ગભરાયો. તેણે તરત જ મને નજીકના દવાખાને ખસેડયો. ડોકટરે ગ્લુકોઝનાં બે બાટલા ચડાવ્યા ત્યાર પછી હું ભાનમાં આવ્યો. ડોકટરે આવતીકાલ સુધી દવાખાનામાં જ આરામ કરવાની સૂચના આપી. હવે પોલીસ સલવાણી. હું દવાખાનામાંથી ભાગી ન જાઉં તે માટે બે પોલીસને મારી ચોકીદારી સોંપી ભાસ્કરરાવ ગયો. ગઈ રાતનો મુસાફરીનો થાક ઉતારવાનો મોકો મળ્યો ન હતો અને આજે ધરાઈ ધરાઈને પોલીસનો મેથીપાક ખાધો હતો તેથી આરામ કરવો જરૂરી હતો. હું દવાખાનામાં બે–ત્રણ કલાક સૂઈ ગયો.

જાગ્યો ત્યારે પથારીમાં પડયો પડયો મિસ માલિનીની હત્યા માટે હું જવાબદાર હતો કે નહીં તે વિશે વિચારવા લાગ્યો. મિસ માલિનીની જેમ મેં મારી માની પણ હત્યા કરી હતી કે કેમ તે વિશે પણ વિચારવા લાગ્યો. જેમણે મને

જન્મ આપ્યો હતો તે જનેતાની કદાચ મેં હત્યા કરી હતી. જેણે મને ખૂબ પ્રેમ આપ્યો હતો તેવી એક સુંદર પ્રેમિકાની પણ કદાચ મેં જ હત્યા કરી હતી. ખરેખર શું થયું હતું તે ક્રમશઃ મારી આંખ સામે ધીરેધીરે પસાર થવા લાગ્યું હતું–પથારીમાં જ સ્તો.

# ૫

તમે પહેલાં જ જાણી ગયા છો કે હું સિને રાઈટર છું. ફરીથી કહી દઉં છું કે હા, હું એક સિને રાઈટર છું. ફિલ્મ માટેની વાર્તા, પટકથા, સંવાદો વગેરે જે લખી આપે તેને સિને રાઈટર કહેવાય. છેલ્લાં ચારેક વર્ષથી હું આ ફિલ્મ ઈન્ડસ્ટ્રિઝમાં છું પણ મને હજી જોઈએ તેવી ખ્યાતિ મળી નથી. પહેલાંની જેમ આજે પણ મને ઘોસ્ટ રાઈટર તરીકે જ થોડું ઘણું કામ મળી રહે છે. ઘોસ્ટ રાઈટર એટલે ભૂતિયા લેખક. જે વાર્તા, પટકથા, સંવાદો વેગેરે લખે ખરો પણ પડદા પર નામ આવે કામ આપનાર ખ્યાતિપ્રાપ્ત લેખકનું! આપણે તો કામ આપનારની સૂચનો મુજબ જ લખવાનું, લખીને આપી દેવાનું, મહેનતાણાના નક્કી કરેલાં નાણાં મેળવી લેવાના અને આપણા લેખનને ભૂલી જવાનું.

અત્યારે પણ એક પ્રખ્યાત લેખક વાસિમ રીઝવાનીને સ્ત્રીપ્રધાન વાર્તા લખી આપી છે. ફિલ્મની પટકથા અને સંવાદો પણ મેં જ લખી આપેલા છે. જેના પરથી ગુજરાતી ફિલ્મ નિમાર્તા હીરાલાલ પટેલ ' એક નારી કા બદલા' નામથી એક ફિલ્મ બનાવી રહ્યા છે. જેના દિગ્દર્શક કિશોર ભટ્ટાચાર્ય છે. ફિલ્મની હિરોઈન મિસ માલિની છે. ફિલ્મના ગીતો જાવિદ શરાબીએ લખેલાં છે. ફિલ્મનું સંગીત જુવાનસિંહ નામના એક નવાસવા સંગીતકારે આપેલું છે. ફિલ્મના ગીતો બહાર પડી ચૂકયા છે અને તે ગીતોએ સંગીતની દુનિયામાં ધૂમ મચાવી દીધી છે. આવો જ કોઈ બ્રેક મને મળી જાય તે માટે હું સંઘર્ષ કરી રહ્યો છું. એક વખત કોઈ સુપરહિટ ફિલ્મના લેખક તરીકે મને નામ મળી જાય તો મારો બેડો પાર થઈ જાય. જ્યાં સુધી નામ ન મળે ત્યાં સુધી મારે સંઘર્ષ ચાલુ રાખવાનો છે. આજ સુધી મારી લખેલી બે ફિલ્મી વાર્તા પરથી બે બે હિટ ફિલ્મ બની ચૂકી છે પણ મને તેનું કામ ઘોસ્ટ રાઈટર તરીકે મળેલું હોવાથી તેની ક્રેડિટ મને મળી નથી, ખાલી રૂપિયા મળ્યા છે.

ફિલ્મનું શૂટિંગ ચાંદીવલીના સ્ટુડિયોમાંના એક સેટ પર ચાલી રહ્યું છે. આજે ૨૨ મી ડિસેમ્બર છે અને ફિલ્મની હિરોઈન આજે રજા પર છે. મને કનૈયા નામના સ્પોટબોય પાસેથી જાણવા મળે છે કે દર ૨૨ મી ડિસેમ્બરે મિસ માલિની તેના તમામ કામની રજા રાખે છે અને આ દિવસે તે તેના ઘરમાં જ રહે છે. આજે

તે તેનો મોબાઈલ અને ઘરનો ફોન પણ બંધ રાખે છે. આજના દિવસે તે કોઈને મળતી નથી. કોઈની સાથે વાતચીત પણ કરતી નથી. આખો દિવસ તે તેના ઘરમાં જ પૂરાઈ રહે છે. જેમ કોઈ યોગી ધ્યાન ધરવા એકાંતવાસ સેવે છે તેમ તે આજના દિવસે એકાંતવાસ સેવે છે. ગયા વરસે આ જ દિવસે તેને સેક્સિએસ્ટ હિરોઈનનો ફિલ્મફેર એવોર્ડ મળેલો હતો છતાં તે એવોર્ડ લેવા ગઈ ન હતી અને કોઈને મળી પણ ન હતી. આજના દિવસે તે જગતથી પૂરેપૂરી અલિપ્ત જ રહે છે.

મને જાણકારી હતી કે મિસ માલિનીની માતા જૈન હતી અને તેના પિતા બ્રાહ્મણ હતા. તે અમદાવાદની એક કોલેજમાં અભ્યાસ કરતી હતી ત્યારે તેણે એક નાટકમાં ભાગ લીધો હતો. એ વખતે જીવણલાલ ભાનુશાળી નામના એક ફિલ્મ નિમાર્તા ત્યાં હાજર હતા. તે મિસ માલિનીના સૌંદર્યથી એવાં તો અભિભૂત થઈ ગયા હતા અને તેણે તેના માતાપિતાને મળીને તેઓ તેને રજા આપે તો મિસ માલિનીને તેમના ફિલ્મની હિરોઈન તરીકે લેવા માંગે છે તેવી દરખાસ્ત કરી દીધી હતી ! સદ્ભાગ્યે મિસ માલિનીને ફિલ્મમાં કામ કરવાની સંમતિ તેના માતાપિતાએ આપી હતી. તેની પહેલી ફિલ્મ હિટ ગઈ હતી. તેને અનેક ફિલ્મની ઓફર થઈ. થોડા સમયમાં તે હિન્દી ફિલ્મની ટોચની હિરોઈન બની ગઈ. તેની પહેલી ફિલ્મમાં તેણે સારું એવું અંગપ્રદર્શન કર્યુ હતું. તેથી તેને સેક્સ સિમ્બોલનું બિરુદ મળી ગયું હતું. તેને અંગપ્રદર્શન કરવું પડે તેવી કોઈ ખાસ સિચ્યુએશન પણ લેખકે લખવી પડતી હતી. સિચ્યુએશન એટલે પરિસ્થિતિ, સ્થિતિ સંજોગો. મેં પણ આવી સિચ્યુએશન લખી હતી.

કયારેક નિમાર્તા કે દિગ્દર્શક કે મુખ્ય હિરોની સૂચના પ્રમાણે રાઈટરે આવી સિચ્યુએશન તાત્કાલિક પણ લખવી પડતી હોય છે. મોટેભાગે આવી ઈન્સ્ટન્ટ સિચ્યુએશન એવા બદઈરાદાથી લખાવવામાં આવે છે કે જેથી પ્રેક્ષકોની જાતીય ભાવનાને ઉત્તેજિત કરી શકાય. કયારેક વાર્તાને વળાંક આપવા માટે પણ આવી સિચ્યુએશન ઉમેરવામાં આવે છે. આ ફિલ્મનો ખરો રાઈટર હું હોવાથી વાસિમ રીઝવાનીએ મને શૂટિંગ સ્થળે હાજર રખાવ્યો હતો. જે બદલ મને આ યુનિટ સાથે રહેવાની અને જમવાની સગવડ મળી રહેતી હતી. આ સિવાય બીજો કોઈ મોટો ફાયદો થતો ન હતો. મેં લખેલી આવી જ એક સિચ્યુએશનનું શૂટિંગ ગઈ કાલે જ થયું હતું.

જેમાં એક સ્ત્રી લાંબા સમયથી પરદેશ ગયેલાં તેના પતિના વિયોગમાં કામવાસનાની આગથી તડપે છે અને તેનો ગેરલાભ લઈને એક બદમાશ તેનું શારીરિક શોષણ કરી તરછોડી દે છે. ગઈ કાલે હું શૂટિંગ વખતે હાજર રહી શકયો ન હતો પરંતુ યુનિટના તમામ લોકોએ આજે મને જે કહ્યું તે ગુજરાતીમાં લખું તો 'તમે લખેલી સિચ્યુએશનના ગઈ કાલના શૂટિંગમાં મિસ માલિની સીનમાં ખૂબ ઓતપ્રોત થઈ ગઈ હતી અને એણે ઉઘડીને એવું તો અંગ પ્રદર્શન કરેલું છે કે ફિલ્મ રજૂ થતાં વેંત જ પડદા પર આગ લાગી જવાની છે આગ! અને પ્રેક્ષકો પાણી પાણી!!'

ખરેખર! મિસ માલિની હતી પણ એવી કે વગર અંગ પ્રદર્શને પણ બધાનું મન હરી લે! મસ્તીખોર પણ એવી. ગમે તેની મજાક કરી લેતી. બધાને તે ગમતી. મારી પણ તેની સાથે થોડી થોડી દોસ્તી હતી. છેલ્લાં બે–અઢી વર્ષથી તે મારી દોસ્ત હતી. આજકાલ ફ્રેન્ડશીપના નામે પ્રેમીપંખીડા એકબીજાને પ્રેમ કરે છે તેવી દોસ્તી અમારી ન હતી. મારી હેસિયત પણ એવી ન હતી કે હું તેને પ્રેમ કરું. તે રૂપરૂપનો અંબાર હતી અને હું સાધારણ દેખાવનો યુવાન હતો. તેની પાસે તેની પોતાની કમાણીના કરોડો રૂપિયા હતા અને મને ઘોસ્ટ રાઈટર તરીકે જયારે મારી વાર્તા વેચાય ત્યારે માંડ માંડ ત્રીસ–ચાલીસ હજાર જ મળતા હતા. તે બીએમડબ્લ્યુ જેવી મોંઘીદાટ કાર વાપરતી હતી અને હું સેકન્ડ હેન્ડ સ્કૂટર વાપરતો હતો. ઉંમર સિવાયની બાકીની બીજી કોઈપણ વાતે હું તેનો સમોવડિયો ન હતો.

આમ છતાં તે મારી દોસ્ત હતી. તે શૂટિંગ દરમિયાન નવરી પડે ત્યારે ઘણી વખત મારી સાથે ગપાટાં લગાવતી હતી. હળવી ઠટ્ઠામશ્કરી અને મોજમજાક કરવી તે તેનો શોખ હતો. લોકેશન ગમે ત્યાંનું હોય, શૂટિંગ ગમે ત્યાં ચાલતું હોય, પ્રસંગ ગમે તે હોય તોપણ તે સેટ પર હોય ત્યારે આખેઆખું યુનિટ હળવું થઈ જતું. આજે તે આવી નથી તેનો ખાલીપો સ્પોટબોયથી લઈને કેમેરામેન સુધીના બધાને અનુભવાતો હતો. આખા યુનિટમાં તે મને સૌથી વધુ નજીકનો દોસ્ત સમજતી હતી. અમારી દોસ્તી જામતી જતી હતી કારણ કે આખા યુનિટમાં નિમાર્તા હીરાલાલ પટેલ, હું અને એ એમ ત્રણ જ ગુજરાતી હતાં. અમે ત્રણે એકબીજા સાથે ગુજરાતીમાં વાતો કરતાં. બાકીના બધા હિન્દીમાં વાતો કરતાં. હું તો તમને મોટાભાગની વાત ગુજરાતીમાં જ કરવાનો છું.

આજે હિરો અને હિરોઈનના સંયુકત દશ્યો સિવાયના દશ્યોનું શૂટિંગ ચાલુ હતું. સવારની શિડ્યુલનું શૂટિંગ બાર વાગ્યે પૂરું થયું હતું. બપોરના એક વાગ્યે આખું યુનિટ જમી કરીને થોડોક આરામ ફરમાવી રહ્યું હતું. હવે સાંજનું શિડ્યુલ ત્રણ વાગ્યે શરૂ કરવાનું હતું. જેમાં સ્ટોરી રાઈટર કે ઘોસ્ટ સ્ટોરી રાઈટરનું કશું કામ ન હતું તેથી અઢીક વાગ્યા પછી હું ટેન્ટમાં જઈને સૂઈ ગયો હતો. આશરે ત્રણેક વાગ્યાના સુમારે એક સ્પોટબોય જયાં હું સૂતો હતો ત્યાં આવ્યો અને મને જગાડીને કહ્યું "રાજેશજી, જલ્દી કિજીયે, હીરાલાલજી આપકો બુલા રહે હૈ."

મેં તેને કહ્યું "તું ચલ, મૈ તેરે પીછે આ રહા હું."

હું જલ્દી જલ્દી ફ્રેશ થઈને જ્યાં શૂટિંગ ચાલતું હતું ત્યાં પહોંચ્યો. મેં જોયું કે યુનિટ આખું શાંત બેઠું હતું. કેમેરા, લાઈટ અને સાઉન્ડ બંધ હતાં. શૂટિંગ ચાલુ જ થયું ન હતું. જાણે કોઈ અજાણી ઘટના બની ગઈ હોય તેમ બધા થોડાક ગમગીન હતા. કંઈક તો નવીન બન્યું છે તેવું હું મનોમન સમજી ગયો.

રસ્તામાં વચ્ચે મેં એક મેકઅપમેનને પૂછયું "હીરાલાલજી કિધર બૈઠે હૈ?"

મેકઅપમેને જવાબ આપ્યો "સ્ટુડિયો કી ઓફિસમેં બૈઠે હૈ. તુમ્હારી રાહ દેખ રહે હૈ."

હું ઝડપથી સ્ટુડિયાની ઓફિસે પહોંચ્યો. મેં ઓફિસના કાચના બારણાંમાંથી જોયું તો અંદર હીરાલાલ પટેલ અને કિશોર ભટ્ટાચાર્ય ગંભીર થઈને બેઠા હતા. મેં થોડુંક બારણું ખોલી અંદર મારું ડોકું નાખી અંગ્રેજીમાં પૂછયું "મે આઈ કમ ઈન સર?"

હીરાલાલ તરત જ બોલી ઉઠયા "હા, હા, અંદર આવ, અમે તારી જ રાહ જોઈએ છીએ."

હું અંદર ગયો. મને ઈશારાથી હીરાલાલે બેસવા કહ્યું. હું તેની સામેની ખુરશી પર બેઠો.

હીરાલાલે મને કહ્યું "રાજેશ, તારે અમારું એક કામ કરવાનું છે. અત્યારે જ કરવાનું છે."

હીરાલાલ મોટી ઉંમરના હતા અને મને હંમેશા વહાલથી તુંકારે જ બોલાવતા હતા. હું તેનું ખૂબ સન્માન કરતો હતો. મેં તેને કહ્યું "સાહેબ, હું આપનું કામ અત્યારે જ કરી આપવા તૈયાર છું. મને કામ જણાવો."

હીરાલાલ થોડા ગંભીર થઈને બોલ્યા "તારે અત્યારે મિસ માલિનીના ઘેર જવાનું છે."

આ સાંભળતા જ મને જાણે નાગે ડંખ દીધો હોય તેમ હું છળી ઉઠયો. મારા કાનને વિશ્વાસ ન થયો કે મારે મિસ માલિનીના ઘરે જવાનું છે. હું ગભરાઈને બોલ્યો "મિસ માલિનીના ઘરે?"

હીરાલાલે કહ્યું "હા, મિસ માલિનીના ઘરે, આખા યુનિટમાં એક તું જ એવો છો કે તેના ઘરે જઈ શકે!"

આખા યુનિટમાં હું કંઈક અલગ છું અને તેની ખબર હીરાલાલ પટેલને પણ છે તે જાણી મને ગૌરવની અનુભૂતિ થઈ. છતાં આજ સુધી કોઈ આ દિવસે તેના ઘેર જઈ શક્યું નથી તે પણ હકીકત છે. આ પહેલાં જેણે જેણે પરાણે તેના ઘેર જવાના પ્રયત્નો કરેલાં છે તે બહારથી જ તેની મહિલા સિક્યોરિટી ગાર્ડનો માર ખાઈને પાછા ફરેલાં છે. આથી મિસ માલિનીના ઘેર જવાથી શું થાય તે હું બરાબર જાણતો હતો. મારી તેની સાથેની દોસ્તી પણ તૂટી જાય અને આ દોસ્તી તૂટે તેમ હું હરગિજ પણ ઈચ્છતો ન હતો. મારે મન તેની દોસ્તી હીરાલાલના સંબંધ કરતાં પણ વિશેષ મહત્વની હતી.

મેં હીરાલાલને કહ્યું "સાહેબ, આપ જાણો છો કે મિસ માલિની આજે કોઈને મળતી નથી ત્યારે આપ મને તેના ઘેર જવાનું કહો છો? શું આપ મને તેના સિકયોરિટીનો માર ખવડાવવા ઈચ્છો છો!"

હીરાલાલ થોડું હસ્યા પછી બોલ્યા "ભાઈ, મને બધી ખબર છે. આજે તેને મળવું કઠિન છે. અમે તને તેના ઘેર મોકલી માર ખવડાવવા માંગતા નથી પણ આજે એક જરૂરી સંદેશો તેને પહોંચાડવો જરૂરી છે અને મારો વિચાર છે કે તે માટે તારાથી બહેતર કાસિદ બીજો કોણ હોઈ શકે છે?"

અમારી વાતમાં અત્યાર સુધી શાંત જ રહેલા કિશોર ભટ્ટાચાર્ય પણ બોલ્યા " અગર તુમ હમારા યે કામ કર દોગેં તો હમ વાદા કરતે હૈ કિ હમ અગલી ફિલ્મ તુમ્હારી સ્ટોરી પે બનાયેંગે ઔર ઉસકી ક્રેડિટ ભી તુમ્હેં મિલેગી, પૈસા

મિલેગા ઔર તુમ્હારા નામ બનેગા. સોચો કબ તક તુમ ઘોસ્ટ રાઈટર બનકે લિખતે રહોગેં? હમ તુમ્હે મૌકા દે રહે હૈ તુમ ઉસકા ફાયદા ઉઠાઓ."

કિશોર ભટ્ટાચાર્ય મને લાલચ આપી રહ્યા હતા છતાં તેની વાતમાં પૂરી સચ્ચાઈ પણ હતી જ.

આથી થોડું વિચારીને મેં કહ્યું "આપકી બાત સહી હૈ મગર પહેલે યે તો બતાઓ કિ મુઝે કરના કયા હૈ? કયું મુઝે મિસ માલિનીજી કે ઘર જાના હૈ? વહાઁ જાકર મુઝે ઉસકો કહેના કયા હૈ?"

કિશોર ભટ્ટાચાર્યે કહ્યું "પહેલે વાદા કરો હમારી બાત જાનકે તુમ મુકર નહીં જાઓગેં ઔર હમારી બાત કીસી કો ભી નહીં બતાઓગેં."

મેં કહ્યું "મૈં વાદા કરતા હું મૈ આપકા કામ જરૂર કરુંગા, મૈં મિસ માલિનીજી કે ઘર જાઉંગા. મૈં યે ભી વાદા કરતા હું કિ મૈં આપ કી બાત કભી ભી, કીસી કો ભી કભી ભી નહીં બતાઉંગા."

વાત બનતી જોઈ ફરી વાતનો દોર હીરાલાલે સંભાળ્યો. પાક્કો ગુજરાતી ખરોને ભાઈ! હીરાલાલે કહ્યું "વાત એમ છે કે મિસ માલિનીનો ભાઈ ગિરીશચંદ્ર અને કિશોરદાનો પુત્ર વિનોદ બેંગ્લોરમાં કોમ્પ્યૂટર સોફટવેરની એક જ કંપનીમાં સાથે કામ કરે છે. બંને એકબીજાને સારી રીતે ઓળખે છે. આજે સવારે ગિરીશચંદ્રની કારને અકસ્માત થયો છે અને તેઓ ગંભીર રીતે ઘાયલ થયા છે. હમણાં જ તેની સારવાર દરમિયાન દવાખાનામાં તેનું અવસાન થયું છે. અડધી કલાક પહેલાં કિશોરદા પર વિનોદનો ફોન આવ્યો છે અને તેણે આ વાત ફોન પર કરી છે. તેઓએ મિસ માલિનીનો સંપર્ક સાધવા ઘણી કોશિશ કરી છે પણ તેનો સંપર્ક તેઓ કરી શકયા નથી. આજે મિસ માલિનીનો મોબાઈલ ફોન અને લેન્ડલાઈન ફોન પણ બંધ છે. વિનોદે એ પણ જણાવ્યું છે કે પોસ્ટમોર્ટમ અને બીજી વિધિમાં રાત પડી જશે. કાલે સવારે તેના અંતિમદર્શન રાખેલાં છે અને બપોર પછી તેના અગ્નિ સંસ્કાર રાખેલાં છે. અમારી ફરજ છે કે અમારે આ દુઃખદ સમાચાર મિસ માલિનીને પહોંચાડવા જોઈએ જેથી તે કાલે સવારે બેંગ્લોર જવા રવાના થઈ શકે. તું પણ આ સમાચારનું મહત્વ સમજે છે. તું આ કામ કરી શકે છે, તો બેટા, અમારું આ એક કામ કર, અમારા માટે થઈને તારે મિસ માલિનીનું અપમાન સહન કરવું પડે તો અપમાન સહન કરી લેજે પણ સમાચાર પહોંચાડયા વગર પાછો આવતો નહીં."

મિસ માલિનીના ભાઈના આ દુઃખદ અવસાનના સમાચાર જાણી મને પણ થોડુંક દુઃખ થયું. મેં સમાચાર પહોંચાડવાની જવાબદારી મારા માથે લીધી. હીરાલાલે મને તેની કાર અને ડ્રાઈવર સાથે લઈ જવા જણાવ્યું પણ ટ્રાફિકમાં કાર અટવાઈ પડે અને મોડું થાય તે કરતાં મારું સ્કૂટર મને વહેલું પહોંચાડી દેશે એવું કહીને કાર લઈ જવા માટે મેં સવિનય અસહમતિ બતાવી. આમ તો હિરોઈનના ઘેર નિમાર્તાની કાર લઈને જઈએ તો આપણો માભો પડે તેમછતાં મેં કાર ન લીધી કારણ કે કયાંક મિસ માલિની મારું અપમાન કરે તો તે કાર ડ્રાઈવર જાણે અને કાર ડ્રાઈવર જાણે તો બીજાં પણ જાણી જાય. જે બીજાંને બહુ ગમે પણ મને તો જરાય ન ગમે.

આથી હું મારું સ્કૂટર લઈને નીકળી પડયો મિસ માલિનીના ઘેર જવા.

# ૬

મારે મુંબઈ ઈસ્ટમાંથી મુંબઈ વેસ્ટમાં જવાનું હતું. મુંબઈ ઈસ્ટમાં આવેલા ચાંદીવલી સ્ટુડિયોમાંથી નીકળી મેં ચાંદીવલી રોડ પકડયો. પાંચ કિલોમીટર સુધી પશ્ચિમ દિશામાં સ્કૂટર ચલાવ્યા પછી હું સબર્બન રેલ્વેનો સબ્વે પાસે આવ્યો. આ સબર્બન રેલ્વે લગભગ આખી મુંબઈને બે ભાગમાં વહેંચી નાખે છે. સબ્વેને વટાવી હું મુંબઈ વેસ્ટમાં આવ્યો. હવે મેં જે. પી. રોડ પકડયો અને મેં પશ્ચિમ દિશાને જાળવી રાખી. દશેક કિલોમીટર સુધી સ્કૂટર ચલાવ્યા પછી હું વર્સોવા બીચ પાસેના બંગલા રોડ પહોંચ્યો. આ રોડ પરથી ગલીઓમાં થઈને હું રતનકુંજ પાસેના મિસ માલિનીના બંગલા પાસે અટકયો. સ્કૂટરને બંધ કરી, હેન્ડલ લોક કરી હું બંગલાના મુખ્ય દરવાજે આવી ગયો.

મુખ્ય દરવાજો લોખંડના સળિયાનો બનેલો હતો. દરવાજો બે સરખા ભાગથી બનેલો હતો. એક ભાગમાં નાનો ઝાંપો હતો. સામાન્ય રીતે માણસ તેમાં થઈને અંદર બહાર જઈ શકે તે માટે આ ઝાંપો વપરાતો હતો. વધારે જરૂર હોય ત્યારે અડધો દરવાજો ખોલી શકાય તેવો હતો. કોઈ મોટરગાડીની આવજા માટે આખો દરવાજો પણ ખોલી શકાતો હતો.

આ દરવાજાનો મેં આગળિયો ખડખડાવ્યો. તરત જ અંદર રહેલી એક મહિલા સિક્યુરિટી ગાર્ડ દરવાજા સામે આવી ઊભી અને બોલી ''કૌન હૈ?''

હું તેને ઓળખી ગયો. તે મારા એક મરાઠી દોસ્તની બહેન હતી. તેનું નામ રાખી હતું.

મેં તરત જ કહ્યું ''અરે! રાખી તુમ યહાઁ? બહૂત દિનો કે બાદ મિલી. દરવાજા ખોલો.''

રાખી મને જોઈને બોલી ''અરે! રાજુ ભૈયા તુમ? યહાઁ કૈસે?''

મેં કહ્યું ''માન લે કિ મૈં તુઝે મિલને આયા હું! પહેલે દરવાજા ખોલ.''

રાખી બોલી ''અરે ભૈયા, યહીં તો રોના હૈ, મૈં દરવાજા નહીં ખોલ શકતી. કિસી કો ભી અંદર નહીં આને દેને કા મેડમ કા ઓર્ડર હૈ. ભૈયા મુઝે માફ

કિજીયેગા, મૈં દરવાજા નહીં ખોલ શકતી. ઐસા કરો તુમ બહાર ખડે ખડે હી મુઝસે બાત કરો."

મેં કહ્યું "તુમ મેડમ કી ફિકર મત કરો. મૈં તુમ્હારી મેડમ કો મિલને હી આયા હુઁ."

રાખી હસતાં હસતાં બોલી "કયું જુઠ બોલ રહે હો ભૈયા? કયા તુઝે માલુમ નહીં હૈ કિ મેડમ આજ કિસી કો નહીં મિલતી."

મેં મગરૂર થઈને કહ્યું "નહીં મિલતી તો આજ મિલેગી, બહેના."

રાખી થોડી નરમ પડી. તે બોલી "બહુત મગરૂબ હો કે બોલ રહે હો જૈસે મેડમને બુલાયા હો. તુમ કો મૈં ભૈયા નહીં કહતી હોતી તો અભી તુમ કો મારને લગ ગઈ હોતી."

મેં સ્મિત કરીને કહ્યું "ભૈયા કહ રહી હો તો થોડા એતબાર ભી કિયા કરો."

મારી વાત સાંભળી રાખીએ દરવાજાનો ઝાંપો ખોલ્યો. હું અંદર ગયો.

રાખી બોલી "મૈંને સિર્ફ મેરે સાથ બાત કરને કો તુમ કો અંદર આને દીયા હૈ, મેડમ કો મિલને કા ખ્વાબ છોડ દો. તેરા નસીબ અચ્છા હૈ કિ આજ સરિતા આન્ટી નહીં આયી હૈ."

સરિતા આન્ટીને હું જાણતો ન હતો. મેં પૂછ્યું "સરિતા આન્ટી? વો કૌન હૈ?"

રાખીએ જવાબ આપ્યો "સરિતા આન્ટી યહાઁ કી સિક્યુરિટી હેડ હૈ. વો હોતી તો તુમ્હેં ગાલિયાઁ દે કર ભગા દેતી. અંદર ઘૂંસ ગયે હોતે તો તુમ્હેં ઐસી જગહ પે ઐસા મારતી કિ તુમ કિસી કો બતા ભી નહીં પાતે. જ્યાદા હોતા તો પુલિસ સે ભી પીટવાતી, ઉસકા નવરા પુલીસ જમાદાર હૈ."

મરાઠી ભાષામાં નવરો એટલે પતિ. રાખીની વાત સાંભળી હું હસવા લાગ્યો.

મેં તેને કહ્યું "કાફી ખતરનાક ઔરત હૈ તેરી સરિતા આન્ટી! ચલ અબ જા, તેરી મેડમ કો બોલ કિ મૈં આયા હુઁ."

રાખી તેના બંને હાથની આંગળીઓને તેના ગાલ પર રાખી તેનાથી તેના ગાલ થપથપાવતી બોલી "ના બાબા ના, મૈં નહીં જાઉંગી ઔર ના તુઝે જાને દુંગી. તુઝે માલુમ નહીં હૈ આજ વો ઘરમેં ઐસા કુછ કર રહી હોતી હૈ કિ સિક્યુરિટી સ્ટાફ કો ભી અંદર નહીં આને દેતી. ઈસી બાત પે તો વો પહલે દો દો સિક્યુરિટી એજન્સી બદલ ચૂકી હૈ, ઔર ભૈયા, મેરી નોકરી કા ભી સવાલ હૈ ના!"

મે કહ્યું "ઐસા કુછ નહીં હોગા, તું જા કે ઉસે બતા દે કિ મૈં આયા હું."

રાખી આ સાંભળી મારી મશ્કરી કરતાં અવાજે બોલી "આહા...હા, ઐસે બોલ રહા હૈ જૈસે તેરા ટાંકા ઉનસે ભીડ ગયા હૈ!"

ટાંકા ભીડાય જવા એટલે લફરું થઈ જવું. મેં મારી ડોક વાંકી કરીને થોડીક આંખો ચડાવીને ગળાના નીચલા ભાગમાં જમણા હાથની આંગળીઓ હલાવતો બોલ્યો "નહીં ભીડા હૈ તો ભીડ જાયેગા, પગલી."

રાખી મક્કમ અવાજે બોલી "તેરા ટાંકા ભીડ ગયા હો તો ભી મૈં તુઝે જાને નહીં દુંગી. ઐસા હોતા તો મેડમ મુઝે બતાતી."

મને થયું કે રાખી મને ચોક્કસ અંદર જવા નહીં દે. તેને સાચી વાત બતાવી દેવી જ પડશે. થોડો વિચાર કરીને હું મને જ બતાવતો હોઉં તેમ મારી આંગળી મારી છાતી પર રાખીને કહ્યું "રાખી માન લે કિ આજ તેરે ભૈયા કા એક્સિડન્ટ હો ગયા હો ઔર તુઝે પતા ન ચલે તો તુઝે કૈસા લગેગા?"

રાખીએ મારા મોં પર તેનો હાથ રાખીને મને અટકાવતા લગભગ રડવાના જ અંદાજમાં બોલી "ઐસા મત બોલ ભૈયા, ઐસા કુછ નહીં હોગા."

મેં ધીમેથી કહ્યું "મેરે સાથ નહીં પર તેરી મેડમ કે ભૈયા કે સાથ ઐસા હી હુઆ હૈ, મૈં વો બતાને આયા હું, અબ તું કહે તો મૈં બિના બતાયે હી ચલા જાઉંગા."

રાખી નરમ પડી ગઈ તેણે મને અંદર આવેલાં મિસ માલિનીના ઘરના મોટાં બારણા તરફ આંગળી કરતાં બોલી "તું જા, તેરી જિમ્મેદારી પે જા, કુછ હો તો મુઝે મત કહીઓ."

હું ખુશ થઈ ગયો. મેં તેને ચૂમી ભરી લેતાં કહ્યું "બહેન હો તો ઐસી."

હું આગળ વધ્યો. મને રાખીનો અવાજ સંભળાયો "તું જુઠ્ઠ બોલતા હૈ તો તુઝે કૌઆ કાટેગા, ડોરબેલ મત બજાના, વો આજ ડોરબેલ ભી બંધ રખતી હૈ."

હું તેણે બતાવેલ બારણા તરફ ગયો. જૂના જમાનામાં બારણાથી આગળ બે દિવાલો બનાવી તેની ઉપર છજું ભરી દ્વારમંડપ(પોર્ચ) બનાવવામાં આવતો તેવું બાંધકામ કરેલું હતું જેથી બારણું ખુલ્લું હોય તોપણ બારણાની અંદર ઊભેલી વ્યકિત બીજાને ન દેખાય. ઝાઝું ન કહું તો બારણું ખુલ્લું હોય અને બારણાની અંદર મિસ માલિની ઊભી હોય તો તે રાખીને જરાય ન દેખાય.

હું આ બારણાની નજીક પહોંચ્યો. મેં હળવેથી બારણું ઠકઠકાવ્યું. થોડીવાર ઊભો રહ્યો. રાખી હજી મને જોઈ રહી હતી. કદાચ તે માનતી હતી કે બારણું ખૂલવાનું જ નથી. પણ ના, બારણું અંદરની તરફ ખુલ્યું. મારી નજર બારણાની અંદર ગઈ અને મેં જે જોયું તે જોઈને હું થીજી જ ગયો.

અંદર મિસ માલિની ઊભી હતી–વસ્ત્રવિહીન સ્થિતિમાં.

# ૭

મને વિશ્વાસ ન થયો. હું કોઈ સ્વપ્ન તો નથી જોઈ રહ્યો ને? મેં મારી આંખો ચોળી. ગાલ પર એક ચુટકી ભરી. એક તમાચો પણ માર્યો. ના, આ સ્વપ્ન ન હતું. સત્ય હતું. નગ્ન સત્ય હતું. અંદર મિસ માલિની વસ્ત્રવિહીન સ્થિતિમાં જ ઊભી હતી. પૂર્વ જન્મમાં જેણે અગણિત પુણ્ય કરેલાં હોય તેને સદેહે આવી અનાવૃત અપ્સરા જોવા મળે. આરસપહાણમાંથી કંડારેલી પ્રતિમા જેવી એ લાગતી હતી. કયારેય કલ્પના પણ ન કરી હતી તેવી સૌંદર્યની સ્વામિની દિગંબર થઈને મારી સામે ઊભી હશે. મારી દશા જોઈને તે મરક મરક હસી રહી હતી.

ફિલ્મમાં પડદા પર જેના સાથળનો ભાગ દેખાય કે પ્રેક્ષકો ચિચિયારી કરી મુકતાં. એ સેક્સ સિમ્બોલ તદ્દન નગ્ન હતી. હું તેને જોઈને વિચલિત થઈ ગયો. હું આશ્ચર્યચકિત થઈ ગયો. આવું કંઈ રોજ રોજ થોડું જોવા મળે છે? એ સમયે મેં કઈ રીતે સ્વસ્થતા મેળવી એ તો મને આજે યાદ પણ નથી. ઘડીક તો મને થયું કે લાવ બારણું બંધ કરી દઉં પરંતુ અંદર ખુલતું બારણું દબાવીને જ તે ઊભી હતી.

સ્વસ્થતા મળતાં જ હું બોલી ઉઠયો "સોરી, હું ખોટા સમયે આવી ગયો"

તે મંદમંદ હસતાં હસતાં બોલી "ના, જરાય નહીં, તમે સાચા સમયે જ આવ્યા છો. સમય કદી ખોટો હોતો નથી. આજે સવારથી જ મને થતું હતું કે આજે કોઈક મારું, મારી સાથે હોય તો કેટલું સારું!"

તેના શરીર પરથી મારી નજર હટતી ન હતી પણ સતત તેની સામે જ જોઈ રહેવાથી તેની નજરમાંથી હું ચોક્કસ નીચે ઊતરી જઈશ એમ માની મેં મારી નજર નીચે કરી. મેં થોથવાતાં અવાજે તેને કહ્યું "તમે કપડાં પહેરી લો, હું થોડીવાર પછી આવું, હું તમારા માટે એક સંદેશ લાવ્યો છું."

તે જોરથી હસી પડી અને બોલી "કપડાં પહેરવાનો સવાલ જ નથી. હું આજે કદી કપડાં પહેરતી નથી. બસ આમ જ રહું છું. આથી આજે હું કોઈને મળતી નથી, છતાં તમને મળી, એટલે પછી આવવાનું કહો છો? તમારે આજે આવવું ન જોઈએ છતાં આવ્યા જ છો તો અંદર પણ આવતા જ રહો."

જાણે તેણે મને ખેંચ્યો હોય તેમ હું તેના ઘરમાં અંદર ચાલ્યો ગયો. તેણે બારણું બંધ કર્યું.

અંદર જઈને તરત જ મેં ફરીથી કહ્યું "હું તમારા માટે એક સંદેશ લાવ્યો છું."

તે બોલી "ના, આજે ઘરની બહાર નીકળવું પડે તેવો કોઈ સંદેશો મારે સાંભળવો નથી."

મને મારા કામમાં નિષ્ફળ જઈ રહ્યાની લાગણી થઈ. તે હજી મારી સામે જોઈ રહી હતી.

તેથી ફરી પ્રયત્ન કરતાં કહ્યું "ઘરની બહાર નીકળવું પડે તેમાં વાંધો શું હોઈ શકે છે?"

તે થોડા ગુસ્સાના રણકામાં બોલી "મારે ઘરની બહાર નીકળવું હોય તો મારે કપડાં પહેરવા પડે. આજના દિવસે મેં કદી કપડાં પહેર્યા જ નથી. પહેરતી નથી અને પહેરીશ પણ નહીં સમજ્યાં?"

મેં કહ્યું "કેમ આજનો દિવસ કોઈ ખાસ દિવસ છે?"

તે સ્મિત કરતાં બોલી "આજે મારો જન્મદિવસ છે. મારા જન્મ સમયે કયાં કપડાં હતાં? આથી હું મારા દર જન્મદિવસે કપડાં વગર જ રહું છું. બર્થ ડે સ્યૂટમાં રહેવાની પણ એક મજા છે! રાજેશજી."

આ સાંભળી મને આનંદ થયો. મેં થોડીક તાલીઓ પાડી અને સાથે સાથે કોઈ ગીત ગાતો હોઉ તેમ બોલ્યો "હેપ્પી બર્થ ડે ટુ યુ, હેપ્પી બર્થ ડે, હેપ્પી બર્થ ડે ટુ માલિની, હેપ્પી બર્થ ડે, હેપ્પી બર્થ ડે"

જન્મ દિવસના અભિનંદન આપવાના મારા ગીત અને રીતથી તે ખડખડાટ હસી પડી.

તે બોલી પડી "થેન્ક યુ, થેન્ક યુ, થેન્ક યુ."

મેં તેને અભિનંદન આપવા મારો હાથ તેના તરફ લંબાવ્યો. તેણે હાથમાં હાથ મેળવ્યો.

તેણે મારો હાથ દાબી રાખ્યો. અમે અમારાં હસ્તધનૂનવાળા હાથ અમારી છાતી સરીખાં ઊંચાં કર્યાં. અમે થોડાંક નજીક આવ્યાં. અમે અમારાં બીજાં બે હાથ પણ તેની સાથે મેળવ્યાં. એકબીજાંના હાથ દાબીને અમે કયાંય સુધી શાંત ઊભા રહ્યાં. હું તેની નગ્નતાને પણ ભૂલી ગયો. થોડીવાર માટે અમે કોઈ દિવ્ય અનુભૂતિમાં સરી પડયાં. અમે હજી બારણાંની નજીક જ ઊભા હતાં.

તે બોલી ''મારાં જન્મદિવસના અવસરે તમે મારી સાથે છો તે વાત હું કદી ભૂલીશ નહી.''

હું બોલ્યો ''હું તો તમને પણ કદી ભૂલીશ નહી પણ મારે એક સંદેશો તમને કહેવાનો છે.''

તે થોડી નારાજ થઈ તેણે તેના હાથ છોડાવી લીધાં અને અંદરના દિવાનખંડ તરફ જતાં બોલી ''તમને પુરુષોને સ્ત્રીઓની ભાવનાઓની કયારે ખબર પડશે? કયારના સંદેશો સંદેશો મંડયા છો તે.''

મેં કહ્યું ''સંદેશો હંમેશા કોઈને કોઈ સુખ કે દુ:ખની વાત લઈને આવતો હોય છે.''

તે બોલી ''સંદેશો સુખનો હોય કે દુ:ખનો મારે જાણવો નથી કારણ કે આજે હું મારી મરજી મુજબ જીવવા માંગું છું. હવે, એક વાર પણ સંદેશાનું નામ લીધું છે તો મને મરતી ભાળશો.''

તે મને એ રીતે કહી જાણે અમે કોઈ ગુજરાતી ફિલ્મના કોઈ પ્રેમી પાત્રો હોય અને પ્રેમિકાને ન ગમતું કોઈ કામ કરવા પ્રેમી જઈ રહ્યો હોય અને તેને અટકાવવા પ્રેમિકા જાણે જીવ દેવા તૈયાર થઈ ગઈ હોય. એટલું સારું હતું કે તેણે મને ન કહ્યું ''તમને મારા સમ હવે કંઈ વધુ બોલો તો!''

હું અનાયાસે તેની પાછળ દોરવાયો. તે દિવાનખંડમાં રાખેલી લાકડાની બનેલી એક કલાત્મક ખાટ પાસે આવી અટકી. ખાટ હજી પણ થોડી થોડી ડોલી રહી હતી. તેથી હું સમજી ગયો કે બારણું ખોલ્યાં પહેલાં તે ખાટ પર એકલીઅટુલી હીચકી રહી હતી. આમેય એકલી નારી હાલકડોલક હોય છે.

હું તેની માખણ જેવી લીસી પીઠ જોતો જોતો તેની પાછળ જઈ ઊભો રહ્યો. તે પાછળ ફરી. મને જોઈને તે મંદમંદ હસી અને તેના બંને હાથે મારા બાવડાં

પકડી લઈને મને ધીરેધીરે અર્ધવર્તુળ જેટલો ફેરવ્યો. હવે મારી પાછળ ખાટ હતી અને સામે તે હતી. તેણે થોડું ઝૂકીને મારા બાવડાં પર થોડુંક જોર દઈને કહ્યું "પ્રેમીની જેમ મારી પાછળ પાછળ શું ફરો છો? હવે અહીં બેસો."

હું ખાટ પર બેસી ગયો. હું તેના મોં સામે તાકી રહ્યો. તે પણ મને જોઈ રહી હતી–એકીટસે.

કાં તો હું સાનભાન ભૂલી ગયો હતો કાં તો તે કાં તો બંને. બધું જ શાંત થઈ ગયું હતું. બધું સ્થિર થઈ ગયું હતું. આવી સ્થિતિમાં અગણિત યુગોનો સમય પલભરમાં પસાર થઈ જાય છે! તે થયો.

અમારી આંખો મટકું મારવાનું ભૂલી ગઈ હતી. ત્રાટક જેવી ક્રિયામાં આંખોને થાક લાગે છે પણ અહીં અમારી આંખોને થાક લાગતો જ ન હતો. અમે અમારી આંખો એકવખત પણ ન પટપટાવી.

એવામાં ઘડિયાળમાં ટકોરા પડયા. પાંચ વાગ્યા હતા. આ ટકોરાએ અમારાં નયનસુખમાં ભંગ પાડયો. આ ટકોરાથી અમે સફાળા ભાનમાં આવ્યાં. તે મારા પર ઝૂકેલી હતી તેમાંથી સીધી થઈને મારાથી દૂર થઈ ગઈ. શું બની ગયું હતું તે અમે વિચારી રહ્યાં હતાં ત્યાં જ તેને કશુંક યાદ આવ્યું હોય તેમ બોલી પડી "અરે, હું મારાં મહેમાનનું સ્વાગત કરવાનું ભૂલી ગઈ! બોલો ચા લાવું કે કોફી?"

મેં કહ્યું "કોફી, કોલ્ડ કોફી"

તે બોલી "અરે વાહ! તમને પણ કોલ્ડ કોફી પસંદ છે."

મને ખબર હતી કે તેને કોલ્ડ કોફી પસંદ છે. તેની પસંદ એ મારી પસંદ. આમેય ગરમાગરમ ચા બનાવવામાં જેટલો સમય વીતે તેટલો સમય અમારાં મિલનમાં ઘટે. હું તો તેના સાનિધ્યમાં વધુને વધુ સમય રહેવા માંગતો હતો. હું તેના પ્રેમમાં મુશ્કેટાટ બંધાઈ ચૂકયો હતો. કદાચ તે પણ મારા પ્રેમમાં બંધાઈ ચૂકી હતી.

તે રસોડામાં જઈને બે કપ કોલ્ડ કોફી બનાવવા લાગી. મેં મારા એક પગની ઠેક લગાવી ખાટ ડોલાવી ધીરેધીરે હીંચકા ખાવા લાગ્યો. તે અહીં દિવાનખંડમાંથી પણ દેખાય રહી હતી. તેના શરીરનો અડધાથી થોડો વધારે

ભાગ હું જોઈ શકતો હતો. મને તેનું પાછલું શરીર સ્પષ્ટ દેખાતું હતું. મારી નજર તેના વાળ પર પડી. તેના વાળ છૂટાં હતાં અને તેના નિતંબ સુધી લાંબા હતા. ભૂખરાં સોનેરી પાણીનો ધોધ પડતો હોય તેવા વાળ લાગતા હતા. એવામાં તેણે તેના વાળને પાછળની ડોક પરથી જમણી બાજુની છાતી આગળ લઈ લીધાં. કોઈ નદી વળાંક લઈને અદશ્ય થઈ જાય તેમ તેના વાળ ડોક પરથી વળાંક લઈને અદશ્ય થઈ જતા હતા. આ સોનેરી ભૂખરાં વાળ મારું મન મોહી રહ્યા હતા.

વાળ પરથી મારી નજર સરકીને તેના વાંસા પર પડી. સપાટ મેદાન જેવો તેનો વાંસો લાગતો હતો. વિશાળ મેદાનમાં વહેતી નદીએ લાંબોલસ ચાસ પાડેલો હોય તેવો વાંસાની વચ્ચે તેનો વાંસાધોરિયો શોભતો હતો. આ વિશાળ મેદાનમાં વધુ સમય મારી નજર ટકી શકી નહીં તે સડસડાટ નીચે ઊતરવાં લાગી અને વાંસાના મેદાન પછી એકદમ ઊંચે ચડતાં બે પર્વતો જેવાં નિતંબ પર જઈને થાક ખાવા રોકાઈ ગઈ. બે ગોરાં ગોરાં ગોળમટોળ નિતંબ પરથી મારી નજર હટતી જ ન હતી. બે લગોલગ આવેલાં પર્વતોને જુદાં પાડતી ઊંડી ખીણ જેવી નિતંબફાટ હતી જે અંદરની ગુફાને આબાદ સંતાડી રહી હતી!

તે થોડી બાજુએ વળી તેથી મને તે આડી દેખાવા લાગી. એ વખતે તે કોઈ વસ્તુ લેવાં પાછળ ઝૂકી. મેં જોયું તો તેનો વળાંક લેતો વાંસો અને ઊપસેલાં નિતંબ સાથે સીધા પગનો કેટલોક ભાગ એક મોટા ધનુષ જેવો જણાતો હતો—પરશુરામના ધનુષ જેવું મોટું પણ તીર વિનાનું!

આ ધનુષ આંખની ભમરથી રચાતાં નયનધનુષના સચોટ વળાંકોવાળું મનમોહક ન હતું તોયે આંખને ગમે તેવાં વળાંકોવાળું તો જરૂર હતું. નયનબાણથી કદાચ હૃદય વીંધાય જાય જયારે આ ધનુષબાણથી આખેઆખો દેહ વીંધાયને બે ભાગમાં વહેંચાય જાય! ઢાંકેલા હોવા છતાં સ્ત્રીના નિતંબની સુંદરતા બધાની નજરે પડે છે પણ ખુલ્લાં વાંસાની સુંદરતા જોવી હોય તો પરંપરાગત લિબાશમાં ફરતી ભરવાડણને જોવી પડે! ખુલ્લેઆમ આખેઆખો વાંસો ખુલ્લો રાખવાનો અધિકાર ભોગવવાની હિંમત તેના સિવાયની કોઈ સ્ત્રી કરી ન શકે. સ્ત્રીઓની કુદરતી સુંદરતાની ગરિમા ગમાર કહેવાતી મનમોહક મહિયારીઓ ખૂબ જ વધારે છે.

આ મહિયારી ન હતી. મહિયારીઓ દૂધ લઈને આવે છે. આ તો કોલ્ડ કોફીના બે કપ લઈને મારી પાસે આવી. તેની મદમાતી ચાલ જોઈને હું આભો

બની ગયો. તેણે એક કપ મને આપ્યો અને એક કપ તેની પાસે રાખીને મારી ખાટની નજીકની એક ખુરશી પર પગ પર પગ ચડાવીને તે બેઠી.

ફિલ્મમાં નિતંબ પણ માંડ ઢંકાય તેવાં ટૂંકા કપડાં પહેરીને પગ પર પગ ચડાવીને બેસવાનો તેનો સીન જયારે પડદા પર આવતો ત્યારે તેની આ લાજવાબ અદા પર પ્રેક્ષકો ફિદાફિદા થઈ જતાં. એ લાખોને દિવાના કરતી અભિનેત્રી ખુલ્લાં નિતંબે મારી સામે બેઠીબેઠી કોલ્ડ કોફી પી રહી હતી!

તેણે ફરી વાત શરૂ કરતાં કહ્યું "તમને મારી આ વિચિત્રતા પર નવાઈ લાગતી હશે પણ હું તમને બતાવી દઉં કે મને નાનપણથી જ કપડાં પહેરવાં નથી ગમતાં. મને કપડાં પહેરાવાં મારાં મમ્મીપપ્પાને ખૂબ મહેનત કરવી પડતી. કયારેક મને મારતાં પણ ખરા! છતાં આખા દિવસમાં એકાદ વખત તો હું વસ્ત્રવિહીન રહેવાનો મારો જન્મસિદ્ધ અને નિસર્ગસિદ્ધ અધિકાર ભોગવીને રહેતી. મોટેભાગે ઘરમાં હોઉં ત્યારે તો આ અધિકાર અચૂક ભોગવીને જ રહેતી હતી. હું બહુ જ જિદ્દી હતી."

તેનામાં આ મનોરોગ બાળપણથી જ છે તેની મને ખબર પડી ગઈ.

મેં કહ્યું "વસ્ત્રવિહીન રહેવું જન્મસિદ્ધ અને નિસર્ગસિદ્ધ અધિકાર કઈ રીતે કહી શકાય?"

તેણે સ્મિત સાથે કહ્યું "શું માણસ જન્મે છે ત્યારે કપડાં સાથે જન્મે છે? કોઈ પણ માણસ જન્મ સમયે તો વસ્ત્રવિહીન જ હોય છે. કુદરત જ આ વિશ્વમાં તેને વસ્ત્રવિહીન મોકલે છે. આથી તે જન્મસિદ્ધ અધિકાર છે. તમે તમારા ઘરની બહાર જુઓ. મોર, પોપટ, ચકલી જેવાં પક્ષીઓ, સિંહ, વાઘ, હરણ જેવાં જંગલી પ્રાણીઓ, ગાય, ભેંસ, ઘોડાં જેવાં પાલતું પ્રાણીઓ, માછલી, કાચબાં, દેડકાં જેવાં જળચર પ્રાણીઓ, સાપ, અજગર, મગર જેવાં પેટે ચાલનારાં સરિસૃપો, પતંગિયાં, કંસારી, તીડ જેવાં જંતુઓ વસ્ત્રવિહીન કુદરતી જીવન જીવે છે આથી તે નિસર્ગસિદ્ધ અધિકાર છે."

તે એકી શ્વાસે બધું બોલી ગઈ. તેની દલીલ કોલ્ડ કોફીની જેમ મારા ગળે ઉતરી ગઈ.

તે આગળ બોલી "આ નિસર્ગસિદ્ધ અધિકાર ધારણ કરીને કદાચ મહાવીરે તપ કર્યું હતું. જૈનમાં દિગંબર સાધુઓ દીક્ષાવેળાએ જ કપડાંનો ત્યાગ કરી દે

છે. હિમાલયમાં અનેક ભભૂતધારી સાધુઓ વસ્ત્રવિહીન દશામાં વિહરતા જોવા મળે છે. કુંભમેળામાં આવા અનેક સાધુઓ મળી જાય છે."

મેં કોફી પૂરી કરી હતી. તેણે પણ તેની કોફી પૂરી કરી હતી. બંને કપ લઈને તે રસોડામાં ગઈ. બંને કપ રસોડામાં મૂકી તે પાછી હતી ત્યાં અને તે રીતે ફરીથી બેસી ગઈ. ફરી તે મંદમંદ હસવા લાગી.

મેં તેને પૂછયું "તો પછી કપડાં પહેરવાની શરૂઆત કોણે કરી સ્ત્રીઓએ કે પુરુષોએ?"

તે બોલી "સ્ત્રીઓએ જ કપડાં પહેરવાની શરૂઆત કરી–પુરુષોની કુદષ્ટિથી બચવા."

મેં તેનો વિરોધ કરતાં કહ્યું "તમે એ કઈ રીતે કહી શકો છો? તમે પુરુષોને બદનામ કરો છો."

તેણે જવાબ આપ્યો "તમે કોઈ પણ જૂના ધાર્મિક ચિત્રો જુઓ. સીતા, રાધા અને લક્ષ્મી જેવી દેવીઓએ પૂરેપૂરાં ત્રણ વસ્ત્રો પહેર્યાં હશે જયારે દેવોએ એક પિતાંબર અને ખેસ પહેર્યા હશે. તમે કોઈ તપસ્વિનીનું ચિત્ર જુઓ અને તપસ્વીનું ચિત્ર જુઓ તોપણ આ બાબત સમજાય જશે."

મેં કહ્યું "મારા માનવા મુજબ વિજાતીયની નગ્નતા જોઈને સ્ત્રી અને પુરુષ બંને સમાનપણે ઉત્તેજના પામે છે. નિસર્ગનો એ જ નિયમ છે પણ સ્ત્રી તેની ઉત્તેજના બાખૂબી છુપાવી શકે છે જયારે પરુષ તેની ઉત્તેજના છુપાવી શકતો જ નથી એટલે હંમેશા પુરુષને જ દોષિત માનવામાં આવે છે."

આ સાંભળી તે જાણે કે મારી સ્થિતિ જાણી ગઈ હોય એમ ખડખડાટ હસી પડી.

તે બોલી "હા, એ ખરું પણ સંયમ નામની પણ કોઈ ચીજ પુરુષમાં હોવી જોઈએ ને?"

મેં કહ્યું "દર વખતે પુરુષ તેનો સંયમ જાળવી શકે તે અસંભવિત છે."

આ વાત સાંભળી તે શાંત પડી ગઈ. તે કંઈક યાદ કરવા લાગી. તે ભૂતકાળમાં સરી પડી. હું પણ શાંત પડી ગયો. હું તેનું દેહ લાલિત્ય જોવા લાગ્યો.

હું એ અનુપમ સુંદરીનું લાવણ્ય આંખથી માણવા લાગ્યો. જાણે સૌંદર્યની લહાણી કરતી કોઈ અપ્સરા બેઠી હોય તેમ તે બેઠી હતી.

તેનું ચાંદા સરીખું મુખારવિંદ મને તૃષાતુર કરી રહ્યું હતું. હરણીની આંખો જેવી તેની બે આંખો સુંદર હતી. તેના પરની ભમરો એક ધનુષ બનાવી રહી હતી. તેની સીધી નાસિકા જાણે કે બાણ હોય તેવું લાગતું હતું. તે આંખો પટપટાવતી તો મને લાગતું હતું કે તે મારા પર બાણવર્ષા કરી રહી છે!

અલબત્ અત્યારે તેનું ધ્યાન મારા તરફ ન હતું. તે છતની દિવાલો તરફ જોઈ રહી હતી.

હું તેનું સૌંદર્યપાન કરવામાં મશગૂલ થઈ ગયો. તેના મોટાં ગુલાબી ગાલ જોઈને મને થયું કે લાવને ચાર પાંચ ચુંબન કરી લઉં. ચુંબન કરવા જેવા તો તેના હોઠ પણ હતાં—એકદમ લાલચોળ. લાલ પરવાળાં જેવાં તેના હોઠ પર ગમે તેને એકાદ બે ચૂમી ભરી લેવાનું મન થાય તેમ હતું. મને પણ બે ચાર ચૂમી ભરવાનું મન થયું હતું પણ તેથી તે ભૂતકાળમાંથી બહાર આવી જાય તેમ હતું. તે ભૂતકાળમાંથી બહાર આવી જાય તો મારું સૌંદર્યપાન અટકી જાય તેમ હતું. જે મને જરાય ન ગમત.

તેની એક ખંજનવાળી હડપચી સુંદર લાગતી હતી. તેની નાજુકડી લાંબી ડોક હંસલીની ડોક જેવી હતી. તેની ડોક અલંકારવિહીન હતી. સ્ત્રીની ડોકમાં અલંકાર હોય તો તે વધુ સુંદર લાગે છે પણ તેની ડોક અલંકાર વગર પણ શોભી રહી હતી અને મને તેના પ્રત્યે આકર્ષિત કરી રહી હતી. મને થયું કે લાવ તેની ડોકમાં મારા બંને હાથ પરોવી નજદીકથી તેના રૂપસૌંદર્યનું રસપાન કરી લઉં!

તેની ડોક પરથી મારી નજર આપોઆપ તેનાં સ્તનમંડળ પર સ્થિર થઈ ગઈ. દૂધ જેવા સફેદ સ્તન મારું મન લોભાવતાં હતાં. નારંગી જેવાં મોટાં અને રસભરેલી મોસંબી જેવાં રસવંતા સ્તન જોઈને હું પાગલ બની ગયો. નારંગી જેવાં સ્તન પર નાનકડી શ્યામ રંગની દ્રાક્ષ મુકી હોય તેવી ડીટડી મોંમાં મૂકી દેવાનું મન થઈ ગયું. તેના આવાં મોટા સ્તનો જોઈને મને સ્તનમર્દન કરવાનું પણ મન થઈ ગયું.

તેના સ્તનની શોભા જોઈને મને પ્રશ્ન થયો કે કુદરતે આવાં સુંદર સ્તનો સ્ત્રીઓને શા માટે આપ્યાં હશે? તેને બે બે સ્તનો શા માટે આપેલાં છે? પુરુષોને

તેનું આકર્ષણ શા માટે છે? પુરુષો સ્ત્રીઓના સ્તનોને લુચ્ચા શિયાળની જેમ કેમ જોઈ રહે છે?

મારા પ્રશ્નનો જવાબ મને આપોઆપ મળી ગયો. સ્ત્રીઓને કુદરતે એટલાં માટે સ્તનો આપેલાં છે કે જેથી તે તેના બાળકનું પોષણ કરી શકે. બાળક જરાય ભૂખ્યું ન રહે તે માટે બે બે સ્તનો આપેલાં છે. પુરુષે બાળસ્વરૂપે સ્ત્રીના આ ભાગનો ઉપભોગ કરેલો છે. તેમાંથી તેનું પોષણ થયું છે. પુરુષે બાળસ્વરૂપે જોયેલાં સ્તનો અને તેનું મહત્વ પુરુષના સુષુપ્ત મનમાં અંકિત થઈ ગયાં હોય છે. આથી આજે પણ કુદરતી રીતે જ પુરુષોને સ્ત્રીઓના સ્તનનું આકર્ષણ થાય છે. પુરુષના વિકાસમાં મહત્વનું પોષણ સ્તનોએ કરેલું છે અને સૃષ્ટિના વિકાસ માટે પણ સ્તનોનું આકર્ષણ જરૂરી છે. માનવઉત્ક્રાંતિ અને ઉદ્‌વિકાસ માટે સ્તનોનું આગવું મહત્વ છે. માનવઉત્ક્રાંતિની શરૂઆતમાં કદાચ પુરુષ બાળકને સ્તનપાન કરાવી શકતો હતો તેથી આજે તેના શરીરમાં સ્તન અવશિષ્ટઅંગ તરીકે અસ્તિત્વ ધરાવે છે. પુરુષના અવશિષ્ટ સ્તન એ પુરુષ તેના કર્તવ્યથી વિમુખ થયાનો એક પુરાવો જ છે.

એવામાં મિસ માલિની તેની ભૂતકાળની યાદોમાંથી બહાર આવી. તે થોડી વિચલિતતા અનુભવી રહી હતી. કદાચ તે પણ મારી જેમ ઉત્તેજિત થઈ ગઈ હોય!

તે બોલી "તમારી વાત સાચી છે પુરુષ દર વખતે સંયમ જાળવી ન શકે. હું જયારે અગિયાર બાર વર્ષની થઈ હતી ત્યારે એક વખત ઘરમાં અત્યારે મનમાની કરી રહી છું તેવી મનમાની કરી રહી હતી ત્યારે મારા પપ્પાએ મને તેડી લીધી હતી અને મારા માથે હાથ મૂકીને કહ્યું હતું "બેટા અમે તારી સ્વતંત્રતાના દુશ્મન નથી. અમે તને પૂરી આઝાદી આપવા માંગીએ છીએ પણ બહારના લોકો સારાં હોતા નથી. તારી સાથે ગમે ત્યારે ખરાબ ઘટના બની શકે છે. વળી તું આ રીતે ઘરમાં હરેફરે છે તો તું કંઈક મારો પણ વિચાર કર, આખરે હું પણ પુરુષ જ છું. બે ચાર વર્ષ પછી કદાચ હું સંયમ ગુમાવી બેસું તો પેલાં બ્રહ્મરાક્ષસની વાર્તા જેવું થાય. હું ભૂત બનું." આવું કહ્યું હતું મારા સગા બાપે. ત્યારે તો હું બહુ સમજી ન હતી પણ મારા પપ્પા ભૂત બને તે મને ગમે નહીં."

મેં તેને કહ્યું "તમારા પપ્પાની વાત આજે પણ સાચી છે. અંતમાં તમામ માનવસંબંધો સ્ત્રી પુરુષના સંબંધમાં જ સમેટાઈ જાય છે. આપણાં શાસ્ત્રોમાં

એટલે જ એક ઢોલિયામાં માતા પૂત્રને પણ સાથે સૂવાની મના કરી છે. સ્વામીનારાયણ જેવાં સંપ્રદાયોમાં સાધુઓને સ્ત્રીઓથી અળગા રખાય છે. જૈનોમાં યતિઓ સંસારી સ્ત્રીઓથી તો દૂર રહે જ છે પણ સાથોસાથ સાધ્વીઓથી પણ દૂર જ રહે છે. સાધુ–સાધ્વી–વૈરાગીઓએ કેવું આચરણ કરવું તેના બધા ધર્મોમાં સ્પષ્ટ નીતિનિયમો હોય છે.''

તે બોલી ''તમને જૈન ધર્મનું જ્ઞાન સારું હોય તેમ લાગે છે.''

મને થયું કે લાવને કહી દઉ કે હું અહીં ધર્મની વાતો કરવા નથી આવ્યો પણ તમારા ભાઈના અવસાનના સમાચાર આપવા આવ્યો છું પણ મેં ફકત આટલું કહ્યું ''હા.''!

તે બોલી ''તો પછી તમને ખબર જ હશે કે જૈન ધર્મમાં સંયમને બહુ જ મહત્વ આપવામાં આવ્યું છે. સંયમ પુરુષોનું અમૂલ્ય ઘરેણું છે. સંયમશીલ પુરુષો જગતમાં ગમે તે મેળવી શકે છે. તમે એક સારા માણસ છો. હું તમારી દિલથી ઈજ્જત કરું છું. હું ઈચ્છું છું કે તમે આજે સંયમ પાળશો.''

મને થયું કે બાઈ તારી મરજી ન હોય તો મારે શું? હું આ ચાલ્યો મારે ઘેર. પણ આવું હું કહી ન શક્યો. તેને બદલે બોલી ઉઠ્યો ''ના એવી કોઈ ફિકર ન કરતાં, હું સંયમ પાળી બતાવીશ.''

તે ખૂબ ખુશ થઈ ગઈ. તે બોલી ''વાહ, તમે ખરેખર મારા પાકા દોસ્ત છો. હું તમને વચન આપું છું કે જો તમે આજે ખરેખર સંયમ પાળી બતાવશો તો હું જિંદગીભર તમને જ પ્રેમ કરતી રહીશ. હું જિંદગીભર તમારી પ્રિયતમા બનીને રહીશ. આજે હું ઈચ્છું છું કે આજ રાત તમે અહીં રોકાઈ જાવ.''

હું તેની સામે જોઈ રહ્યો. હું મારી જાતને કહેવા લાગ્યો કે એક દિવસ મન પર કાબૂ રાખી લે બેટા, આખી જિંદગી ભોગવવા મળે તેવો આના જેવો રૂપનો કટકો તને કયાંય નહીં મળે. જોકે, મન પર કાબૂ રાખવો મુશ્કેલ હતું. મારા ગુપ્ત અંગની ઉત્તેજના સમવાનું નામ જ લેતી ન હતી. જો તેના ભાઈના અવસાનના સમાચાર મારી પાસે ન હોત તો કયારનુંય ન થવાનું થઈ ગયું હોત! રેપ સુધ્ધાં!

તે પાણી પીવા રસોડામાં ગઈ અને પાણી પી એક ટ્રેમાં કાચનો પ્યાલો મૂકી તેમાં પાણી લાવી. મેં પાણી પીધું. તે પ્યાલો મૂકવા પાછી રસોડામાં જતાં જતાં બોલી ''થોડુંક ઘરકામ પતાવી લઉ.''

તેણે રસોડાની કેટલીક વસ્તુઓ સમીનમી કરી. કશુંક બાફવાં માટે ગેસ સ્ટવ પર કૂકર મૂક્યું. ભલેને મોટી અભિનેત્રી હોય અંતે તો તે રસોડાની રાણી જ હતી. ઘડીક આ રૂમમાં તો ઘડીક બીજા રૂમમાં તે કામ કરવા લાગી. તેને વિના સંકોચે નિઃવસ્ત્રપણે ઘરમાં હરતીફરતી હું જોઈ જ રહ્યો. બાઘાની જેમ.

સામાન્ય રીતે માનવી પોતાની ઈજ્જત ઢાંકવા માટે કપડાં પહેરે છે. સ્ત્રીઓ સુંદર દેખાય તે માટે મૂલ્યવાન કપડાં પહેરે છે. સુંદર સ્ત્રીઓ અતિસુંદર દેખાય તે માટે વધુ મૂલ્યવાન કપડાં પહેરે છે. અતિસુંદર સ્ત્રીઓ બ્રહ્માંડ સુંદરી જેવી લાગે તે માટે અતિશય મૂલ્યવાન કપડાં પહેરે છે. જયારે અહીં તો જાણે કોઈ બ્રહ્માંડ સુંદરી સ્વયં કપડાં વગર જ મહાલી રહી હતી તેનું મને અતિઆશ્ચર્ય થતું જતું હતું.

હું તેના ઘરમાં હાલવા ચાલવા લાગ્યો. મેં એક મેગેઝિન વાંચવા કોશિશ કરી પણ મારી કોશિશ બેકાર ગઈ. મારે આ સ્ત્રીનું મન વાંચવું હતું. હું ફરીફરીને તેને ચોરીછૂપીથી નિહાળવા લાગ્યો. આ વખતે મારું ધ્યાન તેની જાંઘો પર ગયું. કેળના થડ જેવી માંસલ જાંઘો હતી. કોઈ પુરુષ તેની પર સૂતો હોય તો સવાર સુધી ઊભો થવાનું નામ જ ન લે તેવી તેની મદમસ્ત રૂપાળી જાંઘો હતી!

મેઘદૂતમાં યક્ષ મેઘને કહે છે કે તે નેતરના સોટાઓમાં અટકાતાં જાણે મહામુસીબતોએ ઝાલી રાખેલાં નીલરંગી પાણીરૂપી વસ્ત્રને ખેંચીને નદીની કિનારારૂપી જાંઘોને ખુલ્લી કરી દીધી છે. તેના પર ઝંબૂરી રહેલો તું ત્યાંથી કેમેય કરીને જવા ઈચ્છશે નહીં કારણ કે સ્વાદનો જાણકાર ક્યો પુરુષ ખુલ્લી જાંઘવાળી સ્ત્રીને છોડીને જવા સમર્થ છે? આવી જાંઘોના સંગમસ્થળે તેની યોનિ હતી. તેની આજુબાજુ ભૂખરાં રંગની આછી રોમાવલીઓ હતી. બે યોનિપર્ણ યોનિદ્વારને ઢાંકી રહ્યાં હતાં. બંને યોનિદ્વારે કસોકસ ભીડાઈ યોનિમુખને બંધ રાખી દીધું હતું નહીંતર પાકાં પપૈયામાં કરેલી ઊભી ચિરફાટ જેવું તેનું યોનિમુખ હું જરૂર જોઈ જ શકત. યોનિમુખ ન જોવા છતાં હું ઉત્તેજિત તો થયો જ હતો.

મારી નજર તેની યોનિની ઉપરની રોમાવલી પરથી તેની ડૂંટીની ઉપરની રોમાવલીઓ તરફ પાછી વળી. તે મને અધિક ઉત્તેજના આપવા લાગી. આથી મને શ્રી ભતૃહરિ યાદ આવી ગયાં. તે શૃંગારશતક, વૈરાગ્યશતક અને નીતિશતકના રચયિતા છે. લોકબોલીમાં તે રાજા ભરથરી તરીકે ઓળખાય છે.

તે માળવાના રાજા હતા અને પછીથી તે નાથ સંપ્રદાયના સન્યાસી બની ગયા હતા.

તે કહે છે કે સ્ત્રીના સ્તનો ઉદ્દ્વૃત–અત્યંત ગોળાકાર અને અવળા માર્ગે ચાલનારા છે. તેની આંખો તરલ–ચંચળ અને અસ્થિર છે. તેની ભ્રમરો ચલિત–નર્તન કરતી અને ચલાયમાન છે. તેના કોમલ હોઠ રાગવાળા–લાલીવાળા અને ઈર્ષાવાળા છે. એ પીડા કરે તો ભલે પીડા કરે પણ સ્વયં કામદેવે સૌભાગ્યના અક્ષરોથી લખેલી પંક્તિ જેવી સ્ત્રીના સ્તન અને નાભિની મધ્યમાં રહેલી રોમાવલીઓ મધ્યસ્થા–તટસ્થ અને કટિભાગની વચ્ચે રહેલી છે તે શા માટે વધારે પીડા આપે છે?

હું પણ વાસનાગ્રસ્ત બન્યો હતો. મારી અભિલાષા તેને તનમન ભરીને ભોગવવાની હતી. મને તે નિતાંત સુંદર લાગી રહી હતી અને તેની સર્વે ચેષ્ટાઓ સુંદર લાગવા લાગી હતી.

ભરથરી કહે છે કે જયાં સુધી અમે સ્ત્રીને જોઈ નથી ત્યાં સુધી માત્ર તેનું દર્શન કરવાની કામના કરીએ છીએ. તેના દર્શન થયા પછી તેને આલિંગન કરવાનું સુખ મળે તેવી વિશેષ ઝંખના કરીએ છીએ. જ્યારે એ વિશાળ આંખોવાળી પ્રિયાનું આલિંગન થાય છે ત્યારે અમારાં શરીર કદી જુદાં ન પડે તેવી તીવ્ર આશા સેવીએ છીએ. આમ અમારી અભિલાષા ઉત્તરોત્તર વધતી જ જાય છે.

મારી નજર પણ ઘડી ઘડી તેના સ્તનો પર જતી તો ઘડી ઘડી તેની જાંઘ પર જતી હતી.

કદાચ જ આથી ભરથરીએ કહ્યું છે કે વેદોનું રટણ કરતા મુખવાળા પોથીપંડિતોની વાણીમાં સ્ત્રીમોહનો ત્યાગ કરવાની ખાલી વાતો જ હોય છે પરંતુ નીલકમળ જેવી આંખોવાળી સુંદરીઓના લાલ રત્નોથી ગૂંથેલાં કટીબંધથી શોભતાં વિશાળ નિતંબોને ત્યાગી શકવા ખરેખર કોણ સમર્થ છે?

તે વધુમાં પૂછે છે કે હે આર્ય પુરુષો ઈર્ષાને દૂર રાખીને અને કાર્યનો વિચાર કરીને શાસ્ત્રની મર્યાદાનું પાલન કરીને અમને જરા જવાબ આપો કે પુરુષે પર્વતોના નિતંબોનું સેવન કરવું જોઈએ કે કામદેવના મંદ હાસ્યવાળી સ્ત્રીઓના નિતંબોનું સેવન કરવું જોઈએ? પુરુષોએ ડુંગરની ગુફાઓમાં વાસ કરવો જોઈએ કે સુંદર સ્ત્રીઓ સાથે વાસ કરવો જોઈએ? સુંદરી વા દરી વા.

ભરથરી પોતે જ પોતાના પ્રશ્નનો જવાબ આપતા કહે છે. યુક્તિ વિનાના વ્યર્થ બકવાસ શું કામ કરવાનો? પુરુષે હંમેશા નવીન કામલીલાઓથી સુંદર અને સ્તનના ભારથી મદમસ્ત યૌવનનું સેવન કરવું જોઈએ અથવા તો વનનું સેવન કરવું જોઈએ. યૌવનં વા વનં વા.

આ અસ્થિર અને સ્વપ્ન જેવા સંસારમાં પંડિતોની બે ગતિ હોય છે. તેઓએ તત્ત્વજ્ઞાનરૂપી અમૃતજળમાં તેની બુધ્ધિને ગોથાં મરાવવામાં સમય પસાર કરવો જોઈએ અથવા જો તેને ભરાવદાર સ્તનો અને વિશાળ જાંઘપ્રદેશને ભોગવવાની ઈચ્છા હોય તો મુગ્ધ સુંદરીઓના સ્થુળ ઉપસ્થ ભાગો ઉપર તેની હથેળીઓથી સ્પર્શ કરવાની વૃતિમાં તેનો સમય પસાર કરવો જોઈએ. એવું પણ તે કહે છે.

તે કહે છે કે જો પુણ્ય મેળવવાની ઈચ્છા હોય તો પુરુષે પાપ હરનારાં જળવાળી ગંગાના કિનારે વાસ કરવો જોઈએ અથવા જો સંસારના સુખોની ઈચ્છા હોય તો તેણે મનને હરનારી યુવાન સ્ત્રીના મોતીના હારવાળા બંને સ્તનોમાં વાસ કરવો જોઈએ.

મારી પણ આવી સ્થિતિ હતી. હું મૂંઝાઈ ગયો હતો કે હવે મારે શું કરવું જોઈએ? આ યુવાન નગ્ન સ્ત્રી સાથે મારે સંભોગ કરવો જોઈએ કે તેના કહેવા પ્રમાણે મારે આજે સંયમ જ પાળવો જોઈએ?

# ૮

ઘરકામ કરતી કરતી તે મારી સાથે વાતો પણ કરતી જતી હતી. મેં તેને પૂછ્યું "પેલી બ્રહ્મરાક્ષસવાળી વાત અધૂરી રહી ગઈ છે. તમે મને બ્રહ્મરાક્ષસવાળી વાર્તા સંભળાવોને?"

તે બોલી "બ્રહ્મરાક્ષસવાળી વાર્તા મને મારા પપ્પાએ કહી હતી. આજે મને આ વાર્તા પૂરેપૂરી યાદ નથી પણ જેટલી યાદ છે તેટલી કહું છું. વાર્તા કંઈક આ રીતે હતી. એક બ્રાહ્મણને એક સ્વરૂપવાન કન્યા હતી. યુવાની આવતાં તે કન્યા ખૂબ સુંદર દેખાવા લાગી. એક દિવસ બ્રાહ્મણ તેને તેના ઘરમાં સ્નાન કરતી જોઈ ગયો. તેની સુંદરતા જોઈને બ્રાહ્મણની મતિ જ ભ્રષ્ટ થઈ ગઈ. તે વિચારવા લાગ્યો કે આ સુંદર કન્યા તો મારા બીજમાંથી ઉત્પન્ન થઈ છે. મેં જ તેને પાળીપોષીને મોટી કરી છે. તેની આ સુંદરતા પણ મારા કારણે જ છે. તેથી તેના યૌવન પર પહેલો મારો અધિકાર છે. તેનો ઉપભોગ પણ મારે જ પહેલાં કરવો જોઈએ. આવું વિચારતો બ્રાહ્મણ પોતાની પુત્રીને કઈ રીતે ભોગવી શકે તેના સતત વિચારો કરવા લાગ્યો. એવામાં તેની કન્યાના લગ્ન લેવાયાં. થોડા દિવસોમાં તેની પુત્રી સાસરે જતી રહેવાની હતી. આથી બ્રાહ્મણની કામવાસના અધૂરી રહી જાય તેમ હતું. છેવટે બ્રાહ્મણે તેની પુત્રી પ્રત્યેની વાસના સંતોષવા તેની પત્નિને સહાયક થવા જણાવ્યું. બ્રાહ્મણીએ તેના પતિને સમજાવવા બહુ પ્રયાસ કર્યા પણ તે પોતાના પતિને સમજાવવામાં સદંતર નિષ્ફળ રહી.

બ્રાહ્મણી ધર્મસંકટમાં આવી પડી. જો તે પતિની ઈચ્છા પૂરી ન કરી શકે તો તે તેનો પતિધર્મ ચૂકતી હતી અને જો તે પોતાની પૂત્રીને તેના પિતાની વાસના સંતોષવા જણાવે તો તેનો પૂત્રીધર્મ લાજતો હતો. અંતે તેણે એક યુક્તિ કરી. તેણે તેની પુત્રીને જણાવ્યું કે આપણાં કુટુંબમાં બ્રહ્મરાક્ષસનો શ્રાપ છે. તેનું આપણાં કુટુંબની દરેક કન્યાએ નિરાકરણ કરવું જ પડે છે. જો કોઈ કન્યા બ્રહ્મરાક્ષસના શ્રાપનું નિવારણ ન કરે તો તે બ્રહ્મરાક્ષસ ગુસ્સે થઈને કન્યાના પતિને મારીને ખાઈ જાય છે. આથી પૂત્રીએ તેનું નિવારણ પૂછ્યું તો બ્રાહ્મણીએ જણાવ્યું કે બ્રહ્મરાક્ષસના શ્રાપનું નિવારણ તેને પ્રસન્ન કરવાથી થઈ શકે છે. કન્યાએ પૂછ્યું કે તેને પ્રસન્ન કઈ રીતે કરી શકાય? માતાએ તેને જણાવ્યું કે લગ્નના આગલાં

દિવસે કન્યાએ તેના ઓરડામાં અંધારું કરીને એકલું સૂઈ જવાનું હોય છે. અડધી રાતે બ્રહ્મરાક્ષસ આવે છે. તે કંઈ પણ બોલ્યા વગર કન્યાને જગાડે છે અને તેની સાથે રતિક્રિયા આરંભે છે અને સંતૃપ્ત થઈને વહેલી સવારે પાછો ફરી જાય છે. જો કન્યા તેની સાથે રતિક્રિયાનો અસ્વીકાર કરે તો બ્રહ્મરાક્ષસ તેની હત્યા કરીને તરત ચાલ્યો જાય છે અને પછી અવારનવાર આવીને આખા કુટુંબની હત્યા કરી નાંખે છે.

બ્રાહ્મણીએ બતાવેલ નિવારણવિધિ મુજબ બ્રાહ્મણ કન્યા રાત્રે તેના ઓરડામાં એકલી સૂવા માટે જાય છે. તેને બ્રહ્મરાક્ષસ કેવો હોય તે જોવો હોય છે. આથી તે એક દીવો કરે છે અને આ દીવો ઓલવાય ન પણ જાય અને તેનો પ્રકાશ પણ બહાર ન આવે તે રીતે તેની ઉપર મોટા દેગડા જેવું એક પાત્ર મૂકીને દીવાને ઢાંકી દે છે. પછી તે ઓરડામાં અંધારું કરી એકલી સૂઈ જાય છે.

અડધી રાત્રે બ્રહ્મરાક્ષસ આવે છે અને તેને જગાડી તેની સાથે રતિક્રિયા આરંભે છે. રતિક્રિયા પૂરી થયે બ્રહ્મરાક્ષસ ત્યાં જ સૂઈ જાય છે. બાજુમાં બ્રાહ્મણ કન્યા જાગતી રહીને સૂઈ જવાનો ડોળ કરે છે. જ્યારે તેને ખાતરી થઈ જાય છે કે બ્રહ્મરાક્ષસ ખરેખર સૂઈ ગયો છે ત્યારે તે ઊભી થાય છે અને પેલું દેગડા જેવું પાત્ર ઉઠાવી લઈને દીવાને બહાર કાઢે છે અને દીવાના પ્રકાશમાં બ્રહ્મરાક્ષસ કેવો છે તે જોઈ લે છે. પછી દીવો ઓલવીને તે સાચોસાચ સૂઈ જાય છે. બ્રહ્મરાક્ષસ વહેલી સવારે ઊઠીને ઓરડાની બહાર જતો રહે છે. બ્રાહ્મણ કન્યા તેની પહેલી રતિક્રિયાના થાકથી ત્યારે સૂતી જ હોય છે.

બીજે દિવસે કન્યાના લગ્ન લેવાય છે. કન્યા વિદાયની વેળા આવે છે. બ્રાહ્મણી કન્યાના કાનમાં પૂછે છે કે કાલે બ્રહ્મરાક્ષસ આવ્યો હતો? તેને તે પ્રસન્ન કર્યો હતો? કન્યા હા કહે છે. આથી બ્રાહ્મણી રાજી થઈ જાય છે. તે ફરી પૂછે છે કે તે બ્રહ્મરાક્ષસ જોયો હતો. કન્યા ફરી હા કહે છે. બ્રાહ્મણી છેલ્લી વખત પ્રશ્ન પૂછે છે કે દીકરી તે બ્રહ્મરાક્ષસ કેવો હતો? કન્યા કહે છે કે મારા પિતાજી જેવો.

આમ, કપટથી બ્રાહ્મણીએ તેના લંપટ પતિની વાસના સંતોષી પણ કપટ તો છાનું રહ્યું જ નહીં. તે પછી બ્રાહ્મણ મૃત્યુ પામે છે. કર્મના સિધ્ધાંત મુજબ તેના કુકર્મના લીધે તેને ભૂતયોનિ પ્રાપ્ત થાય છે અને તે સાચે જ ભૂત થાય છે. આમ, બ્રહ્મરાક્ષસ એટલે વાસનાના કારણે ભૂતયોનિમાં ગયેલો બ્રાહ્મણ.''

મિસ માલિનીએ આખી વાર્તા પૂરી કરી પણ એ સાથે તેને તેના પપ્પા બહુ યાદ આવ્યા.

તે આગળ બોલી "કદાચ ત્યારે હું આ વાતાનો અર્થ બરાબર સમજી શકી ન હતી પરંતુ આજે પૂરોપૂરો અર્થ સમજુ છું. એ વખતે મારા પપ્પા ભૂત ન થાય તે માટે હું કમને કપડાં પહેરવા માંડી હતી. જો તે વખતે હું કપડાં પહેરવા ન માંડી હોત તો ચોક્કસ મારા પપ્પા બ્રહ્મરાક્ષસ બન્યા જ હોત. આખરે એ પણ પુરુષ જ હતા ને? મારા પપ્પા ખરેખર સમજુ હતા. જોકે, એ વખતે પણ મેં મારા પપ્પા પાસે એવું વચન લીધું હતું કે મને મારા જન્મદિવસે કપડાં વગર રહેવા દેવાની. મારા પપ્પાએ વચન આપ્યું હતું અને નિભાવ્યું પણ હતું. એ પછી મારા જન્મદિવસે તે બહારગામ જ ચાલ્યા જતા હતા."

આમાં મારે કંઈ બોલવા જેવું જ ન હતું. હું પણ બ્રહ્મરાક્ષસ બનવાની તૈયારીમાં જ હતો.

ભરથરી શૃંગાર શતકમાં કહે છે કે પુરુષો ત્યાં સુધી જ સન્માર્ગે ચાલે છે, ત્યાં સુધી જ પોતાની ઈન્દ્રિયો ઉપર નિયંત્રણ રાખી શકે છે, ત્યાં સુધી જ લજ્જાશરમ રાખે છે અને વિનય પણ ત્યાં સુધી જ જાળવે છે કે જ્યાં સુધી લીલાવતી સુંદરીઓના ભમરધનુષથી કાન સુધી લાંબુ ખેંચીને છોડેલાં, શ્યામરંગી પાંપણના છેડાવાળાં અને ધીરજને હરી લેનારાં સ્ત્રીઓના દષ્ટિબાણ પુરુષના હૃદયમાં પેસી જતાં નથી.

તે વધુમાં એમ પણ કહે છે કે ત્યાં સુધી જ પુરુષનું મહત્વ, પાંડિત્ય, કુલીનતા અને વિવેકીપણું ટકી રહે છે જયાં સુધી તેના અંગોમાં કામાગ્નિ પ્રગટ થતો નથી.

આ હરણાક્ષીએ તેના અવિરતપણે છોડેલાં નયનબાણોથી હું ઘાયલ થઈ ગયો હતો અને મારું હૃદય પણ વીંધાય ગયું હતું. મારો વિવેકરૂપી દીવડો કયારનોય ઓલવાય જવાની તૈયારીમાં હતો. મારું મહત્વ, જ્ઞાનીપણું, વિવેકીપણું, કુલીનતા, લજ્જા, વગેરે નંદવાઈ જવાની અણી પર જ હતાં. સાચું કહું તો પુરુષની દાનત પાતળા કાચના અરીસા જેવી છે. એ અરીસામાં જેટલીવાર સ્ત્રીના મુખનું પ્રતિબિંબ પડે છે એટલીવાર તેમાં ઝીણી ઝીણી તિરાડો પડે છે અને છેવટે તે અરીસો તૂટી જ જાય છે.

થોડીવારમાં તેણે રસોઈનું કામકાજ બંધ કર્યુ. પછી તે દિવાનખંડમાં ગઈ અને તેની અંદરના એક વોર્ડરોબમાં ગઈ. તેમાંથી એક મોટો ટુવાલ લઈને બહાર દિવાનખંડમાં આવી. મને એમ હતું કે બ્રહ્મરાક્ષસની વાર્તામાંથી પ્રેરણા લઈને તે તેની કમર ફરતે તો ટુવાલ જરૂર વીંટાળશે તેને બદલે તે ટુવાલ તેણે મારા ખંભે નાંખ્યો અને મને હાથથી ખેંચી જતી બોલી "ચાલો હવે, સ્વિમિંગ કરવા."

તેણે દિવાનખંડનું પાછલી બાજુનું બારણું ખોલ્યું અને તેની પાછળ આવેલાં એક મેદાન તરફ ગઈ. હું કોઈ દોરો ન હતો અને તે કોઈ સોય ન હતી તેમ છતાં હું તેની પાછળ ખેંચાઈ ગયો હતો. તે મેદાનમાં જઈને ઊભી રહી ગઈ. હું પણ તેની નજીક જઈને ઊભો રહી ગયો.

હું આ મેદાનમાં અને તેની આજુબાજુમાં જોવા લાગ્યો.

મેદાન બહુ મોટું ન હતું. મેદાનની ફરતે ચારેતરફ પંદર ફીટ ઊંચી દિવાલો હતી. મેદાનની દિવાલો પછી અંદરની તરફ ચારેતરફ નારિયેળી અને બીજા ઊંચાઊંચા વૃક્ષો હતા. આ વૃક્ષોની નીચે જાતજાતનાં ફૂલના છોડ રોપેલાં હતાં. તેમાં ભાતભાતનાં ફૂલો ખીલી નીકળ્યાં હતાં. મેદાનની વચ્ચે એક સ્વિમિંગ પૂલ હતો. જે કદાચ ચાલીસ ફીટની લંબાઈ અને વીસ ફીટની પહોળાઈ ધરાવતો હતો. તેની ઊંડાઈ લગભગ પાંચેક ફીટ હતી. જેમાં ચારેક ફીટ જેટલું એકદમ ચોખ્ખું પાણી ભરેલું હતું. લગોલગ રાખેલી બે આરામખુરશીઓ સ્વિમિંગ પૂલ પાસે હતી અને અમે ત્યાં જ ઊભા હતાં. મેં તેણે આપેલો ટુવાલ એક આરામખુરશીમાં મૂકી દીધો. બીજી આરામખુરશી પાસે તે ઊભી હતી.

તે મને જણાવતાં બોલી "આ દિવાલોની પાછળ સો મીટર સુધી ખાબડખૂબડ ખડકો છે. તેના પછી ચારસો મીટર સુધી રેતીનું સપાટ મેદાન છે. જે ચોપાટીનો એક ભાગ છે. રેતી ખૂંદી આગળ વધો તો વિશાળ ઘૂઘવતો દરિયો છે. આ મેદાન તેની આજુબાજુની ઊંચીઊંચી ઈમારતો કરતાં ઘણું બધું દરિયાની નજીક આવેલું છે. આથી મારા આ મકાનની બંને બાજુની ઊંચીઊંચી ઈમારતોમાંથી કોઈ આ મેદાનમાં જોઈ શકતું નથી. કદાચ કોઈક ઈમારતમાંથી જોઈ શકાય તેવું હોય તો વૃક્ષો તેની આડે આવે છે. આથી આ મેદાનમાં હું ગમે તે કરું તોપણ કોઈ મને જોઈ શકતું નથી."

હું આ બધું જોઈને અવાક થઈ ગયો. તેનો આ બંગલો મેદાન સહિત ગણીએ તો ઓછામાં ઓછો પચાસ કરોડનો ગણી શકાય. તે કરોડોપતિ છે એટલું તો

ચોક્કસ છે કદાચ તે અબજોપતિ પણ હોઈ શકે છે. તેની તોલમાં હું એક ભિખારી જેટલી પણ હેસિયત ધરાવતો ન હતો. હું મનોમન મારા નસીબને જ કોસવા લાગ્યો. હું મારી નજીકની આરામખુરશીમાં બેસી ગયો.

એવામાં ઓચિંતુ તેણે મને કહ્યું "આમ તો કોઈ પુરુષને ન પૂછાય તેવો એક પ્રશ્ન તમને પૂછું તો તમને ખરાબ તો નહીં લાગી જાય ને? મારા ખ્યાલથી મારો પ્રશ્ન ઘણો જ બેહુદો છે."

મેં વિવેક બતાવતા કહ્યું "તમે મારા ખાસ દોસ્ત છો, તમને કંઈ પણ પૂછવાનો હક છે."

તેણે બેહુદો પ્રશ્ન પૂછયો "તમે કોઈ સ્ત્રી સાથે સમાગમ કરેલો છે? આઈ મીન સેક્સ."

મેં ફટાક દઈને ધીમેથી કહ્યું "ત્રણ વાર, બે સ્ત્રી"

તે જોરથી હસી પડી પછી બોલી "મતલબ એક સ્ત્રી બે વખત ભાગ્યશાળી બની છે!"

તેની હસી જોઈ મને થોડી શરમ ઊપજી. હું નીચું જોઈ ગયો. તે આગળ બોલી "તમે બહુ પ્રમાણિક છો. નિખાલસપણે જે સાચું હોય તે બોલી દો છો. મને તમારી નિખાલસતા ખૂબ ગમે છે."

એટલું કહી તેણે પાણીમાં છલાંગ લગાવી દીધી. હું બબડયો "આજે ચાર, ત્રણ થશે."

તે ગજબની પાણીમાં તરી રહી હતી. જાણે અક્વેરિયમમાં તરતી ગોલ્ડફિશ!

પાણીમાં મિસ માલિનીના શરીરનો રંગ ખીલી ઊઠયો હતો. તેના શરીરનો રંગ સફેદ પીળાશ પડતો ભૂખરો પીંગળો હતો. સંધ્યાકાળના સૂરજનો લાલ પીળો પ્રકાશ મકાનના બીજા માળની કાચની મોટી બારી પરથી પરાવર્તિત થઈને વૃક્ષોની ઘટામાં ચળાઈને ચાંદરડા બનીને તેની કાયા પર પડતો હતો. રંગોનું આ અદભૂત સંયોજન અને તેની તરવાની રીત તેને અક્વેરિયમમાં તરતી ગોલ્ડફિશ બનાવતી હતી! ગોલ્ડફિશ એ સોનેરી રંગની નાનકડી અને નાજુકડી એક માછલી છે.

હું આરામખુરશીમાં બેઠો બેઠો તેના રૂપનો આ નવો નજારો નજરભરીને નિરખવા લાગ્યો. ફિલ્મ જોતી વખતે બિકિની પહેરેલી શર્મિલા ટાગોર, સાયરાબાનુ, તનુજા, ડિમ્પલ કાપડિયા કે જિન્નત અમાન જેવી અભિનેત્રીઓને જોઈને પ્રેક્ષકોની જેવી દશા થતી હતી તેવી જ મારી દશા થઈ રહી હતી.

તેમાં તે ચત્તી થઈને તરવા લાગી ત્યારે વારેવારે બંને સ્તનો પાણીમાંથી બહાર આવતા તો એવું લાગતું હતું કે બે પાકી ગયેલી કેરીઓ પાણીમાં ડૂબકીઓ મારી રહી છે! મારું મન મને કહેવાં લાગ્યું કે તું બેસવાનું છોડ, પાણીમાં પડ અને આ કેરીઓને બંને હાથોથી પકડી લે અને પછી તેને મનભરીને ધીરેધીરે ઘોળીઘોળીને મોંમાં મુકીને ધીરેધીરે ચૂંસીને તેના મધુર રસનો સ્વાદ લે!

શૃંગાર શતક પરથી મેં મારા મનને, મારા ચિતને કહ્યું " હે ચિત! તું તેના સુંદર અને પૃષ્ઠ સ્તનો માટે વ્યાકુળ શા માટે થાય છે? જેના સ્તનો મોટા હોવાથી એકબીજાને અડકેલા હોય અને જેની જાંઘ રતિક્રિડા વખતે આનંદ અપાવે તેવી હોય તે સુંદર સ્ત્રીના સ્તનો અને જાંઘનો ભોગવટો કરવાની જો ઈચ્છા હોય તો પુણ્યો કર. પુણ્યો કર્યા વિના કદી કોઈ ઈચ્છિત પદાર્થો મળતા નથી."

થોડીવારમાં સૂરજનો પરાવર્તિત થતો પ્રકાશ જતો રહ્યો ત્યારે તેનો સુવર્ણ રંગ પાછો સફેદ પીળો થઈ ગયો. હવે તે સુવર્ણ માછલીમાંથી જલપરી બની ગઈ હતી! આ જલપરી મને મલારિયા માછલી જેવી લાગી કારણ કે જેવી રીતે પાણીમાં મલારિયા માછલી જુદી જુદી રીતે તરતી તરતી જુદા જુદા ખેલ બતાવે છે તેવી રીતે તે પણ જુદી જુદી રીતે તરવાં લાગી અને મને જુદા જુદા નખરાં બતાવવા લાગી.

જે રીતે મલારિયા માછલી પાણીની બહાર નીકળી પાણીના ફૂવારાં છોડે છે તે રીતે તે પણ પાણીની બહાર આવી મોંમાંથી પાણીની પિચકારીઓ છોડીને મને ભીંજવવા લાગી. તેણે આવી હરકતો વારંવાર કરીને મને અડધો પોણો પલાળી દીધો. મને પલળેલો જોઈને તે ખડખડાટ હસવાં લાગી અને મને પાણીમાં પડવા માટે આમંત્રણ આપવા લાગી પણ હું પાણીમાં ન પડયો.

અહીં કહી દઉં કે મલારિયાને અંગ્રેજીમાં ડોલ્ફિન કહેવાય–જે ખરેખર માછલી નથી પણ સસ્તન છે. સસ્તન એટલે જેને સ્તનો છે તે સજીવ. મારી આ જલપરી પણ સસ્તન જ હતી ને!

મારી જલપરી કયાંય સુધી જલક્રિડા કરતી રહી. તે વારંવાર મારી સામે જોઈને મને આકર્ષી રહી હતી. મેં મારો ભીનો થઈ ગયેલો શર્ટ કાઢી નાંખ્યો હતો. હવે રાત પણ થવા આવી હતી. અંધારું ફેલાઈ રહ્યું હતું. એવામાં તે તરતીતરતી મારી નજીક આવીને ઊભી રહી ગઈ. સ્વિમિંગ પૂલમાંથી તેને બહાર કાઢવા માટે તેનો હાથ મારી સામે લંબાવ્યો. હું આરામખુરશીમાંથી ઊભો થયો અને તેની પાસે ગયો. મેં તેનો હાથ પકડયો. તેને સ્વિમિંગ પૂલમાંથી બહાર કાઢવા મેં તેનો હાથ ખેંચ્યો તો તેણે સામો મારો હાથ ખેંચ્યોં. હું તેને પાણીમાંથી બહાર કાઢવાં જોર કરવા લાગ્યો. તે મને પાણીની અંદર ખેંચવાં માટે જોર કરવા લાગી. આ ખેંચાખેંચી થોડીવાર ચાલી પણ છેવટમાં હું પાણીમાં પડી ગયો. તે ખડખડાટ હસવા લાગી. તેણે મારી સાથે આ મીઠી છેતરપિંડી કરી હતી!

પાણીમાં પડતાં જ હું પાણીમાં ડૂબવા લાગ્યો. તે ગભરાઈ ગઈ. હું વધુ ડૂબવા લાગ્યો. તેણે મને બાથ ભરીને પકડયો અને પાણીની બહાર મારું ડોકું રહે તેમ ઊંચો રાખીને બોલી ‘‘તમને તરતાં નથી આવડતું? આ પાણી ખાલી સાડા ચાર ફીટનું છે. સીધા ઊભા રહો તોપણ ન ડૂબો.’’

આટલું કહી મને છોડી દીધો. હું પાણીમાં સીધો ઊભો રહી ગયો. હું મારા ખંભા સુધી પાણીની બહાર હતો. તેનો શ્વાસ હેઠો બેઠો. તેની ગભરામણ જોઈને મને મનમાં હસવું આવી ગયું. આ પછી હું પાણીમાં તરવા લાગ્યો અને તરીને સામે કિનારે પહોંચીને પાછો આવ્યો. તે જાણી ગઈ કે મને તરતા આવડે છે. હું તો ફકત ડૂબવાનું નાટક કરી રહ્યો હતો. મારી વળતી મીઠી છેતરપિંડી જોઈને તે મને વિસ્ફારિત નેત્રે જોઈ રહી. આથી હું ખડખડાટ હસવા લાગ્યો. આ જોઈ તે પણ ખડખડાટ હસવા લાગી.

તરવામાં નડતરરૂપ હોવાથી મેં મારું પેન્ટ કાઢી તેનો સ્વિમિંગ પૂલની બહાર ઘા કરી દીધો. હવે હું ફકત જાંઘિયાધારી હતો. થોડીવાર અમે સાથે તરવાની અને નાહવાની મજા માણી. અંધારું જામી ગયું હતું. પાણીની અંદર હવે કશું દેખાતું ન હતું. આથી અમે પાણીની અંદર પકડદાવ રમવા લાગ્યા. પાણીની અંદર તરીને બીજી કોઈ જગ્યાએથી બહાર નીકળવાની મજા લીધી. તે રીતે એકબીજાને પકડવાની અને છટકવાની પણ મજા લીધી. ખૂબ મજા કરીને થાકીપાકીને અમે બંને બહાર આવ્યા.

અંધારું ઘણું થઈ ગયું હતું. શિયાળાનો સમય હતો પણ મુંબઈ દરિયાકિનારે આવેલું હોવાથી રાત્રે હૂંફાળી દરિયાઈ પવનની લહેરો વાતી હોવાથી ઠંડી જણાતી ન હતી. મેં આરામખુરશીમાં મૂકેલો ટુવાલ લીધો અને તેનું શરીર લૂંછવાં માટે તેને તેનો ટુવાલ આપ્યો. તેણે મને તે જ ટુવાલ પાછો આપતાં કહ્યું “આ ટુવાલ તો મેં તમારા માટે લીધો છે. હું આજે કોઈ પણ વસ્ત્રનો ઉપયોગ કરતી નથી.”

મેં ટુવાલ પાછો લીધો અને તેનાથી હું મારું શરીર કોરું કરવા લાગ્યો. આ પછી મેં મારી કમરે ટુવાલ વીંટી મારો જાંઘિયો કાઢયો. તેણે ત્યાં રાખેલી એક ટયુબલાઈટ ચાલુ કરી. હવે તે મને જોવા લાગી અને હું તેને જોવા લાગ્યો.

મેં જોયું કે તેણે તેના વાળ ડોક પાછળથી લઈને આગળ લઈ લીધા હતા. તેના વાળમાંથી નિતરતાં પાણીની એક પાતળી સેર તેના એક સ્તનના ઢાળથી ગબડીને ઉરોજરેખાની વચ્ચેથી પસાર થતી હતી. તેના પછી આ સેર નાભિની ઉપરની ખૂબ આછી રોમાવલીમાં થોડીક અટવાતી અટવાતી તેની નાભિમાં જતી હતી અને તેમાં એક ઘૂમરી ખાઈને યોનિપ્રદેશની રોમાવલીમાં પ્રવેશી જતી હતી. આ આછી રોમાવલીની વચ્ચેથી આડો અવળો માર્ગ કરી આ સેર યોનિ તરફ આગળ વધતી વધતી એકાદ ઉપાંગ તરફ ફંટાઈને સડસડાટ પગની પાનીએ પહોંચીને જમીન પર વિરમી જતી હતી.

સંજોગવસાત્ આજે માગસર સુદ પૂનમ પણ હતી એટલે થોડીવારમાં આકાશમાં આખો ચાંદો ખીલી નીકળ્યો. મેદાનમાં ચાંદનીનું અજવાળું થયું એટલે તેણે ટયુબલાઈટ બંધ કરી. હવે અમે સાંગોપાંગ ચાંદનીમાં નાહી રહ્યાં હતાં. ચાંદનીમાં તે વધુને વધુ ચિતાકર્ષક લાગી રહી હતી.

મને થયું કે વર્ષો પહેલાં મેનકા નામની અપ્સરાએ તેના રૂપ અને કલાથી વિશ્વામિત્ર નામના ઋષિનું તપ છોડાવ્યું હતું અને આજે માલિની નામની આ અપ્સરા તેના રૂપ અને કલાથી રાજેશકુમાર નામના એક પામર માનવીને તપ કરાવી રહી છે. મારા સંયમની હદ આવી રહી હતી.

એવામાં તેણે તેના બંને હાથથી પોતાના છૂટા વાળને ઝાલી, વળ ચડાવી, અંબોડો વાળી, તેના માથાની પાછળ બાંધી દીધા. આ અંબોડામાંથી તેના વાળનો છેડો થોડો બહાર રહી ગયો હતો. આ છેડો પાણીના ભારથી નીચે નમી ગયો.

આથી તેમાંથી પાણીના ટીપાંઓ દડદડતાં નીચે તેના વાંસા પર પડવાં લાગ્યાં. આ ટીપાંઓને તેના વાંસામાં ટપોટપ પડતાં તે અનુભવી પણ રહી હતી.

આથી તેણે મને મશ્કરીના લહેજામાં પૂછ્યું "આ વાળ કેમ રડી રહ્યા છે?"

મેં જવાબ આપ્યો "પહેલાં તમે તમારા ભીના વાળ પાછળથી આગળ લાવ્યાં ત્યારે તે તમારા ઉરોજની સમીપે થયા આથી તે તેની સાથે પ્રેમસંબંધથી જોડાઈ ગયા. પછી તમે અંબોડો વાળી તેને તમારા ઉરોજથી દૂર કરી દીધાં આથી ઉરોજના વિયોગમાં તડપી તડપીને રડી રહ્યા છે!"

તેણે કટાક્ષમાં મને કહ્યું "વાહ, તમે હોથલ પદમણીની વાર્તા સાંભળી લાગે છે!"

મેં વાયડો જવાબ આપ્યો "ના, મેં તો કેવળ ઓઢા જામની વાર્તા સાંભળી છે."

અમે બંનેએ એક જ કચ્છી લોકવાર્તા સાંભળી હતી તે જાણી અમે બંને હસી પડયાં.

અમે આ ચાંદની રાતનો આનંદ માણવા આરામખુરશીમાં બેઠાં અને ચાંદા સામે જોવાં લાગ્યાં. ચાંદની રાતે પ્રેમની જે અનુભૂતિ થાય છે તેવી અનુભૂતિ આપણને સ્વર્ગમાં પણ થતી નહીં હોય! અમને પણ પ્રેમની અનુભૂતિ થતી હતી અને અમે તેનો અલૌકિક આનંદ માણી રહ્યાં હતાં.

તે વાતેવાતે મારી સામે આંખો નચાવી રહી હતી. જો એ ગામડાંની ગોરી હોત તો હું તેને ભરથરીની જેમ પૂછી લેત કે "એ બાઈ તારા હાલવાચાલવાથી, તારા ઊઠવાબેસવાથી અને તારા ઊંચાનીચાં થવાથી તારા હાથના બલોયાંના ખણખણાટથી, તારા કાંડાના કંકરોના છનછનાટથી, તારી કેડે બાંધેલાં કંદોરાના ઝમઝમાટથી, તારા પગમાં પહેરેલી કાંબીઓના થનથનાટથી અને તારા ગળામાં પહેરેલાં હારના તારા ગોરાં ગોરાં સ્તનોથી કંપાયમાન થવાથી, રાજહંસલીઓને આકર્ષણ કરનારી અને ત્રાસ પામેલી હરણીની આંખો જેવી આંખોવાળી તું, તારા નેત્રકટાક્ષથી શું કામ મને અતિવ્યાકુળ કરશ?"

અહીં બલોયાં, કંકર, કંદોરા, કાંબી અને હારનો અભાવ હતો તોયે એ ગામડાની નહીં તો શહેરની ગોરી હતી અને મૃગનયની હતી આથી તે નેત્રકટાક્ષથી મને આકુળવ્યાકુળ કરી જ રહી હતી.

સદ્યસ્નાતા લલિતાના વાળમાંથી ટપકતું પાણી ધીરે ધીરે મને મદહોશ કરી રહ્યું હતું. તેના શરીરમાંથી એક માદક સુગંધ આવી રહી હતી જે મને તેને ભોગવવા માટે અતિવિવશ કરી રહી હતી.

આ વખતે મારાથી ન રહેવાયું અને તેની નજીક સરકીને તેના ગાલ પર એક ચૂમી ભરી લીધી. આથી તે છંછેડાઈ ગઈ તે બોલી "અરે! તમે આ શું કરો છો? હું તમારા સંયમની પરીક્ષા લઈ રહી છું અને તમારે આ પરીક્ષામાં પાસ થવાનું છે. મને સંયમ વિનાના પુરુષો જરાય ગમતાં નથી. હું તમને સાચો પ્રેમ કરું છું એટલે હું ઈચ્છું છું કે તમારી સંયમની આ પરીક્ષામાં નાપાસ ન થાવ."

મેં કહ્યું "પણ આટલો બધો સંયમ શા માટે પાળવો જોઈએ? શું આ એક અત્યાચાર નથી?"

તેણે કહ્યું "ના, કારણ કે જેમ સ્ત્રીનો અલંકાર શીલ છે તેમ પુરુષનો અલંકાર સંયમ છે."

હું ફરી ડાયો ડમરો બની ગયો. થોડીવારે તેને પૂછી લીધું "શું તમે મને પસંદ નથી કરતાં?"

તે ખૂબ શાંતિથી બોલી "શીલવાન સ્ત્રી હંમેશા સંયમશીલ પુરુષને જ પસંદ કરે છે."

હું તેની આવી ધાર્મિક લાગણીવેડા જેવી ભાષા સાંભળી ગુંચવાઈ ગયો. મેં કહ્યું "મતલબ?"

તેણે કહ્યું " મતલબ એ કે હું વર્જિન છું. મેં મારી વર્જિનિટી આજ સુધી જાળવી રાખી છે."

મેં કહ્યું "એટલે તમે એમ કહેવા માંગો છો કે તમારું કૌમાર્ય અખંડ છે?"

તેણે ભારપૂર્વક કહ્યું "શત પ્રતિશત. એ મારા પતિની અમાનત છે."

મેં કહ્યું "પતિ માટે આવી અનામત શા માટે?"

તેણે કહ્યું "આપણે કોઈનું અજીઠું ખાતાં નથી. કોઈના ઉતરેલાં કપડાં પહેરતાં નથી. આપણે ચીજ વસ્તુઓ પેકિંગમાં માંગીએ છીએ. તેલનો ડબો સીલબંધ લઈએ છીએ. તો પછી પતિ માટે પત્નિનું કૌમાર્ય અખંડ હોવું જોઈએ કે નહીં? પતિને આવું નજરાણું આપવામાં વાંધો પણ શું છે?"

તિરસ્કારના ભાવથી મેં કહ્યું "વાંધો નજરાણું આપવાનો નથી. વાંધો છે ખોટી સરખામણી કરવાનો. સ્ત્રી એવી કોઈ ચીજવસ્તુ નથી કે જેની સરખામણી નિર્જીવ ચીજવસ્તુઓ સાથે કરી શકાય. સ્ત્રી પણ એક સજીવ છે. સજીવની તુલના સજીવ સાથે જ થવી જોઈએ, તેલના નિર્જીવ ડબા સાથે નહીં."

તેણે દલીલ કરતાં કહ્યું "તોયે પતિને આવું નજરાણું આપવામાં નુકશાન પણ શું જાય છે?"

મેં તેની દલીલ ખારીજ કરતાં પ્રતિપ્રશ્ન કર્યો "નુકશાન નથી જતું તો લાભ પણ શું થાય છે?"

તેણે લાભો ગણાવતાં કહ્યું "પતિનો વિશ્વાસ, પતિનો પ્રેમ, સ્ત્રીસન્માન, આત્મસંતોષ."

મેં કહ્યું "સ્ત્રીઓ દોડે, સાયકલિંગ કરે, જુડો–કરાટે જેવી રમતો રમે તોપણ શીલભંગ થાય છે આથી આજકાલ પુરુષો તેને બહુ મહત્વ આપતા નથી. હવે શીલનું નહીં રૂપ, પ્રેમ, સંપત્તિ, સમજણ અને વ્યવહારનું મહત્વ છે. જો હું કોઈ સ્ત્રીને સાચો પ્રેમ હોય તો તે શીલભંગ છે તે જાણવા છતાંય તેને અપનાવી લઉ. કદાચ તે વેશ્યા હોય તોપણ અપનાવી લઉ. સમયનો આ તકાજો છે.જેનો સ્વીકાર કરો."

તે મારી વાતથી પ્રભાવિત થઈને તે બોલી "તમે ગામડામાંથી આવો છો છતાં પ્રગતિશીલ વિચારો ધરાવો છો. હું શહેરમાં ભણી ગણીને મોટી થઈ છું છતાં પણ જૂની વિચારસરણી ધરાવું છું. હું તમારા વિચારોનું સન્માન કરું છું પણ મને મારાં વિચારો સાથે જીવવા દો. મને મારાં કૌમાર્યની અખંડતા જાળવવા દો. મહેરબાની કરીને આજે તમે મારું કૌમાર્યભંગ કરવાની જરાપણ કોશિશ ન જ કરતા."

હું છેલ્લાં ચાર વર્ષથી ફિલ્મ ઈન્ડસ્ટ્રિઝમાં છું એટલે હું જાણુ છું કે વર્જિનિટી જાળવવી એ આ ઈન્ડસ્ટ્રિઝમાં અસંભવિત હતું. મોટાભાગની ખ્યાતનામ

અભિનેત્રીઓનો ગોડફાધર કોઈ નિર્માતા, કોઈ દિગ્દર્શક કે કોઈ અભિનેતા હોય છે અને એ ગોડફાધર તેનું શારીરિક શોષણ કરતો હોય છે. નવોદિત કલાકાર પણ કાઉચ કાસ્ટીંગનો ભોગ બની જ જતાં હોય છે ત્યારે આ 'આઈટમ' કહે છે કે તે વર્જિન છે!

મને અભિજ્ઞાન શાકુંતલાના દુષ્યંત જેવું અચરજ થયું કે હજી સુધી નાકથી ન સૂંઘેલા પુષ્પ જેવું, હાથના નખ વડે ન છેદાયેલા નવપલ્લવિત છોડના અંકુર જેવું, શારડીથી ન વીંધાયેલા મોતી જેવું, જીભથી ન ચાખેલા તાજા મધ જેવું અને તપસ્વીના તપના પુણ્યના અખંડ ફળ જેવું આ કુમારિકાનું અબોટ યૌવન મને ખરેખર ભોગવવા મળશે કે નહીં તે હું જાણતો નથી, ફકત બ્રહ્મા જ જાણે છે!

મને થયું કે જો મિસ માલિની અબોટ યૌવનની સ્વામિની છે તો તો મજા પડી જાય! અત્યારે ભલેને મને સંયમ પાળવાનું કહેતી હોય પણ અગ્નિ પાસે મૂકેલું ઘી પીગળતાં કેટલી વાર?

મારે કંઈ તેને કુમારિકા હોવાનું પ્રમાણપત્ર આપવાનું ન હતું તેથી મેં વધુ દલીલો ન કરી.

જોકે, તે વર્જિન છે તે મને હજી માનવામાં આવતું ન હતું. તે કહે છે કે તે હજી કુમારિકા છે અને તેનું કૌમાર્ય અખંડ છે. શત પ્રતિશત અખંડ છે. તો ભલેને હોય. મારે શું? મારા કેટલાં ટંકા? મારો એક ઉસૂલ છે – 'જો હા કહે ઉસે છોડના નહીં, જો ના કહે ઉસે છૂના નહીં.' આથી મેં મારા ઉસૂલને ધ્યાનમાં રાખીને તેને કહી દીધું "હું વચન આપું છું કે હું તમારી મરજી વિરુધ્ધ તમારી સાથે સંબંધ નહીં બાંધું."

તે બોલી "આભાર. મને ખબર છે કે તમે ચારિત્રવાન છો એટલે તમે કદી મારા શું કોઈની પર પણ બળાત્કાર કરી ન શકો. ચારિત્ર્યથી મહાન કશું જ નથી. ચારિત્રહીન લોકો જ બળાત્કારી બને છે. બળાત્કારીઓ સૌ પહેલાં સ્ત્રીના ચારિત્ર્યનો ભોગ લે છે પછી તેના આત્માનો પણ ભોગ લે છે. આટલું પૂરતું ન હોય તો કેટલાંક છેલ્લે છેલ્લે તેનો જીવ પણ લઈ લે છે. આવા બળાત્કારીઓને તો મોત સિવાયની બીજી કોઈ સજા ન હોવી જોઈએ. બધા જ બળાત્કારીઓને નિર્દયપણે મારી જ નાંખવા જોઈએ."

હું સમજી ગયો કે ઘડીઘડી કૌમાર્ય અને ચારિત્ર્યની વાતો કરતી આ વિપ્ર કન્યા પર જૈન ધર્મનો મોટો પ્રભાવ છે. આ પ્રભાવ તેની માતા જૈન હોવાથી પડયો લાગે છે. આ સાથે તે એમ પણ બોલી છે કે બધા જ બળાત્કારીઓને નિર્દયપણે મારી જ નાંખવા જોઈએ. આ જૈન ધર્મની અહિંસાની ભાવના સાથે જરાપણ સુસંગત નથી. આ સાથે મને એક વિચાર એ આવ્યો કે કદાચ તે અત્યારે ખોટું બોલી રહી છે!!

ગમે તે હોય આવી સુંદર રૂપાળી જલપરીને સૌ કોઈને પોતાની બનાવવાનું મન થાય. તે મને પ્રેમ કરતી હતી, પ્રેમ કરે છે, પ્રેમ કરતી રહેશે તો આજે નહીં તો કાલે તે મારી બનવાની જ છે.

# ૯

અમે ઘણીવાર સુધી બેઠાં. તે વાતી દરિયાઈ લહેરોથી જ કોરી થઈ ગઈ. લગભગ સાડા આઠ નવ વાગવા આવ્યા હશે. તે ઊભી થઈ અને મને કહે "તમે બેસો હું જમવાનું તૈયાર કરું. તમે અંદર આવો તે પહેલાં પેલો દરવાજો ખોલતા આવશો. જેથી સિક્યુરિટી ગાર્ડ આ મેદાનની પણ ચોકીદારી કરી શકે."

તે મને આંગળી ચીંધી દરવાજો બતાવી દિવાનખંડની અંદર જતી રહી. હું પણ ઊભો થયો અને તેણે બતાવેલો દરવાજો ખોલી નાંખ્યો. એટલામાં મકાનની ચોકીદારી કરતી રાખી ત્યાં આવી પહોંચી. મને જોઈને તે અંદર આવી. મારી કમરે ટુવાલ વીંટાળેલો જોઈને તે ઘણુંબધું સમજી ગઈ.

મારી મશ્કરી કરવાના રણકામાં તે બોલી "ભૈયા, તુમ તો બડે છૂપે રૂસ્તમ નીકલે, યે તો બતાઓ કિ તુમ્હારે કપડે કૌન ચૂરા કે લે ગયા?"

મેં કહ્યું "કોઈ નહીં લે ગયા. સામને દેખો વહાઁ પડે હૈ. ભીગે હુએ ભી હૈ, મૈલે ભી હૈ."

રાખી બોલી "કોઈ બાત નહીં, મૈં ધો દેતી હુઁ."

તેણે મેદાનમાં પડેલો મારો શર્ટ, મારું પેન્ટ અને મારો જાંઘિયો લઈ લીધાં. તેને તેણે પહેલાં પાણીમાં પલાળ્યાં, નિચોવ્યાં, ઝાટકયાં અને નજીક આવેલી એક દોરી પર સુકવવા માટે લટકાવી દીધાં. મેં તેનો આભાર માન્યો. તે મારી રાજદાર બની મારી સામે રહસ્યમય હસવા લાગી.

આ પછી હું દિવાનખંડની અંદર ગયો. અંદરથી દિવાનખંડનું પાછલું બારણું બંધ કર્યું. જોયું તો અંદર રમણી રસોઈ તૈયાર કરી રહી હતી. તેણે મને ટુવાલભેર જ અંદર આવેલો જોઈને કંઈક યાદ આવી જતાં બોલી "અરે, તમારા કપડાં તો બહાર જ રહી ગયાં! લાવો જરા જઈને તેને ધોઈ આવું."

મેં કહ્યું "મારા કપડાં ધોવાની હવે કોઈ જરૂર રહી નથી. રાખીએ ધોઈ નાખ્યાં છે અને તેને સુકાવવા માટે તેણે વળગણીએ લટકાવી પણ દીધાં છે."

રાખીનું નામ સાંભળી તે સ્ત્રીસહજ ઈર્ષાના ભાવે બોલી ''રાખીને તમે ઓળખો છો?''

મેં કહ્યું ''હાસ્તો વળી, છેલ્લાં બે વર્ષથી ઓળખું છું. અત્યારે તમારી ચોકીદાર છે રાખી.''

તે કંઈક શંકાના અને કંઈક કટાક્ષના ભાવે બોલી ''પેલી બે સ્ત્રીમાંની એક?''

હવે મને સમજાયું. મેં તેની ઈર્ષા અને શંકા બંને દૂર કરવાના આશયથી કહ્યું ''ના, તમે કંઈક ખોટું વિચારો છો. તેમાંથી એક પણ નહીં. તે મારા દોસ્તની બહેન છે. માનો મારી પણ બહેન જ છે.''

તે થોડીક છોભીલી પડી અને રાખી મારી બહેન છે તેમ જાણી તેણે રાહત પણ અનુભવી.

તેની આ સ્ત્રીસહજ ઈર્ષાથી મને મનમાં ઘણી બધી ખુશી થઈ કારણ કે જે સ્ત્રી ખરેખર તમારા પ્રેમમાં હોય છે તે તમારા જીવનમાં બીજી કોઈ સ્ત્રી છે તેને સહજતાથી સાંખી લેતી નથી.

તે બોલી ''રાખી સારી છોકરી છે. તે દિવસે આવે છે. હમણાં નવ વાગ્યે પાળી બદલાઈ જશે. રાત્રે સરિતા પાંડે નામની એક મહિલા આવે છે. તેનો પતિ વિરારપોલીસ સ્ટેશનમાં જમાદાર છે.''

તેણે તૈયાર કરેલી રસોઈ તે રસોડામાં જ રહેલાં એક ગોળ ટેબલ પર ગોઠવવાં માંડી. બે ખુરશીઓ પણ ટેબલ પાસે બાજુબાજુમાં ગોઠવી પછી થોડીવારે બોલી ''ચાલો, હવે જમી તો લઈએ.''

અમે બંને ટેબલ ખુરશીમાં ગોઠવાયાં. તેણે ચોખા અને મગની છડીદાળની ખીચડી બનાવી હતી. કઢી સાથે દૂધી અને ચણાની દાળનું શાક બનાવ્યું હતું. તે જેટલી રોટલી ખાઈ શકતી હતી તેની બમણી રોટલી પણ બનાવી હતી–તેને શું ખબર કે આટલી રોટલી તો મારે એકલાને જ જોઈએ છે!!!

તેણે આ તમામ આઈટમ મને પીરસી અને પછી તેની થાળીમાં પણ આ આઈટમો લીધી.

હવે, તેના સ્તનોનો ઉભાર ટેબલની કોરને અડતો હતો. મારે થાળીમાં જોવું કે તેની સામે જોવું તે હું નક્કી કરી શકતો ન હતો. વારંવાર મારું ધ્યાન તેની તરફ ખેંચાઈ જ જતું હતું.

એવામાં તે મજાકના સ્વરે બોલી "મેં તમને પાણીની છાલકોથી ભીંજવી નાખ્યાં હતાં ત્યારે મને બહુ ગમ્યું હતું. તમે ભીંજાય ગયા હતા છતાં અત્યારે સાવ કોરાધાકોર થઈ ગયા છો."

મેં કહ્યું "એટલે જ તો તમે છાલકો મારવાનું હજી ચાલુ જ રાખ્યું છે ને? અત્યારે પણ તમે તમારાં સૌંદર્યના સરોવરની છાલકો મારી મારીને મને સતત ભીંજવી જ રહ્યાં છો ને!"

તે તેના સૌંદર્યના આવાં વખાણ સાંભળી થોડીક શરમાઈ ગઈ અને નીચું જોઈ ગઈ પછી બોલી ઊઠી "તોયે તમે હજી કયાં પૂરેપૂરાં ભીંજાયા છો? સમય આવવા દો હું તમને મારા સૌંદર્યના સરોવરની છાલકોથી સાંગોપાંગ ભીંજવી દઈશ. મારા પ્રેમથી તરબોળ કરી દઈશ. મારા બંધનમાં બાંધી લઈશ."

આ સમયે તેણે તેનું મુખ આગળ લંબાવી મને ચૂમી ભરી લીધી. જયારે મેં તેને ચૂમી ભરી હતી ત્યારે તે છંછેડાઈ ગઈ હતી અત્યારે તેણે મને ચૂમી ભરી હતી. લાગે છે કે તે હવે ભીંજાઈ જ ગઈ હતી!!

અમે જમવાનું શરૂ કર્યું. આરોગ્યશાસ્ત્રના નિયમો મુજબ જમતી વેળાએ વાતો ન કરાય કારણ કે સ્વરપેટીમાં અનાજના કણો પ્રવેશી જાય આમ છતાં અમે અમારી વાતો ચાલુ રાખી હતી.

તે બોલી "જમવાનું સાદું પણ સત્ત્વશીલ બનાવ્યું છે. આવું ભોજન કરવાથી મનુષ્યોમાં તમોગુણ વિકાસ પામતા નથી. વાસનાઓ કાબૂમાં રહે છે. મારું કૌમાર્ય આવાં સાત્ત્વિક ભોજનથી સાચવાયું છે. હું કદી કંદમૂળ એટલે કે ડૂંગળી, બટેટા, મૂળા, ગાજર, બીટ, શક્કરિયાં ખાતી નથી."

ફરીફરીને ગાડી હતી ત્યાં જ આવી ગઈ. કૌમાર્ય, શું આ સિવાયની કોઈ વાત નહીં થાય!

મનમાં થયું "આવું ફિક્કુફસ જમીએ તો વાસના માટેની જરૂરી શક્તિ શરીરને ન મળે! મને તો તીખું તમતમતું અને તેલમાં તળેલી લસણની કળીઓ

નાંખેલું મજેદાર શાક જોઈએ. બે–ત્રણ રોટલાં કે આઠ દશ જાડી રોટલી જોઈએ. ડુંગળીનો દડો, મરચાં, મૂળાં, છાશ અને પાપડ જોઈએ. મારું ખાણું આવું છે એટલે શું હું તામસી છું? આવું ખાઈને શું હું રોજ બે ચાર લોકોના ખૂન કરી નાખું છું?''

જૈન ધર્મમાં જમીનની અંદર ઊગતી ખુલ્લી વનસ્પતિઓ અને માંસ ખાવાની મનાઈ છે. આથી મને થયું કે આને જૈન ધર્મ અને ભગવાન મહાવીર જરૂર ગમતાં હશે તેથી મેં તેને કહ્યું ''તમામ દેવી દેવતાઓમાંથી તમને કોણ ગમે?''

તેણે કહ્યું ''મહાકાળી માઁ''

આ સાંભળી મને નવાઈ લાગી. આ ગોરીને કાળી દેવી કેમ ગમે છે તે જાણવું જરૂરી હતું.

મેં પૂછયું '' મહાકાળી માઁ તમને કેમ ગમે છે?''

તેણે જવાબ આપ્યો ''તમામ દેવી દેવતાઓમાંથી એક માત્ર મહાકાળી માઁ જ છે જે નગ્ન અવસ્થામાં હાથમાં ખડ્ગ અને ખપ્પર લઈને અસુરો સામે લડવા નીકળી પડયાં હતાં. અસુરોને મારી તેમના ઉપાંગો અને મસ્તકો કાપી નાંખ્યાં. મસ્તકોની માળા કરી ડોકમાં પહેરી, હાથ અને પગની ઝાલર કરી કમરે વીંટી દીધી. ભયાનક સ્વરૂપે શંકરને પણ જમીનદોસ્ત કરી તેને પગ નીચે કચડયાં. મને આ દેવીનું સાહસ ગમ્યું. તેની નગ્નતામાં પણ સુંદરતા હતી. આ સુંદરતા મને ગમી.''

હવે મને ખબર પડી કે આને નગ્નતાની સુંદરતા જ ગમે છે!

મેં તેને પૂછયું ''બધી સ્ત્રીઓને નગ્નતા નહીં ગમતી હોય.''

તે મારો ઉપહાસ કરતી હસવા લાગી પછી બોલી ''બધી સ્ત્રીઓને નગ્નતા ગમે છે. જયારે ઉચિત સમય હોય અને પૂરતી સલામતી હોય ત્યારે સ્ત્રીઓને કપડાં વગર જ ઘૂમવું ગમે છે અને ઘૂમે પણ છે. તમને બીજી સ્ત્રીઓનો અનુભવ થશે એટલે ખબર પડશે કે મારી વાત તદ્દન સાચી છે.''

અમારું જમવાનું ચાલુ રાખ્યું. રોટલીઓ ઓછી હોવાથી હું ધીમેધીમે જમતો હતો. ધીમું જમવા માટે મારે તેની સાથે વધુમાંવધુ વાતો કરવી જોઈએ.

આ આશયથી મેં કહ્યું "જાણો છો મહાકાળી માઁ એ સાક્ષાત્ માઁ પાર્વતીનું એક સ્વરૂપ છે? માઁ પાર્વતીની સુંદરતા અનુપમ છે. આખી સૃષ્ટિમાં માઁ પાર્વતી, ભગવતી જેટલું કોઈ સુંદર નથી."

તે બોલી "આવી સુંદર પાર્વતીની કૃપાદષ્ટિ જો કોઈ પુરુષ પર પડી જાય તો શું થાય?"

મેં કહ્યું "તેનો જવાબ આદ્ય શંકરાચાર્યે તેના સૌંદર્ય લહરી પુસ્તકમાં આપ્યો છે."

કુતૂહલતાવશ તેણે મને પૂછયું "શું જવાબ આપ્યો છે તે તમે જાણતા હો તો મને કહોને!"

મેં જવાબ આપ્યો "જે પુરુષ મોટી ઉંમરનો હોય, વૃધ્ધ હોય, નજરથી જોવો પણ ગમે નહી તેટલો બેડોળ હોય, પ્રેમની બાબતમાં ખડૂસ હોય તે પુરુષ પર પણ જો માઁ પાર્વતીની થોડીક ત્રાંસી–વક્ર–કટાક્ષદષ્ટિ પણ પડી જાય તો તે એવો રૂપાળો બની જાય છે કે તેના પ્રેમમાં પાગલ થઈને હજારો યુવતીઓ તેની પાછળ દોડવા લાગે છે. દોડવાના કારણે આ યુવતીઓના માથા પરની વેણીઓ છૂટી પડીને નીચે પડી જાય છે, કળશ જેવાં ગોળાકાર તેના સ્તનો પરથી પોલકાં અને સાડી જેવાં ઉપરના વસ્ત્રો સરકી જાય છે, તેના ઘાઘરા અને ચણિયા જેવાં નીચેના વસ્ત્રોની દોરી કે નાડી કે કમરબંધ કે પટ્ટો તૂટી જાય છે અને તે વસ્ત્રો પણ સરકી જાય છે. આ કપડાઓ પગમાં અટવાઈને જમીન પર આવી જાય છે. આમ આ યુવતીઓ વધુ દોડવાથી છેવટે વસ્ત્રવિહીન જ થઈ જાય છે."

તે બોલી "વસ્ત્રવિહીન એટલે કે મારા જેવી ને! હું કહું છું કે સ્ત્રીઓને વસ્ત્રવિહીન થવું ગમે છે. મને લાગે છે કે તમારા પર પણ માઁ પાર્વતીની કૃપાદષ્ટિ પડી છે. જુઓને હું તમારા પ્રેમમાં ધીરેધીરે પાગલ બની જવા લાગી છું મને થાય છે હું તમારી પાછળ દોડીને વસ્ત્રવિહીન થઈ જાઉં."

મેં તેની સામે જોઈને કહ્યું "ના..., ના..., એ જરાય શકય નથી!"

મારો કટાક્ષ સમજી તેણે મારા ગાલ પર હળવી ટપલી મારી બોલી "મહેણું ના મારો."

મેં કહ્યું “મહેણું નથી મારતો, પાર્વતીની કૃપાદૃષ્ટિ મારા પર વધુ પડતી પડી ગઈ છે!”

તે બોલી “જો તપસ્વીઓ કે દેવો પર માઁ પાર્વતીની કૃપાદૃષ્ટિ પડી જાય તો શું થાય?”

મેં કહ્યું “તેનો પણ જવાબ છે. પ્રેમના દેવ કામદેવનું ધનુષ ફૂલોનું બનેલું છે. ધનુષની પણછ ભમરાઓની બનેલી છે. તેના ભાથામાં શબ્દ, સ્પર્શ, રૂપ, રસ અને ગંધ એવાં પાંચ તીર છે. વસંતઋતુ તેનો સેનાપતિ છે. મલય પર્વત પરથી વાતો પવન તેનો રથ છે. તે કામદેવ પહેલાં માઁ પાર્વતીને નમસ્કાર કરીને તેની કૃપાદૃષ્ટિ મેળવે છે પછી આખા જગતને પ્રેમજવરથી વિવશ કરી જીતે છે અને તપસ્યામાં લીન મહાન તપસ્વીઓના મનમાં પણ સ્ત્રીઓ પ્રત્યે પ્રેમ ઉત્પન્ન કરે છે.”

તે બોલી “અતિસુંદર! અતિસુંદર! મને સૌંદર્ય લહરીની બીજી વાતો કરો.”

મેં કહ્યું “પહેલાં આપણે જમવાનું પૂરું કરી લઈએ પછી વાતો કરીશું.”

થોડીવારમાં અમે જમવાનું પૂરું કર્યું. તે મુખવાસ લાવી અમે બંનેએ મુખવાસ ખાધો. હું જમવાના ટેબલથી ઊભો થઈને દિવાનખંડમાં ગયો. તેણે રસોડાના બેસિનમાં એંઠા વાસણો મૂકયાં. તેણે રસોડાની સફાઈ કરી. તે પછી પાણીની ભરેલી પ્લાસ્ટિકની બે બોટલ લઈને મારી પાસે આવી.

# ૧૦

દિવાનખંડમાંથી તે મને તેના શયનખંડમાં લઈ ગઈ. તેનો શયનખંડ ખૂબ સરસ હતો. તેની સામેની દિવાલમાં સનમાઈકાથી બનાવેલાં શોકેસ, કબાટ અને છાજલીઓ હતી. તેમાં વચ્ચે એક તરફ મોટું ટેલિવિઝન હતું. એક તરફ ડીવીડી પ્લેયર અને રેડિયો સેટ હતાં. સ્ટિરિઓ સિસ્ટમ ચારેય દિવાલોને આવરી લેતી હતી. પ્લાસ્ટિકના ફૂલોવાળી નાની મોટી ફૂલદાનીઓ હતી. એક દિવાલમાં તેના માતાપિતાની છબીઓ હતી. જેમાં સુખડના હાર પહેરાવેલાં હતાં. આથી હું સમજી ગયો કે તેના મમ્મીપપ્પા અવસાન પામી ચૂકયાં છે. તેની લગોલગ તેના ભાઈ ગિરીશચંદ્રની તસ્વીર હતી. એક દિવાલમાં એક માછલીઘર પણ હતું જેમાં રંગબેરંગી કેટલીક માછલીઓ મજેથી તરી રહી હતી.

વચ્ચે એક મોટો ગોળાકાર શેટીપલંગ હતો. તે જોઈને લાગતું હતું કે તે ખૂબ મોંઘો હોવો જોઈએ. બેડમાં થ્રીડી પ્રિન્ટિંગ ધરાવતી ઘાટી બ્લુ રંગની મોટી ચાદર પાથરેલી હતી. જેમાં તરતી ડોલ્ફિન માછલીના ચિત્રો હતાં. ચાદર નીચે મોંઘી બેડશીટ હતી. માલિની મુલાયમ હોવાથી તે પણ ખુબ મુલાયમ હોવી જોઈએ તેમ હું સમજી ગયો. તેના મેચીંગના કવર ધરાવતાં બે પોંચા ઓશિકાઓ અને એક પોંચી રજાઈ હતી. બેડશીટની નજીકમાં સીસમના લાકડાની એક ત્રિપાઈ હતી. જેના પર એપલ કંપનીનો એક મોબાઈલ ફોન પડયો હતો. તેની બાજુમાં તેણે પાણીની ભરેલી બંને બોટલો મૂકી દીધી.

એવામાં સુહાગરાતનો દિવસ હોય અને બેડ પર દુલ્હન જે રીતે બેસે છે તે રીતે તે તેના બેડ પર બેઠી. મને ખબર છે કે દુલહનનો દુલ્હો આવ્યા પછી દુલહન નિઃવસ્ત્ર થાય છે પણ અહીં તો દુલહન પહેલેથી જ નિઃવસ્ત્ર હતી! જાણે તે દુલ્હાને ઘુંઘટ ઉઠાવવાની જહેમત આપવા પણ માંગતી ન હતી! એ કામાક્ષીએ મને કામુક નજરે જોતાં હાથ લંબાવી કહ્યું “આવો, અહીં મારી પાસે બેસો.”

હું તેની નજીક જઈને બેડ પર બેઠો. તેણે આંગળી ચીંધી મને તેના મમ્મીપપ્પાનો ફોટો બતાવ્યો! તેણે કહ્યું “મારા મમ્મીપપ્પાનો ફોટો છે. ચાર વર્ષ

પહેલાં એક કાર એક્સિડન્ટમાં બંને સાથે મરી ગયાં. મને તેઓ બહુ યાદ આવે છે. આજના દિવસે મારા પપ્પાને તો હું બહુ જ યાદ કરું છું.''

તે થોડીવાર તેના મમ્મીપપ્પાનાં ફોટા સામે જોવા લાગી. મેં પણ તેના મમ્મીપપ્પાનાં ફોટા તરફ થોડીવાર જોયું. હું મનમાં વિચારતો હતો કે આના કુટુંબને કાર એક્સિડન્ટ સાથે સીધો નાતો લાગે છે. તેના મમ્મીપપ્પા અને તેનો ભાઈ કાર એક્સિડન્ટમાં મરી ગયાં છે. મમ્મીપપ્પાનાં કાર એક્સિડન્ટની તેને ખબર છે, ભાઈના કાર એક્સિડન્ટની તેને ખબર નથી અને મેં પણ હજી સુધી કહ્યું નથી.

એવામાં મને તેના ભાઈનો ફોટો બતાવી કહ્યું ''મારો મોટોભાઈ છે. બૅંગ્લોર રહે છે.''

મેં તેના ભાઈના ફોટા તરફ જોયું. મેં મનમાં કહ્યું ''હવે તારા ભાઈના ફોટાને હાર ચડાવવાનો વારો છે. તું કહેતી હોય તો હું ચડાવી દઉં. બાકી હવે મારું કંઈક સમજ તો સારું, મારી મીનાક્ષી.''

જોકે, હું આવું કંઈ તેને કહી ન શકયો–ચારિત્રવાન ખરોને એટલે!

પછી તેણે તેના મમ્મીપપ્પાનાં લગ્નની, તેના બચપણની, તેના ભાઈની, તેના અભ્યાસની, તેની ફિલ્મલાઈનની, તેની ફિલ્મોની અને છેલ્લે મારી સાથેની દોસ્તીની પણ થોડી થોડી વાતો કરી. મને તેની આ વાતોથી ઘણો કંટાળો આવતો હતો. ખરું પૂછો તો હવે તો, મને ફકત તેની સાથે સૂવાનું જ મન હતું.

તેની સુંદરતા ખૂબ નિરાળી હતી. મારી આંખોને તે ગમતી હતી પણ પ્રેમ ફકત આંખોથી જોવામાં જ સીમિત થઈ જાય છે! તેનાથી જરાય આગળ નથી વધતો? મારું ગુપ્ત અંગ ઉત્તેજિત થઈ થઈને સમાગમની તીવ્ર માંગણી કરી રહ્યું હતું પણ સંજોગો નિરાશાના હતા છતાં તે આશાવાદી હતું.

તે આડે પડખે થઈ મારી સામે ન જોવાય તેમ સૂતી. આ જોઈ હું બેડની સામે જઈને તેની સામે જોવાય તેમ સૂતો. હવે અમે અભિમુખ હતાં. આ જોઈને તે હસી પડી. તેને થયું કે હું બેકાબૂ છું.

તેથી તેણે ફરી કહ્યું ''મને વિશ્વાસ છે કે તમે તમારું વચન નહીં તોડો. બરાબરને?''

મેં મહાપરાણે હા કહી. જવાબ સાંભળી તે મરક મરક હસી. મને થયું કે કયાંક તે મને બાયલો તો નથી સમજતીને? તેથી હું તેની નજીક સર્યો. તેણે હાથ વડે મને આગળ વધતો અટકાવ્યો અને હું અટકી પણ ગયો કારણ કે હું તેની મરજી વિરુદ્ધ કશું પણ કરવા માંગતો ન હતો.

મેં તેને કહ્યું "હું તમને જણાવી દઉં કે પેલી બંને સ્ત્રીઓને બહુ મજા આવી હતી હોં"

તેણે લૂખો જવાબ આપ્યો "તો મારે શું?"

હું મૂંગો થઈ ગયો. મને થયું કે કાશ! આ અક્ષતયોનિવાળી ન હોત તો આજે મને મજા આવી જાત! સાથે સાથે તેને પણ મજા આવી જાત! આ રાતનું તે વારંવાર પુનરાવર્તન ઈચ્છતી હોત!!

મેં મારી નજરોથી તેનું શરીર માપ્યું. લંબાઈ પૂરેપૂરી સાડા પાંચ ફીટ. છાતી, કમર, કૂલાના પરિઘની ઈંચમાં લંબાઈ ૩૬, ૨૪, ૩૬. યુવાન સ્ત્રીના શરીર સૌષ્ઠવનું આ જ તો આદર્શ માપ છે.

હું તેના પથારીને સ્પર્શી જતાં ગોરાં ગોરાં સ્તનોને જોઈ રહ્યો. તે ખરેખર ઉન્નત, વિશાળ અને લચીલાં હતાં. આવા સ્તનોનું મર્દન કરવા મળે તે પુરુષ અતિભાગ્યશાળી ગણાય.

મારા એક ભરવાડ મિત્રે જણાવેલ છે કે તેની દૂધ જેવી રૂપાળી ભરવાડણ દરરોજ દૂધને ગરમ કરી તેમાંથી માવો બનાવે છે અને તે માવાને તેના બે હાથથી દબાવીને માવાના પિંડાઓ બનાવે છે. આથી ભરવાડણને પીંડારી કહેવામાં આવે છે. ભરવાડ તેણે બનાવેલાં પિંડાઓને લઈને બજારમાં જઈ વેચી આવે છે. આ પિંડાઓ ઉપરથી શંકુ આકારના અને નીચેથી ગોળાકાર હોય છે. ભરવાડને માવાના આવા પિંડાઓ બનાવતા આવડતું નથી. સ્ત્રીઓના સ્તનને ડીટડી સાથે લઈએ તો તે પણ માવાના પિંડાની જેમ ઉપરથી શંકુ આકારના અને નીચેથી ગોળાકાર હોય છે. આથી રાતે ભરવાડણ રાતભર ભરવાડ પાસે સ્તનમર્દન કરાવી પિંડા બનાવતા શીખવાનો મહાવરો આપે છે. ભરવાડ સમજી જાય છે કે તેને માવાના પિંડા બનાવતા ન આવડયું હોવાથી આ લાભ મળ્યો છે જેથી તે કદી સાચાં માવાના પિંડા બનાવતા શીખતો નથી એથી તેને જીવનભર રૂપાળી ભરવાડણના રૂપાળાં સ્તનનું મર્દન કરવા મળે છે. આથી તેને પીંડારો કહેવો

જોઈએ કે અતિભાગ્યશાળી કહેવો જોઈએ? ખરેખર તો ભરવાડ ભાગ્યશાળી હતો એટલે તે દરરોજ આખી રાત સ્તનમર્દનનો આનંદ લઈ શકતો હતો. જે હું અત્યારે લઈ શકતો ન હતો.

ભરથરીએ સ્તનમર્દન માટે કારણ આપતા કહે છે કે સ્ત્રીઓની વાણીમાં મધ હોય છે તેથી તેની વાણી મીઠીમધુરી લાગે છે પરંતુ તેના હૃદયમાં હળાહળ ઝેર ભરેલું હોય છે. આથી પુરુષ તેના હોઠોને કસકસતાં ચુંબનો કરી તેના હોઠનો મધુરસ માણે છે ત્યારે મુટ્ઠીઓ વાળીને તેના સ્તનોને દબાવીને પરોક્ષ રીતે તેના હૃદય પર મુટ્ઠીઓ મારે છે. આ રીતે પુરુષ તેના ઝેરનું મારણ કરે છે. કેવી સરસ કલ્પના!

મિસ માલિનીના હૃદયમાં હળાહળ ઝેર છે તેમ હું માનતો ન હતો. આથી તેના હૃદયને આવી મુટ્ઠીઓ મારી પ્રતાડિત કરવા પણ ઈચ્છતો ન હતો. આથી હું તેનું સ્તનમર્દન કરી ન શકયો.

માલિનીની નાભિમંડળનો ભાગ ખૂબ પાતળો હતો. જે તેના સાત્ત્વિક ખોરાકના કારણે હશે. હું માનું છું કે કૌમાર્યવતી સ્ત્રીઓ કામદેવને પકડીને પોતાની નાભિના ગર્તમાં દાટીને ગોંધી દે છે. મને થયું કે લાવ આ અક્ષતયોનિવાળી કામિનીની નાભિમાં આંગળી કરું તો કદાચ તેમાં પરાણે ગોંધી રાખેલો આ કેદી બહાર આવે અને આ માનુનીને હરાવીને તેને મારા શરણે થવા મજબુર કરે.

મેં તેની ડૂંટીમાં મારા હાથની એક આંગળી ખોસી મારી અને તે આંગળી ઝડપથી હલાવી. આથી તેને ખૂબ ગદગદિયા થયા. તે જોરજોરથી હસવા લાગી. થોડીવારે તેણે તેના હાથથી મારી આંગળી પરાણે હટાવી દીધી.

તેણે હસવાનું રોકી કહ્યું "હું તમારી સ્થિતિ સમજી શકું છું પણ આજે તમને સાથ નહીં આપી શકું. આપણાં લગ્ન થશે ત્યારે હું પૂરો સાથ આપી તમને આવા જ હસાવીશ. ત્યારે તમને તમારો મારા પર પ્રેમથી ગમે તે કરવાનો પૂરેપૂરો હક રહેશે પણ પહેલાં તમે આ હક ભોગવવાની લાયકાત કેળવો."

મેં લાડથી પૂછયું "આ લાયકાત મેળવવા શું શું કરવું પડે? મારી માલિની!"

તેણે જવાબ આપ્યો "આ લાયકાત મેળવતા પહેલાં તમારે મારો પ્રેમ મેળવવો પડે"

મેં ફરી પ્રેમથી પૂછયું "તમારો પ્રેમ મેળવવા માટે શું કરવું પડે? મારી મોહિની!"

તેણે માર્મિકપણે હસીને જવાબ આપ્યો "તે મેળવવા આજે તમારે સંયમ પાળવો પડે."

મેં મજાકના સૂરે છેલ્લીવાર પૂછયું "જો હું સંયમ ન પાળું તો?"

તે થોડીક નારાજીભરી લાચારીથી બોલી "તો તમે ખુશીથી બળાત્કાર કરી શકો છો."

આ બધું તે એક અજાણ્યા ડરથી બોલી ગઈ હતી. તેનો શ્વાસોશ્વાસ પણ વધી ગયો હતો.

મને થયું કે આડકતરી રીતે તે મને ધમકી આપી રહી હતી. આમ તો હું કોઈ ધમકીને વશ થાઉ તેવો નથી પણ મને ખબર છે પ્રેમ વગરના બે શરીરોનું મિલન સાવ નકામું છે. ખાલી વાસના સંતોષવી હોય તો મુંબઈમાં અનેક વેશ્યાઓ પણ છે અને પોતાના પતિથી અતૃપ્ત અને અસંતોષી અનેક સ્ત્રીઓનો પણ રાફડો ફાટયો છે. આવી એકાદને પકડી લેવાથી પણ કામ બની જાય તેમ હતું.

ભરથરી કહે છે કે આ લોકમાં સ્ત્રીપુરુષ બંનેનું એકચિત્ત થઈ જવું એ જ કામનું ફળ છે. જો સ્ત્રીપુરુષના ચિત્ત જુદાં જુદાં હોય તો મડદાંના સંગ જેવો તે સંગ નિષ્ફળ છે.

હું તેના પર બળજબરી કરત તો તે મડદાંની જેમ પડી રહેત તેમાં મને આનંદ શું મળત?

આથી મેં મારો હાથ તેના શરીરથી આઘો ખસેડી લીધો. આ જોઈને તે ખૂબ ખુશ થઈ ગઈ. મને તેનો ખુશહાલ ચહેરો ખૂબ ગમ્યો. ફરી અમે પથારીમાં પડયાં પડયાં એકમેકને જોવાં લાગ્યાં. તે સ્મિતવદની મારા પર તેની સુંદરતાની જાળ નાંખીને મને નજરકેદ કરીને મારા સંયમની પરીક્ષા લેવાના બહાને મારા પર અસહ્ય ત્રાસ ગુજારી રહી હતી અને હું એ ત્રાસ હસતા મુખે સહી રહ્યો હતો.

માનો કે તમે સહારાના રણમાં ભરઉનાળે ખરાબપોરે ભૂલા પડયા છો. તમને ખૂબ જ તરસ લાગી છે અને તમારો કંઠ પણ સૂકાઈ ગયો છે. એવામાં ઓચિંતુ તમને તમારી સામે રણદ્વિપ દેખાય છે. તમે ત્યાં જઈને પાણી પીવા જાવ

છો કે ત્યાં કોઈ મૌલવી આવીને તમારું ગળું પકડીને કહે કે આજે રમજાનનો રોજો રાખવાનું ફરજિયાત છે તો તમારી જેવી દશા થાય, તેવી જ દશા મારી થઈ રહી હતી.

ધારો કે તમે કોઈ કારણસર બે–ત્રણ દિવસથી કશું ખાધું નથી. તમે એક મંદિરમાં જાવ છો અને તમારી સામે અન્નકુટની મિઠાઈઓનો ભરેલો થાળ છે. તમે તે ખાવાની તૈયારી કરો છો કે ત્યાં કોઈ પૂજારી આવીને મંદિરના ગર્ભગૃહમાં આવવાની શિક્ષારૂપે તમારે આજે ફરજિયાત અનશન કરવાના છે તેમ જણાવે તો તમને જેવું લાગે, કંઈક એવું જ મને અત્યારે લાગી રહ્યું હતું.

આથી મારી ભૂખી પ્યાસી નજર વારંવાર તેની નગ્ન કાયા પર સ્થિર થઈ જતી હતી. એમાં મારી નજર તેના પગ પર પડી. તે તેના બંને પગની આંટી લગાવી તેમની વચ્ચે તેની યોનિને છુપાવી રહી હતી. જેના કારણે તેનાં બંને પગ એકદમ તંગ થઈ ગયા હતા.

આવું તો જયારે માદા ઉત્તેજિત અવસ્થામાં હોય છે ત્યારે થાય છે તેની મને ખબર છે. કદાચ તે ઉત્તેજિત થઈ ગઈ હતી અને તેને તે પ્રયત્નપૂર્વક દબાવી રહી હતી. તે એટલા બધા જોરથી તેનાં બંને પગ દબાવી રહી હતી કે જાણે કે તેને તેની યોનિને કચડી ના નાખવી હોય! મને લાગે છે કે તેણે તેની યોનિને સાવ કચડી નાંખી હતી કારણ કે હવે મને તેની યોનિનો અગ્રભાગ પણ દેખાતો ન હતો.

આથી મેં મારી નજર તેની જાંઘ પરથી ઠેરવી. તેની જાંઘ રૂપાળી, લીસી અને માંસલ હતી. જાંઘ વડે તેણે તેની યોનિને ઢાંકી રાખવા બળ લગાવેલું હોવાથી અત્યારે તે એકદમ તંગ હતી. આથી કેળના બે બે થાંભલાઓ કાપીને લગોલગ રાખી દીધા હોય તેવી મને તેની જાંઘ લાગી રહી હતી. મેં મારી નજર તેના ઢીંચણ પર કરી. તેના ઢીંચણ રૂપાળા અને ઊપસી ગયેલા અને ગોળાકાર હતા. છોતરાં ઉતારેલાં એક નારિયેળની બે સરખી કાચલી કરીને રાખી હોય તેવા તેના બંને ઢીંચણો હતા.

મેં તેના પગનો ઢીંચણથી નીચેનો ભાગ જોયો. આ ભાગ આગળથી ત્રિકોણાકાર હતો અને પાછળથી માંસલ પિંડીવાળો હતો. પીંડીની નીચે બે ઊપસેલી નાની ઘૂંટીઓ હતી. જે મને નાના બાળકોની રમવાની કાચની નાની બે લખોટીઓ જેવી લાગી હતી. જો મેં તેની પિંડીને ઘૂંટીસહિત પાછળથી જોઈ હોત તો તે મને આશ્ચર્યચિહ્ન જેવી લાગી હોત! ફર્ક એટલો કે તેમાં નીચે એકના બદલે

બે બિંદુઓ હોત! જાણે કે કોઈએ ભૂલથી આશ્ચર્યચિહ્ન અને પૂર્ણવિરામ જોડાજોડ મૂકી દીધું હોય!.

તેની આવી રૂપાળી અને માંસલ પીંડીઓ પર મને મારા પગનો પંજા ફેરવવાનું મન પણ થયું હતું. છેલ્લે પગના બે પંજાઓ જોયા. બંને પંજામાં દશ દશ આંગળીઓ હતી. આ આંગળીઓના નખ ગુલાબી છીપ જેવાં જણાતાં હતાં. તેના પગનું તળિયું એટલું લાલગુલાબી હતું કે જાણે કે તેણે લાલગુલાબી રંગનો અળતો લગાવ્યો હોય!!

જેમ કેટલીક સ્ત્રીઓ પગની પાનીએ મહેંદી મુકે છે તેમ ગામડામાં હજી સ્ત્રીઓ તેના પગ લાલ રંગે રંગવા માટે અળતો નામનું એક પ્રવાહી વાપરે છે.

તેના ચહેરાથી લઈને તેના પગની પાની સુધી હું મારી નજર ફેરવતો હતો. જયાં જોઉં ત્યાં તેની સુંદરતા સિવાય બીજું કશું નજરે પડતું ન હતું. તે મને નિતાંત સુંદર લાગી રહી હતી. સ્વર્ગની અપ્સરા રંભા, તિલોત્તમા, ઉર્વશી કે મેનકા જેવી તે સુંદર દેખાઈ રહી હતી. મારે આ અપ્સરાને ભોગવવી હતી.

ભરથરી કહે છે કે જે ખોટાં પંડિતો હોય છે તે યુવતીઓની નિંદા કરીને પોતાને અને બીજાઓને છેતરે છે પણ તપનું ફળ સ્વર્ગ છે અને સ્વર્ગમાં ભોગવવા માટે અપ્સરાઓ જ મળે છે.

અપ્સરાને ભોગવવા માટે સ્વર્ગમાં જવું પડે અને સ્વર્ગમાં જવા માટે પહેલાં મરવું પડે! પરંતુ અહીં તો મારા જીવતાજીવ મને અપ્સરા મળી રહી હતી અને તે પણ સદેહે આ મુંબઈની જ ધરતી પર!

હું નજરભરીને આ અપ્સરાને માણી રહ્યો હતો. તે પણ મારી નજરને નીરખી રહી હતી. ફરતી ફરતી મારી નજર ફરી તેના યોનિપ્રદેશની આસપાસ સ્થિર થઈ જતી હતી કારણ કે ત્યાં જ મારો રોજો છૂટે તેમ હતો અને ત્યાં જ મને મનભરીને અન્નકુટનો પ્રસાદ મળે તેવું હતું.

કોઈકે કહ્યું છે કે સ્ત્રીની સુંદરતા તેના શરીરમાં નથી હોતી પણ તેને જોનારની આંખોમાં હોય છે અને સુંદરતાને ભોગવવાની ઈચ્છા કરનાર કામદેવનો સેવક હોય છે. હું તેની સુંદરતા નિહારી કામદેવનો સેવક બની ગયો હતો. આ કામદેવ એક અજબનો દેવ છે. એ કેવો અદ્ભૂત દેવ છે! જુઓ.

સંસ્કૃતના એક શ્લોકમાં કહ્યું છે કે 'અન્ય દેવોના બાણ તો લોખંડના હોવાથી તે જેને જેને લાગે છે તેનાં તેનાં બે બે ટુકડાં થઈ જાય છે જ્યારે કામદેવનું બાણ તો કોમળ પુષ્પોનું બનેલું હોવાં છતાં પણ જેને જેને લાગે છે તે તે બેમાંથી એક થઈ જાય છે!'

સાચે જ કઠીન કરતાં કોમળ વધુ કાર્યશીલ હોય છે.

મને પણ થયું હતું કે કાશ! અમે બેય એક થઈ જાય પણ ન થયાં. થયાં હોત તો હું તેને કહી દેત

"એક વત્તા એક બરાબર બે થાય છે તે બધાને ખબર છે.
એક વત્તા એક બરાબર એક એ આપણ બેને ખબર છે."

મારે આ અપ્સરાને ભોગવવી હતી પણ તેમાં તેનો સાથ પણ મળવો જરૂરી હતો. આથી મને થયું કે લાવ રજાઈથી અમને બંનેને ઢાંકી દઉં. જો તે ખરેખર ભૂખી તરસી થઈ હશે તો રજાઈની નીચે તેની ભૂખ અને તરસ સમાવી શકશે. તેની સાથે સાથે મારી પણ ભૂખ તરસ આપોઆપ ભાંગી જશે. આથી મેં રજાઈનો એક છેડો ખેંચી રજાઈ પહોળી કરી અને તેને અને મને ઓઢાડવાની કોશિશ કરી.

તે મને તેને રજાઈ ઓઢાડતાં જોઈને બોલી ઊઠી "ના, ના રહેવા દેજો. હું આજે સૂવાનું પણ આમ જ પસંદ કરું છું. એક પણ વસ્ત્ર પહેર્યા વિના અને એક પણ વસ્ત્ર ઓઢયા વિના. હું આજની રાતે રજાઈ ન ઓઢું તો જ હું આખો દિવસ નિઃવસ્ત્ર રહી કહેવાઉં. આથી આવતીકાલની સવાર સુધી હું રજાઈ ઓઢવાની જ નથી પણ તમે ખુશી ખુશી રજાઈ ઓઢી શકો છો. એમાં મારી કાંઈ ના નથી."

મને થયું કે આણે હજી મારા પર કેટલો જુલ્મ કરવો હશે! તેના સૌંદર્યના નિરંતર વરસતાં રહેતાં બાણ ખાઈ ખાઈને હું કયારનોય અધમૂઓ થઈ ગયો છું!! હવે જો તે મને તેના પ્રેમના અમૃતનો થોડો ઘણો આસ્વાદ કરાવે તો જ મારાથી જીવી શકાય તેમ છે નહીતર મારું મોત સાવ નજીક જ છે!!!

તે મને ઊંઘાડી દેવા ઈચ્છતી હોય તેમ તે મારા માથાના વાળમાં તેના હાથની કોમળ કોમળ આંગળીઓ ફેરવવા લાગી. તેનો સ્પર્શ સુંવાળો હતો પરંતુ હું અતૃપ્ત વાસનાથી પરેશાન હોવાથી મને લાગ્યું કે જાણે કોઈ કરચલો મારા માથા પર ફરી રહ્યો છે! છતાં મને કંઈક સારું તો લાગ્યું.

તેના હાથના નખ ગુલાબી રંગના હતાં. તેના નખમાં અર્ધગોળ ચંદ્રો દેખાતા હતાં. જો હું બહાર નીકળ્યો હોત તો મેં આકાશને કહ્યું જ હોત કે એ આકાશ! હું તારો નજીકનો હરીફ છું કારણ કે જુદી જુદી કળા કરતા ચંદ્રને જો હું અલગ અલગ ચંદ્ર ગણી લઉં તો તારી પાસે કુલ પંદર ચંદ્રો થાય છે જયારે મારી પાસે તેના હાથના નખના દશ ચંદ્રો અને એક મુખનો ચંદ્ર ગણું તો કુલ અગિયાર ચંદ્રો થાય છે! હવે મારી પાસે તારા કરતાં ખાલી ચાર ચંદ્રો જ ઘટે છે. જો તેના સ્તનના બે ચંદ્રો અને બે ચંદ્રો તેના નિતંબના ગણું તો હું તારો સમોવડિયો બનું છું!! જો તેના પગના અંગુંઠાના નખના બે ચંદ્રો ગણું તો તારી સામે હું વિજેતા બનું છું!!!

જોકે, આવો કોઈ બબડાટ મેં ન કર્યો. મેં મારા હાથના પંજાને તેના હાથના કાંડાથી લઈને ખંભા સુધી ફેરવ્યો. તેનો હાથ એકદમ લીસો અને ગોરો હતો. તેનો ખંભાથી કોણી સુધીનો ભાગ એકદમ સીધો અને માંસલ હતો જાણે કે વાંસનો કટકો! તેનો કોણીથી પોંચા સુધીનો ભાગ પાતળો હતો જાણે કે શેરડીનો કટકો! આ બંને ટુકડાઓને સાંધતો કોણીનો સાંધો હતો. જે પાછળથી અણિયારો હતો–તેની આંખની જેમ સ્તો.

પ્રેમીને મારી નાખવા માટે સુંદરીની બે અણિયારી આંખો જ પુરતી છે. તેને અન્ય આયુધોની આવશ્યકતા જ નથી તોયે કુદરતે તેને આવી અણિયારી કોણીઓ શા કારણે આપી છે?

આવાં આવાં અનેક વિચારો કરતો કરતો હું વિચારોના વમળમાં ઘુમેરાઈ રહ્યો હતો. એવામાં મારી નજર તેના મુખ પર પડી. મારી વિવશ હાલત જોઈને તે મંદમંદ સ્મિત કરી રહી હતી. હું શરમાઈ ગયો. ખરેખર તો તેણે શરમાવું જોઈએ પણ અહીં મારી સાથે ઊલટું થઈ રહ્યું હતું. એ શરમને છુપાવવા મેં મારા માથા સુધી રજાઈ ઓઢી લીધી. આ જોઈને તે એકદમ ખડખડાટ હસવા લાગી.

# ૧૧

થોડીવારે મેં ચાદર બહાર જોયું તો તે હતી એ જ અવસ્થામાં હજી મારા સામે હસી રહી હતી. તેણે તેના સૌંદર્ય સરોવરની છાલકો મારી જે મેં સહી લીધી. તેણે મારા તરફ તેની લાવણ્ય સરિતાની લહેરો ફેંકી તે મેં ઝીલી લીધી. હવે તે મારા પર તેની સુંદરતાના સાગરના મોટા મોટા મોજાંઓ અફડાવવા લાગી હતી. મને થયું કે હવે મારા સંયમની નૈયા તેની સામે ઝીંક ઝીલી શકે તેમ નથી. ગમે ત્યારે તે તૂટીફૂટીને તેની સુંદરતાના સાગરમાં ડૂબી જવાની છે. હવે મને મારા માતાજી સિવાય બીજું કોઈ બચાવી શકે તેમ ન હતું. એવામાં ધીરેધીરે મારી મેલી થતી જતી નજર તેણે જોઈ.

તેણે મને પૂછ્યું "તમે સાક્ષાત્ માઁ પાર્વતીના ઉપાસક છો. શું તેમની નજર આવી છે?"

મેં કહ્યું "ના, માઁ પાર્વતીની નજર આવી નથી. તેની નજર તો અદ્વિતીય છે. અનુપમ છે."

તેણે કહ્યું "જો તમે માઁ પાર્વતીની નજર કેવી છે તે જાણતા હો તો તે મને જણાવો."

મેં કહ્યું "માઁ પાર્વતીની નજર શંકર તેના પતિ હોવાથી તેના પ્રત્યે પ્રેમભરી છે. જે વિલાસી લોકો તેના પ્રતિ કામલાલસાથી જોતા હોય છે તેમના પ્રત્યે ઘૃણાભરી છે. ગંગા નદી શંકરના મસ્તક પર બિરાજમાન હોવાથી તેને પોતાની શોક્ય સમજવાથી તેના પ્રત્યે ઈર્ષાભરી છે. રાક્ષસો સાથેના યુધ્ધમાં તેના પતિના પરાક્રમો જાણવાથી વિસ્મયભરી છે. શંકર ભગવાનના સાપો ક્યાંક ડંસી ના લે તેવાં ડરથી તેમના પ્રત્યે ભયભરી છે. તેની આંખો નીલકમલ કરતાં વધારે સુંદર હોવાથી કમળ પ્રત્યે વિજયના ભાવભરી છે. બહેનપણીઓ બાળપણથી સાથે હોવાથી તેમના પ્રત્યે મૃદુ હાસ્યભરી છે. હું તેનો આરાધક હોવાથી મારા પ્રત્યે દયાભરી છે. આમ તેની નજરમાં નવરસ સમાયેલા છે."

તે બોલી "નવરસ કયા છે?"

મેં કહ્યું "શૃંગાર, બિભત્સ, રૌદ્ર, અદ્‌ભૂત, ભયાનક, વીર, હાસ્ય, કરુણા, અને શાંત"

તે બોલી "માઁ પાર્વતીની નજરમાં ક્રમશઃ આઠ રસ છે પણ નવમો રસ નથી તેનું શું?"

મેં કહ્યું "આઠેય રસ ખૂટી જાય ત્યારે છેલ્લે શાંત રસ આવે છે. શાંત રસ બતાવવાનો ન હોય. માતાજીની સામાન્ય નજર એ જ શાંત રસ છે."

તે બોલી "જેની નજર જ નવરસભરી તો તે કેટલી સુંદર હશે! મને પાર્વતીની સુંદરતા બતાવો. મને સૌંદર્ય લહરીની બીજી વાતો કરો."

મેં કહ્યું "આમ તો સૌંદર્ય લહરી એ માઁ પાર્વતીની નખશિખ સુંદરતા બતાવતું ભક્તિકાવ્ય છે. મુસ્લિમોમાં જેમ સુફી સંપ્રદાયમાં ખુદાની ઈબાદત તેને માશૂક તરીકે કલ્પીને કરવામાં આવે છે. તેમ હિન્દુઓમાં પણ હજારો વર્ષોથી દેવી દેવતાની પૂજાભક્તિ તેના સૌંદર્યનું વર્ણન કરીને કરવામાં આવે છે.

ચાલો તે કહું છું.

જો શિવ સાથે શક્તિ હોય તો જ શિવ કુદરતનું સંચાલન કરી શકે છે. જો શિવ પાસે શક્તિ ન હોય તો શિવ હાલી ચાલી પણ શકતા નથી. આથી બ્રહ્મા, વિષ્ણુ સહિત બધા દેવો પાર્વતીને આરાધે છે.

કામદેવ પાર્વતીને નમસ્કાર કરીને મુનિઓના મન ચલિત કરે છે. વિષ્ણુએ પાર્વતીની આરાધના કરીને ભુવનમોહિનીનું સ્વરૂપ ધર્યું હતું. જેના રૂપથી સ્વયં શિવ ક્ષોભ પામી ગયા હતા.

શરદપૂનમના ચાંદ જેવાં એકદમ સફેદ રંગ ધરાવતાં, ગૂથેલાં વાળ અને લટોવાળાં, ચંદ્રને ધારણ કરેલાં, ગળામાં સ્ફટિકની માળા અને હાથમાં પુસ્તક ધરાવતાં માઁ પાર્વતીની સત્પુરુષો ભકિત કરીને મધ, ક્ષીર અને દ્રાક્ષની મીઠાશથી ભરી હોય તેવી વાણી બોલી શકે છે. પુણ્યો કરેલાં હોય તે જ માઁ પાર્વતીની સ્તુતિ કરી શકે છે. આથી શંકરાચાર્ય માઁ ભગવતીના સૌંદર્યને સાક્ષાત્‌ કરી શકયા છે.

શંકરના અર્ધનારીશ્વર રૂપમાં તેની ડાબી બાજુનો અડધો ભાગ પાર્વતીએ મેળવી લીધો છે જે ભાગમાં શંકર જેવું ત્રિનેત્ર અને તેના શિર પર બીજનો ચંદ્ર

અને શરીરનો રંગ રાતો છે આથી એમ લાગે છે કે તેને અર્ધા ભાગથી સંતોષ ન થતાં તેણે બાકીનો અડધો ભાગ પણ પડાવી લીધો છે.

ઉગતા સૂર્યના તેજ કિરણો જેવું પાર્વતીનું સૌંદર્ય છે. તેવું સૌંદર્ય અપ્સરાઓનું પણ નથી.

પાર્વતીનો સુવર્ણ મુગટમાં રત્નો તરીકે આકાશના તારાઓ જડેલાં છે. ચંદ્રના ટુકડાઓ કરીને તેમાંથી પક્ષીઓની ભાત બનાવી તેમાં ઉમેરવામાં આવી છે. આથી સવારના તડકામાં ચમકીને મુગટ રંગબેરંગી બને છે. આથી પાર્વતીના આરાધકો તેના મુગટને મેઘધનુષ જેવો ધારી લે છે.

પાર્વતીનો કપાળપ્રદેશ એવો ચમકીલો અને અર્ધગોળ છે કે તેને અને તેના મુગટ પરના અર્ધ ચંદ્રને ભેગો કરીને અમૃતના રેણથી સાંધી દેવામાં આવે તો પૂનમનો આખેઆખો ચંદ્ર બને છે."

મારી વાતો સાંભળતી સાંભળતી તે તેના વાળમાં આંગળી પરોવીને તેને રમાડવા લાગી.

તેણે તેના વાળને રમાડતાં રમાડતાં મને પૂછયું "માતાજીના વાળ કેવાં છે?"

મેં જવાબ આપ્યો "પાર્વતીના માથાના વાળ ગૂથેલા, કાળા, વાંકડિયા, ચીકણા, સુંવાળા અને નીલકમલના વન જેવાં ઘાટા છે. તેમાંથી એવી સુગંધ આવે છે જાણે કે તેમાં ઈન્દ્ર દેવના બાગના ફૂલો છૂપાઈ ગયાં છે. સ્ત્રીઓ વેણી નાંખીને તેના વાળને સુગંધિત બનાવે છે જયારે પાર્વતીના કેશ સ્વયં સુગંધિત છે. તેના કેશ ઘાટા અંધકાર જેવા છે અને તેમાં લગાડેલું સિંદૂર અંધકાર દૂર કરતાં સૂર્યના સવારના લાલ કિરણો જેવું છે. માથાના વાળમાં પાડેલી પાંથી તેના ચહેરાના સૌંદર્ય વહાવતી પરનાળ છે પણ દુશ્મન જેવાં તેના કાળા કાળા વાળ તેના સૌંદર્યને આગળ વહી જતું અટકાવે છે."

તેણે પૂછયું "પરનાળ એટલે?"

મેં જવાબ આપતા કહ્યું "ઘરના છાપરાના ઊંચા ભાગને મોભ અને નીચાં ભાગને નેવો કહેવાય છે. વરસાદના પાણીના નિકાલ માટે નેવા પાસે મૂકેલી નાળ, નીક, ભુંગરું, ગટર, મોરી જેવી વ્યવસ્થા હોય છે તેને પરનાળ કહેવાય

છે. પાર્વતીના વરસતાં સૌંદર્યને વહાવી દેવા માટે આવી પરનાળ જેવી પાંથીની વ્યવસ્થા છે. જે તેના વાળને બે ભાગમાં વિભાજિત કરે છે.''

તેણે કહ્યું ''પાણી નીચેની તરફ વહે છે તો પાર્વતીનું સૌંદર્ય ઉપરની તરફ વહે છે!''

મેં કહ્યું ''હા, ગાંડી, તે માતાજી છે. તેનું રૂપ જમીન પર ન વેડફાય. તે આકાશે ચડે છે.''

તેણે કુતૂહલથી પૂછયું ''માતાજીને લટો હતી? તે લટો કેવી હતી? તેનું સૌંદર્ય વર્ણવો.''

મેં કહ્યું ''ભમરાના બચ્ચાં જેવાં કાળા અને સુંદર તેના વાંકડિયા વાળની લટો તેના મુખની આજુબાજુ ફરી વળે છે ત્યારે તેના મુખમંડળની સુંદરતા કમળની સુંદરતા કરતાં વધુ હોવાથી કમળ પણ શરમાય જાય છે. આ જોઈને તે સહજ રીતે સ્મિત કરે છે ત્યારે તેના તાજા ફૂટયાં હોય તેવાં સફેદ દાંત કમળની પરાગરજ જેવા લાગે છે. આથી આ સ્મિતથી જયારે તેના મુખમાંથી મધુરી સુગંધ પ્રગટે છે. ત્યારે કામદેવને મારનાર તેના પતિ એવાં શંકર ભગવાન પણ પાર્વતીના સૌંદર્યથી મુગ્ધ થઈ જાય છે.''

તેણે કહ્યું ''તેના ચહેરાનું સૌંદર્ય કેવું છે? આંખ, કાન અને નાક કેવું સૌંદર્ય ધરાવે છે?'' મેં જવાબ આપ્યો ''તેનો ચહેરો કામદેવનો રથ છે. તેનું કપાળ ચમકીલું છે તેથી તેના કાનમાં નાંખેલા બે ફૂલોનું પ્રતિબિંબ તેના કપાળમાં પડે છે. આથી કુલ ચાર કર્ણફૂલ બને છે જે તેના રથના ચાર પૈડાં છે. આ રથમાં બેસીને કામદેવ શિવ સામે વિદ્રોહે ચડે છે એટલે કે શિવને કામયુકત બનાવવા માટે મથામણ કરે છે. કવિઓના કાવ્યોનું અમૃત પીવા સારું પાર્વતીના કાન પણ તરસી રહ્યાં હોય છે.

તેની નાસિકા વાંસળી જેવી છે. જેમાં બે છિદ્રો છે. સામાન્ય સ્ત્રીને હિમાલયમાં શરદી થઈ જાય પણ હિમાલયના બરફ વચ્ચે જન્મેલી હિમાલયપુત્રીની નાસાનાલીમાં ઠંડા ઠંડા શ્વાસથી અનેક સફેદ રંગના મોતીઓ પાકતાં હશે તેથી નાના મોતીઓની બનેલી વાળી તેના નાક પર ઝૂલી રહી છે.

તેની જમણી આંખ સફેદ છે તે દિવસ જન્માવે છે અને તેની ડાબી આંખ કાળી છે તે રાત્રિ જન્માવે છે. તેના કપાળની વચ્ચેની આંખ લાલ છે તે પ્રભાત અને સંધ્યાના રંગો આપે છે. તે ત્રિરંગી આંખોવાળી છે. આ આંખોમાં અનુક્રમે રજશ, સત્વ અને તમસના ત્રણેત્રણ ગુણો છે. આ આંખોનો રંગ અનુક્રમે શોણભદ્રા, ગંગા અને યમુના નદીઓના રંગ જેવો છે. તેથી આ નદીઓના સંગમસ્થાનમાં જેમ માણસોના પાપ ધોવાય જાય છે તેમ તેની નજરથી તેને પૂજનારના પાપ પણ ધોવાય જાય છે.

સંતો કહે છે કે પાર્વતીની આંખો ખોલવાથી સૃષ્ટિનું સર્જન થાય છે અને બંધ થવાથી સૃષ્ટિનો પ્રલય થાય છે. તેણે તેની આંખો ખોલીને આ સૃષ્ટિની રચના કરી છે અને હવે જો તેની આંખો બંધ ન થાય તો આ સૃષ્ટિનો પ્રલય ન થાય તે હેતુથી તે સદાય જાગતી જ રહે છે.

જે રીતે ચંદ્રમાંથી વરસતો પ્રકાશ જંગલમાં અને શહેરમાં બનેલાં મહેલ બંને પર એક સરખો જ પડે છે. તે જ રીતે અધખીલ્યાં નીલકમળ જેવી પાર્વતીની આંખોમાંથી દૂર સુધી જતી તેની દયાનજર તેનાથી નજીક રહેલા આરાધકો પર અને તેનાથી ખૂબ દૂર આવેલા આરાધકો પર એક સરખી જ રહે છે.

તેની આંખો વિશાળ છે. તેની આંખ કામદેવનું ધનુષ હોય તેવું લાગે છે. તે જયારે કોઈને રોષથી જોવે છે ત્યારે તેની આંખ કાન સુધી ખેંચાય જાય છે. તેથી તીર છોડવા ધનુષ પૂરેપૂરું તંગ થઈ ગયું હોય તેવું લાગે છે. આમ જયારે પાર્વતી ગુસ્સે થાય છે ત્યારે પણ કામદેવ સરસંધાન કરે જ છે.

તેની આંખોની ભમરો કામદેવનું તીર છે. તીરના ત્રણ પક્ષ્મો જેવાં પાંપણ, પોપચું અને પીછાં ધરાવે છે. આંખો તીરની જેમ કાન સુધી ખેંચાયેલી છે તેથી તે તીરની જેમ વછૂટીને શંકરના હૃદયને વિંધી નાંખે છે અને તેના હૃદયકુંભની અંદર ભરેલાં પડેલાં શાંત રસને વહાવી નાંખે છે.''

આ વાતો સાંભળી તેણે કહ્યું ''હજી તમે પાર્વતીના હોઠ કેવા હતા તે નથી કહ્યું.''

મેં કહ્યું ''તેના લાલ લાલ હોઠને લાલ ચણોઠી સાથે સરખાવી શકાય તેમ નથી કારણ કે તે તેના હોઠના રંગનો એક અંશ માત્ર ધરાવે છે. આથી જો સરખામણી કરીએ તો ચણોઠી શરમાઈ જાય. જો તેની સરખામણી લાલ રંગના

જામફળ જેવા ફળ સાથે કરીએ તો જયારે પાર્વતી તે ફળ બચકું ભરીને ખાય ત્યારે બાકી રહેલાં તેના ટુકડામાં તેના હોઠનો રંગ પ્રતિબિંબિત થતા તે વધુ લાલ રંગનું બને છે. તેથી તેના હોઠની સરખામણી કરવી શકય જ નથી. માઁના હોઠ એટલે માઁના હોઠ."

તેણે કહ્યું "આ તો મા તે મા, રામ રાવણનું યુધ્ધ એટલે રામ રાવણનું યુધ્ધ જેવું થયું."

મેં કહ્યું "આ અનન્ય અલંકાર છે. માઁ પાર્વતીના મુખમંડળનું સૌંદર્ય અહીં પૂરું થયું."

તે બોલી "તમારું ધ્યાન નથી રહ્યું તેની હડપચી બાકી રહી છે."

મેં કહ્યું "તેના પિતા હિમાલયે તેના જમણા હાથના અંગુઠા પાસેની આંગળી–તર્જનીથી વાત્સલ્યભાવે તેના હોઠના નીચેના ભાગ પર થોડુંક દબાણ કરી વારંવાર સ્પર્શ કરેલો છે. તેના પતિ શંકરે પ્રેમભાવે તેના હોઠના નીચેના ભાગને તેના અંગુઠાથી દબાવી બાકીની આંગળીઓ મુખના નીચેના ભાગે રાખી તેનું મોં ઊંચુ ઊઠાવી હોઠો પર વારંવાર ચુંબનો કરેલા છે. આથી તેના હોઠના નીચલા ભાગમાં, તેની હડપચીમાં, તેની ચિબુકમાં નાનો એવો ખાડો પડી ગયો છે. ચહેરા પરના ખાડાને ખંજન કહેવાય છે. ભગવાન શંકરને પ્રિય એવી આ અનુપમ ચિબુકનું વર્ણન કરી શકાય તેમ નહીં."

તે બોલી "એટલે જો પિતા કે પતિ આપણને ખૂબ પ્રેમ કરે તો આવી ચિબુક થાય કેમ?"

મેં જોયું કે તેની હડપચી પણ આવી જ છે અને તેમાં ખંજન પડેલું છે. તેથી મેં હા ભણી.

તે તેની હડપચી ઉત્સાહથી મને બતાવતા બોલી "જુઓ, જુઓ મારી ચિબુક પણ તમે કહી છે તેવી જ છે. ખરેખર મારા પપ્પા મને ખૂબ પ્રેમ કરતા હતા. મારી ચિબુકનું ખંજન મને તેના પ્રેમાળ સ્પર્શની યાદ આપે છે."

ફરી તે તેના પપ્પાની યાદમાં અટવાઈ જાય તે પહેલાં મેં વાત આગળ વધારી.

મેં કહ્યું "પતિનો પ્રેમ પણ ચિબુકની સુંદરતા વધારવાનું કામ કરે છે."

આમ કહી મેં મારા હાથથી તેની હડપચી પકડી તે કશું ન બોલી ફક્ત જોઈ રહી.

મેં અંગ્રેજીમાં દાબ્યું "બ્યુટિફૂલ ચિન! યોર ફેઈસ ઈઝ બ્યુટિફૂલ!! યુ આર સો બ્યુટિફૂલ!!!"

મારી આ હરકત જોઈને તે હસી પડી. હવે હું તેના હોઠ પર એક ચુંબન કરવા જતો હતો કે ત્યાં તે મારો હાથ ત્વરાથી દૂર કરતા બોલી "જાવ, જાવ, હવે મારા ખોટા ખોટા વખાણ ના કરો."

મેં કહ્યું "હું ખોટા ખોટા વખાણ નથી કરતો. તમે પાર્વતીના સૌંદર્યની ઘણા નજીક છો. તમારા કારણે મને પાર્વતીના સૌંદર્યલહેરનો આનંદ મેળવવાનો મોકો મળ્યો છે. હું દેવી ભક્ત છું."

તે બોલી "તમને ગમતું હોય તો પાર્વતીના સૌંદર્યની વાત થાકો નહીં ત્યાં સુધી કરો."

મેં કહ્યું "પાર્વતીની ડોક કમળદાંડી જેવી જ સુંદરતા ધરાવે છે. જેમ કમળદાંડી પર કમળ હોય છે તેમ પાર્વતીના ગળા પર તેનું મુખકમળ આવેલું છે. જે રીતે કમળનાળ પર સખ્ત, ખરબચડાં અને કાંટા જેવા રોમ હોય છે તેવી રીતે શિવના વારંવારના બાહુપાશના કારણે પાર્વતીનું ગળું થોડુંક ખરબચડું થઈ ગયું છે અને ગળાના રોમ રોમાંચ અનુભવી ઊભા થઈ ગયા છે. જેમ કમળનાળના નીચેના ભાગમાં કાદવ હોય છે તેમ તેનું ગળું ગોરા રંગનું હોવા છતાં તેણે તેના ગળા પર અગરુ નામના કાળા સુગંધી લાકડાના ગાઢો લેપ કરેલો હોવાથી તેનું ગળું નીચેથી કાળું અને કાદવવાળુ થઈ ગયું હોય તેમ લાગે છે. આમ પાર્વતીનું ગળું તેના વદનકમળની દાંડી છે એ યથાર્થ જ છે."

તેને મજા પડી ગઈ તે બોલી "આ ગળામાંથી નીકળતો અવાજ કેવો છે?"

મેં કહ્યું "એક વખત સરસ્વતી શંકરને રાજી કરવા તેના ખંભા પર વીણા મૂકી વીણા વગાડીને શંકરની સ્તુતિ શંકરને સંભળાવી રહ્યા હતાં ત્યારે પાર્વતી આનંદથી પોતાનું માથું ડોલાવી ડોલાવીને તેને બિરદાવી રહ્યા હતાં. તેના બિરદાવવાના અવાજના સૂરો સાંભળી સરસ્વતીને તેની વીણાનો અવાજ એકદમ બેસૂરો લાગ્યો. તેથી તેણે વીણા વગાડવી બંધ કરી દીધી અને તેને તેણે

તેની સાડીના આંચલ નીચે સંતાડવાના ખોટાં પ્રયત્નો કર્યા હતા. આવા અદ્વિતિય સૂરોવાળું પાર્વતીનું ગળું છે.

શિવજી સાથે પાર્વતીના લગ્ન સમયે પાર્વતીના ગળામાં પહેરેલી વરમાળાના કારણે તેના ગળામાં ત્રણ રેખાઓ પડી ગઈ છે જે સંગીતના ત્રણ પ્રકારના ષડ્જ, મધ્યમ અને ગાંધાર સ્વર છે.''

મને સંગીતમાં ગતાગમ પડતી ન હતી એટલે હું આટલું બોલી રોકાઈ ગયો.

તે બોલી ''ચાલો હવે, ગળાથી થોડાંક નીચે ઉતરો''

મેં ઠપકાના સૂરે કહ્યું ''આમ ના બોલાય. આપણે માતાજીનું ઐશ્વર્ય માણી રહ્યાં છીએ.''

તે બોલી ''સોરી, હવે મને માતાજીના ગળાથી નીચેના ભાગની સુંદરતાના દર્શન કરાવો.''

મેં કહ્યું ''જે બાળક જેવાં નિર્દોષ છે, જેનું મન નિષ્કામ છે, જે સંયમી છે, જે કામદેવવિજયી છે, જે શુદ્ધ અંતર્દષ્ટિવાળા છે તે જ પાર્વતીના ગળાથી નીચેના ભાગની સુંદરતાના દર્શન કરી શકે છે.''

તે બોલી ''આજે તમે સંયમી છો અને હું નિષ્કામ છું. આથી આપણે પાર્વતીના ગળાની નીચેના ભાગની સુંદરતાના દર્શન કરી શકીએ છીએ. તમે નિઃસંકોચપણે પાર્વતીની સુંદરતા વર્ણવો.''

મેં માઁ પાર્વતીની સુંદરતાનું વર્ણન આગળ ચલાવ્યું ''પાર્વતીના સ્તન માણેકમાંથી બનાવેલાં ઘડા જેવા છે. જે અમૃત જેવા દૂધથી ભરેલાં છે. તેના સ્તન નાનકડા હાથીના ગંડસ્થળ જેવા લાગે છે. તેના સ્તનો મોટા અને ભારે છે તેથી તે થોડી ઝૂકેલી છે.

શિવે સ્તંબેરમ નામના એક હાથીને મારી નાખ્યો હતો. તે હાથીના કુંભસ્થળમાંથી સફેદ મોતી મળેલાં છે. આ મોતીઓમાંથી જે હાર બનાવવામાં આવેલો છે તે હાર તેના ગળામાં લટકે છે. આ હાર તેના સ્તનના મધ્યભાગમાં તેના સ્તનોના ઉભારથી ઊંચો થયો છે. આ હારમાં તેના હોઠનો લાલ રંગ પ્રતિબિંબ થવાના કારણે હાર રંગબેરંગી બની ગયો છે!''

તેણે મને પૂછ્યું ''આ ગંડસ્થળ અને કુંભસ્થળ શું છે?''

મેં જવાબ આપ્યો "હાથીઓના માથા પર તેના લમણાંની બંને બાજુએ એક એક ઉપસેલો ગોળાકાર ભાગ હોય છે તેને ગંડસ્થળ કહેવામાં છે તે ગોળ ઘડા જેવો લાગતો હોવાથી તેને કુંભસ્થળ પણ કહેવામાં છે. આમ ગંડસ્થળ અને કુંભસ્થળ એક જ છે. સ્ત્રીઓના સ્તનો આવા જણાતા હોવાથી તેને સંસ્કૃત સાહિત્યમાં હાથીના ગંડસ્થળ કે કુંભસ્થળ સાથે સરખાવવામાં આવે છે."

તેણે પૂછ્યું "સંસ્કૃત સાહિત્યમાં સ્ત્રીઓના સ્તનોને શું શું કહેવામાં આવે છે?"

મેં જવાબ આપ્યો "સ્ત્રીઓના સ્તન કળશ જેવા ગોળાકાર હોય તો તેને કુચકળશ, સોના જેવા રંગના હોય તો તેને સુવર્ણકળશ, માણેકના ઘડા જેવાં તો તેને માણિકયઘડૂલા કહેવામાં આવે છે. સ્તન જોડીમાં હોવાથી સ્તનયુગલ અને બેના ગુણાંકમાં હોવાથી સ્તનયુગ્મ કહેવામાં આવે છે."

તે બોલી "સંસ્કૃત સાહિત્યમાં સૌથી મોટા સ્તનો કોના માનવામાં આવેલાં છે?"

મેં કહ્યું "સંસ્કૃત સાહિત્યમાં ત્રિલોકી દેવીના સ્તન સૌથી મોટા માનવામાં આવે છે. સૂર્ય અને ચંદ્રને ત્રિલોકી દેવીના સ્તન માનવામાં આવ્યા છે. માઁ પાર્વતીની કૃપાથી તેના આરાધકો સામાન્ય સ્ત્રીઓને અભિભૂત કરી દે છે તે તુચ્છ વાત છે તે એકાએક ત્રિલોકીને પણ અભિભૂત કરી શકે છે."

તે બોલી "તમારી વાત સો ટકા સાચી છે. તમારા પર માઁ પાર્વતીની કૃપા ઉતરેલી છે તેથી મારા જેવી હિરોઈન આજે તમારાથી અભિભૂત થઈને તમારી સાથે સૂતી છે. શું આ અદ્ભૂત નથી!"

મેં કહ્યું "તમે મારા પર અભિભૂત થઈ ગયા છો એ સાચી વાત છે પણ તેની સાથે સંયમનું ભૂત પણ સવાર થઈ ગયું છે. આજ સવાર સુધી તો આ ભૂત તમારા માથા પરથી ઉતરે તેમ નથી."

ભૂતની વાત સાંભળી તે ગાંડાની જેમ ખડખડાટ હસવા લાગી. હસવાનું બંધ કર્યા પછી તેણે ગંભીર થઈને પૂછ્યું "ગણેશ અને કાર્તિકેયને માઁ પાર્વતી સ્તનપાન કરાવતી હતી?"

મેં કહ્યું "હા, તે તેના પૂત્રોને સ્તનપાન કરાવે છે કયારેક આરાધકોને પણ સ્તનપાન કરાવે છે. શંકરાચાર્ય જયારે નાના બાળક હતા ત્યારે માઁ પાર્વતીએ આવીને તેને સ્તનપાન કરાવ્યું હતું."

તે બોલી "શેના પરથી કહી શકાય કે માઁ પાર્વતીએ આવીને તેને સ્તનપાન કરાવ્યું હતું?"

મેં જવાબ આપ્યો "શંકરાચાર્ય તેના એક શ્લોકમાં કહે છે કે માઁ પાર્વતીના સ્તનનું દૂધ તેના હૃદયમાં કવિતાઓનો ક્ષીરસાગર વહેતો હોય તેમ વહી રહ્યું હોય છે. એક વાર દયા કરીને તેણે એક દ્રવિડ બાળકને સ્તનપાન કરાવ્યું. આથી આ બાળક મહાકવિઓનું પણ મનહરણ કરનાર શ્રેષ્ઠ કવિ બની ગયો છે. એક કથા છે કે કવિ જયારે નાના બાળક હતા ત્યારે તેને સ્તનપાન કરાવ્યું હતું."

તે મને આદેશ કરતી હોય તેમ બોલી "મને એ કથા સંભળાવો"

મેં કથા શરૂ કરી "આદ્ય ગુરુ શંકરાચાર્ય દ્રવિડ બ્રાહ્મણ હતા. તે જયારે નાના બાળક હતા ત્યારે તેના ઘરમાં તેના પિતા માઁ પાર્વતીની પૂજાવિધિ કરતા હતા. તેની ગેરહાજરીમાં તેની માતા પૂજાવિધિ કરતી હતી. એક વખત તેના પિતાજી બહારગામ ગયા હતા અને તેની માતા રજસ્વાલા થયેલ હોવાથી તે નદીએ નહાવા ચાલી જાય છે. આથી પૂજાવિધિ કરવાનું કામ બાળ શંકરની માથે આવી પડે છે. તેણે પૂજાવિધિ કરી. આ પૂજાવિધિના અંતે માઁ પાર્વતીની મૂર્તિને દૂધ પાવાનું હોય છે. બાળ શંકર મૂર્તિને દૂધ પાવા લાગ્યા પણ મૂર્તિ થોડી દૂધ પીવે? તેને થયું કે દરરોજ માઁ પાર્વતી દૂધ પીવે છે અને આજે કેમ પીતી નથી! તેથી તે રડવા લાગે છે. તેનું રૂદન સાંભળી માઁ પાર્વતીને દયા આવી જાય છે. તે બાળ શંકર સામે પ્રગટ થાય છે અને તેનું બધું જ દૂધ પી જાય છે પછી અંતર્ધાન થઈ જાય છે.

હવે, દરરોજ પૂજાવિધિ બાદ પ્રસાદનું દૂધ બાળ શંકરને પીવા મળતું હતું. આજે બધું દૂધ દેવી પીને જતાં રહેતા તેને દૂધ પીવા ન મળ્યું. આથી તે ફરીથી રડવા લાગે છે. આથી માઁ પાર્વતી ફરીથી પ્રગટ થાય છે અને બાળ શંકરને તેના સ્તનોથી દૂધપાન કરાવે છે અને પછી અંતર્ધાન થઈ જાય છે.

આથી બાળ શંકર તાત્કાલિક અસરથી મોટા વિદ્વાન કવિની જેમ અનેક શ્લોકો રચીને માઁ પાર્વતીની સ્તુતિ ગાવા લાગ્યા. સાંજે તેના પિતા ઘેર આવ્યા.

તે બાળ શંકરને મહાકવિઓની જેમ કવિતા કરતો જોઈ આશ્ચર્ય પામી ગયા. તેણે બાળ શંકર પાસેથી આખી વાત જાણી લીધી.

આખી વાત જાણીને તેના પિતાને આનંદ પણ થયો અને વિષાદ પણ થયો. આનંદ એ વાતનો થયો કે તેનો પુત્ર કવિ બની ગયો છે અને વિષાદ એ વાતનો થયો કે એ સમયે તે બહારગામ ગયા હોવાથી તેને માઁ પાર્વતીના દર્શન થઈ શકયા નહીં. છેવટે રાત્રે માઁ પાર્વતી તેના સ્વપ્નામાં આવી કહે છે કે તારો પુત્ર શંકર અવતારી પુરુષ છે તે મોટો થઈને વિદ્વાન મહાકવિ બનશે અને તારા પરીવારનું ગૌરવ વધારશે. આમ માઁ પાર્વતીની દયાથી શંકરાચાર્ય મહાન કવિ બની શકયા છે.''

તેને આ કથા સાંભળવાની ખુબ મજા આવી ગઈ તે બોલી ''હવે ગણેશ અને કાર્તિકેયના સ્તનપાનની વાત કરો''

મેં કહ્યું ''આદ્ય ગુરુ શંકરાચાર્ય તેની સૌંદર્ય લહેરીના એક શ્લોકમાં કહે છે કે એક વખત માઁ પાર્વતીના બંને સ્તનોની ડીટડીઓમાંથી જે દૂધ સ્ત્રવે છે તે દૂધનું પાન ગણેશ અને કાર્તિકેય બંને એકી સાથે કરી રહ્યા હોય છે. આ વેળાએ ગણેશ પોતાની સૂંઢ હાથીના મસ્તકમાંથી બનેલાં તેના માથા પરના ગંડસ્થળો પર ફેરવે છે. આથી માઁ ભગવતી હસી પડે છે. ગણેશની આ ચેષ્ટાથી હાસ્ય ઉત્પન્ન થાય છે. હવે હું તમને પૂછું છું કે ગણેશે આવી ચેષ્ટા શા માટે કરી હતી?''

તે હસતાં હસતાં બોલી ''મારી સમજમાં એવું આવે છે કે માઁ પાર્વતીના સ્તનોને જોઈને ગણેશને બાળસહજ શંકા થાય છે કે કયાંક મારી માવડીએ મારા મસ્તક પરના બંને ગંડસ્થળો તો ચોરી નથી લીધાને! તેથી તે પોતાની સૂંઢથી પોતાના ગંડસ્થળો પોતાના સ્થાને છે કે નહીં તે ચકાસણી કરવા પોતાની સૂંઢ તેના ગંડસ્થળ પર ફેરવી ખાતરી કરે છે કે ચોરી થઈ નથી! આ મારી સમજણ છે. તમારી સમજણ શું છે?''

મેં કહ્યું ''મારી સમજમાં એવું આવે છે કે સામાન્ય રીતે સ્તનપાન કરતા બાળકો સ્તનપાન કરતી વખતે તેની માતાના સ્તનો પર તેના હાથ ફેરવે છે તેમ માઁ પાર્વતીના સ્તનો પર હાથ ફેરવવાના બદલે ગણેશ તેના માથા પરના ગંડસ્થળોને તેની માતાના સ્તનો સમજીને તેના પર તેની સૂંઢ ફેરવે છે!''

તે રોષથી બોલી "તમારા પુરુષોની માનસિકતા આ છે અને આ જ રહેવાની છે. સ્તનને તે તેના હાથ ફેરવવાની કે પકડવાની કે દબાવવાની કે ચૂંસવાની કોઈ વસ્તુ જ સમજે છે. કોઈ કોઈ પુરુષ તેને જોવાની વસ્તુ સમજે છે. શું સ્તન એ પુરુષોના મનોરંજનની વસ્તુ છે? બીજું કંઈ જ નથી?"

મેં કહ્યું "તે સ્વાભાવિક પણ છે. જયારે પણ કોઈ બાળક તેની માને યાદ કરે છે ત્યારે તેને તેની માની તસ્વીરમાં સ્તન અવશ્ય દેખાય છે કારણ કે જન્મ થતાં જ સૌ પ્રથમ તેને જ તે જુએ છે."

તે બોલી "સારું, જાવા દયો. હવે મને એ કહો કે શંકરાચાર્ય માઁ પાર્વતીના સ્તનોને હાથીના ગંડસ્થળો સાથે સરખાવે છે કે હાથીના ગંડસ્થળોને માઁ પાર્વતીના સ્તનો સાથે સરખાવે છે?"

મેં કહ્યું "તે સૌંદર્ય લહેરીના વાચક કે શ્રોતાની સમજણ પર આધારિત છે."

તે બોલી "સારું સારું, હવે મને એ કહો કે શ્લોકોમાં ઘડી ઘડીવારે આવતો કામદેવ કોણ છે? તે શિવની સાથે કેમ યુદ્ધ કરે છે?"

મેં કહ્યું "કાલિદાસના કુમાર સંભવ નામના મહાકાવ્યરૂપે તેની એક ધાર્મિક વાર્તા છે."

તે કુતૂહલથી બોલી "તો મને એ ધાર્મિક વાર્તા અતિસંક્ષિપ્તમાં સંભળાવોને."

મેં વાર્તા કહેવી શરૂ કરી "હજારો વર્ષ પહેલાં તારકાસુર નામનો એક દૈત્ય અઘોર તપ કરીને બ્રહ્મા પાસેથી એવું વરદાન મેળવે છે કે તેનો નાશ ફકત શંકર અને પાર્વતીનો પુત્ર જ કરી શકે. તેને ખબર હતી કે શિવ કામરહિત છે અને તે હજારો વર્ષ સુધી તપસમાધિમાં લીન રહે છે. આથી શિવનો પુત્ર થવાનો નથી. તેથી તેનો પણ નાશ થવાનો નથી. આથી તે દેવો સામે યુદ્ધ કરીને તમામ દેવોને સ્વર્ગમાંથી ભગાડી દે છે.

હવે, શંકર અને પાર્વતીને પુત્ર થવાનું તો જ સંભવી શકે જો શંકર અને પાર્વતીનું મિલન થાય. હિમાલયની પુત્રી પાર્વતી તો મનોમન શંકરને વરી ચૂકયાં હોય છે પણ શંકર ભગવાન તપમાં લીન હતા. તેનું તપ તોડાવવું જરૂરી હતું. ઈન્દ્ર દ્વારા આ કાર્ય પ્રેમના દેવ કામદેવ અને તેના સહાયક વસંતને સોંપવામાં

આવે છે. આ બંને દેવો મળીને શંકરનું તપ ભંગ કરાવે છે. પોતાની સમાધિ તૂટવાથી ક્રોધિત થયેલાં શંકર ભગવાન તેનું ત્રીજું લોચન ખોલીને કામદેવને એક ક્ષણમાં બાળીને ભસ્મ કરી મૂકે છે.''

તે બોલી ''જો કામદેવ ભસ્મ થઈ ગયો છે તો તે શિવની સાથે કઈ રીતે યુદ્ધ કરી શકે?''

મેં કહ્યું ''આગળ સાંભળો. કામદેવનો નાશ થતા તેની પત્નિ રતિદેવી રડવા લાગી અને શંકરને કહેવા લાગી કે અમે દેવતાઓના કહેવાથી જ તમારું તપ તોડયું છે. તેમાં મારા પતિને જ શિક્ષા શા માટે? હું પતિવ્રતા નારી છું. હવે, હું કોના આશ્રયે રહું? કાં તો તેને સજીવન કરો કાં તો મારો પણ નાશ કરો.''

આ વિલાપ સાંભળી શંકરને દયા આવી તેણે રતિદેવીને કહ્યું કે હું કામદેવને તેના શરીર સાથે ફરી સજીવન કરી શકતો નથી. કહો તો શરીર વગર સજીવન કરી શકું છું. તે શરીર વગર પણ પહેલાંની જેમ વર્તાવ કરી શકશે. રતિદેવી હા કહે છે. આથી શંકરે કામદેવને વગર શરીરે સજીવન કરે છે. આથી તેને અનંગ કહેવામાં આવે છે. આમ પોતાને શંકરે શરીર વગરનો કર્યો હોવાથી તેનો બદલો લેવા માટે અને શંકરને ચલિત કરવાનું અધૂરું કામ પૂરું કરવા તે શંકર સામે વારેવારે યુદ્ધે ચડે છે.''

મારી વાત સાંભળી તેણે પૂછયું ''તો કામદેવ પાર્વતીના શરીરમાં કઈ રીતે વસી શકયો છે?''

મેં કહ્યું ''સાંભળો, કામદેવ શરીર વગર સજીવન થયો પરંતુ તેની અગ્નિદાહ શમતી નથી. જેમ વાંકમાં આવેલો બાળક તેના પિતાનો માર ખાઈને તેની માતા પાસે આવે છે તેમ શંકરના કોપનો ભોગ બનેલો શરીર વગરનો સળગતો કામદેવ તેની આગ ઠારવા પાર્વતી પાસે આવે છે. પાર્વતી સ્ત્રી છે અને સ્ત્રીમાત્ર દયાળુ છે તેથી તે કામદેવને પોતાનો પુત્ર ગણીને તેને તેના શરીરમાં આશ્રય આપે છે.''

તેણે પ્રશ્ન કર્યો ''પાર્વતીએ કામદેવને પોતાના શરીરમાં કયાં સ્થાન આપ્યું છે?''

મેં જવાબ આપ્યો ''શંકરનું તપ ભંગ કરી પાર્વતીનું શંકર સાથેનું મિલન સરળ કરી દેનારા કામદેવ પર પાર્વતી અમીદષ્ટિ રાખી તેને દાહ શમાવવા

પોતાના શરીરના નાભિસરોવરમાં સ્થાન આપે છે. તેથી કામદેવ તેની આગ ઠારવા પાર્વતીના નાભિસરોવરમાં કૂદી પડે છે. જેમાંથી ધુમાડાની સેર નીકળે છે. તે તેની નાભિની ઉપર આવેલી તેની રોમાવલી છે. નાભિ એટલે ડૂંટી.''

તેણે પ્રશ્ન કર્યો '' તેની રોમાવલી કેવી છે?''

મેં જવાબ આપ્યો ''તેની રોમાવલી યમુનાના નાજુક તરંગ જેવી પાતળી છે. આથી તે તેના કટિપ્રદેશમાં જરાક જેટલી જ દેખાય છે. કટિ એટલે કેડ અને કટિપ્રદેશ એટલે કેડનો વિસ્તાર.''

તેણે કહ્યું ''તો પાર્વતીની કેડ કેવી છે?''

મેં જવાબ આપ્યો ''પાર્વતીની કેડ અત્યંત પાતળી છે. કોમળ છે. તેની કેડ પર ઝણકાર કરતો એક કંદોરો છે. કેડની વચ્ચે રોમાવલી છે. તેના સ્તનો વિશાળ અને વજનમાં ભારે હોવાથી તે તેના ભારના કારણે આગળ થોડીક ઝૂકી જાય છે આથી તેનું શરીર તેની નાભિ અને રોમાવલી પાસેથી ધીરેધીરે એવી સ્થિતિમાં તૂટી રહ્યું છે જેવી રીતે નદીના ધોધની પાસેનું વૃક્ષ તૂટી પડવાની સ્થિતિમાં હોય છે.''

તેણે પૂછ્યું ''તો પછી પાર્વતીનું શરીર ભાંગી કેમ પડતું નથી?''

મેં ઉતર આપ્યો ''એકાએક પરસેવાવાળી સ્તનપ્રદેશમાં પહેરેલી તેની ચોળી ફાટી જાય છે. આથી તેના સુવર્ણકળશ જેવાં રૂપાળાં અને મોટા સ્તનો બગલની સાથે ઘસાય છે. આ જોઈને તેની નાભિ અંદર રહેલા કામદેવને થયું કે તેના સ્તનોના ભારના કારણે તેની કમર તૂટી પડવાની છે તેથી તેને તૂટી પડતી બચાવવા ત્રિવલી વેલથી નાભિની ઉપરના ભાગમાં ત્રણ ટેકાઓ બાંધી દે છે. આ ટેકાઓ પાર્વતીની નાભિ ઉપરની ત્રિવલી છે. ત્રિવલી એટલે ત્રણ આડી કરચલી જેવી રેખાઓ.''

તેણે મને પૂછ્યું ''આ વાતનો શું અર્થ છે તે તમે સમજો છો? જો સમજતા હો તો કહો''

મેં કહ્યું ''મારી સમજ પ્રમાણે કામદેવે પાર્વતીના સુવર્ણકળશ જેવા સ્તનોને યુવાનીના સમયમાં યુવતીના કઠણ અને મોટા સ્તનો જેવાં શણગારી દીધા હતા. તેના બાકીના અંગોનો શણગાર કામદેવે પહેલાં જ કરી લીધો છે. એ વખતે તેને

ખબર પડે છે કે તેની કેડ ખૂબ પાતળી છે તેથી તેની ઉપરનો આખો ભારેખમ શણગાર એકાદ ક્ષણમાં તૂટી પડવાનો છે. આખો શણગાર નિષ્ફળ જતાં તેની તેના શણગાર કરવામાં થયેલી બધી મહેનત વિફળ જવાની છે. આથી તેણે તેની પાતળી કમર પર વસંતલતાની ડાળીના ત્રણ વલયો બાંધી દીધાં. આમ કરીને તેણે તેની કમરની ઉપરના પોતે કરેલા તમામ શણગારને બચાવી લીધાનો પરમ સંતોષ લીધો. આનો અર્થ તમે શું કરો છો?''

તે બોલી ''આનો અર્થ એવો છે કે શંકરને મળવા પાર્વતી દૂરથી દોડીને આવતી હોય છે. આથી તે પરસેવાથી રેબઝેબ થઈ ગઈ હોય છે. આ વખતે છાતી ફૂલાઈ જવાથી તેની ચોળી ફાટી જાય છે. આથી તેના સ્તનો ચોળીની બહાર આવી જાય છે. આ સ્તનો કોઈ જોઈ ન જાય તે માટે સ્ત્રીસહજ શરમથી તેને તેના બંને હાથોથી ઢાંકી દે છે. આથી આ સ્તનો બગલ સાથે ઘસાય છે તેમ કવિ કહે છે. જયારે પોતાના હાથોથી સ્તન ઢાંકીને સ્ત્રી ચાલતી હોય છે ત્યારે તે સ્વાભાવિક રીતે ઝૂકીને ચાલે છે. જેને કવિ સ્તનોના ભારથી નમેલી કહે છે. સ્ત્રીના ઝૂકવાથી તેના પેટ પર ત્રણ કરચલીઓ પડે છે. જેને કવિ ત્રિવલી કહે છે. આમ આ શ્લોક લજ્જાથી ચાલી જતી સ્ત્રીનું પ્રાકૃતિક ચિત્ર રજૂ કરે છે.''

મેં કહ્યું ''કવિનો અર્થ જુદો હોય છે. પુરુષનો અર્થ જુદો હોય છે. તેમ સ્ત્રીનો અર્થ જુદો હોય છે. આ શ્લોકનો ગુહ્ય અર્થ વળી બીજો છે. આપણે સામાન્ય અર્થ જ લઈને ચાલીએ તો સારું.''

મેં આગળ કહ્યું ''શુધ્ધ અંતર્દષ્ટિવાળાને લાગે છે કે તેના કુચકલશો એકબીજા સાથે સતત અથડાતા રહેતા હોવાથી તેની વચ્ચે રહેલી ખાલી જગ્યાનું આકાશ દળાઈને સૂક્ષ્મ રજ જેવું થઈ જાય છે. જે રજ નીચે સરીને નાભિકુહરમાં દાખલ થાય છે. અહીં નાભિકુહર એટલે નાભિનો ખાડો.''

તેણે કહ્યું ''ચાલો એ બતાવો કે પાર્વતીની નાભિ કેવી છે?''

મેં કહ્યું ''પાર્વતીની નાભિ ગંગા નદીમાં ઉદ્ભવતું ભંવર છે? સ્તન એ જો જે કોઈ વેલની કળીઓ છે અને રોમાવલીઓ તે જ વેલની ડાળી છે તો શું તેની નાભિ પણ તે જ વેલનું કૂંડું છે? તેની નાભિ કામદેવના અગ્નિને ધરાવતો યજ્ઞકુંડ છે? તેની નાભિ રતિદેવીનું રમવાનું મેદાન છે? શંકરે આંખોની સિધ્ધિ મેળવવા માટે જે ગુફામાં તપ કરેલું તે ગુફાનું દ્વાર તેની નાભિ છે?

આમ, પાર્વતીની નાભિની સરખામણી આમાંથી કોઈની પણ સાથે થઈ શકતી જ નથી. આથી તેની નાભિની સરખામણી કરવી શકય જ નથી. તે અદ્વિતીય છે.''

તે બોલી ''સરસ, સ્ત્રીની નાભિની કે યોનિની સરખામણી કદી પુરુષોએ કરવી જ ન જોઈએ.''

મેં ધારદાર પ્રશ્ન કરતા કહ્યું ''કારણ શું?''

તેણે ખૂબ જ શાંતિથી જવાબ આપતા કહ્યું ''એટલા માટે કે દરેક સ્ત્રી કે પુરુષનો જન્મ કોઈ એકાદ સ્ત્રીની યોનિમાંથી જ થયો છે. દરેક સ્ત્રી કે પુરુષ તેની માતાના પેટમાં હોય છે ત્યારે તેનું પોષણ તેણે તેની નાભિ વડે જ મેળવેલું હોય છે.''

મને તેની વાત યોગ્ય લાગી પણ મેં તેને મૂંઝવવા કહ્યું ''સારું, હવે કદી યોનિની સરખામણી કે તેનું વર્ણન કરવામાં નહીં આવે. હવે તમે મને એ કહો કે પુરુષના લિંગ વિશે તમારું શું કહેવું છે?''

તે થોડી શરમાય ગઈ પણ પછી ખૂલીને બોલી ''પુરુષના લિંગની આપણે કદી વાત નથી કરતાં પરંતુ આપણે તો તેને આપણે પૂજીએ છીએ પૂજીએ. તેની સાથેસાથે આપણે સ્ત્રીના લિંગને પણ પૂજીએ છીએ. આપણાં પૂર્વજો આજના જેટલાં સંકુચિત વિચારના ન હતા. તેઓ સમજતા હતા કે સૃષ્ટિનો આધાર સ્ત્રીપુરુષના લિંગોના મિલન પર જ રહેલો છે એટલે તેઓએ પુરુષ સ્વરૂપના સૃષ્ટિના સર્જનહાર શિવના લિંગની પૂજા શરૂ કરાવી હતી. આપણે ફક્ત શિવલિંગની પૂજા નથી કરતા તેની સાથેસાથે આપણે પાર્વતીના લિંગની પણ પૂજા કરીએ છીએ. શિવલિંગના પથ્થરનું થાળું એ પાર્વતીનું લિંગ છે. આમ જયારે આપણે શિવલિંગની પૂજા કરીએ છીએ ત્યારે પુરુષના લિંગ શિશ્નની અને સ્ત્રીના લિંગ યોનિની સાથોસાથ પૂજા કરીએ છીએ. આપણે યાદ રાખવું જોઈએ કે સ્ત્રીપુરુષના લિંગોના મિલન પછી જ આપણે આ દુનિયામાં આવી શકયા છીએ. સ્ત્રીપુરુષના લિંગોનું મિલન એ એક પવિત્ર મિલન છે. તેથી નવપરણિત સ્ત્રી પુરુષની સુહાગરાતનો શણગાર આપણે કરી આપીએ છીએ. હાલ આપણે સંભોગની ક્રિયાને ખરાબ ચીતરીએ છીએ તે તદન ખોટું છે.''

હું તો તેના બોલ્ડ વિચારો સાંભળી અવાક થઈ ગયો. તે મારી સામે ત્રાટક કરતી હોય તેમ એકધારી જોઈ રહી. મને થયું કે તું સ્ત્રીપુરુષના મિલનને આટલું માને છે તો અત્યારે જ મિલન કરાવને! જો કે, હું માંડમાંડ હોશમાં આવી બોલ્યો "એટલે તો શિવને શિશ્નદેવા નામ આપવામાં આવેલું છે."

તે બોલી "જાપાનમાં એક ગામમાં એક મંદિરમાં લાકડાના અઢી અઢી, ત્રણ ત્રણ ફીટના પુરુષોના શિશ્નો બનાવીને રાખવામાં આવેલાં છે. જેને યુવતીઓ ફૂલોનો હાર ચડાવવા જાય છે."

તે ભારતમાંથી ઊડીને સીધી જાપાનમાં પહોંચી ગઈ—અભિનેત્રી ખરીને એટલે જ સ્તો!

તેને પાછી ભારત લાવવા મેં કહ્યું "જેણે ભારતમાં ખજૂરાહોના શિલ્પો પણ નથી જોયા તેણે જાપાનનું આ મંદિર કયાંથી જોયુ હોય? જો ખજૂરાહો પણ ન જવું હોય તો અંજતા અને ઈલોરાની ગુફાની મુલાકાત લે અને અંજતા અને ઈલોરા પણ ન જવું હોય તો કોઈ તેની આજુબાજુના વિસ્તારમાં સાતસો આઠસો વરસ પહેલાં બનેલાં કોઈ મંદિરમાં જઈને મંદિરની એક પ્રદક્ષિણા કરે તોપણ તેને પ્રાચિન ભારતની કામકલાસૌંદર્ય પ્રત્યેની દૃષ્ટિ વિશેનું અદ્ભૂત જ્ઞાન પ્રાપ્ત થશે."

તે બોલી "તમને નથી લાગતું આપણે વિષય ભટકીને બીજે કયાંક જઈ રહ્યાં છીએ?"

જાણે જાપાન જવાની શરૂઆત મેં કરી હોય તેવાં સૂરમાં તે બોલી ગઈ. સારું થયું કે તે હજી ભારતમાં જ હતી અને હું પણ ખજૂરાહો, અંજતા, ઈલોરાના બદલે હજી મુંબઈમાં જ હતો.

મેં આગળ વાત ચલાવી "ચાલો હવે આપણે પાર્વતીના પગના સૌંદર્ય વિશે વાત કરીએ."

તેણે તેનું સવા પાંચ કિલોનું માથું હલાવી હા કહી. તેથી મેં પાર્વતીના સૌંદર્યના ઐશ્ચર્યની વાત આગળ વધારતાં કહ્યું "શિવ સાથેના પાર્વતીના લગ્નમાં તેના પિતાએ તેના કન્યાદાન સમયે તેને દહેજમાં પોતાના નિતંબો કાપી પોતાનો ગુરુત્વભાર અને વિશાળતા આપી. આથી પાર્વતીના નિતંબ વિશાળ અને ભારે છે. આથી તે બેસે છે ત્યારે તેના વિશાળ નિતંબોનો ભાર આપીને તેમાં આખી

પૃથ્વીને સંતાડી દઈને તેને લઘુતાનું ભાન કરાવે છે. અહીં નિતંબો એટલે પર્વતો સમજીએ.''

તે બોલી ''આ સમજવું સૌથી વધારે કઠિન છે. જરા સરળ કરીને બતાવો.''

મેં કહ્યું ''શ્લેષ અલંકારમાં એટલે કે બે અર્થ નીકળે તેવી રીતે આ શ્લોક રચવામાં આવ્યો છે. પહેલો અર્થ સ્થૂળ છે જે હું બોલ્યો છું. તેને વિચારતાં બીજો અર્થ એ નીકળે છે કે આખી પૃથ્વીની સમૃધ્ધિ, લીલીછમ ઘટાઓ, જંગલો, નાની મોટી નદીઓ અને જીવમાત્રનો આધાર પર્વતોમાંથી નીકળતી માટી જ છે. હિમાલયની પુત્રી જેવી આ માટી પૃથ્વી પરના દેશો અને રાજયોની સમૃદ્ધિ અને પ્રાકૃતિક શોભાનું સર્જન કરે છે. આથી પૃથ્વી પણ હિમાલયની માટી આગળ નાની લાગે છે.''

તેણે પૂછયું ''નિતંબ માટે બીજા કયો શબ્દ છે? શું કોઈ પોતાના નિતંબ કાપીને દાન કરી શકે?''

મેં કહ્યું ''માનવું ન હોય તો ન માની શકાય પણ શંકરપાર્વતીની પૂજા કરતી વખતે રાવણે તેના દશે દશ મસ્તકો કાપીને શિવલિંગ પર ચડાવી દીધા હતા અને વિષ્ણુ ભગવાને શંકરપાર્વતીની કમળપૂજા કરતી પોતાની આંખોને કમળ ગણી આંખો કાઢીને શિવલિંગ પર ચડાવી લીધી હતી તો હિમાલય પોતાના નિતંબો કાપીને તેને પાર્વતીને દહેજમાં આપી જ શકે ને! નિતંબ કાપવાની વાતને સ્વીકારવામાં આપણને વાંધો શું છે? આમેય હિમાલય પાસે આપવા માટે નાના મોટા પર્વતો સિવાય બીજું છે પણ શું? અહીં તેના નિતંબો કાપીને આપવા એટલે તેના પર્વતોને નીચેથી કાપીને આપવા એવો અર્થ લેવો જોઈએ. નિતંબ માટેના બીજા શબ્દો છે—શ્રોણિ, થાપો, ઢેકો, કૂલો, બેઠક વગેરે''

મેં બોલેલાં શબ્દો સાંભળી તે હસીને બોલી ''ગુજરાતી અર્થો ભારે રમુજી હોય છે.''

મેં કહ્યું ''ગુજરાતી અર્થો રમુજી નથી હોતાં, અર્થપૂર્ણ હોય છે. જેની સમજ ઘણાં ગુજરાતી વિદ્વાનોમાં પણ નથી હોતી. માતૃભાષા દિવસ પર ગુજરાતી ભાષા બચાવવાના મોટા મોટા લેખો લખે છે ભાષણો ઠોકે છે પણ જો તેમને મંચ પર આવી તેના શરીરના અંગોના નામ બોલવાનું કહેવામાં આવે તો તે કાં અંગ્રેજીમાં બોલશે કાં સંસ્કૃતમાં બોલશે. ગુજરાતીમાં નહીં બોલે. આપણે પણ

સ્તન, નિતંબ, યોનિ, શિશ્ન, રોમાવલી વગેરે સંસ્કૃત શબ્દો જ બોલીએ છીએ, ગુજરાતી નહીં.''

તે હસતા હસતા બોલી ''તમારી વાત ખરી છે પણ આવાં અતિગુજરાતી શબ્દો બાળકો પણ સમજી જાય છે. તેથી આપણને શરમ ઉપજે છે. આપણે ગાળો બોલીએ છીએ તેમ પણ તે કહે.''

હવે મને હસવું આવી ગયું. ખરેખર ગુજરાતી ભાષા ગજબ છે! તે બાળકો સમજી ન શકે તેમ બોલાવામાં આવે છે અને બાળકો ગુજરાતી ભાષાને ભૂલી ન જાય તેવા પ્રયાસો કરવા પડે છે!

મેં ફરી મૂળ વાત પર આવતાં તેને કહ્યું ''પાર્વતીના પગનું સૌંદર્ય પૂરું કરીએ તો સારું.''

તે બોલી ''આપણી ગાડી આડા પાટે ચાલી જાય છે. હવે આડીઅવળી વાત નહીં કરીએ.''

મેં ફરી વાત આગળ વધારી ''કવિ આગળ કહે છે કે પાર્વતીએ તેના બે ઊરુ વડે મહાગજરાજની સૂંઢોને અને સુવર્ણરંગી કેળના સ્તંભને પણ જીતી લીધા છે. તેના પતિને વારંવાર પ્રણામ કરવાથી તેના કઠણ થઈ ગયેલાં બે ગોળ જાનુ વડે દેવોના રાજા ઈન્દ્રદેવના સાત સૂંઢોવાળા ઐરાવત હાથીના કુંભસ્થળને પણ જીતી લીધા છે.''

તે બોલી ''ઊરુ અને જાનુ કોને કહેવાય? અહીં જીતી લીધા છે તેનો અર્થ શું થાય છે?''

મેં કહ્યું ''ઊરુ એટલે પગનો ઊપલો ભાગ, સાથળ, જઘન, જાંઘ, જાંઘ પ્રદેશ. જાનુ એટલે પગનો વચલો સાંધો, ઢીંચણ, ગોઠણ, ઘુંટણ. અહીં જીતી લીધાનો અર્થ છે તેના કરતાં વધારે સુંદર.''

તેણે મને ફરી કહ્યું ''મને સમજાય તેવી રીતે ફરી બોલી બતાવો.''

મેં આનંદથી કહ્યું ''પાર્વતીના બંને પગ એટલા બધા સુંદર છે કે શ્રેષ્ઠ હાથીની સૂંઢ કરતાં અને પીળાં રંગની કેળના થડ કરતાં વધારે સુંદર છે. તેના પતિને ગોઠણ વાળીને વારંવાર પ્રણામ કરવાના કારણે તેના બંને ગોળ ગોઠણો કઠણ થઈને હાથીના ગંડસ્થળ જેવાં બની ગયા છે. આથી આ ગોઠણો ઈન્દ્રદેવના

સાત સૂંઢવાળા ઐરાવત હાથીના ગંડસ્થળ કરતાં પણ વધારે સુંદર દેખાય રહ્યા છે.''

તે ખુશ થઈ ગઈ. એ જ વખતે અમે બંનેએ એકી સાથે તેના પગ તરફ જોયું તો તેણે કયારે તેના પગોને ઢીલા કરી નાંખ્યા હતાં તેની અમારાં બંનેમાંથી કોઈને ખબર રહી ન હતી કારણ કે હવે અમે દુન્યવી સુંદરતાને બદલે દિવ્ય સુંદરતા માણવાનો ખરેખરો આનંદ લૂંટી રહ્યાં હતાં. આથી હવે અમારી કામવાસના પણ ધીરેધીરે દૂર થઈ ગઈ હતી. હવે અમારા પર માઁ પાર્વતીની કૃપા વરસી જ રહી હતી.

મેં આગળ કહ્યું ''શંકરને જીતવાના હેતુસર કામદેવે તેના જમણાં ભાથાની જોડ ચોક્કસ માઁ પાર્વતીની બે જાંઘમાંથી બનાવી છે. આ ભાથામાં તેના નીચલાં ભાગમાં ઊંધા ભરેલાં દશ તીરોના ફણાંનો અણીદાર ભાગો દેખાય છે તેના પગમાં નમી ગયેલાં દેવોના મુગટરૂપી સરાણ વડે ઘસીને કરાયેલ ધારદાર નખોના આગલાં ભાગો જેવાં જણાય છે.''

તેણે કહ્યું ''બહુ સરસ કલ્પના છે. મારી સમજણ પ્રમાણે માઁ પાર્વતીની બંને જાંઘ કામદેવના તીર રાખવાના બે ભાથા જેવી છે. ભાથું ઉપરથી મોટું અને નીચેથી નાનું હોય છે તેમ જાંઘ પણ ઉપરથી મોટી અને નીચેથી નાની હોય છે. તેનો નીચલો પગ એકીસાથે મૂકેલાં તીરના સમુહ જેવો છે. ભાથામાં તીર ઊંધા રાખવામાં આવતાં હોવાથી તેના અણીદાર ભાગ નીચે હોય છે. આ તીરની અણી ધારદાર છે. જે માતાજીને નમેલાં દેવોના મુગટથી ઘસાયને અણીદાર નખના આગલાં ભાગ જેવી છે. છતાં મને એક વાત નથી સમજાતી અગાઉ તમે કામદેવના ભાથામાં પાંચ તીર હોવાનું કહેલ છે જયારે અત્યારે દશ તીર બતાવવામાં આવે છે. તો તીર બમણાં કઈ રીતે થઈ ગયાં?''

મેં કહ્યું ''દિવ્યભેદના કારણે કામદેવના શબ્દ, સ્પર્શ, રૂપ, રસ, અને ગંધ એ પાંચ તીરના સામાન્ય અને દિવ્ય એમ બે બે પ્રકાર પડે છે. આથી પાંચ તીર બમણાં થતાં કુલ દશ તીર થાય છે.''

તે બોલી ''માતાજીના પગ નમસ્કાર યોગ્ય છે. શું હવે તેને નમસ્કાર કરી શકીએ છીએ?''

મેં કહ્યું "હા, અહીંથી આપણે તેની દિવ્યતા અનુભવી શકીએ છીએ. કવિની સાથે સાથે આપણે પણ નમસ્કાર કરતાં કરતાં કહી શકીએ કે વિદ્વાનો વેદો પરથી બનેલાં ઉપનિષદ્દોની માથે માતાજીના પગ રખાવી તેને સુશોભિત કરે છે. હે, માતાજી તમારા આવા પગ અમારાં માથે પણ મૂકો.

આપના પગોને જે જળથી ધોવામાં આવે છે તે જળ શિવજીની જટામાં રહેલું ગંગાજળ બની જાય છે. આપના પગના તળિયાના ભાગ લાલ રંગથી રંગેલાં છે તે વિષ્ણુ ભગવાનના મુગટના લાલ રંગના રત્નોની શોભા છે. તમારા આ ચરણો દરિદ્રતાથી પીડાયેલા લોકોને તમામ ઐશ્વર્ય આપે છે.
આપના પગના નખ સ્વર્ગની દેવાંગનાઓના કરકમળને હાથ જોડાવી દેતા ચંદ્ર જેવા છે. સ્વર્ગમાં કલ્પવૃક્ષ સ્વર્ગસ્થજનોને થોડો સમય મનોવાંછિત ફળ આપે છે જયારે આપના ચરણો દરિદ્રોને પણ શીઘ્ર વરદાન અને સમૃદ્ધિ આપે છે. આથી આપના ચરણો કલ્પવૃક્ષનો પણ ઉપહાસ કરે છે.

દાંપત્યજીવનમાં પતિપત્નિ વચ્ચે રૂસણાં મનામણાં ચાલતાં રહે છે. ભગવાન શિવે તમારાં પિયરની મશ્કરી કરતાં તમે રિસાઈ ગયાં ત્યારે તમને મનાવવા શિવ તમને નમ્યા ત્યારે રોષથી તમે તેમના કપાળ પર તમારો પાદપ્રહાર કર્યો. આથી તમારી સામે શિવનો પરાભવ થયો હોવાનું માની શિવ સામે વેર લેવા તડપતા, શિવે તેના ત્રીજા લોચનની અગ્નિથી ભસ્મિભૂત કરેલાં અને ઈશાન દિશાના દિગ્પાળ શંકરના દુશ્મન એવા કામદેવે તેના હૃદયમાં ઘણાં સમયથી વેર લેવાની ભાવનાથી દુઃખ આપતો પોતાની વેરવૃતિનો કાંટો તેણે જાતે જ ખેંચીને કાઢી નાંખ્યો અને તેણે જ તમારા ઝાંઝરનો ઝણકાર કરીને શિવ સામે પોતાનો વિજય થયો હોવાનો સ્વયં જયઘોષ કર્યો.

સામાન્ય રીતે સ્ત્રીઓ હંસની ચાલે ચાલતી હોય છે પણ તમારા ભવનના હંસો તો તમારાં પાદન્યાસની ચાલમાંથી ચાલવાની રીત શીખવા મળશે એમ માની તેઓ તમારા ચરણકમળોનો પીછો છોડતા નથી. તમારા પગમાં પહેરેલી સુંદર રત્નજડિત ઝાંઝરની ઘૂઘરીઓનાં રણકારથી તમારા ચરણકમળો તેને ઉચિત શિક્ષણ પ્રદાન કરે છે. આમ તમારી ચાલ હંસોની ચાલથી પણ વધુ ઉત્તમ છે.

કમળ બરફની ઠંડીના કારણે ચીમળાઈ જઈને નાશ પામે છે જયારે તમારા પગ હિમપર્વતો પરના બરફ પર ચાલવા શક્તિમાન છે. કમળ રાત્રે બિડાઈ

જાય છે જયારે તમારા પગ દિવસરાત પ્રકાશિત રહે છે. કમળ એકમાત્ર લક્ષ્મીને રહેવાનું પાત્ર છે જયારે તમારા પગ તમારાં ભક્તો પર અપાર સમૃધ્ધિ વરસાવે છે. આમ તમારા ચરણો આ કમળને પણ જીતી લે છે તેમાં આશ્ચર્ય શું છે?''

એવામાં તે બોલી ''માં પાર્વતીના ચરણોનો આટલો મહિમા છે તો તેની ચરણરજનો શો મહિમા છે તે પણ મને કહો.''

મેં કહ્યું ''માની ચરણરજનો મહિમા કરતાં શંકરાચાર્ય કહે છે કે હે માતાજી, તમારાં ચરણો પર નાની ચપટી જેટલી પણ રજ હોય તો તે રજને એકઠી કરીને બ્રહ્મા તેમાંથી સંપૂર્ણ જગત રચી શકે છે. આ રજમાંથી બનેલાં જગતને ભગવાન વિષ્ણુનો શેષનાગ તેની હજારો ફેણોથી મહામહેનતે તેની ફેણ પર ધારણ કરી શકે છે. ભગવાન શિવ આ રજને ભષ્મ સાથે ભેળવીને ભષ્મવિધિ કરીને તેના શરીર પર લગાવે છે.''

તે બોલી ''મને ખરેખર આનંદની અદ્‌ભૂત અનુભૂતિ થઈ રહી છે. તમે માં પાર્વતીના સાંગોપાંગ વર્ણન કરી મને ભકિતરસમાં તરબોળ કરી રહ્યા છો. તમે હજી વધુ કહો.''

તેની વાત સાંભળી મને ખૂબ આનંદ થયો. ધીરેધીરે હું પણ ભકિતરસમાં ડૂબી રહ્યો હતો.

મેં ભકિતરસ સાથે માં પાર્વતીના અદ્‌ભૂત સૌંદર્યની વાત આગળ વધારતાં કહ્યું ''વિષ્ણુની નાભિકમળમાંથી નીકળેલાં કમળમાં જે જન્મેલાં તે બ્રહ્મા તેના ચાર મુખોથી તમારી કમળતંતુ જેવી તમારી ચાર ભૂજલતા–હાથોના સૌંદર્યની સ્તુતિ કરે છે કારણ કે શિવે તેના નખોથી તેનું પાંચમુ મુખ ખોટું બોલ્યું હોવાથી છેદી નાંખ્યું છે અને બાકીના ચાર મુખ પણ શિવ છેદી ન નાંખે તે ભયથી તમારા ચાર હાથોની તે ચારેય મુખ માટે એકી સાથે તમારી અભયમુદ્રા માંગી રહ્યા છે.

તમારા નખની કાંતિ વડે તાજા ખીલેલાં કમળની કાંતિનો ઉપહાસ કરતા તમારા હાથોનું સૌંદર્ય અમે શી રીતે કહી શકીએ તે માતાજી તમે જ અમને કહો! બહુ બહુ તો અમે તમારા હાથને કંઈક અંશે લાલકમળની ઉપમા આપી શકીએ પણ એ લાલકમળ પર બિરાજતાં લક્ષ્મીની રમતગમત વખતે તેમનાં પગની પાનીમાં લગાડેલાં લાક્ષાના લાલ રંગથી લાલકમળની પાંખડીઓ રંગાઈને

વધારાની લાલશ પકડે છે. આમ લાલકમળ પણ તમારા હાથ જેટલું તો સુંદર નથી.

અહીં, કાંતિ એટલે પ્રભા, તેજ, ચમક, નૂર, શોભા અને લાક્ષા એટલે લાખ, અળતો.

ચંદ્રના કાળા ડાઘ એ કાળાં રંગની કસ્તૂરી છે. ચંદ્રનું બિંબ પાણીરૂપ છે. ચંદ્રની સોળેસોળ કળાઓરૂપી કપૂરની નાની મોટી ગોળીઓથી મરકત પાત્ર જેવો ચંદ્રરૂપી કરંડિયો ભરેલો છે. તમારા દરરોજના ઉપયોગથી તે ખાલી થઈ જાય છે પણ તમારી ખાતર બ્રહ્મા તેને ફરી ફરીને ભરી દે છે.

તમારા સિવાયના બીજાં દેવો ભયમુક્તિ અને વરદાન તેમના હાથ વડે આપે છે. તમે એક જ એવાં છો કે તમારે હાથ ઊંચો કરી વરદાન આપવાનો કે રક્ષણ આપવાનો અભિનય પણ કરવો પડતો નથી. ભયમાંથી મુક્તિ આપવા અને માંગીએ તેથી પણ વધારે ફળ આપવા તમારા બે ચરણો જ પૂરતા છે. ભયમુક્તિ અને વરદાન માંગનારાં લોકો માટે આપનું અનન્ય શરણસ્થળ છે.

આપના ચરણયુગલની મધ્યેથી અમૃતની ધારાઓ વહે છે અને વિશ્વને સીંચે છે.

ઝણકાર કરતા કંદોરાવાળી, નાનકડા હાથીના કુંભસ્થળો જેવા સ્તનોના ભારવાળી, કમરથી પાતળી, શરદ પૂનમના ચંદ્ર સમાન વદનમુખવાળી, હાથમાં ધનુષ, બાણ, પાશ અને અંકુશ ધારણ કરેલી, શંકરના ગૌરવ જેવી માતા સદાય અમારી નજર સામે રહેજો.

વાંકડિયા વાળવાળી, મધુર સ્મિત ધરાવતી, મનથી શિરીષ વૃક્ષના પુષ્પ જેવી કોમળ, સ્તનતટમાં શિલા સમાન કઠોર, કટિતટમાં અત્યંત નાજુક, સ્તન અને નિતંબના ભાગમાં વિશાળ, શંભુની કરુણા એવી દેવી અઢ ણા આ જગતના રક્ષણ માટે વિજયી રહો.

આપ પ્રકૃતિ છો આથી આપના રજો ગુણ, સત્વગુણ અને તમો ગુણમાંથી બ્રહ્મા, વિષ્ણુ રુદ્ર ઉત્પન્ન થયાં છે. આથી આપનું પૂજન એ આ ત્રણ દેવતાનું પૂજન છે. આપના પગને આધાર આપતા રત્નજડિત બાજઠની સામે દેવો તેમના મુગટ ઉતારી કળીઓ જેવાં તેમના હાથોને કરી ઊભા રહે છે. અહીં, કળી જેવાં એટલે નમસ્કાર કરવા જોડાયેલાં હાથ કળી જેવાં દેખાય છે તે.

હે માં, જે આપને ભકિતભાવથી પ્રણામ કરે છે તેવી સ્ત્રીઓના સૌભાગ્યની આપ જનની છો. ભગવાન વિષ્ણુએ પણ આપની આરાધના કરીને જ વિશ્વમોહિની રૂપ ધારણ કરેલું છે અને તેમના આ રૂપથી સાક્ષાત્ શિવને પણ ક્ષોભ પમાડયાં હતા. જેનું શરીર રતિના નેત્રોથી ચૂમવા યોગ્ય છે તેવો કામદેવ પણ આપને નમસ્કાર કરીને જ મહાશકિતમાન ઋષિમુનિઓના અંતરમાં મોહ ઉત્પન્ન કરવાની શકિત મેળવે છે.''

આટલું બોલી હું થોડીવાર રોકાયો. તે અમીનેશ નયને મને જોઈ જ રહી હતી.

મેં મારી વાત આગળ વધારી ''બ્રહ્મા, વિષ્ણુ, રુદ્ર અને ઈશ્વર એ ચાર દેવો આપના કુટુંબીજનો બનીને તમારાં પલંગના ચારે દિશાના ચાર પાયાઓ બની ગયા છે. તે પલંગ પર સ્વચ્છ સફેદ ચાદર બનીને સ્વયં શિવ પથરાયેલાં છે. આ ચાદરમાં તમારી શોભાની કાંતિ આપાત થવાથી તે અઢણ રંગની થવાથી જાણે સ્વયં શિવ શૃંગારરસ બની મૂર્તિમંત થયા હોય તેમ તે તમારી આંખોને આશ્ચર્યચકિત કરે છે.

હે માં, મહાપ્રલયકાળના સંહાર સમયે બ્રહ્મા નષ્ટ થઈ જાય છે. વિષ્ણુને પૂર્ણતા પ્રાપ્ત થઈ જાય છે. યમરાજનો નાશ થઈ જાય છે. કુબેરનું મૃત્યુ થઈ જાય છે. જેને કદી જ ઊંઘ નથી આવતી તે સહસ્ત્ર આંખોવાળા મહેન્દ્રની આંખો પણ બિડાય જાય છે. ત્યારે તમારા સતીત્વના પ્રતાપે એકમાત્ર શિવ વિહાર કરતા રહે છે.

ભય, વૃધ્ધાવસ્થા અને મૃત્યુને દૂર કરી દેતું અમૃત દેવોએ પીધું હોવા છતાં સ્વર્ગલોકમાં વસતા દેવો, બ્રહ્મા, ઈન્દ્ર અને બીજાં દેવો પણ નાશ પામે છે તેમ છતાં હળાહળ ઝેર પી જનારા શિવનો નાશ કરી શકાતો નથી તેનું મૂળ કારણ આપના કર્ણફૂલનો મહિમા છે. કર્ણફૂલો સૌભાગ્યવતી સ્ત્રીઓ જ પહેરે છે. આપ સૌભાગ્યવતી હોવાથી શિવનો નાશ થતો નથી.

હે માતાજી, જે અજ્ઞાનીઓ છે તેમના માટે તમે તેના અંતરનો અંધકાર દૂર કરનારી સૂર્યની દ્વિપનગરી છો. જે તેના મનથી જડ છે તેમના માટે તમે બુદ્ધિરૂપી પુષ્પગુચ્છોમાંથી વહેતાં અમૃતના ઝરણાં સમાન છો. ગરીબો માટે તમે ચિંતામણીની માળા સમાન છો અને જેમ ભગવાન વિષ્ણુએ તેના વરાહ અવતારમાં તેનાં દંતયુગ્મથી સમુદ્રમાં ડૂબી ગયેલી પૃથ્વીને બહાર કાઢી હતી તેમ

જે જન્મના મહાસાગરમાં ડૂબી ગયેલાં છે તેમના માટે તમે તેમને તેમાંથી ઉગારનાર દેવી છો.

કપૂરની ગોટીઓ સળગાવી તેનાથી સૂર્યની આરતીવિધિ કરવી, ચંદ્રકાંત શિલાથી પીસીને બનાવેલાં જળથી અમૃતના સ્ત્રોત ચંદ્રને અર્ધ્ય આપવો અને સમુદ્રજળથી અંજલિ આપી સમુદ્રનું તર્પણ કરવું તેના જેવું હે વાણીની દેવી આ તમારી સ્તુતિ પણ તમારી વાણીથી જ રચાયેલી છે.''

આ સાથે હું મારી ઓઢેલી રજાઈ દૂર કરી બેઠો થયો અને પૂર્વ દિશામાં બે હાથ જોડી નમસ્કાર કરી માઁ પાર્વતીની સ્તુતિ મેં પૂરી કરી. આમ મને યાદ રહેલી સૌંદર્ય લહેરી પૂરી થઈ. મારી સાથે તેણે પણ બેઠાં થઈને મારી જેમ પૂર્વ દિશામાં બે હાથ જોડી નમસ્કાર કર્યા.

આ પછી તે મને બોલી ''જરાક વાર માટે તમે નીચે ઊતરીને હું કહું તેમ ઊભા રહો તો.''

હું પથારીમાંથી નીચે ઊતરી તેણે કહ્યું તેમ નીચે ઊભો રહ્યો. આ પછી તે પણ નીચે ઊતરી અને ઓચિંતી તે તેના બંને ગોઠણો વાળીને બે હાથ જોડીને માથું નીચે જમીન તરફ નમાવીને મારા પગમાં પડી ગઈ. હું તેની આવી હરકત નિહાળી આશ્ચર્ય પામી ગયો. હું કશું બોલી પણ ન શકયો.

તે બોલી ''તમે મને સૌંદર્ય લહેરી સંભળાવી તમે ખરેખર મારા પર મોટો ઉપકાર કર્યો છે. મને મારા રૂપનું અભિમાન હતું પણ તમે મારા રૂપના અભિમાનના ચૂરેચૂરાં કરી નાખ્યાં છે. પહેલાં હું માનતી હતી કે હું સૌથી સુંદર છું પણ માઁ ભગવતીના રૂપસૌંદર્ય સામે મારી કશી હેસિયત નથી. મારું રૂપસૌંદર્ય તો થોડા દિવસો સુધી જ રહેવાનું છે જયારે માઁ પાર્વતીનું રૂપસૌંદર્ય હંમેશા રહેવાનું છે. મારું રૂપ ક્ષણભંગુર છે જયારે તેમનું રૂપ અમર છે. હું માત્ર મારો પ્રાણ છું પણ તે સકલ સૃષ્ટિની પ્રકૃતિ છે. તે દેવી છે હું એક પામર માનવી છું. આ ક્ષણે હું માતાજીની કૃપાદષ્ટિ ચાહું છું.''

હું આશ્ચર્યચકિત થઈને તેને સાંભળી રહ્યો હતો. થોડીવાર માટે હું જડ બની ગયો હતો.

તે આગળ બોલી ''પહેલાં હું દાવો કરતી હતી કે હું મારી કામવાસના પર પૂરેપૂરો કાબૂ રાખી શકું છું પણ આજે જયારથી તમને મળી છું ત્યારથી મારી

કામવાસના ધીરેધીરે મારા પર હાવી થઈ રહી હતી. હું તમને સંયમ જાળવવા કહેતી હતી પરંતુ ખરેખર તો અંદરથી હું જ મારો સંયમ ખોઈ રહી હતી. હું અંદરથી એક પુરુષનું મિલન ઈચ્છતી હતી. હું તમારાથી પ્રભાવિત પણ થતી જતી હતી. મને થતું હતું કે આજે હું મારું કૌમાર્ય મારી જાતે ખોઈ બેસીશ. મારી પાસે મારા પતિને આપવાલાયક જે એક શ્રેષ્ઠ ભેટ છે તે પણ આજે હું સામે ચાલીને તમારા હવાલે કરી દેત.

આવું થયું હોત તો મારી પાસે મારું કશું જ બચ્યું ન હોત. તમે મારા પતિ બનો કે ન બનો પણ હું શીલભંગી ચોક્કસ બની ગઈ હોત. જો આજે મારા કૌમાર્યપણાના છોતરેછોતરાં ઊડી ગયાં હોત તો જયારે હું ભગવાનને ઘેર જાત ત્યારે મારી મમ્મીને હું શું જવાબ આપત? હું એક પ્રતિજ્ઞા પણ પૂરી પાળી ન શકી તેથી તેની સામે હું કેટલી લજ્જિત થાત? પ્રતિજ્ઞાભંગની સજા શું હોત?

હું તમને જણાવી દઉં કે હું ફિલ્મમાં કામ શરૂ કરું તે પહેલાં મારા મમ્મી મને એક જૈન મુનિ સાગરરત્નસુરિજી મહારાજ પાસે લઈ ગયાં હતાં અને તેની પાસે મારા લગ્ન સુધી કૌમાર્ય સાચવવાની પ્રતિજ્ઞા લેવડાવી હતી. આ પ્રતિજ્ઞા આજે તૂટી જવાની અણી પર હતી પરંતુ તમે સૌંદર્ય લહેરીની વાતો કરી મારી કામવાસનાને શાંત કરી દીધી. મારી મમ્મી અવસાન પામ્યાં છે પણ તેની ઈચ્છા મુજબ હું મારું કૌમાર્ય હજી પણ સાચવીને જ બેઠી છું. તેનો મને ગર્વ છે, તેની મને ખૂશી છે.

આજે મેં તમને ખૂબ સંતાપ્યા છે તે માટે હું તમારી ગુનેગાર છું. તમારે મને જે સજા કરવી હોય તે કરો. સજા કરવાનો તમને પૂરેપૂરો અધિકાર છે. હવે હું તમારે આધીન છું. તમે મને મારો કે જીવાડો તમારી મરજી. હું તો ફકત એટલું કહેવાનો અધિકાર માગું છું કે આજથી હું તમારી છું અને તમારી રહીશ. હું તમને પ્રેમ કરતી હતી, તમને પ્રેમ કરું છું અને જીવનભર તમને પ્રેમ કરતી રહીશ. તમે મને સ્વીકારો તો હું તમારી પાર્વતી છું. તમે મને ન સ્વીકારો તોપણ તમે જ મારા શિવ છો.''

આટલું બોલી તે કેડ સુધી ઊંચી થઈ. તે તેના બે પગ પર બેઠી. તે નમસ્કારની સ્થિતિમાં આવી. તેણે મારી સામે ઊંચે જોયું. મેં જોયું કે તે રડવા લાગી હતી. તેની આંખોમાં પશ્ચાત્તાપના આંસું હતાં. મારે શું બોલવું તે મને

સમજાતું ન હતું. હું આભો બની ગયો હતો. હું અવાચક બની ગયો હતો. તે હજી હાથ જોડીને જ બેઠી હતી. તેનું મુખ મારા સામે હતું. અજબ દૈવી માહોલ હતો.

તેણે મને તેનો શિવ કહ્યો હતો. ટુવાલધારી આજે તેને વલ્કલધારી લાગી રહ્યો હતો. જાણે હું સાક્ષાત્ શિવ હોઉં તેમ તે માની રહી હતી. શું શિવ સંયમી છે એટલે તે મને શિવ કહી રહી હતી?

ભરથરી કહે છે કે આ પૃથ્વી પર મદમસ્ત હાથીના ગંડસ્થળને ફાડી નાંખનારા શૂરાઓ હોય છે. પ્રચંડ સિંહનો શિકાર કરવાનારા કેટલાંક બહાદુરો પણ હોય છે પરંતુ હું બળવાનોની સમક્ષ વિશ્વાસથી કહું છું કે કામદેવનું અભિમાન ઉતારી નાંખે તેવાં સંયમી પુરુષો વિરલ હોય છે.

આજે હું આવો વિરલ પુરુષ બની શકું તેમ હતો. કદાચ આથી તેણે મને શિવ કહ્યો હતો. ભરથરીએ એક શતકમાં લખ્યું છે કે આ રાગી સંસારમાં તમામ આશકત પુરુષોમાં શંકર એક જ શ્રેષ્ઠ છે કારણ કે તેણે તેની પત્નિનું અર્ધું શરીર હરી લીધું છે. તમામ વૈરાગી પુરુષોમાં પણ સ્ત્રીઓનો સંગ તજનારા શંકર એક જ શ્રેષ્ઠ છે કારણ કે જયારે કામદેવના કામરૂપી સાપનું ઝેર ફેલાયાં પછી કોઈપણ કામી પુરુષ ભોગ ભોગવવા કે ભોગ છોડવા પણ સમર્થ નથી રહેતો જયારે શંકરે તો હળાહળ ઝેર પણ પીધું હતું અને ભોગ પણ છોડયા હતા. આમ શિવ એક માત્ર સમર્થ છે.

હું શિવ નથી પણ હું મને ચાહનારીને રડતી જોઈ શકું તેટલો પાષાણહૃદય પણ નથી જ. તેણે મને આજે સંયમ રાખવાનું કહી મારી પરીક્ષા લીધી ન હતી પણ સન્યાસ લીધાં વગર તેણે મને સન્યાસી જેવું તપ કરવાનો એક અનેરો સંયોગ પૂરો પાડયો હતો. તેણે મને જેવી એક સન્યાસીને જ થાય તેવી અનુભૂતિ આપી હતી. તે મને સૌંદર્ય લહેરી સંભળાવવાના બહાને ભગવાન શંકર અને માઁ પાર્વતીની નજીક લઈ ગઈ હતી. તેથી જ શંકર અને પાર્વતીના સાયુજ્યને હું જોઈ શકયો હતો.

આ સાયુજ્ય પહેલાં રાજા ભતૃહરિ જોઈ શકયા છે એટલે જ તે તેના શતકમાં કહે છે કે શંકરે તેની પત્નિ પાર્વતીનું અર્ધું શરીર હરી લીધું છે. રાજા ભતૃહરિ પછી આદ્ય શંકરાચાર્ય આ સાયુજ્ય જોઈ શકયા છે એટલે તે પણ સૌંદર્ય લહેરીમાં કહે છે કે શંકરના અર્ધનારીશ્વર રૂપમાં તેની ડાબી બાજુનો અડધો ભાગ પાર્વતીએ મેળવી લીધો છે અને તેનાથી તેને સંતોષ ન થતાં તેણે

બાકીનો અડધો ભાગ પણ પડાવી લીધો છે. રાજા ભતૃહરિ અને શંકરાચાર્યની આ અનુભૂતિ મને પણ તેના કારણે પ્રાપ્ત થઈ હતી.

આમ શંકર એ જ પાર્વતી છે અને પાર્વતી એ જ શંકર છે. ગમે તે એક સ્વરૂપમાં તેને જુઓ તો તેમાં બીજું સ્વરૂપ સામેલ છે. આથી હું ભલે માઁ પાર્વતીના સૌંદર્યને કદી નજરોનજર જોઈ શકવા સક્ષમ બની શકું નહીં પણ તેણે મને તેના અનુપમ સૌંદર્યની ઝાંખી તો જરૂર કરાવી હતી. તેનો મારા પર ઉપકાર જરાય ઓછો ન હતો. મેં મારા બે હાથોથી તેને તેના ખંભાથી પકડી ઊભી કરી. મારી આંખમાં પણ અવર્ણનિય આનંદના આંસું આવી ગયા હતા.

મેં તેને કહ્યું ‘‘આજે તમે મને સંન્યાસી જેવો અનુભવ આપ્યો છે. તમારો કોઈ દોષ નથી. જે થયું તે સંજોગ માત્ર છે. કશું ખરાબ નથી થયું. તમારી જેમ મારી પણ તમામ કામવાસના શાંત થઈ ગઈ છે. સૌંદર્ય લહેરીની સ્તુતિથી માઁ પાર્વતીએ પ્રસન્ન થઈને આપણને બંનેને કામવાસનાના ગંદા કીચડમાં ફસાતાં બચાવી લીધાં છે. માઁ પાર્વતીનો આપણાં પર મોટો ઉપકાર થયો છે. તેના આ ઉપકારને રડીને ઓછો ન કરો.

હવે તમે કામરહિત છો તો હું પણ કામરહિત છું. હવે આપણે માઁ પાર્વતીનું સ્મરણ કરતાં કરતાં શાંતિથી સવાર સુધી સાથે રહી શકીએ તેમ છીએ. સાથે સૂઈ શકીએ તેમ છીએ. આજથી તમે મને તમારાથી અલગ ન માનશો. જેવું શંકર અને પાર્વતીના સાયુજ્ય છે તેવું આપણું સાયુજ્ય છે. હું તમને વચન આપું છું કે હવે મારા જીવનમાં તમારા સિવાય બીજી કોઈ સ્ત્રી નહીં આવે કારણ કે હું તમને બેહિસાબ પ્રેમ કરું છું અને બેહિસાબ પ્રેમ કરતો જ રહીશ. આજથી જ તમારા સુખે હું સુખી છું અને તમારા દુઃખે હું દુઃખી છું. તમારો અને મારો સંબંધ ફૂલ અને સુગંધ જેવો છે. ચંદન અને પાણી જેવો છે. જેમ જીવ વિના શરીર અને શરીર વિના જીવ અધુરો છે તેમ તમારા વિના હું પણ અધૂરો છું. હવે, તમે ઊભા થઈને મારામાં સમાય જાવ. ચાલો આપણે એક બની જઈએ.’’

આટલું કહી મેં મારા હાથ પહોળા કર્યા. આ જોઈ તે ઊભી થઈને ત્વરાથી મારી છાતીમાં બાઝી ગઈ. મેં મારા બંને હાથથી તેને કચડી નાંખવી હોઈ તેમ આલિંગન કર્યું. તે પણ મને ચોંટી ગઈ. મેં તેની આંખના આસું લૂછયાં. અમે એક અજબ રોમાંચ અનુભવી રહ્યાં હતાં. મારો ટુવાલ કયારે નીચે સરકી પડયો હતો તેની તેને કે મને ખબર પડી નહીં. અમે બંને સમાન સ્થિતિમાં આવી ગયાં હતાં.

ઘણીવાર સુધી અમે આજ સ્થિતિમાં ચુપચાપ તનમિલનનો અને મનમિલનનો આનંદ માણ્યો. છેવટે અમે સાથે જ સૂઈ ગયાં, એ જ પલંગમાં, એ જ સ્થિતિમાં—અમારાં વ્રત તોડયાં વગર.

રાતના ત્રણેક વાગ્યાના ઘડિયાળમાં ટકોરા પડયા ત્યારે તેના અવાજથી હું જાગી ગયો. મેં પથારીમાં બેઠા થઈને જોયું તો હું તદ્દન નગ્ન હતો. તે તદ્દન નગ્ન હતી. મેં રજાઈ ઓઢી ન હતી. તેણે પણ રજાઈ ઓઢી ન હતી. કોઈ તફાવત ન હતો. તે મારાથી થોડે દૂર અવળી સૂતી હતી. મને તેની પાછળનો આખો ભાગ દેખાતો હતો. ફરી મારી આંખમાં વિકાર જાગ્યો હોય તેમ મારા મને મને કહ્યું કે ચાલ હવે આજ જતી રહી છે. હવે તારે સંયમ રાખવાની જરૂર નથી. હું તેની નજીક સર્યો.

હું મારા મનનું કહ્યું કરવામાં હતો કે મારો આત્મા જાગી ઊઠયો અને મને બોલ્યો "તું આ શું કરી રહ્યો છે તેનું તને ભાન છે? એ તારી છે તો તારાથી દૂર થવાની નથી. છતાં તું આજે અડધી રાતે તેને ભોગવીશ અને સવારે તેને ખબર પડશે કે તેનો ભાઈ અવસાન પામ્યો છે તેની તને જાણ હોવાં છતાં તે તેના પ્રેમનો ખોટો લાભ લીધો છે તો તેને કેવું થશે? તેની લાગણીને કેવી ઠેસ પહોંચશે?

તેણે તારામાં શિવત્વનું દર્શન કરેલું છે. શિવત્વનું સૌંદર્ય નિહાર્યું છે. શું ભગવાન શિવ કામી છે? શિવે પાર્વતીના ભૌતિક સૌંદર્યનો અસ્વીકાર કર્યો હતો અને તું તે નૈસર્ગિક અવસ્થામાં નિંદ્રાધીન છે ત્યારે તેમાં કામને નિહાળી રહ્યો છે? શિવત્વનો અંશમાત્ર તારામાં હોય તો તારી દૃષ્ટિ શિવ જેવી હોવી જોઈએ. તેણે તારામાં શિવત્વનું આરોપણ કરેલું છે અને તું હેવાન જેમ વર્તવા તૈયાર થયો છે?

તે તને શિવ માને છે અને તું શેતાન છે તેની ખબર પડયા પછી તે તને પ્રેમ કરશે? તે તને દિવ્ય પ્રેમ કરે છે એટલે તેણે તારા સંયમની પરીક્ષા લીધી છે. તારે પણ એને દિવ્ય પ્રેમ કરવો જોઈએ કારણ કે બે શરીરનો પ્રેમ એ પ્રેમ નથી વાસના છે. દિવ્ય પ્રેમ આત્માથી થાય છે. જો તું પણ તેને દિવ્ય પ્રેમ કરતો હો તો ઈન્સાન બન, અટકી જા અને તારું સ્થાન બનાવી રાખ. જેમ કેશ મસ્તક પર બિરાજમાન હોય છે ત્યારે સુંદર લાગે છે તે જ કેશ મસ્તકથી અળગા થયા પછી સુંદર લાગતા નથી. જેમ અહલ્યાની સુંદરતા પર મોહિત થયેલાં દેવોના રાજા ઈન્દ્રે નદીએ સ્નાન અર્થે ગયેલાં તેના પતિ ગૌતમ ઋષિનું સ્વરૂપ લઈને છળકપટથી અહલ્યા સાથે સમાગમ કરવાનો આનંદ લીધેલો અને પાપ પ્રગટ

થતાં તારા શરીરમાં યોનિ જેવાં એક હજાર છિદ્રો ઉત્પન્ન થશે એવો અહલ્યાનો શ્રાપ પામેલો ઈન્દ્ર દેવતાઓના ઉચિત માનસન્માનથી ઉતરી ગયેલો તેમ તું પણ તેની નજરમાંથી ઉતરી જઈશ પછી તું તેના પ્રેમને લાયક નહીં રહે. અરે ! તું તેના પ્રેમ તો શું ધૃણાને પાત્ર પણ નહીં રહે."

મને મારા આત્માની બધી વાત સાચી લાગી. મારું મન ફરી મારી અંદર પડેલાં શેતાનને જગાડે અને એ શેતાન મારા એક અળવિતરાં અંગને ઉઠાડે અને તે મારા કાબૂ બહાર જતું રહે તે પહેલાં હું ફરીથી સૂઈ ગયો–રજાઈ ઓઢયા વગર અને તેનાથી અવળો–તે ઠેઠ સવાર સુધી ન ઊઠયો.

બીજે દિવસે વહેલી સવાર સુધી હું ઊંઘરેટાની જેમ ઊંઘી રહ્યો હતો. અચાનક મારા ગાલે મને કશુંક અનુભવાયું. મેં આંખો ખોલીને જોયું તો તે મને મારા ગાલ પર મોર્નિંગ કિસ આપી જગાડી રહી હતી. જરા સૂવા દોને કહીને મેં આંખો બંધ કરી દીધી. હું ન જાગ્યો તેથી તે ત્યાંથી જતી રહી. થોડીવારે મને થયું કે હવે મારે જાગી જવું જોઈએ મારે તેને હજી સંદેશો કહેવાનો બાકી જ છે.

એવામાં ધીમેધીમે તેના પગલાંનો મને અવાજ સંભળાયો. આ અવાજ પરથી મને લાગ્યું કે તે ફરી પાછી મને જગાડવા આવી રહી છે. હું બેઠો થયો અને મેં મારી આંખો ચોળીને જોયું તો તે એક હાથમાં ચાનો કપ લઈને મારી સામે ઊભી રહી ગઈ હતી–પૂરાં કપડાં પહેરીને, સફેદ કપડાંમાં. હું ફાટી આંખે એ ધવલ પૂર્ણવસ્ત્રાવૃતાને જોઈ રહ્યો. તે ગઈ કાલે લાગી હતી તેના કરતાં પણ આજે વધારે સુંદર મને લાગી. કપડાંમાં તે બેહદ સુંદર લાગતી હતી. જાણે આસમાનથી ઉતરેલી શ્વેતપરી!!!

તે મંદ મંદ હસતા મીઠા અવાજે બોલી "બેડ ટી ચાલશે? કે કોફી લાવું?"

મેં તરત જ જવાબ આપ્યો "ના, ચા ચાલશે પણ પહેલાં હું બ્રશ કરીશ."

મોટાં શહેરોમાં કેટલાંક સુધરેલાં લોકો બ્રશ કર્યા પહેલાં ચા કે કોફી પીતાં હોય છે. જેને બેડ ટી કે બેડ કોફી કહે છે. હું કદી બેડ ટી પીતો નથી. હું પથારીમાંથી નીચે ઊતર્યો. રાત્રે નીચે સરકી પડેલો ટુવાલ ઊઠાવી લીધો અને મારી કમરે વીંટાળી દીધો. તેણે મને નવુંનકોર બ્રશ, ઊલિયું અને ટૂથ પેસ્ટ આપી. મેં બ્રશ કરવાનું શરૂ કર્યું. બ્રશ કરતાં કરતાં ટોયલેટ પણ જઈ આવ્યો. તેના બેડરૂમની અંદર જ લગોલગ ટોયલેટ અને બાથરૂમ હતાં. બાથરૂમની

અંદર જઈને મેં મારા મોંની સફાઈ કરી અને બાથરૂમની બહાર આવ્યો. તે એક કપ–રકાબીમાં ગરમ ચા લાવી. મેં ચા પીધી.

મેં ચા પૂરી કરી એટલામાં તે એક સફેદ લેંઘો અને એક સફેદ ઝબ્બો લઈને મારી પાસે આવી અને મને આપતાં કહ્યું "મારા ભાઈના છે. કયારેક અહીં આવે છે ત્યારે પહેરે છે. ચાલશે?"

મને થયું કે ન ચાલે તો હું શું ટુવાલધારી બનીને ઘૂમું? મેં તે લઈ લીધાં અને બાથરૂમમાં સ્નાન કરવા ચાલ્યો ગયો. બાથરૂમમાં અનેક મોંઘા દેશીવિદેશી સુંગંધી સાબુઓ અને શેમ્પૂઓ હતાં. સાચું પૂછો તો આવાં સુંગંધી અને મુલાયમ સાબુ તેમજ શેમ્પૂથી મેં પહેલીવાર સ્નાન કર્યુ. ફુવારો ચાલુ કરી મારા શરીર પરના શેમ્પૂ–સાબુના ફીણ અને ગંદકી સારી પેઠે દૂર કરી. પછી તેના ભાઈના કપડાં પહેરીને બહાર આવ્યો. તેણે મને રસોડામાં લઈ જઈને ટેબલ ખુરશી પર બેસાડી નાસ્તો કરાવ્યો. એવામાં ઘડિયાળમાં સાત વાગવાના ટકોરા પડયાં. તે દરેક કામ જલ્દી જલ્દી કરતી હતી. કદાચ તેને બહાર જવાની કોઈ ઉતાવળ હતી. કદાચ આ માટે તે જરા વહેલી પણ ઊઠી હતી.

તે એક ખાલી પ્લાસ્ટિકની થેલી લઈને બહારના મેદાનમાં ગઈ અને તેમાં કશુંક ભરીને પાછી વળી. તે થેલી મને આપતાં બોલી "તમારા કપડાં છે. હજી પૂરાં સુકાયાં નથી, થોડાં ભીનાં છે. હું માનુ છું કે હવે તમારે નીકળવું જોઈએ."

એટલું કહેતા તો તે ઢીલી પડી ગઈ અને મને ભેટીને બોલી "હવે ફરી કયારે મળશો?"

મેં કહ્યું "માઁ ભગવતીની ઈચ્છા હશે ત્યારે. હવે તમે કહો તમે મને ફરી કયારે મળશો?"

તે બોલી "મારું ચાલે તો હું તમને જવા જ ન દઉ પણ મારે જ આજે જવું પડે તેમ છે."

મેં કહ્યું "મારે પણ જવું પડે તેમ છે. મારા વતનમાં મારી મા ખૂબ બિમાર છે તેની પાસે જવાં મારે આજે નીકળી જવાનું છે. મારી મા સાજી નહીં થાય ત્યાં સુધી હું પાછો આવવાનો નથી."

તે બોલી "ભલે, પણ મોડામાં મોડા મારા આવતાં જન્મદિવસે તમે મારી પાસે આવી જજો. હું તમારી રાહ જોઈશ. આ વખતે તમે તમારા સંયમની પરીક્ષા છે. આવતી વખતે મારા સંયમની પરીક્ષા થશે. જો એ પરીક્ષામાં આપણે પાસ થઈશું તો બીજા દિવસે આપણે લગ્ન કરી લઈશું એટલે કે આવતા વર્ષના આજના દિવસે આપણાં લગ્ન થશે."

મેં કહ્યું "આમ તો હું જેમ બને તેમ વહેલો આવી જઈશ તોપણ હું તમને વચન આપું છું કે મોડામાં મોડો તમારા આવતાં જન્મદિવસે હું કોઈપણ સંજોગોમાં તમારી પાસે આવી જઈશ અને તમે કહેશો એવી સંયમની પરીક્ષા પણ આપીશ. સંયમની પરીક્ષા કદી એકલાં દેવાતી જ નથી."

તે બોલી "મને તમારા પર પૂરો ભરોસો છે કે તમે ચોક્કસ આવશો અને તમે પણ મારો ભરોસો રાખજો કે આપણાં લગ્ન સુધી હું શીલવતી જ હઈશ. કદાચ એ પહેલાં શીલવતી ન રહી શકું તો તમે મને મરેલી ભાળશો."

મેં તેને વધુ આંલિગન આપી કહ્યું "આવું ન બોલો. આપણું મિલન યોગાનુયોગ થયું છે. જે બન્યું તે પણ યોગાનુયોગ થયું છે. જે થવાનું છે તે પણ યોગાનુયોગ જ થવાનું છે. હું તો અસલમાં તમને એક સંદેશો આપવા જ આવ્યો હતો."

પહેલાં તે થોડું હસી પછી રડમશ સૂરતે બોલી "મને ખબર છે. આજે સવારે મેં મોબાઈલ ચાલુ કર્યો ત્યારે મારી ભાભીના અનેક મિસકોલ હતા. મેં તેની સાથે હમણાં જ વાત કરી છે અને હું સાડા નવ વાગ્યાની ફ્લાઈટમાં બેંગ્લોર જઈ રહી છું. બાર વાગ્યા સુધીમાં હું ત્યાં પહોંચી જઈશ. મારા મોટાભાઈ હવે આ દુનિયામાં નથી."

છેલ્લાં શબ્દો બોલતાં બોલતાં તો તે એક ડૂસકું ખાઈને રડી પડી.

તે એકધારી રડવા લાગી. તે મારા આલિંગનથી અળગી થઈને જમીન પર બેસી ગઈ.

થોડીવાર મેં તેને રડવા દીધી પછી હું તેની બાજુમાં બેઠો અને તેને ફરી બાથમાં લઈ આશ્વાસન આપી તેને છાની રાખવા કહ્યું "ભગવાનને જે મંજૂર હતું તે થયું છે તેમાં આપણું કશું ચાલતું નથી. આ પણ એક યોગાનુયોગ છે. માનો કે તમારા ભાઈનો સંગાથ આટલે સુધી જ હતો."

થોડીવારે હું બેઠો થયો અને પાણીનો પ્યાલો ભરીને તેને પાણી આપ્યું. તેણે એકાદ ઘૂંટડો પાણી પીધું છતાં રડવાનું તો ચાલુ જ રાખ્યું આથી મેં તેને કહ્યું ‘‘તમે કહેતા હો તો હું સાથે આવું?’’

તેણે રડતાં રડતાં જ મને સાથે આવવાની ના કહી. તે મારા ખંભે માથું નાંખી ખૂબ રોઈ.

થોડીવાર પછી મેં તેને કહ્યું ‘‘હવે તમારે નીકળવું જોઈએ અહીંથી એરપોર્ટનો રસ્તો એક કલાક જેટલો લાંબો છે. નવ વાગ્યા સુધીમાં તમારે એરપોર્ટ પર પહોંચી જવું જોઈએ. મોડું ન કરો’’

કેટલીક વાર પછી તેણે જાતે રડવાનું બંધ કર્યુ. પહેલાં તેણે બાથરૂમમાં જઈને તેનું મોઢું ધોયું અને ટુવાલેથી લૂછયું પછી માથાના વીખરાઈ ગયેલાં વાળ કાંસકો ફેરવી સરખા કર્યા. તેણે ઘરની બારીઓ અને બારણાઓ અંદરથી એક પછી એક બંધ કર્યા. પછી તેણે ઘરની ટયુબલાઈટો અને પંખાઓ બંધ કર્યા. ઘરમાં એક નજર ફેરવી અને તે તેના હાથમાં એક બેગ લઈને ઘરની બહાર નીકળી. હું પણ તેણે આપેલી પ્લાસ્ટિકની થેલી લઈને બહાર નીકળ્યો.

તેણે ઘરના મુખ્ય દરવાજાને લોક કર્યો. એટલામાં તેનો કારડ્રાઈવર કાર લઈને ત્યાં આવી ગયો. તે કારમાં બેઠી. તે કારનો કાચ ખોલીને મને જોવા લાગી. મહિલા ચોકીદાર મને જોઈને નવાઈ પામી ગઈ. તે રાખી ન હતી. મહિલા ચોકીદારે બહારનો આખો દરવાજો ખોલી નાંખ્યો. કાર દરવાજાની બહાર આવી. હું પણ થેલી સાથે દરવાજાની બહાર આવ્યો. તેની કાર એરપોર્ટ તરફ જવા બંગલા રોડ પર વળી. તે મને કારની બારીમાંથી એકધારી જોતી હતી. કાર વળી ગઈ અને તે દેખાતી બંધ થઈ ગઈ.

તે આંખથી ઓઝલ થઈ કે મનમાં ધ્રાસકો પડયો ક્યાંક હું તેને છેલ્લી વખત તો નથી જોઈ રહ્યો ને? આ સાથે મારી આંખમાંથી એક આસું સરી પડયું અને હૃદય પણ એક ધબકારો ચૂકી ગયું. તે ધબકવાનું સદંતર ભૂલી જ જાય તે પહેલાં બીજી જ પળે મેં સ્વસ્થતા મેળવી લીધી અને આંખનું આસું લૂંછી નાખ્યું. હું ભારે પગલે બહાર રાખેલાં મારા સ્કૂટર પાસે ગયો. તેની ચાવી પેન્ટના ખિસ્સામાં મૂકી હતી તેથી પ્લાસ્ટિકની થેલીમાં હાથ નાંખી પેન્ટનું ખિસ્સું શોધી તેમાંથી ચાવી બહાર કાઢી. આ વખતે મને થેલીમાં કશુંક સખ્ત હોય તેવું લાગ્યું પણ તેને મેં નજરઅંદાજ કરી દીધું. મેં સ્કૂટરની ડેકી ખોલી તેમાં પ્લાસ્ટિકની થેલી મૂકી.

તેની ડેકી બંધ કરી પછી તેનું સ્ટેન્ડ ઉતારી, ચાવી લગાવી, તેને ફેરવી, બે–ચાર કીક મારી, તેને સ્ટાર્ટ કર્યું અને ભારે હૃદયે ત્યાંથી નીકળી ગયો.

# ૧૨

મિસ માલિનીના ઘેરથી નીકળી હું સીધો મારા સ્કૂટરને સતત અડધી કલાકથી થોડો વધુ સમય સુધી પૂર્વ દિશામાં ચલાવી ચાંદીવલી સ્ટુડિયોમાં પરત આવી ગયો–પૂરાં વીસ કલાક પછી. સ્ટુડિયોના દરવાજાની અંદર જઈને સ્કૂટર સિક્યુરિટી ગાર્ડની કેબિન પાસે સ્કૂટર ઊભું રાખી સિક્યુરિટી ગાર્ડને હીરાલાલ વિશે પૂછતા તેણે જણાવ્યું કે તે ઓફિસની અંદર છે. હું મારું સ્કૂટર ત્યાં મૂકી ચાલતો ચાલતો સ્ટુડિયોની ઓફિસ તરફ ગયો. વચ્ચે શુટીંગની તૈયારી ચાલી રહી હતી. ડાયરેક્ટરની સૂચના મુજબ ત્રણેક રિફલેક્ટર્સ્‌ને રિફલેક્ટર બોયઝ આગળ પાછળ ખસેડી યોગ્ય પ્રકાશ મેળવવા મથી રહ્યા હતા. લાઈટમેન, કેમેરામેન અને ક્લેપર બોયે તેની જગ્યા સંભાળી લીધી હતી. તેમને વટાવી હું ઓફિસની અંદર ગયો. ઓફિસનું બારણું ખોલી અંદર જોયું તો અંદર નિર્માતા હીરાલાલ અને ફિલ્મનો હિરો સૂજિતકુમાર બેઠા બેઠા કશીક વાતો કરી રહ્યા હતા. અંદર આવવાની હીરાલાલ પાસે રજા માંગી હું અંદર દાખલ થયો. હીરાલાલ મને જોઈને રાજી રાજી થઈ ગયા. તેમણે સૂજિતકુમાર સાથેની વાતો પડતી મુકી મને પૂછયું ‘‘રાજેશ કામ પતી ગયું?’’

મેં તેમને જવાબ આપ્યો ‘‘હાં, મેં મિસ માલિનીજીને મળીને રૂબરૂ સમાચાર આપી દીધા છે અને તે આજે બેંગ્લોર જવા સાડા નવની ફલાઈટમાં રવાના પણ થઈ ગઈ છે.’’

મિસ માલિનીનું નામ સાંભળીને સૂજિતકુમાર ચકળવકળ આંખોથી મને જોવા લાગ્યો. મને ખબર હતી કે માલિની પર તેની બૂરી નજર હતી. તે મને કંઈક પૂછવા જતો હતો પરંતુ હીરાલાલે તેને અટકાવ્યો. હીરાલાલ ઊભા થઈ ગયા અને તેના હાથથી વાંસામાં થાબડી પહેલાં શાબાશી આપી અને પછી પૂછયું ‘‘તો તે તેની ગઈકાલે જ મને કેમ જાણ ન કરી? કાલે હું બહુ બેચેન હતો.’’

મેં કહ્યું ‘‘કાલે હું તેની સાથે તેના ઘેર રોકાયો હતો. તેણે મને ગઈકાલ સુધી આ વાત કરવાનો મોકો જ આપ્યો ન હતો. આજે સવારે પણ માંડમાંડ હું તેને વાત કરી શકયો છું.’’

રાત રોકાવાની વાત સાંભળી હીરાલાલ મારી સામે મર્માળુ હસ્યા. હું પણ હસ્યો. તેમણે સૂજિતકુમાર સામે એ રીતે જોયું જાણે તેને કહેતા હોય કે લે ભાઈ તું તો હાથ ઘસતો જ રહી ગયો અને આ કાગડો દહીંથરું લઈ ગયો—ખાલી લઈ ગયો નહીં ખાઈ પણ ગયો!

આ પછી તેણે તરત જ તેની બ્રિફકેસ હાથમાં લઈને તેને ખોલી તેમાંથી કેટલીક રૂપિયાની થોકડીઓ કાઢી ટીપોઈ પર રાખી હાથથી ધક્કો મારી મને આપતા કહ્યું "બહુ સરસ, લે આ બે લાખ રૂપિયા, સાઈનિંગ એમાઉન્ટ છે તેમ સમજ. બે ત્રણ નવી સ્ટોરી વિચારી રાખ. મારા વાયદા મુજબ હું મારી નવી ફિલ્મ તારી સ્ટોરી પર બનાવીશ. સ્ટોરીની વન લાઈન સાંભળ્યાં પછી મને જે સ્ટોરી પસંદ આવશે તેના પર આગળ કામ કરજે. તેના સ્ક્રીનપ્લે અને ડાયલોગ પણ તારે જ લખવાના છે. સ્ટોરીના તને પાંચ લાખ આપીશ. સ્ક્રીનપ્લે અને ડાયલોગના બીજા પાંચ લાખ આપીશ. આમ કુલ દશ લાખનો કોન્ટ્રાકટ તને આપું છું. પેપર્સ્ પછી તૈયાર કરીશું. બોલ કબૂલ છે ને?"

મને ખબર છે કે ફિલ્મ રાઈટર્સ્ એસોશીએશનને ફકત સ્ટોરીના નક્કી કરેલાં રેઈટ કરતાં પણ ત્રીજા ભાગની એમાઉન્ટમાં મારે સ્ટોરી, સ્ક્રીનપ્લે અને ડાયલોગ ત્રણે લખી આપવાના હતા. જે મારા જેવા નવોદિત લેખકનું સીધેસીધું શોષણ હતું. જોકે ભૂતિયા લેખક તરીકે તો ચાલીસ પચાસ હજારથી જ મારે સંતોષ માનવો પડતો હતો. વળી, જો મારી સ્ટોરીવાળી ફિલ્મ હિટ જાય તો મને આગામી સમયમાં ખૂબ મોટો લાભ મળે તેમ હતો અને સિનેરાઈટર તરીકે નામ પણ થાય તેમ હતું.

સૂજિતકુમાર બંગાળી હતો અને તે હિન્દીમાં થતી કેટલીક વાતો પણ પૂરી સમજી શકતો ન હતો. ગુજરાતીમાં તો તેને જરાય ટપ્પો પડતો ન હતો. તેથી તે ઘડીક મને અને ઘડીક હીરાલાલને બાઘાની જેમ જોતો રહેતો હતો. હું તેની સામે જોતો પણ ન હતો તેથી તે મનોમન ઘણો બળતો હતો.

હીરાલાલની ઓફર સારી હતી પણ મારે મારા વતનમાં જવાનું હોવાથી મારી પાસે નવી સ્ટોરી લખવાનો સમય રહેશે નહીં તે ચોક્કસ હતું. વળી ધન કરતાં મને મારી મા વધુ વહાલી હતી. હજી બે દિવસ પહેલાં જ હું શુટીંગમાં ગેરહાજર રહી બોરીવલીની હોટલમાં વેઈટર તરીકે કામ કરતા મારા ગામના મારા દોસ્ત છગનને મળવા ગયો હતો ત્યારે તેમણે મને જણાવ્યું હતું કે મારી મા

બહુ બિમાર છે અને મને ઝંખે છે. આજ સાંજ સુધીમાં હું વતન જવા નીકળી જવા માંગતો હતો. આથી હીરાલાલની દરખાસ્ત સ્વીકારતાં હું અચકાઈ રહ્યો હતો.

મેં નમ્રતાપૂર્વક હીરાલાલને કહ્યું "આપનો ખૂબ ખૂબ આભાર પણ મારી મા બિમાર હોવાથી મારે વતનમાં જવાનું છે હું કયારે પાછો આવી શકીશ તે નક્કી નથી. આથી હું તમારી આ ઓફર હાલમાં સ્વીકારી શકું તેમ નથી."

હીરાલાલે કહ્યું "આવી ઓફર વારેવાર મળતી નથી. વિચારીને જવાબ આપ."

મેં તેને હાથ જોડી કહ્યું "હીરાલાલજી તમારી વાત ખરી છે પણ મને મારી માથી કશું વધુ વહાલું નથી. મને માફ કરશો, હું આપની ઓફર સ્વીકારી શકતો નથી. મારે તો આજે જ વતનમાં જવું છે. હું જયારે મુંબઈ પાછો આવીશ ત્યારે આપણે આ વિશે વધુ વાત કરીશું."

આમ કહી મેં ટીપોઈ પર રાખેલાં નાણાને હાથ વડે થોડોક હડસેલો માર્યો. મને નાણાને ઠોકર મારતો જોઈ સૂજિતકુમાર નવાઈ પામી ગયો કારણ કે તે તો નાણાને જ સર્વસ્વ માનતો હતો.

હીરાલાલે થોકડીઓ પાછી લઈ લીધી. જેમાંથી સો સો રૂપિયાવાળી એક થોકડી લઈ પરાણે મારા હાથમાં આપતા મને કહ્યું "આ લે, મારા તરફથી દશ હજાર, માની સારવારમાં કામ લાગશે. મારી ઈચ્છું છું કે તું ઝલ્દી પાછો આવી જાજે. બેટા તારી મા એ મારી મા, પણ બુઢી મા પાછળ જીવતરની મોટી તક વેડફી દેવી એ સાચી સમજદારી નથી. તેની દેખભાળ બીજા કોઈને સોંપી શકાય તેવું હોય તો સોંપી દેજે તેમાં કશું ખોટું નથી. આપણે આપણી પણ જિંદગી બનાવવાની હોય છે."

હીરાલાલનું માન સાચવવા મેં દશ હજારની થોકડી લઈ લીધી પણ તેની શિખામણથી તેના પર મને થોડી દાઝ ચડી કારણ કે તેને ખબર નથી કે મારી માએ મારા માટે શું શું વેઠર્યું હતું? મારી મા માટે હું જ તેનો સંસાર હતો. મારા માટે તે જ મારો સંસાર હતો. મારી મા કરતાં મને ભગવાન પણ વધારે વહાલો નથી. મારા બાપા મને બે વર્ષનો મૂકી સ્વર્ગે સીધાવી ગયા હતા તોપણ મારી માએ બીજા લગ્ન કર્યા ન હતા અને ગામની દાડીદપાડી કરીને મને મોટો કરી

ભણાવ્યો ગણાવ્યો હતો. તેણે મારા જીવન ખાતર તેની ભરજુવાની ઓળી દીધી હતી. મારી ચામડીના જોડાં સીવડાવી તેના પગમાં પહેરાવું તોપણ તેના ઉપકારનો બદલો હું વાળી શકું તેમ ન હતો. તેની પાછળ મારું જીવતર બગડે તે તેના વહાલ સામે કશી વિસાતમાં ન હતું.

આથી હું હીરાલાલની રજા લઈને ઓફિસની બહાર નીકળી ગયો અને સ્ટુડિયોના ગેટ તરફ આગળ વધ્યો અને શુટીંગ ચાલુ હતું ત્યાં પહોંચ્યો એવામાં મારી પાછળથી સૂજિતકુમારનો અવાજ મને સંભળાયો ‘‘એ રાજેશ... જરા રૂક જા’’

મને થયું કે આને મારું શું કામ પડયું હશે?

સૂજિતકુમાર આ ફિલ્મનો હિરો હતો. આ ફિલ્મ નારીપ્રધાન વાર્તાવાળી હોવાથી તેનો રોલ બહુ મોટો ન હતો. સુજિતકુમાર સુપરસ્ટાર ન હતો પણ તે આ દરજ્જાથી બહુ દૂર પણ હતો. તે મિસ માલિનીને પટાવવા માંગતો હતો પરંતુ તેણે કદી તેને જરાય ભાવ આપ્યો ન હતો છતાં તે તેની પાછળ લાળાં પાડતો રહેતો હતો.

આ ફિલ્મમાં તેનો રોલ નાનો હોવા છતાં તે કામ કરી રહ્યો હતો કારણ કે તે કોઈપણ રીતે મિસ માલિનીની નજીક આવવા માંગતો હતો. આ હિરો એવું માનતો હતો કે હિરોઈનનું પ્રેમચક્કર હિરો સાથે જ હોવું જોઈએ. વધીને નિર્માતા કે દિગ્દર્શક સાથે હોવું જોઈએ. બાકી કોઈ સાથે ન હોવું જોઈએ. કોઈ હિરોઈનનું લફરું કોઈ કેમેરામેન કે એડિટર સાથે હોય તે તો તેને જરાય ગમતું ન હતું. હિરોઈન સાથે કોઈ વધુ નજીક આવી વાતો કરે તે પણ તેને ગમતું ન હતું. આ બાબતે તે કેમેરામેન, લાઈટમેન અને એડિટર સાથે અગાઉ ઝઘડી પડેલો. તે રાઈટર, મેકઅપમેન અને સ્પોટબોયને ક્રાઉડના માણસો જેવાં તુચ્છ ગણી તેમનું ઘણીવાર અપમાન કરી નાખતો હતો. તે બંગાળી ભાષામાં મને પણ 'પ્રેત કલમનવીશ' કહી સંબોધતો હતો. આ ઉપરાંત પણ અનેક પ્રકારે તે વારેવાર મારું અપમાન કરતો રહેતો હતો. મારું સોરઠી લોહી ઉકળી જતું હતું પણ ગમે તેમ કરી મારા મનને મારી નાખી તેનું અપમાન સહી લેતો હતો તોપણ તેનો બદલો લેવાની ફિરાકમાં તો હંમેશા રહેતો જ હતો.

આથી મને એકાએક વિચાર આવ્યો કે મારું લફરું મિસ માલિની સાથે હોવાનું જાણીને તેનો ગુસ્સો સાતમા આસમાને પહોંચી જવાનો છે. આજે તેને

જલન કરાવવાનો સરસ મોકો છે. તેને જલાવીને મારે મારા અપમાનનો બદલો લેવો હતો. આથી હું ઊભો રહી ગયો.

તે લગભગ દોડતો હોય તેમ ઝડપથી ચાલીને મારી ખુબ નજીક આવીને ઊભો રહી ગયો અને મારા ઝબ્બાનો કોલર પકડી તેણે મને ગુસ્સાથી પૂછયું "તું કલ મિસ માલિની કો મિલા થા?"

મેં શાંતિથી કહ્યું "સિર્ફ મિલા હી નહીં થા, ઉસકે ઘર જાકે મિલા થા"

તે વધુ ગરમ થયો મારો કોલર વધુ કસીને બોલ્યો "તું ઉસકે ઘર પે ગયા થા?"

મેં વધુ શાંતિથી જવાબ આપ્યો "સિર્ફ ઘર પે ગયા હી નહીં થા, રાત ભી રૂકા થા."

તે વધુ ગુસ્સાથી બોલ્યો "તેરી યે હિંમત કિ તું ઉસકે ઘર રાત રૂકા થા"

મારે તો આ જ જોઈતું હતું. મે કહ્યું "રાત રૂકા ભી થા ઔર વહાઁ સોયા ભી થા?"

તે બરાડયો "તેરી યે મજાલ કિ તું વહાઁ સોયા થા?"

હવે આ વાતનો અંત લાવવા મેં ગુસ્સા સાથે કહ્યું "સોયા થા, ઉસકે બેડરૂમમેં સોયા થા, વહ ભી અકેલા નહીં ઉસકે સાથ સોયા થા, બોલ કયા કર લેગા તું?"

એટલામાં શુટીંગનું કામ પડતું મૂકી બધાં ત્યાં આવી ગયા હતા. મિસ માલિની સાથે મારી સૂવાની વાત સાંભળી સુજિતકુમારનો પિત્તો ખસી ગયો. તે એવો ભુરાટો થયો કે જાણે હું તેની બહેન સાથે સૂઈ ગયો હોઉં! તેણે મારો કોલર પકડેલાં એક હાથથી મને તેની નજીક ખેંચ્યો અને બીજા હાથે મને મારા જડબા પર ફેંટ મારી જોરદાર ધક્કો મારી દૂર ફેંકી દીધો. હું તેનાથી દૂર ફેંકાય ગયો અને જમીનદોસ્ત થઈ ગયો. હું ઊભો થયો. મેં મારા હાથ ખંખેર્યા. હું સૂજિતકુમારને મારવા ધસી ગયો. પરિસ્થિતિ સમજી બે–ચાર લોકોએ મને પકડયો. બે–ચાર લોકો સૂજિતકુમારની આડા ઢાલ બનીને ઊભા રહી ગયા. બીજા લોકો તાજૂબીથી અમોને જોઈ રહ્યા. બે–ત્રણ સ્પોટબોય હીરાલાલને બોલાવી લાવવા તેની ઓફિસ તરફ દોડી ગયા. વાતાવરણ એકદમ તંગ બની ગયું.

તે જોરજોરથી દેકારો કરવા લાગ્યો "સાલી મિસ માલિની વેશ્યા હો ગઈ હૈ, તેરે જૈસે રૈંજીપૈંજી કે સાથ ભી ચાલુ હૈ, મુઝે પતા નહીં થા વર્ના ઈસ ફિલ્મમેં કભી મૈં કામ નહીં કરતા."

તેણે મિસ માલિનીને વેશ્યા કહેતાં મારા રોમેરોમ સળગી ગયા. મારી પ્રિયતમાને વેશ્યા કહેવાની હિંમત કરનારને મારે ફટકારવો જ જોઈએ. તે હજી તેને ગાળો દઈને મને ઉશ્કેરી રહ્યો હતો. મારે જોઈતું હતું તેવું વાતાવરણ તૈયાર થઈ ગયું હતું. આજે સો સુનારના અને એક લુહારનો એવો ઘા કરી દેવાનો સમય પાકી ગયો હતો. આમેય ઉપરવાસમાં જે ઝરણાંનું સિંહ પાણી પીતો હોય તે ઝરણાંનું તેનું એઠું પાણી મેં ઘણીવાર પીધું હતું તેથી મારામાં પણ સિંહ જેવું શૂરાતન ઠાંસોઠાંસ ભર્યું હતું. હું પણ ગુસ્સાથી અસલ સોરઠી સિંહ બની ગયો હતો. મને ઝાલી રાખવામાં આવ્યો હતો પણ સિંહ કદી શિયાળવાઓનો ઝાલ્યો ઝલાય ખરો?

મેં મારું જોર અજમાવ્યું અને મારું શરીર આડું અવળું મરોડી મને પકડનારાઓને પાડી દઈ તેમની પકડમાંથી છૂટો થઈ ગયો અને સિંહ કૂદીને શિકાર પર ત્રાટકે તેમ કૂદકો મારતો સૂજિતકુમાર પર ત્રાટકયો. તેની ફરતેના લોકો વિખેરાય ગયા. તેણે આવા વળતા હૂમલાની આશા રાખી ન હતી. હું તેની છાતી પર જોરથી અથડાયો. તે નીચે પડી ગયો. હું તેની છાતી પર ચડી બેઠો અને ધડાધડ મારા બંને હાથની મુટ્ટીઓ વાળીને તેના જડબામાં મારવા લાગ્યો. તેના મોંમાંથી લોહી નીકળવા લાગ્યું. તેના ગાલ અને હોઠ ફાટી ગયાં. હું ખાલી તેને મારતો જ ન હતો સાથોસાથ શુધ્ધ કાઠિયાવાડી ગાળોનો અવિરત ધોધ પણ છોડતો હતો. મારી ગાળોની ડિક્શનરી બહુ સમૃધ્ધ હતી. તેથી મારી ગાળો અટકતી ન હતી અને કોઈ ગાળ રિપીટ પણ થતી ન હતી! મોટાભાગનાને આ ગાળો સમજાતી ન હતી પણ કેટલીક ગુજરાતી ગાળો હિન્દી અને મરાઠીમાં પણ સરખી હોય છે તે ગાળો તે સમજી શકતા હતા. કેટલાક સૂજિતકુમારની આ દશા કરવા માટે મનમાં રાજી પણ થતા હતા તેઓ મને અટકાવવા માટેનો ખોટો દેખાવ કરી રહ્યા હતા. કેટલાક તેમના સ્વાર્થ ખાતર મને પકડવા લાગ્યા હતા. કેટલાક દૂર ઊભા ઊભા તમાશો જોઈ રહ્યા હતા. કેટલાક હેબતાઈ ગયા હતા.

એ વખતે એક તરફથી સિક્યુરિટી ગાર્ડ અને બીજી તરફથી હીરાલાલ દોડીને ત્યાં આવી ગયા. સિક્યુરિટી ગાર્ડે મને બાવડેથી પકડી તેને મારતો

અટકાવ્યો છતાં હું મારા બંને હાથથી તેનું ગળું જકડી લીધું. તેનો શ્વાસ રૂંધાવા લાગ્યો. હીરાલાલે મને જોરથી કહ્યું "છોડી દે રાજુ... છોડી દે"

હીરાલાલની વાત માની મેં તેને છોડી દીધો. તેના પરથી હું ઊભો થયો. સિક્યુરિટી ગાર્ડે મને પકડી રાખ્યો. તે મહામહેનતે ઊભો થયો અને તેનું ગળું સંભાળ્યું. કેટલાક ઝડપી શ્વાસોશ્વાસ લઈ માંડમાંડ સ્વસ્થ થયો એટલે હીરાલાલને ઉદ્દેશીને બોલ્યો "હું આ ફિલ્મ છોડી રહ્યો છું."

તે ધૂંઆપૂંઆ થતો પગ પછાડતો ઓફિસ તરફ ચાલ્યો ગયો. આજે તેને સારો પદાર્થપાઠ શીખવા મળ્યો હતો. હું હજી હાંફી રહ્યો હતો. હું થોડુંઘણું બળ કરીને સિક્યુરિટી ગાર્ડની પકડમાંથી છૂટવાનો પ્રયત્ન પણ કરતો હતો. હીરાલાલ મને જોઈ રહ્યા. તે ગુસ્સાથી બોલ્યા "તે ફિલ્મ છોડી રહ્યો છે, મને કેટલું નુકશાન થશે તેનું તને કશું ભાન છે?"

મેં કહ્યું "તેણે મિસ માલિનીને વેશ્યા કહી. તેની વિરુધ્ધ એક શબ્દ પણ કોઈ બોલશે તે હું સાંખી નહીં લઉં. તેને ગાળ દેનારની હું જીભ ખેંચી કાઢીશ. સમજ્યા હીરાલાલ."

હીરાલાલજીને બદલે હીરાલાલ સાંભળીને હીરાલાલ હેબક ખાઈ ગયા. તે ઘણાં જોરથી બોલ્યા "નાલાયક, તે વેશ્યા જ છે પણ મેં તને ઓળખવામાં ભૂલ કરી છે નહીંતર તને કશી જ મદદ ન કરત."

હવે મારો પિત્તો હીરાલાલ પર ખસ્યો. વળી, હું સમજ્યો કે તેણે મને હમણાં દશ હજાર રૂપિયા આપી રહ્યા છે તે સંભળાવી રહ્યા છે. આથી મેં સિક્યુરિટી ગાર્ડને જોરથી કહ્યું "મુઝે છોડ દે"

સિક્યુરિટી ગાર્ડે તેની પકડ થોડી ઢીલી કરી કે મેં બળ કરીને મારો એક હાથ છોડાવી લીધો અને તે હાથ મારા ઝબ્બાના ખિસ્સામાં નાખી દશ હજારની હીરાલાલે આપેલી થોકડી બહાર કાઢી હીરાલાલના મોં તરફ ફેંકી જોરથી બોલ્યો "આ તારી મદદ પાછી લઈ લે પટલા, સાલા શોષણખોર સાંભળ, આજથી હું તારો કેમ્પ છોડી રહ્યો છું. ફરી કદી હું અહીં પગ પણ નહીં મૂકું, સમજ્યો ખાગા?"

હીરાલાલ મારો ગુસ્સો જોઈ રહ્યા. તે પટલા, સાલા અને ખાગા જેવા શબ્દો સાંભળી તે કાળઝાળ થઈ ગયા હતા તોપણ તે કંઈ મારી સાથે મારામારી તો

કરી શકે તેવા સશકત ન હતા. છતાં લડવું પડે તો લડી લેવું છે તેવો મિજાજ રાખી મારું હતું એટલું જોર અજમાવી હું સિક્યુરિટી ગાર્ડની પકડમાંથી સાવ છૂટી ગયો. હું જાણે બોક્સીંગની રીંગમાં ઊતર્યો હોઉં તેમ મારા બંને હાથની મુઠ્ઠીઓ વાળીને લડવાની મુદ્રામાં ઊભો રહ્યો. આ જોઈ હીરાલાલ ડરી ગયા. સલામતી માટે તેણે સિક્યુરિટી ગાર્ડને જોરથી હુકમ આપ્યો "સિક્યુરિટી, ઈસે ધક્કા માર કે સ્ટુડિયો સે બહાર નીકાલો, અભી."

આ સાંભળી સિક્યુરિટી ગાર્ડ તેના એક હાથથી મારા એક હાથનું બાવડું પકડી મને ઘસડીને લઈ જતો હોય તેમ સ્ટુડિયોના મેઈન ગેટ તરફ ખેંચી ગયો. મારે સૂજિતકુમાર સામે બદલો લેવો હતો તે લેવાઈ ગયો હતો તેમાં નાહકના હીરાલાલ વચ્ચે કૂદી પડયા હતા. એટલે શેરડી ભેગી એરંડી પીલાઈ ગઈ હતી. જોકે સમજ્યાં વગર હીરાલાલે વચ્ચે પડવું જોઈતું ન હતું. છતાં તે પણ મિસ માલિનીને વેશ્યા કહે તે હું કોઈપણ સંજોગોમાં બરદાસ્ત કરી શકું તેમ ન હતો.

સિક્યુરિટી ગાર્ડે દરવાજા પાસે પહોંચીને મને છોડી દીધો અને પછી તે પણ જોરથી બરાડયો "નીકલો બહાર વર્ના માર મારકે તેરા પીછવાડા લાલ કરકે ધક્કે મારકે બહાર નીકાલ દૂંગા"

હું મારું સ્કૂટર લઈને તેને દોરીને સ્ટુડિયોની બહાર નીકળી ગયો અને પછી તેને ચાલુ કરી મારી ઓરડી તરફ જવા નીકળી ગયો. એકાદ કલાક પછી બોરીવલીમાં મેં ભાડે રાખેલી ઓરડીએ પહોંચ્યો. મારું સ્કુટર ત્યાં મૂક્યું અને તેની ડેકીમાંથી પ્લાસ્ટિકની થેલી કાઢી લીધી. તેને લોક કરી તેની ચાવી લઈ લીધી. આ ચાવીની સાથે જ મારી ઓરડીના તાળાની ચાવી પણ હતી. તેનાથી ઝટપટ ઓરડીનું તાળું ખોલી હું ઓરડીની અંદર ગયો. જલ્દી જલદી કપડાં બદલી મેં એક સૂટકેશ તૈયાર કરી. પેલી પ્લાસ્ટિકની થેલી પણ તેમાં મૂકી કારણ કે ગઈકાલના કપડાં હજી ભીનાં જ હતાં.જરૂરી ચીજવસ્તુઓ સૂટકેશમાં ભરી હું ઓરડીની બહાર આવ્યો અને તેને તાળું મારી તેની ચાવી અને મારા સ્કૂટરની ચાવી મારા પાડોશીને આપીને કહ્યું કે આ બંને ચાવી મકાનમાલિકને આપી દેજે અને તેને કહેજે કે જો હું બે મહિનામાં પાછો ન આવું તો ઓરડીનો હવાલો સંભાળી લે અને સ્કૂટર વેંચી ભાડું વસૂલી લે.

આ પછી હું રીક્ષા ભાડે કરી બોરીવલી પુષ્પાબાગ પાસે આવ્યો અને એક ખાનગી બસમાં બેસી અમદાવાદ આવવા નીકળી પડયો. ટ્રાવેલ્સબસવાળા

માણસ દીઠ સો રૂપિયામાં મુંબઈથી અમદાવાદ સુધી લઈ જતા હતા. બીજે દિવસે વહેલી સવારે બસ અમદાવાદ પહોંચી ગઈ.

અમદાવાદથી સરકારી બસમાં જુનાગઢ આવ્યો. બપોરે બે વાગ્યે જુનાગઢ પહોંચી ગયો. બસ સ્ટેશનની બહાર ગામના છકડામાં બેસી હું મારા ગામ આવી પહોંચ્યો. ગામમાંથી ઘેર પહોંચ્યો.

# ૧૩

ઘરમાં પહોચતાં જ મેં જોયું તો મારી મા એક ખાટલામાં પડી પડી બેવડી વળીવળીને ખાંસી રહી હતી. હું ઘરમાં મારી સૂટકેશ પડતી મૂકી 'મા' એમ બૂમ પાડી મારી મા પાસે દોડી ગયો. તે મને જોઈ અડધી અડધી થઈ ગઈ. તેની ખાંસી ગાયબ થઈ ગઈ. તેની આંખમાં હરખનાં આસું આવી ગયા. હું તેની પાસે પહોંચી તેને વળગી પડયો. 'સાજોનરવો છો ને ગગા?' એમ પૂછી તે મારી ખુશખબર જાણી રહી હતી. મેં 'હા' કહી ત્યારે તેના સાતેય કોઠામાં દીવા થયા. તે બિમારીથી દૂબળી પડી ગઈ હતી. એક સમય હતો કે તે ત્રણ મણ બાજરાની ગુણ એકલી ઉપાડી લેતી હતી. મને તેની દયા આવી ગઈ. મારી આંખમાં ઝળઝળિયાં આવી ગયા. તેણે મને ખાવાનું પૂછયું. મેં રસ્તામાં ખાઈને આવ્યાનું કહ્યું. તે કેદુની મારી સાથે વાત કરવા તરસતી હતી તે વાતે વળગી. તેણે મારા પ્રદાદાની વાત કરી. જે તેને મારા બાપે કહી હતી. પ્રદાદાની વાત એટલે મારા બાપના બાપના બાપની–દાદાના બાપની–પ્રપિતામહની વાત.

મારા પ્રદાદા પાસે સો વીઘાની જમીન હતી. જેમાંની સાઈઠ વીઘા જમીન જુનાગઢના નવાબ સાહેબે સેવાના ભાગરૂપે આપી હતી. તેઓ આસપાસના દશ ગામની ચોથ ઉઘરાવતા હતા. ગામના દરબારની પણ ત્રેવડ ન હતી કે ચોથભાગ દીધા પહેલાં અનાજ ઘર ભેગું કરી શકે. ગામમાં સૌથી સુખી ઘર અમારું હતું. અત્યારે પણ જે ઘર છે તે તેનો એક અવશેષ છે.

કહેવાય છે તેઓ બહુ મજબૂત, બહાદુર, હિંમતવાન, દિલેર અને બહુ જ ગુસ્સાવાળા હતા.

એક વખત ગામની નદીમાં કોઈ મગર આવી ચડયો હતો જે નદીએ પાણી પીવા જતાં ગામના દૂધાળ પશુઓને મારીને ખાઈ જતો હતો. ગામલોકોએ તેને પકડવા ખૂબ મહેનત કરી હતી પણ તે પકડાયો ન હતો. એકવાર નદીએ પાણી પીવા ગયેલી મારા પ્રદાદાની વાછરડીને મગર ખાઈ જતાં તેઓ બે દિવસ સુધી નદીએ જઈને ભૂખ્યાં તરસ્યાં બેસી રહ્યા હતા અને છેવટે એકલે હાથે મગરને પકડીને દોરડેથી બાંધીને માથે ઊંચકીને ગામની વચ્ચે લાવી થાંભલે બાંધી દીધો

હતો. જેને ગામના લોકોએ પથ્થર મારીમારીને પતાવી દીધો હતો. આ રીતે મારા પ્રદાદાએ મગરને ગામલોકો પાસે સજા અપાવી હતી. આ વાત આજે પણ ગામના ડોસાડોશીઓને સાંભળે છે.

એક વખત નવાબના સાળાના દીકરાએ વાડીએ ગયેલી અમારા ગામના તે વખતના દરબારની દીકરીની લાજ લૂંટવાની કોશિશ કરી હતી જેને મારા પ્રદાદાએ ભડાકે દઈ દીધો હતો. દરબારે તેમને જે જોઈએ તે માંગવાનું કહ્યું હતું. તેમણે કહ્યું હતું કે મારું લેણું બાકી રહ્યું. હું નહીં તો મારા વારસદારો લેણું માંગશે. દરબારે પણ દિલાવરી દેખાડી કહ્યું હતું કે આ લેણું મારા વારસદારો તારા વારસદાર માંગશે ત્યારે ચૂકવી દેશે. જે લેણું મારી માએ મારા માટે માંગી લીધું હતું. આ લેણું મારી માંએ શા માટે માંગ્યું હતું તે આગળ ઉપર જાણશો.

નવાબે તેના સાળાના ખૂન માટે મારા પ્રદાદાને પકડી લેવા સિપાઈઓ મોકલ્યા હતા. તેમણે બધા સિપાઈઓને એકલે હાથે મારીને ભગાડી દીધા હતા. ગુસ્સાથી ભુરાંટો થઈને નવાબે તેમને પકડવા માટે લશ્કર મોકલ્યું હતું. આથી તેઓ ગામ છોડી ભાગી ગયા અને ભૂપત બહારવટિયા સાથે મળી બહારવટે ચડી ગયા હતા. આ પછી અમારા ઘરની પડતી બેઠી હતી. અમારી જમીન નવાબે પડાવી લીધી. અમારું મોટાભાગનું ઘર નવાબે પાડી નખાવ્યું હતું. મારી પ્રદાદીએ વિનવણી કરીને એક ઓરડો અને ઓશરી જેટલું મકાન બચાવી લીધું હતું. ભૂપત બહારવટિયાના અનેક પરાક્રમોમાં મારા પ્રદાદાનું ખૂબ યોગદાન હતું. મારા પ્રદાદા ભૂપતનો જમણો હાથ બની ગયા હતા.

છેવટે તેમને જેર કરવા તેમની સામે દેશી અને અંગ્રેજી સિપાઈઓ સાથે ભાવનગરના પોલીસ અધિકારી છેલશંકરે મોરચો ખોલ્યો હતો અને તેમનો સતત પીછો પકડવામાં આવ્યો હતો. આથી અથડામણો ખૂબ જ વધી ગઈ હતી. આવી અથડામણો દરમિયાન મોકો મળતા તેઓ ભાગી છૂટતા હતા. છેવટે શિહોરની ડુંગરમાળામાં તેઓ ઘેરાઈ ગયા અને ત્યારે થયેલી અથડામણમાં ભૂપતને બચાવીને તેને નસાડી દેવાની પેરવી કરવા જતાં તેઓ વીરગતિને પ્રાપ્ત થયા હતા. જોકે, મરતાં પહેલાં તેઓ ભૂપતને શિહોરની ડુંગરમાળામાંથી ભગાડી દેવામાં સફળ રહ્યા હતા. કહે છે છેલ્લે નવાબ ભૂપતને મદદ કરતો હતો. દેશની આઝાદી પછી નવાબ અને ભૂપત બહારવટિયો ભાગીને પાકિસ્તાન ભેગા થઈ ગયા હતા.

હાલ મારા પ્રદાદાએ નવાબના કયા સાળાના કયા દીકરાને મારી નાખ્યો હતો તે કહી શકાય તેમ નથી કારણ કે નવાબ અનેક બેગમો રાખવાનો શોખીન હતો અને બેગમોને અનેક ભાઈઓ હતાં. આ ભાઈઓને પણ એક કરતાં વધારે બીવીઓ હતી. આ બીવીઓને એક કરતાં વધારે દીકરાઓ હતાં. આથી નવાબનો કબીલો રૂની ગાંસડીમાં કાલા સમાય તેટલો હતો. નવાબ તેના સાળાઓના નામ પણ ભૂલી જતો હતો તો આપણે તેના દીકરાનું નામ શા માટે યાદ રાખીએ? આથી આજે નવાબના તે સાળાનું કે તે સાળાના દીકરાનું નામ કોઈને યાદ નથી.

મારા દાદા એ મારા પ્રદાદાનું એકમાત્ર સંતાન હતા. મારા પિતા મારા દાદાનું એકમાત્ર સંતાન હતા. હું મારા પિતાનું એકમાત્ર સંતાન છું. આમ ભારતની વસતિ વધારવામાં નવાબ જેટલું અમારું યોગદાન નથી. નવાબ ભલેને પાકિસ્તાન જતો રહ્યો હોય પણ તેના વારસદારો તો ભારતમાં જ છે!

મારી મા વાતો કરતી કરતી થાકી ગઈ તેને હાંફ ચડવા લાગ્યો. તેણે ખૂબ ઉધરસ પણ ખાધી. એક ઉધરસ વખતે તેને ગળફાં આવવા લાગ્યા. તે વારંવાર થૂંકવા લાગી. એવામાં તેના થૂંક સાથે લોહી નીકળવા લાગ્યું. હું ગભરાય ગયો. મેં તેને દવાખાને જવા કહ્યું તો તેણે ના પાડી. આથી હું ગામમાં સારવાર કરતા અધકચરા ડોકટરને બોલાવી લાવ્યો. તેણે મારી માને શહેરના દવાખાનામાં દાખલ થવાની વાત કરી. મારી મા ન માની કારણ કે તેને બીક હતી કે તેને કોઈ મોટો રોગ લાગુ પડી ગયો છે અને તેની સારવાર ખૂબ મોંઘી છે. મારા દીકરા પાસે સારવારના રૂપિયા નહીં હોય. જોકે મોટી બીક એ પણ હતી કે ડોકટર તેને બીજે કયાંક મોકલી કરી દેશે તો? જ્યાં તેને તેના દીકરાનું મોં પણ ન જોવા મળે તો ?

મેં દવાખાનાના ખર્ચ માટે રૂપિયા કાઢવા મારી સૂટકેશ ખોલીને તેમાં મૂકેલાં કેટલાક રૂપિયા કાઢી ગણ્યા તો બાર હજાર થયા. માની સ્થિતિ જોતા આટલી રકમ પૂરતી થાય તેમ ન હતી. આ સૂટકેશમાં રાખેલી પ્લાસ્ટિકની થેલીમાંથી વાસ આવતી હતી કારણ કે તેમાં રહેલાં કપડાં હજી આલાલીલાં હતા. આથી આ કપડાંને બહાર કાઢવા માટે પ્લાસ્ટિકની થેલી ઊંધી કરીને ખંખેરી તો તેમાંથી હજાર હજાર રૂપિયાની નોટોની કેટલીક થોકડીઓ ઊડીને નીચે પડી. હું હેરતમાં પડી ગયો કે આ થોકડીઓ આવી કયાંથી?

મેં થોકડીઓને ભેગી કરીને ગણી તો કુલ દશ થોકડીઓ હતી. પૂરાં દશ લાખ રૂપિયા. આ મારી થેલીમાં આવ્યા કયાંથી? વિચાર કરતાં સમજ પડી કે આ થેલી તો મને મિસ માલિનીએ આપી હતી અને તે પછી તેને કોઈ અડયું પણ નથી. ચોક્કસ આ દશ લાખ રૂપિયા મિસ માલિનીએ મૂકયા હતા પણ શા માટે મૂકયા હતા?

શું તેણે તેનું કૌમાર્ય ખંડિત ન કરવાની કિંમત મને આપી છે? તેણે લીધેલી મારા સંયમની પરીક્ષાનું આ પરિણામ આપ્યું છે? કે મારી ગરીબાઈની દયા ખાઈને મને મદદ કરી છે? શું છે આ બધું?

જે હોય તે, જો તેણે તેના કૌમાર્યની કિંમત ચૂકવી હોય તો તે મોટી ભૂલ કરી રહી હતી કારણ કે તેના કૌમાર્યની કિંમત ખૂબ ઊંચી હતી, એટલી બધી ઊંચી કે તે કિંમત આરબ અમીરાતનો શહેનશાહ પણ ચૂકવી ન શકે કે ન વિશ્વ બેંક ભરપાઈ કરી શકે. મારે મન તેનું કૌમાર્ય અમૂલ્ય હતું. જો તેણે મારા સંયમનું આ પરિણામ આપ્યું હોય તો વધુ મોટી ભૂલ કરી રહી હતી કારણ કે સંયમનું પહેલું પરિણામ વૈરાગ્ય છે અને અંતિમ પરિણામ ઈશ્વરનું દર્શન છે. તે મને ઈશ્વરની ઝાંખી કરાવી શકી હતી પણ ઈશ્વરદર્શન કરાવી શકી ન હતી. જો તેણે મારી ગરીબાઈની દયા ખાધી હોય તો તે તેની સૌથી મોટી ભૂલ હતી કારણ કે અમે કદી કોઈની સામે અમારી ગરીબાઈના રોદણાં રોયાં ન હતાં કે ન કદી કોઈની સામે યાચના કરી હતી. અમે મહેનત કરીને બાજરીના રોટલાં ખાતાં હતાં. હરામની કોઈ કમાણી કદી કરી ન હતી. મારા મતે તે સમજુ હતી. તેણે ફકત તેના પ્રેમના પ્રતિકરૂપે આ ભેટ મને આપી હતી. પ્રેમમાં પ્રેમીઓ હૃદયની આપલે પછી આવી તુચ્છ ચીજોની આપલે કરતાં રહે છે તેમાં કશું ખોટું પણ નથી. તેમાં કોઈનું અપમાન નથી. આ પણ પ્રેમ દર્શાવવાની એક ચેષ્ટા જ છે.

મારી મા આ દશ લાખ રૂપિયાને જોતી જ રહી. તેની આંખો પહોળી થઈ ગઈ. તેણે તેની આખી જિંદગીમાં આટલાં રૂપિયા કદી જોયા જ ન હતા. ખુશીથી તેની આંખો આસુંઓથી ભરાઈ ગઈ.

તે બોલી "તું કમાઈ લાવ્યો દીકરા? હું બધાને કહેતી હતી કે મારો દીકરો હીરો છે હીરો. તે ચોક્કસ મુંબઈથી થેલી ભરીને રૂપિયા કમાઈ લાવશે. તે મને સાચી ઠેરવી. હવે મારે ગામને બતાવવું છે જુઓ મારો દીકરો લખેશરી બનીને આવી ગયો છે."

અચાનક તેને શંકા ગઈ કે કદાચ લાખ રૂપિયા નહીં હોય તો લખેશરી કેવો? તેથી તેણે તેની આંખો ઝીણી કરી હળવેથી મને પૂછયું "દીકરા કેટલાં રૂપિયા હશે, આ બધાં થઈને?"

મેં કહ્યું "મા પૂરાં દશ લાખ છે. પરચૂરણ તરીકે બીજા બાર હજાર છે."

આ સાંભળી મા 'દશ લાખ રૂપિયા' એમ બોલવા જતી હતી પણ 'દ... દ... દશ...' આટલું બોલતાં બોલતાં તો તેની જીભ તાળવે ચોટી ગઈ. થોડીવાર માટે તે સાવ અવાચક થઈ ગઈ. તે તો લાખ સવાલાખ માંડ સમજી હતી અને તેમાં પણ તેને શંકા થઈ હતી જ્યારે દશ લાખનો આંકડો સાંભળી તે બેભાન ન થઈ ગઈ તે સારું જ થયું હતું.

મને ખબર છે માને આ રૂપિયા ગણવા આપ્યાં હોય તો તે સવાર સુધી ગણી ન શકે કારણ કે તે હજી પણ સો બસો રૂપિયા ગણવા હોય તો વીસ વીસ રૂપિયાની પાંચ થપ્પી કરી પાંચ વીસું સો એમ સો રૂપિયા ગણતી હતી. આવા બે વખત સો એટલે બસો એમ ગણતી હતી છતાં કદી હજારથી વધારે ગણી શકતી ન હતી. કયાંથી ગણી શકે! મારા બાપે તેના જીવતા સુધી ઘરનો વ્યવહાર તેની પાસે જ રાખ્યો હતો અને તેના મરી ગયા પછી માના હાથમાં હજાર રૂપિયા ક્યારેય આવ્યા જ ન હતા.

પહેલી વખત જ્યારે મારી સ્ટોરી વીસ હજારમાં વેચાઈ હતી અને મેં એ મારી પહેલી કમાણી માના હાથમાં મૂકી હતી ત્યારે તેને જે આનંદ થયો હતો અને મને બે હાથથી અંતરથી જે આશીર્વાદ આપ્યા હતા અને ત્યારે મને જે આનંદ થયો હતો તે પરથી કહું છું કે માના ચરણોની નીચે સ્વર્ગ છે તેમ માના હાથની નીચે પણ સ્વર્ગ જ આવેલું છે.

માએ એ વખતે ગામમાં પાણીનું પરબ બનાવવા દશ હજાર રૂપિયા વાપરી નાખ્યા હતા. પરોપકાર તેની રગેરગમાં વ્યાપી ગયો હતો. જુવાન હતી ત્યારે ગામમાં મંદિર બને કે માતાજીનો મઢ બને ક્યારેય એક પાઈ પણ મજૂરી લેતી જ નહીં. આથી હાલમાં પણ ગામલોકો તેનું ધ્યાન રાખતાં હતાં.

તે જરાય ભણી ન હતી પણ ગણી બહુ હતી એટલે જ તેણે મને છોડીને બીજો ઘરસંસાર માંડયો ન હતો. નહીંતર આજે હું કોઈનો આંગળિયાત હોત કાં સાવકો દીકરો હોત કાં ત્યજી દેવાયેલો કોઈ અનાથ હોત. કોઈ અનાથાશ્રમમાં

મોટો થયો હોત. માના આવા અગણિત ઉપકારના ગુલાબબગીચા સામે તો સંતાનની કમાણી આવળના એક ફૂલ સમાન જ ગણાય.

આથી મેં આ રૂપિયાની થપ્પીઓ માના હાથમાં આપતાં કહ્યું ''મા આ તારા જ છે.''

તે હોશમાં આવી હરખથી બોલી ''હું તેમાંથી થોડાક વાપરી શકું?''

મેં કહ્યું ''મા થોડાક શું કામ? તારે જેટલાં વાપરવા હોય તેટલાં વાપરી શકે છે. જેમાં વાપરવા હોય તેમાં વાપરી શકે છે.''

મા તો આ સાંભળી ઘેલી ઘેલી થઈ ગઈ. તેની આંખોમાં આખા ગામમાં મારો દીકરો લખેશરી છે તેવું બતાવવાનું અભિમાન ડોકિયાં કરી રહ્યું હતું. આટઆટલા દુઃખ સહન કર્યાં પછી આટલું અભિમાન કરવાનો તો તેને ચોક્કસ હક હતો.

તે ગૌરવથી બોલી ''તો જા ગામના સરપંચને આંય બોલાવી લાવ.''

ગામનો સરપંચ એટલે ગામનો વડીલ દરબાર. ભલે ભારતને આઝાદી મળી હોય તોપણ ગામડાઓમાં તો આજે પણ જે ગામમાં બે–ચાર દરબારના ઘર હોય તેમાંથી કોઈ વડીલ સરપંચ થાય છે. મોટાભાગે સરપંચ બિનહરીફ ચૂંટાય છે. કયારેક ચૂંટણીની નોબત આવે તોપણ દરબાર હોય તે જ સરપંચ તરીકે ચૂંટાઈ આવે છે અને આ ચૂંટણી પહેલાં અને પછી ગામમાં અચૂક મારામારી થાય જ છે.

અમારાં ગામના સરપંચ પણ દરબાર જ હતા, બહુ ભલો માણસ હતો, નામ હતું ગોવુભા.

કયારેક અજબ વિરોધાભાસનો સંયોગ થતો હોય છે. જેમકે, કૌભાંડવિહીન રાજનેતા, બહાદુર શિક્ષક, હપ્તા ન લેતો પોલીસમેન, નિરવ્યસની નશાબંધી અધિકારી, વાજબી ભાવ લેતો વેપારી.

માની આજ્ઞા મુજબ હું ગોવુભાને બોલાવવા નીકળ્યો. રસ્તામાં જે મળે તે મારી સાથે પહેલાં રામરામ કરી પછી શિખામણ આપતા હતા કે પૈસાની લાય છોડી તારી માની થોડીક સંભાળ રાખ, પૈસા પછી પણ રળાશે, મા જતી રહેશે તો પાછી નહીં આવે, આખું જીવતર તારી પાછળ ગાળી નાંખ્યું છે એ રાંડીરાંડ

બાઈએ, કાળીમજૂરી કરી તને ભણાવ્યો છે હવે તેની સામે તો જો, તેને થોડુંક તો તું સુખ આપ.

શિખામણો સાંભળતો સાંભળતો હું દરબાર ગઢમાં ગોવુભાની ડેલીએ પહોંચ્યો અને ડેલીની સાંકળ ખખડાવી બૂમ પાડી "એ ગોવુભા બાપુ, તમને મારી મા સાંકરે છે."

"એ કોણ છે માવાળો?" એમ બોલતા ગોવુભાએ થોડીવારમાં ડેલી ખોલી.

સામે મને જોઈ બોલી ઊઠયા "અરે તું? ક્યારે આવ્યો ભાઈ? મઝામાં તો છેને? તારી માને અત્યારે મારું શું કામ પડયું? તેને કંઈ થયું તો નથીને? આવ્યો છો તો હવે રોકાઈ જ જજે, બિમાર માની દેખભાળ કર, માના આશીર્વાદ મળશે તો ભવપાર કરી જઈશ. આવી મા સાત જન્મમાંય નહીં મળે."

એકી સાથે અનેક પ્રશ્નો સાથે છેલ્લેછેલ્લે શિખામણ પણ આપી દીધી–આખું ગામ શિખામણ આપે અને ગોવુભા બાપુ થોડાં બાકી રહી જાય! જોકે ભા એટલે પણ બાપુ જ થાય છે!

આમ તો સરપંચ એટલે ગામનો ધારાસભ્ય! એમ કોઈ બોલાવે અને ચાલી ન નીકળે! પણ મા તરફ આખા ગામને લાગણી હતી અને અમારે ગોવુભાના કુટુંબ સાથે બાપદાદાના વખતથી સંબંધ હતો. તેના દાદાની બહેનની આબરૂ લૂંટવાની કોશિશ કરતાં નવાબના સાળાના દીકરાને મારા પ્રદાદાએ ભડાકે દીધો હતો. આટલો જૂનો સંબંધ ગોવુભા તો ભૂલી શકે જ નહીં. તેઓ તરત જ મારી સાથે આવ્યા.

મા પાસે પહોંચીને ગોવુભાએ તેની ખેરિયત પૂછી. માએ તેને બેસવા કહ્યું. મેં એક ખુરશી લાવી તેમને બેસાડયા. માએ વાત શરૂ કરી "ગોવુભા, તમે જાણો જ છો કે ગામમાં વરસોથી બાયુંદીકરીયું નદીએ જઈને પાણી ભરી લાવે છે, જો ગામની વચ્ચે એકાદ ટાંકો બનાવી લેવામાં આવે તો તેમને ઠેઠ નદીએ જવું ન પડે. તમે આવો ટાંકો બનાવવાનું વિચાર્યું છે? વિચાર્યું છે તો તે માટે તમે પોતે શું કર્યું?"

બીજો કોઈ સરપંચ હોત તો કહેત કે છાનીમાની બેસ ડોસી, ટાંકો એમનેએમ નથી થતો પણ ગોવુભા ભલો હતો અને અમારો સંબંધી હતો તેણે શાંતિથી કહ્યું "ટાંકો બનાવવાનું વિચારેલું છે અને મોટર મૂકી નળ નાંખવાનું પણ

વિચારેલું છે. ગ્રાન્ટ માટે ધારાસભ્ય અને સંસદસભ્યને મળ્યો છું પણ તેઓ ટકાવારી માંગે છે. જે મને પસંદ નથી. આ સિવાય બીજાને પણ ટકાવારી આપવી પડે છે. બધું ગણું તો લાખ રૂપિયાની ગ્રાન્ટમાંથી ચાલીસ હજાર તો ખવડાવવામાં ચાલી જાય અને સાઈઠ હજારનું કામ થાય એટલે હલકું કામ થાય. ટાંકો નબળો રહે અને કયારેક તૂટી પડે તો કોકના છૈયાંછોકરાં રઝળી પડે, આથી ટાંકો બનાવવાનું માંડી વાળ્યું છે. કેમ મેં બરાબર કામ કર્યું છે ને? મણીમા.''

મને થયું કે જે કામ થયું જ નથી તે બરાબર થયું કઈ રીતે ગણાય? ન કરેલું કામ સારું ગણાય?

ગોવુભાની વાત સાંભળી માએ કહ્યું ''લાંબી લાંબી વાત ન કરો બાપા, સીધું કહો કે ખર્ચો કેટલો થાય તેમ છે?''

ગોવુભાએ હાથના વેઢાં ગણી કહ્યું ''સિતેરથી એંસી હજાર થાય તેમ છે. નળની પાઈપલાઈન મૂકીએ તો દશેક હજાર બીજા થાય.''

બીજો સરપંચ હોત તો ક્યારનોય ભસી મરત કે આ બધું જાણીને તારે શું કામ છે ડોકરી? પણ ગોવુભા ભલો માણસ હતો. તે આવું કશું ન બોલે. તેમાંય વળી ગોવુભા એટલે આખા ગામનો ભા.

માએ એક થપ્પો કાઢી સરપંચના હાથમાં મૂકી કહ્યું ''ધારાસભ્યોને સંસદસભ્યો ગયા માંહ્ય... આ લાખ લ્યો અને ઘટે તો હજી લઈ જજો પણ ગામમાં એક ટાંકો બનાવી લો, એક મોટર મૂકી દો, નળ મૂકી દો, ગામની બાયુંની તકલીફ ઓછી થાય તેવું કામ કરો. ગામ આપણને મર્યા પછી પણ યાદ રાખે તેવું કામ કરો. હાં ટાંકા પર તમારા ભાઈનું નામ લખવાનું ન ભૂલશો, મારા બાપ.''

ગોવુભાનો ભાઈ એટલે મારો બાપો. મને નાનો મૂકી મરી ગયો તે. મા તેને આટલાં વરસે પણ ભૂલી ન હતી. મને તો મારા બાપનું મોં કેવું હતું તેની પણ ખબર નથી. મારે મન તો મારી મા એ જ મારો બાપ. ત્મેવ માતા ચ પિતા ત્મેવ... આ સંસ્કૃત ભાષાની આ પ્રાર્થનામાં મારા માટે ત્મેવ એટલે મારી મા!

ભગવાન જ્યારે બધે પહોંચી નથી શકતો એટલે તેણે માનું સર્જન કર્યું છે તે સાવ સાચું જ છે.

માની ગામ પ્રત્યેની ભાવના જોઈ ગોવુભાએ આભારવશ બની લાખ રૂપિયાની થપ્પી લઈ લીધી. માએ સંતોષથી એક ઊંડો શ્વાસ લીધો અને અચાનક ફરી ઉધરસ ખાવા માંડી. તેની ઉધરસ લાંબી ચાલી અંતે તે ઉધરસ ખાતાં ખાતાં ગળફાં થૂંકવા લાગી. ગળફાની સાથે લાલ લાલ લોહી પણ નીકળતું હતું. ગળફાંમાં લોહી જોઈ હું અને ગોવુભા બંને ગભરાય ગયા. માને આ શું થયું છે? મારી કંઈ સમજમાં ન આવ્યું. જ્યારે તેની ઉધરસ બેસી ગઈ ત્યારે મેં તેને પાણી પાઈ ત્રણ–ચાર કોગળાં કરાવ્યા. તેના વાંસામાં હાથ ફેરવ્યો. ઉધરસ ખાઈને તે થાકી ગઈ હતી એટલે મેં તેને પાછી સૂવાડી દીધી.

ગોવુભા ભલા જ હતા નહીં, સમજુ પણ હતા. માને શું થયું છે તે તરત જ સમજી ગયા હતા. તે ખુરશીમાંથી ઊભા થયા અને અમારાંથી દૂર ગયા પછી હાથના ઈશારાથી મને તેની પાસે બોલાવ્યો.

હું તેની પાસે ગયો એટલે તેણે મને ધીમેથી કહ્યું “તું તારી માને મોટા સરકારી દવાખાને લઈ જા, કોઈ સારા ડોક્ટરને બતાવી જો. મારો છકડો લઈ જા, જરૂર પડશે તો હું પણ આવીશ.”

આટલું કહી તે લાખ રૂપિયાની થપ્પી લઈને જતા રહ્યા. મેં માને જગાડી દવાખાને જવાની વાત કરી તો તેણે કહ્યું કે દવાખાને નથી જવું શિયાળાની થોડી શરદીસળેખમ જેવું થઈ ગયું છે બે–ચાર દિવસમાં સારું થઈ જશે. તું નકામી ચિંતા કરતો નહીં.

આથી મેં તેને સમજાવવાની કોશિશ કરી તોપણ તે ન માની. છેવટે મેં મારા સમ આપ્યા ત્યારે મેળ બેઠો. મા માની એટલે હું તરત જ બહાર ગયો અને પાડોશમાં રહેતા મારા મિત્ર વિનિયાને ગમે ત્યાંથી ગમે તેટલું ભાડું નક્કી કરી મોટર મંગાવવાનું જણાવ્યું. વિનિયો તરત જ તેનું મોટરસાયકલ લઈને મોટર બાંધવા ગયો. મેં પાણીથી પોતાં ભીનાં કરી તેનાથી માને સાફ કરી. તેણે બાકીના પૈસા ઘરમાં મૂકવાનું કહ્યું. મેં નવ લાખ રૂપિયા લીધા અને તેને ઘરના અંદરના ઓરડામાં છુપાવવા ગયો.

બે લાખ રૂપિયા ડામચિયામાં મૂક્યાં. ડામચિયામાં ત્રણ–ચાર તૂટેલાંફાટેલાં ગોદડાં હતાં. જે અમારી ગરીબીને સલામ કરતા હતા. બે લાખ કોઠીમાં મૂક્યા. જેમાં અનાજ તળિયે પડયું હતું. ચાર લાખ પટાળામાં મૂક્યા. પટાળામાં ખાસ કશું હતું નહીં. એક કાટ ખાઈ ગયેલી મારા બાપની તલવાર હતી. એક ચોપાટ

હતી. ઘોડાનું જીન હતું. બળદના ગળાની ઘુંઘરીઓ હતી. એક શીરખનું રેશમી ગોદડું હતું. જે મારી માના લગ્ન સમયે તેના પિયર તરફથી અપાયું હતું અને તે તેના પિયરની એકમાત્ર નિશાનીરૂપ હતું. તરણેતરના મેળામાં મારા બાપે મારી માને લઈ દીધેલું એક લહેરીયું હતું. જે થોડુંઘણું ફાટી ગયું હતું. એક લાખ કોઠામાં મૂક્યા. કોઠો એટલે દિવાલ કોરીને બનાવેલો એક બારણાવાળો નાનકડો કબાટ, બતાકો. કોઠામાં એક પાટલો હતો અને તેના પર અડધો રોટલો હતો. મેં રોટલાનો એક ટુકડો કરીને ખાધો. ટુકડાના કડકપણાથી અને સૂકાપણાથી મને ખબર પડી ગઈ કે બે દિવસ પહેલાં મારી માએ રોટલો ઘડયો હતો અને શાકછાસ વગર માંડ અડધો ખાઈ શકી હતી. તે બે દિવસથી ભૂખી હતી. મારી આંખમાં ઝળઝળિયાં આવી ગયા. માએ અસીમ દુઃખ વેઠયું હતું.

એક તરફ ઓછી મહેનતે કેટલાક લોકો લાખો રૂપિયા કમાઈ લે છે તો બીજી તરફ તનતોડ મહેનત પછી પણ કેટલાક લોકો પોતાનું પેટ માંડ માંડ ભરી શકે છે. આવી વિષમતાનો જનક કોણ છે? મને બતાવો મારે તેને તલવારના ઝાટકે દેવો છે. આવું મારું મન આપોઆપ બબડી ઊઠયું.

મેં ઘરમાં જુદી જુદી જગ્યાએ રૂપિયા મૂક્યા હતા કારણ કે કદાચ ઘરમાં કોઈ ચોર આવે તો એકાદ જગ્યાએથી રૂપિયા ચોરી જાય, બાકીની જગ્યાએ બચી જાય અથવા ઓછામાંઓછી એક જગ્યાએ તો રૂપિયા બચી જ જાય. બધી જગ્યાએથી ચોરાય જાય તો? તો આપણાં નસીબ બીજું શું?

જોકે, આ પહેલાં કોઈ ચોર ઘરમાં ઘૂસી ગયો હોત તો તે આ ઘરમાં તેનું કશુંક મૂકીને જ જાત!

વિનિયો મોટર લઈને આવી ગયો. મેં વિનિયાની મદદથી મારી માને ઊપાડી મોટરની પાછલી સીટમાં સૂવાડી. માનું માથું ખોળામાં લઈને હું પાછળ અને વિનિયો આગળ બેઠો. મોટર સીધી શહેરના સરકારી દવાખાને જઈને ઊભી રહી. માને મોટરમાંથી ઊપાડી દવાખાનામાં લીધી. ડોકટરે તેને તપાસી વહેલી સવારના થૂંક અને પેશાબની લેબોરેટરી રિપોર્ટ કરાવવાનું કહી તેને દવાખાનામાં દાખલ કરી દીધી. ડોકટરે આપેલી દવા માને પાઈ દીધી પછી મેં વિનિયા સાથે સફરજન, ચીકુ અને દ્રાક્ષ મંગાવ્યા અને માના પારણાં કરાવ્યા. વારાફરતી હું અને વિનિયો બહાર થોડુંક જમી આવ્યા. રાત પડતા માને સૂવાડી દીધી. હું અને વિનિયો દવાખાનામાં વારાફરતી જાગ્યા અને સૂતા.

બીજા દિવસે સવારથી જ માની સઘન સારવાર શરૂ થઈ ગઈ. સવારમાં ડોક્ટરની ટીમ માને તપાસી ગઈ. તેની સૂચના મુજબ વોર્ડબોય તેના ગળફાં અને પેશાબના નમુનાઓ લઈ ગયો. માને વ્હીલચેરમાં બેસાડી એક્સ રે રૂમમાં લઈ જઈ તેની છાતીના એક્સ રે ફોટાઓ લેવામાં આવ્યા. ત્યાંથી પરત લાવવામાં આવી કે તરત જ નર્સો દવા આપી ગઈ અને ગ્લુકોઝના બાટલાં શરૂ કરી દેવામાં આવ્યા. સરકારી દવાખાની સારવાર જોઈને હું નવાઈ પામી ગયો. જો આવી સગવડ ગામડાઓમાં મળતી હોય તો શહેરીકરણની સમસ્યા અડધી થઈ જાય. વિનિયાને ઘરે જવાની રજા આપી. હું માના પગ દબાવતો તેની પાસે બેઠો. માબાપની સેવા કરવી એ સંતાનની ફરજ છે.

બપોર સુધીમાં તમામ રિપોર્ટ આવી ગયા અને જે નિદાન થયું તે સાંભળી મારા માથે આભ તૂટી પડયું–માને ટીબી થયો હતો. ટીબી એટલે ટયુબરક્યુલોસિસ બેક્ટેરિયમ નામના સૂક્ષ્મ સજીવના કારણે થતો રોગ. ગુજરાતીમાં તેને ક્ષય રોગ કહેવામાં આવે છે. ફેફસાં, લસિકાગ્રંથિ, હાડકા, અને આંતરડામાં તેની અસર થાય છે. આ રોગમાં દર્દીને ભૂખ લાગતી નથી અને તેનું વજન સતત ઘટે છે. દિવસે દિવસે દર્દી નબળો પડતો જાય છે અને તે માંદો રહે છે. રૂ, ધૂળમાટી, કોલસો અને કાપડની ઝીણી ઝીણી કતરણો ઊડતી હોય તેવા કામ કરતાં લોકોને ટીબી જલદી લાગુ પડે છે.

ડોક્ટરે માને જીથરી ખસેડવાની ભલામણ કરી. જીથરી એ ભાવનગર પાસેનું એક ગામ છે જેમાં સરકારે ટીબીની સારવાર માટેની ખાસ હોસ્પિટલ બનાવી છે. માને જીથરી ભેગી કરતાં મારું મન ન માન્યું તેથી ડોક્ટરને આડુંઅવળું સમજાવી આ સરકારી દવાખાનામાં મળતી સારવાર લેવડાવી ફરી મોટર ભાડે કરી માને ગામમાં ઘરે પાછી લઈ આવ્યો.

ડોક્ટરે મા માટે તો દવા આપી હતી પરંતુ મને પણ દવા આપી હતી જેથી કયાંક મને ટીબી ન થાય. માને સારો અને પૌષ્ટિક ખોરાક ખવડાવાનો હતો. આથી ફળફળાદી, ઘી, દૂધ અને માખણ વગેરે ખરીદી લાવ્યો. ઘરમાં અનાજ અને કરિયાણું ભરી દીધું. મહિનાના પાંચસો રૂપિયા આપવાનું ઠેરાવી વિનયાની નાની બહેનને ઘરનું કામકાજ અને રસોઈકામ સોંપી દીધું. કડિયાને બોલાવી ફળિયામાં એક ખૂણે સંડાસ અને બાથરૂમ બનાવવા આપી દીધું જેથી માને કળશિયે જવા બહાર જવું ન પડે. આખા ગામમાં આ બીજું સંડાસ બનવાનું હતું.

ગોવુભાના ઘરે સંડાસ હતું અને મારે ઘેર બની રહ્યું હતું. બાકી આખું ગામ સીમમાં લોટે જતું હતું. જોકે અમારું ગામ સ્વચ્છ જ હતું.

બધું ગોઠવાય ગયું હતું. સમયેસમયે હું માને દવા પાતો હતો. સમ દઈ દઈને ખવડાવતો હતો. હું સવારથી સાંજ સુધી માની તહેનાતમાં રહેતો હતો. રાતે માના પગ દબાવી દેતો અને મા સૂઈ જાય તે પછી સૂતો. ધીરેધીરે માની તબિયત સુધરી રહી હતી.

ગોવુભાએ પાણીના ટાંકાનું કામ શરૂ કરાવી દીધું હતું. એકવાર ચાલુકામ જોવા ગયો ત્યારે તેમણે મમરો મૂક્યો કે તારી મા પાસેથી પચાસ હજાર વધારે મળે તો શેરીઓમાં પાણીની પાઈપલાઈન નાખી ઘરેઘરમાં નળ નાખી શકાય તેમ છે.

આંગળી આપતાં કાડું પકડે તે આનું નામ! મેં તેને કહ્યું કે મા પાસે જઈને વાત કરો તો તેમણે ઘેર આવીને મારી માને ગોળી પાઈ દીધી. મા થોડી ના પાડે તેમ હતી? મા મોટી દયાવાન અને ગોવુભા મોટો ગરજવાન એટલે ગોવુભાને તરત બીજા પચાસ હજાર મળી ગયા.

જોકે બધા સમજતાં હતાં કે મારી કમાણીમાંથી આ બધું બની રહ્યું છે. તેથી ગામમાં મારું માનસન્માન પણ વધી ગયું હતું. પહેલાંનો મણીબેનનો 'રખડુ રાજિયો' હવે 'રાજુભાઈ' બની ગયો હતો!

થોડા દિવસો પછી હૂતાસની આવી ગઈ. જેની સાથે મારી એક મધૂરી યાદ જોડાઈ હતી.

# ૧૪

પાંચ વરસ પહેલાની હોળીનો દિવસ હતો. અમે ગામના સૌ જુવાનિયાઓએ છાણાઓનો મોટો ઢગલો ગામની બહાર ભેગો કર્યો હતો. કેટલાક છાણાઓ ગામમાંથી ઉઘરાવીને ભેગા કર્યા હતા તો કેટલાક છાણાઓ ચોરીને ભેગા કર્યા હતા. અમારે આજે હોળી સળગાવવાની હતી. એક માટલીમાં દશ શેર ઘઉં રાખી, ચાર–પાંચ નારિયેળ વધેરીને તેના કોપરાના નાના નાના ટુકડાઓ, અડધો શેર ખાંડ રાખી તેમાં પાણી ઉમેરી તેને પૂરેપૂરી ભરી દઈને તેની માથે માટીનું રામણબુઝારું મૂકી બંધ કરી દીધી હતી. જયાં હોળી પ્રગટાવવાની હતી ત્યાં એક ખાડો કરી તેને તેમાં દાટી દીધી અને પછી તેની ઉપરની જમીન પર છાણાઓ ગોઠવી દીધા. છેલ્લે એક લાંબી લાકડીમાં મોટી ધજા ભરાવી તેને છાણામાં વચ્ચોવચ્ચ ખોડી દીધી. દૂરથી જોતાં કોઈ મંદિર હોય તેવું લાગી રહ્યું હતું!

આજે મને પૂરી આઝાદી હતી કારણ કે મારી મા તેના પિયર ગઈ હતી. તેના કાકાના દીકરાનો દીકરો શાર્દૂલ વરરાજો હતો. તે આ વરસે જ પરણ્યો હતો. તાજા પરણેલાં વરવધૂને તેમનાં લગ્ન પછીની પહેલી હોળીના દર્શન કરાવવા તેમનાં કુટુંબની સ્ત્રીઓ ફાગગીતો ગાતી ગાતી લઈ જાય છે. ફાગગીતો દ્વિઅર્થી શૃંગારી ગીતો હોય છે. ચોખલીયા લોકોને તો તે બિભત્સ ગીતો જ લાગે. ગુજરાતમાં હોળી જેવા તહેવારોમાં, લગ્ન વખતે પીઠી ચોળવા જેવાં પ્રસંગોમાં અને સીમંત જેવા પ્રસંગોમાં બિભત્સ, દ્વિઅર્થી, શૃંગારી ગીતો ગવાય છે. આ ગીતો પણ આપણી સંસ્કૃતિનો ભાગ છે. સમાજમાં સુધારો આવતાં આવાં ગીતો ઓછાં થતાં જાય છે. બીજો કોઈ ઝવેરચંદ મેઘાણી પાકે તો આ ગીતો લોકવરણમાંથી બહાર આવે.

કોઈએ બોલાવી ન હતી તોયે મારી મા હરખપદૂડી થઈને પિયર ગઈ હતી અને બે દિવસ રોકાવાનું પણ મને કહીને ગઈ હતી. મને ભેરૂબંધો સાથે રખડવાની અને છાણાં ચોરવાની મઝા પડી ગઈ. રાત પડી એટલે અમે ઢોલ વગાડીને હોળી સળગાવી. ગામલોકો આવી આવીને હોળીના દર્શન કરવા લાગ્યાં. આ જ વરસે જન્મેલાં છોકરાંઓને પણ વરરાજા બનાવી હોળીના દર્શને

લાવવામાં આવ્યાં. તાજા પરણેલાં વરવધૂઓને ગીતો ગાતી ગાતી સ્ત્રીઓ દર્શને લાવી. જેમાંથી કેટલાકને હોળી ફરતે હાથમાં નારિયેળ લઈને સાત આટાં પણ ફરવા પડતા. તેનું સાચું વૈજ્ઞાનિક કારણ એ છે કે શિયાળાની કાતિલ ઠંડીના કારણે કોઈના કોઠામાં શરદી, સળેખમ કે ખાંસી ઘર કરી ગઈ હોય તો હોળી ફરતેના સાત આટાંથી હોળીના તાપથી તેના આખા શરીરનું બધું લોહી એટલું બધું ગરમ થઈ જાય છે કે તેની શરદી, સળેખમ અને ખાંસી બાર ગાઉ દૂર નાસી જાય છે.

રાત જામતી જતી હતી. ઢોલી મસ્ત બનીને તેનો ઢોલ વગાડવા લાગ્યો. કેટલીક સ્ત્રીઓ કૂંડાળુ કરીને રાસ રમવા લાગી. તેમાં આકાશમાં ચાંદો નીકળ્યો. તે જોઈને હું આનંદથી જોરજોરથી 'ચાંદો નીકળ્યો, ચાંદો નીકળ્યો' એવી બૂમો પાડવા લાગ્યો. એવામાં એ સમયે દરબાર પરિવારની સ્ત્રીઓ હોળીના દર્શને આવી હતી. જેમાં એક ખૂબ જ રૂપાળી યુવતી હતી. ચાંદા જેવી રૂપાળી આ યુવતી મનોમન એવું સમજી બેઠી કે હું તેને જ ચાંદો નીકળ્યો એમ કહી રહ્યો છું. તે મારી સામે જોઈને શરમાઈ ગઈ. એ અમારાં ગામની યુવતી ન હતી. કોઈ મહેમાન હતી. હું પણ મૂંઝાઈને દેકારાં કરતો બંધ થઈ ગયો અને હોળીની સામેની તરફ જતો રહ્યો કારણ કે દરબારુનું કંઈ નક્કી નહીં નકામુ વાતનું વતેસર કરી નાંખે તો અમથેઅમથી મારામારી થઈ જાય. વળી મને કંઈ થાય તો મારી મા પણ ઘેર ન હતી. તે તો મારો જ વાંક કાઢત. તે યુવતી હોળીની જવાળાની સામે હતી. તે મને ચોરીછૂપીથી જોઈ રહી હતી. હું પણ તેને જોઈ રહ્યો હતો. એમ કરતાં કરતાં અમારી આંખો મળી ગઈ. ચાર આંખો એક થઈ ગઈ.

અજબ તારામૈત્રક રચાઈ ગયું હતું. અમે અમારી હયાતી ભૂલી ગયાં હતાં. આજુબાજુ શું થઈ રહ્યું હતું તે પણ અમે ભૂલી ગયાં હતાં. અમારી નજરો વચ્ચે ઊંચે લપકતી હોળીની જ્વાળાઓ વિઘ્ન નાખતી હતી. છતાં અમે ધરાઈને એકબીજાને જોઈ લેવાં માંગતાં હતાં. એ વખતે કોઈ દરબારનો એકાદ છોકરો પણ ત્યાં હાજર ન હતો. દરબારની સ્ત્રીઓ હોળીને જોવામાં મશગૂલ હતી.

એવામાં મોટો શોરબકોર થયો. જેમ પાણી પડવાથી ફટાકડીનું સ્કૂટફળ ફૂટે અને તેના બીજ વેરાઈ જાય તેમ અમારું તારામૈત્રક તૂટીને વિખાઈ ગયું. દરબારના ભારાડી જુવાનિયાઓ એક ગાડું લઈને ત્યાં આવી પહોંચ્યા હતા. ગાડામાં પિત્તળના તારોલિયાં જડેલાં હતાં. એ ઈશુ શેઠનું ગાડું હતું. ઈશુ શેઠ

એટલે અમારાં ગામનો વાણિયો. રૂનો વેપારી. કોઈ બાબતે તેને દરબારું સાથે વાંકુ પડયું હતું અને તેણે દરબારોની દાળ ગળવા દીધી ન હતી તેની દાઝ રાખીને દરબારના જુવાનિયાઓ તેનું ગાડું ઉપાડી લાવ્યા હતા. એક જુવાનિયાએ ખૂલ્લેઆમ ધમકી આપી કોઈએ ગાડાની વાત ઈશુ શેઠને કરી છે તો જીવથી જશો. ગામ આવી ધમકીઓથી જ વશમાં થઈ જાતું. અત્યારેય થઈ ગયું.

તેઓએ હોળીમાં ગાડું ધકેલી ગાડાંને સળગવાં મૂકી દીધું. આ જોઈ લોકો તરત વિખેરાઈ ગયા. હોળીમાં હોલિકા સળગી ગઈ હતી તેવું સાંભળ્યું હતું પણ ગાડું સળગી ગયું હતું તેવું સાંભળ્યું ન હતું! સવાર સુધી ગાડું બળતું રહ્યું. સવારે ગાડું બળીને કોલસો થયું ત્યારે ધૂળેટી થઈ ગઈ હતી.

બીજે દિવસે ગામના જુવાનિયાઓ રાત્રે શું બન્યું હતું તે ભૂલી ગયા અને વહેલી સવારથી ઘેરૈયા બની ગયા. હું પણ ઘેરૈયો બની બધાની સાથે રંગે રમવા લાગ્યો હતો. કોઈ હોળીમાં દાટેલું માટલું લઈ આવેલું તેથી અમે કોપરા સાથેની મીઠી ઘૂઘરી પણ ખાધી. ગામના ચોકમાં રમીને ધરાય ગયા એટલે ગામની બજારમાં નીકળ્યા. જે સામે મળે તેને રંગી નાખતા. કોઈને બહારગામ જવું હોય અને નવા કપડાં પહેરીને નીકળ્યું હોય તો ગોઠ માંગતા. જો તે ગોઠ આપે તો રંગ્યા વગર જવા દેતા નહીંતર રંગી જ નાખતા. ભાભીઓને તો પકડી પકડીને રંગી નાખતા. આજે ભાભીયુંને પકડીએ તો ભાઈથી કંઈ ન બોલાય. હોળી રમવાની શોખીન ભાભીઓ અમને રંગવા પણ આવી જતી. દિયરીયાંઓને એવી તો રંગતી કે દિયરીયો ગદગદીયાં અનુભવી ખલોબઠો થઈ જતો. કેટલીક નટખટ અને અલાડુ છોકરીઓ પણ રંગે રમવા આવી ગઈ હતી. ટોળું મોટુંને મોટું થતું જતું હતું.

રમતાં રમતાં અમે દરબાર ગઢ પાસે પહોંચ્યા. ગામની છોકરીઓને જોઈને દરબારોના છોકરાઓ રમવા નીકળી પડયા. છોકરીઓ પણ ઓછી ન હતી તે છોકરાઓને પૂરો રંગી નાખતી. ધીરેધીરે બીજા સ્ત્રીપુરુષો પણ રમવાં આવવાં લાગ્યાં. ચારેતરફ લાલ, કેસરી, ગુલાબી, પીળો, જાંબલી અને લીલો રંગ ઉડતો હતો. કાળો રંગ ઉડતો ન હતો કારણ કે કાળો રંગ મળતો ન હતો! છતાં તાવડીની મેશમાં તેલ મેળવીને તે રંગ બનાવી તેનાથી ઘણાંના ચહેરાં રંગી નાખવામાં આવ્યાં હતાં.

એવામાં મારી નજર જોરાવરસિંહના મકાનના ઝરોખામાં પડી અને ત્યાં જ જડાઈ ગઈ. ઝરોખામાં ગઈકાલવાળી જુવાનડી ઊભી હતી. ખરેખર તે ચાંદાને પણ શરમાવે તેવી સુંદર હતી. તેણે પણ મને ઓળખ્યો. હું તેને અને તે મને જોઈ રહી હતી. તારાઓ ભલે રાતે નીકળે પણ જો ચાંદો દિવસે નીકળે તો તારામૈત્રક દિવસે પણ થઈ શકે છે! દિવસનું અમારું આ તારામૈત્રક વધુ ટકયું કારણ કે બીજા તો રમવામાં પડયા હતા! મારો રંગબેરંગી ચહેરો તેને ગમી ગયો હતો. તેનો ચાંદાસરીખો ચહેરો મને ગમી ગયો હતો. મારા મને, મને કહ્યું "હવે જે થવું હોય તે થાય! પ્રેમ તો આવી અલબેલી સાથે જ કરવો જોઈએ. પ્રેમ શહેનશાહથી ડરતો નથી તો દરબાર શું વિસાતમાં? શું દરબારની દીકરીને દિલ ન હોય?"

જ્યારે સુંદર નયનોના બાણ યુવાનના હૈયાને વાગે છે ત્યારે તે પ્રેમના સમરાંગણમાં કૂદી જ પડે છે. પ્રેમનો મારગ શૂરાનો છે કાયરનું કામ નથી. પ્રેમમાં વીરતા બતાવવાની તક વારંવાર નથી મળતી. મેં પણ વીરતા બતાવી. મેં સુંદરી પરથી નજર ન હટાવી તે ન જ હટાવી. ભલે આજે લડાઈ થઈ જાય!

એવામાં અજાણતા કોઈએ મને હડડોલો માર્યો અને અમારું તારામૈત્રક તૂટી ગયું. તે હસી પડી. હું પણ હસી પડયો. હું ધીરેધીરે તેની નજીક ગયો. હજી કોઈનું ધ્યાન અમારાં બે તરફ ન હતું. બધાં રમવામાં અને નાચવામાં મસ્ત હતાં. હું તેને સાંભળી શકું તેટલો નજીક ગયો અને તે વાંકી વળી. ઝરૂખામાં નીચે મૂકેલાં રંગની તાસકમાંથી રંગનો મુક્ટો ભરીને ઊભી થઈ અને તરત જ મારા તરફ ફેંકી દીધો પણ હું ઝડપથી નીચે બેસી ગયો. તેનો વાર ખાલી ગયો. હું હસી પડયો. તે આંખો ફાડી મને જોતી રહી.

હું ઊભો થયો અને મેં ધીમેથી તેને વિલાસી બોલથી કહ્યું "રંગવો હોય તો એકલાં આવી રંગી નાંખો. બધાની વચ્ચે રંગવામાં મજા શેની?"

તે મારો કહેવાનો અર્થ પામી ગઈ એટલે બોલી "એકલી આવી રંગી જાઈશ તેમાં શું?"

આટલું બોલી તેણે તેની આંખોના નેણને એવા તો નચાવ્યા કે હું ફિદા ફિદા થઈ ગયો.

પછી મેં દ્વિઅર્થી બાણ છોડતાં કહ્યું "જો એકલાં આવી રંગી જશો તો કાંઈ હું તમને સાવ કોરાંકટ નહીં જાવા દઉં. આખેઆખી પિચકારી રંગથી ભરીને આખેઆખાં ભીંજવી દઈશ."

તે લલકાર આપતી વ્યંગમાં બોલી "તો હૃદયદ્વાર ખુલ્લાં રાખજો."

તેના કહેવાનો મતલબ ન સમજુ તેવો હું અણસમજુ ન હતો. મેં સંમતિ આપી–"ભલે ત્યારે."

એ વખતે કોઈએ જોરજોરથી ઢોલ વગાડવો શરૂ કર્યો. ઢોલના તાલે બધા નાચવા લાગ્યાં.

ઠેઠ બપોર સુધી આવું ચાલ્યું. બપોર પછી ટોળું નદીએ ગયું અને નદીમાં ભૂસકાં મારવા લાગ્યું. કેટલાકને હજી ધરવ થયો ન હતો તે નદીએ પણ હોળી રમવા લાગ્યાં. કેટલાંક નદીમાંથી બહાર આવે તેને ફરી રંગ છાંટી ભરી મૂકતાં. નદીમાં છોકરીઓ અને ભાભીયું પણ નાહવા પડી હતી. ભાભીયું તેના ઢીંચણથી ઉપરનો થોડોક ભાગ દેખાય તેટલો ઘાઘરાનો ઊંચો કછોટો મારી કૂદીને પાણીમાં પડતી હતી ત્યારે કછોટો સાથળ સુધી ઊંચો ચડી જતો હતો તેથી તેના રૂપાળાં રૂપાળાં સાથળ જોવાની ખૂબ મજા પડી જતી હતી. સાથોસાથ ભાઈની અદેખાઈ પણ થતી હતી! પુરુષને સ્ત્રીના સાથળ બહુ ગમે હોં.

કેટલાક છેલબટાઉ કુંવારા છોકરાઓ કે દિયરીયાઓ પાણીની અંદર પડેલી ગામની કે કૌટુંબિક કે સગી ભાભીના સ્તનો પર, કમરમાં, નિતંબમાં કે કેડ પર ચુટલીઓ ભરી લેતા હતા. આથી કોઈ કોઈ ભાભી તેના દિયરને ગુસ્સાથી આંખો કાઢતી હતી. કોઈ કોઈ ભાભી ''હવે દેરાણી લાવવી પડશે" તેવું બોલી દિયરની છેડતીને હસી કાઢતી. કયાંક દિયર ભોજાઈના નિર્દોષ સંબંધોને આગામી સમયમાં અનૈતિક સંબંધોમાં ફેરવી દેવાના પગરણ થતાં પણ અહીં જોઈ શકાતા હતા.

જ્યારે છોકરીઓ પાણીમાંથી બહાર આવતી ત્યારે ભીનું થયેલું તેનું પોલકું તેની છાતી સાથે ચપોચપ ચોટી ગયેલું હોવાથી તેના નવપલ્લવિત ઉરોજો ચોખ્ખાં દેખાઈ આવતા હતા. કુંવારા છોકરાઓ કે દિયરીયાઓ જેવા અટકચાળાઓ ભાભીઓ સાથે કરતા તેવા અટકચાળાઓ ગામની છોકરીઓ સાથે પણ કરી લેતા હતા. તેમના કેટલાક છોકરીઓની ગાળો પણ ખાતા હતા

તો કેટલાકને અટકચાળો કરવા માટે મીઠું સ્મિત પણ મળી જતું હતું. કેટલાકને છોકરીઓના અને ભાભીઓના હાથનો પ્રસાદ પણ ખાવા મળતો હતો. આમ છતાં એકંદરે બધું હસીમજાકમાં ગણાય જતું હતું તેથી મોટો ઝઘડો થાય તેવું ન હતું. આ માહોલ સાચે જ વિલાસી હતો.

# ૧૫

એવામાં મારી નજર નદીના સામા કિનારા પર પડી. સામે કિનારે કમળના ફૂલો ખીલેલાં હતાં. આ ફૂલોએ મને લલચાવ્યો. હું કાપડનો એક કટકો લઈને તરતો તરતો સામે કિનારે ગયો. કમળના સમુહ વચ્ચે કમળોની રખેવાળી કરતાં હોય તેમ બે–ત્રણ જળસાપ કમળપાન પર બિરાજમાન હતાં. જેને અમે ડેડાં કહીએ છીએ. ડેડાં ખૂબ લાંબાં, ચીકણાં, અને પીળાં રંગની પટ્ટીઓવાળાં લીલાં કાળાં રંગનાં હોય છે. તે રાજનાગ જેવાં ઝેરી હોતા નથી. તે ડરપોક હોય છે.

મેં પાણીમાં તરતી બાવળની એક સોટી લઈને તેમને ત્યાંથી ભગાડી મૂક્યા. તેઓ ઊંડા પાણીમાં ચાલ્યાં ગયાં પછી કાદવ અને કાંટાવાળાં પાણીમાં કમળોના સમુહની વચ્ચે જઈને ખૂબ સાવચેતીથી હું ઊભો રહ્યો.

જેમાં કમળકાકડીઓ હોય તેવાં ચાર–પાંચ કમળફળો તોડીને સાથે લાવેલાં કાપડમાં બાંધી લીધા પછી મેં લાલ રંગના અને નીલા રંગના કેટલાક કમળના ફૂલો અને કેટલીક કમળની કળીઓ દાંડીઓ સહિત તોડીને તેનો એક મોટો ગુચ્છો બનાવીને તરતો તરતો પાછો આવી ગયો.

એવામાં કેટલીક ભાભીઓએ અને ભાઈબંધોએ મારા કમળફૂલો પર લૂંટ ચલાવી. મારી પાસે બે લાલ રંગના કમળફૂલ અને એક નીલા રંગની કમળકળીઓ અને કાપડમાં બાંધેલા કમળફળો રહેવા દીધાં. લૂંટેલાં કમળફૂલો અને કમળકળીઓથી તેઓ એકબીજાંને મસ્તક અને ચહેરા પર પ્રેમથી મારવા લાગ્યાં. બિચારાં કમળફૂલોની અને કમળકળીઓની પાંદડેપાંદડી એવી રીતે નોખી પડી ગઈ કે જાણે સુંદર સ્ત્રીઓના વદનકમળ સામે પરાજય પામીને તેણે આપઘાત કરી લીધો હોય!

ચારેક વાગ્યે આખું ટોળું હોળી રમવાના આનંદથી ધરાય ગયું અને રમી રમીને નવરું થયું એટલે નદીએથી પાછું ગામમાં ગળ્યું. ગામમાંથી ઘેર ગયું ત્યારે ખજૂર, ધાણી અને સૂકું ટોપરું ખાઈને રેડવ્યું. મેં પણ એમ જ કર્યું હતું. એમ જ કરવું પડેને? મારે ઘેર રાંધે એવું હતું પણ કોણ!

પેટપૂજા કરીને મેં પિત્તળના એક કળશમાં પાણી ભરીને તેમાં કમળફૂલોને રાખી દીધા. કમળફળોને બાંધેલું કાપડ ખોલી નાખી કમળફળોને બહાર કાઢયા. કમળફળોમાંથી બધી કમળકાકડી બહાર કાઢી લીધી. સોઈ અને દોરો લઈને તેમાંથી કાળાં રંગની એક કમળમાળા તૈયાર કરી. કમળકાકડીઓ થોડીક લીલી હતી એટલે સરળતાથી તેમાંથી સોય પસાર થઈ જતી હતી. તેની વચ્ચે નીલા રંગની એક કમળકળી પણ પોરવી દીધી હતી. ખૂબ સરસ બની હતી આ માળા!

ઘરમાં થોડોક આરામ કરી ફરી ભાઈબંધો સાથે ગપ્પા મારવા બહાર નીકળ્યો હતો. સાંજે ગૌધન આવ્યું એટલે ફરી લોકો પશુઓને તેમની જગ્યાએ બાંધવામાં, પાણી પાવામાં, ચારો નિરવામાં અને દૂધ દોહવામાં લાગી ગયા. મારે આવું કશું કરવાનું ન હતું કારણ કે અમારા ઘેર દૂઝણાં હતા તેને આજે બે પેઢીથી પણ વધારે ગાળો થઈ ગયો હતો. છેવટે રાત પડી એટલે સૌ થાકયા પાક્યા થોડાક વહેલા સૂઈ ગયા. કેટલાક જુવાનિયાઓ રાત્રિના પહેલા પહોર સુધી ગામના ચોકમાં ગપ્પા મારતા જાગતા હતા તેઓ પણ છેવટે ઘેર ચાલ્યા ગયા. હું પણ તંબોળી પાસેથી બે પાન ખરીદી ઘેર ચાલ્યો ગયો.

ઘેર જઈને ખાવા પીવાનું તો હતું જ નહીં એટલે એક શેતરંજી પાથરી આડો પડયો હતો. આડા પડતાં પહેલાં પિત્તળની એક અડાળીમાં ઘીનો દીવો કરી દીવો મૂકવાની લાકડાની બનેલી થાંભલી પર મૂકી તેને મારા માથાની પાછળ રાખ્યો હતો. અડાળી એટલે રકાબી, ચા પીવાની ડીસ. મૂળ શબ્દ તો અડકારી, અડકાળી કે અડડાડી હશે. કેવો સરસ શબ્દ છે! હોઠને અડકારવાની છે તે.

આવાં બીજાં શબ્દો પણ છે. તપેલી. તપેલી એટલે ગરમ થયેલી. તેમાં ઠંડું પાણી ભરેલું હોય તોપણ તેને તપેલી જ કહેવાય, ઠંડેલી ન કહેવાય કારણ કે અડયા વગર કહી ન શકાય કે તે ગરમ છે કે ઠંડી. ગરમ હોય અને તેને ઠંડી માનીને પકડી લઈએ અને દાઝી જઈએ પછી ખબર પડે કે તેને તપેલી કહેવી એ બરાબર જ છે! છ ખાનાવાળું છે તે છકિયું. છ કડાવાળો છે તે છકડો. જોડીમાં હોય તે જોડાં. એક પગરખું પહેરીને નીકળાય? એક પગરખાને જોડું કહેવાય? એક પગરખાને જોડો કહેવાય. તેમાં કશુંક જોડવું પડે તે જોડો તો જ પૂર્ણ થાય એટલે તે કહે છે કે જોડો! બે મળીને પૂર્ણ થાય તો જ તે જોડું. પગરખા એટલે સંસ્કૃતના પાદરક્ષકનું ગુજરાતી. બે લોકો બેસે તેવી હોડી તે બેડલી. ડોલે તે ડોલ. ડોલ જેવું તે ડોલશું. બારી કે બારણાં જેવાં બાકોરાંથી બૂમ પાડી બોલાવાય તે

બાકોરવું, બકોરવું. સાદ કરીને સાંકળી શકાય તે સાંકળવું, સાંકરવું. કેટલાં અર્થસભર છે આ ગામઠી શબ્દો! આપણે તેના સર્જક ગામડિયાંઓને અભણ કહીએ છીએ. કેવી વિચિત્ર વાત છે? છોડો બધી વાત. હું કયાં હતો? ઘરમાં.

મારા પગથી થોડેક દૂર ઓરડાનું બારણું હતું. બારણું બહારથી જોતા બંધ લાગતું હતું પણ મેં અંદરથી સાંકળ મારી ન હતી. તેથી તે ખુલ્લું હતું. કહો કે ખાલી આડું વાસ્યું હતું. માનો ખાટલો બહાર ઓશરીમાં હતો. ઓશરી પછી સીધો આ ઓરડો પડતો હતો. હું જાગતો પડયો હતો.

એવામાં ગામની નજીકની કોઈ વાડીમાં પાવો વાગતો મેં સાંભળ્યો. હું સમજી ગયો કે રાત્રિના બીજા પહોરે પાવો વગાડવાનો મતલબ એ હતો કે તે તેની પ્રેમિકાને બોલાવી રહ્યો હતો. પ્રેમિકાને બોલાવવાનો કેવો મીઠો મધુરો સાદ! કેવી મસ્ત રીત! મને તો આવી કોઈ જ રીત આવડતી ન હતી.

પાવાના મીઠા સૂરો સાંભળીને તેની પ્રેમિકા છાની રીતે પોતાના ઘરમાંથી બહાર નીકળી હશે. રસ્તામાં તેને કોઈ જોઈ ન જાય અને કોઈ જોઈ જાય તો તે ઓળખી ન જાય તે માટે કાળી કામળી માથે ઓઢી લીધી હશે. ચોર સમજી કૂતરાં ભસે તો કૂતરાંને પૂરણપોળી ખવડાવતી આવતી હશે. અંધારામાં કયાંક ખાડામાં ન પડી જાય તે માટે હાથમાં રામદીવડા જેવો કોઈ નાનો દીવો લઈને નીકળી હશે. સોળે શણગાર કરીને નીકળી પડી હશે. એક એક અંગનું એક એક ઘરેણું પહેર્યું હશે. રખે કોઈ લૂંટારો સામે મળી જાય તો તેનો સામનો કરવા કેડે એક કટારી ભરાવી હશે. આંખે કાજળ, હોઠે લાલી, હાથે મહેંદી, પગે અળતો અને બધાં નખે લાલચટક રંગ લગાવ્યો હશે. માથે મોગરાની વેણી નાખી હશે. મૂંગી મૂંગી આવતી હશે. ઝાંઝરીયાંનો અવાજ ન થાય તે માટે હળવે હળવે ડગલાં ભરી રહી હશે. પાછળ કોઈ આવે છે તેવો ભાસ થતાં દોડતી હોય તેવી ચાલ કરી થોડીવાર ક્યાંક સંતાઈ જતી હશે. ફરી ચારેકોર નજર કરી ગભરાટથી ઉતાવળે ચાલતી પિયુની પાસે પહોંચવા આવી હશે ત્યારે તેનો શ્વાસોશ્વાસ વધી ગયો હશે. તે પિયુની ખૂબ નજીક છે તેમ માની મનમાં હસતી હસતી એકદમ ધીરાં ધીરાં ડગલાં દેતી તે અભિસારિકા અચાનક સામે આવીને તેના પિયુની નજરને ચકિત કરી દેતી હશે! કેવું અદ્ભૂત હશે તે વેળાનું દશ્ય!!

અરે! વાયદો યાદ હશે તો મને મળવા માટેય એક અભિસારિકા આવી રીતે નીકળી પડી હશે!

મને મારી અભિસારિકા યાદ આવતા જ હું ઊભો થઈ ગયો અને દિવસના કપડાં કાઢી નાખ્યા અને એક લાલમરૂન રંગની ધોતી પહેરી લીધી. જે મેં હમણાં ખરીદી હતી. તે મારા પગના પંજા સુધી લાંબી હતી. માએ વાપરવાં આપેલાં પૈસા ભેગાં કરીકરીને મોટો ગલ્લો ભરી દીધો હતો તેને થોડાં દિવસ પહેલાં જ ફોડીને તેમાંથી મળેલાં પાંચિયાઓમાં મહામહેનતે કાણાઓ પાડી તેમાંથી બે હારવાળો પટ્ટો બનાવ્યો હતો તે પટ્ટો પહેરી લીધો. પાંચિયું એટલે પાંચ પૈસાનો એલ્યુમિનિયમનો સિક્કો. એ સમયે સિક્કાઓનો આવો પટ્ટો જુવાનિયાં ગૌરવથી પહેરતા હતા. આજે તો આ સિક્કાઓ ચલણમાં પણ નથી.

એ બાદ બજારમાંથી લાવેલાં બે મીઠાં પાનમાંથી એક પાન ખાધું અને બીજું પાન પલાશપાનમાં વીંટાળી દીવાની નજીક મૂકી દીધું. કમળના બંને ફૂલો અને કમળમાળા પણ દીવા પાસે મૂકી દીધી.

આજે કોઈ ભાઈબંધ મારા ઘરમાં આવીને મને રંગી નાખે તો તેને પણ મારા ઘરમાં જ રંગી નાખવાના હેતુથી હોળી રંગવાનો કેટલોક લાલ રંગ પહેલેથી જ ઘરમાં રાખી મૂક્યો હતો. તે રંગની બંને મુટ્ઠીઓ ભરી હું શેતરંજી પર પગ લાંબા કરીને બેઠો. પછી હાથના અંગુઠાથી પકડીને બંને કમળફૂલોને ઉપાડી તેની દાંડી બંને પગના અંગુઠામાં ભરાવી પગથી પકડાવી રાખી અને ધીરેધીરે સરકીને ચત્તો સૂતો. મેં મારા ડાબા પગના પંજા પર જમણા પગનો પંજો ચડાવ્યો એટલે મારા પગમાં પકડેલાં ફૂલો ડોલવાં લાગ્યાં. પછી મારા બંને હાથ કોણીએથી વાળીને કાંડા પાસે તેની ચોકડી કરી તેના પર માથું મૂકી હું સૂતો. મારી આંખો ખુલ્લી હતી. હું તેના આવવાની પ્રતિક્ષા કરવા લાગ્યો. પ્રેમમાં પ્રતિક્ષા મીઠી લાગે.

બીજો પહોર પૂરો થવાની ઘડીઓ ગણાતી હતી. સીમના શિયાળવાઓની લાળીનો અવાજ સંભળાઈ રહ્યો હતો. દૂર વાગતો પાવો ક્યારનોય બંધ થઈ ગયો હતો કદાચ પાવાવાળો તેની પ્રેમિકાની રાહ જોઈ થાકીને સૂઈ ગયો હશે અથવા તેની પ્રેમિકા આવી પહોંચી હશે તો તે બંને પ્રેમાલાપમાં ખોવાઈ ગયા હશે. તે આવી હોય કે ના આવી હોય પણ મારી ચાંદા જેવી પ્રેમિકા કેમ ન આવી?

ક્ષણેક્ષણે મારો અજંપો વધી રહ્યો હતો. મસ્તિષ્કમાં વિચારવમળ ઘૂમરી ખાઈ રહ્યા હતા. તે મારી બનાવટ તો નહીં કરતી હોય ને? કદાચ તે જુઠ્ઠાબોલી પણ હોય! હું કયાં તેને જાણું છું? તેનું નામ શું છે તેની પણ મને ખબર નથી અને

તે અડધી રાતે મને મળવા આવશે એવી આશા શા માટે? તે કયાં મારી પૂર્વજન્મની કોઈ પ્રેમિકા છે કે તે મને આ ભવમાં મળવાની છે? હું શા માટે એની આરજુ કરું છું? એ આવશે એવી આશામાં સવાર સુધી શા માટે મારે જાગતા રહેવાનું? ડાહ્યો ડમરો થઈને મારે મારો રંગ બહાર ફેંકી દેવો જોઈએ. આવું વિચારીને હું મારો રંગ ફેંકવા ઊભો થવા જ જતો હતો કે બારણાંનું કડું ધીરેથી ખખડયું. હું સમજી ગયો કે તે જ આવી છે.

મેં મીઠા સૂરે કહ્યું "પધારો દેવી, હૃદયમંદિરના દ્વાર ખુલ્લાં છે"

તેણે ઠેબું મારીને બારણું ખોલી નાખ્યું અને અંદર આવી તેના જમણા પગની ઠેસ મારીને બારણું બંધ પણ કરી દીધું. પછી મારા પગ પાસે આવી કમળફૂલ તેના પગને અડકે તેમ ઊભી રહી ગઈ. હું તો તેને જોતો જ રહ્યો. તેણે તેનું આખું શરીર ઢંકાય તેવી મોટી કાળા રંગની કામળી ઓઢી હતી. તેનો ચહેરો દેખાતો ન હતો. ફકત બે આંખો દેખાઈ રહી હતી. કાળી ભમ્મર કામળી વચ્ચેથી તેની આંખો એવી ચમકી રહી હતી કે જાણે કાળાડિબાંગ આકાશમાં ટમટમતા બે તારલિયાં! તેણે તેના બંને હાથ માથાની પાછળ વાળી રાખ્યા હોય તેમ તેની કામળી માથાની પાછળ ઊંચી થયેલી હતી.

તે મને તાકી રહી હતી. હું એકીટસે તેને જોઈ રહ્યો હતો. અમે બંને શાંત હતાં. થોડીવાર પછી તેણે તેનું ઉપલું શરીર ડોલાવ્યું અને એ સાથે જ તેની કાળી કામળી તેના શરીર પરથી સરકીને નીચે પડી ગઈ. તે હવે આખેઆખી દેખાઈ રહી હતી. તે પૂરેપૂરી સાડા પાંચ ફીટ જેટલી ઊંચી હતી.

તેના રૂપના તેજથી મારો ઓરડો ચાંદી જેવો દીપી ઉઠયો. આ ઓરડામાં તેના રૂપનું તેજ ઓછું પડશે તેમ માની તેણે આખા શરીરે સોનાના ઘરેણાં પહેરેલાં હતાં તે તેજથી ચમકી રહ્યાં હતાં. આ ઘરેણાં પર પડતાં દીવાના પ્રકાશના પ્રતિબિંબથી આખેઆખો ઓરડો સોનેરી રંગનો બની ગયો હતો. તેની રૂપેરી અને સોનેરી ઝાંય મારા પર પણ પડતી હતી. એક અદ્‌ભૂત રંગ સંયોજનથી આખો ઓરડો એવો તો પ્રકાશિત થઈ રહ્યો હતો કે જાણે તે કોઈ દૈવી ઓજસથી શોભી રહ્યો હોય!

આવનારીએ ચાંદી જેવાં ચમકીલા રંગની ચીનાંશુકની બાંયો વગરની ચોળી પહેરી હતી. તેણે પીળાં ટપકાંની ભાતવાળું સફેદ રેશમી ધોતિયું પહેર્યુ હતું. જે તેની નાભિથી ત્રણેક આંગળ નીચેથી પગના પંજા સુધી લંબાયેલું હતું. તેના બંને

પગમાં એક એક સોનાના કડાં અને તેની એક એક આંગળીઓમાં સોનાના વીંછુવા પહેર્યા હતા. કમર પર સોનાની કટિમેખલા બાંધેલી હતી. હાથની એક એક આંગળીઓમાં જુદા જુદા રંગના રત્નોવાળી સોનાની વીંટીઓ પહેરેલી હતી. કાંડા પર સોનાના કડાં અને બાવડામાં સોનાના વળાંકવાળા બાજુબંધ હતાં. ડોકમાં સોનાનો હાર હતો. જે તેના સ્તન પાસે તેના ઉભારથી ઊંચો થયેલો હતો. તેમાં નાના અને ગોળ સોનાના મણકાઓ પરોવેલાં હતા. હારની નીચે વચલાં ભાગમાં હૃદય આકારનું લાલ રંગનું રત્ન જડેલું એક સોનાનું ચગદું હતું. કાનમાં સોનાના મોટા મોટા કુંડળ અને નાકમાં નથણી ઝૂલતી હતી. તેના માથે, સેંથામાં અને કાનમાં સોનાની લાંબી સેરો શોભતી હતી. આમ તો તેના એક એક અંગમાં એક એક સોનાનું ઘરેણું શોભાયમાન થતું હતું. ગામડાનાં સોની પાસે ન હોય તેટલાં ઘરેણાં તે લાદીને આવી હતી. મુચ્છકટિકમ્ નાટકમાં ચારુદતને મળવા જતી વસંતસેના જેટલાં ઘરેણાં પહેરીને ગઈ હતી લગભગ તેટલાં ઘરેણાં આ દેવી પહેરીને મારી પાસે પધારી હતી. મને તે વિશ્વામિત્રનું તપ ભંગ કરવા આવેલી સ્વર્ગની અપ્સરા મેનકા સમી સુંદર લાગી રહી હતી!

જે રીતે હું મારા બંને હાથ કોણીએથી વાળી કાંડા પાસે તેની ચોકડી કરી તેના પર મારું માથું મૂકીને સૂતો હતો લગભગ તે જ રીતે તે તેના બંને હાથ કોણીએથી વાળી કાંડા પાસે તેની ચોકડી કરી તેને તેના થોડાક ઝૂકેલાં માથા પાછળ સંતાડીને ઊભી હતી. મેં મારા પગના પંજાની આંટી છોડી પગને સીધા કર્યા તેથી અમારા બંનેના શરીરની મુદ્રાઓ એક સમાન થઈ ગઈ હતી. એક ઊભી અને બીજી આડી! જાણે મીન રાશિની બે માછલીઓ! તેના બંને હાથ ઊંચા અને કોણીએથી વાળેલાં હોવાથી તેના નવપલ્લવિત સ્તનો તેની ચોળી તોડીને બહાર આવવા મથી રહ્યાં હતાં. હું આંખનું એક પણ મટકું માર્યા વગર તેના સ્તનમંડળની અનેરી શોભા નિહાળી રહ્યો હતો. આ સુંદર સ્તનો મને વિહવળ કરી રહ્યાં હતા.

તે પણ વિહ્વળ નેત્રે મને નિહાળી રહી હતી. મેં મારા પગના અંગુઠાઓને ઢીલાં કરી દીધા એટલે બંને કમળફૂલ તેના પગમાં જઈને પડયાં. આ સાથે મેં મારું માથું સહેજ ઊંચું કરીને ઝૂકાવ્યું અને મારી આંખોને પણ નમાવી દીધી. આ રીતે મેં મારી હૃદયદેવીનું સુસ્વાગત કર્યું. જે તેને પસંદ પડયું ન હોય તેમ તેણે એક ઉપાલંભભર્યું સ્મિત કરી એક પગથી બંને ફૂલને હડસેલી તેનાથી દૂર કરી દીધા. ઉપાલંભ પણ સ્ત્રીનું અમોઘ શસ્ત્ર છે.

હું તેના ચરણદર્શન કરી રહ્યો કે અચાનક તેણે તેના હાથનું હલનચલન કર્યું. હું તરત ચેતી ગયો. હું એકદમ ઝડપથી મારા પગ તરફ સરક્યો અને વીજળીવેગે મારો જમણો પગ થોડોક ઊંચો કરી તેના ડાબા પગના નળા પર માર્યો. આથી તે તેનું સંતુલન ગુમાવી બેઠી અને ધડામ દઈને મારા પર પડી. તેણે મને છાંટવા માટેનો લાલ રંગ તેની મુટ્ઠીઓમાંથી દિશા બદલીને ફેંકાયો અને મારા માથા પરથી પસાર થતો ઘૃતદીવાને સ્પર્શતો મારી પાછળની દિવાલે જઈને જોસભેર અથડાયો. આથી રંગ હવામાં ઓતપ્રોત થઈ ગયો. મોગરા પર રંગ પડવાથી દીવાનો પ્રકાશ પણ ઝાંખો પડી ગયો.

તે મારા પર પડી એટલે તેના મુખમાંથી હાયકારો નીકળી ગયો. તેના હારનું ચગદું અને તેના મણકાં મારી છાતીમાં જોરથી ખૂંપી ગયાં. આ આઘાતથી મારાથી પણ એક સિસકારો નખાય ગયો. તેની છાતી મારી છાતી સાથે મળી ગઈ હતી. તેનું કપાળ મારા હોઠ પાસે જ હતું. મેં પ્રેમથી તેના કપાળને ચૂમ્યું. તેના શરીરમાંથી એક તીવ્ર ઝણઝણાટી પસાર થઈ ગઈ. હું પ્રયત્ન કરી તેની નીચે વધુ સરક્યો. હવે મારા હોઠ તેના હોઠની સામે હતા. મેં તેના લાલી કરેલાં લાલ હોઠને મારા હોઠથી દીર્ઘ ચુંબન આપ્યું. તે છટપટાવા લાગી. મેં તેના હોઠને છોડી દીધા તો તેણે મારા હોઠને ચૂમ્યા.

એવામાં કોડિયામાં પડેલાં રંગના કારણે ઘીની સપાટી ઉપર આવી ગઈ હતી. આથી વાટને વધુ ઘી મળતાં દીવો હતો તેના કરતાં વધુ પ્રકાશિત થયો. આથી સહસા અમે બંનેએ ઓરડામાં જોયું તો આખો ઓરડો લાલ લાલ રંગથી લીંપાઈ ગયો હતો અને તેને દીવો વધુ લાલ કરી રહ્યો હતો! રંગમાં ભેળવેલી સફેદ જરીની ઝીણી ઝીણી અનેક કતરણો આખા ઓરડામાં રૂપેરી ઝબકાર આપી રહી હતી. આથી એવું લાગતું હતું કે જાણે લાલ રંગના આકાશમાં હજારો સફેદ રૂપેરી તારાઓ ચમકી રહ્યા છે!

મેં મજાકથી કહ્યું "અદ્ભૂત! અદ્ભૂત! દેવી તમે ક્ષણમાત્રમાં અદ્ભૂત ચમત્કાર કરી શકો છો! તમે મને રંગવા માંગતા હતા પણ મારા બદલે તમે તો આખેઆખો ઓરડો રંગી નાંખ્યો છે!"

તે શરમાઈ ગઈ. તે માદક અવાજે બોલી "હજી મેં તમને રંગવાનું શરૂ જ ક્યાં કર્યું છે?"

મેં મજાક કરતાં તેને કહ્યું "દેવી, તમે રંગવામાં બાકી પણ શું રાખ્યું છે?"

તેણે તેના જવાબમાં તેણે તેના હાથમાં બચ્ચાંખૂચ્યાં રંગથી મારા ગાલ રંગી નાખ્યા અને તે જોરજોરથી હસવા લાગી. હવે તેને રંગવાનો વારો મારો હતો. મેં મારા મસ્તક નીચેથી મારા હાથ આગળ લઈ લીધા અને તેના વાંસામાં રાખી બંને હાથોથી તેને જોરથી દબાવી. તે ઉત્કાર કરી ઊઠી.

આથી મેં તેને કહ્યું "દેવી, હજી તો પ્રેમની શરૂઆત છે ત્યાં તમે કેમ ઉત્કાર કરી રહ્યા છો?"

તેણે અત્યંત માર્દવ અવાજે કહ્યું "તમે પણ ઉત્કારી ગયા હતા. હમણાં જ તમે મારા હારના મણકાનો માર તમારી કોમળ છાતીમાં સહન કરી શક્યા ન હતા!"

મેં મશ્કરીભર્યા અવાજે કહ્યું "એ ઉત્કાર તમારા હારના મણકાનો માર લાગવાથી થયો ન હતો પરંતુ તમારા કડક સ્તનાગ્ર મારી કોમળ છાતીમાં ભાલાની અણીની જેમ ભોંકાઈ ગયા હતા એટલે ઉત્કારી ગયો હતો."

તે ચૂપ થઈ ગઈ. મેં મારા ડાબા હાથની મુટ્ટી ઢીલી કરી એટલે તેમાંથી ધીરેધીરે રંગ સરકવા લાગ્યો એટલે મુટ્ટીને તેની જમણી કમર પર અને ઢીલી ધોતીમાં હાથ ભેરવી તેના જમણા નિતંબ પર લઈ ગયો. તે પછી મારો હાથ પહોંચ્યો ત્યાં સુધી તેના જમણા પગ પર રંગ લગાવ્યો. પછી તેના ડાબા પગ પર રંગ લગાવી ત્યાંથી મારો હાથ પાછો લઈને તેના ડાબા નિતંબ પર અને ડાબી કમર પર રંગ લગાડીને ફરી તેના વાંસા પર લઈ આવ્યો. હવે મુટ્ટી ખાલી થઈ ગઈ હતી એટલે હથેળી ખુલ્લી કરીને બે આંગળીઓથી તેની ચોળીની ગળાના ભાગની, છેડેના ભાગની અને તેની વચ્ચેના ભાગની દોરીઓની સરકણી ગાંઠો છોડી નાંખી. ભરવાડણના કબજાના પાછલા ભાગમાં દોરી સિવાય કશું હોતું નથી તેમ તેની ચોળીના પાછલા ભાગમાં ત્રણ દોરીઓ સિવાય કશું ન હતું. આથી ગાંઠો છૂટતાં તેની ચોળી તેની ફાટફાટ થતી છાતીથી છૂટી પડીને મારી છાતી પર આવી પડી.

મેં મારા ડાબા હાથનો પંજો તેના વાંસોમાં ફેલાવીને તેને જકડી રાખી મારો જમણો હાથ તેના વાંસા પરથી તેની છાતી પર લઈ ગયો. તેની છાતી તરફ મારી હથેળી રહે તે રીતે મેં મુટ્ટી ખોલી. તેના સ્તનને મારી હથેળીનો સ્પર્શ થતાં જ તે રોમાંચિત થઈ ઊઠી. ધીરેધીરે હું મારા જમણા હાથની હથેળી તેના સ્તનો પરથી તેની ડૂંટી પર લઈ ગયો અને તેની ડૂંટીનો ખાડો રંગથી ભરી દીધો. આથી જાણે

તેની ડૂટીમાં રહેલો કામદેવ પણ રંગાય ગયો હોય અને તેણે કૂદાકૂદ કરી મૂકી હોવાથી તેને ડૂટીમાં ગલગલિયાં થયાં હોય તેમ તે જોરજોરથી હસવા લાગી. મેં મારો હાથ તેની ડૂટીથી આગળ લઈ જઈને યોનિપ્રદેશરોમાવલી પરથી પસાર કરી તેના મદન અંકુર સુધી લઈ ગયો. તે આનંદથી ઉભરાઈ ગઈ. મદન અંકુર પર થોડો રંગ લગાડી તેના બંને સાથળ પર બાકીનો રંગ લગાવી દીધો.

ધીરેધીરે મારો જમણો હાથ પાછો ફેરવીને તેના વાંસા પર લઈ આવ્યો. આ ક્રિયામાં તેના ઘરેણાં અવરોધ પેદા કરતા હતા પણ મેં તેને અવગણી તેને ધીરેધીરે રંગી નાખી હતી. જેમ રાખના ઝીણા ઝીણા કણો તાંબાપિત્તળના વાસણોને ચકચકિત કરી નાખે છે તેમ રંગના ઝીણા ઝીણા કણો સ્ત્રીના શરીરના એક એક રોમને કામાગ્નિથી ચકચકિત કરી નાખે છે. મારી આ ચેષ્ટાથી તે આખેઆખી રોમાંચિત થઈને કામાગ્નિથી સળગી રહી હતી.

મેં મારી છાતી પર પડેલી તેની ચોળી દૂર ફેંકી દીધી. હવે તે અર્ધનગ્ન થઈ ગઈ હતી. હું તો પહેલેથી અર્ધનગ્ન હતો. જે રીતે મેં વારાફરતી બંને હાથોથી તેને રંગી હતી તે જ રીતે મારા બંને હાથના પંજા ફેરવીને તેને ફરી વખત રંગથી રગડી નાખી. આથી તે કામવાસનાથી અતિપ્રજ્વલિત થઈ ગઈ. હવે તે કાબૂમાં રહે તેમ ન હતી.

તે અડધી ઊઠી અને તેના જમણા હાથથી મારો પાંચિયાવાળો પટ્ટો કાઢીને દૂર ફેંકી દીધો. પહેલાં તેણે મારા ધોતિયાની ગાંઠ છોડી અને પછી તેના ધોતિયાની ગાંઠ છોડી કે સાપ નીકળે અને લોકો ખસે તેમ ધોતિયાઓ ખસી ગયા પછી જેમ ઘોડા પર સ્વાર થવાય તેમ તે મારા પર સ્વાર થઈ ગઈ. અમારાં અંગેઅંગનો સ્પર્શ અમોને ભાન ભૂલાવી રહ્યો હતો. તેની આંખો કામના મારથી લાલ થઈ ગઈ હતી. તેની ધીરજ ખૂટી રહી હતી. તેણે તેના બંને હાથોથી મારા માથાના લાંબા વાળ પકડી લીધા અને ઘોડાને દોડવાનો સંકેત કરવા એક ઝાટકેથી લગામ ખેંચીને છોડી દેવી પડે તેમ મારા વાળને ઝાટકેથી ખેંચીને છોડી દીધા. આથી તેના શરીરનો એક ધક્કો જોરથી મારા શરીરને લાગ્યો. ધક્કો લાગતા તેણે 'આહ...' કરતી હળવી ચીસ પાડી. ઘોડો રમતના મેદાનમાં પ્રવેશી ચૂક્યો હતો.

આ વખતે મને કંઈક ભીનું ભીનું અને થોડુંક ગરમ ગરમ અનુભવાયું. હું સમજી ગયો કે આ પળે તેનું કૌમાર્ય ભંગ થયું છે અને તેનું દર્દ તે અનુભવી રહી

છે. આ દર્દ તેને મીઠું લાગ્યું. તે આંખો મીંચીને, બંને હાથથી મારી છાતી પકડીને, બેઠી બેઠી આ દર્દની મીઠાશ અનુભવી રહી હતી. હું પણ તેના કૌમાર્ય ભંગનો આનંદ અને ગર્વ અનુભવી રહ્યો હતો.

થોડીવારે તે પહેલાં ધીમેધીમે અને પછી તીવ્ર વેગે ઘોડો દોડાવવા લાગી. કેટલાં ગાઉ સુધી તેણે ઘોડાને દોડાવ્યો તેનું ભાન ન તેને રહ્યું કે ન મને રહ્યું પણ આ ઘોડેસ્વારી દરમિયાન તેના માથાની વેણી છૂટી ગઈ અને મોગરાના ફૂલો નીચે પડયાં આથી જમીન સુગંધિત થઈ ગઈ. તેના ગળાના હારની દોરી તૂટી ગઈ તેથી તેના હારના સોનાના મણકાઓ જમીન પર રમત રમવા લાગ્યા. તેની કટિમેખલાની આંકડી સરી ગઈ એટલે તે સાપની જેમ વળાંકો લેતી નીચે પડી ગઈ. તેનો કેશકલાપ છૂટી ગયો તેથી તેના ચાંદ સરીખાં ચહેરા પર કાળા વાદળો જેવાં વાળ છવાઈ ગયા. પહેલી વખત આવો પરિશ્રમ કરવાથી તેના કપાળ અને ગાલો પર પરસેવો વળી ગયો. અંતે થાકીને ધબ કરતી મારી છાતી પર પડી ગઈ. તેણે અર્ધ મીંચેલ આંખોએ મારી સામે જોયું. તે તેના હોઠરસનું દાન કરવા માંગતી હોય તેમ તે મારી સામે જોતી હતી. હાથ લંબાવી દીવા પાસેની કમળમાળા લઈ તેની સૂની ડોકમાં પરોવી દીધી અને તેના પરિશ્રમને બિરદાવવા માટે મેં તેના હોઠોને હળવે હળવે ચૂમવાનું શરૂ કરી દીધું.

મને ભરથરી યાદ આવ્યો તેણે શૃંગાર શતકમાં કહ્યું છે કે જે ઉર ઉપર પડેલી હોય, જેની વેણીબંધ છૂટી ગયો હોય, જેનાં નેત્રો થોડાં થોડાં મીંચાયેલાં હોય અને થોડાં થોડાં ખૂલેલાં હોય, વિપરીત કામક્રીડાના પરિશ્રમને લીધે જેના ગાલ પર પરસેવાના બિંદુઓ બાઝી ગયાં હોય તેવી વધૂના અધરોષ્ઠનું મધુપાન ભાગ્યવાન પુરુષ કરે છે.

સાચે જ હું ભાગ્યવાન જ છું કારણ કે ભલે તે મારી વધૂ ન હોય પણ આજે વિપરીત આસનનો જે આનંદ તેણે મને આપ્યો હતો તેવો આનંદ આજ સુધી મેં કયાંય પણ અનુભવ્યો નથી.

હજી ઘોડો કે ઘોડેસવાર તેની મંજિલ સુધી પહોંચ્યા ન હતાં તેથી મેં તેને બાથ ભરી અને ધીરેથી તેને ગબડાવી જમીન પર ચત્તી સૂવાડી દઈને હું તેની ઉપર આવી ગયો. તેણે તેના બંને હાથોથી મને બાથ ભીડી દીધી. આ સ્થિતિમાં ક્ષણ બે ક્ષણ માટે અમે અમારી આંખો બંધ કરી દીધી.

ભરથરી કહે છે કે કામક્રીડાના પરિશ્રમથી થાકી જતાં, હાથીના ગંડસ્થળ જેવા મોટા અને કુમકુમથી ભીંજાયેલા સ્ત્રીના સ્તન ઉપર પોતાની છાતી રાખીને સ્ત્રીના હાથરૂપી પાંજરામાં સૂઈને ક્ષણભરની નિદ્રા માણી જે રાત્રિ ગાળે છે તે પુરુષને ધન્ય છે.

હવે, અસ્વાર બદલાયો હતો. પહેલાં મેં તેના કપાળને ચૂમ્યું. તેના માથામાંથી હજી મોગરાની મંદ મંદ સુગંધ આવતી હતી. તે પછી મેં તેની અર્ધબંધ આંખોને, તેના બે કાનને અને તેના નાકને ચૂમીઓ ભરી. તેના બંને ગાલો પર ચૂંબનોનો વરસાદ વરસાવ્યો. તેના હોઠોને દીર્ઘ ચુંબનો દીધાં. ગળામાં ચૂમી કરી તો તે ઝણઝણી ઊઠી. તેના હાથોની હથેળીઓને અને બાજુબંધોને પણ ચૂમ્યા. તેના હાથમાંથી ચંદનની સુવાસ આવતી હતી. કદાચ તે ચંદનના તેલથી હાથને માલિશ કરતી હશે. મેં ધીમેથી તેના સ્તનોને પણ ચૂમ્યા. તેના સ્તનોમાંથી કેસરની સુગંધ આવી રહી હતી. કદાચ તે કેસરયુકત સ્તનલેપ લગાડતી હશે. મેં તેની રોમાવલીઓને અને ત્રિવલીને ચૂમીને તેનામાં અનેરો હર્ષ ભરી દીધો. તેની નાભિમાં ભરેલો રંગ બહાર નીકળી ગયો હતો. મેં તેની નાભિને ચૂમી તો તેની નાભિમાંથી સાક્ષાત્ કામદેવ બહાર નીકળ્યો હોય તેમ તે ફરી કામાગ્નિમાં તપવા લાગી. મને તેની નાભિમાંથી કસ્તૂરીની સુગંધ આવતી હોય તેમ લાગ્યું. કદાચ તે તેની નાભિને ઠંડક આપવા તેની નાભિની અંદરના કામદેવને કસ્તૂરીનું ટિલક કરતી હશે. જો આવું હોય તો ચોક્કસ તે રાજકુમારી હોઈ શકે છે કારણ કે કસ્તૂરી ખરીદવાની શક્તિ સામાન્ય સ્ત્રીમાં હોઈ શકે નહીં. જોકે મેં કોઈ દિવસ કસ્તૂરીની સાચોસાચ સુગંધ લીધી નથી પણ તેની સુગંધનું વર્ણન વાંચેલું છે તે પરથી આમ કહું છું.

આ પછી મેં તેના બંને સાથળને અને યોનિની આજુબાજુ હળવી ચૂમીઓ કરી. ચૂમીઓ કરતો કરતો હું તેના પગના તળિયા સુધી ગયો. તેના પગના તળિયે ચૂમીઓ કરી કે તે આખેઆખી ઝણઝણી ઊઠી. કહે છે પગના તળિયાના જ્ઞાનતંતુઓનું સીધું જોડાણ મગજ સાથે હોય છે આથી મારી ચૂમીઓથી તેના પગના તળિયે તેને મીઠાં મીઠાં ગદગદિયાં થવા લાગ્યાં. તે તેના પગને દૂર હટાવવા લાગી આથી મેં મારા બંને હાથથી તેનો જમણો પગ પકડી લઈને તેના તળિયે અનેક ચૂમીઓ કરી આથી તે અતિઆનંદિત થઈ ગઈ. આ આનંદ સહન ન થતાં તે તેનો પગ ખેંચવા લાગી પણ મેં તેનો પગ ન છોડયો તેથી અંતે તેણે મારા માથામાં તેનો પાદપ્રહાર કરી મને દૂર કરી દીધો.

કહે છે દેવીઓ દેવતાઓના મસ્તકમાં પાદપ્રહાર કરી તેનો પ્રેમથી તિરસ્કાર કરે છે. આવો તિરસ્કાર વધારે પ્રેમ ઉત્પન્ન કરે છે. મારો પ્રેમ પણ ઉભરાઈ ગયો હતો. હું પાછળ હડસાયો હતો પણ તેના પગની નજીક હતો. તેણે દીવા પાસે પાન જોયું, લીધું, તેને છોડયું અને અડધું પાન તેના મોંમાં મૂક્યું.

તેનો વિપરીત રતિક્રિયાનો થાક ઉતરે તેટલી ચૂમીઓ કર્યા પછી સરળ રતિક્રિયાનો પ્રારંભ કરવાનો હતો પણ ચુંબનક્રિયા પૂરી થઈ કે તે બેઠી થઈ અને તેના મોંનું અડધું પાન મારા મોંમાં મૂકી હોઠથી હોઠનો સંગમ કરાવી મને વળગી પડી. પાન અને ઓષ્ઠરસ સાથે માણતાં યીંગ અને યાનની સ્થિતિમાં અમે સંભોગાનંદ કરી બીજા ચાર પ્રકારના સંભોગાસનોનો આનંદ લઈને પરિતૃપ્ત થયાં.

છેવટે અમારાં પગ પરસ્પર ભેરવીને મિથુન રાશિના યુગલની જેમ ભેટીને અમે સૂતાં ત્યારે તેના સ્તનો સાથે મેં કમળફૂલોને ચાંપી દીધા. રાત્રિનો ત્રીજો પહોર પણ અડધો પસાર થઈ ગયો હતો. ભરથરી કહે છે કે આંખો મીંચીને પડેલાં યુગલોને રતિક્રિયાના રસસ્વાદનું જે ભાન થાય છે એ જ ખરેખર કામનો પરમ સાર્થક આનંદ છે. આવું સ્ત્રીપુરુષનાં મિથુનોએ અરસપરસ નક્કી કરેલું છે.

અડધા પહોર સુધી અમે ગાઢ ઊંઘ કરી ચોથા પહોરે ફરી જાગી ગયાં. ઓરડામાં ઉડેલો રંગ ધીમેધીમે નીચે બેસી ગયો હતો. તે રંગ અમારાં પર પણ બેઠો હતો એટલે અમે બંને લાલ લાલ થઈ ગયા હતાં. અમારી ચામડી પર પડેલાં રંગમાં ભેળવેલી જરીના કણો દીવાના પ્રકાશમાં તારાની જેમ ચમકી જતાં હતાં. મારા પગ અળતાવાળા થયા હતા કેમ કે તે તાજો અળતો પગમાં લગાવીને રાતે આવી હતી. અળતો સુકાવાની રાહ જોઈ હોત તો બીજો પ્રહર પૂરો થયાં પછી તે આવી હોત! આ અડધો પ્રહર સજવામાં જ વિતાવી દીધો હતો! નવદંપતિની સુહાગરાતના રૂપમાં પણ પ્રાપ્ત ન થઈ હોય તેવી રાત પ્રાપ્ત કરી અમે આજે સાચે જ અમૂલ્ય અને અદ્વિતિય કામાનંદ ભોગવ્યો હતો.

સંતો કહે છે કે કામની તૃપ્તિ અશક્ય છે. અમારું તેવું જ થયું હતું. અમારી વાસના ફરી જાગૃત થઈ એટલે કશું વિચાર્યા વિના વહેલી પરોઢે અમે ફરીવાર કામદેવને શરણે થયાં. આ વખતે અમારી રતિક્રિયા વધારે લાંબી ચાલી. અમે આઠેક પ્રકારના સંભોગાસનો કર્યા પછી સંતૃષ્ઠ થયાં.

સંભોગાસનો હું પ્રાચીન મંદિરોમાં કોતરેલાં શિલ્પો પરથી શીખ્યો હતો. દરેક પ્રાચીન મંદિર ફરતે આપણી નજરમાં વસી જાય તે રીતે મંદિરદેહમાં કંદોરા જેવી એક શિલ્પહાર બનાવેલી હોય છે તેમાં સ્ત્રીપુરુષના ચોસઠ સંભોગાસનો, પ્રાણી સંભોગાસનો અને સામુહિક સંભોગાસનો કોતરેલાં હોય છે. યુવાન યુવતીઓ વણશીખ્યે સરળતાથી સંભોગાસનો શીખી શકે તેવાં હેતુસર આ શિલ્પકામો કરેલાં હશે! કદાચ આથી જ આજે પણ મંદિર ફરતે સાત પ્રદક્ષિણા કરવાની પ્રથા છે.

આવનાર યુવતી કદાચ વેશ્યાપુત્રી હશે કે રાજપુત્રી હશે તેને પુરુષને આનંદમાં રાખવા ચોસઠ કલામાં પારંગત બનાવવામાં આવે છે તેથી તે સંભોગાસનોથી જ્ઞાત છે એમ મારું માનવું હતું. આમેય અભિસારિકામાં પ્રેમનો આવેગ એટલો બધો વધી જાય છે કે તેને તસુંભાર પણ કોઈ લજ્જા આવતી નથી. આ અભિસારિકાને પણ મારી સાથે પ્રેમફાગ ખેલતી વખતે કોઈ લજ્જા કે શરમ આવી ન હતી. આમ છતાં તે સભાન હતી. બીજી અભિસારિકા પગમાં નૂપુર અને હાથમાં કંકણ પહેરે છે જેથી તેના અવાજથી પિયુનું મન લોભાવતી હોય છે. આ અભિસારિકાએ જરાપણ અવાજ ન થાય તેવાં હાથ અને પગમાં કડાં પહેર્યાં હતા. કદાચ એટલે જ તે ચૂપચાપ દરબારગઢની બહાર નીકળી શકી હતી. બીજી અભિસારિકાઓ શુક્લપક્ષની રાતોમાં સફેદ વસ્ત્રો અને કૃષ્ણપક્ષમાં કાળાં વસ્ત્રો પહેરી તેના પ્રિતમને મળવા જાય છે જ્યારે આ અભિસારિકા કૃષ્ણપક્ષની પહેલી રાત્રિએ સફેદ વસ્ત્રો પરિધાન કરીને આવી હતી. એવામાં એ સમયે નજીકના દલિતવાસમાંથી નરસિંહ મહેતાનું ભજન/પ્રભાતિયું અમને સંભળાયું.

પે'લાં પહોરે સૌ કોઈ જાગે, બીજા પહોરે ભોગી રે...,

ત્રીજા પહોરે તસ્કર જાગે, ચોથા પહોરે જોગીરે...,

જા, જા નિદ્રા હું તને વારું, જા જા નિદ્રા હું તને વારું, તું છો નાર ધૂતારી રે...,

આ ભજને અમને બંનેને સાવધાન કર્યા. રાત્રિ વિદાય લેવાની તૈયારી કરી રહી હતી એટલે ધીરેધીરે લોકો જાગવા લાગ્યા હતા. હવે, તેણે પણ વિદાય લેવાની તૈયારી કરવી પડે. અમારાં પાસે સમય ઘણો ઓછો હતો. વળી, આ ઘટનાની ખબર પડી જાય તો મહાઅનર્થ સર્જાય તેમ હતો.

આથી ઉતાવળથી તેણે મારું ધોતિયું પહેરી લીધું અને મેં તેનું ધોતિયું પહેરી લીધું. આ જોઈને અમે બંને જોરજોરથી હસી પડયાં પણ હવે ધોતિયાં પરસ્પર બદલવાનો સમય રહ્યો ન હતો. તેણે ચોળી પહેરી જેને મેં ત્રણે કસ મારીને કસોકસ બાંધી દીધી. તે તેના ઘરેણાંઓ પહેરવાં લાગી. તે ઘરેણાં પહેરીને સમીનમી થઈ રહી હતી ત્યારે મેં તેની સાથે થોડીક વાતચીત કરી.

મેં તેને પૂછયું "તમારું નામ શું છે? તમે કઈ જ્ઞાતિના છો?"

તે બોલી "પાણી પીધા પછી ઘરધણીની જાત ન પૂછાય. હું નીચલી જાતિની છું તો?"

મેં કહ્યું "તો શું થઈ ગયું? પ્રેમ પૂછીને ન થાય. પ્રેમ જાતિ જોતો નથી. ધર્મ જોતો નથી."

હું આગળ બોલું તે પહેલાં તે મને હાથથી અટકાવતાં બોલી "સારું સારું, વધુ ન બોલશો."

મેં કહ્યું "તમારું નામ તો આપો, નામ વગર હું તમને યાદ કઈ રીતે કરી શકીશ?"

તેણે કહ્યું "સૂરજબા, પણ તમે મને સૂરું કહેશો તો મને વધારે ગમશે."

મેં અતિમીઠાશથી તેને પૂછયું "સૂરું, હવે આપણે ફરી કયારે મળીશું?"

મારું સંબોધન સાંભળીને તે અતિભાવવિભોર બની ગઈ. તે રડી પડી પછી માંડ માંડ તે બોલી શકી "કદાચ ન પણ મળીએ. હું એક રજવાડાની રાજકુંવરી છું. અહીં અનિરુદ્ધસિંહ સાથે મારી સગાઈની વાત ચાલી છે. તેને જોવા અહીં આવી હતી પણ તે મારે લાયક નથી. મારે લાયક તમે એક જ છો. તે મને જરાય પસંદ નથી. તમે મને ખૂબ પસંદ છો. પણ આપણાં લગ્ન થવાં પણ ખૂબ મુશ્કેલ છે. મારો સમાજ તમને કદી પણ જમાઈ તરીકે સ્વીકારી શકે નહીં. મારો સમાજ આપણને મારી નાખશે પણ કદી ભેગાં થવાં નહીં દે. જવા દો તે વાત. મારે આજે જ નીકળવાનું છે."

હું તેને વળગી પડયો. મેં કહ્યું "તમે મને ફરી ન મળવાના હોવ તો હું તમને અત્યારે જ જવા નહીં દઉં. ભલે જે થવું હોય તે થાય. પ્રેમીઓ મોતથી ભય

પામતાં નથી. પ્રીત ખાંડાની ધાર છે. માથું મૂક્યાં વગર અપ્સરાઓ જેવી સુંદરી મળતી નથી. સાચું કહું હું તમારા વિના જીવી નહીં શકું.''

તે ગળગળી થઈને બોલી "હું ચોક્કસ તમને મળવા આવીશ. બનશે ત્યાં સુધી હંમેશ માટે તમારી બનવા આવીશ, નહીં તો પ્રાણાંતે પણ એક વખત જરૂર મળીશ. તમે મારી રાહ જોજો. મારા જીવનનો એકમાત્ર આધાર તમે છો. તમને મળ્યાં પહેલાં હું મરી ન શકું. મને મારવાં સાક્ષાત્ યમરાજ આવશે તો તે પણ તમને મળ્યાં પહેલાં મને હાથ નહીં લગાડી શકે એટલો વિશ્વાસ રાખજો. નાત જાતના બંધનના કારણે કદાચ આપણે સાથે નહીં જીવી શકીએ તોપણ હું મનથી કામના કરું છું કે મારું મોત તમારા હાથમાં થાય. ફરી કહું છું કે તમે મારી રાહ જોજો. હું ચોક્કસ આવીશ. હવે મને જાવા દો. હમણાં અજવાળું થઈ જશે અને ઓલા અફીણિયાઓ ઊઠી જશે તો નકામી તકરાર થઈ જશે.''

આટલું કહી તેણે મારા ગાલ પર છેલ્લું તસતસતું ચુંબન કર્યું. મેં તેને વળતું ચુંબન કર્યું.

છેલ્લે તે બોલી ''મને યાદ રાખજો.''

તેણે તેના હાથ છોડી લીધા. મેં તેને કહ્યું ''મને ભૂલી ન જતી, સૂરું''

મેં મારા હાથ છોડી લીધા. તે મુક્ત થઈ. તે ધીરેધીરે મારાથી થોડી દૂર ગઈ. વિરહની ક્ષણ નજીક આવી ગઈ. આ અમારું મિલન આખરી હોય તેમ અમારી આંખો આંસુઓથી ભરાઈ ગઈ. તેણે તૂટી ગયેલાં હારના મણકાઓ અને ચગદા લીધા વગર તે આવી હતી તેમ તેની કામળી ઓઢી અને બંને કમળફૂલો લઈને મારા ઘરની બહાર નીકળી ગઈ અને થોડીવારમાં તો અંધારામાં અલોપ થઈ ગઈ. ઓશરી સુધી જઈને હું તેને જાતી જોઈ રહ્યો. એવામાં એ જ વખતે મારી મા ક્યાંકથી અહીં ટપકી પડી!

# ૧૬

મારી મા એટલે મારી મા. માવઠાંની જેમ મારી પર ત્રાટકી. મારા હાલહવાલ જોઈને ઓશરીમાં જ ઘણું સમજી ગઈ. અળતાના ડાઘવાળા મારા પગ જોઈને સમજી ગઈ કે આજે ચાર પગ ભેગા થયાં છે. મારી લાલ આંખો પરથી અને મારા શરીર પરનો લાલ રંગ જોઈને સમજી ગઈ કે દીકરો આખી રાત હોળી રમીને રંગાયો છે. ધોતિયાની ભાત જોઈને સમજી ગઈ કે ઉતાવળથી આવનારીનું ધોતિયું પહેરી લીધું છે. હોઠની લાલીથી મારા ગાલ પર પડેલી હોઠોની છાપ પરથી સમજી ગઈ કે દીકરાને કોઈ સમોવડી મળી ગઈ છે. મારા હોઠ પરના પાનમાં નાખેલાં કાથાના ડાઘ જોઈને સમજી ગઈ કે દીકરાને કોઈ અતિવિલાસીનીનો પનારો થયો છે. કદાચ કોઈ વેશ્યા પણ હોય!

ઓશરીમાંથી તે ઓરડામાં આવી. ઓરડાના હાલહવાલ જોઈને તે વધુ ભડકી. જમાનાની ખાધેલ તે બધું સમજી ગઈ. હવે તો તે જે બોલે તે મારે સાંભળી લેવાનું જ હતું. સામું બોલવું નકામું હતું. તેનાથી છાનુંય કઈ રીતે રાખવું? લાલ રંગથી રંગાયેલો ઓરડો સાફ કરવાનો સમય જ મળ્યો ન હતો. તૂટેલાં ઘરેણાંના મણકાઓ ભેગાં કરવામાં પણ સારો એવો સમય લાગે તેમ હતો. મોગરાના ફૂલો અહીં તહીં અથડાય રહ્યાં હતાં. એક પલાશપાન પણ કચરો કરી રહ્યું હતું. મારી મા નાકથી ઊંડો શ્વાસ લઈને કૂતરીની જેમ ઓરડામાં કશુંક સૂંઘી પણ રહી હતી. કાલિદાસના મેઘદૂતમાં યક્ષ મેઘને કહે છે કે નીચૈ નામના પર્વતમાં વેશ્યાઓની રતિક્રિયાની સોડમથી મહેકતી ગુફાઓ આવેલી છે.

તો શું મારી મા પણ ઓરડામાં થયેલાં તાજેતાજાં સંભોગની સુગંધ સૂંઘતી હતી? કદાચ!

તેણે સૂંઘી સૂંઘી શોધી કાઢયું કે કોઈ કુંવારી યુવતી ઘરમાં આવી હતી. મોગરાની સુગંધ તો તૂટી ગયેલાં મોગરાની વેણીના ફૂલો જોઈને તે જાણી ગઈ પણ ચંદન, કેસર અને કસ્તૂરીની સુગંધ પણ તે પારખી ગઈ અને તેણે નક્કી કરી લીધું કે ઘરમાં કોઈ કોમળ અંગોવાળી યુવતી આવી હતી! સોનાના મણકાઓ પરથી તેણે ધારી લીધું કે કોઈ અતિશ્રીમંત ઘરની યુવતી આવી હતી. કદાચ કોઈ

રાજરાણી પણ હોય! પરંતુ આવી તો કોઈ યુવતી આખા ગામમાં પણ નથી તો પછી આવી હશે કોણ? તે મૂંઝાઈ!

તેને ખબર હતી કે હું મારા બાપ પર ગયો છું. હું માર ખાઈને મરી જઈશ તોપણ સાચું બતાવીશ નહીં. તેણે હલ કાઢયો. તેને ઘરથી થોડે દૂર સામે એક કાળો ઓળો મળેલો કદાચ તે હોય!

તે ઓશરીમાં ગઈ. અળતો દીધેલ પગની જમીન પર પડેલી છાપેછાપે તે અવળી હાલી. છાપ પૂરી થયે ઓશરીમાં કોઈ સ્ત્રીની મોજડીની છાપ મળી આવી. પાકી પગીની દીકરી! મોજડીની છાપેછાપે તે દરબાર ગઢ સુધી પહોંચી ગઈ અને કંઈક ગંભીર બનાવ બનશે તેમ ધારી તરત જ ઘરે પાછી ફરી.

મને ઘરની બહાર ન નીકળવાની કડક સૂચના આપી તે પોતે તલવાર લઈને બહાર બેઠી અને બબડવા લાગી. તેના બબડાટથી મને ખબર પડી કે તે પિયરિયાઓ સાથે ઝઘડીને આવી છે. તેમનાથી રિસાઈને તેણે એકલીએ અડધી રાતે બાર ગાઉનું અંતર ચાલતાં કાપીને સવારે ઘેર પહોંચી હતી. વહેલી સવારે તેને રસ્તામાં એક સ્ત્રી અને બે અનુભવ આપનારી કાળા ઓળામાં સામે મળી હતી. તેની ગેરહાજરીમાં તેના ઘેર જાણીતી ન હોય તેવી દરબાર ગઢમાંથી કોઈ રાજકુમારી આવી હતી. દીકરો બરાબર તેના બાપ પર ગયો હતો. જોખમ શું કહેવાય તેની તેના દીકરાને ખબર જ ન હતી. દીકરાનો બાપ પણ મોતનો ભય રાખ્યાં વગર તેને મળવા અડધી રાતે તેના ગામ પહોંચી જતો હતો. અંતે દીકરાના બાપના વહાલથી તણાયને તે આ ગામમાં આવી હતી અને આ ઘરની વહુ બની હતી. એ વખતે ચુંવાળિયા કોળીની દીકરી તળપદા કોળીના દીકરાના ઘરમાં બેસે તે એકેય સમાજને જરાપણ મંજૂર ન હતું.

ઘણો વિરોધ થયો હતો પણ સાથે જીવવા મરવાના કોલ દીધાં હોય તે જીત પહેલાં હામ હારે ખરાં! તેનો બાપ કમાતો તેથી વધુ ખર્ચો તો વરણાગી થવામાં કરી દેતો. અત્તરનો તો ખૂબ શોખીન હતો. દીકરાનો બાપ તેને બહુ પ્રેમથી રાખતો હતો અને તેણે કદી તેને જરાય ઓછું આવવા દીધું ન હતું. કોની નજર લાગી હોય કોને ખબર પણ એકવાર તેના દીકરાનો બાપ બે દિવસના તાવમાં તો દેહ હારી ગયો! જો દેવે દીધેલો દીકરો ન હોત તો તે પણ દીકરાના બાપ સાથે મરીને સ્વર્ગમાં સાથે જ મહાલતી હોત!

તેના બબડાટ પરથી મને તેની આજની વહેલી સવારનો અને તેની જિંદગીનો આજ સુધીનો ઈતિહાસ મળી ગયો હતો પણ તે પગીની દીકરી મટીને ચોકીદારની દીકરી થઈ તે મને જરાય ન ગમ્યું! બપોર સુધી તે મારી ચોકીદારી કરતી રહી. એવામાં ગામની વચ્ચે ઢોલ ઢબુકવા લાગ્યા એટલે તે તલવાર ખાટલામાં મૂકીને ગામમાં ગઈ. કટાણે કેમ ઢોલી ઢોલ વગાડે છે તે જાણવા!

વાત એવી હતી કે આજે સૂરજબા વિદાય લઈ રહ્યાં હતાં. દરબાર ગઢથી એક બગીમાં તેનું હોશે હોશે ફુલેકું કાઢવામાં આવ્યું હતું અને ગામ આખાના લોકો તેને વિદાય આપવા ગામના ચોકમાં એકઠાં થયાં હતાં. જેનો ઢોલ વાગી રહ્યો હતો. અનિરુદ્ધસિંહના બાપ જોરાવરસિંહનું એવું આયોજન હતું કે કોઈક રીતે સૂરજબા અંજાય જાય અને રાજી થઈને અનિરુદ્ધસિંહ સાથે લગ્નની હા પાડી દે. સૂરજબા સાસરીમાં ઘણુંબધું દહેજ પણ લાવે તેમ હતાં. ખરેખર, આ દહેજના કારણે આ સમાજની દીકરીઓ જેટલી દુ:ખી થાય છે તેટલી બીજા કોઈ સમાજની દીકરીઓ દુ:ખી નથી થતી.

ફુલેકું ચોકમાં પહોંચી ગયું હતું. બગીમાં સૂરજબાની સાથે અનિરુદ્ધસિંહનેય બેસાડવામાં આવ્યો હતો જેથી સૂરજબાનું દિલ તેની સાથે લાગે પણ સૂરજબાનું દિલ તો મારી સાથે લાગી ગયું હતું. આથી તે ચકળવકળ આંખોથી ભીડમાં મને શોધતી હતી પણ હું તેને કયાંય પણ દેખાતો ન હતો. કયાંથી દેખાવ? મારી મા મને ઓરડામાં પૂરીને બહારથી સાંકળ ચડાવીને પોતે તેનું ફુલેકું જોવા ઉપડી ગઈ હતી.

મા સૂરજબાની વિદાયનો ઠાઠમાઠ જોઈને સમજી ગઈ કે આ રાજકુમારી જ ગઈ રાતે મારા દીકરાને ભરખી ગઈ છે. તે તેના પર શ્રાપ વરસાવા લાગી. હું ઘરમાં ઊભો ઊભો ઢોલ વાગતો સાંભળી રહ્યો હતો. મારેય દિવસે સૂરજબા 'સોરી' સૂરું કેવી લાગે છે તે જોવું હતું. તેને વિદાય આપવી હતી પણ મારી સાત જન્મની વેરણ મારી મા મને પૂરીને ગઈ હતી. નળિયાવાળું ઘર હોત તો ક્યારનોય ખપેડાં તોડીને બહાર નીકળી ગયો હોત! ધીરેધીરે ઢોલનો અવાજ ધીમો થતો ગયો. બગી ગામના ચોકમાંથી સીમ તરફ જઈ રહી હતી. હવે સૂરુંને નહીં મળી શકાય તેવી નિરાશા સાથે હું ભોંય પર બેસી પડયો.

ત્યાં બહાર ઓરડાના કડાં ખખડયા અને સાંકળ ખૂલી ગઈ. હું હરખથી ઊભો થઈને બહાર નીકળ્યો તો સામે મધુ ઊભી હતી. મધુ તે દરબાર ગઢની

એક ગોલી હતી. તેણે મને કેદમાંથી છોડાવ્યો. હું તેના પર રાજી થઈ ગયો અને બાથ ભરીને તેના ગાલ પર ચૂમી ભરી લીધી–નાની બહેન તરીકે સ્તો.

તે શરમાઈને બોલી "ઓલાં સૂરજબા જેમ ચાતક મેઘની રાહ જુએ છે તેમ તમારી રાહ જુએ છે. ચોકમાં મોરની જેમ ડોકી ઊંચી કરી કરીને તમને શોધતાં હતાં પણ તમે કયાંય ન દેખાયા એટલે મને બોલાવવા કાઢી છે. ઝલદી દોડો નહીંતર તેમની બગી ગામ વટી જશે તો તમારું મિલન નહીં થાય. અત્યારેય નદીના સામા કાંઠે તો પહોંચવા આવ્યાં હશે. તેમને ભેગું થવું હોય તો હવે તમે દોડવા માંડો."

મારા ઘરના બારણાં બંધ કરવાની પણ ખેવના ન કરી મેં ગામની સીમ તરફ સીધી દોટ મૂકી. ગઈ કાલે પણ આ ગોલી જ સૂરુંને મારું ઘર બતાવવા આવી હશે તેમ તેના વગર કહ્યે પણ મેં જાણી લીધું.

આજુબાજુ અને આગળપાછળ જોયા વગર બસ સીધો દોડતો રહીને હું નદીને વટાવી ગયો. સામા કાઠાં સુધી સૂરજબાને વિદાય આપવા ગયેલાં ગામલોકો મને સામા મળવા લાગ્યા. ઢોલી પણ સામો મળ્યો. મારી મા પણ મળી. તેણે મને સાદ દીધો પણ સાંભળે તે બીજાં, હું નહીં. બસ ગાંડાની જેમ હું એકધારો દોડતો રહ્યો. મારી પાછળ સિંહ પડયો હોય અને હું જીવ બચાવવા ભાગતો હોઉં તેમ દોડતો રહ્યો. હજી મને બગી દેખાતી ન હતી. ગામલોકો પણ હવે દેખાતા ન હતા છતાં હું દોડતો રહ્યો. મૂખ્ય રસ્તો મૂકી હું ખેતરોમાં થઈને આડો પડયો જેથી અમારા વચ્ચેનું અંતર ઓછું થાય. છેવટે દૂર બગી દેખાઈ. તે ધીમેધીમે હંકારાતી હતી. કદાચ આમેય કરીને સૂરજબા સાથે અનિરુદ્ધસિંહ થોડોક વધુ સમય ગાળવા માંગતો હતો. હું દોડીદોડીને થાકી ગયો હતો. મારા બંને પગ ભરાઈ ગયા હતા પણ બગી જોતાં જ જાણે તેમાં નવું જોમ આવ્યું હોય તેમ મેં દોડવાની ઝડપ વધારી દીધી.

હું જોરથી સાદ પાડું તો તે સાંભળી શકે તેટલું અંતર મારી અને બગી વચ્ચે રહ્યું ત્યારે મેં બૂમો પાડવી શરૂ કરી "એ સૂરું... સૂરું ઊભી રહે... સૂરું ઊભી રહે... મને મૂકીને ન જા... એ સૂરું..."

હું લગાતાર આવો સાદ કરતો સતત ખેતરો વચ્ચેથી દોડતો રહ્યો. અંતે બગી ઊભી રહી. બગીમાં સૂરું ઊભી થઈ ગઈ અને સાદની દિશામાં જોવા લાગી. બગી માથે છત્ર હતું તે તેના ચહેરા પર છાયો કરી રહ્યું હતું તેથી તેના ચહેરાના

હાવભાવ મને દેખાતા ન હતા. હું દોડતો તેની નજીક જવા લાગ્યો પણ મારા પગ હવે જવાબ દઈ રહ્યા હતા. હું લથડવા લાગ્યો હતો તોપણ દોડતો જ રહ્યો. હવે હું સૂરુંને ચોખ્ખી જોઈ શકતો હતો. તેની આંખોમાં આંસુઓ હતાં. તે બગીમાંથી નીચે ઊતરવા જતી હતી પણ અનિરુદ્ધસિંહે તેને પરાણે પકડીને રોકી લીધી અને તેણે બગીવાનને ઝડપથી બગી દોડાવવાનું કહી દીધું.

હું પરાણે થોડું દોડીને બગીની થોડોક નજીક જઈને છેવટે અકથ્ય થાકથી ઊભો રહી ગયો. હું ખૂબ હાંફી રહ્યો હતો તોયે તેને જોતો હતો. હું જોઈ શક્યો કે તે રડી રહી હતી પણ અનિરુદ્ધસિંહને દયા આવતી ન હતી તે બળાત્કારે તેને પકડીને રોકી રહ્યો હતો. બગી દોડવા લાગી એટલે સૂરુંએ બેબસ થઈને તેનો હાથ ઊંચો કરી મને આવજો આવજો કરવા લાગી. હું પણ મારો હાથ હલાવી તેને આવજે આવજે કહેવા લાગ્યો. હવે હું બગીની પાછળ દોડી શકવા જરાય શક્તિમાન ન હતો. તેથી બગી દૂર દૂર જવા લાગી. તે હજી હાથ હલાવીને મને આવજો આવજો કરી રહી હતી. અનિરુદ્ધસિંહ તેના હાથથી તેને પકડીને બેસાડવાની નિષ્ફળ કોશિશ કરતો હતો. અંતે બગી આંખથી ઓઝલ થઈ ગઈ. તેની વિદાયથી હું ત્યાં બેસીને ખૂબ રડયો. તેની વિદાય મને ખૂબ વસમી લાગી. કયાંય સુધી રડીને થાક્યો ત્યારે મારા ગુડાં ભાંગી ગયાં હોય તેમ પગ ઘસડતો ઘસડતો ઘેર આવ્યો.

ઘેર આવતા મારી માએ મને બરાબરનો પોંખ્યો. તે મને ગુસ્સાથી ખિજાય રહી હતી પણ તેના દિલમાં મારી દયા ખાય રહી હતી. મેં મારો હાથ સાપના દરમાં નાખ્યો હતો. હવે સાપ ગમે ત્યારે ડંસી લે તેમ હતો. માએ પહેલીવાર મને બચાવવા ઘરમાં પૂરી દીધો હતો, બીજી વાર પણ ઘરમાં પૂરી દીધો. જોકે, મને ભગવાનમાં પૂરી શ્રધ્ધા હતી તે સાચાં પ્રેમીઓને મદદ કરે છે. આમેય મારનાર કરતાં તારનાર વધારે શક્તિશાળી હોય છે. આથી બેફિકર થઈને મારી સૂરુંને યાદ કરવા લાગ્યો. જેમ જેમ તેને યાદ કરતો ગયો તેમ તેમ મને ખૂબ જ સંતાપ થવા લાગ્યો. હવે તો, ખાલી રડવાનું જ બાકી રહ્યું હતું! કદાચ મારી માં પણ આવું જ વિચારતી હશે.

પ્રિયતમાના વિરહ દુઃખને અનુભવી ભરથરીએ કહ્યું છે કે પ્રિયતમા જયાં સુધી નજર સમક્ષ હોય છે ત્યાં સુધી જ તે અમૃત જેવી મીઠી લાગે છે પણ જેવી

આંખથી માર્ગમાંથી અલોપ થાય છે કે ઝેરથી પણ વધારે કડવી બની જાય છે. ટૂંકમાં પ્રિયાનું મિલન જીવાડે છે અને તેનો વિરહ મારે છે.

જયાં સુધી ગામમાં સૂરજનો તડકો તપતો હતો ત્યાં સુધી કશી જ નવાજૂની ન થઈ પણ જેવો સૂરજ ગામની ક્ષિતિજ વટાવી આથમી ગયો કે તરત અનિરુદ્ધસિંહ અને બીજા બે દરબાર દિલીપસિંહ અને બળવંતસિંહ હાથમાં નાગી તલવારો લઈને મારા ઘર પર ચડી આવ્યાં.

"કયાં ગયો રાજિયો?" "આજે જીવતો છોડવો જ નથી." "એ રાજપુત્રી પર નજર નાંખે?"

"મહેમાનની છેડતી કરે?" એમ ગુસ્સાથી બોલતા બોલતા ત્રણેય અમારાં ફળિયામાં આવી ગયા.

મારી મા સાબદી જ હતી. તે પણ સામી નાગી તલવાર લઈને ઊભી રહી ગઈ.

તે બોલી "ખબરદાર, જો કોઈ એક ડગલું આગળ વધ્યાં તો આ તમારી બા નહીં થાય"

મારી મા માના બદલે બા ખાસ મકસદથી બોલી હતી કદાચ તે સૂરજબા કહેવા માંગતી હતી.

માની ચેતવણી સાંભળીને પણ અનિરુદ્ધસિંહ ન અટક્યો તે આગળ વધતા બોલ્યો "આઘી રે'જે ડોશી, આજે રાજિયાને પૂરો કરી દેવો છે. ગામના મહેમાનનું અપમાન કરે તે દરબાર નહીં સાંખે"

મા તલવાર આડી ધરી બારણાં આગળ ઊભી રહી ગઈ અને બરાડી "મારા રાજિયાને મારા જીવતાં હાથ તો અડાડો, વાઢીને ન નાખી દઉં તો પાંચવડાના પટેલ પાંચા પગીની પાંચમી દીકરી નહીં."

દરબારો માનું રણચંડીશું રૂપ જોઈ થડક ખાઈ ગયા. તેઓ આગળ વધતા અટકી ગયા. એવામાં દિલીપસિંહ બોલ્યો "અનિરુદ્ધસિંહ, પહેલાં આ ડોશીનું જ પૂરું કરી નાખીએ. પછી રાજિયાનો વારો."

મા ગુસ્સાથી બોલી ‘‘અનિરુદ્ધસિંહવાળા તું પહેલાં આવ. તારું પૂરું કરી દઉં. આ ડોશી મરતાં પહેલાં બેને મારી નાખશે પછી ત્રીજાને સાથે લેતી જાશે. આવ, આવ, દીકરા આવ, આગળ આવ...’’

દિલીપસિંહ ખાલી બરાડી શકે, લડી શકે તેવું તેનું કલેજું ન હતું તેથી તે બળવંતસિંહની પાછળ ભરાય ગયો. બળવંતસિંહ પણ બળ કરે તેવો ન હતો. તેઓ ફળિયામાં જ અટકી ગયા હતા.

મા બોલી ‘‘બળવંતસિંહની પાછળ શું લપાશ? તને ખબર નથી તું આ પહેલાં મારી સાથે લડેલો ત્યારે મારો માર ખાઈને દરબાર ગઢમાં ગરી ગયો’તો ત્રણ દિવસ બહાર પણ ન’તો નીકળ્યો.’’

અનિરુદ્ધસિંહ બોલ્યો ‘‘તમારો રાજિયો મારી થનાર મંગેતર પાસે આવ્યો શા માટે?’’

મા ગુસ્સેથી બોલી ‘‘મારો રાજિયો આવ્યો હતો કે તારી મા એ પહેલાં તું જાણીને આવ.’’

આ સાંભળી એક બાજુથી દરબારો કજિયામાં કૂદી પડયા તો બીજી બાજુથી ચુંવાળિયા કોળી કૂદી પડયા. ત્રીજી બાજુથી તળપદા કોળી પણ કૂદી પડયા. હવે મોટો બખેડો થવાનો હતો.

માં ચુંવાળિયા કોળીની દીકરી હતી એટલે તે તેની દીકરીની સહાયમાં કૂદી પડે તે યોગ્ય હતું. મા તળપદા કોળીની વહુ હતી એટલે તે તેમની વહુની સહાયમાં કૂદી પડે તે પણ વાજબી જ હતું. બાકીના બીજાં લોકો તો જ તમાશો જોવા ભેગા થયા હતા. તલવારો ઉડત એટલે તે તરત પારેવાંની જેમ ઊડી જાત!

હવે, તલવારો, ધારિયાં, લાકડીઓ અને બે ચાર દેશી બંદૂકો લડવા માટે સામસામી ગોઠવાઈ ગઈ હતી.

કેટલાક જૂનો હિસાબ આ કજિયામાં પતાવી લેવા માંગતા હતા. કેટલાક ખાલી દેખાવ કરતા હતા. ગામના ગાંડાઓ વચ્ચે હજી હાકલાં પડકારાં થતા હતા ત્યાં ગામનો ડાહ્યો માણસ આવી પોંગ્યો.

આ ગામનો ડાહ્યો માણસ એટલે ગોવુભા બીજું કોણ? તેણે આવીને તરત પહેલાં બધાં દરબારુંને અમારાં ઘરની બહાર કાઢયા એટલે બધા કોળીઓ

અમારાં ફળિયામાં ભરાય ગયા. ગોવુભાને ગામમાં કજિયો થાય તે પસંદ ન હતું. કજિયાનું માઠું પરિણામ તેમના પરિવારે ભોગવ્યું હતું. પછી તેણે બંને સમાજના લોકોને સખ્ત ચેતવણી આપી કે જો કોઈએ લડાઈ કરી છે તો હું તેમને ગામ બહાર કરી દઈશ.

આ સાથે ગોવુભાએ ફકત અનિરુદ્ધસિંહને અને માને તેની નજીક બોલાવીને તેમની તલવારો લઈ લીધી. ગોવુભાએ પહેલાં અનિરુદ્ધસિંહને પૂછયું "આ તોફાન કરવાનું કારણ શું છે?"

તેણે જવાબ આપ્યો "મણીમાનો રાજિયો સૂરજબાની પાછળ પાછળ ઠેઠ ભરતસિંહની વાડી સુધી આવ્યો હતો અને બગીને રોકતો હતો. વારંવાર સૂરજબાને આવજે આવજે બોલીને હાથ હલાવીને તેને ઈશારા કરતો હતો. મારી સગાઈ સૂરજબા સાથે થવાની છે તો કોઈ તેમની છેડતી કોઈ કરે તે હું કઈ રીતે સહન કરી શકું? કોઈ મારા મહેમાનને તુંકારો દે તે પણ હું સહન નહીં કરી શકું."

ગોવુભાએ ગુસ્સાના ભાવ સાથે માને પૂછયું "મણીબહેન, શું આ સાચું છે?"

માએ કહ્યું "આ સાચું છે કે નહીં તે મને ખબર નથી પણ બીજું કેટલું સાચું છે તે બતાવું."

આટલું બોલી મારી માએ ઓરડાના બારણાં ખોલી નાખ્યા અને ગોવુભાને અંદર લઈ આવી. હું ઓરડાના એક ખૂણામાં ઊભો રહી ગયો. માએ ગોવુભાને આ ઓરડામાં અમે રાતભર જાગીને જે રંગોળી બનાવી હતી તે બતાવી. ગોવુભાને આથી ખૂબ જ આઘાત લાગ્યો. દરબારની દીકરી આવી!

તે વ્યંગમાં બોલ્યા "નામ સૂરજ પણ નીકળે રાતે. નામ રાજિયો પણ હોય રાંડોળીયો."

ગોવુભાને અમારું પ્રેમ પ્રકરણ આગળ વધે તે પસંદ ન હતું. તેણે તરત પંચાયત બોલાવી. પંચાયતમાં બધી જ્ઞાતિના લોકો સામેલ થયા. કોળીઓએ વેર વધવાની દલીલો રજૂ કરી. દરબારોએ તેમના ગૌરવની વાત મૂકી. માએ તેના દીકરાની આ એક ભૂલ માફ કરવાની વાત કરી. હું ચુપ જ હતો. અડધી રાત સુધી પંચાયત ચાલી. પંચાયતે પહેલો ફૈસલો એવો આપ્યો કે અનિરુદ્ધસિંહની

મંગેતર સાથે ખરાબકામ કરી રાજુએ ગામ આખાનું નાક કાપ્યું છે તેથી અનિરુદ્ધસિંહને વેર લેવાનો પૂરેપૂરો હક છે.

આ સાંભળી અનિરુદ્ધસિંહે બંદૂક મંગાવી અને પછી મને મારવા તેને મારી છાતીમાં ધરી દીધી. હું છાતી કાઢી ઊભો રહ્યો. પ્રેમમાં કુરબાની આપવી જ પડે. ગોવુભા સંકેત આપે કે ભડાકો થવાનો હતો.

ત્યાં મારી માએ ધડાકો કર્યો "મારા દીકરાને મારતાં પહેલાં દરબારો અમારું લેણું ચૂકવી દે."

મારી માની વાત સાંભળી પંચાયતના સભ્યો એકબીજાના મોઢા જોવા લાગ્યા. વડીલ દરબારો ચૂપ થઈ ગયા પણ જોરાવરસિંહ બોલી ઉઠયો "કેવું લેણુ? ચોખ પાડીને વાત કરો મણીમા. આ અમારી આબરૂનો સવાલ છે."

મારી માએ કહ્યું "આ ગોવુભાના દાદાની બહેનની આબરૂ લૂંટવાની કોશિશ કરતાં નવાબના સાળાના દીકરાને મારા દીકરાના બાપના દાદાએ ભડાકે દીધો હતો. ત્યારે ગોવુભાના દાદાએ તેને વચન આપ્યું હતું કે આ લેણું મારા વારસદારો તારા વારસદાર માંગશે ત્યારે ચૂકવી દેશે. અમારે આજે અને અત્યારે જ એ લેણું લેવું છે. જો દરબારો વચનના પાકા હોય તો અમારું આ લેણું મને ચૂકવી આપે."

દરબારો મૂંઝાયા. મારી માની વાત સાચી હતી અને બધા વડીલો જાણતા પણ હતા.

અંતે ગોવુભા બોલ્યા "તમારી વાત સાચી છે બેન, પણ તમારે લેણાંમાં શું જોઈએ છે?"

મારી માએ કહ્યું "મારા દીકરાની ભૂલ માફ કરવામાં આવે એટલું જ અમારે જોઈએ છે."

આ સાંભળી બધા દરબાર ખૂશ થઈ ગયા તેઓ બોલ્યા "જા તારું માંગ્યું, અમે આપ્યું."

અનિરુદ્ધસિંહે વાંધો લીધો તો તેને સમજાવવામાં આવ્યો કે કોઈનું એઠું સિંહ ખાતો નથી!

છેવટે પંચાયતે ફેંસલો આપ્યો ''ગામની આબરૂ જાળવવા અનિરુદ્ધસિંહે સૂરજબા સાથે લગ્ન કરવા નહીં અને સૂરજબાના લગ્ન બીજે ન થાય ત્યાં સુધી કાં ગામ બોલાવે નહીં ત્યાં સુધી રાજુએ આ ગામમાં રહેવું નહીં. પ્રેમ આંધળો છે તેથી જો સૂરજબા રાજુને શોધતા શોધતા ગામમાં આવી ચડે તો શું કરવું તે ત્યારે ગામના લોકોએ ભેળાં મળીને નક્કી કરવું. આ બાબતે કોળી દરબારોએ વેર રાખવું નહીં.''

પંચાયતનો ફેંસલો બધાએ વધાવ્યો. પછી સૌ વિખેરાઈ ગયા અને અમે ઘરમાં આવી ગયાં. બીજે દિવસે સવારથી જ મને મારા મામાના ગામ પાંચવડા મોકલી દેવાની તડામાર તૈયારીઓ માએ શરૂ કરી દીધી. મેં મામાના ગામ જવાનો જોરદાર વિરોધ કર્યો. મા તેના પિયરિયાંની વિરુધ્ધ જઈને મારા બાપના ઘરમાં બેઠી હતી એટલે કે તેની સાથે પ્રેમલગ્ન કર્યા હતા. આથી મારા મામા, મામી કે તેમનાં છોકરાઓ મારી સાથે સરખું વર્તન કરતાં ન હતા તેથી મારે ત્યાં જવું ન હતું. બીજા સગાઓ પણ ખાઈ પીને નામ લીધા જેવાં જ હતા.

છેવટે મેં મારી પસંદગી મુંબઈ જવાની છે તેમ માને જણાવ્યું. અમારાં ગામના આંબાભાઈ પ્રજાપતિનો દીકરો છગન મુંબઈમાં ત્રણેક વરસથી વસતો હતો. તે ત્યાં એક હોટલમાં વેઈટરનું કામ કરતો હતો પણ ગામમાં આવે ત્યારે મોટર લઈને આવતો અને મોટો શેઠ બની ગયો હોય તેવો વ્યવહાર ગામ લોકો સાથે કરતો હતો. પાણીની જેમ પૈસા વાપરતો. ગામ લોકો તેની મુંબઈની વાતો સાંભળીને અંજાય જતાં હતાં. મારી મા પણ મુંબઈમાં કમાણી મોટી છે એમ માનતી હતી તેથી થોડી આનાકાની પછી મને મુંબઈ જવાની રજા આપી દીધી. આમેય મને મુંબઈ જવાનું ખૂબ જ આકર્ષણ હતું.

પહેલાં હું મારા ભાઈબંધોને મળી આવ્યો તેમને માની સંભાળ રાખવાની ભલામણ કરી. મારા ચાર ખાસ ભાઈબંધ પણ હતા તેઓ બાજુના ગામડાંના હોવાથી તેમને મળી શકાયું નહીં. ગોવુભાને અને જોરાવરસિંહને મળીને જે થયું તેની માફી માંગી લીધી અને સૂરજબાના લગ્ન થઈ જાય તો મને વેળાસર જાણ કરી દેવાની વાત આડકતરી રીતે જણાવી દીધી અને મારી માને સાચવવાની જવાબદારી પણ આપી. સમાજના આગેવાનોને મળી તેમને મારી માની દેખરેખ રાખવાનું જણાવી દીધું. પડોશી મિત્ર વિનિયાને પણ ખાસ જવાબદારી આપી. મારી મા ગોવુભા પાસેથી અમારું ઘર ગીરવે મૂકીને પાંચ હજાર ઉછીના લઈ

આવી જે તેણે મને આપ્યા. બપોરે અમે સાથે જમ્યાં. તેણે મને ભાથું પણ બાંધી આપ્યું.

બપોર પછી મેં ભારે હૃદયે માના પગમાં પડી જે થયું તેની માફી માંગી. તેણે મને માફ કર્યો. મેં વિદાય માંગી. તે રડી પડી. તે કેમ રડી પડી? મીણથી પોંચું માખણ અને માખણથી પોંચું માનું દિલ. મને જણ્યાં પછી પહેલી વખત જણેલાંને તે તેની આંખોથી દૂર કરી રહી હતી. હું મારી માને ભેટી પડયો.

તેનું હૃદય જોરજોરથી કોઈ અજાણી ભીતિથી ધડકી રહ્યું હતું. તેના ધબકારાં મને સંભળાઈ રહ્યાં હતાં. માંડ માંડ તેને છાની રાખીને મેં સામાન અને ભાથું લઈને મારું ઘર છોડયું. તે ઘરની બહાર આવી મને જાતો જોઈ રહી હતી. વિનિયો મને તેના મોટરસાયકલમાં શહેરમાં મૂકી જવા આવ્યો હતો. હું તેમાં બેઠો.

મોટરસાયકલ ચાલુ થતાં તે ધીરેધીરે અદશ્ય થઈ ત્યાં સુધી મને જાતી રહી. કવિ દુલા ભાયા કાગની વાણીની પંક્તિ 'કાળજા કેરો કટકો મારો ગાંઠથી છૂટી ગયો...' મારા કાનમાં વારંવાર ગુંજી રહી હતી.

અમે ગામના ચોકમાં પહોંચ્યા તો ગામમાં કેટલાક દરબારના છોકરાઓને પકડી લેવા પોલીસ આવી હતી. છોકરાઓ નાસભાગ કરતા હતા જેની પાછળ પોલીસ દોડતી હતી. અમે તેને નજરઅંદાજ કરી ગામ બહાર નીકળ્યા. ગામથી થોડે દૂર ગયા તો પોલીસવાન અમારી આગળ થઈ ગઈ. તેમાં ધમાભા, બળવંતસિંહ, દિલિપસિંહ, મીઠુભા, કિરીટસિંહ અને અનિરુદ્ધસિંહ નામના દરબાર યુવાનોને બેઠા હતા. આ એ જ જુવાનિયાઓ હતા જેમણે ઈશુ શેઠનું ગાડું સળગતી હોળીમાં હોમી દીધું હતું. ઈશુ શેઠના પત્નિ મંજુલા શેઠાણીએ ગઈકાલે શહેરમાં જઈને તાલુકા પોલીસ સ્ટેશને ફરિયાદ કરી હતી તેથી તે પોલીસ તેને આજે પકડીને તાલુકા પોલીસસ્ટેશન લઈ જઈ રહી હતી.

વિનિયો મને શહેરના રેલ્વે સ્ટેશન સુધી મૂકી ગયો. પછી ટિકિટ લઈને હું ટ્રેનમાં બેઠો અને બીજે દિવસે સવારે મુંબઈ પહોંચી ગયો.

# ૧૭

મુંબઈમાં ઉતરીને હું સીધો છગન પાસે ગયો તેણે મને બોરીવલીમાં એક નાનકડી ઓરડી બે હજાર રૂપિયાની પાઘડી આપી મહિને વીસ રૂપિયાનું ભાડું ઠેરવી ભાડે લીધી. સાંજનું ખાવા પીવાનું એક હોટલમાં કૂપન પ્રથાથી બંધાવી લીધું. દિવસે કામધંધો શોધવાનું મોટું કામ અને રાતે હિન્દી ફિલ્મ સ્ટોરી લખવાનું નાનું કામ હાથમાં લીધું. એકાદ મહિના સુધી કશું કામ ન થયું પણ ફિલ્મી જગત સાથે સંકળાયેલાં અનેક લોકોનો સંપર્ક થઈ શકયો. પરિણામે ધીરેધીરે જુદાં જુદાં ફિલ્મ સ્ટુડિયોમાં આવવા જવાનું સરળ બની ગયું. બસરા, ફિલ્મ સિટી, ફિલ્મિસ્તાન, મહેબુબ, સિતારા, એમબીસી, જેમિની અને ચાંદીવલી સ્ટુડિયોની મુલાકાતો વધવા લાગી. બીજા મહિને ફિલ્મના ક્રાઉડ સીનમાં ઊભા રહેવાનું કામ મળી ગયું. હવે ખાવા પીવાનો પ્રશ્ન ઓછો થવા લાગ્યો.

ત્રીજા મહિને એક સ્ટોરી લખાઈ રહી એટલે એક પ્રોડયુસર કમ ડાયરેક્ટરને મળીને તેને વન લાઈન સ્ટોરી સંભળાવી. તેને સ્ટોરી પસંદ આવી. તેણે સ્ટોરી વાંચવા માંગી મેં આપી. થોડાં સમય પછી તે મને મળવા માટે વાયદા કરવા લાગ્યો પણ મળતો નહીં આમનેઆમ ચોથો મહિનો પસાર થયો. પાંચમા મહિને ક્યારેક તે મળી જતો તો મારી સ્ટોરી પાછી આપવામાં ગલ્લાંતલ્લાં કરતો. છઠ્ઠા મહિનાના અંતે ખબર પડી કે તે ફિલ્મ બનાવી રહ્યો છે અને તેની સ્ટોરી મારી સ્ટોરીની નકલ છે. ખાલી પાત્રોના નામ અને સ્થળો બદલી નાખ્યાં છે. હું તેની સાથે ઝઘડયો પણ કશું વળ્યું નહીં અને એક સ્ટુડિયામાં મને પ્રવેશવાની મનાઈ ફરમાવવામાં આવી તે લટકામાં. એક દોસ્તે સલાહ આપી એટલે હું ફિલ્મ રાઈટર્સ્ એસોશિએશનનો સભ્ય બન્યો. હવે મેં લખેલી સ્ટોરીનું રજિસ્ટ્રેશન ત્યાં કરાવી લીધા પછી બીજાને વાંચવા આપતો તેથી સ્ટોરીની તડફંચી કરનારાંથી સલામતી મળી.

આમનેઆમ એક વરસ પૂરું થવા આવ્યું પણ કમાવાનો ખાસ કંઈ મેળ પડયો નહીં. કોઈ સ્ટુડિયોમાં નાનું મોટું કામ મળી જતું તે કરતો. ક્યારેક અડધી રાત સુધી પણ કામ કરવું પડતું. જ્યાં સુધી એકાદ સ્ટોરી ન વેચાય ત્યાં સુધી આમ ચાલવાનું હતું. માએ આપેલાં પાંચ હજાર રૂપિયામાંથી બે હજાર રૂપિયા

હજી સાચવીને રાખ્યાં હતા. ઓરડીમાંથી ચોરાય જવાની બીકથી હજાર હજારની બે થોકડી બનાવીને સાથે રાખતો હતો. બને ત્યાં સુધી જેટલું કમાતો તેટલું વાપરવાનું શીખી ગયો હતો.

મુંબઈમાં માણસો થોડાં અને માનવમશીનો ઝાઝાં છે. આ મશીનો સવારે જાગે ત્યારથી કામે લાગી જાય. લોકલ ટ્રેનના ડબામાં લટકતાં લટકતાં કામના સ્થળે જાય. ગધેડાંની જેમ કામ કરે અને રાતે ઘેર આવીને થાકી જાય. મારું પણ આવું થતું હતું. મુંબઈની ઊંચી ઊંચી ઈમારતો વચ્ચે ધીરેધીરે હું ખોવાતો જતો હતો. દોડધામ અને તનાવભરી જિંદગીમાં સૂરું ધીરેધીરે ભૂલાવા લાગી. છતાં સમય મળે ત્યારે છગનને મળી લેતો અને તેની સાથે સૂરુંની વાતો કરીને મારી હૈયાવરાળ શાંત કરતો. તેણે સૂરુંને જોઈ નથી તોપણ તેને મારા પ્રેમની કદર હતી. સૂરુંની યાદ સાવ મીટાવી દેવી આસાન ન હતી. જ્યારે જ્યારે મને તે યાદ આવી જતી હતી ત્યારે ત્યારે મારા શરીરની ભૂખ ખૂબ વધી જતી હતી. આથી મારે તેને ભૂલવી જોઈએ કાં મારા શરીરની ભૂખ ભાંગવી જોઈએ. મેં બીજો વિકલ્પ પસંદ કર્યો કારણ કે શરીરની ભૂખ જ મને બહુધા ચેનથી જીવવા દેતી ન હતી.

એક સાંજે ફોકલેન્ડ બસ સ્ટેશન પર લોકલ બસની રાહ જોતો હતો ત્યારે ત્યાં લગાવેલાં લોખંડના સળિયા પર બેઠેલી એક સુંદર છોકરી પગ ઝૂલાવતી ઝૂલાવતી મારી સામે જોઈ રહી હતી. મેં તેની સામે જોયું તો તે હસી પડી. હું પણ હસ્યો. તેથી તે મારી નજીક આવી બોલી "ચાલ આવવું છે?"

હું સમજી ગયો કે તે વેશ્યા છે. ભલેને હોય, મારા શરીરની ભૂખ ભાંગે એટલે બસ. મેં હા કહી એટલે તેણે તેનો ભાવ જણાવ્યો. તે માંગે એટલાં થોડાં આપી દેવાય? કસીને ભાવતાલ નક્કી કરી લીધા પછી તેણે મને તેની પાછળ આવવા કહ્યું. હું તેની પાછળ ગયો. તેની લચકમચક થતી ચાલ જોઈને હું કૂતરાની જેમ લાળ પાડવા લાગ્યો. એ વખતે મેં બાજુમાં જોયું તો મારી સાથે સાથે બોચીની ઉપરના ઘામાં કીડાઓ પડી ગયેલો એક લંગડો અને દૂબળો કૂતરો પણ તેની આગળ જતી એક કૂતરીની પાછળ લાળ ટપકાવતો ચાલ્યો જતો હતો. મને તે કૂતરાને જોઈને ખૂબ ચીતરી ચડી.

ભરથરીએ શૃંગાર શતકમાં જેવું લખેલું છે તેવું જ દશ્ય હું જોઈ રહ્યો હતો. તે લખે છે કે દુબળો, બાડો, લંગડો, કાનકટ્ટો, બાંડો, ઘાવાળો, રસીવાળો, ભૂખ્યો, ઘરડો, હજારો કીડાઓથી ખદબદતાં રોગિષ્ટ શરીરવાળો, ગળામાં માટીના

ઘડાનો કાંઠો ભરાઈ ગયેલો અને મરવાના આરે આવેલો કોઈ કૂતરો જો કોઈ કૂતરીની પાછળ પાછળ જાય છે તો કામદેવ ખરેખર મરેલાંને પણ મારે છે!

ટૂંકમાં વાસના મૃત્યુ સુધી જતી નથી. હું આ જાણતો હોવા છતાં વાસનાના કારણે આ કૂતરાની જેમ હું આ કૂતરી જેવી વેશ્યાની પાછળ પાછળ જતો હતો. ખરેખર બુધ્ધિવાન પુરુષો પણ વાસનાના કારણે પાગલ જેવું જ વર્તન કરે છે. તેને વાસનાના કાચમાં વેશ્યા અને કુળવધૂમાં કોઈ ભેદ દેખાતો નથી. વેશ્યાઓ પણ ધન લઈને ગમે તેને તેનું શરીર સોંપે છે. વેશ્યા પાસે તેની પસંદગી હોતી જ નથી.

આથી ભરથરી કહે છે કે જન્મથી આંધળાં, ખરાબ મોઢાવાળા, કૂળહીન, ગામડિયાને, વૃધ્ધાવસ્થાથી ગળી ગયેલાં અંગવાળા ડોસાને અને કોઢથી સડી ગયેલાં અંગવાળાને વેશ્યાઓ થોડાં ધન માટે પોતાનું સુંદર શરીર સોંપી દે છે. આથી પોતાની જ વિવેકરૂપી કલ્પલતાને કાપી નાખનાર છરી જેવી વેશ્યાને કોણ પ્રેમ કરે છે? એટલે કે વેશ્યાને કોઈ કદી પ્રેમ કરતું નથી ફકત વાસના જ સંતોષે છે.

મને પણ આ વેશ્યા સાથે પ્રેમ ન હતો પણ સૂરૂંને ભૂલવવાનો કદાચ તે એકમાત્ર કારગત ઉપાય છે તેમ માની તેની સાથે યૌન સંબંધ બાંધવા જતો હતો. હું જાણું છું કે વેશ્યા સાથે યૌન સંબંધ બાંધવાથી મૂત્રમાર્ગમાં બળતરાં થવી, શિશ્નમાં રસી થઈ જવી ઉપરાંત ટીબી, ગોનોરિયા અને એઈડ્સ જેવાં રોગો થાય છે. આથી માણસ વહેલો વૃધ્ધ થઈ જાય છે અને અકાળે મોતને ભેટે છે.

ભરથરીએ અનેક વરસો પહેલાં ચેતવણી આપતાં કહ્યું છે કે વેશ્યાઓ તેની સુંદરતારૂપી બળતણથી વધેલી કામાગ્નિની જ્વાળાઓ છે. આ જ્વાળાઓને યજ્ઞ છે તેમ સમજીને કામવાસનાથી કામી લોકો પોતાનું યૌવન અને ધન બંને હોમી દે છે.

મારે પણ ચેતી જવું જોઈતું હતું પણ ન ચેત્યો અને તેની પાછળ પાછળ ચાલ્યાં જ કર્યું. છેવટે તેની કોઠી આવી ગઈ. ત્યાં ગીતો વાગતા હતાં. પગથિયાં ચડીને ઉપલાં માળે ગયાં એટલે એક લાંબી મોટી ઓશરી આવી. ઓશરીમાં એક હિંડોળાખાટ પર એક નવીનકોર સાડી પહેરીને બેઠેલી આધેડ ઉંમરની બાઈ પાન ખાતી બેઠી હતી. તે આ કોઠીની સંચાલિકા હતી. તે દરેક વેશ્યાની કમાણીનો અડધો ભાગ પડાવી લેતી હતી. તેનાથી થોડે દૂર અદબ વાળીને બે પહેલવાનો

ઊભા હતા તે નવી લાવેલી છોકરીઓને મારીકૂટીને વેશ્યા બનવાની ફરજ પાડી દેતા હતા. કોઈ ચારિત્રવાન મહિલા અહીં ફસાઈ જતી તો તેના પર વારંવાર બળાત્કાર કરીને તેનું મનોબળ તોડી નાખી વેશ્યા બનાવી નાખતા હતા. તે જાય પણ ક્યાં? સમાજ તેને સ્વીકારતો નથી. આવી તાજી બનાવેલી વેશ્યાઓની ચીખો પણ મને સંભળાઈ રહી હતી. એક બે છક્કા જેવા પુરુષો પણ હતા. તે ભડવા હતા. ભડવા એટલે વેશ્યાના દલાલ. તે દલાલી લઈને છોકરીઓને કોઠી પર વેચી નાખતા અને ગ્રાહકો શોધી લાવતા. એકંદરે આ માહોલ પિશાચી હતો.

ઓશરીની બંને બાજુએ અનેક નાની નાની ઓરડીઓ હતી જેમાં અનેક વેશ્યાઓ કામી પુરુષોની વાસના સંતોષતી હતી. કોઈ પુરુષ આ વેશ્યાઓનો પ્રેમી હોતો નથી ફકત ગ્રાહક હોય છે. મેં જોયું કે શરીરથી સુંદર વેશ્યાઓને જુદો જુદો ધંધો કરનારાં પુરુષો વળગીને ચુંબનો કરી રહ્યાં હતાં.

ભરથરીએ કૂળવાન પુરુષોને ચેતવણી આપતાં સાચું જ કહ્યું છે કે કોમળ અંકુર જેવાં વેશ્યાના સુકોમળ હોઠ હોય તોપણ તે જાસૂસ, સૈનિક, ચોર, માંત્રિક, તાંત્રિક, જાદુગર, ભડવો, રંગલો, નાયક વગેરેની થૂંકદાની માત્ર છે. આવી થૂંકદાનીને ક્યો કૂળવાન પુરુષ ચુંબન કરશે?

આ ભરથરી મારી પાછળ પડી ગયો હતો. તે વેશ્યાઓની ચુંગાલમાં પડવામાંથી મને બચાવી રહ્યો હતો પણ હું વાસનાઅંધ હતો. બહેરો હતો. ઓરડીઓમાંથી ખડખડાટ હસવાનાં અને જોરથી રડવાનાં અવાજો આવી રહ્યા હતા. ઓશરીમાંથી તે મને તેની ઓરડીમાં દોરી ગઈ. ઓરડી ખૂબ નાની અને સાંકડી હતી. તેની અંદર એક પલંગ હતો. તેમાં આછો લાલ રંગનો પ્રકાશ આપતો ગોળો બળી રહ્યો હતો. વરસો પહેલાં ચીનમાં વેશ્યાલયોમાં લાલ ફાનસ સળગતાં રાખવામાં આવતાં હતાં. તેમાંથી લાલ પ્રકાશ પડતો હતો તેથી આવા વિસ્તારોને આજે પણ રેડલાઈટ એરિયા કહેવામાં આવે છે.

ઓરડીનો લાલ પ્રકાશ ભાળી મને મારી ધૂળેટીની રાતનો લાલ રંગથી લીંપાયેલો મારા ઘરનો ઓરડો અને સૂરું યાદ આવી ગઈ. ક્યાં એ દૈવી માહોલ અને ક્યા આ પિશાચી માહોલ!

કદાચ ભવિષ્યમાં મને સૂરું મળી જાય અને તે જાણે કે હું આ પિશાચી માહોલમાં મારી વાસના સંતોષવા ગયો હતો તો તેને એવો આઘાત લાગશે કે મેં જેને સ્વર્ગ જેવાં અદ્ભુત દૈવી વાતાવરણમાં મારો અમૂલ્ય પ્રેમ આપી તૃપ્ત કરી

દીધો છે તે આટલો હલકટ હશે! તે વાસનાનો કીડો હશે! તે વેશ્યાગામી હશે! તે કૂળહીન હશે! ખરેખર ક્ષત્રિય સિવાય બીજા કોઈને પ્રેમ ન જ કરાય.

હું આવું વિચારી બહાર નીકળવા જતો હતો કે તેણે તેના શરીરના ઉપલાં કપડાં કાઢી નાખ્યા. મેં જોયું કે તેના શરીર પર સફેદ કોઢના ડાઘ હતા અને તેના સ્તનો અને બગલમાં અળાઈ થઈ ગઈ હતી. સ્તનો પણ સૂકાય ગયા હતા. તેની નીચે ધાધર થઈ હતી. જરાય જોવું ન ગમે તેવું તેનું સૂકુંસટ શરીર હતું.

ક્યા સૂરુંનું ફૂલ જેવું સુકોમળ શરીર અને કયાં આનું સડેલી બદામ જેવું શરીર!

મારો મિજાજ બગડી ગયો. હું ઝડપથી ઊભો થયો અને ઝડપથી તેની ઓરડીની બહાર નીકળી ગયો. હું ઓશરીમાં બહાર જવા માટે ઝડપથી ચાલ્યો. તે અડધી ઉઘાડી જ બહાર આવી અને બૂમ પાડવા લાગી "એઈ ફાતડીના ક્યાં જાશ? મારા ત્રીસ રૂપિયા કોણ આપશે? તારો બાપ! ઊભો રે..."

આ જોઈને કોઠાની બાઈએ એક ઈશારો કર્યો ત્યાં તો બે પહેલવાન મારા રસ્તો રોકીને ઊભા રહી ગયા. મેં મારા ખિસ્સામાંથી એક હજાર રૂપિયાની થોકડી કાઢી અને તેમાંથી સો રૂપિયાની એક નોટ કાઢીને તેનો તેની સામે ઘા કરતાં બોલ્યો "ત્રીસમાં નક્કી થયું હતું ને? લે ત્રીસના સો, બસ."

તેણે લપકીને મેં ફેંકેલી સો રૂપિયાની નોટ લઈ લીધી. પહેલવાનો મારા રસ્તામાંથી હટી ગયા. મારી પાસે નોટોનું બંડલ જોઈને બાઈની આંખો ચમકી. હું બહાર જવા નીકળ્યો. હવે દોડવાની જરૂર ન હતી એટલે ધીમેધીમે રાજાપાઠમાં ચાલ્યો. એટલામાં સામેથી પંદર–સોળ વરસની એક છોકરી દોડતી આવી અને મને વળગી પડીને બોલવા લાગી "મને બચાવી લો, મને બચાવી લો...., બચાવી લો....."

તે ગભરાઈને રડતી હતી. તેને પકડવા બે પહેલવાનો મારી તરફ ધસી આવ્યાં એટલે હું તેને લઈને પાછા પગલાં ભરતો ભરતો બાઈ તરફ ગયો. તેની નજીક પહોંચ્યો એટલે તે બોલી "એય બાબુ, તેને મૂકી દો. કાલે જ બે હજારમાં ખરીદી છે. તેની નથ ઉતારવાની પણ બાકી છે. બોલીયે થઈ નથી."

નથ ઉતારવી એટલે કોઈ છોકરીનો પહેલીવાર ઉપભોગ કરવો. તેના કૌમાર્યનો ભંગ કરવો. વેશ્યાબજારમાં આ માટે બોલી બોલાતી હોય છે અને કેટલાક શોખીન નબીરા બોલીમાં ઊંચી કિંમત ચૂકવે પણ છે. વેચાતી લીધેલી છોકરીની નથ ઉતારવાની બોલીમાં જ અડધી કિંમત વસૂલાઈ જતી હોય છે. કયારેક ચડસાચડસીમાં આખી કિંમત પણ વસૂલ થઈ જાય છે. ઘણીવખત કોઠી તરફથી ખોટી બોલી બોલનારો ઊભો કરી શબાબશોખીનનોને બરાબરના શીશામાં ઉતારી દેવાય છે. હાલમાં કૌમાર્યભંગ થયેલ છોકરીઓના કૌમાર્યપટલોનું ઓપરેશન કરી ફરી અખંડ કૌમાર્યવતી બનાવી બીજા કોઠા સાથે અદલાબદલી કરી શબાબશોખીનોને એકથી વધુ વખત લૂંટવામાં પણ આવે છે.

મેં મારા ખિસ્સામાંથી સો સો રૂપિયાવાળી બે થોકડીઓ કાઢી તેને હવામાં લહેરાવી. કોઠીની બાઈની નજર લાલચથી ઝીણી થઈ ગઈ. તેણે ઈશારાથી તેના બંને પહેલવાનોને ખસેડી લીધા. હું તેની નજીક રૂપિયા લઈ ગયો. તેણે તે પકડી લીધા. મેં હજી પણ થોકડીઓને ઝાલી જ રાખી હતી.

તે બોલી "ચાલો, બોલીની જરૂર નથી. તમારી નથ ઉતરામણી મંજૂર થઈ. પહેલાં કહેવું જોઈએને કે પેક માલ આપો. નકામી તમારી સોની નોટ તો ન બગડત. બાબુ, બહુ શોખીન છો હોં..."

મેં કહ્યું "તમે બે હજારમાં ખરીદી છે તો હું તમારી પાસેથી બે હજારમાં હું ખરીદું છું."

તે હસતા હસતા બોલી "શું મજાક કરો છો? કોઠામાં વેચાય તે ફરી થોડી વેચાય છે!"

તેણે મારા રૂપિયા લેવા જોર કર્યું. મારી પાસે આ સિવાય બીજી કયાં મૂડી હતી એટલે મેં બળ કરીને થોકડીઓ ફરી મારા હાથમાં લઈ લીધી અને અહીંથી આ છોકરીને વગર રૂપિયે છોડાવવા રૂઆબથી અંગ્રેજીમાં સાચું ખોટું ફેંક્યું "એઈ... મેડમ, ડુ યુ નો? આઈ એમ સીઆઈડી ઓફિસર કમિંગ ફ્રોમ દિલ્હી. આઈ નો યોર પ્રોસ્ટિટ્યુટ બિઝનેસ. આઈ રેઈડ યોર બિઝનેસ. પોલીસ કમિંગ એન્ડ એરેસ્ટ ઓલ ઓફ યુ. નાઉ યુ આર અન્ડર માય કસ્ટડી. પોલીસ ઈઝ રેડી ફોર ધી પોલીસ રેઈડ હીયર."

આટલું બોલ્યો કે સીઆઈડી અને પોલીસરેઈડ જેવાં શબ્દો સાંભળી પહેલવાનો સંતાઈ ગયા. વેશ્યાઓ સંતાવા નાસભાગ કરવા લાગી. બાઈ હેબતાઈ ગઈ. ગ્રાહકો હાથમાં ચોરણો, પાટલૂન, લુંગી, ધોતિયું, સાડી અને છાપું લપેટીને ભાગી છૂટયા. હું પણ એ છોકરીને લઈને કોઠીની બહાર નીકળી ગયો. આ વખતે પ્રોફેસર જેવો લાગતો એક ગ્રાહક બાઈ પાસે ગયો અને હું કેવું ખોટું અંગ્રેજી બોલ્યો તે બતાવી હું કોઈ સીઆઈડી ઓફિસર નથી તે સમજાવ્યું એટલે તેનામાં જીવ આવ્યો. તેણે બૂમ પાડીને પહેલવાનો અને બીજા લોકોને મને પકડવા મારી પાછળ દોડાવ્યા. તેમને આવતા ભાળી હું છોકરી સાથે ભાગ્યો. એવામાં સાચોસાચ ચાર પોલીસવાન સાયરન વગાડતી વગાડતી ત્યાં આવી પહોંચી અને કોઠાને ઘેરીને ઊભી રહી ગઈ. તેમાંથી ધડાધડ અનેક પોલીસ નીચે ઉતરી પડયાં અને કોઠાના માણસોને પકડી લીધા. બાઈને પણ પકડી લીધી. આ ધમાચકડી વચ્ચે હું છોકરી સાથે છટકીને કોઠીથી દૂર નીકળી ગયો.

અડધી રાત થઈ ગઈ હતી એટલે ટેક્સી ભાડે કરી અમે બંને મારા ઘેર પહોંચ્યા. બસો રૂપિયા ભાડું થયું હતું. મેં તાળું ખોલ્યું પછી બારણું ખોલી હું ઘરની અંદર ગયો અને લાઈટ કરી. મેં ધ્યાનથી જોયું કે તે પંદર–સોળ વરસની છોકરી ન હતી પણ તે સતર–અઠાર વરસની યુવતી હતી.

મારી પાછળ આવતી તે યુવતી કોઈ અજાણ્યા ડરથી ઘરના ઊંબરા પાસે આવીને ઊભી રહી ગઈ. મેં પાછળ જોયું તો તેની આંખો ડરી ગયેલી હતી. મેં તેને અંદર આવવા કહ્યું તો તે ત્યાં ઊભી ઊભી મારી સામે થોડી થોડી શરમાઈને મંદ મંદ રહસ્યભર્યું સ્મિત કરતી કરતી મારી સામે ત્રાંસી આંખોથી એવી રીતે જોઈ રહી હતી જાણે કે તે મને તેની મનમોહક સુંદરતાની જાળમાં ફસાવી રહી હોય.

ભરથરીએ આથી જ કહ્યું છે કે સ્મિત કરીને, હાવભાવથી, લજ્જાથી, ભયથી, આડું જોઈને, અડધી મીંચેલ આંખથી કટાક્ષભરી નજરથી, મધુર ભાષણથી, ઈર્ષાથી, ઝઘડાથી, વિલાસથી, લીલા–છટા–અદાથી અને વાણીથી સ્ત્રી પુરુષને બાંધી લે છે કારણ કે આ બધા જ તેના બંધનો છે.

મેં તેને ફરી વખત ઘરમાં આવવા કહ્યું આથી તેણે તેના નેણ મારી સામે ઊંચા કરી જોયું અને કંઈક ડરવાળી અને કંઈક કામના ભાવવાળી આંખોથી શરમના ભાવ ધરી માથું નીચું કરી ધીરેધીરે તેનો એક પગ ઘરમાં એવી રીતે

અદાથી દીધો કે જાણે કોઈ નવીનવેલી નવવધૂ પહેલી વખત પોતાના પતિના ઘરમાં પગ માંડી રહી હોય. આ પછી તેણે તેની ડોકી એક તરફ થોડીક નમાવીને મારી સામે તેની આંખોનો ચાળો કરી એવી રીતે જોયું કે હું ધીરેધીરે પરવશ થવા લાગ્યો.

ભરથરીએ કહ્યું છે કે કોઈ વાર નેણના નખરાવાળો, ક્યારેક શરમથી ઝૂકેલો, કોઈક વાર ખૂબ ભયભીત લાગતો, ક્યારેક અદાથી શોભતો અને મદનને લીધે મનોહર બનેલા કુમારીઓના નેત્રોના વિલાસોથી ચારેય દિશાઓ નીલકમલના સમુદાયથી છવાઈ ગઈ હોય તેવી સુંદર લાગે છે!

તે મારા ઘરમાં એક ડગલું અંદર આવીને અટકી ગઈ એટલે મેં મારો હાથ લંબાવી તેનો હાથ પકડયો અને તેને અંદર ખેંચી એટલે તે શરમાતા શરમાતા મધમીઠા અવાજે મંદ મંદ સ્મિત કરતાં કરતાં બોલી "રહેવા દો, રહેવા દો, હું આવું છું."

મેં તેનો હાથ છોડી દીધો એટલે તે હળવાં હળવાં ડગલાં દેતી દેતી અંદર આવી અને ધીરેથી ઘરની વચ્ચે ઊભી રહી ગઈ. તે જાણે તેના યોનિભાગને ઢાંકી રહી હોય તેમ તેના ડાબા હાથના પંજાની હથેળી રાખી તેના પાછલા ભાગ પર તેના જમણા હાથના પંજાની હથેળી રાખી, બંને પંજાની ચોકડી બનાવી ધીરેધીરે ડોલતી ડોલતી ઊભી હતી. મોટાભાગની સ્ત્રીઓ આ અદામાં વધારે પડતી ઊભી રહેતી હોય છે. સ્ત્રીઓમાં આ આદત વરસો પહેલાંથી પડી ગઈ હોય તેમ લાગે છે. અર્ધી બીડેલી આંખોથી શરમાતી શરમાતી મારી સામે સ્મિત વેરતી વેરતી તે મને વગર હથિયારે ધીરેધીરે ઘાયલ કરી રહી હતી. સાચે જ હું તેના માદક હુશ્ન પર ઘાયલ થઈને પળેપળ મરી પણ રહ્યો હતો.

ભરથરીએ આથી જ કહ્યું છે કે નેણની ચતુરાઈથી આંખો મીંચીને કરેલાં કટાક્ષો, પ્રેમસભર વચનો, શરમાતા શરમાતા કરેલું હાસ્ય, લટકાથી ધીમે ધીમે ચાલવું, મારકણી છટાથી ઊભા રહેવુ અને મંદમંદ વેરેલું સ્મિત એ સ્ત્રીના આભૂષણો પણ છે અને તેના હથિયારો પણ છે જેનાથી તે નરને મારે છે.

મેં દિવસના પહેરવાના કપડાં બદલાવી રાતના પહેરવાના કપડાં પહેરી લીધા. બાકી વધેલાં રૂપિયા ઘરની અંદર સૂટકેસમાં મૂક્યા. તે આ બધું જોઈ રહી હતી. હું તેની સામે જોઈ રહ્યો. ચાંદા સરીખું તેનું મુખ હતું. કમળના ફૂલ જેવી તેની બે આંખો હતી. ભમરા જેવાં તેના કાળા કાળા વાળ હતા. ફાટફાટ થતાં તેના

સ્તનો હતા. તેના નિતંબનો ભાગ પણ પૃષ્ઠ હતો. સોના જેવો તેના શરીરનો રંગ હતો. મીઠા અવાજે તે બોલતી હતી અને મને મોહ પમાડતી હતી. સૂરું જેવી જ તે સર્વાંગ સુંદરી હતી. સૂરુંએ અનેક ઘરેણાં પહેર્યાં હતા જ્યારે આણે કોઈ ઘરેણાં પહેર્યા ન હતા. તેની જરૂર પણ ન હતી. કેમ?

તેનું કારણ આપતાં ભરથરીએ કહ્યું છે કે ચંદ્રનો તિરસ્કાર કરે તેવું મુખ, કમળનો પરિહાસ કરે તેવી આંખો, સોનાથી સુંદર શરીરનો રંગ, ભ્રમર જેવો કાળો કેશકલાપ, હાથીના ગંડસ્થળ જેવાં સ્તનો, ભારે નિતંબો અને માદકવાણીની મનોહર મધુરતા એ સ્ત્રીઓના સ્વાભાવિક આભૂષણો છે.

આ યુવતી મને ખૂબ મનોહર લાગી રહી હતી. તેણે હમણાં જ તેની મુગ્ધાવસ્થા પૂરી કરીને યૌવનાવસ્થામાં પગ માંડયા હતા. આથી તેના એક એક અંગનો પૂરેપૂરો મનોહર વિકાસ થઈ ગયો હતો.

ભરથરીએ યૌવન વિકાસ માટે કહ્યું છે કે સહેજ ભોળું ભોળું સ્મિત, સરળ તરલ આંખોનો વૈભવ, વિલાસી વાતોથી ભરેલો સરસ વાણીવ્યવહાર, વિવિધ અદાઓ પાંગરેલી છે તેવાં ગમનનો આરંભ, વગેરે યૌવનનો સ્પર્શ થતાં જ હરણી જેવી આંખોવાળીઓનું શું શું મનોહર નથી થઈ જાતું?

મેં ઘરનું બારણું બંધ કર્યું. આથી તે થોડીક ડરી ગઈ. મેં ઘરમાં એક ચટાઈ પાથરી તેના પર તેને બેસાડી હું તેની પાસે બેઠો. હું તેના ચહેરા સામે જોતો જોતો તેની નજીક ગયો. તેના મુખનો ઉશ્વાસ મને અથડાય રહ્યો હતો. તેણે થોડીવાર પહેલાં ઈલાયચી ખાધી હોવાથી તેના મુખમાંથી એલચીની સુવાસ પણ આવી રહી હતી. મેં તેના હાથ પર મારો હાથ મૂક્યો અને તેના રતુમડાં હોઠને પણ તસતસતાં ચૂમ્યા. તે શરમાઈ ગઈ અને તેણે તેની આંખો બંધ કરી લીધી. તેને બાથ ભરીને મેં પણ મારી આંખો બંધ કરી.

ભરથરીએ આથી જ કહ્યું છે કે આ જગતમાં સહૃદયીઓ માટે જોવાલાયક પદાર્થોમાં મૃગની આંખો જેવાં નેત્રોવાળી સ્ત્રીનું પ્રેમપ્રસન્ન મુખ ઉત્તમ છે. સૂંઘવાલાયક પદાર્થોમાં સ્ત્રીના મુખનો શ્વાસ ઉત્તમ છે. સાંભળવાલાયકમાં સ્ત્રીના મધુર વચન ઉત્તમ છે. ચાખવાલાયક પદાર્થોમાં સ્ત્રીના સુકોમલ હોઠનો રસ ઉત્તમ છે. સ્પર્શ કરવાલાયક પદાર્થોમાં સ્ત્રીની કાયા ઉત્તમ છે. સર્વત્ર ધ્યાન કરવાલાયક સ્ત્રીનું નવયૌવન અને સ્ત્રીના વિલાસો ઉત્તમ છે. આમ સ્ત્રીઓનું બધું જ ઉત્તમ છે.

ભરથરી કહે છે એમ મને આ સુંદરીનું મુખ ચંદ્ર જેવાં સુંદર ચંદ્રકાંતમણિ જેવું લાગે છે. તેના વાળ કાળા નીલમણિ જેવાં લાગે છે અને બંને હાથ કમળ જેવાં લાલ માણેક જેવાં લાગે છે. આમ તે જાણે રત્નમયી હોય તેવી શોભતી હતી.

તેના સ્તનો ગુરુ ગ્રહ જેવાં ભારે લાગે છે. તેનું મુખ ચંદ્ર જેવું રૂપાળું લાગે છે. તેના બંને પગ ધીમે ધીરે ચાલતાં શનિ ગ્રહ જેવાં લાગે છે. આમ તે જાણે ગ્રહમયી હોય તેમ મને લાગતી હતી.

ધીરેધીરે અમે બંને ચટાઈ પર સૂઈ ગયા. તે મારા એક હાથ પર તેનું માથું મૂકી મારા સામે જોતી જોતી આડા પડખે થઈ. હું પણ તેની સામે જોતો જોતો આડા પડખે થયો હતો.

મેં તેને તેનું નામ પૂછયું. તેણે તેનું નામ રંજન જણાવ્યું. મેં તેને તે વેશ્યાલયમાં કઈ રીતે પહોંચી ગઈ હતી તેમ પૂછયું તો તેના જવાબમાં તેણે મને તેની લાંબી લાંબી પ્રેમ કહાની સંભળાવી દીધી.

આ પ્રેમ કહાની પ્રમાણે તે આનંદ નામના એક યુવક સાથે પ્રેમમાં હતી. તે તેને લગ્નની લાલચ આપી તેને મુંબઈ ભગાડી લાવ્યો હતો અને તેને છેતરીને કોઠા પર લઈ જઈને વેશ્યાલયમાં બારોબાર વેચીને બારોબાર ફરાર પણ થઈ ગયો હતો. આજે તેની નથ ઉતારી તેને વેશ્યા બનાવવાની હતી તેથી તેને શણગારવામાં આવી હતી. ત્યાં હું આવી જતાં તે વેશ્યાલયમાંથી છટકી શકી હતી.

મેં તેને વિવેકથી પૂછયું કે તેણે તે યુવક સાથે શારીરિક સંબંધ બાધ્યો હતો. તેણે ના કહી.

મેં તેને જણાવ્યું કે પ્રેમનાયક ચાર પ્રકારના હોય છે. એક અનુકૂળ, જે સાચાં હૃદયથી એક જ સ્ત્રીને પ્રેમ કરતો રહે છે. આ પ્રેમી કોઈ સ્ત્રીને કદી કશું નુકશાન કરતો નથી. બીજો દક્ષિણ, જે પોતાની પત્નિ હયાત હોવા છતાં ચતુરાઈથી બીજી સ્ત્રીને પણ સાચો પ્રેમ કરતો રહે છે. જે એક સ્ત્રીને પ્રેમ કરતો રહે છે પણ બીજી સ્ત્રીને વધુ પ્રેમ કરતો રહે છે. ત્રીજો શઠ, જે સ્ત્રીને લાલચથી પ્રેમ કરતો રહે છે. જે સ્ત્રીને પ્રેમ કરતો રહે છે અને તેને નુકશાન પણ કરતો રહે છે. ચોથો ધૃષ્ટ, જે સ્ત્રીઓને પોતાને લાભ મળે ત્યાં સુધી પ્રેમનું નાટક કરતો રહે છે. તે સ્ત્રીને નુકશાન જ કરતો રહે છે. પ્રથમ પ્રકારનો પ્રેમી શ્રેષ્ઠ છે. બીજા પ્રકારનો પ્રેમી

પણ ઉત્તમ છે. ત્રીજા પ્રકારનો પ્રેમી મધ્યમ છે. ચોથા પ્રકારનો પ્રેમી કનિષ્ઠ છે. તેનો પ્રેમી આનંદ કનિષ્ઠ હોવાથી તેને ખૂબ શરમ ઉપજી રહી હતી. તેને તેના પ્રેમનો વસવસો થયો.

અમારો આ વાર્તાલાપ ખૂબ સરસ રહ્યો હતો. અમે વાતોમાં ગળાડૂબ થઈ ગયાં હતાં.

આવા વાર્તાલાપ માટે ભરથરી કહે છે કે પ્રણયથી મધુર, પ્રેમથી ગાઢ થઈ ગયેલ, શૃંગારરસથી ભરપૂર, રતિક્રિયા વખતે બોલવાથી રસિક, અસ્ફૂટ, પ્રગટ હર્ષવાળાં, સહજ સુંદર, વિશ્વાસ યોગ્ય, કામનો ઉદય કરનારા, મૃગનયનીઓ સાથે એકાંતમાં થતા આવાં સ્વચ્છંદ વાર્તાલાપો અતિશય મનોહર બનતા હોય છે.

મારી પ્રેમભરી વાતો સાંભળતી સાંભળતી તે ઊઠી અને મારા પડખામાં આવી સૂઈ ગઈ અને મારા હોઠોને ચૂમવા લાગી. તેની નથ ઉતારવાની હોવાથી તેની માથે માલતીના ફૂલોની વેણી નાખી હતી. તેના શરીર પર હળદર જેવો લેપ પણ લગાડયો હતો. રાત ખૂબ થઈ ગઈ હતી એટલે તેણે બગાસું ખાધું.

આવી કોઈ સ્થિતિમાં ભરથરીએ કહ્યું છે કે શિર ઉપર માલતીનાં પુષ્પોની માળા હોય, ઉજાગરાથી બગાસાં ખાતી હોય, શરીર પર કેસર મિશ્રિત ચંદનનો લેપ કરેલો હોય તેવી મદભરી પ્રિયતમા પડખામાં પડી હોય તો આને જ સ્વર્ગ કહેવાય. બાકી શાસ્ત્રો જે કહે છે તે તો ખોટો વધારો છે.

આ યુવતી હજી તરૂણી જ હતી તેમ કહીએ તોપણ ચાલે તેવી રૂપછટા ધરાવતી હતી. તેની સાથેની સંભોગક્રિયા લાંબી ચાલે તેમ હતી. એવામાં તે મારી છાતી પર ચડી બેઠી એટલે તે જ સમાગમની શરૂઆત કરવાની હતી. તે ઘડીક તેના હાથથી મારા વાળ સંવારતી હતી તો ઘડીક તેના હાથ મારા ગાલ પર અને છાતી પર ફેરવતી હતી. હવે, મારું હાડકા વિનાનું એક અંગ પણ બળપૂર્વક ઉછળી રહ્યું હતું.

આવું જ કંઈક અનુભવીને ભરથરીએ કહ્યું છે કે તારુણ્યની શોભાના નવીન પરિમલ જેવી, ચિરસમયની રતિક્રિયાની શક્તિની શરૂઆત જેવી, કામદેવને વિજય અપાવવા સારું મશગૂલ થયેલી, ચિરકાલ સુધી ચિત્તને ચોરી જનારી,

નૂતન વિલાસને લીધે અત્યંત શ્રેષ્ઠ એવી મૃગનયની યુવતીની વિલાસી ચેષ્ટાઓ અત્યંત વિજય પામે છે.

તે દારૂના નશામાં હોય તેવી આંખો કરતી તેના કોમળ શરીરનો મુલાયમ સ્પર્શ કરાવી મને આનંદ કરાવી રહી હતી. તેણે પ્રેમનો પ્રારંભ કરતાં મારા પહેરણના બટન ખોલી નાખ્યા. ભરથરી કહે છે કે જ્યારે સ્ત્રી મદમસ્ત બનીને પ્રેમનો આરંભ કરે છે ત્યારે તેના માર્ગમાં વિઘ્ન નાખતાં સ્વયં બ્રહ્મા પણ કતરાય છે. આ સાવ સાચું છે પરંતુ અમારાં પ્રેમના પ્રારંભમાં જ વિઘ્ન આવી ગયું. મારા ઘરનું બારણું ખખડ્યું. અમે બંને ઊભા થઈ ગયાં. મેં બારણું ખોલ્યું તો સામે પોલીસ હતી. પોલીસે મને પૂછ્યું “કેમ હજી જાગે છે? તું તો એકલો રહે છે ને? આ કોણ છે? બોલ”

હું બોલું તે પહેલાં તો તે બોલી ઊઠી “હું તેની બહેન છું. કેમ હજી સુધી ન જગાય તેવો કોઈ કાયદો છે? અમે હજી સુધી જાગીએ તો તમને કોઈ પ્રોબ્લેમ થાય છે? હવે હેરાન ન કરો. જાવ”

એક અનુભવી પોલીસ તેના દીદાર જોઈને બોલ્યો “નથ ઉતાર્યા વગરની લાગશ?”

આ સાંભળી તે બોલી “સંભાળીને બોલ, નથ ઉતારવા ભાઈની પાસે ન આવું સમજ્યો?”

આથી બીજો પોલીસ બોલ્યો “તો પછી ભાઈ બહેન એક ઓરડીમાં સાથે સૂવાના છો?”

મેં કહ્યું “ના, હું આ હાલ્યો બહાર, તે ઘરમાં ગોદડું ઓઢીને હમણાં ઘરમાં જ સૂઈ જાશે.”

આટલું બોલી હું એક ગોદડું અને એક ચટાઈ લઈને ઘરની બહાર નીકળી ગયો. તેને ઘરનું બારણું અંદરથી બંધ કરવા કહ્યું. તેણે બારણું બંધ કરી દીધું. તે અંદર સૂઈ ગઈ. ઘરની બહાર ચટાઈ પાથરીને ગોદડું ઓઢીને હું સૂતો એટલે પોલીસ પણ જે દિશામાંથી આવી હતી તે દિશામાં ગાયબ થઈ ગઈ. પોલીસ ગઈ એટલે હું પણ સૂઈ ગયો.

સવારે ઊઠીને જોયું તો ઘર ખૂલ્લું હતું પણ એ યુવતી ગાયબ! સૂટકેસ ગાયબ! કપડાં ગાયબ!

સવાર સવારમાં હું રાજા ભરથરી જેવો બાવો બની ગયો હતો. બે સ્ત્રી, ત્રણ અનુભવ આપનારીમાંથી આ યુવતી આબાદ છટકી ગઈ એટલે હું એક સ્ત્રી, બે અનુભવવાળો જ રહી ગયો. આ યુવતી જતાં જતાં મારું ઘર સાવ સફાચટ કરી ગઈ હતી. રૂપિયા તો લેતી ગઈ પણ કપડાં પણ લેતી ગઈ. મને એમ થાય છે કે જો હું ઘરમાં રહ્યો હોત તો તે મનેય લેતી જાત! ચોરના પેટની! રાતે કેવી મીઠી મીઠી વાતો કરતી હતી! રાતે રંગ જામવાની તૈયારી હતી કે પોલીસે રંગમાં ભંગ પાડયો. શું કહેવું આ ભારતીય પોલીસને? કામરત યુગલને રોકવું એ મોટો અપરાધ છે. માન્યામાં ન આવતું હોય તો પૂછી જુઓ રામાયણ રચયિતા વાલ્મિક ઋષિને. એક મિથુનરત સારસ જોડીને મારવાનો એવો પસ્તાવો થયો હતો કે તેના મોંમાંથી આખી રામાયણ નીકળી ગઈ! વિરહની વેદના રામ જાણે કાં સીતા જાણે. સીતા વિયોગી રામનો વિલાપ સાંભળો તો ખબર પડે કે વિરહી પર શું શું વીતે છે? વિરહ વસમો વેરી છે.

પેલી પણ કેવી પાકી! પોલીસને જોતાં જ મારી બહેન બની ગઈ. કોઈ મારી બહેન બને અને હું તેની સાથે રાત રહું ખરો? ના બને. એટલે જ સ્તો ગોદડું અને ચટાઈ લઈને બહાર નીકળી ગયો હતો અને આખી રાત બહાર સૂતો હતો. તે રાતે જ રફૂચક્કર થઈ ગઈ હશે. ભલે ગઈ. મારે શું?

પણ પૈસા વગર કરવું શું? મુંબઈમાં પૈસા વગર એક દિવસ કાઢવો પણ મુશ્કેલ હોય છે. પાડોશી પાસેથી કરગરીને પચાસ રૂપિયા ઉછીના લીધા. સવાર સવારમાં રીક્ષા ભાડે કરીને છગન પાસે ગયો. છગન મળે નહીં. તે વતનમાં ગયો હતો. રાતના પહેરવાના પાટલૂન અને પહેરણમાં હું ભિખારીની સમકક્ષ લાગતો હતો. બપોરનું ખાણું ખાધું ત્યાં ફક્ત દસ રૂપિયા વધ્યાં. હવે કરવું શું?

ભીખ માંગવી કે નહીં તે વિચારતો રોડ પર ઊભો હતો કે અતુલ સહાની ત્યાંથી નીકળ્યા. મને જોઈને પોતાની મોટર ઊભી રખાવી મને મારી આ અવસ્થાનું કારણ પૂછયું. મેં ટૂંકમાં બધું કહ્યું. મેં તેને મને થોડી મદદ કરવા જણાવ્યું. તેણે મને મોટરમાં બેસાડી લીધો અને કહ્યું કે એક શરતે મને એક હજાર રૂપિયા આપશે કે મારે આવતીકાલે સવારના નવ વાગ્યે તેના ઘેર પહોંચી જવું અને તેની પત્નિ સાથે રહેવું. ચૂપચાપ તે જેમ કહે તેમ કરવું. તે જ્યાં લઈ જાય

ત્યાં જવું. તે જે ખવડાવે તે ખાવું. તે જેમ રાખે તેમ રહેવું. આમ તેને ખુશ રાખવી અને તેને ખુશ કરવી. પૂરેપૂરાં ચોવીસ કલાક સુધી.

મારે ગરજ હતી. ગરજવાનને અક્કલ હોતી નથી. મારામાં પણ ન હતી. મેં તેની શરત સ્વીકારી લીધી. તે એક દિગ્દર્શક હતા અને આવતીકાલે તેની ફિલ્મના શુટીંગ માટે ખંડાલા જવાના હતા. તેની પત્નિને એકલતા ન સાલે તે માટે મારે તેની પત્નિને ચોવીસ કલાક માટે કંપની આપવાની હતો. તે મને મારા ઘર સુધી મૂકી પણ ગયા અને મને એક હજાર રૂપિયા રોકડાં આપતા પણ ગયા.

ઘેર આવીને પહેલાં નાહી ધોઈને થોડોક આરામ કર્યો પછી સાંજના સમયે ઘરની બહાર નીકળ્યો અને પાસેના એક શોપીંગ સેન્ટરમાં જઈને બે જોડી સારાં કપડાં ખરીદ્યા. એક સૂટકેશ અને બીજી નાની મોટી ચીજવસ્તુઓ પણ ખરીદી ઘેર આવ્યો. રાતે પીવા સારું દૂધ પણ લેતો આવેલો.

પેલી મને છેતરીને જતી રહી હતી તેનો અફસોસ પણ થયો. ઘરમાંથી એક દવાની પડીકી મળી આવી. જે મારી ન હતી. નક્કી પેલી જ લાવી હશે. તે દવાની પડીકી મેં દૂધમાં નાખી તે દૂધ શેરીની એક કૂતરીને પાયું તો તે થોડીવારમાં બેહોશ થઈ ગઈ. તે છેક રાતના દશ વાગ્યે ભાનમાં આવી. હું સમજી ગયો કે ગઈ રાતે પોલીસ ન આવી હોત તોપણ તે એનકેન પ્રકારે મને આ ઘેનની દવા પાઈ દઈને બેહોશ કરીને મને લૂંટી જ લેવાની હતી. વેશ્યાલયમાંથી છોડાવી તોયે. સાલી, દયા ડાકણને ખાય તે આનું નામ.

મોડી રાતે બહાર જઈને જમી આવ્યો અને પાછો ઘેર આવીને સૂઈ ગયો–ઘરમાં જ સ્તો.

# ૧૮

બીજે દિવસે સવારે વહેલો ઊઠી ગયો અને નાહીધોઈને તૈયાર થઈને સવારના નવ વાગ્યે અતુલ સહાનીએ કહ્યાં મુજબ જુહુ તારા વિસ્તારમાં આવેલાં તેના આલીશાન બંગલે પહોંચી ગયો. તેની પત્નિ સુહાસિની મારી રાહ જોઈને બેઠી હતી. તે મારાથી દશેક વર્ષ મોટી હતી અને મારાથી થોડીક જાડી પણ હતી. મને જોઈને તરત તેણે મને સૂચના આપી દીધી કે મારે તેને મેડમ કહેવી પણ તેને નામથી ન બોલાવવી કારણ કે કોઈ તેને તેનું નામ લઈને બોલાવે તે તેને ગમતું નથી. તે મને રાજ કહીને બોલાવશે કારણ કે તે બધાને નામ લઈને જ બોલાવે છે! આમાં મારે વાંધો લેવા જેવું કશું ન હતું. તે જે કહે તે મારે કરવાનું જ હતું. ઘરની બહાર નીકળી તેણે તેની મોટરની પાછળી સીટમાં મને તેની સાથે બેસાડી દીધો અને કારડ્રાઈવરને કાર સિદ્ધિવિનાયક મિંદિરે લઈ જવા કહ્યું. થોડીવારમાં અમે ત્યાં પહોંચી પણ ગયાં.

લાંબી લાઈનમાં ઊભા રહી અમે ગણેશજીના દર્શન કર્યા. મને તે ધાર્મિક પ્રકૃતિની લાગી. મંદિરમાં થયેલી ભક્તોની ભીડ જોઈને મેં અનુમાન લગાવ્યું કે જેમજેમ માનવીઓ પાસે ધન વધતું જાય છે તેમતેમ તે વધારે ધાર્મિકવૃત્તિવાળાં બનતા જાય છે. જેમજેમ લોકો ધન કમાવા માટે કપટનો આશરો લેતા જાય છે તેમતેમ તેઓ વધારે મંદિરમાં આવતા જાય છે. ગણેશજીના દર્શન કરીને તે ખુશ થઈ ગઈ.

તે પછી તે મને એક મોલમાં લઈ ગઈ. મોલમાં તેણે કેટલીક કામની અને કેટલીક નકામી વસ્તુઓ ખરીદી. મારા માટે પણ એક શર્ટ ખરીદીને મને આપ્યો. કારની ડેકી ભરાઈ ગઈ એટલી બધી ચીજવસ્તુઓ તેણે ખરીદી હતી. એક જ્વેલર્સ પાસે જઈને કેટલાક અલંકારો પણ ખરીદ કર્યા. બપોર સુધીમાં તેણે લગભગ એકાદ લાખ રૂપિયા વાપરી નાખ્યા.

તે પછી મને વિલેપાર્લે વેસ્ટમાં આવેલ ડોલ્ફિન એક્વેરિયમ જોવા લઈ ગઈ. તેમાં અનેક જાતની માછલીઓ હતી. મેં જિંદગીમાં પહેલી વખત ડોલ્ફિન જોઈ. કેળવાયેલી ડોલ્ફિનની રમતો જોઈને મને બહુ મજા આવી ગઈ. તે પણ

ખુશ થઈ હતી. બપોરે એકાદ વાગ્યે એક મોંઘી હોટલમાં મને જમવા લઈ ગઈ. સ્વાદિષ્ટ ભોજન કરવાની મને મજા આવી. કારડ્રાઈવરને પણ તેણે જમાડયો.

તે પછી મને તે ગોલ્ડ સિનેમામાં ફિલ્મ જોવા લઈ ગઈ. ફિલ્મ હતી 'એક દૂજે કે લિયે'. ફિલ્મના ગીતો મોંઢે હોય તેમ તે સાથે સાથે ગણગણતી હતી. તે બોલતી પણ હતી કે કમલા હાસન જેવા મૂછોવાળા પુરુષો મને બહુ ગમે છે. હું પણ મૂછ રાખતો હતો. ફિલ્મ જોતાં જોતાં તે મારો હાથ પકડી લેતી હતી અને કયારેક કયારેક મારા ખભે તેનું માથું પણ મૂકી દેતી હતી. મારા માથા સાથે તેનું માથું અડાડી દેતી હતી. ક્યારેક તે મને ચૂમી પણ ભરી લેતી. તે આવી હરકતોનો કેમ કરે છે તે મને સમજાતું ન હતું. સમજવાની જરૂર પણ ન હતી કારણ કે મારે તેને ખુશ રાખવાની હતી. ફિલ્મ જોઈને તે ખૂબ ખુશ થઈ ગઈ હતી.

છ વાગ્યે ફિલ્મ પૂરી કરીને અમે થિયેટર બહાર નીકળ્યાં પછી તે મને જુહુ ચોપાટી પર લઈ ગઈ. સમુદ્ર કિનારાંની રેતીમાં બેઠાં બેઠાં અમે બંનેએ એક એક નારિયેળનું પાણી પીધું. તેના અડધા કલાક પછી અમે એક એક આઈસક્રિમ ખાધો. ફેરિયા પાસેથી બે મકાઈ ડોડાં પણ લઈને ખાધાં. મારે આવું કશું ખાવુંપીવું ન હતું પણ તેને ખુશ રાખવા આવું ખાવુંપીવું પડતું હતું. તેની સાથે સાચીખોટી વાતો પણ કરવી પડતી હતી. આ વખતે જો કોઈ અમને જુએ તો અમારાં વચ્ચે આડા સંબંધો છે તેવું સહેલાઈથી માની લે, ખાસ તો આપણાં ગુજરાતી લોકો. ડ્રાઈવર કાર લઈને રોડ પર બેઠોબેઠો બગાસાં ખાતો હતો.

એકાદ કલાક ઠંડી દરિયાઈ લહેરોનો આનંદ માણી તે મને કાલબાદેવીના એક કેસિનોમાં લઈ ગઈ. ત્યાં ચારેકોર બેરોકટોક સ્ત્રીપુરુષો જુગાર રમી રહ્યાં હતાં અને બિભસ્ત ઠઠ્ઠામશ્કરી કરી રહ્યાં હતાં.

ત્યાં તે તેના જાણીતાં ત્રણ પુરુષોની સાથે તીન પત્તીનો જુગાર રમવા બેઠી. તે ત્રણે પુરુષો મને અઠંગ જુગારી લાગ્યા. હું આ ત્રણે પુરુષોની હરકતો અને તેમના હાવભાવોનું અવલોકન કરવા લાગ્યો. મને થોડીવારમાં ખબર પડી ગઈ કે તે ત્રણે પહેલેથી સંપેલાં હતા અને ચાલુ રમતે એકબીજાને ઈશારા કરી પોતાના પત્તાની માહિતી આપી દેતા હતા. હજાર હજાર રૂપિયાનો પટ્ટ અને પાંચસો રૂપિયાની ચાલ રાખી હતી. દરવખતે ત્રણ ચાર બાજી સુહાસિની હારી જતી ત્યારે ચોથી કે પાંચમી બાજી સુહાસિની જીતી જતી હતી. થોડીવારમાં હું એ પણ સમજી ગયો કે આ પણ તેમની એક ચાલ હતી. તેને જાણીજોઈને જીતવા દેવામાં

આવતી હતી જેથી હું પણ જીતી શકું છું એવાં ગુમાનમાં તે વધારે રૂપિયા હારતી જાય અને તેને ખબર પણ ન પડે. ખબર પડે ત્યારે લગભગ ખાલી થઈ ગઈ હોય. તે વીસેક બાજીમાં દોઢ લાખ રૂપિયા હારી ચૂકી હતી. હવે ફક્ત ત્રીસ હજાર રૂપિયા તેની પાસે રહ્યા હતા.

આથી મેં તેને કહ્યું ‘‘મેડમ તમને કોઈ વાંધો ન હોય તો એક બાજી તમારી વતી ખેલું?’’

આ સાંભળી તે ખૂબ ખુશ થઈને તે બોલી ‘‘અરે! તમને રમતા આવડે છે તો બોલતા કેમ નથી?’’

મેં કહ્યું ‘‘હું જુગાર રમતો નથી પણ પહેલી બાજી હું જીતીશ તો બીજી એક બાજી રમીશ.’’

તે ઊભી થઈ ગઈ. હું રમવા બેઠો. પેલાં ત્રણેયને આ ન ગમ્યું પણ તે કરે શું?

સુહાસિનીએ મને ચાર હજાર રૂપિયા રમવા માટે આપ્યા. પટ્ટમાં અમે ચારેયે એક એક હજાર રૂપિયા મૂક્યા. મેં પત્તા બાટયા. પેલાં ત્રણેયે તેના પત્તા જોયા. એકે તેના પત્તા નીચે મૂકી દીધા. બાકીના બે એકબીજાની સામે જોવા લાગ્યા. તેમાંથી એકે તેના નીચલા હોઠ પર જીભ ફેરવી. મેં અનુમાન લગાવી લીધું કે તેની પાસે એક જ રંગના ત્રણે પત્તા છે. મેં મારા પત્તા જોયા. મારા ત્રણે પત્તા પણ એક જ રંગના હતા. પેલાં બંનેએ પાંચસો પાંચસોની ચાલ કરી. મેં પાંચસોની ચાલ કરી. તેમણે ફરી ચાલ કરી એટલે મેં ફરી ચાલ કરી. પેલાં બે મૂંઝાયા. મેં અનુમાન લગાવી લીધું હતું કે તેના પત્તા હલકાં છે. એકે તેના પત્તા નીચે મૂકી દીધા પણ બીજાએ ડરતાં ડરતાં પાંચસોની ચાલ કરી. મેં પાંચસો રૂપિયા મૂકી શો કરાવ્યો. આ મારી એક ચાલ હતી. તેણે તેના પત્તા બતાવ્યા. ફૂલીનો નવો, ફૂલીનો ગુલામ, ફૂલીનો બાદશાહ. મેં પત્તા બતાવ્યા. લાલનો દશો, લાલની રાણી, લાલનો એક્કો. હું જીતી ગયો હતો. મેં રૂપિયા લઈ લીધા અને પાંચસોની એક નોટ સંતાડી દીધી.

મારી આ જીતથી સુહાસિની ખુશ થઈ ગઈ. ફરી રમત મંડાણી. એકે પત્તા બાટયા. મેં પત્તા જોયા. ત્રણે પત્તા ક્રમમાં હતાં એટલે કે મારી પાસે રોન હતી. મેં તરત પાંચસો રૂપિયાની ચાલ કરી. તે પછી એકે તેના પત્તા જોયા. તેણે તેના

હોઠ પર જીભ ફેરવી. મતલબ કે તેની પાસે એક રંગના પત્તા છે. તેણે પાંચસોની ચાલ કરી. બીજાએ પણ પત્તા જોયા. તેણે પણ તેના હોઠ પર જીભ ફેરવી. મતલબ કે તેની પાસે પણ એક જ રંગના પત્તા હતા. તેણે પણ પાંચસોની ચાલ કરી. ત્રીજાએ તેના પત્તા જોયા. જ્યારે અમુક લોકો ઈશ્વરને યાદ કરે છે ત્યારે ઉપર જોઈને આંખો બંધ કરીને જમણા હાથના આંગળાઓ ભેગાં કરીને તેને તેના માથે, કપાળે, આંખે, નાકે, હોઠે, દાઢીએ, ગળાએ, છાતીએ અને છેલ્લે બંને સ્તનોની જગ્યાએ મૂકીને પછી તેને ચૂમે છે તેવી રીતે તેણે તેની આંખો બંધ કરીને તેના હાથના આંગળાઓથી તેના કપાળ, હોઠ અને છાતીએ લગાડી તેને ચૂમ્યા. મતલબ કે તેની પાસે પણ મારી જેમ ક્રમમાં પત્તા હતા. આમ બે પાસે કલર અને બે પાસે રોન હતી. તેણે પાંચસો રૂપિયાની ચાલ કરી. પછી ચાલવાળી થઈ. પાંચેક વખત આખો આંટો ફરીને ચાલો થઈ. કોઈ પત્તા મૂકવા તૈયાર ન હતું પરંતુ છઠ્ઠા આંટામાં એકે તેના એક રંગવાળા પત્તા નીચે મૂકી દીધા.

નવમા આંટામાં બીજાએ તેના એક રંગવાળા પત્તા નીચે મૂકી દીધા. દશમો આંટો પણ પૂરો થયો. અગિયારમાં આંટાની શરૂઆતમાં જ મેં શો કરાવ્યો. આ મારી ચાલ હતી. તેણે પત્તા બતાવ્યા. એક્કો, બાદશાહ, રાણી. મેં મારા પત્તા બતાવ્યા. એક્કો, બાદશાહ, રાણી. બંનેના પત્તા સરખા હતા. આવું હોય ત્યારે શો કરાવનાર હારે છે. તે ખુશ થઈને રૂપિયા ભેગાં કરવા લાગ્યો.

મેં તેને રોક્તા કહ્યું "જરા, ધ્યાનથી જો."

તેણે પત્તા ધ્યાનથી જોયા. તેના પત્તા હતા. લાલનો એક્કો, ફૂલ્લીનો બાદશાહ, ચરકટની રાણી. તેણે મારા પત્તા જોયા. મારા પત્તા હતા. કાળીનો એક્કો, કાળીનો બાદશાહ, કાળીની રાણી! આમ, મારા પત્તા ક્રમમાં હતા અને એક જ રંગના હતા. જેને જુગારીઓ રંગસાઈ કહે છે. તેને એમ કે મને આવી ખબર નહીં હોય પણ મને ખબર હતી. ફરીવાર મારી જીત થઈ. આ વખતે ઘણી મોટી રકમ મળી હતી. સુહાસિની ખૂશખૂશ થઈ ગઈ. તે કૂદકાં મારતી મને વળગી પડી. મેં બધા રૂપિયા ભેગાં કરી લીધા અને ઉઠવા ગયો પણ પેલાં ત્રણેયે મને પકડીને પાછો બેસાડી દીધો.

તે બોલ્યા "આમ, બે બાજીમાં થોડું જતું રહેવાય? હજી એકાદ બે બાજી તો રમવી પડે."

મેં કહ્યું ''હું જુગારી નથી. છતાં તમે કહો છો તો છેલ્લી એક બાજી રમી નાખું છું. કબૂલ?''

તે કબૂલ થયા. ફરી પટ્ટમાં ચાર હજાર રૂપિયા મૂકાયા. ફરી પત્તા ચીપાયાં અને બટાયા. મેં મારા પત્તા જોયા અને તેને શાંતિથી શર્ટના ઉપલાં ખિસ્સામાં મૂકી દીધા. ત્રણમાંથી એકે તેના પત્તા જોયા અને તેના હોઠ પર જીભ ફેરવી, બીજાએ ફરી ઈશ્વરને યાદ કરી તેનો હાથ ફેરવી ચૂમી ભરી, ત્રીજો મૂંઝાઈ ગયો અને તે તેના જમણા હાથની વચલી ત્રણ આંગળી લમણા પર મૂકી માથું ઢાળી ઓશિયાળો થઈને બેઠો. ભલેને ઓશિયાળો થઈને બેઠો હોય પણ તેની આંખમાં ક્ષણભર માટે જે ચમક વધી ગઈ હતી તે મેં પારખી લીધી હતી. ચાલ શરૂ થઈ ગઈ. ચાલનો આખો આંટો પૂરો થઈ ગયો પણ કોઈએ મચક ન આપી. ઓશિયાળો મનથી એવું ઈચ્છી રહ્યો હતો કે આ વખતે કોઈ શો ન કરાવે તો સારું. ચાલ આટાં ફરવા લાગી. ચાલના દશેક આંટા પછી તેમના ધ્યાનમાં આવ્યું કે મારા પાંચસો રૂપિયા પટ્ટમાં આવતા હતા ત્યારે તેમના દોઢ હજાર રૂપિયા પટ્ટમાં આવતા હતા. એવામાં જેણે તેના હોઠ પર જીભ ફેરવી હતી તેની પાસે રૂપિયા પૂરાં થઈ જતાં તેણે તેના પત્તા નીચે મૂકી દીધા અને તે બાજીમાંથી બાકાત થઈ ગયો. ફરી ચાલ શરૂ થઈ. ફરી ચાલ આંટો ફરવા લાગી. પચીસ–ત્રીસ આંટા પૂરાં થયા. ત્રણમાંથી કોઈ મચક આપતું ન હતું. ધીરેધીરે પટ્ટમાં રૂપિયા વધવા લાગ્યા અને અમારી પાસે રૂપિયા ઘટવા લાગ્યા. આ જોઈને સુહાસિનીએ તેની પાસેના તમામ રૂપિયા મને આપી દીધા. આ જોઈને ઓશિયાળો રાજી થયો. ચાલીસેક આંટા પછી તેને થયું કે મારા પાંચસો રૂપિયા સામે તેમના હજાર રૂપિયા જતા હતા. આમ છતાં ઓશિયાળો ઈચ્છી રહ્યો હતો કે ત્રણે ચાલ રમતા રહે તો શો ન થઈ શકે. આ બાજીની મેં પહેલી ચાલ ખેલી.

મેં કહ્યું ''બે વખતથી હું શો આપું છું પણ આ વખતે તો હું શો નહીં જ આપું.''

આ સાંભળી ઓશિયાળાની આંખો ફરી વખત ચમકી ઊઠી. એવામાં જેણે ઈશ્વરને યાદ કરીને તેના હાથને ચૂમી ભરી હતી તેની પાસે રૂપિયા ખલાસ થઈ ગયા. તેણે ઓશિયાળા પાસે ઉછીના રૂપિયા માંગ્યા. તેણે રૂપિયા આપવાની ના કહી અને તેણે તત્કાળ નવો નિયમ ઘડી કાઢયો.

તે બોલ્યો ''કોઈની પાસેથી ઉછીના રૂપિયા લઈને રમત આગળ નહીં રમાય.''

ઈશ્વરના લાચાર અનુયાયીએ પત્તા નીચે મૂકી દીધા અને તે બાજીમાંથી બાકાત થઈ ગયો.

હવે અમારા બે વચ્ચે ચડસાચડસી ચાલી. ચાલ પર ચાલ રમાવા લાગી. ટેબલ પર રૂપિયાનો ઢગલો થઈ ગયો હતો. બીજા લોકો પોતાનો જુગાર અડધેથી પડતો મૂકી અમારો જુગાર જોવા એકઠાં થઈ ગયાં. છેવટે અનેક ચાલ પછી તેની પાસે હજાર રૂપિયા અને મારી પાસે પાંચસો રૂપિયા રહ્યા. આ વખતે તેની ચાલ હતી. જો તે ચાલ કરે તોપણ તેની પાસે શો કરાવવા માટે પાંચસો રૂપિયા વધતા હતા. મારે શો કરાવવો જ પડે. જો હું શો કરાવું અને તે જીતે તો હું બાવો બની જાઉં. જુગારમાં બાવો બનાવવાનું ખૂબ મહત્વ હોય છે. તેના બે માણસો બાવા બની ચૂકયા હતા. મને બાવો બનાવી તે હેટ્રિક સર્જી શકે તેમ હતો. તેણે પાંચસોની ચાલ રમી. હવે મારી પાસે પાંચસો રૂપિયાની છેલ્લી નોટ દેખાઈ રહી હતી. મારે શો કરાવવાનો હતો પણ મેં તેની ચાલ રમી નાખી.

તેણે વિચાર્યું કે તેની પાસે છેલ્લી નોટ છે. જો તે શો કરાવે તો કદાચ તે જીતે પણ ખરો અને હારે પણ ખરો. જો તે ચાલ રમી નાખે તો મારી પાસે શો કરવાના કે ચાલ રમવાના રૂપિયા નથી એટલે આપોઆપ મારે પત્તા મૂકી દેવા પડે અને તે એમનેએમ જીતી જાય. તેણે તેની પાસેની છેલ્લી નોટની ચાલ રમી નાખી. તે હું ક્યારે પત્તા નીચે મૂકું અને તે રૂપિયા એકઠાં કરવાનું શરૂ કરે તે માટે ઉત્સુક થઈ રહ્યો હતો. ત્યાં મેં પહેલી બાજીના અંતે સંતાડી રાખેલી પાંચસો રૂપિયાની નોટ કાઢી. આ જોઈ તેના મોતિયાં મરી ગયા. તેણે તેની પાસેની છેલ્લી નોટનો શો ન કરાવ્યો તેનો અફસોસ તેના ચહેરા પર આવી ગયો. હવે જો હું ચાલ કરું તો તેણે તેના પત્તા નીચે મૂકી દેવા પડે અને આખી બાજી મારી થઈ જાય. તેની ચાલબાજી ઊંધી પડી ગઈ. તેણે ભલે ચાલબાજી રમી હોય પણ હું ચાલબાજી રમતો નથી! મેં શો કરાવ્યો. તેની આંખો ચમકી ઊઠી. તેને થયું કે હું મૂરખો છું મેં શો કરાવીને મારા હાથમાં આવેલી બાજી મેં ગુમાવી દીધી છે. તેણે જીતના નશામાં તે એક પછી એક પત્તા નીચે મૂકીને બતાવતાં બોલ્યો ''એક બાદશાહ, બીજો બાદશાહ અને આ ત્રીજો બાદશાહ.''

આ જોઈને બધા જ અવાક થઈ ગયા. તેના બંને સાથીદારો પણ જોરજોરથી હસવા લાગ્યા. સુહાસિનીનું મોં પડી ગયું. જોનારાં આશ્ચર્યમાં પડી ગયાં. તે અતિઆનંદથી બાથ ભરીને રૂપિયા એકઠો કરવા જતો હતો. મેં તેને અટકાવ્યો અને કહ્યું "હજી આપણે મારા પત્તા કયાં જોયા છે?"

આમ કહી મેં મારા શર્ટના ઉપલાં ખિસ્સામાંથી ત્રણે પાના બહાર કાઢયાં અને તેને જમીન પર રાખીને બતાવતાં બોલ્યો "આ પહેલો એક્કો, આ બીજો એક્કો અને આ ત્રીજો એક્કો."

ત્રણ ત્રણ એક્કા જોઈ તેની બધી આશાઓના મિનારાંઓ ધડાધડ તૂટી પડયા. તે આધાતથી અડધા ગાંડા જેવો બની ગયો. તે તેના માથાના વાળ ખેંચવા લાગ્યો અને અને હૃદયનો હુમલો આવી ગયો હોય તેમ તે લથડિયાં ખાતો ખાતો ત્યાંથી નીકળી ગયો. તેનો એક સાથીદાર તેની પાછળ પાછળ ગયો અને તેના બીજો સાથીદારને પણ વાઈ આવી ગઈ હોય તેમ તે નીચે પડીને આંખો ચડાવીને મોંમાથી ફીણ કાઢતો હાથ પગ હલાવવા લાગ્યો. હાજર રહેલાં લોકો આ ચમત્કાર જોઈને ડઘાય ગયાં. સુહાસિની આનંદથી પાગલ બની ગઈ હોય તેમ હસતી હસતી રૂપિયાની નોટોને તેની પાસેની શોપિંગની પ્લાસ્ટિકની થેલીઓમાં ભરવા લાગી. પાંચ–છ લાખ રૂપિયા જીતી અમે બંને કેસિનોની બહાર જવા નીકળ્યાં.

અમે બહાર નીકળી રહ્યાં હતાં કે કેસિનોની અંદરથી ત્રણ વિદેશી યુવતીઓ એકદમ ધસી આવી અને અમારો રસ્તો રોકીને ઊભી રહી ગઈ. તેણે ઈશારાથી અમારી પાસે રહેલાં રૂપિયાની થેલી માંગી. સુહાસિની તે આપવાના મુડમાં ન હતી. તેણે મને લડવાનો ઈશારો કર્યો.

મેં તેને કહ્યું "મેડમ, તમને ખુશ કરવાની વાત થઈ છે પણ લડવાની કોઈ વાત થઈ નથી."

તેણે કહ્યું "રાજ, તમે લડો અને જીતો એટલે હું ખુશ થવાની છું એ કેમ ભૂલી જાવ છો?"

મને થયું કે લાવ લડી નાખું. આમે મારા ગામમાં મારે લડવું હોય છે ત્યારે મારી મા ના પાડતી હોય છે. જો મા ના પાડતી ન હોત તો લગભગ દરેક દરબારના છોકરા સાથે મેં લડી લીધું હોત! સૂરું બારામાં પણ મારે જે નબળાઈ

બતાવવી પડી હતી તે ન બતાવવી પડત. મેં કોલેજ બાજુના શહેરમાં કરી હતી ત્યારે કરાટેની તાલિમ લીધી હતી પણ તેની અજમાયશ કરવાની પણ કદી તક મળી ન હતી. આજે અજમાયશીની તક મળી છે તેને હું ગુમાવવા માંગતો ન હતો. હું તકવાદી થયો!

હું તે યુવતીઓ તરફ આગળ વધ્યો એટલે તે ત્રણે મારી સામે કરાટેના જુદા જુદા પેંતરાઓનું પ્રદર્શન કરવા લાગી. હું સમજી ગયો કે તેમાંથી એકેયને ખરેખર કરાટે આવડતું નથી. કેસિનોમાલિકે કોઈ જુગારી જીતીને જાય તો તેને ડરાવી ધમકાવીને રૂપિયા પડાવી લેવા કદાચ તેમને ભાડે રાખી લીધી હશે!

હું એકની નજીક ગયો. તેણે મારા માથામાં મારવા લાત ઉગામી. મેં ઝડપથી તેનો પગ પકડી વધુ ઊંચો કર્યો. આથી તે સતુંલન ગુમાવીને ભોંય પર પડી. મેં તેના પેટ પર જોરજોરથી ત્રણેક લાત ફટકારી દીધી. તે દર્દથી ચીસ પાડી ઊઠી. એ જોઈને બીજી મને મારવા દોડી. હું અડધો નમી ગયો અને પાછા ફરીને મારા શરીરના ધક્કા સાથે એક જોરદાર લાત તેના પેટ પર ફટકારી દીધી. આથી તે સામેની દિવાલ સુધી ઉછળી અને દિવાલે અથડાયને જમીનદોસ્ત થઈ ગઈ. એટલામાં ત્રીજીએ મને એકાદ બે લાત અને ચાર–પાંચ મુક્કા મારી દીધા. મેં મારા બંને હાથથી તેનો એક હાથ મજબૂતાઈથી પકડી લીધો અને તેને મારી તરફ ખેંચીને હું ગોળગોળ ઘૂમવા લાગ્યો. મારા કરતાં તેનું વજન ઓછું હતું એટલે તે મારી ફરતે ઘૂમવા લાગી. ફેરફૂદરડીના પાંચ–છ આટાં ફેરવી મેં તેને ઓચિંતી છોડી દીધી એટલે તે કેન્દ્રત્યાગી બળના નિયમને અનુસરીને સીધી રેખામાં ફેંકાય ગઈ અને અંદરના એક મશીન સાથે અથડાઈને જમીન પર પડી. થોડીવારમાં કળ વળતાં તે ઊભી થઈ ગઈ. તેને ચક્કર આવતાં હતા તોપણ તે દોડીને મને મારવા હાથ ઉગામતી મારા તરફ ધસી આવી. મેં તેનો હાથ પકડી તેને મારા તરફ જોરથી ખેંચીને છોડી દીધી એટલે તે સમતોલન ગુમાવતી કેસિનોની બહાર ફેંકાઈ ગઈ અને બહાર પસાર થઈ રહેલાં એક મોટરસાયકલ સાથે અથડાયને રોડ પર પડી ગઈ. મોટરસાયકલ અને મોટરસાયકલવાળો બંને પડી ગયા. આથી તે મોટરસાયકલવાળો તેને આડેધડ મારવા જ લાગ્યો.

મારું પરાક્રમ જોઈને બધા લોકોએ ખુશ થઈને તાલીઓ પાડી. સુહાસિની પણ બેહદ ખુશ થઈ. તે હસતી હસતી મારો હાથ ઝાલી મને કેસિનોની બહાર લઈ ગઈ. તેની સૂચના મુજબ તેનો કારડ્રાઈવર પણ કાર લઈને ત્યાં આવી ગયો.

તેણે બધાં રૂપિયા કારની અંદરના ખાનાઓમાં મૂકી દીધા. અમે ફરી કારમાં સવાર થઈને પછી એક હોટલમાં જમવા ગયાં. અમે ત્રણે જમ્યાં. જમીને પછી તે મને એક બારમાં લઈ ગઈ. તેણે તેના ડ્રાઈવરને બારની બહાર જ રાખ્યો હતો.

બારમાં બારગર્લ્સ ડાન્સ કરી રહી હતી. બારમાં સ્ત્રીઓ ઓછી અને પુરુષો વધારે હતાં. તેઓ શરાબ પી રહ્યાં હતાં. સેક્સી વાતો કરી રહ્યાં હતાં. અજબગજબના ચેનચાળાં કરી રહ્યાં હતાં. કેટલાંક સ્ત્રીપુરુષો નશાનું સેવન પણ કરી રહ્યાં હતાં. સુહાસિનીએ મને શરાબ પીવાની ઓફર કરી પણ મેં મના કરી. તેણે બેધડક ઊંચી બ્રાન્ડનો ઘણો બધો શરાબ પીધો. થોડીવારમાં એનાઉન્સરે બધા લોકોને ડાન્સ કરવા ઓફર કરી એટલે બધા લોકો નાચવા લાગ્યાં. મને જરાય નાચતા આવડતું નથી છતાં સુહાસિનીનું મન રાખવા ઢંગધડાં વગરના બે–ચાર કૂદકાઓ અને ઠૂમકાઓ મારી લીધા.

સુહાસિની મસ્ત નાચ કરી રહી હતી. તેનો નાચ જોઈને હું ખૂબ ખુશ થઈ ગયો. થોડીવાર પછી તે થાકી ગઈ એટલે ફરી ટેબલ પર બેઠી અને ફરી શરાબ પીવા લાગી. મને આ જરાય ગમતું ન હતું. શરાબ પીને ધરાઈ ગઈ એટલે તેણે કાઉન્ટર પર બધું પેમેન્ટ કરીને લથડિયાં ખાતી ખાતી મારી સાથે બહાર આવી અને કારમાં બેઠી. હું પણ કારમાં બેઠો. થોડીવાર પછી બધા તેના બંગલે આવ્યાં.

તેણે ઘરનો દરવાજો ખોલ્યો એટલે તેણે, તેના ડ્રાઈવરે અને મેં મોટરમાં મૂકેલી તમામ ચીજવસ્તુઓ મોટરમાંથી લઈને તેના ઘરની અંદર મૂકી દીધી. તેણે રૂપિયા ભરેલી પ્લાસ્ટિકની થેલીઓ અંદરના એક કબાટમાં મૂકી દીધી. તે પછી તેણે ડ્રાઈવરને તેની કાર લઈને તેના ઘેર જતું રહેવા કહી દીધું. તે કાર લઈને તેના ઘેર જતો રહ્યો. બંગલાના ચોકીદારને તેણે સૂચના આપી કે કોઈએ અમને ખલેલ પહોંચાડવી નહીં. આ પછી તેણે તેના ઘરના બારણાં અંદરથી બંધ કરી દીધા. આ પછી તે ધીરેધીરે હસતી હસતી મારી નજીક આવી. મને બાથ ભરી. મને ગાલે ચૂમી ભરી અને ધીરેધીરે મને તેના બેડરૂમમાં તેની બેડ નજીક લઈ ગઈ. મેં તેને કહ્યું "તમારો ઈરાદો શું છે?"

તેણે નફટાઈથી કહ્યું "ખુશ થવાનો."

મેં તેને કહ્યું "તમે હદ ઓળંગી રહ્યા છો. આવી રીતે ખુશ કરવાની કોઈ વાત થઈ નથી."

તે મને બોલી "મને ખુશ કરવા તમે બંધાયેલા છો. પૂરા ચોવીસ કલાક માટે, સમજ્યા?"

મેં ચેતવતાં કહ્યું "અતુલ સહાનીને ખબર પડશે તો તમારી શી વલે થશે તે સમજો છો?"

આ સાંભળી તે ખડખડાટ હસવા લાગી પછી બોલી "આજે અહીં શું થવાનું છે તેની તેને ખબર જ છે. લાગે છે કે તમને કશી ખબર નથી. લાવો, જણાવી દઉં. આજે તે તેની ફિલ્મની નવી હિરોઈન સાથે લોનાવાલાની કે ખંડાલાની કોઈ ફાઈવસ્ટાર હોટલમાં રંગરેલિયા મનાવી રહ્યા હશે. મને કહીને જ ગયા છે. તે જ્યારે આવી રીતે રંગરેલિયા મનાવે છે ત્યારે મારી પણ વ્યવસ્થા કરીને જાય છે. તેને રોજ રોજ બટાટાનું શાક ન ભાવે તો મારે રોજ એકનું એક કેળું ખાવું એવું થોડું ચાલે? અમારાં બંને વચ્ચે આવી સમજૂતી ઘણાં સમય પહેલાં જ થયેલી છે. તેથી તેની ચિંતા ન કરો. અલ્ટ્રામોડર્ન જમાનામાં આ સામાન્ય છે. અમે કી કલબમાં પણ જઈએ છીએ. તેમાં ખોટું શું છે?"

મેં આશ્ચર્યથી તેને પૂછ્યું "કી કલબ એ વળી શું છે?"

તેણે જવાબ આપ્યો "કી કલબ છાની રીતે ચાલે છે. તેમાં ફિલ્મ ઈન્ડસ્ટ્રિઝના દિગ્ગજો સામેલ છે. કલબમાં કપલ જ ભાગ લઈ શકે છે. પહેલાં તમામ પુરુષો તેમની સ્ત્રીઓને એક એક કબાટમાં પૂરી દે છે અને તેને લોક મારીને તમામ ચાવીઓને એક બોક્ષમાં ભેગી કરવામાં આવે છે. ત્યારપછી ડ્રો કરીને દરેક પુરુષને વારાફરતી બંધ બોક્ષમાંથી એક એક ચાવી આપવામાં આવે છે. જે ચાવીથી જે કબાટ ખૂલે તેમાં રહેલી સ્ત્રી સાથે તે પુરુષ રાત ગુજારે છે. આમાં બહુ મજા પડે છે. જિંદગીનો આનંદ આમ જ લૂંટી શકાય રાજ. હવે મને ખુશ કરો કાં હજાર રૂપિયા પાછા આપી દો."

શ્રીમંતોની અજીબોગરીબ રાતોનો આનંદ જાણી મને નવાઈ લાગી. મને અતુલ સહાની અને સુહાસિની સહાની પર ધિક્કાર આવ્યો. સુહાસિની સવારે ભક્તાણી બનીને મંદિરે ગઈ હતી અને સાંજે જુગાર અને દારૂની મહેફિલ માણતી હતી. હવે તે મારી સાથે રંગરેલિયા મનાવવાની હતી અને મારે મજબૂરીથી તે કહે તેમ કરવું પડે તેમ હતું કારણ કે મેં રૂપિયા વાપરી નાખ્યા હતા.

હું ચૂપચાપ ઊભો રહી ગયો એટલે તેણે આગળ વધીને મારા શર્ટના બટન ખોલી નાખ્યા. મારી છાતીમાં તેના હાથ ફેરવવા લાગી. મને તેના નખ લગાડવા લાગી. બચકાં પણ ભરવા લાગી.

તેણે મારા પેન્ટના બટન પણ ખોલી નાખ્યા અને તેને નીચે સરકાવી દીધું અને પછી જેમ વહેલી વસુકી ગયેલી ગયેલી ગાયના આંચળ ખેંચી ખેંચીને તેનો વાછરડો ધાવવા લાગે તેમ તે મને ધાવવા લાગી. મને પીડા થવા લાગી. પીડાથી મારાથી નાની નાની ચીસ પડાઈ જતી હતી તેને તે આનંદ સમજવા લાગી. આથી તે બમણાં વેગથી આવું કાર્ય કરવા લાગી. મારી પીડાનો કોઈ પાર ન રહ્યો.

તેણે તેના કપડાં કાઢી ફગાવી દીધા અને મને ફાવે તેમ આદેશ કરવા લાગી. હું તેના આદેશને અનુસરતો રહ્યો. મુખમૈથુન અને ગુદામૈથુન કોને કહેવાય તેનો મને આજે અનુભવ થયો. તે મારા પર સવાર થઈને જોશપૂર્વક રતિક્રિયા કરવા લાગી. તેમાં તેને અપૂર્વ આનંદ મળી રહ્યો હતો. તે મને ભોગવી રહી હતી. મારી મજબુરીથી હું ખિન્ન હતો એટલે સ્ખલન પાછું ઠેલાતું જતું હતું. આથી મારી સ્તંભનશક્તિમાં વધારો થયો હતો. જેનો તેણે ભરપૂર લાભ ઉઠાવ્યો હતો. અંતે જ્યારે તે સંભોગની પરાકાષ્ટાએ પહોંચી ગઈ ત્યારે તેણે મને છોડી દીધો. કેળું ખાઈને છાલ ફેંકીએ તેમ.

આજે પરોક્ષ રીતે હું પુરુષ વેશ્યા બની ચૂક્યો હતો. જેનો મને અફસોસ થતો હતો. તેણે મને ઠેરઠેર નખક્ષત કરી ઉજેડી નાખ્યો હતો. મારા શરીરમાં તેણે ઠેકઠેકાણે દંતક્ષત કરીને લોહીના ટશિયાંઓ કાઢી નાખ્યા હતા. સંભોગ પણ દુઃખદાયક હોઈ શકે છે તેનો પરિચય મને થયો હતો. મને ખૂબ ગ્લાની થઈ રહી હતી પણ તેને આમાં ખૂબ આનંદ આવ્યો હતો. તેને મારું પરફોર્મન્સ ગમ્યું હતું. તે મને પૂર્ણ પુરુષ માની રહી હતી પણ તેને મારા પ્રત્યે પ્રેમ ન હતો. મને તેના પ્રત્યે કોઈ પ્રેમ ન હતો. જે કંઈ હતું તે ધનનો ખેલ હતો. મન વિનાનાં બે શરીરનો મેળાપ થયો હતો. હું વિક્ષિપ્ત થયો હતો. તે મને ઝેર જેવી લાગી રહી હતી. મને થતું હતું કે પ્રેમ વિનાનું આ મિલન ન થયું હોત તો સારું હતું.

પેલો ભરથરી મને મૂકીને ક્યાં જતો રહ્યો? તે સાથે હોત તો મારી આવી સ્થિતિ ન થાત. તેણે કહ્યું જ છે કે વિશાળ નિતંબવાળી સુંદરી સિવાય બીજું કોઈ અમૃત નથી અને બીજું કોઈ ઝેર પણ નથી. જો તે પ્રેમવાળી હોય તો તે અમૃતની વેલ છે અને જો તે પ્રેમ વિનાની હોય તો તે ઝેરની વેલ છે.

ભરથરીની સાથોસાથ મને સૂરું પણ યાદ આવી ગઈ. સાચે જ તે અમૃતની વેલ હતી. જ્યારે સુહાસિની ઝેરની વેલ હતી. સૂરુંના વિરહમાં પણ તેની યાદ આવતા તેની સાથે મારું મિલન થયું હોય તેવા આનંદની અનુભૂતિ થતી હતી. સુહાસિનીના મિલનમાં પણ મને તો વિરહ થયા જેવું જ દુઃખ થતું હતું. આમ થવાનું કારણ ભરથરીએ વરસો પહેલાં કહી દીધું છે. તેણે કહ્યું છે કે જે યુગલોના મન પરસ્પર મળી ગયાં હોય છે તેઓના વિરહમાં પણ મિલનનો આનંદ મળે છે. જ્યારે જેમનાં હૃદય જુદાં જુદાં હોય છે તેમનું મિલન પણ વિરહ કરતાં વધારે અકારું થઈ પડે તેવું હોય છે.

સુહાસિની તૃપ્ત થઈને તરત સૂઈ ગઈ હતી. તે સુંદર ન હતી તેવું ન હતું પણ મને પ્રેમના અભાવમાં અમારાં શરીરનું મિલન ગમ્યું ન હતું. તેની સાથે મારું દિલ લાગ્યું ન હતું એટલે તેના શરીર સાથેનું મિલન મને મડદાં સાથેના મિલન જેવું જ બકવાસ લાગ્યું હતું. મેં કપડાં પહેરી લીધા. હું જુદા જુદા વિચારો કરતો કરતો જાગતો પડયો હતો. ઠેઠ સવાર સુધી જાગતો પડી રહ્યો.

વહેલી સવારે મેં તેના ઘરમાં સ્નાનાદિ ક્રિયા પૂરી કરી લીધી. મોડી સવારે તે જાગી. તેણે કપડાં પહેરી લીધા. મેં જવાની રજા માંગી. તેણે મને એક ટ્રમ્પ કંપનીનો મોબાઈલ અને તેમાં સેલ સુવિધાનું કાર્ડ નાખી મને ભેટ આપ્યો. કાર્ડના નંબર લખીને મને આપ્યા. તેણે મને બે હજાર રૂપિયા પણ આપ્યા. તેણે કહ્યું "મારી પરિચિત ઘણી સ્ત્રીઓને તમારા જેવાં પરફોર્મરની જરૂર છે તેમનો ફોન આવે તો તેમને તમારી સર્વિસ આપજો. હું પણ તમને જ બોલાવીશ. સ્ત્રીઓની જરૂરિયાત સમજશો."

તેણે મને ગિગોલો બનાવવાની પૂરી તૈયારી કરી લીધી હતી. તે વધારે કંઈ બોલે તે પહેલાં તેણે આપેલો મોબાઈલ અને બે હજાર રૂપિયા લઈને હું ચૂપચાપ તેના ઘરની બહાર નીકળી ગયો. બહાર નીકળીને રીક્ષા ભાડે કરીને મારા ઘેર આવ્યો. ઘેર આવીને શાંતિથી બપોર સુધી સૂઈ ગયો. બપોર પછી ઊઠીને સ્વચ્છ થઈને બહાર જમવા ગયો. વળતાં એક નાની ડાયરી ખરીદી ઘેર આવ્યો.

મારે મારી પહેલી કમાઈ મારી માના હાથમાં આપવી હતી પણ ગિગોલો જેવાં અપવિત્ર કામની કમાઈ મારી માના પવિત્ર હાથમાં મૂકી તેને મારા પાપની ભાગીદાર બનાવવી ન હતી એટલે સુહાસિનીએ આપેલાં રૂપિયા મારા માટે જ

વાપરવાનું નક્કી કરી લીધું. પાડોશી પાસેથી લીધેલાં પચાસ રૂપિયા પણ આમાંથી જ ચૂકવી આપ્યા. ઓરડીનું ભાડું તેના માલિકને ભરી દીધું.

તે દિવસે સાંજે સુહાસિનીએ આપેલો મોબાઈલ ફોન રણક્યો. મેં ઉપાડયો. સામે છેડેથી કોઈ મહિલા બોલી રહી હતી. આજ રાત માટે તે મને બોલાવી રહી હતી–તેને ખુશ કરવા માટે. સમાજને કોલગર્લની ખબર છે. કોલગર્લ એટલે ફોનથી બોલાવવામાં આવતી વેશ્યા. તે કુંવારી છોકરી હોય, કોઈની પત્નિ હોય, કોઈની મા હોય, સારા ઘરની હોય કે મોજ કરતી કોલેજિયન હોય.

કોલબોય જાણીતો થયો નથી કારણ કે ભારતીય દંડસંહિતા પુરુષ વેશ્યાને માન્યતા આપતી નથી. હું પણ ખાનગી રહેવા માંગતો હતો. મેં તે મહિલાના નામ નંબર ડાયરીમાં લખી લીધા. મારે આજે કોઈ મહિલા પાસે આજે જવું ન હતું. મેં તેને આજની ના પાડી. રાતે બીજી અનેક સ્ત્રીઓના ફોન આવી ગયા. સુહાસિનીએ વિમેન્સ કલબમાં મારી જાહેરાત કરી દીધી હતી તેનો જ આ પ્રતાપ હતો. પુરુષોની જેમ સ્ત્રીઓ પણ કેટલી અતૃપ્ત હોય છે! કોઈનો પતિ ધંધામાંથી નવરો થતો ન હતો. કોઈનો પતિ બીજીને રાખીને બેઠો હતો. કોઈને લગ્ન કરવાની ઉતાવળ ન હતી અને તરસ્યું પણ રહેવું ન હતું! કોઈને જુદા જુદા પુરુષોની મજા લેવી હતી. કોઈને નવા આસનો શીખવા હતા. કોઈને પરફોર્મન્સનો આગ્રહ હતો. કોઈ ચરમસીમાએ પહોંચતી ન હતી તેને પરાકાષ્ટાએ પહોંચવું હતું. મને ખબર છે કે પુરુષ વેશ્યાનું જીવન બદતર હોય છે તેથી તે બનવાની મને ઈચ્છા ન હતી. તેમ છતાં સંકટ સમયે કદાચ કામ આવે તે માટે મેં તમામ સ્ત્રીઓના નામ નંબર ડાયરીમાં ટપકાવી લીધા.

બે–ત્રણ મહિનાથી એક નવી સ્ટોરી લખવી શરૂ કરી હતી તે લખવા લાગ્યો. તેવામાં હોળી અને ધૂળેટીના તહેવારો આવ્યાં તોપણ હું બહુ બહાર ન નીકળ્યો. તે સ્ટોરી પૂરી કરીને તેને વેચવાની ફિકર કરતો કરતો હું એક રાતે ફરવા માટે ઘરની બહાર નીકળ્યો હતો ત્યારે રસ્તામાં મને માસુમ લખનવી નામનો એક રાતરખડુ લેખક મળી ગયો. તેની સાથેની વાતમાં મેં તેને મારી નવી લખેલી ફિલ્મ સ્ટોરીની કોઈને જરૂર હોય તો મને જણાવવા કહ્યું. તેણે મને તે સંભળાવવા કહ્યું. મેં તેને સ્ટોરી સંભળાવી. તેને ગમી. તેણે મને વીસ હજારમાં તેને જ સ્ટોરી વેચવા જણાવ્યું. મેં હા કહી.

બીજે દિવસે જરૂરી એગ્રીમેન્ટ કરી તેને એ સ્ટોરી વીસ હજાર રૂપિયામાં વેચી મારી. શરત મુજબ હવે તે સ્ટોરીનો લેખક તે હતો. આ રીતે હું ભૂતિયા લેખક બન્યો. તે આજ સુધી બન્યો.

આ મારી સાચી મહેનતની કમાણી હતી જે મારે મારી માના હાથમાં સોંપવી હતી પણ મારી મા મારા વતનમાં હતી અને મને વતનમાં જવાની મનાઈ હતી. કરવું શું? જવાબ હતો–છગન.

હું વીસ હજાર રૂપિયા લઈને છગનના ઘેર ગયો. તે વતનમાંથી આજે જ મુંબઈ આવ્યો હતો. મેં તેને મારી કમાણીની વાત કરી વીસ હજાર રૂપિયા આપી તેને માને પહોંચાડવા જણાવ્યું. છગનની વહુ આણું લઈને આવી હતી તેથી મેં પહેલાં તેને તેની વાત જણાવવા કહ્યું. તે મને વાત કરવા તૈયાર થયો.

# ૧૯

છગને કહ્યું " હું મુંબઈથી વતનમાં ગયો હતો અને દશ–બાર દિવસ વતનમાં રોકાયો હતો. મારા લગ્ન તો નાનપણથી જ જ્ઞાતિના રીતરિવાજ મુજબ થઈ ગયા હતા. મારી પત્નિની ઉંમર નાની હતી. પરણીને એક જ વાર સાસરે આવી હતી. પરણ્યાની પહેલી રાત શું કહેવાય તેની અમને બેમાંથી એકેયને ખબર ન હતી. ઓરડામાં જતાંવેત સૂઈ ગયાં હતાં. બીજે દિવસે તેનો ભાઈ આવીને તેને તેડીને જતો રહ્યો હતો. હવે તે મોટી થઈ ગઈ છે. તે આણું લઈને સાસરે આવે ત્યારે અમારો ઘરસંસાર મંડાય તેમ હતું. હોળી પર તેને તેડી લાવવાની હતી. હું વતનમાં હોળી કરવા ગયો હતો. હોળીના દિવસે મારા વડીલો મારી પત્નિને તેડવા માટે મારે સાસરે ગયા હતા. રાત રોકાવાના હતા. બીજે દિવસે પાછા આવવાના હતા. મારા લગ્ન પછી હવે ઠેઠ મધુરજની મનાવવાનો મેળ બેસવાનો હતો. હોળીના દિવસની રાતે ઘેર હું એકલો હતો. એકલતાથી હું કંટાળી ગયો એટલે મેળામાં લીધેલો પાવો પટાળામાં પડયો હતો તેને બહાર કાઢી, તેને સાફ કરી, પથારીમાં પડીને તેને વગાડવા લાગ્યો.

એક ખાનગી વાત કહું. તું પેલી મધુને ઓળખે છે ને? દરબારગઢની ગોલી. તારી ટપાલી. મારી આંખો તેની સાથે મળી ગઈ હતી. તે દિવસે અડધી રાતે તે મારે ઘેર મને મળવા આવી હતી. તેણે મારા ઘરનું બારણું ખખડાવ્યું એટલે મેં બારણું ખોલ્યું. તે ઘરમાં આવી. મેં બારણું વાસી દીધું.

અંદર આવી તેણે કહ્યું કે તું હાલતાં ચાલતાં કેમ પાવો વગાડશ? પાવો વગાડી તું મને કેમ હેરાન કરશ? તારા પાવાના સૂરથી હું ગાંડીતૂર બની જાઉં છું. તેથી તારો પાવો બંધ કરાવવા અહીં આવી છું."

મેં કહ્યું "વાહ, મળવાં આવવાનું કેવું સરસ બહાનું છે! યાર, તે કેવી લાગી રહી હતી?"

છગને કહ્યું "લાલચટક."

મેં ફરી પૂછયું "લાલચટક એટલે? લાલ રંગે રંગલી? મારાને સૂરું જેવી?"

તે હસ્યો અને બોલ્યો "લાલચટક એટલે રંગેલી નહીં પણ રાતી રાતી ચણોઠી જેવી."

મેં કહ્યું "હું કંઈ સમજ્યો નહીં. મને સમજાય તેવું બોલ."

તે બોલ્યો "તો સાંભળ, તેણે લાલ રંગની ચૂંદડી ઓઢી હતી. તેનો કમખો લાલ હતો. તેણે લાલ રંગનો ઘાઘરો પહેર્યો હતો. હાથનો રૂમાલ લાલ હતો. કાંડે માતાજીનો લાલ દોરો બાંધ્યો હતો. માથે ગજરામાં લાલ ફૂલ નાખ્યું હતું. કપાળે લાલ કંકુનો ચાંદલો કર્યો હતો. હાથમાં લાલ રંગની મહેંદી મૂકી હતી. પગમાં લાલ અળતો લગાવ્યો હતો. તેના હોઠની લાલી લાલ હતી. હાથની વીંટીમાં જડેલાં પથ્થરનો રંગ લાલ હતો. નથણીનું નંગ લાલ હતું. ઉજાગરાથી તેની આંખો લાલ થઈ ગઈ હતી. શરમથી તેના ગાલ પણ લાલ બની ગયા હતા. આમ તે તો આખેઆખી લાલ ચટક જ હતી."

મેં મજાકથી કહ્યું "ટૂંકમાં કહેને કે તે લાયબંબો હતી!"

છગને કહ્યું "હા યાર, તું સાચું જ કહે છે તે ખરેખર લાયબંબો જ હતી. હું કામની આગમાં સળગી રહ્યો હતો અને તે મારી આગ બૂઝાવવા તેનું તસતસતું જોબનિયું લઈને મારી પાસે આવી હતી."

મેં કહ્યું "તેણે ઘરેણાં કેવાં પહેર્યા હતા?"

તેણે ઉત્તર વાળ્યો "ગળામાં હાંસડી અને કેડે કંદોરો પહેર્યો હતો. હાથમાં બલૌયાં અને પગમાં કાંબિયું પહેરી હતી. હાથની આંગળીયુંમાં વીંટીયું અને પગની આંગળીયુંમાં માછલીયું પહેરી હતી. આટલું ઓછું લાગ્યું હોય તેમ ગળામાં હાર અને પગમાં ઝાંઝરિયું પણ પહેરી હતી."

તેની વાત સાંભળી મારી જિજ્ઞાસા વધી. મેં પૂછયું "પછી તમે બંનેએ કર્યું શું એ કહે?"

તેણે કહ્યું "અમે બંનેએ ઘરમાં બેસી ઘણી વાતો કરી. આખા ગામની વાતો કરી અને તારી પણ વાતો કરી. જેમ તને સૂરજબા મળવા આવી હતી તેમ મધુ મને મળવા આવી હતી પણ તે અને સુરજબાએ જે હિંમત કરી તે હિંમત કરતાં અમે અચકાતાં હતાં. હું પથારીમાં પડયો હતો અને તે મારી નજીક બેઠી હતી. અમે પ્રેમભરી આંખોથી એકબીજાને જોતાં હતાં. હું આવી પ્રેમિકા મેળવવા

ભાગ્યશાળી બન્યો હતો પણ તેને અડતાં ડરતો હતો. મને થતું હતું કે મારી આવી હરકતથી તે મને અવિવેકી માની લેશે તો? તે મને આંખોથી આકર્ષી રહી હતી. હું તેની તરફ આકર્ષાતો હતો પણ તે શરમ છોડી શકતી ન હતી અને હું મારો વિવેક છોડી શક્તો ન હતો. ઘરમાં દીવો સળગી રહ્યો હતો. હું તેની ચૂંદડીના છેડા સાથે મારા હાથની આંગળીઓથી અમથો રમી રહ્યો હતો. તે અકળાતી જતી હતી.

એવામાં તેણે આંચકો મારી મારા હાથમાંથી તેની ચૂંદડીનો છેડો છોડાવી લીધો અને ચૂંદડીના પાલવથી હવા નાખી તેણે દીવોને ઓલવી નાખ્યો. આથી ઓરડામાં અંધારું થઈ ગયું. મારામાં હિંમત આવી. મેં અંધારામાં તેને મારા બંને હાથોથી પકડી લીધી અને ખેંચીને મારી છાતી પર સૂવાડી દીધી. તે પણ કોઈ વિરોધ વિના મારી છાતીમાં લપાઈ ગઈ. અંધારામાં મેં તેના સ્તનોને દબાવ્યા. તે હસી પડી. આમ અંધારું થતાવેંત મારો વિવેક જતો રહ્યો અને તેની શરમ જતી રહી.''

મેં તેને કહ્યું ''છગન, તને ખબર છે? આથી જ રાજા ભરથરીએ વરસો પહેલાં કહ્યું છે કે જ્યાં સુધી કુરંગ પ્રજાતિની હરણીની આંખો જેવી આંખોવાળી સુંદરીના ચંચળ નેત્રોરૂપી વસ્ત્રના આંચલથી જ્યાં સુધી દીવો ઘેરાતો નથી ત્યાં સુધી જ ભાગ્યશાળી વિવેકી પુરુષના હૃદયમાં રહેલો નિર્મળ વિવેકનો દીવો પ્રકાશતો રહે છે.''

છગન હસવા લાગ્યો. તે બોલ્યો ''ખરી વાત છે રાજા ભરથરીની! મને પહેલાં ખબર હોત તો ક્યારનોય મેં જાતે જ દીવો ઓલવી નાખ્યો હોત કાં તેની પાસે દીવો ઓલવાવી નાખ્યો હોત!''

મેં છગનને પૂછ્યું ''પછી દીવો ક્યાં સુધી ઓલવાયેલો જ રહ્યો? છગન.''

છગન આનંદથી બોલ્યો ''ઠેઠ સવાર સુધી. ભારે મજા પડી ભાઈ! મધુ એટલે મધુ.''

મેં કહ્યું ''સૂરુંની સખી છે. રંગ તો લાગે જ ને? ચાલ તારી મધુરજની કેવી રહી તે કહે.''

છગને કહ્યું "મધુ વહેલી સવારે ગઈ અને બપોરના સમયે તારી ભાભી આણું લઈને આવી ગઈ. સાંજ સુધી આણું બતાવવામાં જ ઘરના સૌ મશગૂલ રહ્યાં. ઠેઠ રાતે અમે બંને મળ્યાં."

મેં કહ્યું "બીજી વાત છોડ. મધુરજનીની વેળાની વાત કર. એ વાત મારે સાંભળવી છે."

છગને થોડું શરમાઈને કહ્યું "તારી ભાભી સાસરે આવી એટલે સોળે શણગાર સજીને આવી હતી. ખૂબ જ શરમાળ છે તારી ભાભી. ઘુંઘટ તો આવી ત્યારથી ઓઢેલોને ઓઢેલો રાખેલો. પહેલે દિવસે રાતે તેને અમારાં ઓરડામાં મૂકવા માટે મારી બહેન, ભાભી, કાકી અને બે–ત્રણ સ્ત્રીઓ અંદર આવી અને તેને તે જે આણામાં લાવી હતી તે પલંગ સુધી દોરી ગઈ. તેને પલંગ પર બેસાડી બધી સ્ત્રીઓ તેને ચુટલી ભરીને તેના કાનમાં ધીમેથી કશુંક કહેતી. આ સાંભળી બાકીની સ્ત્રીઓ હસી પડતી પણ તે ન હસતી. છેવટે બધી સ્ત્રીઓ તેને પલંગ પર છોડીને બહાર નીકળી ગઈ. આ જોઈને તેની વાંસોવાંસ તારી ભાભી પણ દોડતી બહાર નીકળી ગઈ. તેને અમારાં ઓરડાની બહાર દેખીને બધી સ્ત્રીઓ ગમ્મત કરતી મોંઢે હાથ દઈને જોરથી હસવા લાગી. ફરી બધીયે થઈને તેને અંદર મૂકી દીધી. તે ફરી બધાની સાથે બહાર નીકળી ગઈ. આવું ચાર–પાંચ વાર થયું. છેવટે બધી સ્ત્રીઓએ નક્કી કર્યુ કે ખૂંટિયા પાછળ ગાય જશે. એમ માનીને મને ઓરડામાં પહેલો ધકેલ્યો.

તોપણ તે અંદર ન આવી એટલે સ્ત્રીઓએ તેને તેની માના સમ દઈને તેને ઓરડામાં ધક્કો મારીને મોકલી દીધી અને પછી બહારથી સાંકળ દઈ દીધી અને હસતી હસતી તે બધી ત્યાંથી ચાલી ગઈ. હવે અમે બંને અમારાં ઓરડામાં હતાં. તે અંદર આવીને બારણાં પાસે ઊભી રહી ગઈ. હું તેની નજીક ગયો અને મેં બારણાંની અંદરની આડી સાંકળ મારી દીધી તોયે તેણે ઘુંઘટ ન ખોલ્યો.

મેં તેની શરમ દૂર કરવા ખાસ્સા વાનાં કર્યા. થોડીક પ્રેમની વાતો કરી પણ તે પૂતળી જેવી બની રહી. છેલ્લે અડીયલ ગધેડીને ખેંચીને લઈ જતો હોઉં તેમ તેને બારણાં પાસેથી ખેંચીને પલંગ સુધી લઈ ગયો. મેં પરાણે તેને પલંગ પર બેસાડી અને પછી હું તેના રૂપના વખાણ કરવા લાગ્યો. મહાપરાણે તેણે તેનો ઘુંઘટ ખોલ્યો. ઘુંઘટ ખોલીને તે વધુ શરમાય ગઈ. ઘડીકમાં મારી સામે જુએ તો ઘડીકમાં નીચું જોઈ જાય. જેમ ભૂવો માતાજીને રાજી કરવા બે હાથ જોડીને પગે

લાગીને કાલાંવાલાં કરે છે તેમ તેને મનાવવા હું મારા બે હાથ જોડીને તેને પગે લાગતો તેના વખાણ કરવા માંડયો.''

મેં પૂછયું ''છગન, તને બાયડીના વખાણ કરતાં આવડે છે! તે તેના શું વખાણ કર્યા?''

તે બોલ્યો ''મેં કહ્યું કે તું અમારી ગધેડી જેટલી ધોળી ધોળી છો. અમારાં ખોલકાં જેવી નમણી છો. જેમ અમારી ગધેડી પાછળ આખા ગામના ગધેડાઓ હોંચી હોંચી કરતા દોડે છે તેમ તારી પાછળ આખા ગામના જુવાનિયાઓ ગાંડા કાઢતાં પડશે પણ જેમ અમારી ગધેડી ગધેડાઓને લાત મારી મારીને દૂર ભગાડી દે છે તેમ તું એ જુવાનિયાઓને ચંપલ મારી મારીને દૂર ભગાડી દેજે.

મેં સાંભળ્યું છે કે કોઈ ગ્રીસ નામના દેશમાં કિલિયોપ્રેટ્રા નામની રાણી રૂપાળી રહેવાં માટે રોજ ગધેડીના દૂધથી સ્નાન કરતી હતી તેમ આ ગામની કેટલીક સ્ત્રીઓ ગધેડીના દૂધથી તેના મોંઢા ધૂએ છે. આથી અમારી ગધેડીનું દૂધ સો રૂપિયે શેર વેચાય છે. હવેથી જેમ મા તેના કમાઉ દીકરાનું ધ્યાન રાખે છે તેમ તું એ ગધેડીનું ધ્યાન રાખજે અને તું એનું દૂધ બસો રૂપિયે શેર વેચજે.''

હું તેની વાત સાંભળી હસી હસીને બેવડ વળી ગયો. તે પણ મારી સાથે હસવા લાગ્યો.

તેણે તેની વાત આગળ વધારી. તે બોલ્યો ''અડધી કલાક સુધી મેં તેના વખાણ કર્યા પણ કોઈ ફેર દેખાયો નહીં. મેં તેની સરખામણી અમારી ગધેડી સાથે કરીને મેં અમારી ગધેડીનું અવમૂલ્યન કરી નાખ્યું તેનો મને મનમાં પસ્તાવો થવા લાગ્યો. છેવટે મેં તેના વખાણ કરવાનું માંડી વાળ્યું. મેં બીજી વાતો કરી તેને બોલાવવા લાગ્યો તોયે તે બોલી નહીં. હું તેની સામે જોઉ તો તે નીચે જોવા લાગતી. હું તેને ભેટી પડતો તો જાણે તેને ટાઢ ચડી હોય તેમ તે ધ્રૂજવા લાગતી. તેની નજીક જતો કે તે અવળું ફરીને બેસતી. છતાં મને તેના પર પ્રેમનો ઉભરો આવતો હતો. હૈયું છલકાઈને ઉભરો આવતો હતો. મેં મારા મનમનાવણાં ચાલુ રાખ્યાં હતાં. સવાર સુધીમાં તો માની જ જવાની હતીને!''

મેં કહ્યું ''છગન, ભરથરીએ કહ્યું છે કે તેની સામું જોઈએ તો તે નજર નીચી કરી નાંખે છે. તેને બોલાવીએ તો બોલતી નથી. પથારીમાં અડીએ તો અવળું ફરીને સૂઈ જાય છે. પરાણે આલિંગન આપીએ તો ધ્રૂજવા લાગે છે.

શયનખંડમાંથી સખીઓ બહાર જાય છે તો તે પણ બહાર નીકળવા મથામણ કરે છે. નવી પરણીને લાવેલી પ્રિયાની આવી નાજુક હરકતો પર મને વધુ પ્રીત થાય છે.''

છગન બોલ્યો ''આશ્ચર્ય થાય છે! મારી પહેલી રાતની વાત ભરથરીને ખબર હતી! ચાલ હવે મારી આગળની વાત કરું. મેં તેને કહ્યું કે મેં તારી ચાતકની જેમ રાહ જોઈ છે. હું તારા વગર બહુ તડપ્યો છું. હું તારા પ્રેમનો તરસ્યો છું. હવે દયા કર. તારા પ્રેમથી મારી તરસ બુઝાવ. મારા તન મનમાં આગ લાગી છે તેને તું જ તારા પ્રેમનો વરસાદ કરીને ઓલવ, પણ બધું પથ્થર પર પાણી!''

મેં કહ્યું ''આગળ શું થયું તે બતાવ, મારી ભાભી મધુની જેમ માની કે નહીં?''

છગન બોલ્યો ''થોડી શાંતિ રાખને? કહું છું બધું. મેં તેને કહ્યું કે અડધી રાત જતી રહી છે. હવે, તારા શરીર સાથે મારા શરીરનું મિલન કરવાની ઘડી આવી ગઈ છે. આમ કહી મેં ફરી તેને બાથ ભરી તો તે ના..., ના... એમ કહેવા લાગી. મેં વધારે જકડી તો તેણે છૂટવા થોડીવાર જોર કર્યું પણ પછી ઢીલી પડી ગઈ અને શરમાઈને બોલી 'આવું શું કરો છો? આખી રાત પડી છે, હું ક્યાંય ભાગી જાઉં છું?'

મેં તેને કહ્યું 'હવે હું તને ભાગવા ન દઉં, મારે તને મારા દિલની જેલમાં કેદ કરી લેવી છે.'

તે બોલી 'તમે શું મને કેદ કરતા હતા હું જ તમને મારા દિલની જેલમાં પૂરી દઈશ.'

એમ બોલી મને જકડી લીધો અને અમારાં અંગેઅંગનું મિલન થાય તેવું આલિંગન આપ્યું.

આ પછી અમે બંને પ્રેમક્રિયામાં મગ્ન થઈ ગયાં. તેણે મારી છાતીનું મર્દન કર્યું. મેં તેના સ્તનોનું મર્દન કર્યું. તેણે મારા નિતંબનું મર્દન કર્યું. મેં તેના નિતંબનું મર્દન કર્યું. તેણે મારા અંગનું મર્દન કર્યું. મેં તેના મદનાંકુરનું મર્દન કર્યું. છેલ્લે અમારી પ્રેમક્રિયામાં તેણે મારી ઉપર, મારી નીચે, સામસામે, પડખાભેર, તેની આગળ, તેની પાછળ, ઊભાંઊભાં, બેઠાંબેઠાં, સૂતાંસુતાં, ત્રાંસા ત્રાંસા, એક સૂતેલું અને બીજું ઊભું રહીને, એક સૂતેલું અને બીજું બેઠું રહીને, ઉભડક પગે,

ઉભડક હાથે, માથા સામે માથું રાખીને, પગ સામે માથું રાખીને, કાતરની જેમ, સાણસીની જેમ, કૂતરાની જેમ, બિલાડીની જેમ, સાપની જેમ, કાંચિડાની જેમ, ખિસકોલીની જેમ અને દેકડાંની જેમ જુદાં જુદાં આસનો કરીને ઠેઠ સવાર સુધી ધીમેધીમે સંભોગ કરી આનંદ લીધો. આવો આનંદ તો મને મધુએ પણ આપ્યો ન હતો. મારે તને પૂછવું છે કે આ બારામાં રાજા ભરથરીએ કશું કહ્યું છે ખરુ!''

મેં કહ્યું ''કહે જ ને! સો સો શ્લોકોથી ભરેલું શૃંગાર શતક એમનેએમ થોડું લખાય જાય? ભરથરીએ કહ્યું છે કે પહેલાં ના, ના, નહીં, નહીં એમ બોલીને ગુણોનું અપમાન કરે છે એટલે કે રસ બતાવતી નથી. તે પછી તેનામાં થોડીક અભિલાષા જાગે છે એટલે તે લજ્જાશીલ બને છે. પછી એકાંતમાં શરીર શિથીલ થઈ જાય અને ધીરજ ખૂટી રહે તેવી મનગમતી પ્રેમભરેલી ક્રીડામાં મશગૂલ થઈ જાય છે. છેવટે અંગેઅંગ મળી જાય તેવા આલિંગનો આપીને અંગેઅંગનું મર્દન કરી અને અંગેઅંગનું મર્દન કરાવીને અધિકમાં અધિક આનંદ આપે છે. આમ કૂળવધૂની સંભોગક્રિયાની રીત આવી રમણીય અને મનમોહક હોય છે!''

છગન બોલ્યો ''રાજા ભરથરી ખરો છે હોં. વરસો પહેલાં તે આ બધું જાણતો હતો!''

મેં તેને પૂછ્યું ''છગન, તું ખોટું બહુ બોલશ તેની મને ખબર છે. હવે તું સાચેસાચું બોલ. તે જે તારા અને ભાભીના સંભોગની વાત કરી છે તેવું બધું એક જ રાતમાં શક્ય થયું હતું ખરું?''

તેણે માથું નીચું કરી શરમાતાં શરમાતાં મને કહ્યું ''એક રાતમાં નહી, અઠવાડિયામાં.''

મેં ફરી પૂછ્યું ''સાચું બોલજે છગન, સાચે જ તે રાતે ભાભી સાથે સુહાગરાત માણી હતી?''

છગન એકદમ હસી પડયો ''ના યાર, થયું હતું એવું કે હું અને તારી ભાભી બથોડાં લઈ રહ્યાં હતાં ત્યારે અમારાં ઓરડાની બહાર જે સાંકળ મારી હતી તે કોઈકે ખોલી નાખી તેનો અવાજ થયો. અમે થોડીવાર શાંત થઈ ગયાં. જોકે હૈયે ધરપત હતી કે અંદરથી તો મેં આડી સાંકળ મારી દીધી છે. બહાર કશીક ચહલપહલ થઈ પણ પાછું બધું સરખું થઈ ગયું. મેં માન્યું કે મારી ભાભીને થયું હશે કે આ વરઘોડિયાઓ અડધી રાતે મૂતેણાં થાશે તો બહાર કેમ નીકળશે એટલે

બહારની સાંકળ ખોલવા આવી હશે. વળી પાછાં અમે બથોડાં લેવાં માંડયાં. ત્યાં જ બહારની સાંકળ ખખડી.

હું તારી ભાભીથી અળગો થઈ ગયો. અમે સમાનમા થયાં. મેં બારણું ખોલીને જોયું તો કોઈ ન હતું. ફરી બારણું બંધ કરી તારી ભાભી સાથે રંગમાં પડયો. ફરી સાંકળ ખખડી. ફરી બહાર ગયો. કોઈ ન હતું. ફરી મનમાંને મનમાં ગાળો બોલતો બારણું બંધ કરી તારી ભાભી પાસે પહોંચ્યો. આ વખતે તે નારાજ થઈ. મેં તેને મનાવી પણ ન માની. છેવટે તેને પગે લાગ્યો ત્યારે માની. ફરી આગળ વધ્યો ત્યાં સાંકળ ખખડી. ફરી ગાળો બોલતો બહાર આવ્યો. કોઈ ન હતું. ઘરની આજુબાજુ આંટો મારી જોયું. કોઈ ન હતું. ફરી અંદર આવ્યો. ફરી એ જ મનામણાં. માંડ તે રૂઠેલી માની કે સાંકળ ખખડી. આ વખતે તલવાર લઈને હું બહાર નીકળ્યો. મારી પાછળ પાછળ તારી ભાભી પણ આવી.

અમે બંનેએ ઘરની બહારનો ઘરનો કરેકરો તપાસી લીધો. કોઈ ન હતું. હું હવામાં તલવાર વીંઝતો વીંઝતો બોલ્યો 'મારી નાખું, કાપી નાખું, કટકાં કરી નાખું, કોણ છે? જે હોય તે સામે આવે.'

તારી ભાભી ભૂતપ્રેતમાં ગાનતી હશે. તે બોલી 'મને લાગે છે કે નક્કી તમારો કોઈ વડવો અડધી રાતે સુહાગરાત વગર મરી ગયો છે તે આપણને નડે છે. તેને પહેલાં પાણી પીતાં તો કરો.'

ભૂતની વાતથી હું ડરી ગયો. તે બોલી 'આ અવગતિયે ગયેલો વડવો આપણી સુહાગરાત જોવા માંગે છે કાં તમારી સુહાગરાત બગાડવા માંગે છે કાં મારી સાથે સુહાગરાત માણવા માંગે છે.'

મેં તેને ગુસ્સાથી કહ્યું 'મૂંગી મર, મારો વડવો નથી. બીજું કોઈક આપણને હેરાન કરે છે.'

મેં બારણું આડું વાસી દીધું પછી અમે બંને ઘરની બહાર બેઠાં. તારી ભાભી સાંકળ તરફ મોં કરીને બેઠી. ચાર વાગ્યાં ત્યારે તારી ભાભી અચાનક બોલી "જુઓ, જુઓ, સાંકળ ઊંચી થાય છે."

મેં જોયું તો સાચે જ સાંકળ ઊંચી થતી હતી. અચાનક ઊંચી થયેલી સાંકળ પાછી નીચે પટકાય એટલે જાણે કે બારણું ખખડયું હોય તેવો અવાજ પણ થયો.

હું સમજી ગયો. હું ઊભો થયો અને સાંકળને તપાસી. કોઈએ સાંકળને ઝીણી કાળી દોરી બાંધી હતી અને તેનો બીજો છેડો આઘે ક્યાંક હતો. હું દોરીના સગડેસગડે ગયો. ત્યાં કોઈ દોરી તોડીને ભાગ્યું. હું તેની પાછળ દોડયો પણ તે હાથ ન આવ્યો. પાછો ઘરે પહોંચ્યો તો બાપા જાગી ગયા હતા. હવે થોડી સુહાગરાત થાય! બાપા લોટે ગયા. પાછા આવ્યા એટલે અમેય લોટે ગયાં.''

મેં કહ્યું ''આવી મજાક કોણે કરી હતી? શા માટે કરી હતી?''

છગન હસતા હસતા બોલ્યો ''પેલાં અરવિંદ ખવાસે કરી હતી. તેની સુહાગરાતનો ઓરડો મેં શણગાર્યો હતો અને તેની પથારી નીચે મેં દશ ડઝન કાચી તાવડી રાખી દીધી હતી. તેણે અને તેણી વહુએ પલંગ પર સુહાગરાત માણવાની શરૂઆત કરી હતી કે તાવડીઓ એક પછી એક તૂટવા લાગી. બહાર ઓશરીમાં સૂતેલાં તેના બાપા બરાડયા 'એલાં હળવો રે હળવો.' પછી બિચારાં બેયે આખી રાત પથારી નીચેથી તાવડીઓ કાઢવામાં બગાડી. તેનો બદલો તેણે મારી સાથે લીધો હતો.''

મેં તેને કહ્યું ''એ તો જેવું કરીએ, તેવું પામીએ. બોલ, મારી ભાભીનું નામ શું છે?''

તેણે કહ્યું ''રજની.''

આ સાંભળી હું જોરજોરથી હસી પડયો. મેં મજાક કરતાં કહ્યું ''તારે જલ્સો છે જલ્સો. એક દિવસ મધુ, બીજા દિવસે રજની. બંને ભેગી થાય તો તારે રોજેરોજ મધુરજની, હાં... હાં....''

છગન સામું હસી બોલ્યો ''હસવું હોય તો હસી લે. બાકી તારે રોવાનું જ છે. લે, આ જો.''

એમ બોલી તેણે એક વીંટો મારા હાથમાં પકડાવી દીધો. તે બોલ્યો '' સૂરજબાએ મધુને છાનોમાનો મોકલાવ્યો છે, તને પહોંચાડવા. તું દોસ્ત હોવાથી મધુએ તને આપવા મને આપ્યો છે.''

# ૨૦

રાજા મહારાજાઓ સંદેશાની આપલે કરવા માટે કાપડનો વીંટો વાપરતાં તેવો જ આ વીંટો હતો. એક બહારની તરફ અને એક અંદરની તરફ એમ બે કલાત્મક નાની લાકડીમાં સફેદ રંગનું કાપડ વીંટીને આ વીંટો બનાવેલો હતો. વીંટીને બનાવાય તે વીંટો. મેં વીંટો ખોલ્યો. તેમાં કાજળ જેવાં કાળાં સુંદર અને સુઘડ અક્ષરે સંદેશો લખેલો હતો. મેં સંદેશો મનમાં વાંચવો શરૂ કર્યો.

વહાલા,

પ્રાણથીયે અધિક વહાલા,

મારા મનમંદિરમાં નિત્ય પૂજાતા દેવ,

હું અહીં તમારું નામ લખી શક્તી નથી કારણ કે જે નામ હું જાણું છું તે નામ તમારું છે કે નહીં તે હું જાણતી નથી. તમે ધૂળેટી રમતાં હતા ત્યારે મેં મધુને બતાવી તમારું નામ જાણ્યું હતું. તેણે તમારું નામ રાજ જણાવ્યું હતું. જો ખરેખર આ તમારું નામ હોય તો હું તમને રાજ રાજેશ્વર કહીશ!

હું કેટલી ભાગ્યહીન છું કે તમે કદી મને તમારું નામ જણાવ્યું નથી અને હું કદી તમારી સામે તમારું નામ બોલી નથી. ખરેખર હું અભાગણી છું. એક રાતનું મિલન અને દિવસોનો વિરહ મારા ભાગ્યમાં લખાયો છે.

તમે કદાચ રાજા ભરથરીને જાણતા હશો તો તેના જેમ તમે ચોક્કસ કહેશો કે આ સ્ત્રીઓ પહેલાં હાસ્ય કરી મનને સંમોહિત કરે છે, અંગચેષ્ટાઓ કરી શરીરમાં કામ ઉત્પન્ન કરે છે, તેના ચહેરા સામું જોતાં બોલીને તે ઉપહાસ કરે છે, આંખમાં આંખ મેળવતાં તેની આંખો કાઢી ડરાવે છે, શરીર મિલન માટે નજીક જતાં ધુત્કારી કાઢી હતાશ કરે છે અને છેવટે પ્રેમની રમત રમી સુખ પણ આપે છે. આ રીતે તે પુરુષોના હૃદયમાં ધીરેધીરે પ્રવેશ કરે છે પણ તેનાથી દૂર થઈ જતાં જ તે તેનું નામ પણ ભૂલી જાય છે અને તે કેવાં હાલમાં હશે તે જાણવા પણ નથી માંગતી એવું વર્તન કરે છે.

હું તમારાથી દૂર થઈ ગઈ છું છતાં હું કદી ઘડીભર પણ તમને ભૂલી નથી. એ યાદ રાખજો કે જે દિવસે હું તમને ભૂલી જઈશ તે દિવસે હું આ અવની પર હયાત નહીં હોઉં. ખેર જવા દો તમને ભૂલી જવાની વાત. મધુ મારી સખી છે તેના મારફતે આ સંદેશો મોકલી રહી છું. હું તેની ઋણી છું કારણ કે તેણે જ ધૂળેટીની રાતે તમારું ઘર બતાવી આપણું મિલન સાકાર કરેલું હતું. આપણાં આ મિલનની દેવોને પણ ઈર્ષા થઈ હશે જ એટલે વિધિએ આપણાં વિરહનું સર્જન કર્યું છે!

આ સંદેશો લખતાં મારું કાળજું કપાઈ જાય છે. સંદેશો મારા નયનના કાજળથી લખું છું કારણ કે તમને જોતી વખતે એ જ તો મારી આંખની સૌથી નજીક હતું. તેનો ભરોસો ન કરું તો કોનો ભરોસો કરું? રોજ થોડું થોડું લખું છું. એક વરસ સુધી લખ્યાં પછી આ સંદેશો તમને મળશે. કદાચ ત્યાં સુધીમાં હું જીવતી ન પણ હોઉં. હું આજે પણ જીવતી નથી ફકત શ્વસું છું. તમારા વિરહમાં હું ખાલી શ્વાસ લેતી કાયા છું. મારા કરતાં પેલો ઉડતી ચકલી પણ સારી કારણ કે હું તો સોનાના પિંજરામાં પૂરાયેલી મેના છું. રીતરિવાજ અને મર્યાદાના અનેક બંધનો તોડી શક્વા હું સક્ષમ નથી.

હમણાં મારા અશાંત હ્રદયને શાંત કરવા શ્રી ભતૃહરિ વિરચિત શૃંગાર શતક વાચ્યું. તેના વાચનથી અશાંત હ્રદય વધુ અશાંત બની ગયું કારણ કે તેમાં મારાંતમારાં જીવનમાં જે બનેલું છે, જે બની રહ્યું છે, જે બનવાનું છે તેના શબ્દચિત્રો જ આપ્યાં છે. કદાચ હું જીવું અને વિરહ એક વરસ સુધી ચાલશે તેમ માની લઈને હું આખા વરસની છએ છ ઋતુની મારી લાગણી કટકે કટકે લખું છું.

ફાગણ માસમાં વસંત બેસે છે ત્યારે વનસ્પતિઓમાં ફૂલો બેસે છે અને તેમાં સુગંધી પરાગરજ હોય છે તે વાયુઓમાં ભળીને વાયુઓને સુગંધિત કરે છે. પાનખરમાં વનસ્પતિઓની ડાળીઓનાં ખરી ગયેલાં પાનના કારણે બોડી થયેલી ડાળીઓમાં વસંતના કારણે નવાં નવાં કુમળાં પાન આવે છે. વસંતના કારણે બોલવા લાચાર થયેલી કોયલો પ્રિય મધુર ટહુકાર કરીને માનવીઓમાં મિલનની ઉત્કંઠા જગાવે છે. માહ મહિનામાં પરણેલી નવવધૂઓનાં ચંદ્રરૂપી ચહેરામાં રતિક્રિયાના શ્રમના કારણે પારવાં પારવાં પરસેવાનાં બિંદુઓ જમા થાય છે.

આમ જ્યારે વસંતનું સામ્રાજ્ય ધરતી પર વિસ્તરે છે ત્યારે કોના ગુણોનો ઉદય થતો નથી? વસંતમાં બધાનાં ગુણો વિકાસ પામે છે!

ધૂળેટીની રાતે મેં આવી નવવધૂ જેવો આનંદ મેળવ્યો હતો પણ હાય! આ અડધા ફાગણમાં તો હું વિરહિણી છું. મને આનંદ ક્યાં મળે? આ ફૂલો, આ કોયલ, આ નવવધૂઓ જ મને વધુ પીડા આપે છે.

ઓહ! આ વસંત પણ કોયલના મધુર ટહુકારાંથી અને મલય પર્વત પરથી આવતાં ઠંડા વાયુઓથી વિરહીઓના શરીરને સંતાપે છે. અરેરે! વિપત્તિઓમાં અમૃત પણ ઝેર જ બની જાય છે.

ફાગણ માંડ માંડ વિતાવ્યો ત્યાં તો ચૈત્ર માસ આવી ગયો. આ માસમાં આનંદ આનંદ હોય.

ચૈત્ર માસની વિચિત્ર રાતમાં વિલાસના કારણે મંદ બની ગયેલી અને વિવિધ ચેષ્ટાઓના ધામ જેવી તમારી પ્રિયા એવી હું તમારા સાનિધ્યમાં બેઠી હોઉં, આપણાં કાનમાં કોયલનો મધુર ટહુકારો સંભળાતો હોય, ખીલેલાં તાજાં ફૂલોથી સજાવેલો ખૂલ્લો સભામંડપ હોય, તેમાં કેટલાક કવિમિત્રો સાથે આપણી મધુર કાવ્યગોષ્ઠિ થતી હોય, આપણાં શરીર પર ચંદ્રના કોમળ કોમળ કિરણો પડતાં હોય અને ચારેય તરફ સુંદર રંગબેરંગી ફૂલોના હાર લટકતાં હોય તો જ આપણાં હૃદયને સુખ થાય.

આવું સુખ આપણાં ભાગ્યમાં ક્યાં છે? તમે અને હું જુદાં પડી ગયાં છીએ ત્યારે આવી કલ્પના પણ દુઃખ ઉપજાવે છે. આ જુઓને, કાજળની હારોહાર આસું પણ અહીં આવીને ભરાયું છે!

આ વસંત ઋતુમાં આંબરાઈઓમાં રહેલી કોયલો ચાતકનજરે દૂર પ્રવાસે ગયેલાં પુરુષોની રાહ જોતી સ્ત્રીઓના વિરહના અગ્નિને તેજ કરવાની આહુતિના ઈંધણાં જેવી આંબાઓની મંજરીઓને ઉત્કંઠાપૂર્વક નિહાળ્યા કરે છે. પાઢલી વેલનાં નવીન ફૂલોની પુષ્કળ સુગંધને ચોરી લઈને સુગંધિત થનારો, વધેલાં ઉકળાટને ઓછો કરનારો અને મલય પર્વત પરથી આવતો, પવન મંદ મંદ વાય રહ્યો છે.

જેનો પુરુષ પરદેશ ગયો હોય તે સ્ત્રી વિરહ અગ્નિમાં શેકાય તે માની શકાય તેમ છે પણ મારો પ્રેમી પરદેશ ગયો નથી તોપણ હું વિરહ અગ્નિમાં

શેકાવ છું તે મારે માનવું પડે છે કારણ કે મારા પ્રેમીએ પરદેશી પ્રેમિકા સાથે પ્રીત કરી છે! રાજ યાદ રાખજો, હું પરદેશમાં પણ તમને પળેપળ સંભાળું છું. હજી સુધી એક પણ ઘડી એવી નથી વીતી કે મેં તમને યાદ કર્યા ન હોય.

કહે છે જ્યાં સુધી મલય પર્વત પર ઉગેલાં ચંદનના વૃક્ષોથી સુવાસિત બનેલો અને તેના પરથી આવતો પવન વાતો નથી ત્યાં સુધી પ્રેમાળ પ્રિયાના હૃદયમાં પ્રેમીનું વધેલું માન ટકી રહે છે.

ગમે તે થાય, પવન વાય કે ન વાય. પણ તમારું માન મારા હૃદયમાં કદી નહીં ઘટે રાજ.

વસંતના અંતમાં હું અમારાં ઉપવનમાં ગઈ છું. કમળ, અશોકપુષ્પ, આમ્રમંજરી, નવમાલિકા અને નીલકમલ એ કામદેવના ધનુષના પાંચ પુષ્પબાણ છે. આ પુષ્પોમાં કામ ઉદ્દીપક ગુણો હોય છે. અશોકપુષ્પ હજી ખીલ્યું ન હતું. તેથી દોહદના બહાને અશોકવૃક્ષને લાત મારી છે. હવે પુષ્પ ખીલશે જ.

હું રા' રાખીને લખું છું. રા' માટે એકાંતવાસ સેવ્યો છે. સમજાય તો સમજી જજો. હું કદી શરાબપાન કરતી નથી એટલે આજે ગુલાબજળના કોગળા બકુલ પર કર્યા છે તેથી હવે બકુલફૂલ પણ પ્રફૂલ્લિત થશે!

જેમાં આંબાના મોરની પરાગરજની સુગંધ ચારેય દિશામાં ફેલાય છે. જેમાં મધુરાં મધથી ભમરાઓ વ્યાકુળ થાય છે. એવી વસંતઋતુમાં કોને મિલનની ઉત્કંઠા થતી નથી? બધાને થાય જ છે.

આ વસંતમાં જ ભમરા અને ફૂલનું મિલન થાય છે. આપણું મિલન પણ વસંતમાં જ થયું છે પણ વસંતમાં ફૂલ અને ભમરો જુદાં નથી થતાં જ્યારે આપણે વસંતમાં જ જુદાં પડી ગયાં છીએ!

લો મિલનના આનંદ અને વિરહની વેદનાવાળી વસંત ગઈ અને ગ્રીષ્મ ઋતુ આવી ગઈ!

સ્વચ્છ અને આર્દ્ર ચંદનરસના લેપથી જેના હાથ ભીંજાયેલા છે એવી હરણાક્ષીઓ, પાણીના ફૂવારાવાળું ઘર, ફૂલો, ચંદ્રની ચાંદની, મંદ મંદ વહેતો પવન, માલતી વેલ, ધોળાં રંગની અગાશી વગેરે ગ્રીષ્મ ઋતુમાં મદ–ગૌરવ અને મદન–કામવાસનાનું વિવર્ધન કરે છે–વધારે છે.

હે નાથ! તમારી હરણાક્ષી તો અહીં છે તો તમારો મદ અને મદન કોણ વધારે છે? મારી કોઈ શોક્ય હોય તોપણ હું તેની ઈર્ષા નથી કરતી કારણ કે જો તે હોય તો હું તેને ભાગ્યશાળી માનું છું.

મનગમતી સુગંધવાળાં પુષ્પોની માળા, વીંજણાથી વીંઝાતો પવન, ચંદ્રના કોમળ કિરણો, સુગંધિત ફૂલની પરાગ, સરોવર, ચંદનનું ચૂર્ણ, ઉત્તમ શરાબ, ઊંચી ચોખ્ખી અગાશી, ઝીણાં વસ્ત્રો અને કમળ જેવી આંખોવાળી સ્ત્રીઓ વગેરે ગ્રીષ્મ ઋતુમાં પુણ્યશાળીઓને ભોગવવા માટે મળે છે.

સ્વામી, આપણે ભાગ્યશાળી નથી. મારી પાસે માળા, વીંજણો, સરોવર, ચૂર્ણ, ઓરડો, વસ્ત્રો, પુષ્પપરાગરજ અને ચંદ્રકિરણો બધું જ છે પણ તમે નથી તો મારી પાસે શું છે? કશું જ નથી. તે મારા તન મન બંને દઝાડે છે. ઉનો લાગે તે ઉનાળો, મને તે ન ગમે. તેના કરતાં તો ચોમાસું સારું.

તેનાં શ્યામવેશ વેશથી જેણે કામને ઉતેજિત કર્યો છે, ખીલી ઉઠેલાં માલતી લતાનાં ફૂલોથી મહેંકતી તેમજ ઊંચા અને ઘટ સ્તનોના ભારથી ઝૂકી ગઈ હોય તેવી તરુણી સરીખી ઝુકેલાં વાદળોવાળી અહીં આવેલી આ વર્ષારાણી કોને આનંદ કરાવતી નથી? વર્ષારાણી બધાને આનંદ કરાવે છે!

આ વર્ષારાણી ભલે ચિતહરનારી તરુણી જેવી હોય પણ મને તો તે શોક્ય જેવી લાગે છે કારણ કે તમારા વિરહમાં હું આસું સારું છું તો તે પણ જાણે તમારા વિરહમાં હોય અને મારા કરતાં પણ વધારે આસું પાડતી રડતી હોય તેમ તે મારા પર વરસાદનાં ટીપાંઓ પાડીને મારાં આસુંઓને ધોઈ નાંખે છે. તેનાં આસુંઓથી મને સાંગોપાંગ ભીંજવીને મારા વિરહની મજાક ઉડાવે છે. હું તેને અવગણીને, ક્યાંક તમે અહીં આવતા હો તેમ ધારીને, હું તમને જોવા માટે રડતી આંખે નેત્રવિલાસ કરતી હોઉં તેમ મારી આજુબાજુ, ઉપર નીચે, આગળ પાછળ, ઓરે અને આઘે, બધે નજર કરું છું!

આ બાજુ વીજળી ચમકારાં કરી રહી છે. બીજી બાજુ કેવડાના છોડના પુષ્પોની સુવાસ પ્રસરી રહી છે. ઉપર આકાશમાં ચડી આવતાં કાળાં ડિબાંગ મેઘની ગર્જના સંભળાય રહી છે. નીચે પાંખો ફેલાવીને નાચતો મોર કેકારવ કરીને તેની મયુરીને મિલન માટે બોલાવી રહ્યો છે. આવાં શૃંગારસસભર વાતાવરણમાં સુંદર પાંપણોવાળી આ સુંદરીના વિરહના આ દિવસો કેવી રીતે વીતશે?

આખી સૃષ્ટિમાં નર માદા કરતાં વધુ સુંદર હોય છે તોયે તે જ નૃત્ય કરીને, ગીત ગાઈને, કળા કરીને, ગળું ફૂલાવીને, વિવિધ અંગમરોડ કરીને, અંગપ્રદર્શન કરીને માદાને આકર્ષતો હોય છે. આ માનવીમાં ઊલટું થઈ ગયું છે. માનવીમાં નર કરતાં નારી વધુ સુંદર હોય છે છતાં તેણે જ નૃત્ય કરીને, ગીત ગાઈને, શૃંગારની વિવિધ કળાઓ દાખવીને, વિવિધ અંગભંગિકા કરીને, અંગપ્રદર્શન કરીને નરને આકર્ષવો પડે છે. મને લાગે છે કે વિધાતાએ છેલ્લે છેલ્લે માનવીઓનું સર્જન કર્યું હતું ત્યારે ભૂલ કરી છે. અરેરે! ભૂલ તેની અને શિક્ષા હું ભોગવી રહી છું. વિધિના લેખ આવાં હોય!

અરે! મારી નજર સામે કોઈ મુસાફર આંખો બંધ કરીને ચાલ્યો જાય છે! તેને શું થયું છે?

ઉપર જુએ તો આકાશમાં ઘનઘોર મેઘઘટા છવાઈ ગઈ છે. આડું જુએ તો ગિરિમાળાઓ પર મયુરો નૃત્ય કરી રહ્યા છે. નીચે જુએ તો જમીન ઘાસની કુંપળોથી સફેદ બની ગઈ છે. આવામાં એ વટેમાર્ગુ દૃષ્ટિ કરે તો તે ક્યાં કરે? તે મૂંઝાયો છે કારણ કે આ દૃશ્યો તેના મનમાં વિકાર જન્માવે છે અને તેની પ્રિયાની યાદ અપાવે છે. ઉપર આકાશમાં વરસાદનું પાણી પીવા મથતો એક બપૈયો 'પિયુ પિયુ' બોલી મનેય તમારી યાદ આપે છે. આવામાં મને ગુજરાતી ગીત ગાવાનું મન થાય છે.

**કાળી કાળી વાદળીમાં વીજળી ઝબૂકે, મેઘો ચડયો છે ઘનઘોર,**
**ડુંગરામાં બોલે છે મોર,**
**પિયુ પિયુ ઝંખતા જુએ બપૈયા, પિયુ મારો કાળજાની કોર,**
**ડુંગરામાં બોલે છે મોર,**
**દૂર દૂર દેશથી મેઘજી પધાર્યા, લાવ્યા મારાં ચિતડાનો ચોર,**
**ડુંગરામાં બોલે છે મોર,**
**ઝરઝર ઝરમર મેહુલો વરસે, ભીંગે મારા સાળુડાની કોર,**
**ડુંગરામાં બોલે છે મોર,**
**રસિયો રસરાજ કોઈ સાજને બજાવે,બેલીડામાંમસ્તીનો તોર,**
**ડુંગરામાં બોલે છે મોર,**

હું આવું ગાઈ પણ શકતી નથી તેનું મને રડવું આવે છે કારણ કે મારો રસિયો રસરાજ કદાચ રાજ રાજેશ્વર આજે મારી પાસે નથી. આ વરસાદ પણ મને ધીરેધીરે બાળી રહ્યો છે. ચોમાસું બધી વિરહિણી સ્ત્રીઓને બહુ પજવે છે. મોર, દેડકાં, બપૈયો બોલે તે પણ તેને ગમતું નથી. જુઓને! દૂરથી મને મારા જેવી કોઈ વિજોગણી ગાઈ રહી છે તેનો મીઠોને દર્દીલો અવાજ સંભળાઈ રહ્યો છે.

**મોર બોલી મારો મા, ડરાવો મા દાદુર મને,**
**સંયોગણી નથી, છું વિજોગણીના વેશમાં,**

**મરેલીને મારવા, તૈયાર કાં થયા છો તમે?**
**જાવ જઈ બોલો, મારો પિયુ છે જે દેશમાં.**

ગોરંભાયેલા મેઘથી છવાઈ ગયેલું આકાશ, કૂણાં ઘાસથી ઘેરાઈ ગયેલી લીલીછમ ધરા, કડું અને કદંબ જેવાં વૃક્ષોનાં તાજાં ખીલેલાં માદક સુવાસવાળાં ફૂલોથી સુંગંધિત થયેલાં વાયુઓ, મયુરોના સામુહિક ગહેકાટથી રમ્ય બનેલા વનના સીમાડાઓ અને ગિરિમાળાઓ વગેરે સુખી અને દુઃખી સર્વે મનુષ્યોમાં ઉત્કંઠા જગાડે છે.

મારામાં પણ તમને મળવાની ઉત્કંઠા જાગી ઊઠી છે. મને થાય છે કે લાવને, ફરી એકવાર અભિસારિકા બનીને તમને મળવા માટે નીકળી જ પડું પણ આ વરસાદ અને અંધકારને જુઓને!

બહાર સોયની અણીથી પણ ભેદી ન શકાય તેવો ગાઢ અંધકાર જામ્યો છે. ઉપર ઘનઘોર મેઘ ગર્જનાઓ કરી રહ્યો છે અને વાદળો કરાં સહિત ધોધમાર વરસાદ વરસાવી રહ્યાં છે. એવામાં નીચે જમીન પર સોનાની લીટી જેવો વીજળીનો ચમકારો થાય છે. તે જોઈને પ્રેમીને મળવા જતી મારા જેવી ઉત્સુક સ્વૈરવિહારી સુંદરીઓને રસ્તામાં હર્ષ અને શોકની એ બંને લાગણીઓ થાય છે.

હર્ષ એ વાતનો કે વીજળીના કારણે પ્રિયતમનાં ઘર તરફનો રસ્તો સાફસાફ જોઈ શકાયો છે અને હવે તેનું ઘર બહુ દૂર નથી તેનો અને શોક એ વાતનો કે છાનીમાની મારા પિયુને મળવા તો નીકળી છું પણ આ વીજળીના પ્રકાશમાં મને તેના ઘર તરફ જતી કોઈ જોઈ જશે તો? તેવી ભીતિનો.

ઘણી અભિસારિકાઓ વરસાદના કારણે તેના છેલછોગાળા પિયુને મળી શકતી નથી– મારી જેમ. આમ, પ્રિયજનો માટે વરસાદની ઋતુ મિલનની ઋતુ હોવા છતાં વેરણ બની જાય છે.

સાજન વિશ્વાસ રાખજો, વચન પ્રમાણે હું તમને મળવા આવીશ જ પણ સમય આવ્યે. માન્યું કે વરસાદના દિવસો પ્રેમીઓ માટે ખરાબ હોય છે પણ દરવખતે તે કંઈ ખરાબ નથી હોતા.

જ્યારે વરસાદની ધારાઓમાં પ્રિયતમ અને પ્રિયા ઘરની બહાર જઈ શકતા નથી ત્યારે વરસાદથી ઠંડા થયેલાં વાતાવરણમાં ઠંડીથી ધ્રૂજતી વિશાળ નયનોવાળી સુંદરી તેના પ્રિયતમને ગાઢ આલિંગન આપતી રહે છે ત્યારે તેની સાથે સમાગમ કરી શકાય છે અને તે સમાગમથી લાગેલાં થાકને તરત જ વરસાદના પાણીથી ઠંડા બનેલાં વાયુઓ દૂર પણ કરી નાખે છે. આમ પ્રિયતમનો વરસાદનો અંધકાર ભરેલો ખરાબ દિવસ પણ તેના પ્રિયાસંગમથી સારો દિવસ જ બની જાય છે!

મને પણ લાગણી થાય છે કે હું આ ચોમાસાની ઋતુમાં તમારી સાથે હોઉં અને આપણે બંને વરસતાં વરસાદમાં આવાસની અંદર રહીને આવો જ સમાગમ માણી બે તન એક પ્રાણ થઈ જઈએ પરંતુ આપણાં વિરહના કારણે આવી આનંદદાયી વર્ષા ઋતુ મને ભરોસાપાત્ર નથી લાગતી!

આવાં ચોમાસાની એક સાંજે મેં તમારું ચિત્ર દોરવા પ્રયત્ન કર્યો. રંગ, પીંછી, પાટિયું, સફેદ કાંજી કરેલું કાપડ વગેરે લઈ મેં તમારી આંખો દોરી. મસ્ત આંખો થઈ. તે મને જોઈ રહી હતી. તમારાં જુલ્ફા દોર્યા. થયું કે લાવ થોડાં ખેંચું. આપણાં મિલન વખતે ખેંચ્યાં 'તાં તેમ. કાન અને ગાલ દોર્યા. ગાલ ગુલાબી થતાં ન હતાં. તેથી મેં મારા હોઠ રંગ્યા અને બે ચૂમી ભરી. મારા હોઠોની લાલીથી તમારા બંને ગાલ ખીલી ઉઠયા! તેના પર આછી પીંછી ફેરવી મેં તમારા હોઠો દોરી તમારું મોં દોર્યું પણ સ્મિત ન આવ્યું. ફરી બીજી વખત ચિત્ર દોર્યું. આ વખતે પણ સ્મિત ન આવ્યું. ત્રીજી વખત પણ એમ થયું. આ વખતે મેં તમારા હોઠને ચૂમ્યા તોપણ સ્મિત ન આવ્યું. એવામાં આકાશમાંથી વરસાદના બે ટીપાં બરાબર તમારી આંખમાં પડયાં અને એવાં રેલાયાં કે જાણે તમે મને જોઈને રડી રહ્યા છો. હવે મને ખબર પડી કે મારા વિરહમાં તમે સ્મિત પણ ફરકાવી નથી

શકતા. હું રડી પડી. વરસાદની જેમ રડી પડી. મારા આસુંઓથી અડધું દોરેલું ચિત્ર પણ ધોવાઈ ગયું. હું વધુ રડી પડી.

અચાનક વરસાદ વરસવાં લાગ્યો અને મને પૂરેપૂરી ભીંજવી નાખી. આથી જ વર્ષારાણીને હું મારી શોક્ય માનું છું. તે મને એકલી રોવા પણ દેતી નથી. આવું ચોમાસું મને ઘણીવાર રડાવે છે.

આ ચોમાસું તમને પણ રડાવી મૂકે તે પહેલાં લો શરદ ઋતુ આવી ગઈ!

આવાસની અગાશી પર એકાંતમાં અડધી રાત વીતાવ્યા પછી પોતાની પ્રિયા સાથે વેગપૂર્વક સમાગમ કરવાથી ખિન્ન થઈને થાકી ગયેલાં અંગોવાળાને અસહ્ય તરસ લાગી હોય અને શરાબથી મદમસ્ત બનેલાં એ પુરુષને સમાગમથી થાકી ગયેલી પ્રિયતમા તેના શિથિલ હાથમાં પાણીની ઝારી લઈને તેમાંથી ધાર કરીને શરદ ઋતુના ચંદ્રની ચાંદનીનું સંમિશ્રણ કરીને શીતળ પાણી પીવા આપે અને જો એ પુરુષ તે પાણી ન પીવે તો તે કમભાગી છે.

હું કહું છું કે તે શરાબી છે. અભાગીયો છે. તેને સાચાં પ્રેમની કિંમત કરતા આવડતી નથી. મને શરાબી અને અફીણનો કેફ કરતાં પુરુષો જરાય ગમતાં નથી. હું તેમને જરાય પસંદ કરતી નથી. તમે શરાબ પીતાં નથી તેવું મધુએ મને કહેલ છે. કદાચ એટલે જ તમે મને વધુ ગમી ગયાં છો. જ્યારે આપણું મિલન થશે ત્યારે તમને મારી આંખોનો નશો ચડશે અને મને તમારા પ્રેમનો કેફ ચડશે!!!

લો ચોમાસાની વાત હજી પૂરી નથી થઈ અને શિયાળાની હેંમત ઋતુ આવી પણ ગઈ!

હેંમત ઋતુમાં દૂધ, દહીં અને ઘી ખાનારા, મજેઠિયાં રંગથી રંગેલાં વસ્ત્રો પહેરનારા, શરીરે કેસરનો જાડો લેપ કરનારા, અનેક પ્રકારના કામાસનો વડે ખિન્ન થઈ સમાગમ કરનારા, ગોળાકાર માંસલ સાથળો અને ગોળાકાર માંસલ સ્તનોવાળી સુંદરીઓને આલિંગન આપનારા, ધન્ય પુરુષો મોંમાં સોપારી નાખેલું પાન રાખી ઘરની અંદર સુખેથી સૂવે છે.

યાદ છે આપણાં મિલન સમયે તમે અને મેં એકબીજાંને આંલિગન આપતાં આપતાં પાન ખાધેલું? હાય! તમે ક્યાં આરામથી સૂતાં હશો? મારી જેમ તમેય જાગતા હશો અને મારી જેમ દુઃખી પણ થતા હશો. તમારા દિવસરાત કેવી રીતે પસાર થતાં હશે તે વહાલા, હું સારી રીતે સમજુ છું હોં.

જેમાં પૂરેપૂરી ખીલી ગયેલી પ્રિયંગુની વેલની શોભાથી ચમકે છે. વિકસિત ચમેલીનાં ફૂલો પર ભમરો ગુંજારવ કરે છે. ઠંડી હવા વહેવાથી મંદાર વૃક્ષોની પ્રચૂર ફૂલોવાળી ડાળીઓ ઝૂલી રહી છે. તેવાં શિયાળામાં જેના ગળામાં ઠંડી ઉડાવનારી મૃગનયની સ્ત્રી એક ક્ષણ માટે પણ ભેટી નથી તે યુવાન પુરુષ માટે યમસદનની લાંબા પહોરવાળી રાત્રિ જેવી આ રાત્રિ લાંબી બની જાય છે.

તમારી રાતો પણ આવી લાંબી હશે. તમે મને યાદ કરતાં હશો. યાદ કરીને રડતાં હશો.

મારી રાતો રાત જ નથી દિવસ છે કારણ કે તમારી યાદમાં હું સુતી જ નથી. ક્યારેક હું સૂઈ જાઉં છું તો તમે સપનામાં આવો છો અને હું તમને સપનામાં પકડવાની કોશિશ કરું છું તો ઊંઘ ઉડી જાય છે. જાગીને જોઉં તો હું ખાલી હાથ હલાવતી હોઉં છું! હું રડી પડું છું. પછી મારી ઊંઘ વેરણ થઈ જાય છે.

આ દુઃખદાયક રાત્રિઓ પૂરી થઈ છે. હવે વાયરાં નાખતી શિશિર ઋતુ આવી ગઈ છે!

શિશિરના વાયુઓ તમારી આ પ્રિયતમાના ગાલ ચૂમે છે. તેના વાળની લટો ઉડાડે છે. તેના મુખમાંથી સિસકારાં નખાવે છે. છાતી પર ઊંચી બાંધેલી કચુંકીના કારણે નીચેથી અડધા દેખાતા સ્તનોને તે અડકે છે તેથી પુલક ઉપજે છે. આવો પુલક આપણાં મિલન વખતે મને ઉપજ્યો હતો. તે મારા સાથળને કંપકંપાવે છે અને મારા વિશાળ જાંઘપ્રદેશ પરથી વસ્ત્રો પણ ખેંચી લે છે. આમ તે તમારી પ્રિયાનો બીજો કોઈ વ્યભિચારી પ્રેમી હોય તેવું ચરિત્ર ભજવે છે. તે મને ગમેય છે!

તમને તેની ઈર્ષા થઈ શકે તેવું છે પણ સતી સ્ત્રી પણ તેનાથી બચી શકતી નથી તો મારું શું ગજું? જોકે, આ શિશિર મારી સાથે આવું નિલજ્જ વર્તન કરે છે ત્યારે હું માનું છું કે તે તમે જ છો!

તે વાળને વિખેરી નાખે છે. આંખોને મીંચાવી દે છે. જોરથી વસ્ત્રો ખેંચી લે છે. પુલક પ્રગટાવે છે. આગમનથી શરીરમાં કંપારી છુટાવી દે છે. વારંવાર જોરથી મીઠાં સિસકારાં કરાવતાં હોઠોને તે પીડે છે. આમ શિશિરનો વાયુ બધી સ્ત્રીઓ સાથે તેના ભરથાર જેવો ઘણો બધો વ્યવહાર કરે છે. આ શિશિરનો વાયુ ઘણીખરી સ્ત્રીઓને ગમે છે તો ઘણી તેના વર્તનથી ત્રાસી પણ જાય છે!

મારા પ્રાણપ્રિય પ્રિયતમ, આ શિશિર મને પણ ખૂબ ગમે છે કારણ કે તમારી ગેરહાજરીમાં તે તમે હો તેમ મને લાગે છે પણ હવે તેને દૂર રાખવાનો સમય આવી ગયો છે કારણ કે જે ફાગણમાં આપણું મિલન થયું હતું અને જે ફાગણમાં આપણે વિખુટાં પણ પડી ગયાં હતાં તે ફાગણ ફરી આવી ગયો છે. આપણાં મિલનના આગલાં દિવસે હોળી હતી. તે જેવી સળગી રહી હતી તેવી હું આજે પણ સળગું છું. સાચું કહું, વિરહની આગમાં સળગવાં કરતાં હોળીમાં કૂદીને સળગી જવું સારું છે.

બગીચામાં ફૂલો ખીલી ગયાં છે. વનવગડાંમાં કેસુડો ખીલી ગયો છે. આંબા ડાળે મંજરી બેસી ગઈ છે. કોયલ મીઠા અવાજે ટહુકાં કરે છે. આ માસ આપણાં મિલનનો માસ છે તેને કેમ કરી ભુલાય? વિરહની શરૂઆતમાં થતું હતું કે હું માંડ એકાદ વરસ જીવી શકીશ પણ ના પણ હું હજી જીવું છું.

હે મારા પ્રિયતમ! હજી હું તમારા મિલનની આશમાં જીવી રહી છું. મને લાગે છે કે તમારા મિલન પહેલાં મને મોત પણ આવી શકે તેમ નથી. મારી એક માત્ર તમન્ના એ છે કે જો હું મરું તોપણ તમારાં હાથમાં, તમારી નજર સામે, હું તમને જોતાં જોતાં મરું. કદાચ આ આશાનો એક માત્ર તંતુ જ તમારા વિરહની અસીમ વેદનાને સહન કરાવીને મને જીવાડી રહ્યો છે.

પિયુ, મારા જેવી સ્ત્રીઓનો પ્રેમ ઉત્કૃષ્ટ હોય છે. ક્ષણભરની એક નજરમાં તે તેનું હૃદય, મન, શરીર અને આત્મા તેના પ્રિયતમ પર ન્યોછાવર કરી દે છે. પુરુષોને આટલું ન્યોછાવર કરતાં આખો ભવ લાગે! થોડા દિવસોનો જ વિરહ હોય તોયે પુરુષો તેની પ્રેમિકાને ભૂલી જાય છે અને મિલનની આશા મૂકી દે છે. વરસોનો વિરહ હોય તોયે સ્ત્રીઓ ભવ આખો તેના પ્રિયતમને યાદ કરે છે અને મિલનની ઝંખના કરે છે. મારો પ્રેમ ચરમસીમાએ છે. મિલનની ધૂળેટી પણ આવી રહી છે.

ફાગણ એટલે તો વસંતનો પ્રારંભ. જેમાં આંબાની મંજરીઓની પરાગરજની સુગંધથી દિશાઓ મહેંકી ગઈ છે તેવી અને જેમાં ફૂલના મધુર મધનો રસ ચાખવા ભમરાઓ આકુળવ્યાકુળ થઈ જાય છે તેવી આ વસંત ઋતુમાં મિલન કરવાની કોને ઉત્કંઠા ન જાગે? બધાને જાગે.

મારી પણ તમને મળવાની ઉત્કંઠા જાગી ગઈ છે. હું તમને મળવા આવું છું. મેં તમને એકવાર મળવા આવીશ જ એવું વચન આપ્યું હતું તે નીભાવવા હું આવું

છું. ધૂળેટીના દિવસે જ હું આવું છું. તે વખતે મેં તમને રાતે રંગી નાખ્યાં હતા. આ વખતે હું ધોળે દિવસે તમને સરેઆમ રંગી નાખીશ. પ્રિયે તમે પણ મને રંગી નાખજો. સરેઆમ મારા માથામાં લાલ રંગનો સેંથો પૂરી નાખજો.

હવે હું આ જુટ્ઠી મર્યાદાઓ તોડી નાખવાની છું. નાથ તમે પણ ના ડરતાં. જે થવું હોય તે થાય. આપણો પ્રેમ સાચો હશે તો આપણાં મિલનની જવાબદારી ભગવાનની છે. તેના ભરોસે આપણે મળીને સમાજનો સામનો કરવાનો છે. આપણો ધર્મ બદલવો જેટલો સહેલો છે એટલી આપણી જ્ઞાતિ બદલવી સહેલી નથી. તેના મૂળ ખૂબ ખૂબ ઊંડા છે. કદાચ સાતમા પાતાળ સુધી. તોપણ આપણે અગ્નિની સાક્ષીએ એક થાશું, ભલે તે હવનકુંડની હોય કે સ્મશાનની ચિતાની.

સ્વામી, હું તમને મળીશ ત્યારે તમે મને ઓળખી તો જશોને? કારણ કે ઘણી સ્ત્રીઓ મને ગાંડી કહે છે. ઘણી મને ડાકણ કહે છે. ઘણી મને ડોશી કહે છે. ઘણી મને મરવા પડેલી પણ કહે છે.

ખરેખર આવું કશું નથી. તમારા વિરહમાં મને ખાવાનું કે પીવાનું, નાહવાનું કે ધોવાનું, છાયાનું કે તડકાનું, સવારનું કે સાંજનું, દિવસનું કે રાતનું ભાન નથી રહેલું તેનું પરિણામ માત્ર છે. પણ તમને જોઈશ કે હું પોયણીની જેમ ખીલી ઉઠીશ. ચંદ્રને જોઈ ચકોર નાચે તેમ હું નાચી ઉઠીશ. ગુલાબને જોઈ બુલબુલ ગાય તેમ હું ગાઈ ઉઠીશ. મંજરીને જોઈ કોયલ ટહુકે તેમ હું ટહુકી ઉઠીશ. પ્રિયે, જ્યારે હું તમને મળીશ ત્યારે એક એવી વાત કરીશ કે તમે આનંદિત થઈ મને વળગી પડશો.

મારા પિતાજી ભગીરથસિંહજી હોળીના આગલા દિવસે તમારા ગામ આવવાના છે. તેની સાથે મારી બહેન યોગિતાબા આવી રહી છે. તેની સાથે છાનોમાનો મારો આ સંદેશો મોકલું છું. તે મધુ દ્વારા ગમેતેમ કરીને તમને પહોંચાડી આપશે. ધૂળેટીના દિવસે સવારમાં હું આવી પહોંચીશ. તમે ગામમાં રહેજો. આપણે ગામ વચ્ચે મળીશું. ગામની વચ્ચે રંગે રમીશું. ગામની વચ્ચે એક થઈશું. ભોળોનાથ આપણી સાથે છે. બસ, તમારી ભોળીભટાક પ્રિયતમાના હૃદયસ્પર્શ સ્વીકારશો.

લી. તમારી સહૃદયના

સૂરું.

નવલિકા જેવડો લાંબો પત્ર વાંચતાં મારું દિલ ભરાઈ ગયું. મારી આંખોમાં પાણી ધસી આવ્યું. તેના પત્રમાં પણ તેણે સૂરજ લખવાના બદલે સૂરું લખીને મારાં હૃદયને હચમચાવી નાખ્યું. મેં તેના પત્રમાં ઠેકઠેકાણે સૂકાઈ ગયેલાં આસુંઓના નિશાન જોયા. આ પત્ર લખતાં લખતાં તે અનેક વાર રડી હશે. તે વિરહિણીનું દુઃખ જાણી મારી આંખોમાંથી અવિરતપણે આસુંઓ વહેવા લાગ્યાં.

તેમાંના બે ચાર આસુંઓ તેના આસુંઓના નિશાન પર પડયાં. આમ અમારાં આસુંઓનું મિલન થયું. ચોક્કસ તેણે મને સાચો પ્રેમ કર્યો હતો. પ્રેમ કરી રહી હતી. તે પ્રેમ માટે લડી રહી હતી. હું મેદાન છોડી ભાગી છૂટયો હતો. તે પ્રેમ માટે ઝઝૂમી રહી હતી. મારે પણ ઝઝૂમવાની જરૂર હતી.

ગામલોકોએ મને ગામ બહાર ધકેલ્યો હતો. મેં કશો સામનો કર્યો ન હતો. ગામ બહાર નીકળી મારે તેની તલાશ કરવાની જરૂર હતી. હું મારી સગી મા સામે પણ થઈ શકયો ન હતો. તેને સમજાવવાની જરૂર હતી. તે સમજી શકી હોત તો તેણે મને ઓરડામાંથી સમયસર છોડયો હોત અને ત્યારે જ સૂરજ સાથે જીવવા મરવાના કોલ સાથે સમાજ સાથે લડવાની આવશ્કતા હતી. અબ પસ્તાયે ક્યા હોત જબ ચિડિયા ચૂગ ગઈ ખેત. મને ચારેકોર અંધકાર અંધકાર દેખાવા લાગ્યો.

રાજા ભરથરીએ કહ્યું છે તેમ મને દિપક, અગ્નિ, સૂરજ, ચંદ્ર અને તારાઓ હોવા છતાં મૃગબાળની આંખો જેવાં નયનોવાળી મારી પ્રિયા વિના આ જગત મારા માટે અંધકારમય લાગે છે.

હું વિલાપ કરવા લાગ્યો. ધૂળેટી જતી રહી તેને અઠવાડિયું થઈ ગયું હતું. અઠવાડિયામાં તો શું શું ન થઈ ગયું હોય? મારો વિલાપ વાંઝિયો હતો. તેનું કોઈ ઔચિત્ય જ ન હતું. તેની કોઈ ફલશ્રુતિ જ ન હતી. બ્લકે મુંબઈ આવ્યાનું આ પરિણામ હતું. છગને મને થોડીવાર રોવા દઈ પછી છાનો રાખી પાણી પાયું. હું રડતો બંધ થયો. મેં વીંટો વીટી લીધો. છગન મારી સામે વિસ્ફારિત નેત્રે જોઈ રહ્યો હતો.

થોડીવારે મેં વીંટો ખોલી પત્ર ફરી વાચ્યો. તેના એક એક શબ્દનો અર્થ કરી જોયો. એક શબ્દ હતો. પુલક. આપણને અતિશય આનંદની સ્થિતિમાં ઝણઝણાટી સાથેનો જે રોમાંચ થાય છે તેને પુલક કહે છે. બીજો શબ્દ હતો. દોહદ. મેં તેનો અર્થ કર્યો અભિલાષા, મનોરથ, ઈચ્છા, આશા.

એવી માન્યતા છે કે અશોકવૃક્ષને કોઈ સુંદર સ્ત્રી તેના પગની લાત મારે તે પછી તેમાં ફૂલો આવે છે. રા' રાખીને લખું છું એટલે રહસ્ય રાખીને લખું છું. રહસ્ય શું હોય? અમારો પ્રેમ એ જ તો રહસ્ય છે. એકાંતવાસ એટલે કોઈને મળવું નહીં તે રીતે રહેવું. પ્રેમના રહસ્યને જાળવવા એકાંતમાં રહેવું પડે! સુંદર સ્ત્રી તેના મુખમાં મદિરા ભરી તેનો કોગળો બકુલ પર છાંટવાથી તેનાં ફૂલો પ્રફૂલ્લિત થાય છે એવી માન્યતા છે. હું આવું માનતો નથી પણ તે આમ કરીને તેની સુંદરતા બતાવી રહી હતી!

એક સરળ શબ્દ પણ હતો. ઉત્કંઠા. ઉત્કંઠા એટલે અતિશય આતુરતા. પ્રેમીને મળવાની અધિરાઈ. બીજો સરળ શબ્દ હતો. કડુ. કડુ એટલે ઈન્દ્રજવ નામની ઓષધીય ગુણોવાળી એક વનસ્પતિ.

સમાગમ એટલે સંભોગ. તે મને મળશે ત્યારે એવી વાત કરશે કે હું આનંદિત થઈ જઈશ. આ વાત શું હશે તે મને ખબર ન પડી. સિસકારો એટલે સિત્કાર. પ્રેમમસ્તી વખતે ગોળાકાર હોઠ કરીને ઠંડી હવા દાંતની વચ્ચેથી અંદરબહાર લઈ ધ્રૂજારી સાથેનો સી..., સી..., કરતો અવાજ. અરે! અરે! મને આ શું થઈ ગયું છે? ધૂળેટીને ભૂલીને હું શબ્દ રમતમાં કયાં ફસાઈ ગયો! હું સાવધ બન્યો. એક વરસ પહેલાં આ દિવસે તે મને મળી હતી અને આ વરસે પણ આ દિવસે તે મને મળવા આવી જ હશે.

મેં છગનને પૂછયું ''છગન ધૂળેટીના દિવસે તે આવી હતી? આવી હતી તો શું થયું હતું?''

જવાબમાં છગને જે કહ્યું તે સાંભળી મારા હોશ ઉડી ગયાં. તે કંઈક આ રીતે થયું હતું.

# ૨૧

હોળીને એક દિવસની વાર હતી કે સૂરજબાના પિતાજી ભગીરથસિંહ રોલ્સરોયલ મોટર લઈને ગામમાં આવી પહોંચ્યા. આમેય તે એક રાજઘરાના વડીલ હતા. આઝાદી પહેલાં તેના દાદાનું નાનું એવું રજવાડું હતું. તેમનું પરીવાર હજી રાજાશાહીના કોચલામાંથી બહાર આવ્યું ન હતું. આથી તે રજવાડી પોશાકમાં જ ગામમાં પધાર્યા હતા. તેમના નાના ભાઈની દીકરી યોગિતાબા અને બે ચાકરોને સાથે લઈને આવ્યા હતા, ડ્રાઈવર અલગ. ગામમાં એક ગામજનને દરબારગઢનો રસ્તો પૂછીને સીધા અનિરુદ્ધસિંહના ઘેર જઈને તેના પિતા મહિપતસિંહને મળ્યા. મહિપતસિંહે જય માતાજી કહી તેમનું યથાયોગ્ય સ્વાગત કર્યું. આવાં મોટા મહેમાન પહેલીવાર તેમના ઘેર આવ્યા હોવાથી તે ઘેલાઘેલા થઈ ગયા. યોગિતાબાએ થોડીવારમાં મધુ સાથે દોસ્તી પણ કરી લીધી.

થોડીવાર પછી ભગીરથસિંહ અને મહિપતસિંહ એક ઓરડામાં જઈને ખાનગી વાતોએ વળગ્યા. મહિપતસિંહ આમેય ખૂબ ઓછું બોલે. તેથી ગામના લોકો તેને મૌનીબાપુ પણ કહે. આથી મોટાભાગની વાતો ભગીરથસિંહે કરી. તે પણ આજ ઈચ્છતા હતા. લાગ જોઈને યોગિતાબાએ મધુને સૂરજબાનો વીંટો પકડાવી દીધો. તે તેને તેના સાડલાના છેડામાં છુપાવીને દરબારગઢની બહાર નીકળી તેના ઘેર ગઈ અને ત્યાં વીંટો છુપાવીને પાછી આવી તેમના ઘરમાં ફરીથી કામે પણ વળગી ગઈ હતી.

થોડી આડીઅવળી વાત પછી મહિપતસિંહ બોલ્યા "ભગીરથસિંહ, મને લાગે છે કે તમે કશીક ખાસ વાત માટે આવ્યા છો તો મૂળ વાત પર આવો. જરાય ખચકાટ વગર બોલો. જાવ જ્યાં સુધી તમારી વાત પૂરી ન થાય ત્યાં સુધી હું કશું નહીં બોલું. તમે જે વાત કરવા આવ્યા છો તે કરો."

આ સાંભળી ભગીરથસિંહના હૈયામાં ખૂબ ટાઢક વળી. હવે તે નિઃસંકોચપણે તેની વાત કરી શકતા હતા. તે બોલ્યા "બાપ, વાત તો શું કરું! આખરે હું દીકરીનો બાપ કહેવાઉં મારે ઝૂકવું પડે અને ઝૂકું નહીં તો કરું પણ શું? વિધિએ દીકરીના કરમ જ એવાં માંડયાં છે કે બાપે ઝૂકવું જ પડે. બાકી અમારી

પાસે શું નથી? ગાડી, બંગલા, જમીન જાયદાદ બધું જ છે. આ બધું પણ અમારી દીકરીનું જ છે ને? અમારે તો જે ગણો તે અમારી એક દીકરી જ છે. અમારે તો દીકરી જમાઈ ખુશ રહે તેથી વધારે શું જોઈએ? મને થયું કે તે જાતે મુરતિયો પસંદ કરે તો સારું રહેશે. આમેય ક્ષત્રિયોમાં કન્યા પોતે પોતાનો વર નક્કી કરી શકતી હતી. તેથી તેને અહીં મોકલી હતી પણ...''

ભગીરથસિંહની ગાડી, બંગલા, જમીન જાયદાદ દીકરીજમાઈને મળે તેમ છે તે જાણી મહિપતસિંહની આંખમાં લાલચ જાગી. તે તેની વાત પૂરી ન થાય ત્યાં સુધી કશું નહીં બોલવાની વાતને ભૂલી તેની વાત અધવચ્ચે કાપતાં બોલ્યા ''તે અમે ક્યાં ના પાડી છે? બાકી છોકરીછોકરાનાં મન મળી ગયા હોય તો આપણે આડો પગ કરવાવાળા કોણ? મિયાંબીબી રાજી તો ક્યા કરે કાજી.''

તે હરખથી હસ્યા પણ ભગીરથસિંહ તેના ઉત્સાહને જોયા વિના તેની વાત આગળ વધારતા બોલ્યા ''એકાદ વરસ પહેલાં મારી દીકરી અહીંથી અમારે ઘેર પાછી ફરી તે પછી તેણે કદી ધરાઈને ધાન નથી ખાધું કે નથી ધરાઈને પાણી પીધું. કોઈને મન ભરીને મળી નથી. ના જાણે ક્યા જુવાનડાએ તેનું મન હરી લીધું હશે કે ક્યાંય ઠરીને બેસી નથી. કોઈની સાથે તેણે તેના મનની વાત પણ કરી નથી. અમેય પ્રેમની જ્વાળામાં સળગતી જુવાની જોઈ છે પણ આવી અગ્નિ મેં કદી ભાળી નથી. ના જાણે ક્યા જુવાનિયાની પ્રીતમાં મારી દીકરી પાગલ થઈ ગઈ છે તે જાણવા આવ્યો છું. ભાઈ! પ્રેમહેતની લગની લાગી જાય તેમાં ના નહીં પણ વિધિના લેખ થોડાં આપણાં ભૂંસ્યાં ભૂંસાય છે!''

મહિપતસિંહ બોલ્યા ''બાપ! વાતમાં મોણ નાખ્યા વગર વાત કરો તો થોડું સમજાય. બાકી વિધિએ તમારી દીકરીના ભાગ્યમાં એવું શું લખી નાખ્યું છે કે તમે તેને ભૂંસવા માંગો છો?''

ભગીરથસિંહ સ્વગત બોલતાં હોય તેમ બોલ્યા ''અમારાથી અમારી દીકરીનું દુ:ખ જોયું જતું નથી. કઈ વાતની અમારી પાસે મણા છે? એકને બોલાવે ત્યાં ચાર સેવકો હાજર રહે તેવી દોમદોમ સાહેબી છે અમારી પાસે. અમે અમારી દીકરીને કદી જમીન પર પગ મૂકવા નથી દીધો એવી સાચવી છે. હથેળીમાં રાખીને મોટી કરી છે અને એટલે જ તો એ ફૂલ જેવી કોમળ છે પણ તેના કરમ પાસે તો બધુંય હલકું. એય હલકીને આપણેય હલકાં. વિધિ ભારે અને આખું જગ હલકું.''

આટલી વાત કરતાં કરતાં તો ભગીરથસિંહના ગળે ડૂમો ભરાઈ ગયો. મહિપતસિંહે તેને પાણી પાયું. વળી ભગીરથસિંહે તેની વાત આગળ લંબાવી. તે બોલ્યા "અહીંથી આવ્યાં પછી તે ખોવાયેલી ખોવાયેલી રહેતી હતી એટલે એકાદ દોઢ મહિને અમે અમારાં રાજજ્યોતિષી પાસે તેના લગ્નના લેખ જોવડાવ્યાં. તેણે તેના સામુદ્રિક લક્ષણો અને કરકમળ જોઈને લેખ વાંચ્યાં કે અમારી દીકરીનું આયુષ્ય ટૂંકું છે. તેના લગ્ન પછીનું તેનું આયુષ્ય વધીવધીને એકાદ દિવસનું જ છે. જેવાં તેના લગ્ન થશે કે તેના બીજા દિવસે તે તેના પતિને વિધુર કરશે. આ સાંભળીને અમારી તો જાણે પનોતી બેઠી. અમારું હૈયું ચીરાય ગયું. ભાઈ! અમે રડીએ તોપણ ક્યાં જઈને રડીએ? કોને કહીએ?"

આ વાત સાંભળી મહિપતસિંહ મનમાં રાજી થયા તોયે મનનો હરખ છાનો રાખીને તે બોલ્યા "બાપ! હું તો નાની ખેતીવાળો ગરાસિયો અને તમે મોટા ધણી. તમારી સાથે રાજીખુશીમાં અમે રાજી. અમે કંઈ તમારાં પેગડામાં પગ ન ઘાલી શકીએ પણ તમારાં દુઃખને અમારું દુઃખ માની હળવું તો કરી શકીએ. હું હમણાં જ મારા દીકરાને બોલાવી છું અને તેની સાથે વાત કરું છું સાથેસાથે તમારી દીકરીના આયુષ્યનું નિવારણ પણ હું કરાવીશ. અમારા જોષી પાસે તેનું નિવારણ હશે જ."

ભગીરથસિંહ બોલ્યા "તોયે કશું વળે તેમ નથી. અમારાં રાજજ્યોતિષીએ ચોખ્ખું કહ્યું છે કે તેનું નિવારણ કરવાથી દીકરીનું ભારણ જમાઈ પર ચડશે. આથી મેં તેનું નિવારણ કરાવ્યું નથી."

મહિપતસિંહ બોલ્યા "એટલે?"

ભગીરથસિંહ બોલ્યા "એટલે કે દીકરીના બદલે જમાઈનું મોત થશે. તે વિધવા થશે."

આ સાંભળી મહિપતસિંહ છળી ગયા. તે અફસોસ કરતાં બોલ્યા "અરેરે... વિધાતાએ ભારે કરી છે ને કાંઈ!"

ભગીરથસિંહ બોલ્યા " એટલે જ તો મારે અહીં આવવું હતું તોપણ મારો પગ તો ઉપડતો જ ન હતો."

મહિપતસિંહ બોલ્યા "તો પછી તમારી દીકરીએ શું કર્યું?"

ભગીરથસિંહ બોલ્યા "તેય બિચારી શું કરે? વિધિ સાથે થોડું તલવાર લઈને લડવા જવાય છે? ઉપાય શોધવામાં બીજો મહિનો પણ વીતી ગયો. એવામાં એક સમયે અમારી દીકરી એકલી હતી. તે સવારે સૂર્યનારાયણને અર્ઘ્ય આપી રહી હતી ત્યારે અમારાં આંગણે એક ટકોરીયો બાવો આવ્યો. સૂર્યને અર્ઘ્ય આપી મારી દીકરીએ તેને રડતાં મુખે કંઈક ભિક્ષા આપી. બાવાએ રડવાનું કારણ પૂછ્યું તો દીકરીએ રડવાનું કારણ બતાવ્યું. દીકરીએ તે બાવાને શું કીધું તે તો અમને ખબર નથી પણ તે દિવસથી અમારી સૂરજે સૂરજ જોવાનું માંડી વાળ્યું. તેના કહેવા પ્રમાણે બાવાએ નિરાકરણ આપ્યું કે કોઈ પુરુષના દર્શન વગર નવ મહિના એકાંતવાસમાં રહેશે તો તેનું આયુષ્ય લંબાઈ જશે."

ભગીરથસિંહની વાત સાંભળી મહિપતસિંહની આંખમાં ચમક આવી ગઈ. તે રાજી થતાં બોલ્યા "સાધુ સન્યાસીની વાતમાં શ્રદ્ધા રાખવી જોઈએ. તેમની પાસે તપનું બળ હોય છે. તેનો ભિક્ષા સિવાય કોઈ સ્વાર્થ હોતો નથી. બાકી સ્વાર્થી જ્યોતિષીઓની વાતમાં શું ભરોસો કરવો! તે તો આપણને ભેખડે ભરાવી દે. જાપ જપવાના બહાને આપણી સંપતિ પણ પચાવી પાડે છે જ્યોતિષીઓ."

મહિપતસિંહની સાધુ સન્યાસીની વાતથી ભગીરથસિંહની આંખમાં કશીક આશા જાગી.

તે બોલ્યા "તમારી વાત ખરી છે. વિધિનો લેખ મિથ્યા થતો હોય તો અમને દીકરીનો એકાંતવાસ પણ મંજૂર હતો. અમે તેની વાત સ્વીકારી. તે દિવસથી આજ લગી મારી દીકરી કોઈ પુરુષને મળી નથી. સગા બાપનું પણ મુખદર્શન કર્યું નથી. બસ એકલી તેની બે સેવિકાઓ સાથે એક નાનકડા મહેલ જેવાં અમારાં બંગલામાં રહી છે. તે તેની માને પણ મળવાથી કતરાતી હતી તેમાંય ભૂલથી ક્યાંક મારું મોં તેનાથી ન જોવાઈ જાય તે માટે તેને અમારી સેવિકાઓના ભરોસે મૂકી હું તેની માને મારી સાથે લઈને વિદેશ જતો રહ્યો હતો. હમણાં બે દિવસ પહેલાં જ પાછો આવ્યો છું. સૂરજની બા તેને જોઈને જ રડી પડી હતી. ફૂલ જેવી અમારી દીકરી લાકડાની જેમ સૂકાઈ ગઈ છે. તેની મા કહેતી હતી કે આ એકાંતવાસનું નહીં પણ પ્રેમનું કારણ છે. જે હોય તે પણ હવે બધું સારાંવાનાં થઈ જાશે. હજી પણ અમારી દીકરી એકાંતવાસમાં જ છે તેથી મેં હજી તેનું મોં જોયું નથી. તેનો એકાંતવાસ આ ધૂળેટીના દિવસે જ પૂરો થાય છે અને તે તેના ભાવિ પતિના પહેલાં દર્શન કરવા માંગે છે. આથી તે ધૂળેટીના દિવસે અહીં

આવી રહી છે. તેને જાળવજો એવી ભલામણ કરવા અને સામે ચડીને દીકરીનું માગું નાખવા આવ્યો છું. તમારાં કુટુંબ સાથે વડવાઓથી સંબંધ ચાલ્યો આવે છે તે વધુ ઘાટો કરવા આવ્યો છું. એક દીકરીના બાપની શું લાચારી હોય તે તો તમે બરાબર સમજો છો. હવે, સંબંધની ના ન પાડતા.''

આટલું કહી ભગીરથસિંહ મહિપતસિંહના પગમાં પડી ગયા. તેણે બે હાથ જોડયા. તે બોલ્યા ''મહિપતસિંહ, મારું વેણ પાછું ન વાળતા. મારી સૂરજ સાથે તમારા દીકરાનો હથેવાળો થાય તેથી વધુ રૂડું શું હોય શકે? તેનાથી કોઈ ભૂલચૂક થઈ ગઈ હોય તો તેના વતી હું માફી માંગું છું. આખરે હું દીકરીનો બાપ છું અને મારાથી તેનું દુઃખ જોયું જતું નથી એટલે મારે આવવું પડયું છે.''

મહિપતસિંહે તેને બે હાથથી પકડી તેને ઊભા કરતા કહ્યું ''અરે! અરે! મારા પગે પડીને તમે મને પાપમાં શા માટે પાડો છો? અમે ક્યાં સંબંધ કરવાની ના કહી છે?''

ભગીરથસિંહે કહ્યું ''તો મને એ કેમ નથી સમજાતું કે તમે હજી સુધી માગું લઈને આવ્યા કેમ નથી?''

મહિપતસિંહે કહ્યું ''કઈ રીતે આવીએ? તમારા તરફથી હજી કોઈ જવાબ જ નથી મળ્યો!''

ભગીરથસિંહ આ સાંભળી મહિપતસિંહને ઉમળકાથી ભેટી પડયા. તે ગળગળા થઈને બોલ્યા ''હાશ! મારા માથેથી મણ એકનો ભાર ઉતરી ગયો. હવે, તમે તમારા દીકરાને બોલાવો મારે તેને જોવો છે. મારે એ પણ જોવું છે કે મારી દીકરીને ગાંડી કરી મૂકનાર જુવાનિયો કેવો લાગે છે!''

મહિપતસિંહે થોડી જોરથી બૂમ પાડી કહ્યું ''અનિરુદ્ધ બેટા ક્યાં છો? અહીં આવો તો.''

જાણે બોલાવવાની રાહ જ જોતો હોય તેમ ઝડપથી અનિરુદ્ધસિંહ અંદર આવ્યો. અંદર આવીને તે પહેલાં તેના પિતાજીને પગે લાગ્યો પછી ભગીરથસિંહને પગે લાગ્યો. ભગીરથસિંહને તે સંસ્કારી લાગ્યો પણ તેને ધ્યાનથી જોતાં તે અસમંજસમાં મૂકાઈ ગયા. આ જોઈને મહિપતસિંહ ગર્વથી બોલ્યા પણ ખરાં ''કેમ વિચારમાં પડી ગયાને? કામદેવ જેવું જ રૂપ છે ને અમારાં અનિરુદ્ધસિંહનું!''

ભગીરથસિંહ થોથવાઈ ગયા હોય તેમ બોલ્યા "હાં..., હાં..., પણ મારી કોઈ ભૂલ થતી હોય તેમ મને લાગે છે? મારી દીકરીનું મન મોહ્યું છે તે આ જુવાનિયો હોય તેમ મને લાગતું નથી."

મહિપતસિંહ બોલ્યા "ભૂલ, કેવી ભૂલ? તમે ક્યારે અમારાં દીકરાને જોયો છે?"

ભગીરથસિંહે તેના લાંબા ઝબ્બાના લાંબા ખિસ્સામાં તેનો હાથ નાખી ગડી વાળેલું કરચલી પડેલું એક મોટું કાપડ કાઢયું અને તેને સીધું કરવાની જતોજહેદ કરતાં કરતાં બોલ્યા "મારી સૂરજને ગાંડી કરી મુકનાર જુવાનિયાની આ તસ્વીર તેણે જાતે જ બનાવી છે. તે એક કુશળ ચિત્રકાર પણ છે. એકાંતવાસના વિરહના દિવસોમાં આ ચોમાસે તે આ જુવાનિયાની તસ્વીરો બનાવતી હતી. આવી અનેક તસ્વીરોના સહારે જ તે તેનો એકાંતવાસ વેઠી શકી છે. તેણે ડૂચો વાળીને ફેંકી દીધેલી આ એક તસ્વીર અમારી સેવિકાએ સાચવીને રાખી હતી અને જુવાનિયાની સાચી ભાળ મળે તે માટે મને આપી છે પણ મને માફ કરજો, એ અને આ તમારો અનિરુદ્ધસિંહ મને સરખા લાગતા નથી. મારી સાથે ચાલાકી કરવાની કોશિશ ન કરો. ભલા થઈ તમારો જે સાચો દીકરો હોય તે મને બતાવી દો."

મહિપતસિંહ થોડી ખિન્નતાથી બોલ્યા "એટલે? તમે કહેવા શું માંગો છો? ચોખ્ખું કહોને."

ભગીરથસિંહે ચિત્ર બતાવ્યું અને બોલ્યા "ચોખ્ખું ચોખ્ખું શું કરો છો? જાતે જ જોઈ લો."

તેણે આ ચિત્ર જોયું અને બોલી ઉઠયા "અરે! આ તો મણીમાના રાજિયાની તસવીર છે."

આ સાંભળી અનિરુદ્ધસિંહે દિવાલે ટીંગાતી તલવાર ઉતારી. ભગીરથસિંહે આ જોઈને તેના બીજા ગજવામાંથી પિસ્તોલ કાઢી અને તેની સામે ધરીને ગર્જ્યા "તમે બાપ દીકરાએ શું ધારી છે? પહેલાં તમે મારી દીકરી સાથે રમત રમ્યા અને હવે મારી સાથે પણ રમત રમવા માંગો છો?"

ભગીરથસિંહના હાથમાં પિસ્તોલ જોઈ અનિરુદ્ધસિંહ પૂતળાની જેમ ઊભો રહી ગયો.

મહિપતસિંહે તેની તલવાર લઈ લીધી પછી બોલ્યા "અત્યારે ક્યાં રાજિયો આહીં છે તે તલવાર કાઢીને તેને મારવા જાશ! હમણાં બાપુ કંઈક અવળું સમજી બેસત તો અત્યારે ન થવાનું થઈ જાત."

ભગીરથસિંહે પણ કશુંક કાચું કપાઈ ગયું હોય તેમ જાણી પિસ્તોલને પાછી જે ગજવામાં હતી તે જ ગજવામાં ઘાલી. અનિરુદ્ધસિંહ પગ પછાડતો પલંગ પર બેસી ગયો. તે બોલ્યો "તો બાપુ, મારે કરવું શું? શું મારી લાગણી સૂરજબા સાથે જોડાયેલી નથી? સૂરજબા સાથે મારે કોઈ લેવા દેવા નથી? તે હતો ત્યારે પણ તેણે સૂરજબા સાથે અપમાનજનક વ્યવહાર કર્યો હતો અને આજે તે નથી તોયે સૂરજબા સાથે એવો જ વ્યવહાર થાય છે. આ બધું હું શા માટે સહન કરું તે કહો?"

ત્યાં અંદરથી કોઠાડાહી રાજપૂતાણીનો અવાજ આવ્યો "એ બધાં શું ફીફા ખાંડો છો? મગજ ન હાલતું હોય તો જરા ગામડાહ્યા પાસે જાવ તો કશોક હલ નીકળશે. નહીંતર અંદરોઅંદર લડી મરશો."

વાત સાચી હતી. બધા માને છે તેમ મહિપતસિંહે પણ તેની પત્નિની વાત માની. આખો રસાલો લઈને તે ગોવુભાને ઘેર પહોંચ્યા. ગોવુભાએ જય માતાજી કરી તેમનું ઉચિત સ્વાગત કર્યુ. તેમણે પહેલાં ભગીરથસિંહને સાંભળ્યા પછી મહિપતસિંહને બોલવા દીધા અને અનિરુદ્ધસિંહને પણ મોકો આપ્યો. તે પછી એક ડાહ્યા માણસને છાજે તેવી રીતે હળવેક રહીને પોતે મોરચો સંભાળ્યો. તેણે ભગીરથસિંહને તેની દીકરીના પરાક્રમથી વાકેફ કર્યા. તેની વાતથી શરૂઆતમાં ભગીરથસિંહ તમતમી ગયા પણ છેવટમાં સમસમી ગયા. તેની નજર ભોંય ખોતરવા લાગી. તેને કારમો આઘાત લાગ્યો હતો. તે બોલ્યા "મને આવી કશી ખબર જ નથી નહીંતર હું અહીં ન આવત. ખબર ન હતી તે પણ સારું થયું કારણ કે તે વખતે જ મેં મારી દીકરીને ભડાકે દીધી હોત. કદાચ હજીયે દઈ દઉ."

ગોવુભા બોલ્યા "એ હાલતાંને ચાલતાં આપણે ભડાકા કરતા હતા તે દિવસો ગયા. હવે લોકશાહી છે. કોઈને ભડાકે દઈએ તે સારું નથી. ક્યારે કાયદાનો ફંદો ગળામાં પડે તે કહેવાય નહીં."

ભગીરથસિંહ અત્યંત ભારે હૃદયથી બોલ્યા "પણ આપણું લોહી આપણને દગો દેશે એવી કલ્પના પણ અમે કદી કરી નથી. સાચે જ આપણું લોહી આપણને જે પીડા આપે છે તેવી પીડા દુશ્મન પણ આપતો નથી. આ કળયુગનો

પ્રતાપ છે નહીંતર એક રાજપૂતાણી કોઈ કોળાની હેઠવાસમાં આવે ખરી! આ કોળાએ કેવી મેલી વિદ્યા કરી છે કે મારી દીકરી તેના માટે મરી ફીટવા તૈયાર છે? મારી બુદ્ધિ ચાલતી નથી. હવે, તમે જે સૂઝાડો તે કરીએ. આમેય એક ડોક્ટર પણ ક્યાં તેની દીકરીનું ઓપરેશન કરી શકે છે? મારી દીકરીને જીવાડવી કે મારવી તે તમારા હાથમાં છે."

આ વાતમાં અનિરુદ્ધ અધીરો થઈ ગયો. તે બોલી ઉઠયો "સૂરજબા મને ગમે છે તેનો પણ વિચાર કરજો. તમારી અને સૂરજબાની ઈચ્છા હોય તો હું હજીયે તેને પરણવા માટે તૈયાર છું."

ગોવુભાએ તેને અટકાવ્યો અને ઈશારો કરી તેને બહાર જવા કહ્યું. તે બહાર જતો રહ્યો. ગોવુભાએ કહ્યું "સૂરજબાના માથેથી રાજુનું ભૂત ઉતરે તો અનિરુદ્ધસિંહનો વિચાર કરી શકાય."

મહિપતસિંહે કહ્યું "પણ તેનું ભૂત ઉતારવું કઈ રીતે? તે સાચે જ ભૂત હોત તો ભુવાઓને બોલાવી કંઈક ઉપાય કરત. આ તો જીવતેજીવતો માણસ છે. બાપુના બાકીના આયખાનો વિચાર કરી કંઈક હલ શોધો એટલે તો તમારી પાસે આવ્યા છીએ. આમેય ઘરની વાત ઘરમાં રહે તો સારું."

ગોવુભાએ કહ્યું "કંઈક વિચાર કરીએ. જો સમસ્યા હોય તો તેનો ઉકેલ પણ હોય જ છે."

બધા વિચારવા બેસી ગયા. ભગીરથસિંહનું મગજ તો મારી દીકરીનું મન એક કોળામાં કેમ મોહી ગયું તેના વિચારમાં જ બહેર મારી ગયું હતું. મહિપતસિંહે તો આખી જિંદગીમાં કશું બુદ્ધિવાળું કાર્ય કર્યુ જ ન હતું–એક અનિરુદ્ધસિંહની મા સાથે લગ્ન કરવા સિવાયનું. તે લગ્ન પણ કંઈક અંશે બુદ્ધિના કારણે નહી પણ દહેજની લાલચે થઈ ગયું હતું. અનિરુદ્ધસિંહને તો પહેલાં જ બહાર મોકલી દેવાયો હતો. તે હોત તોપણ ખાસ ફરક ન પડત કારણ કે તેને વાતવાતમાં તલવાર પકડવા સિવાય કંઈ આવડતું ન હતું. જોકે, કોઈને તલવાર મારી હોય તેવું આખા ગામમાં ક્યાંય નોંધાયું ન હતું. અમથેઅમથો તલવાર લઈને આખા ગામમાં ફરી વળતો અને આખા ગામને ભૂતબિવરામણી આપતો અને ગામ ડરી પણ જતું. આમ, વિચારવાનો આખો ઠેકો ગોવુભાનો હતો.

છેવટે ગોવુભાના ફળદ્રુપ દિમાગે આ સમસ્યાનો ઉકેલ પણ આણી દીધો. ગોવુભા પ્રસન્ન મુખે બોલ્યા "સૂરજબાના ભૂતને કાઢવાનો ઉપાય મળી ગયો છે. કોળીઓનો સાથ મળે એટલે સમજો કે રાજિયાનું ભૂત તેના મનમાંથી ગયું અને એનું ભૂત ગયું એટલે તેના અને અનિરુદ્ધસિંહના લગ્ન વિના વિઘ્ને થઈ ગયાં."

ભગીરથસિંહ બોલ્યા "પણ કોળાઓ આપણને સાથ આપે ખરા?"

મહિપતસિંહ બોલ્યા "કોળીઓનો સાથ મેળવવાનું અમારી પર છોડી દો. આમેય આ કોળીઓ અમને સાથ ન આપે તેવું કદી બન્યું નથી અને બનશે પણ નહીં. અમસ્તા અમે ગામમાં ગરાસિયા થઈને તેમના પર વરસો સુધી રાજ કરતાં આવ્યા છીએ!"

ફરી ભગીરથસિંહ શંકા કરતા બોલ્યા "તોયે લગ્ન પછી મારી દીકરી આ ગામમાં આવે અને ક્યારેક તેનો ભેટો ઓલા કોળા સાથે થઈ જાય તો શું થાય તેની ખબર છે? તેનો શું ઉપાય છે."

ગોવુભા હસીને બોલ્યા "તેને ગામમાં આવવાનું ફરમાન પંચાયત આપે તો થાય ને?"

પંચાયત શબ્દ સાંભળી મહિપતસિંહ બોલ્યા "પણ પંચાયતના પેલાં ફેસલાનું શું?"

ગોવુભા મર્માળુ હસીને બોલ્યા "પંચાયત કોની? તેનો ફેંસલો કોણ નક્કી કરે છે? ફેંસલો બદલાવતાં વાર કેટલી? હવે, ભગીરથસિંહને જવા દો. સૂરજબાને આવવા દો. યોજના તૈયાર છે."

પછી ભગીરથસિંહ તરફ ફરીને કહ્યું "તમે નિશ્ચિંત થઈને પાછા ફરો પણ ગામની બહાર નીકળતાં નીકળતાં ગામને ધમકી દેતાં બોલતાં જજો કે હવે ગામની હાલત શું કરું છું તે જો જો. આખું ગામ સળગાવી દઈશ. છેવટે હવામાં બેચાર ભડાકા કરીને જ ગામ બહાર નીકળજો. સૂરજબાને મોટરમાં મોકલજો અને ડ્રાઈવરને કહેજો કે ગામની સીમમાં આવે ત્યારે ગાડી આગળ એક સફેદ ઝંડો લગાડે."

ગોવુભાના ઘેરથી નીકળ્યા પછી ભગીરથસિંહે આવું જ કર્યુ. આમ તો તેની રજવાડી રહનસહન શાલીન હતી. તેને આવી આછકલાઈ ભરેલું વર્તન જરાપણ ગમ્યું ન હતું છતાં પણ આવું વર્તન કરવું પડયું કારણ કે દીકરીના બાપે શું શું નથી કરવું પડતું! કોળીને કોળા પણ કહેવાં પડે છે! કોળા!

તેના આવાં વર્તનથી આખું ગામ તેની આદત મુજબ ડરી પણ ગયું અને ડઘાઈ પણ ગયું. થોડીવારે લાંબુ લપસીંદર કરી તે ગોવુભાની ડેલીએ પહોંચ્યું. ગોવુભાએ પણ રાબેતા મુજબ આજે સાંજે ચોકમાં ભેગા થવાનું કહી ગામને વિખેરી નાખ્યું. ગામ વિખેરાઈ પણ ગયું–તેની આદત મુજબ સ્તો.

નમતા બપોરના સમયે ગોવુભા ગામના જુદા જુદા સમાજના કહ્યાગરા માણસોને મળી પણ આવ્યા. સાંજ પડી એટલે આદત મુજબ ગામ ચોકમાં ભેગું થયું. પંચાયત બેઠી. લોકો પણ બેઠા.

લોકોએ પૂછયું "ગામના મહેમાન ગામ વચ્ચે ધડાકાભડાકા કરી કેમ ભાગી ગયા છે?"

મહિપતસિંહે કહ્યું "એ મહેમાન સૂરજબાના પરમપૂજ્ય પિતાજી ભગીરથસિંહ હતા. પંચાયતે સૂરજબા સાથે મારા દીકરાને લગ્ન નહીં કરવાનું ફરમાન કર્યુ છે તે જાણીને તે ક્રોધિત થયા છે. તે અમને ધમકી દઈને ગયા છે કે કાલ સુધીમાં પંચાયત તેનું ફરમાન પાછું ખેંચી લે નહીંતર તે આખા ગામને ભડકે બાળશે અને તેની દીકરી સૂરજબા ધૂળેટીના દિવસે ગામમાં આવશે. આ દિવસે જો તેની સાથે તમારા અનિરુદ્ધસિંહનો મનમેળાપ નહીં થાય તો તે આખા ગામને ભડાકે દેશે."

કોઈ ગામજન બોલ્યો "આમાં ગામને શું લેવાદેવા? સૂરજબાનો મનમેળાપ તો મણીમાના રાજિયા સાથે છે. મહેમાનને ભડાકા કરવા હોય તો તેના ઘર પર કરેને? બીજાને શું લેવા દેવા?"

મણીમા ઊભા થયા અને બોલ્યા "મારા રાજિયાની કોઈ વાત ન કરશો નહીંતર હવે જોયા જેવી થશે. ભલે રંડવાળ બાઈ હોઉં પણ મારા જીવતા મારા દીકરાને કોઈ આંગળી તો અડાડે?"

ગોવુભા બોલ્યા ''મણીમા, શું કામ ગરમ થાવ છો? તમારા રાજિયાને કોઈ કેવી રીતે આંગળી અડાડી શકે? તે મુંબઈમાં મજા કરતો હશે તેથી હૈયે ધરપત રાખી શાંતિથી બેસી જાવ.''

મહિપતસિંહે પેલાં ગામજનને કહ્યું ''ભાઈ અમે બહુ કાશ કરી હતી. તે મોટા માણસ છે ધારે તે કરે. તે મોટા રજવાડાના ઘણી છે તેની સામે લડવાનું અમારું ગજું નથી. ગામનો કોઈ વાંક નથી પણ તેનેય ભોગવાનું તો આવશે. તે તો કહેતા હતા કે દીકરી મારી અને તેના લગ્નનો ફેસલો પંચાયત આપે? મારી દીકરીના લગ્ન પહેલાં પાંચેય પંચાતિયોના પાળીયા ઊભા કરાવી દેવા છે પાળીયા.''

આટલું સાંભળતાં જ પંચાયતના પાંચેય સભ્યોના રાજીનામા ધડાધડ પડી ગયા અને તેઓ એક સામટા બોલ્યા ''સૂરજબા અનિરુદ્ધ સાથે લગ્ન કરે કે રાજિયા સાથે ભાગી જાય અમારા બાપનું શું જાય?''

ગોવુભા બોલ્યા ''રાજીનામા આપવાથી પ્રશ્ન પતી જતો નથી પણ શરૂ થાય છે.''

ગામના લોકો કંટાળીને બોલ્યા ''તો પછી કરવાનું શું છે તે ફટ દઈને બોલી નાખોને?''

ગોવુભા બોલ્યા ''પહેલા નવી પંચાયત બનાવો. પછી શું કરવું પડે તે હું તેમને કહીશ.''

અગાઉથી કહેવાય ગયું હતું તેવાં કેટલાક કહ્યાગરા હરખપદૂડા તરત જ આગળ આવ્યા અને તેમાંથી પાંચ સભ્યોની નવી પંચાયત પણ બની ગઈ. આ પંચાયત ચુંટણી વગર બનતી. આ પંચાયતમાં ગામના દરેક મોટા સમાજનો એક એક માણસ રહ્યો. જોકે, પંચાયતનો મુખી તો વજેસંગ નામનો એક દરબાર જ રહ્યો. તે માનતો હતો કે અમારાં વડવાઓએ ભૂલ કરી છે નહીંતર આજેય અમે રાજા જ હોત.

ગોવુભાએ નવી પંચાયતને ભગીરથસિંહના કોપની એવી એવી વાતો કરી કે જાણે કે તે કોઈ મોટો ડાકુ હોય! ભગીરથસિંહના દાદાનું રજવાડું બહારવટિયાઓને આશરો આપતું હતું અને અત્યારેય તેમની પાસે ખૂનખરાબા કરી મૂકે તેવાં ઘણા માણસો છે તેવી સાચીખોટી વાત પણ કરી દીધી. પંચાયતે

મહિપતસિંહ અને અનિરુદ્ધસિંહના નિવેદનો સાંભળ્યા. બીજા કેટલાકના સલાહ સૂચનો લેવાયા. પછી પંચાયતે પણ અંદરોઅંદર મશવરો કર્યો.

છેવટે પંચાયતના મોભીએ કહ્યું "પ્રશ્ન અનિરુદ્ધસિંહનો કે રાજુનો નથી. પ્રશ્ન છે ગામને બચાવવાનો. ગામને બચાવવાની આપણાં દરેકની ફરજ છે. આથી આ પંચાયત પહેલો નિર્ણય એ કરે છે કે આગલી પંચાયતનો પહેલો નિર્ણય રદ કરવામાં આવે છે. ભગીરથસિંહનો ગુસ્સો તેમની દીકરી સૂરજબાના અનિરુદ્ધસિંહ સાથે લગ્ન ન કરવા દેવાના ફેંસલા સામે હતો. પંચાયતના આ નિર્ણયથી તેમનો ગુસ્સો ઉતરી જશે. અનિરુદ્ધસિંહ અને સૂરજબાના લગ્ન સામે ગામને કશો જ વાંધો નથી."

ત્યાં ગામના એક જુવાનિયાએ ધીરેથી બાજુમાં બેઠેલાં બીજા જુવાનિયાને પૂંછયું "હેં... સિંહ હવે એઠું ખાશે?"

બીજાએ જવાબ વાળ્યો "સોનાની થાળીમાં સોના સાથેના કોળિયાં ખાવા મળે તો એઠું ખાય!"

પંચાયતે તેની વાત આગળ વધારી "હવે, વાત રહી રાજુની તો તેને ગામમાં આવવા દેવો કે નહીં તેનો નિર્ણય હવે પછીની બેઠકમાં લેવાશે કારણ કે ધૂળેટીના દિવસે સૂરજબા રાજુને મળવા ગામમાં આવવાના છે. આપણે તેલ પણ જોવું પડે અને તેલની ધાર પણ જોવી પડે. આથી હાલ આપણે એટલું જ કરવાનું થાય છે કે કોઈ પણ રીતે સૂરજબા રાજુને સાવ ભૂલી જાય."

ત્યાં કોઈક વચ્ચે બોલ્યું "સૂરજબા રાજુને એમ કેમ ભૂલી જાશે?"

મુખી બોલ્યા "ભૂલશે નહી તો આપણે ભૂલવાડવા પડશે કારણ કે જો સૂરજબા રાજુને ભૂલી જાય તો જ તેની સાથે અનિરુદ્ધસિંહ લગ્ન કરવા તૈયાર છે. જો આ લગ્ન થશે તો ભગીરથસિંહનો ગુસ્સો પૂરેપૂરો ઉતરી જશે. આથી ગામ માથેથી ઘાત જશે. આ માટે અમારે ગામના સાથસહકારની જરૂર છે. ખાસ તો કોળીભાઈઓની જરૂર છે."

ગોવુભાના મળતિયા લોકોએ તરત જ અવાજ માર્યો "ગામ સાથ આપવા તૈયાર છે."

આથી કોળી આગેવાનોએ પરાણે બીજીવાર અવાજ કર્યો ‘‘અમે પણ તૈયાર છીએ.’’

પંચાયતના મુખીએ કહ્યું ‘‘બધા તૈયાર હો તો હવે શું કરવું તેની યોજના ગોવુભા કહેશે.’’

ગોવુભા ઊભા થયા અને મત માંગવા આવેલાં નેતાની જેમ ગામલોકોને હાથ જોડી કેડ સુધી માથું નમાવી ચારેતરફ નમસ્કાર કર્યા. તેમના નમસ્કારે પેલી હિન્દી કહેવતની યાદ અપાવી.

**‘નમન નમન મેં ફર્ક હૈ, બહોત નમે નાદાન, ચિત્તા, ચોર ઔર કમાન.’**

નમસ્કારવિધિ પૂરી કરીને ગોવુભા ગામલોકો તરફ તેનું મુખ કરી બોલ્યા ‘‘આવતીકાલે હોળી છે અને પરમદિવસે ધૂળેટી છે. હોળી પ્રગટાવવાની છે. આખા ગામે હોળીના દર્શન કરવા જવાનું છે. ગામની સ્ત્રીઓ ત્યાં સવાર રાસ રમી શકે છે પણ બીજે દિવસે કોઈએ ધૂળેટી રમવાની નથી.’’

ગામલોકો અચંબામાં પડી ગયા. તેઓએ પૂછ્યું ‘‘ધૂળેટી નથી રમવાની! શા માટે?’’

ગોવુભાએ કહ્યું ‘‘હા, ધૂળેટી નથી રમવાની કારણ કે તે દિવસે ગામે શોક પાળવાનો છે.’’

ગામ ફરી બોલ્યું ‘‘હેં... કોણ મરી ગયું છે? અમને તો ખબર પણ નથી.’’

ગોવુભા બોલ્યા ‘‘મરી કોઈ નથી ગયું પણ એ મરી ગયો છે એવો દેખાવ કરવાનો છે.’’

બધાં આ વિચિત્ર વાત સાંભળવા અધીરા થઈ ગયાં. તેઓ સાગમટે બોલ્યા ‘‘એ એટલે કોણ?’’

ગોવુભા શાંતિથી બોલ્યા ‘‘જેના કારણે આ મહાભારત થયું છે તે, મણીમાનો રાજિયો.’’

ગામ આખું મોં ફાડી એકીસાથે આટલું જ બોલ્યું ‘‘હેં..., હેં...’’

મણીમા તો આ સાંભળી બેભાન જેવાં થઈ ગયાં. તેને નજરઅંદાજ કરી ગોવુભાએ આગળ વાત કરી ‘‘રાજિયો મરી નથી ગયો. ભગવાન તેને સો

વરસનો કરે પણ જો અત્યારે સૂરજબા સામે આપણે એવો દેખાવ કરીએ તો તેને વિશ્વાસ બેસી જાય અને તો તે સાચે જ રાજિયાને ભૂલી જાય.''

મણીમા ફરી ભાનમાં આવતાં બોલ્યાં ''તમને મારી નાખવા મારો એક રાજિયો જ મળે છે? તમે ભલે મારી નાખો પણ મારો રાજિયો તો સો વરસ જીવવાનો છે એટલે જીવવાનો જ છે હાં...''

ગોવુભાએ તક ઝડપી. તે બોલ્યા ''તો પછી મણીમા પણ આપણી સાથે જ છે. આખું ગામ ઈચ્છે છે કે મણીમાનો રાજિયો સો વરસ જીવે અને જીવવાનો પણ છે. આ તો ખાલી નાટક છે, નાટક''

ગામના બોલ્યા ''હાં..., બરાબર છે પણ કરવાનું શું છે તેનો પૂરો ફોડ તો પાડો.''

ગોવુભાએ ફોડ પાડતા બોલ્યા ''ધૂળેટીના દિવસે ગામ શોક પાળશે અને કોઈ ધૂળેટી નહીં રમે. કોળી ભાઈઓએ જાણે સાચુંકલા મણીમાનો રાજિયો મરી ગયો છે તેમ માની તેની સાચીખોટી સ્મશાનયાત્રા કાઢવાની છે. ઘાસના પૂળાંમાંથી રાજિયાનું પૂતળું બનાવી લેજો. ખાપણ પંચાયત તરફથી મફત મળશે. ખાપણ કાઢયા વગર પૂતળાનો અગ્નિ સંસ્કાર પણ કરી દેજો. સ્મશાનમાં અગાઉથી લાકડાં રાખેલાં જ છે. છતાં તૂટો આવે તેમ હોય તો પંચાયત તરફથી કાલે બીજાં વધારે લાકડાં પણ મોકલી દેવામાં આવશે. કોળી બહેનોએ મણીમાના ઘેર રોક્કળ કરવાની છે. સૂરજબા ગામમાં દાખલ થાય તે પહેલાં જ નાટક શરૂ કરી દેવાનું છે. તે ગામમાં રહે ત્યાં સુધી નાટક ચાલુ રાખજો. સૂરજબા વિદાય લે કે તરત જ ધૂળેટી રમવાની પણ છૂટ છે. આવી મારી વાત સમજમાં?''

આખું ગામ હાં હાં કરવામાં જોતી પડયું. થોડીવારે ગામ પરમદિવસે કૌતુક જોવા મળશે તેમ માની હસતાં હસતાં વિખેરાઈ ગયું. મણીમાને હસવું કે રડવું તે ન સમજાતાં પરાણે ઘેર ગયાં.

બીજે દિવસે હોળી આવી. ગામના જુવાનિયાઓએ માંગીને, ચોરીને, ફાળો કરી ખરીદીને, ગામની બહાર છાણાનો મોટો ઢગલો કર્યો. પંચાયતે સ્મશાનમાં ગાડું ભરીને લાકડાં મોકલી આપ્યા અને કોળીવાસમાં ખાપણ અને નિસરણી મોકલી આપ્યા. કોળી લોકોએ સૂકું ઘાસ ભેગું કર્યુ અને તેમાંથી પૂતળું કઈ રીતે બનશે તેની ચર્ચા કરી. છગને ગામમાં મધુ સાથે છાનગપટીયાં કરી લીધા.

રાતે હોળી પ્રગટાવામાં આવી. આખું ગામ હોળી જોવા અને રાસ રમવા ગામ બહાર ગયું. જો કે, છગન ગયો ન હતો. મધુ પણ ગઈ ન હતી. એક દરબાર જુવાનિયો ગયો ન હતો. એક કોળી યુવતી પણ હોળી જોવા ગઈ ન હતી. પૂતળું બનાવવાની જવાબદારી લીધી હતી તે રઘો, શામો, ભીમો અને કરણો એ ચાર સગા કોળી ભાઈઓ પણ સમીસાંજથી ઘરમાં સંતાઈ ગયા હતા. બાકી વધેલાં આખા ગામે પોણી રાત સુધી હોળીરસ અને હોળીરાસ બંને માણ્યા. અડધી રાતે મધુ અભિસારિકા બનીને છગનના ઘેર આવી અને સૂરજબાના સંદેશાનો વીંટો છગનને દેતી પણ ગઈ. જે સંદેશો છેવટે મને મળ્યો.

# ૨૨

આજે ધૂળેટી હતી. ગામમાં સવારથી જ શોકનો માહોલ ઊભો કરી દેવાયો હતો. મણીમાના ઘરની ફળીયામાં કોળી સ્ત્રીઓ એકઠી થઈને સાચું ખોટું રોઈ રહી હતી. મણીમા સાચું રડી રહ્યાં હતાં કારણ કે ખોટું તો ખોટું પણ તેના પુત્રના મોતનું નાટક ચાલી રહ્યું હતું. પુત્રના મોતના વિચારમાત્રથી માનું કાળજુ ફાટી પડે છે. કોળી પુરુષો તેની બાજુમાં જે ચાર ભાઈઓને પૂતળું બનાવવાની જવાબદારી લીધી હતી તેના ફળિયામાં શાંત બેઠા હતા. છેવટે ઘરની અંદરથી જ પૂતળાના બદલે આખેઆખી નનામી તૈયાર કરીને ચારેય ભાઈઓ તેને ઉપાડી મણીમાના ફળિયામાં લાવ્યા. આથી સ્ત્રીઓએ મરણપોક મૂકી. મણીમાએ મોટો ઠૂંઠવો મૂક્યો. થોડીવારે રિવાજ મુજબ નનામીને અબીલગુલાલ છાંટવામાં આવ્યા. ફૂલહાર કરવામાં આવ્યા. એમાં એક બાઈ નનામીને ફૂલહાર ચડાવીને તેના અંગુંઠે અડી અને ત્વરિત બોલી ઊઠી "અરે! આ તો સાચું મડું હોય તેમ લાગે છે! જરા જુઓ તો ખરા! ક્યાંક..."

આ સાંભળી મડું બનાવનાર રઘો કોળી તરત સાવધ બની બોલ્યો "એ બટકબોલી ભાભી, તું તારું દોઢ ડહાપણ કરતી બંધ થા. અમે મડું જ એવું બનાવેલું છે કે ભલભલા ભૂલ ખાઈ જાય, સમજી?"

ભાભી સમજી ગઈ. ઘણું બધું સમજી ગઈ. તે ફરી બોલી "દાળમાં કંઈક કાળું છે!"

રઘાની ડગળી ચસકી. તે બોલ્યો "કાળી દાળ છે. કાળા અડદની દાળ, હવે કાંઈ?"

મડું બનાવનાર ભીમા કોળીએ ગુસ્સે થઈને તેનું બાવડું પકડી તેને દૂર ધકેલી દીધી અને બધાને નનામીને હાથ લગાડવાની મનાઈ ફરમાવી દીધી. ફરી હારતોરા અને અબીલગુલાલ છંટાવાં લાગ્યો.

શામા કોળીને એક ઊંચા મકાનની અગાશી પર સીમ જોવાં ઊભો રાખેલો હતો. તેણે જોયું કે સીમમાં એક મોટર આવીને ઊભી રહી છે. તેનો દરવાજો ખૂલતો હોય તેમ દેખાય છે. તેમાંથી કોઈ નીચે ઊતરે છે અને મોટરના બોનેટ

પાસે આગળ એક સફેદ રંગનો ઝંડો ખોસે છે. આ જોઈને તે ઝડપથી અગાશીમાંથી નીચે ઊતરે છે અને બૂમ પાડે છે "સૂરજબા આવી ગયાં છે."

બૂમ સાંભળતાં જ કોળી સમાજના ડાઘુઓ સબોસબ ઊભા થઈ જાય છે અને નનામી નજીક પહોંચી જાય છે. નનામી બનાવનાર ચારેય ભાઈઓ નનામી ઊપાડી લે છે. મણીમા મરણપોક મૂકે છે. સ્ત્રીઓ છાતી કૂટતી મોટેથી અવાજ કરતી રડે છે. નનામી બહાર લઈ જવામાં આવે છે. ફળીયાની બહાર નીકળતાં જ અગાઉથી નક્કી કરી રાખેલો એક કિશોર વયનો છોકરો અંગારા નાંખેલું માટલું લટકતું રાખી આગળ ચાલવા માંડે છે. તેને દોણીયો કહેવામાં આવે છે. એક બે જણ કૂતરાઓને ગાંઠિયા અને લાડવાઓ ખવરાવતા આગળ વધે છે. નનામીની પાછળ ચાલતા ડાઘુઓ 'રામ બોલો ભાઈ રામ' એવો સાદ કરતા આવે છે. ગમે તેવો નામધારી હોય તેને નામ વગરનો કરે તે નનામી.

આવી નનામી ગામની બહાર નીકળી ગામની સીમામાં પ્રવેશી કે સામે સૂરજબાની મોટરગાડી સામે મળી. તેનો ડ્રાઈવર પણ એક સ્ત્રી હતી. તેની પાછલી બેઠકની ચારે બાજુએ અંદર પડદાં ટાંગેલા છે. મોટર ઊભી રહેતાં સૂરજબા ડ્રાઈવરને પૂછે છે "અલી, કેમ ગાડી ઊભી રાખી?"

લેડી ડ્રાઈવર કહે છે "ગામમાં કોઈ ગુજરી ગયું હોય તેમ લાગે છે. તેની સ્મશાનયાત્રા સામી આવી છે એટલે તેને સન્માન આપવા ગાડી ઊભી રાખી છે."

સૂરજબાએ ગાડીનો પડદો થોડોક હટાવી સ્મશાનયાત્રાની નનામી અને ડાઘુઓને જોયાં. સ્મશાનયાત્રા તેને પસાર કરીને આગળ વધી ગઈ એટલે ફરી તેની મોટરગાડી આગળ વધી અને ગામમાં પ્રવેશી. ગામના ચોકમાં વળાંક લઈને સીધી મણીમાના ઘર પાસે આવીને ઊભી રહી ગઈ.

ગાડીનું બારણું ખોલી સૂરજબા ગાડીની નીચે ઉતર્યાં. યોગાનુયોગ તેણે સફેદ સૂતરાઉ સાડી–પોલકું પહેર્યાં હતાં. તેને જોઈને આભડવા આવેલી બાઈઓ આંખે પોતાનું થૂંક લગાડી જોરજોરથી પણ ખોટેખોટું રડવા લાગી. કહે છે કે જે ખોટું હોય, પોલું હોય, તે અવાજ વધુ કરે છે. કેટલીક સાચું પણ રડી રહી હતી કારણ કે તેમને હમણાં હમણાં ગુજરી ગયેલાં તેમના કોઈ સગા યાદ આવી ગયા હતા. મણીમાનું આખું ફળિયું આવી રડતી કોળી બાઈઓથી ભરાઈ ગયું હતું. પગ મૂકવાની પણ જગા ન હતી. મણીમા તેમની વચ્ચે બેસીને રડતા

હતાં. બાઈઓને ઠેકતી અને કચડતી સૂરજબા ઠેઠ મણીમા પાસે પહોંચી ગઈ. સૂરજબા મણીમાને કઈ રીતે ઓળખી ગઈ તે ખબર નથી.

કદાચ ગયા વરસની ધૂળેટીની રાત વીતી ગયા પછીની વહેલી સવારે તેણે મણીમાને જોયા હતા અને તેને આ ઘરમાં જતા પણ જોયા હતા. તોયે મણીમાને ઓળખી કાઢયા તે નવાઈની વાત હતી કારણ કે મણીમા તો લાજ કાઢીને રોઈ રહ્યાં હતાં.

કદાચ જેને દિલ દીધું હોય તેના આપ્તજનો સાથે પણ અનાયાસ આત્માનો સંબંધ થઈ જતો હશે! જે હોય તે. તેણે મણીમાને સીધું જ પૂછી લીધું "તમે રડો છો કેમ? શું થયું છે?"

આ સાંભળી મણીમા વધુ જોરથી રડી પડયાં. જવાબ ન મળવાથી સુરજબા ડઘાઈ ગઈ. તે ચારેતરફ નજર ઘુમાવવા લાગી. આખા ટોળામાં તે એકલી જ ઊભી હતી અને તે પણ વચ્ચોવચ્ચ! કેટલીક બાયું લાજનો છેડો થોડોક ઊંચો કરીને સૂરજબાને જોઈ રહી. એક મણીમાએ કાળા કપડાં પહેર્યા હતાં. બાકીની સ્ત્રીઓએ લાલ, પીળાં, વાદળી, લીલા રંગના રોજિંદા કપડાં જ પહેર્યા હતા. આથી સૂરજબા અને મણીમા ટોળાથી અલગ પડી જતા હતાં. સ્ત્રીઓ રડતી બંધ ન થઈ એટલે તે થોડીક ઢીલી પડી ગઈ. તેણે નમીને મણીમાના બંને ખંભા તેના બંને હાથથી પકડી લઈ ઢંઢોર્યાં. આથી મણીમાએ ઊંચુ જોયું. તેણે પછી ફરી પૂછયું "બા, મને જવાબ આપો કે થયું છે શું? જો તમે જવાબ ન આપો તો તમને તમારા દીકરાના સમ."

તેના છેલ્લાં ત્રણ શબ્દો સાંભળી મણીમા મહાપ્રયત્ને ઊભા થયા અને રડતાં અવાજે તે બોલ્યા "હવે સમ દે કે ન દે, શું ફેર પડે છે? મારો દેવ જેવો દીકરો જતો રહ્યો છે. જવાની ઉંમર મારી છે પણ મારા બદલે તે જતો રહ્યો... હાં... હાં... મારો રાજિયો..."

આટલું બોલી મણીમા સૂરજબાને વળગીને ગાંડાની જેમ રડવા લાગ્યાં. તેને તેના પ્રિયતમના સાચા નામની ભાળ મળી પણ તેને ડોશીની વાત લગીરેક પણ સાચી ન લાગી.

તે બોલી "બા, તમે ખોટું બોલો છો. ચાંદની હોય તો ચાંદ હોય જ. રોશની હોય તો સૂરજ હોય જ. કમળ ખીલેલું હોય તો સરોવર ભરેલું જ હોય. સારસી

હોય તો સારસ હોય જ. એમ હું છું તો તે હોય જ. જ્યાં સુધી હું જીવું છું ત્યાં સુધી તે મરી ન શકે. કદાપિ મરી ન શકે. કદાચ એવું બને તોપણ યમરાજ પાસેથી તેને હું પાછો લાવી દઈશ.''

એક સ્ત્રી રડતી રડતી બોલી ''ક્યાંથી આવી છે આ સતી સાવિત્રી? કાલે સાંજે રાજિયાને એરૂ આભડી ગયો છે. આખી રાત તે સૂરજ સૂરજ ઝંખતો હતો અને આજે સવારે તેણે સૂરજ ઊગતાં જ દેહ છોડી દીધો છે. આપણાં ગામમા સૂરજ ઊગ્યો જ ન હોત તો કદાચ તે હજી પણ જીવતો હોત.''

તેની વાતનો મર્મ કોઈ સમજે તે પહેલાં બીજી એક અક્કલ વિનાની બોલી ઊઠી ''એરૂ નથી આભડી ગયો. તળાવમાં ડૂબીને મરી ગયો છે. તે સૂરજ સૂરજ ન'તો ઝંખતો, સુરું સુરું ઝંખતો'તો. વાલામૂયું નક્કી થયું છે તેમ બોલતાં જીભને કાંય આલ આવે છે મારી બૈઈ.''

સૂરજબા બાઈઓના આ લવારાથી ચમકી. તેને થયું કે મારી સાથે બનાવટ થઈ રહી છે. તેણે મણીમાને ધ્રુણાવ્યાં અને કહ્યું ''બા, મારા રાજુને મારાથી ન સંતાડો. તેને જોવા હું તલપું છું. બા, મા કઠણ કાળજાની ન હોય. મારી પર દયા કરો. તેના વિના હું ખાલી શરીર છું. તે મારો આત્મા છે. બા, હું તમને બે હાથ જોડી વિનવું છું. તેને મારી સામે લાવો નહીંતર હું જીભ કચડીને અહીં મરી જઈશ.''

આટલું બોલતાં તેનો ભરોસો પણ હવે ભાંગી પડયો હોય તેમ તે મણીમાને બાથ ભરીને રડવા લાગી. થોડીવારે મણીમાએ તેને છોડી અને તે રડતાં રડતાં તેના ઘરમાં ગયાં. સૂરજબા બાઈઓની વચ્ચે તેના ચહેરા પર બે હાથની હથેળી રાખી રોતી હતી. ઘરમાં કંઈક ખાખાંખોળાં કરી મણીમા બહાર આવ્યાં અને સૂરજબાને આપતાં કહ્યું ''દીકરી, મારો દીકરો જતાં જતાં આ તને આપવાનું કહેતો ગયો છે. તારી અમાનત તને પાછી આપું છું. તે લઈને તું અહીંથી જતી રહે, રાંડ....''

પહેલો શબ્દ મીઠાશથી અને છેલ્લો શબ્દ તીખાશથી બોલતાં બોલતાં મણીમાનો અવાજ મોટો થઈ ગયો હતો. ખરેખર તો મણીમાં રાંડ હતા તોયે તિરસ્કારથી સૂરજબાને રાંડ કહી દીધું. રાંડ એટલે જેનો પતિ મરી ગયો છે તે સ્ત્રી. વિધવા. મણીમા વિધવા હતાં તોપણ તે સૂરજબાને વિધવા કહેતા હતાં. કદાચ આથી સૂરજબા રાજુને મરી ગયેલો માનીને ચાલી જાય પણ તે ન ગઈ.

સૂરજબાએ જોયું તો મણીમાએ તેને એક કુલડી આપી હતી. કુલડી એટલે માટીમાંથી બનાવેલો નાનકડો કૂપો. કૂપી. નાનકડો કુંભ. કુંભી. તેના પર નાનકડું માટીનું ઢાંકણ પણ હતું. સૂરજબાએ ઢાંકણ ખોલ્યું તો કુલડીમાં અનેક સોનાના મણકાઓ હતા અને એક સોનાનું ચગદું હતું. તેના અને રાજુના મિલનની રાતે તેના તૂટી ગયેલાં હારના જ આ મણકાઓ અને ચગદું હતું. તેને તે રાત યાદ યાદ આવી. તે ભાવાવેશમાં આવી ગઈ.

તે પાગલની જેમ બોલી ''મારો સાચો ખજાનો લૂંટાઈ ગયો હોય ત્યારે આ છુલ્લક બેચાર મણકાઓને હું શું કરું? મારે સોનાના મણકાઓ નથી જોઈતા મને મારો રાજુ પાછો આપો... મા...''

એમ બોલતી તેણે કુલડી આડી કરી અને ગોળ ગોળ ફરવા લાગી. આથી કુલડીમાંથી એક પછી એક મણકાઓ બહાર નીકળીને ચારે દિશામાં ફેંકાવા લાગ્યા. છેવટે ચગદું પણ ફેંકાઈ ગયું. ચારેકોર ઉડતું સોનું ભાળી કોળી સ્ત્રીઓથી ન રહેવાયું. તે રડવાનું પડતું મૂકી સોનાના મણકાઓની લૂંટ ચલાવવા મંડી પડી. આ જોઈને સૂરજબાને સોના પ્રત્યે વૈરાગ્ય જાગ્યો. તેણે પોતે પહેરેલો ગળાનો સોનાનો હાર ખેંચી કાઢયો અને હાથથી તોડીને તેના ટુકડાઓ ચારે તરફ ફેંક્યા. હાથમાં પહેરેલાં સોનાના કંકરો હાથમાંથી કાઢી બાઈઓ સામે 'આ લે, આ લે' બોલતી ફેંકવા લાગી. હાથની આંગળીઓમાં પહેરેલી સોનાની વીંટીઓ ફેંકી. પગમાં પહેરેલાં સોનાના ઝાંઝરને કાઢી તેના ટુકડા કરવા મથી. ઝાંઝરની જેટલી ઘૂઘરીઓ છૂટી પડી તેને ચારેકોર ફેંકી. છેવટે હાથમાં રહેલા ઝાંઝરના બાકીના ભાગોને પણ ફેંકી દઈને તે અડવી થઈને ચારેબાજુ નફરતથી જોવા લાગી.

દરેક કામિનીને કંચનનો મોહ હોય છે તેમાંય વળી કોળી બાઈઓનો મોહ એટલે તોબા!

સોનાની લૂંટાલૂંટ કરતી બાઈઓ થોડીવારમાં એકબીજીને ગાળો દેવા લાગી અને એકબીજી સાથે ગદડાંપાટુએ આવી. બાથંબાથીએ આવી. નાનકડું નારીયુદ્ધ શરૂ થઈ ગયું. ગાળાગાળીના શોરગુલ સાથેના આ નારીયુધ્ધમાં બે નારીઓ નિર્લેપ હતી. એક યુદ્ધ સળગાવનાર સૂરજબા અને બે મણીમા.

બાઈઓની લડાઈ જોતી સૂરજબા સમજી ગઈ કે બાઈઓ અત્યાર સુધી ખોટાં મરશિયાઓ ગાઈ રહી હતી અને તેમનું રડવા કૂટવાનું પણ ખોટું જ હતું. તે ગુસ્સે થઈને પગ પછાડવા લાગી.

તેણે મણીમાને કહ્યું "મારી સાથે આવું નાટક? મા થઈને જીવતા દીકરાના મરશિયાં ગાતાં શરમ નથી આવતી? મારી દયા ન આવી પણ સગા દીકરાનીયે જરાય દયા ન આવી? કેવું કઠણ કાળજું છે તમારું! તમારી છાતીમાં કાળજું છે કે કોઈ કાળમીંઢ પથ્થર છે? કેવી મા છો તમે!"

સૂરજબાના વેણ સાંભળી મણીમાની આંખોમાંથી દડદડ કરતાં આસુંઓ પડવા લાગ્યા. લડવામાંથી નવરી પડેલી એક બાઈ આ જોઈ ગઈ. તે ગુસ્સાથી બોલી "વાલામૂઈ, નભાઈ, નશરમી, ગયા જનમની વેરણ, તું શું કરવા મણીમાને વધુ દુઃખી કરશ? તું સમજતી કેમ નથી કે મણીમાનો રાજિયો લાંબા ગામતરે ગયો છે. હવે તેનું મોઢું પણ નહીં જોવા મળે. તારે તેનું મોઢું જોવું હોય તો દોડ મસાણે."

સૂરજબાને લાગ્યું કે તેની વાત સાચી છે. ન કરે નારાયણ પણ સાચે જ જો રાજુનું મરણ થયું હોય તો હું તેનું મોં જોવાગાંથી પણ રહીશ. તે ફરી રડી. તે લડતી બાઈઓની વચ્ચે લાંબા ડગલાં માંડતી, ઠેકડા મારતી, ઝડપથી ચાલતી ટોળાની બહાર નીકળી. તેના પગરખાં પણ નીકળી ગયાં. પગરખાંની પરવા કર્યા વગર તે અડવાણા પગે જ 'રાજુ... રાજુ...' એમ ચિલ્લાતી ચિલ્લાતી દોડી.

તે તેની ગાડી ભૂલી જઈને ગામના ચોકમાં થઈને દોડતી તે ગામની સીમ તરફના સ્મશાન તરફ ભાગી. પગમાં ભરાઈ જતાં કપડાંના કારણે રસ્તામાં તે બે ચાર વાર પડી. પડવાથી તેના હાથ પગ છોલાયાં. જડબામાં લાગવાથી તેના મોંઢામાંથી લોહી નીકળવાં લાગ્યું તોપણ તે દર વખતે ઝડપથી ઊભી થઈ જતી અને રઘવાઈ થઈને હવામાં હાથ વીંઝતી તે સ્મશાન તરફ દોડતી હતી.

સ્મશાનમાં મૃતકની ચિતા ફરતે નજીકના સ્વજને ચાર પ્રદક્ષિણા પૂરી કરી લીધી હતી. ડાઘુઓએ સ્મશાન તરફ દોડીને આવતી સ્ત્રીને જોઈ. હવે સમય ગુમાવવાનો પાલવે તેમ ન હતો. સૂરજબા સ્મશાનની નજીક પહોંચી ગઈ હતી. તે 'થોભો, થોભો' એમ બૂમો પાડતી દોડતી આવી રહી હતી. સૂરજબા ચિતા સુધી આવી જશે તો બાજી બગડી જશે તેમ માની નનામી તૈયાર કરનાર એક કોળી ભાઈએ ઉતાવળે ખાપણ સહિતની ચિતાને અગ્નિ દઈ દીધી. ચિતામાં

રાખેલું ઘાસ તરત જ સળગવા લાગ્યું. એમાં પવનદેવ સહાયમાં આવ્યા કે ચિતામાં મૂકેલાં સૂકાં ઘાસના પૂળાંઓ તરત જ સળગવા લાગ્યા. થોડીવારમાં આ સળગતા ઘાસે લાકડાઓમાં પણ અગ્નિ પ્રગટાવી જ દીધી.

સૂરજબા સ્મશાનની તદ્દન નજીક આવી ગઈ. તે સ્મશાનની અંદર આવી ગઈ. હવે તેને કોઈ શંકા ન રહી કે રાજુ મરી નથી ગયો. તે જોરથી દોડતી દોડતી બૂમો પાડવા લાગી "રોકાઈ જા, રોકાઈ જા, રાજુ. હું તારી સાથે જ આવું છું. મને એકલી મૂકીને ન જા, રાજુ, હું આવું છું, આવું છું."

તે દોડતી, રડતી, બૂમો પાડતી, હવામાં તરતી હોય તેમ હાથ વીંઝતી ચિતાની નજીક પહોંચવા આવી હતી. એક સ્ત્રીને સ્મશાનમાં જોઈને ડાઘુઓ ડઘાઈ ગયા. શું કરવું તે તેમને ન સમજાયું. જે ઊભા હતા તે ઊભા જ રહી ગયા. જે બેઠા હતા તે બેઠા જ રહી ગયા. જાણે કે પૂતળાં! એવામાં ચિતા પરનું મડું તેનો અવાજ સાંભળીને જ જાણે જીવતું થયું હોય તેમ બેઠું થયું! આ જોઈને તેણે તેની ગતિ વધારી દીધી. એક સ્વસ્થ ચિતવાળો ડાઘુ તેની ગતિ જોઈને તેનો ઈરાદો પામી ગયો. તે બોલી ઊઠયો "એલા, ભાઈઓ, આ તો ચિતામાં કૂદી પડવાની લાગે છે! તેને રોકો. તેને અટકાવો."

પણ તેને અટકાવે કોણ? અટકાવવાનો સમય પણ ક્યાં વધ્યો હતો? ક્ષણ બે ક્ષણમાં તો સૂરજબાનું પ્રકરણ પૂર્ણ થઈ જવાનું હતું. તે દેમાર ઝડપે દોડતી ચિતાની નજીક પહોંચી ગઈ અને ચિતામાં ઝંપલાવવા ઊંચો કૂદકો મારતી કૂદી. તેના પગ ચિતાના લાકડાને અડકયા કે અચાનક તેની છાતીના નીચેના ભાગે એક વાંસડો જોરથી અથડાયો અને તેને ચિતામાં પડતી અટકાવી દીધી.

વાંસડાના મારથી તે 'ઓય માડી' કરતી ચીસ પાડી ઊઠી. તે કંઈ સમજે તે પહેલાં તો વાંસડાએ બમણા વેગથી તેને ચિતાથી દૂર હવામાં પાછી ફેંકી દીધી. અડધી ક્ષણમાં તે હવામાંથી જમીન પર પડી ગઈ. તે અસહ્ય દર્દથી બેવડી વળી ગઈ.

તેને તેના મોતથી એક ક્ષણમાં દૂર ફેંકી દેનાર ઓચિંતુ કોણ આવી ગયું હતું? ડાઘુઓએ જોયું તો કરણો કોળી વાંસડો લઈને ચિતાની અને તેની વચ્ચે આવી ઊભો રહી ગયો હતો. કરણાની પાછળ અગનજ્વાળા વચ્ચે બેઠું થયેલું મડું હજી દેખાતું હતું. કરણો બળવાન હતો. જાણે ભીમનો અવતાર! તેનું શરીર ખૂબ જ પડછંદ હતું. ચિતાની નજીક તો તે સાક્ષાત્ યમદુત સમો જ લાગતો હતો!

ઘણીવાર સળગતાં મડામાં તેનાં સ્નાયુઓનું પાણી સૂકાઈ જતાં સ્નાયુઓ ખેંચાય છે. ક્યારેક કમરના સ્નાયુઓ આવી રીતે ખેંચાવાથી મડું કમરેથી બેઠું થાય છે. તેને પાછું સૂવાડી દેવાં માટે એક લાંબો વાંસ રાખવામાં આવે છે. કરણો બેઠાં થતાં મડાને પાડી દેવા માટે વાંસડો લઈને તૈયાર જ બેઠો હતો. મડું બેઠું પણ થયું હતું પણ તેણે મડાના બદલે ચિતામાં કૂદી પડતી સૂરજબાને એક જ ધામાં પાડી દીધી હતી તેથી સૂરજબા બચી ગઈ. સ્મશાનનો આ માહોલ મહાભયંકર હતો.

કંઈક કળ વળતાં સૂરજબાએ ઊંચું જોયું તો કરણાની પાછળ અગનજ્વાળામાં બેઠું થયેલું મડું હવે તેને પોતાની સાથે આવવા પાસે બોલાવી રહ્યું હોય તેમ તેના બંને હાથ હલાવી રહ્યું હતું! એટલામાં સૂરજબાની લેડી ડ્રાઈવર મોટર લઈને ત્યાં આવી પહોંચી. મોટર ઊભી રાખી તે બહાર આવી અને તેણે ચિતા તરફ જોયું. હાથ હલાવતાં મડાને જોઈને તે તત્ક્ષણ બેભાન થઈને પડી ગઈ.

કેટલાક ડાઘુઓએ અગાઉ ક્યારેક બેઠું થતું સળગતું મડું જોયું હતું પણ હાથ હલાવતું મડું આજ પહેલી વખત જોઈ રહ્યા હતા. તેમને ઘાસના પૂતળામાંથી બનેલું મડું હાથ કઈ રીતે હલાવી શકે તે સમજાતું ન હતું. તે ભૂત થયાના ડરે ધ્રૂજી રહ્યા હતા. કેટલાક તેનાથી ડરીને જલદી સ્મશાન છોડીને સ્નાન કરવા નદીએ ચાલ્યા ગયા. કેટલાક પરબારા ઘરે ચાલ્યા ગયા. ભય તેની પરાકાષ્ટાએ હતો.

સૂરજબા પણ ધ્રૂજવા લાગી હતી. તે બેઠી થઈ. તેણે ક્રોધથી કરણા કોળી સામે જોયું. તેને તે કોળી જેવો નહીં પણ કાળ જેવો લાગ્યો. કરણો પાછળ વળ્યો. તેને ચિતામાં હાથ હલાવતાં મડાને જોયું. તેણે વાંસડો ઉગામ્યો. આ જોઈ સૂરજબા 'નહીં... નહીં...' બોલતી ઊભી થઈ અને કરણા તરફ દોડી પણ તે કરણા સુધી પહોંચે તે પહેલાં તો તેણે એક જોરદાર વાંસડો મારી તેને ફરી લાકડાં સરીખું કરી દીધું. મડું ફરી ઊંચું થવા ગયું તો તેણે ફરી ફટકાર્યું. મડું હવે મરી ગયું! ફરી ઊભું ન થયું.

કરણો પાછો સૂરજબા તરફ ફર્યો. તે તેની નજીક આવી ગઈ હતી. તે કરણાને ચોંટી પડી. તેના વાળ ખેંચ્યા. તેના કપડાં ખેંચીને ફાડી નાખ્યા. તે બંને હાથોથી કરણાની છાતીમાં ઢીકા મારતી બોલવા લાગી ''મારા રાજુને કેમ મારશ? તેણે તારું શું બગાડયું હતું? હું તને જીવતો નહીં છોડું.''

તેણે કરણાને ધક્કો માર્યો. તે ચિતામાં પડતાં પડતાં માંડ બચ્યો. તે ગુસ્સે થયો અને તેને જોરથી આડા હાથની અડબોથ મારતા બોલ્યો ‘‘તારે મરવું હોય તો મર, હવે હું આડો નહીં આવું.’’

તે કરણાના મજબૂત હાથની ઝાપટ ખાઈને ફરી દૂર ફેંકાઈને પડી ગઈ. તે તેના માર્ગમાંથી હટી ગયો. તે ફરી બેઠી થઈ અને ચિતા તરફ ધસી જતાં બોલી ‘‘હું આવું છું. રાજુ, હું આવું છું.’’

થોડીવાર પહેલાં તેને ચિતામાં પડતી બચાવનાર કરણો હવે વચ્ચે ન હતો. તેની પાસે પ્રિયતમ પાસે જવાનો સુવર્ણ મોકો હતો! તે દોડીને ચિતાની નજીક પહોંચે તે પહેલાં સાવધ થઈ ગયેલાં બે ડાઘુઓએ તેને તેના બંને હાથોથી મજબૂતાઈથી પકડી અને તેને ઘસડીને ચિતાથી દૂર લઈ જવા લાગ્યા.

તે ચિત્કાર કરતી કરતી બોલવા લાગી ‘‘મને મૂકી દો. મારે અને તેને છેટું પડતું જાય છે. હું તેના વગર હું નહીં જીવી શકું. મને મરવા દો. હું તમને પગે લાગું છું. મને મૂકી દો. મને જાવા દો. મને બળવા દો. હું આખી જિંદગી સળગું તેના કરતાં એક વાર મને સળગી જવા દો. રાજુ વિના હું નહીં જીવી શકું. મને જાવા દો.’’

ડાઘુઓ તેને ઢસડીને સ્મશાનની બહાર મૂકી આવ્યા અને બોલ્યા ‘‘આવી મોટી પ્રેમી પાછળ મરવાવાળી! પ્રેમનો ખોટો ઢોંગ મેલીને ચાલી જા. તું ખોટી છો અને તારો પ્રેમ પણ ખોટો છે. સાચો પ્રેમ તો એને કહેવાય જે પ્રેમીના મોતના સમાચાર સાંભળીને હાય કરતી તરત મરી જાય.’’

સૂરજબાને તેની વાત સાચી લાગી હોય તેમ તે રડતી રડતી સ્મશાન બહાર ઢગલો થઈને પડી ગઈ. આ ડાઘુઓ તેને સ્મશાનમાં આવતી અટકાવવા વચ્ચે ઊભા રહી ગયા. તે રડતી રડતી સ્મશાનના આંગણાના ભાગમાં આવેલાં પથ્થરના બનેલાં શૂળકંટકના થાંભલે માથું ટેકવીને કલ્પાંત કરવા લાગી. થાંભલો કાળગ્રસ્ત થઈને અડધો થઈ ગયો હતો. કહો કે અવશેષ માત્ર જ વધ્યો હતો.

કહે છે કે શૂળકંટકના આ થાંભલા સાથે બાંધીને અપરાધીને શૂળીએ ચડાવવામાં આવતો. આ બહુ ઘાતકી સજા હતી. જેમાં અપરાધીના શરીરમાં લોખંડની કાંટા જેવી ધારદાર અને ધીરેધીરે પહોળી થતી જતી શૂળ પૂઠેથી

પેસાડી મારી નંખાતો. મુસ્લિમ શાસન પહેલાની રાજાશાહીમાં આવું થતું હતું. આ શૂળકંટકનો થાંભલો ચાડી ખાતો હતો કે આ ગામ એકથી બે હજાર વર્ષ જૂનું હતું.

આજેય તેમાં ખાસ ફેર પડયો નથી. શૂળીએ ચડાવેલો અપરાધી જેવી ચીસો પાડતો હતો તેવી ચીસો અત્યારે સૂરજબા પાડી રહી હતી. અપરાધીનું શરીર વીંધાતું હતું, સૂરજબાનું હૃદય વીંધાતું હતું! શરીર કરતાં હૃદયની પીડા વધુ ભયંકર હોય છે. તેના કલ્પાંતથી સ્મશાન વધુ ભયંકર લાગતું હતું.

કેટલાક ડાઘુઓએ પાણી છાંટી તેની ડ્રાઈવરને જગાડી. તે તો પૂરેપૂરી હેબતાઈ જ ગઈ હતી. થોડીવારે તે પૂરી હોશમાં આવી ત્યારે તે તેની પાસે ગઈ અને તેને ઘેર પાછા વળવા સમજાવા લાગી પણ માને તે બીજા સૂરજબા નહીં. તે દાધી હતી અને દાધી જ રહી. તે ન માની તે ન જ માની. અંતે કંટાળીને તે તેને રડતી મૂકી મોટર લઈને ગામમાં જતી રહી. બાઈ માણસ સ્મશાનમાં કેટલુંક ટકે?

અંતે ચિતા પૂરેપૂરી સળગી ગઈ. એક પછી એક ડાઘુઓ પણ નદીમાં સ્નાન કરવા ગયા. સ્નાન કરીને પાછા સ્મશાનમાં થઈને સ્મશાનની બહાર નીકળ્યા. તેઓ સૂરજબાની નજીક ગયા. તે હજી શૂળકંટકના થાંભલે તેનું માથું ભટકાડી ભટકાડી રોઈ રહી હતી. કોઈ તેને અડકવા ગયું તો તે ઘવાયેલી સિંહણ જેમ ફરી. તેને જોઈને ડાઘુઓ થરથરી ગયા. શંકરે તેનું ત્રીજું નેત્ર ખોલ્યું હોય તેવી તેની બંને આંખો અંગારા વેરતી હતી. માથું ભટકાડવાથી તેના કપાળમાંથી લોહી નીકળી રહ્યું હતું. આથી તે રણચંડી જેવી લાગતી હતી. શરીરમાં સાક્ષાત્ મહાકાળી માઁ પ્રવેશ્યા હોત તેમ તે ધ્રૂજી રહી હતી.

તે ગુસ્સાથી બોલી "ખબરદાર, જો કોઈએ હવે મને અડવાની કોશિશ કરી છે તો? ગમે તેમ તોયે હું રજપૂતાણી છું. મને મરતાયે આવડે છે અને મારતા પણ આવડે છે. જોવો છે રંગ રજપૂતાણીનો? તો આગળ વધો. એક એકને ચીરી ન નાખું તો હું રજપૂતની નહીં ખવાસની દીકરી."

રણચંડી રણે ચડે તે પહેલાં એક કોળી ભાભો સમયવરતીને બે હાથ જોડીને આગળ વધ્યો અને બોલ્યો "તું અમારી દીકરી છે. અમે અમારો દીકરો ખોયો છે. હવે અમે અમારી દીકરી ખોવા નથી માંગતાં એટલે હું તને વિનવું છું. દીકરી, તારો જીવ દઈને અમારું ગામ ગોઝારું કર મા."

ભાભાની વાણીની અસર થઈ. તે નરમ બનીને બોલી "હવે, હું જીવું કે મરું બંને સરખું છે, દાદા. તમે મને દીકરી કહી છે. હવે જો તમે એક ડગલું વધો તો તમને પણ માઁ ભગવતીની આણ છે."

ભાભાએ વેણ ઝીલી લીધું તે બોલ્યા "માઁ ભગવતીની આણ મારા માથા પર છે, દીકરી. તે મને દાદા કહ્યો છે. હવે જો તું એક ડગલું પણ સ્મશાનની અંદર મૂકે તો તને મહાદેવની આણ છે."

રજપુતાણીને જ છાજે તે રીતે આકાશ તરફ ગૌરવથી જોતી હોય તેમ તેનું માથું ઊંચું કરી અને પછી ધરતીને નમન કરતી હોય તેમ તેનું માથું નમાવીને બોલી "દાદા, મહાદેવની આણ મને સ્વીકાર્ય છે. હું સ્મશાનની અંદર પગ નહીં મૂકું પણ હું એમ જ સ્મશાન છોડીને જઈશ પણ નહીં."

ભાભો તેની કોઈ વાત કળી ગયો હોય તેમ બોલ્યો "તો તારે શું જોઈએ છે, દીકરી?"

તે બોલી "માંગું તે મળશે? વચન આપો."

ભાભો બોલ્યો "પહેલાં માંગી તો જો. દાદા પાસે માંગવાનો દીકરીને અધિકાર છે."

તેણે ધીરેથી માંગ્યું "મારે મરનારના અસ્થિ જોઈએ છે. અસ્થિ મળ્યા પહેલાં હું આ સ્મશાન છોડીને ક્યાંય જવાની નથી."

ભાભો થોડોક મૂંઝાયો. તેણે ઘડી બે ઘડી વિચાર કર્યો. આ જોઈને સૂરજબા ઉપહાસ કરતા બોલી "દાદા, તમે ફરી શકો છો. તમે ક્યાં મને વચન આપેલું છે. વચન તો રજપૂતનું હોય કોળીનું નહીં."

ભાભો બોલ્યો "મહેણું ન માર, દીકરી? અમેય સૂર્યવંશી સમ્રાટ માંધાતાના વંશજ છીએ. ક્ષત્રિય છીએ. વચન ન આપ્યું હોય પણ ખાલી વેણ જ આપ્યું હોય તો તે પણ નીભાવી જાણીએ છીએ. આ તો વિચારતો'તો કે રાજુના અસ્થિનું તું શું કરીશ? ગંગામાં અસ્થિવિસર્જન અને પિંડદાન તો પૂત્રો કરે છે. પ્રેમિકા નહી."

તેણે કહ્યું "મારે તેના અસ્થિ જોઈએ છે. અસ્થિ મળશે એટલે આપમેળે ચાલી જઈશ. જ્યાં સુધી મને અસ્થિ નહીં મળે ત્યાં સુધી હું કશું ખાઈશ નહી,

પાણી પણ પીશ નહીં. દેહ પડતો હોય તો ભલે પડે પણ અસ્થિ લીધા પહેલાં હું અહીંથી હટીશ નહીં. એકલી સ્મશાનમાં પડી રહીશ. દાદા, તમારે ગામને ગોઝારું ન કરવું હોય તો મને મરનારના અસ્થિ આપો. અસ્થિ પરથી હું તેને જીવતો કરાવીશ. કોઈ તો એવાં ઋષિ હશે જે તેની મંત્રશક્તિથી અસ્થિમાંથી નરને જીવંત કરશે."

તેની વાત સાંભળીને ભાભોની આંખમાં પણ પાણી આવી ગયાં. તે ગળગળા સાદે આટલું બોલ્યા "ધન્ય છે તારી પ્રેમ ભાવનાને, કળીયુગમાં પણ સાવિત્રી બનવાની તારી ભાવનાને ધન્ય છે."

તેણે વ્યંગમાં પૂછયું "દાદા, દીકરીને ખાલી ધન્યવાદ જ આપશો કે અસ્થિ પણ આપશો?"

ભાભો આસું લૂંછતો પાછો વળતાં બોલ્યો "કાલે સવારે ટાઢી ઠારીને તરત મળી જશે."

ભાભો ગામ તરફ વળ્યો એટલે બાકીના ડાઘુઓ પણ તેની પાછળ વહેંતા થયા. સૂરજબા સ્મશાને એકલી રહી. તે સ્મશાન પાસેથી ન હટી તે ન જ હટી. ડાઘુઓ ફરી મણીમાના ઘેર આવ્યા. અગરબતીનો ધૂપ લઈને સૌ કુંડાળું વળીને બેઠા. ગોળ–ધાણા ખાઈને શોક ભાંગ્યો. તે પછી સૌ ઘેર ગયા. એક પણ ડાઘુ ગોવુભાના ઘેર ન ગયો કે ન સ્મશાનમાં બનેલી વાત કોઈને કરી. આ ગામ ચૂપ હતું.

ગામમાં કોઈ ધૂળેટી ન રમ્યું કારણ કે સૂરજબાએ હજી ગામ છોડયું ન હતું. ધીરેધીરે ગામમાં સૂરજબા સાથે હમદર્દી જાગવા લાગી. પહેલી વખત ગોવુભાની યુક્તિ અવળી પડી હતી. નિર્દોષ સૂરજબાને સતાવવા માટે ગોવુભાને ભગવાન પણ માફ નહીં કરે તેવું ગામ કહેવા લાગ્યું. શરમના માર્યા ગોવુભા ઘરની બહાર ન નીકળ્યા તો બીજા દરબારોય ઘરમાં જ ગોંધાઈ રહ્યા હતા. એક દરબારની છોકરીએ સરેઆમ દરબારોની બરાબર ફજેતી કરી હતી. લોઢું લોઢાને કાપે તે આ.

રિવાજ મુજબ બપોરના સમયે પોતાના ઘરેથી રોટલા શાક બનાવીને પોતાના બાળકો અને પુરુષો માટે કેટલુંક રાખી સમુહમાં રોટલાં શાક ખાવા કોળી બાઈઓ રોટલો શાક લઈને મણીમાના ઘરમાં એકઠી થઈ. સાચેસાચું કોઈ

મરી ગયું હોય તોપણ ધરાઈને રોટલો શાક ખાઈ લેતી કોળી બાઈઓએ સૂરજબાના દુઃખથી ધરાઈને ન ખાધું. ગામે પણ ધરાઈને ખાધું ન હતું.

તેની લેડી ડ્રાઈવરે મહિપતસિંહના ઘેર આશરો લીધો હતો. સાંજ પડી તોયે સૂરજબા સ્મશાનેથી હટી ન હતી. ગામને હવે તેની ચિંતા થવા લાગી. રાતના તેનું શું થશે તે વિચારે ગામલોકો ગભરાવા લાગ્યા હતા. ગામને ભય ભૂત, પ્રેત, ડાકણ, શાકણનો ન હતો, બળાત્કારીઓનો હતો! રાતવેળાએ કોઈ પિશાચી બળાત્કારી તેનું શિયળ ભંગ કરે તેમ હતો. બળાત્કારીઓ વધુ હોય તો?

કલ્પનાથી પણ ધ્રૂજારી છૂટી જતી હતી. છેવટે ગામે તેના રક્ષણની જવાબદારી લીધી. આખી રાત વારાફરતી ખુલ્લી તલવાર સાથે પંદરવીસ બહાદુર લોકોએ દૂરથી તેનો ચોકીપહેરો કરવાનો હતો. અડધી રાત સુધી એમ જ થયું પણ અડધી રાત પછી ભૂખ તરસથી વ્યાકુળ થઈ ગયેલી તે ઊઠી અને જોરજોરથી રડવા લાગી. રડતી રડતી તે જોરજોરથી હસવા લાગી. હસતી હસતી તે ફરી પાછી રડવા લાગી. ફરી હસવાય લાગી. જાણે કે તે ગાંડી થઈ ગઈ હોય તેણે વારાફરતી હસવા રડવાનું ચાલુ જ રાખ્યું.

આ સાથે તે આજુબાજુ હાલવાચાલવા લાગી. એક તો તેણે સફેદ કપડાં પહેર્યાં હતા અને તેના વાળ પણ વિખેરાઈ ગયા હતા એટલે ચાંદની રાતે તે ચૂડેલ સરીખી ભાસતી હતી. તેની આવી ચેષ્ટાથી ચોકીપહેરા માટે આવેલાં લોકો ડરી રહ્યા હતા અને એવું સમજવા લાગ્યા હતા કે તેનામાં ચૂડેલનો વાસ થયો છે અને તે તેમને પણ વળગી શકે છે. દૂરથી પણ લોકો થરથર કંપી રહ્યા હતા.

એવામાં તેણે લોકોને જોયા. તે લોકો તરફ દોડી. બી ગયેલાં લોકો ચૂડેલ વળગી જવા આવી રહી છે તેમ સમજી મુઠ્ઠીયું વાળીને ભાગ્યા. ભાગતાં ભાગતાં પડી પણ જતા હતા. તોયે ઊભા થઈને ફરી ભાગતા હતા. પાછું વાળીને જોતાં પણ ન હતા. તે તો થોડેક દૂર આવી અશક્તિના કારણે પડી ગઈ હતી. અથડાતાં કુટાતાં બહાદુર લોકો ગામમાં આવીને માંડ માંડ અટક્યા! આ પછી સવાર સુધી કોઈ ચોકીપહેરા માટે ગયું ન હતું. સવાર સુધી તે સ્મશાનમાં એકલી જ પડી રહી.

બાકીની અડધી રાત ગામે અજંપામાં કાઢી. ગામ આખું સૂરજબાની ચિંતામાં જાગતું હતું. ગામ ચર્ચા કરતું હતું કે ગામની કોઈ જ્ઞાતિની સ્ત્રી એકલીઅટુલી ગામની સીમમાં પડી રહી હોય એવું આજ સુધી બન્યું નથી.

વાઘરી સમાજની સ્ત્રી સિવાય બીજી જ્ઞાતિની સ્ત્રી આખી રાત સીમમાં કે વગડામાં એકલી પડી રહેવાની હિંમત કરી પણ શકે નહીં. વાઘના દુશ્મન છે તે વાઘરી. આમ તો તે મુસ્લિમ શાસન વખતે બળજબરીથી વટલાઈને મુસલમાન બનવાના બદલે હિન્દુ રહેવાનું પસંદ કરી ભાગીને ગુજરાતમાં આવેલા રાજસ્થાની રજપૂતો જ છે. ધર્મરક્ષા માટે વતન છોડવાનું પસંદ કરી તેમણે હિન્દુ ધર્મનું ગૌરવ વધાર્યુ છે. આ ધર્મભાવનાની કદર કરવાના બદલે ગુજરાતી લોકોએ તેમનો તિરસ્કાર કરી ગામની બહાર વસાવી ગામના રખોપાનું કામ સોપ્યું હતું. કોઈ વાઘરી મુસલમાન બન્યો હોય તેવું આજ સુધી બનેલ નથી. આ ઉજ્જવળ ઈતિહાસ છે તેમનો. આ ગૌરવની અધિકારી સમાજની સ્ત્રીની સ્પર્ધા સૂરજબાએ કરી આખી રાત સ્મશાન પાસે વીતાવી.

વહેલી સવારે ગોવુભાએ છાનામાના તેના બે માણસોને સૂરજબા પાસે મોકલ્યા. તે પથ્થર પાસે માથું રાખી કષ્ટાઈ રહી હતી. માણસોએ તેને ઢંઢોરી કહ્યું ‘‘સૂરજબા, જે થવાનું હતું તે થઈ ચૂક્યું છે. રાજુ આ દુનિયામાં નથી. તેની પાછળ વિલાપ કરવાથી કશું જ નહીં વળે. હવે તમે શું કામ બેઠાં છો?’’

વાઘણની સામેનો શિકાર છીનવી લઈએ તો જેમ તે ગુસ્સાથી માથું ફેરવીને જુએ તેમ સૂરજબાએ માથું ફેરવીને જોયું. તેની આંખોમાંથી અંગારા વરસી રહ્યા હતા. આવનારાં ડરી ગયા.

તેણે તેમને કહ્યું ‘‘હું તેના અસ્થિ લેવા બેઠી છું. અસ્થિ લઈને હું ઠેરઠેર ભટકીશ પણ તેને જીવતો કરીને જ જંપીશ. ક્યાંક મને એવાં ઋષિ મળશે જ જે તેની મંત્રશક્તિથી તેને જીવતો કરશે.’’

આવનારાઓને આવી વાતોમાં વિશ્વાસ ન હતો. પણ તેઓ વધુ કશું કરી શકે તેમ પણ ન હતા. વિફરેલી વાઘણને કોણ છંછેડે? તેઓ પાછા વળી ગયા અને જઈને ગોવુભાને સૂરજબાના રોકાવાનું પ્રયોજન સંભળાવ્યું. ગોવુભા વિચારમાં પડી ગયા કે ઘાસના પૂતળાના મડાને સળગાવવાથી અસ્થિ કઈ રીતે મળી શકે? ભગવાનની દયાથી છેલ્લાં બે વરસથી ગામમાં એક પણ મરણ થયું ન હતું. જેથી સ્મશાન ચોખ્ખુંચણાક હતું. તેમાં શોધો તો સમ ખાવા પૂરતું પણ એકાદ હાડકું મળે તેમ ન હતું. તોપણ ગમે તેમ કરીને બપોર સુધીમાં તો અસ્થિનો મેળ તો કરવો જ પડશે. જેથી બલા ટળે. આજે તેને સ્ત્રીહઠનો બરાબર પરિચય થઈ ચૂક્યો હતો. એવામાં તેના ઘરની પાળેતી કૂતરી ભસી.

ગોવુભાની આંખમાં શેતાનનો વાસ થયો. તેણે તેના માણસો સામે ઈશારો કર્યો. તેનો ઈશારો પામી જઈને તેના એક માણસે કૂતરીને પકડી અને ફળિયાના એક થાંભલે દોરડેથી બાંધી દીધી. બીજો માણસ અંદરથી એક ખાટલો લઈ આવ્યો. ત્રીજો દોડતો જઈને રસોડામાંથી ઘાસતેલ ભરેલું એક ડબલું લઈ આવ્યો. સાથે માચીસબોક્સ લાવવાનું પણ ભૂલ્યો ન હતો. શેતાનના સાગરિતોએ પૂરી તૈયારી કરી લીધી હતી. તેઓ ગોવુભાની સામે ઊભા રહી ગયા–ઈશારો પામવા.

ગોવુભાએ તેની કૂતરી સામે એક નજર નાખી. મોટા માણસોએ મોટી કુરબાની આપવા હંમેશા તૈયાર રહેવું પડે છે. થોડીવાર પછી ઈશારો કર્યો એટલે ખાટલો ઝાલીને ઊભેલાંએ ખાટલો કૂતરી પર ઊંધો નાખી દીધો. ખાટલા નીચે તે દબાય ગઈ. તે તેમાંથી છૂટવા જોરજોરથી ભસવા લાગી. જે ઘાસતેલનું ડબલું લાવેલો તેણે એક ઘડીના પણ વિલંબ વગર કૂતરી પર બધું જ ઘાસતેલ છાંટી દીધું અને ધરમના કામમાં ઢીલ નહીં તેમ સમજી તરત જ દીવાસળી સળગાવી આગ પણ ચાંપી દીધી! લાચાર કૂતરી તેનો જીવ બચવવા માટે ખાટલાના વાણ નીચે કીકીયારીઓ કરતી કરતી ખાટલાની બહાર નીકળવા મથામણ કરવા લાગ્યું. પણ વાણ એમ તૂટે ખરું? સૂતરીઓનો સંપ એટલે સંપ.

કૂતરી તેનામાં હતું તેટલું જોર કરવા લાગી. ગળામાં બાંધેલી એક દોરી પણ તોડી ન શકતી કૂતરી એકબીજા સાથે ગૂંથાયેલી અનેક દોરીઓ તોડી શકવા માટે લાચાર બની ગઈ હતી. તે દાઝવા લાગી. જેમ જેમ તે દાઝવા લાગી તેમ તેમ તે જોરથી મરણચીસો પાડવા લાગી. જે ગામને સંભળાઈ રહી હતી. કૂતરીની ચીસો સાથે સાથે એક નારીની ચીસો પણ તેને સંભળાઈ રહી હતી.

ગામે કાન પર હાથ દઈ દીધા તોપણ ગોવુભાના ઘરમાં કૂતરીની અને સ્મશાનમાં સૂરજબાની ચીસો બંધ થઈ ન હતી. કૂતરી ખાટલાની બહાર નીકળી ન શકી અને સૂરજબા સ્મશાનની અંદર જઈ ન શકી. એક ખાટલાનું વાણ ન તોડી શકી અને બીજી મહાદેવની આણ ન ઉથાપી શકી. કૂતરી તો એક અબોલ જાનવર પણ સૂરજબા તો એક રજપૂતાણી. મહાદેવની આણ રજપૂતાણી કઈ રીતે ઓળંગી શકે? તો તો પૃથ્વી રસાતાળ થઈ જાય! દુઃખ સહન કરીને પણ તે રજપૂતોનું મહામોલું ગૌરવ વધારતી હતી.

ગોવુભાના ફળિયામાં કૂતરીની ચીસો ધીમી પડી ગઈ હતી. કૂતરીએ છેલ્લાં શ્વાસ સુધી ચીસો પાડી હતી. તે શાંત થઈ ગઈ પછી બીજું ઘાસતેલનું ડબલું ઠલવી તેને બરાબર સળગાવવામાં આવી હતી. છેવટે તે પૂરેપૂરી સળગીને રાખ થઈ ત્યારે ખાટલો પણ પૂરેપૂરો સળગી ચૂક્યો હતો.

ખાટલામાં જડેલી લોખંડની ખીલીઓ અને પટ્ટીઓ શેષ વધ્યા હતા. કૂતરીનાં થોડાક હાડકાં શેષ વધ્યાં હતાં. જેમાંથી થોડાક હાડકાં લઈને સૂરજબાને અસ્થિ તરીકે આપવાના હતા. થોડાક કોલસા હજી સળગી રહ્યા હતા જેમાંથી ઊઠતો ધૂમાડો ગોવુભાનું મોં કાળું કરી રહ્યો હતો. આમ જાણે તે નિર્દોષને સતાવવાનું અને અબોલ જાનવરનો જીવ લેવાનું ઈનામ આપી રહ્યો હતો!

કૂતરીની ચીસો થમી ગઈ હતી પણ સૂરજબાની ચીસોએ રઘો, શામો, ભીમો અને કરણો નામના ચાર સગા કોળી ભાઈઓના પાષણ જેવાં હૃદયોને માખણ સમા નરમ કરી નાખ્યા હતા. રઘાના ઈશારે શામાએ ત્રિકમ ઉપાડયો અને ઘરની અંદર રાખેલાં માટીના કોઠા પર મારવા લાગ્યો.

કોઠો એટલે અનાજ ભરવાની મોટી કોઠી. શામાએ બે ત્રણ ઘા કર્યા ત્યાં તો કોઠો ધડામ કરતો તૂટી ગયો અને તેમાંથી એક નાર નીકળી! જેમ નરસિંહ ભગવાન થાંભલામાંથી પ્રગટ થયા હતા તેમ!

કોઠામાં પૂરાયેલી આ નાર અર્ધબેભાન જેવી થઈ ગઈ હતી એટલે બહાર નીકળતાં જ ભોંય પર પડી ગઈ. ચારેય ભાઈઓ તેને વળગી પડયા અને 'બહેન, બહેન' કરીને રડવા લાગ્યા. મરવા પડેલી ગાય તેના માલિક સામે જોવે તેમ તે ચારેય સામે જોવા લાગી. તે હમણાં મરી જશે તેમ માની ભીમા ઊભો થયો અને પાણિયારેથી પાણી લાવી તેને પાયું. તે કંઈક હોશમાં આવી. તેણે ખાવાનું માંગ્યું. કરણો દોડતો રસોડામાં ગયોને માટીના બનાવેલાં બતાકાનું બારણું ખોલી તેમાં ટાઢુંસુકું જે કંઈ હતું તે બહાર કાઢયું. એક આખો રોટલો અને એક ફડાસિયું હતું. હોળીની સાંજે તેની આ બહેને જ રોટલા બનાવ્યા હતા. ચારેય ભાઈઓએ ખાઈ લીધા પછી તેનો ભાગ પડયો હતો. ફડાસિયાને ભાંગીને કરણાએ તેને ખિસ્સામાં મૂક્યું. આખો રોટલો તે લઈ આવ્યો. તે ખાવા લાગી. આ જોઈ તેના ભાઈઓના કલેજામાં ટાઢક વળી. તેમને ટાઢી ઠારવા જવાનું હતું. તેનું મોડું પણ થતું હતું.

એવામાં સૂરજબાની ચીસનો સંભળાતો અવાજ એકાએક બંધ થઈ ગયો. કશુંક અજુગતું બની ગયું છે તેમ માની ચારેય ભાઈઓ તેની બહેનને ઘરમાં

ખાતી મૂકી એક માટીનું માટલું લઈને ઉતાવળે સ્મશાન તરફ ભાગ્યા. તેમના હૃદયમાં સૂરજબા સારું સહાનુભૂતિ પ્રગટી હતી. તેને દુઃખી કરવામાં તેમણે જે ભાગ ભજવ્યો હતો તેનો તેમને પારાવાર પસ્તાવો થઈ રહ્યો હતો. તેઓ દોડયા.

સ્મશાને પહોંચીને જુએ છે તો તે તેમની જ રાહ જોતી હોય તેમ સ્મશાન પાસે બેઠી હતી. તેમને જોઈને તે હસી. ચારેય ભાઈઓના કલેજામાં કોઠામાંથી કાઢેલી બહેનને ખાતી જોઈને ટાઢક વળી હતી તેવી ટાઢક ફરી વખત વળી. ચારેય ભાઈઓ સ્મશાનની અંદર ગયા. રઘો નદીએ ગયો. તેમાં પાણી ભર્યું અને ચિતાની પ્રદક્ષિણા કરી તેના પર પાણી રેડી છેલ્લે તેણે માટલી ફોડી નાખી.

એકાદ ઘડી ચિતા પાસે બેસી તેમનો જ કોઈ આપ્તજન મરી ગયો હોય તેમ ચારેય ખૂબ રડયા.

એ પછી ચારેય ઊઠયા. કરણાએ ફૂટેલી માટલીની ઠીબડીમાં મૃતકના થોડાક અસ્થિ લીધા. બાકીના અસ્થિ ભીમાએ ફાળિયામાં ભરી લીધા અને તેને વળ ચડાવી તેના સહિત તેને નદીમાં આઘેરે ફગાવી દીધા. એ પછી ચારેય ભાઈઓ સ્મશાનની બહાર આવ્યા. બહાર સૂરજબા દાન માંગવા ઊભી હોય તેમ ઊભી હતી. તેની હાલત ખુબ દયાજનક હતી. કરણાએ અસ્થિ ભરેલી ઠીબડી તેની તરફ લંબાવી.

તે બોલ્યો "બહેન, લે અમારા વડીલે આપેલા વેણ મુજબ અમે આ અસ્થિ તને આપીએ છીએ. પણ તું લઈશ શેમાં? અમે અસ્થિ ભરવા કશું લાવ્યા નથી. એકાદ કુલડી પણ લાવ્યા નથી."

સૂરજબાએ તેનો સાડીના પાલવનો છેડો બંને હાથથી ઝાલી આગળ ધર્યો. કરણાએ તેની સાડીના છેડામાં અસ્થિ ભરેલી ઠીબડી ઠાલવી દીધી. સૂરજબાની આંખોમાં આનંદ છવાઈ ગયો. તેણે અસ્થિઓને પાલવની ગાંઠ વાળી બાંધી દીધા અને તેણે અનેરો સંતોષ અનુભવ્યો.

તે જોઈને કરણો બોલ્યો "બહેન, કાલે મેં તને જે વાંસડો માર્યો હતો, તેને ભૂલી જાજે. વાંસડો મારી મારે તને ચિતામાં પડતી રોકવી ન હતી, તારો જીવ પણ બચાવવાનો ઈરાદો ન હતો."

તે ખૂબ ધીમા અને દુઃખી સ્વરે માંડ માંડ આટલું બોલી "તો એક મરેલીને તે કેમ મારી?"

કરણાએ જવાબ વાળ્યો "તે તું જે દિવસે જાણીશ તે દિવસ પછી તું જીવી નહીં શકે."

તે ફરી માંડમાંડ બોલી "જેનું જીવતર ઝેર થઈ ગયું હોય તેને જીવતી ન કહેવાય. ભાઈ!"

કરણો લાગણીશીલ થઈને બોલ્યો "તે મને ભાઈ કહ્યો છે. હવે તારાથી શું છુપું રાખવું?"

લાગણીમાં તણાયને કરણો રહસ્યસ્ફોટ કરે તે પહેલાં રઘો વચ્ચે પડી બોલ્યો "તે તારા આ ભાઈને ચિતામાં નાખી દેવા ધક્કો માર્યો હતો. તે તને યાદ છે?"

તે ગળગળી થઈને બોલી "યાદ છે, પણ તે બદલ મને માફ કરો કાં મારી નાખો. ભાઈ"

કરણો બોલી ઉઠયો "હવે, અમે અમારી કોઈ બહેનને દુભવી ન શકીએ, બહેન."

રઘો ફરી વચ્ચે બોલ્યો "હા, બહેન, તને અસ્થિ મળી ગયા છે. હવે તું જઈ શકે છે."

રઘો તેને જેમ બને તેમ વહેલી વળાવવા ઈચ્છતો હતો પણ કરણો તેની સાથે વધુ વાત કરવા માંગતો હતો. તે બોલ્યો "બહેન, તને અસ્થિ મળી ગયા છે હવે તું ખાઈ પી શકે છે. બોલ તારે પાણી પીવું છે?"

તેણે ડોકી હલાવી. તે જોઈને શામો દોડતો સ્મશાનની અંદર ગયો અને ગઈકાલે વધેરેલાં નારિયેળની બે કાચલીઓ શોધી નદીએ ગયો અને તેમાં પાણી ભરી લાંબી ડાફૂં દેતો દેતો પાછો આવ્યો. આ ગાળામાં તેના ત્રણેય ભાઈઓ અને સૂરજબા નીચે બેસી ગયાં હતાં.

શામાએ એક કાચલી નીચે મૂકી બીજી કાચલી તેની સામે ધરી. તે તેમાં તેનું સીધું મોં નાખી પાણી પીવા લાગી. તેનું પાણીથી પારણું કરાવતો હોય તેમ શામાએ કાચલીની સ્થિતિ કરી. પાણી પીધા પછી તેને સારું લાગ્યું. ગઈ કાલથી તેણે પાણી પીધું જ ન હતું. પાણી પીધા પછી તેની ભૂખ પણ ઉઘડી. તેણે ખાવાનું માંગ્યું. થોડીવાર પહેલાં તેમની બહેને પણ આ જ રીતે ખાવાનું માંગ્યું હતું.

તે હોળીની સાંજથી ભૂખીતરસી હતી અને આ ધૂળેટીની સવારથી ભૂખીતરસી હતી. તેણે પરાણે ભૂખીતરસી રહેવું પડયું હતું અને આ પોતાની મેળે ભૂખીતરસી રહી હતી. તે બંધનમાં હતી અને આ મુક્ત હતી. તે કોઠીમાંથી બહાર નીકળી શકતી ન હતી અને આ સ્મશાનની અંદર જઈ શકતી ન હતી. બાકીની તમામ સ્થિતિ એક સરખી હતી.

રઘો, શામો અને ભીમો વિચારમાં પડી ગયા કે સ્મશાનમાં ખાવાનું ક્યાંથી હોય?

કરણાએ તેના ખિસ્સામાંથી રોટલા ફડાસિયાના કટકા કાઢી સૂરજબાને આપ્યા. તેણે તે લઈ લીધા. તેણે એક કટકો મોંમાં મૂક્યો પણ તે ન ભાંગ્યો. જેણે કદી ટાઢો રોટલો પણ ખાધો ન હોય તેનાથી ત્રણ દિ'નો સૂકો રોટલો એમ થોડો ભાંગે? તેણે બીજી કાચલીમાં ભરેલાં પાણીમાં કટકો ઝબોળ્યો. તે પાણીમાં પલળીને થોડો ઢીલો થયો એટલે ફરી મોંમા મૂક્યો. તે તેને રસગુલ્લા જેવો લાગ્યો હોય તેમ તેને ગળે ઉતારી ગઈ અને પછી બધા કટકા પાણીમાં પલાળી પલાળીને ખાઈ ગઈ. હવે તેનામાં થોડું જોર આવ્યું. તે ગામમાં આવી પછી પહેલીવાર તે ખુશ થઈ! તે ઊભી થઈ. ચારેય ભાઈઓ પણ ઊભા થયા.

તે બોલી ''તમે ચારેય ભાઈઓ આ ગામ છોડીને જતા રહેજો. બીજા ગામે સુખી થશો.''

આટલું બોલીને તેણે ચારેય ભાઈઓના ઓવારણા લીધા. ચારેય ભાઈઓ રાજી થયા.

તે પછી તેણે ગામ તરફ મોં કરી દુ:ખી સ્વરે બોલી ''જે ગામે મને દુ:ખી કરી છે. તે ગામને હું શ્રાપ આપું છું કે આ ગામ મારા દુ:ખે દુ:ખી થજો અને મારા મોત સાથે તેનો નાશ થજો.''

તેનો શ્રાપ સાંભળી ચારેય હેબત ખાઈ ગયા. તેમને ખાતરી હતી કે આ દુ:ખયારીનો શ્રાપ ચોક્કસ ફળશે. આથી વધુ આ ચારેય ભાઈઓ તેના શ્રાપ વિશે વિચારે તે પહેલાં તો તે શહેરના રસ્તા તરફ થાકના કારણે લથડિયા ખાતી ખાતી ચાલવા લાગી. તેઓ તેને જાતી જોઈ રહ્યા. તેમને લાગ્યું કે તે ખરેખર ગાંડી થઈ ગઈ છે. તે મોટરગાડી લઈને આવી હતી તેના બદલે તે તો ચાલતી જાય છે!

ચારેય ભાઈઓ ગામ તરફ આગળ વધ્યા. રસ્તામાં તેને સૂરજબાની ગાડી સામી મળી. તેમને થયું કે હાશ! હવે, ગાંડીને મોટર તો નસીબ થશે. ત્યાં તેને મોટરની પાછળ ઉડતી ધૂળમાં હવામાં હાથ વીંઝતી છૂટાં વાળવાળી એક નાર નજરમાં આવી. તે ઘડીકમાં ચાલતી હતી તો ઘડીકમાં દોડતી હતી. ઘડીકમાં હસતી હતી તો ઘડીકમાં રડતી હતી. તેમને થયુંઃ એક ગઈ અને બીજી થઈ!

છગને આટલે સુધીની વાત મને ટુંકમાં કહી. તેની વાત સાંભળી હું રડવા સિવાય કરી પણ શું શકું તેમ હતો. હું રડયો. ખૂબ રડયો. સૂરુંની વેદના, ભૂખ, તરસ મને મહેસુસ થતી હતી. તેણે મારા પ્રેમમાં પારાવાર દુઃખ સહન કર્યું હતું. તેણે કરેલો વિલાપ મારું કાળજું કોરી રહ્યો હતો.

તે પ્રેમમાં પાગલપણાની હદ સુધી પહોંચી ગઈ હતી. સાચે જ તેણે મને સાચો પ્રેમ કર્યો હતો. અસીમ પ્રેમ કર્યો હતો. તેનો પ્રેમ આકાશને અડતો હતો. તેના પ્રેમની ઊંચાઈ સામે મારો પ્રેમ પાતાળના તળિયે પડયો હતો. હું રડી રહ્યો હતો પણ તે નકામું હતું. કેટલીક વારે હું શાંત પડયો. છગને મને પાણી પાયું. એવામાં મને સૂરુંના ગયા પછી પાગલ બની ગયેલી પેલી નાર યાદ આવી ગઈ.

મેં છગનને પૂછયું "છગન, પેલી ગાંડી થઈ ગયેલી નાર કોણ હતી?"

છગને કહ્યું "તે રાધા હતી. તારું મડું તૈયાર કરનાર ચારેય ભાઈઓની એકની એક બહેન."

મેં પૂછયું "તો પછી તેનું શું થયું?"

છગને જવાબ આપ્યો "તે 'મયુર... મયુર...' એમ બૂમો પાડતી દોડતી તેના ભાઈઓ તરફ આવી રહી હતી. તેના ભાઈઓએ તેને ઓળખી. ત્રણ ત્રણ દિવસ કોઠામાં પૂરાઈ રહેવાથી તે ગાંડી થઈ ગઈ હતી. તેના ભાઈઓ 'બહેન... બહેન...' બોલતાં તેને પકડવા દોડયા. તેમને જોઈને તે તેમનાથી દૂર ભાગી અને..."

વાત કરતાં કરતાં છગન અટકી ગયો. મેં તેને કહ્યું "કેમ અટકી ગયો? આગળ બોલ."

છગન બોલ્યો "આગળ બોલવા જેવું નથી. મને દિલમાં દુઃખ થાય છે તોયે તને કહું છું. તે ભાગીને ગામના કુવામાં પડી ચારેય ભાઈઓ તેને બચાવવા તેની

પાછળ દોડયા પણ તેઓ મોડા પડયા. તેને કુવામાંથી બહાર કાઢી તો તે બહાર નીકળી ન હતી, તેની લાશ બહાર નીકળી હતી."

મેં તેને ફરી પૂછયું "છગન, મયુર કોણ? તે કેમ તેનું નામ લેતી હતી? તે પ્રેમમાં હતી?"

છગને કહ્યું "મયુર તે જામભાનો દીકરો મયુરસિંહ. તે તેના પ્રેમમાં હતી એવી છાની વાત છે. મારા જેવાં એક બેને ખબર છે. વાત બહાર પડાય તેમ નથી. મયુરસિંહ પણ પછી દેખાયો નથી. ઘણી શોધખોળ કરવામાં આવી છે પણ તેનો પત્તો લાગ્યો નથી. કેમ ગાયબ થઈ ગયો હશે તે?"

છગન માથું ખંજવાળવા લાગ્યો. મેં થોડી બુદ્ધિ વાપરી તો મને તે મળી ગયો.

મેં છગનને કહ્યું "મયુરસિંહ કેમ દેખાયો નથી તેની મને ખબર પડી ગઈ છે."

છગન અધીરો બની ગયો. તે બોલ્યો "કેમ દેખાયો નથી? મને કહે, હું કોઈને નહીં કહું."

મેં કહ્યું "ક્યાંથી દેખાય? તેનો કુટેળો નીકળી ગયો છે. તેની લાશ પણ હાથમાં ન આવે તે રીતે ચતુરાઈથી તેને યમના ઘેર મોકલી દેવાયો છે. છગન."

'હેં...' છગન નવાઈ પામી ગયો. તે બોલ્યો "તને અહીં બેઠાં કેમ ખબર પડી ગઈ?"

મેં અભિમાનથી મારા જમણા હાથની આંગળીથી મગજ બતાવતાં કહ્યું "બુદ્ધિથી. જ્યાં હાજર ન હોઈએ ત્યાંના બનાવોની પણ ખબર બુદ્ધિથી પડી જાય છે. કોઈને ન કહે તો તને કહું?"

છગને તેના ગળા પર હાથ રાખી બોલ્યો 'તારા સમ, કોઈને નહીં કહું બસ. હવે તો કહે."

મેં રહસ્ય ઉદ્‌ઘાટન કરતાં કહ્યું "સાંભળ, રાધા મયુરસિંહના પ્રેમમાં હતી તેની મને ખબર છે. એક વખત મેં તેમને ભૂલામણીમાં બંનેને એકબીજાને વળગીને પડેલાં જોયા હતા. ભૂલામણી એટલે ગામની નદીના પટમાં ભૂકરવા પથ્થરની ચટાનો પરથી વરસોથી વહેતાં નદીના પાણીથી જુદાં જુદાં આકારના

પથ્થરો થઈ ગયા છે અને તેની અંદર ગુફાઓ જેવી જગ્યાઓ થઈ ગઈ છે તે. પ્રેમીઓ તેમાં પ્રવેશી મિલનસુખ માણી લેતાં હોય છે. ગાયના ગળા તરીકે ઓળખાતી જગ્યા નદીના વમળે વરસોથી પથ્થરને ઘસી ઘસીને બનાવેલી છે ત્યાં તેમને જોયા હતા. બંને પ્રેમ પંખીડા છૂપાઈને મળતા હતા પણ સૂરજને છાબડીથી થોડો ઢાંકી શકાય છે. એક વખત તેના ભાઈઓને તેમના પ્રેમની ખબર પડતા જ રાધાને ઘરમાં પૂરી બરાબરની ઢીબી નાખી હતી. એ વખતે હું ત્યાં જ હતો. માર ખાધા પછી પણ તેઓએ છાનુંછપનું મળવાનું છોડયું ન હતું. તેની ફરી ખબર પડતા તેના ભાઈઓ તેને એકલી છોડતા જ ન હતા. ખાલી રાતે અલગ ઓરડામાં એકલી સુવા મૂકતા હતા. મને ખબર છે ક્યારેક ક્યારેક રાતે તેના ભાઈઓ ઘરની બહાર હોય ત્યારે મયુરસિંહ તેને મળવા આવતો હતો.

આ વાતની પણ તેના ભાઈઓને ખબર પડી ગઈ હશે. તેને સમજાવી હશે પણ તે એકની બે થઈ નહીં હોય. કોઈક રીતે તેના ચારેય ભાઈઓને જાણ થઈ ગઈ હશે કે હોળીની રાતે મયુરસિંહ તેમની બહેનને મળવા આવવાનો છે. આ હોળીની રાતે જ તેમને મારું મડું તૈયાર કરવાનું હતું. તેમણે એક ખતરનાક યોજના વિચારી લીધી હશે. હોળીની સાંજે ચારેય ભાઈઓએ તેમની બહેને રાંધેલાં રોટલાં શાક ખાધા હશે અને તેમની બહેનને હોળી જોવા જવાના છીએ તેવું બહાનું આપી તેને જાણ ન થાય તે રીતે તેના ઓરડામાં સંતાઈ ગયા હશે. રાધાએ ખાધું ન હતું. તે હોળી જોવા પણ ગઈ ન હતી. રાત પડયે તે તેના ઓરડામાં જઈને તેના પ્રેમીને આવવાની રાહ જોતી સૂતી પડી હશે.

મધરાતે મયુરસિંહ તેના ઓરડાની પછીતેથી ચડીને નળીયા ઉથલાવી તેના ઓરડામાં આવ્યો હશે. સંતાયેલાં ચારેય ભાઈઓએ બંને પ્રેમીઓને પહેલાં મળવા દીધા હશે. બંને ગળાડૂબ પ્રેમમાં મશગુલ થયા હશે કે ઓરડામાં સંતાયેલાં તેના ભાઈઓ એકાએક બહાર નીકળ્યા હશે અને બહાર નીકળીને સીધા મયુરસિંહને મારવા લાગ્યા હશે. આમેય મયુરસિંહ દેખાવડો હતો પણ બે ઝાપટ મારો તો તે મોંઢામાંથી ફીણ કાઢી જતો હતો. મેં તેને એક વખત મારેલો ત્યારે આવું જ થયેલું. ચારેય ભાઈઓના મારથી તે મરી નહીં ગયો હોય તો બેભાન તો જરૂર થઈ ગયો હશે.

એ વખતે રાધાએ બહુ બૂમાબૂમ કરી હશે પણ હોળીના ઢોલના અવાજમાં કોઈને તેની બૂમાબૂમ સંભળાય નહીં હોય. ઢોલના અવાજમાં કોઈને

મયુરસિંહની મરણચીસો પણ સંભળાય નહીં હોય. રાધાનું ઘર દરબાર ગઢથી અને તારા ઘરથી ઘણું દૂર છે તેથી તને અને મધુને પણ તેની મરણચીસો સંભળાઈ ન હતી. મયુરસિંહને મરી ગયેલો સમજી રાધાએ બહાર નીકળીને બૂમાબૂમ કરવાની કોશીશ કરી હશે એટલે તેના ભાઈઓએ તેને પકડીને કોઠામાં પૂરી દીધી હશે.

આ પછી તેના ભાઈઓએ મયુરસિંહના મડાને તૈયાર કરીને મારા મડા તરીકે ખપાવી દીધું હશે. તેમણે કોળી આગેવાનોને વાત કરી પણ હોય અને ન પણ કરી હોય પણ સ્મશાનયાત્રામાં મડા બાબતે કોઈ મડાગાંઠ ન આવી તે પરથી કહી શકાય કે તેમને તેમના સમાજનો પૂરો સાથ હતો.

તેમણે તેમના ઘરમાંથી મારું નહીં પણ મયુરસિંહનું મડુ જ બહાર કાઢયું હતું. તેના મડાને જ બધાએ અબીલગુલાલ છાટયું હતું અને હારતોરાં પણ તેના મડાને જ થયા હતા. જે સળગાવવામાં આવ્યું તે મારું પૂતળું ન હતું તેનું મડુ જ હતું. આથી જ મડાનું ખાપણ પણ છેવટ સુધી દૂર કરવામાં આવ્યું ન હતું. સૂરું જ્યારે સ્મશાનમાં આવી ત્યારે જો તેને મડાના મુખના અંતિમ દર્શન કરવા દીધા હોત તો ભેદ ખૂલી જાત પણ તેને જોતા જ તરત તેના અગ્નિ સંસ્કાર કરી નાખવામાં આવ્યા હતા. સૂરુંને પણ એટલે જ ચિતામાં પડતી કરણાએ રોકી હતી. તેના તમામ અસ્થિઓ પણ એટલે જ નદીમાં પધરાવી દીધા હતા. ગામને સૂરુંની કશી પડી ન હતી. આથી આ બધું આમ થયું.''

છગન આશ્ચર્યચકિત થઈ ગયો. તે બોલ્યો ''જો તારી વાત ખરી હોય તો, કોળી ભાઈઓની બુદ્ધિ વાણિયા જેવી ગણાય પણ કમરના સ્નાયુ ખેંચાવાથી મડું બેઠું થાય તે વાત સાચી કે ખોટી?''

મેં કહ્યું ''તે સાચું છે પણ મયુરસિંહનું મડું સ્નાયુ ખેંચાવાથી બેઠું થયું ન હતું.''

છગન બોલી ઉઠયો ''હેં..., શું વાત કરશ? તો તેનું મડું બેઠું થયું હતું તે ખોટું?''

મેં છગનને કહ્યું ''ખોટું, સ્નાયુઓ ખેંચાવાથી કદાચ મડું બેઠું થાય તો તે એક જ વાર થાય છે.''

છગને નવાઈથી કહ્યું "પણ મસાણમાં મડું બે બે વાર બેઠું પણ થયું હતું અને હાથ પણ હલાવતું હતું. તેનું શું?"

મેં કહ્યું "ખરેખર તો બન્યું એવું હશે કે રાધાના ચારેય ભાઈઓએ મયુરસિંહને માર માર્યો હતો તેથી તે બેહોશ થઈ ગયો હતો. તેના ભાઈઓને લાગ્યું કે તે મરી ગયો છે. જો તેને મરી ગયેલો માની ન લીધો હોત તોપણ ચારેય તેને મારી જ નાખવાના હતા. જ્યારે તેને મારું મડું બનાવીને સ્મશાનમાં સળગાવ્યો ત્યારે તે ભાનમાં આવી ગયો હતો અને બેઠો થયો હતો. તેને પોતાને આગમાં ઘેરાયેલો જાણી બચવા માટે જ હાથ હલાવતો હતો. જેને સૂરું સમજી કે હું તેને બોલાવી રહ્યો છું. કોળીઓએ તેને જીવતો જ સળગાવી દીધો છે. બહુ કરુણ મોત થયું છે મયુરસિંહનું."

છગને છેલ્લો પ્રશ્ન કર્યો "તો તે ચિતામાંથી બહાર નીકળી ભાગ્યો કેમ નહીં?"

મેં કહ્યું "બની શકે છે કે ચારેય ભાઈઓએ માર મારી તેના પગ ભાંગી નાખ્યાં હોય અથવા તે તેના પગ પર ગોઠવેલાં લાકડાના ભારને કારણે તેના પગ બહાર કાઢી શકયો ન હોય."

છગને નિસાસો નાખ્યો. તેને રાધા અને મયુરના પ્રેમ પ્રત્યે લાગણી ઉત્પન્ન થઈ હતી.

તે બોલ્યો "રાધા મયુરના પ્રેમનો આવો કરુણ અંજામ! આવું ક્યાં સુધી ચાલશે ભાઈ?"

મેં કહ્યું "જ્યાં સુધી આપણા સમાજમાં ધર્મના, નાતજાતના, ઊંચનીચના, અમીરગરીબના ભેદભાવ ચાલુ હશે ત્યાં સુધી."

છગને કહ્યું "સરકાર આમાં કંઈ ન કરે? આપણાં પ્રતિનિધીઓ કાંઈ ન કરી શકે?"

મેં કહ્યું "તે પણ ધર્મ અને જ્ઞાતિવાદને પ્રોત્સાહન આપે છે. તેઓને ધર્મ અને જ્ઞાતિ મુજબ ટિકિટ મળે છે. તેઓ ધર્મ અને જ્ઞાતિના પાયા પર જ ચૂંટાય છે. આપણે પણ મતદાન આવાં આધાર પર જ કરીએ છીએ. આવું ચાલતું રહેશે ત્યાં સુધી પ્રેમીઓ તડપતાં રહેશે, મરતાં રહેશે."

આ સાંભળી તે મૂંગો થઈ ગયો. હું પણ ચૂપચાપ સૂરુંને સંભાળતો બેસી રહ્યો.

કેટલીય વાર પછી છગને કહ્યું "એક સારા સમાચાર આપું?"

મેં ઉત્સુકતાથી કહ્યું "આપને જલદી આપ."

છગને કહ્યું "ગામે તને આ આખા પ્રકરણમાં નિર્દોષ માન્યો છે. ત્રણ ચાર દિવસ પહેલાં જ પંચાયતે તને ગામ આવવા દેવાનો ફેંસલો કરી લીધો છે. હવે, તું આપણાં ગામ જઈ શકે છે."

સમાચાર ખુશીના હતા પણ મારા મનમાં એવું હતું કે રાધા જીવતી છે, મયુરસિંહ જીવતો છે. સૂરું ગામમાં રોકાય છે. તે મારી પ્રતિક્ષા કરે છે. આવું કશુંક સાંભળવા મળશે પણ ન મળ્યું. તેથી હું નિરાશ થયો હતો તોપણ ઉત્તેજિત થઈને ઊભા થયો.

મેં કહ્યું "છગન, મારે ગામ પહોંચીને મયુરસિંહના હત્યારાઓને સજા કરાવવી છે. જો રાધાના ચારેય ભાઈઓને સજા થશે તો જ રાધાના આત્માને શાંતિ મળશે."

છગને કહ્યું "પણ તે કઈ રીતે શક્ય બનશે?"

મેં આવેશથી કહ્યું "હું એ ચારેયને પકડીને પોલીસને સોંપી દઈશ."

છગને કહ્યું "ચારેય ભાઈઓ તેમના ઘરબાર અને ખેતીવાડી સસ્તામાં વેંચી ગામ છોડીને જતા રહ્યા છે. સાંઈઠ વીઘા જમીન ખાલી બારસો રૂપિયામાં ગોવુભાને વેંચી દીધી છે. તેમના બીજા ભાઈઓ પણ તેમની સાથે જતા રહેલ છે. ક્યાં ગયા છે તેની કોઈને ખબર નથી. આખી મેરપાટી વેચાઈ ગઈ છે. બધા મેરફળીયા ખાલીખમ થઈ ગયા છે. બીજો એક પણ કોળી તેમના વિરુદ્ધ નિવેદન નહીં આપે. તે દિવસે સ્મશાનમાં શું થયું હતું તે કોઈ કોળી પોલીસને બતાવશે નહીં. મને પણ માંડમાંડ શામજીભૂવાએ વાત કરી છે. વળી, મયુરસિંહનો એક પણ અવશેષ બચ્યો નથી કે જેને સળગાવી દીધો તે મયુરસિંહ હતો એવો પુરાવો મળે. ગુનેગારોએ બહુ ચતુરાઈથી કામ લીધું છે."

હું ખુશ થઈને બોલ્યો "ગુનેગાર ગમે તેટલો ચાલાક કેમ ન હોય તેના ગુનાનો એક સબૂત તો જરૂર તે છોડી જાય છે છગન. મયુરસિંહની હત્યાનો એક

પુરાવો છે. સૂરું પાસે તેના અસ્થિ છે. આજે નવી તક્નીકોથી તેના પરથી ડીએનએ ટેસ્ટ કરાવી તેની હત્યા થઈ હોવાનું સાબિત થઈ શકે છે. મને કહે તેના અસ્થિ લઈ ગયા પછી સૂરુંનું શું થયું? તે ક્યાં છે? તેની કંઈ ખબર?''

તેણે કહ્યું ''હાં, ખબર છે. તે પણ રાધાના રસ્તે ગઈ છે એવું જાણવા મળેલ છે.''

મેં કહ્યું ''એટલે?''

તેણે કહ્યું ''સમાચાર એવા છે કે સૂરજબા આપણું ગામ છોડીને ગઈ તે પછી ત્રણ ચાર દિવસે મહિપતસિંહ તેમના ઘેર ગયા હતા અને તેના પિતાજી ભગીરથસિંહને ધૂળેટીના દિવસે તેણે જે વર્તન કર્યું હતું તેની જાણ કરી હતી. ગુસ્સે ભરાયેલાં ભગીરથસિંહે તેને એક ઓરડામાં બંધ કરી દીધી હતી. કહે છે કે એ જ રાતે સૂરજબાએ અગનપછેડી ઓઢી લીધી હતી. પાછા ફરેલાં મહિપતસિંહે આવી વાત આવીને આખા ગામને કરી છે. સૂરજબાની સંગાથે મયુરસિંહના અસ્થિ પણ બળીને તેની ખાખ સાથે ખાખ બની નહીં મળી ગયા હોય! સૂરજબા વગર હવે તને કોઈ પુરાવો મળવાનો નથી. સૂરજબા હવે આ દુનિયામાં નથી એ મારે તને કહેવું ન હતું પણ તે મને કહેવા મજબુર કર્યો છે તેથી કહું છું.''

ફરી મને સૂરુંની પ્રીત માટે ગર્વ થયો. તેણે ભલે મોતને મીઠું કર્યુ હોય પણ તે મારા હૃદયમાં હંમેશ માટે અમર થઈ ગઈ હતી. હવે તેની પાછળ રડીને હું તેની પ્રીતનું અપમાન કરવા માંગતો ન હતો. તેની પ્રીતની કક્ષા આસમાને અડતી હતી. હું તેની પ્રીતની કક્ષાથી બહુ દૂર હતો. તેની આટલી ઉત્કૃષ્ટ પ્રીત મારા પ્રત્યે હતી જેનો હું મનોમન ગર્વ અનુભવી રહ્યો હતો.

એવામાં છગન પૂછી બેઠો ''તે રાજુ, તને રાધાને મયુરના પ્રેમનું આટલું કેમ દાઝે છે?''

મેં શરમાઈને કહ્યું ''સાચું કહું છગન, રાધા એ મારો પહેલો પ્રેમ હતો. તે મારી બચપણની દોસ્ત હતી. અમે સાથે જ રમીને મોટાં થયા હતાં. હું યુવાનીમાં બેસતાં જ તેને ચાહવા લાગ્યો હતો. હું તેને બહુ ચાહતો હતો પણ કદી તેને કહી શક્યો ન હતો. મારો પ્રેમ એક પક્ષી હતો. જ્યારે મેં તેમને ભૂલામણીમાં એકબીજાને વળગીને પડેલાં જોયા હતા ત્યારે જ મને ખબર પડી કે તે અને

મયુરસિંહ એકબીજાનાં પ્રેમમાં છે ત્યારે મને થોડું દુઃખ થયું હતું. છગન જેને ચાહતા હોય તેના સુખમાં સહયોગ આપવો એ જ સાચો પ્રેમ છે. ઘણીવાર મેં તેમનું મિલન કરાવ્યું હતું. વહેલામોડા તે બંને ભાગીને લગ્ન કરી લેવાના હતા અને તેમાં મારે સાથ આપવાનો હતો. મારું અને સૂરૂંનું પ્રેમપ્રકરણ પ્રગટ ન થયું હોત તો તેમના લગ્ન મેં કરાવી દીધા હોત અને આજે તેઓ કોઈ શહેરમાં સુખેથી રહેતા હોત.''

છગન મશ્કરીના રણકામાં બોલ્યો ''તો, તારે તો ગામડાની ગોરીયે ગઈ અને શહેરની પણ છોરીયે ગઈ એમ જ ને? તને બધી ખબર હતી તોયે તે રાધા મયુરની વાત મારી પાસે ઓકાવી!''

મેં જરા તીખા અવાજે કહ્યું ''છગન, તું મર્યાદા ઓળંગશ. મરનાર માટે આવું બોલવું એ સજ્જનનું લક્ષણ નથી.''

છગને મજાકભર્યા રોષથી કહ્યું ''એઈ... સજ્જનવાળી, તું મને તારો નોકર સમજે છે? આ લે તારા રૂપિયા પાછા, હવે તો તું ગામ જઈ જ શકે છે તો તારી માને રૂબરૂ જઈને દઈ આવને?''

તેની વાત ખરી હતી. મેં મારા રૂપિયા પાછા લઈ લીધા. આવતીકાલે હું વતન જઈશ એમ તેને જણાવી હું ઘેર પાછો ફર્યો.

બીજે દિવસે હું સાંજે હું સૌરાષ્ટ્ર મેલમાં વતન આવવા નીકળી પડયો. સ્ટેશન પર મને છગન મળવા આવ્યો. તેણે મને એક સુટકેસ થમાવી.

તે વજનદાર જણાતાં મેં તેને પૂછયું ''શું છે છગન આમાં?''

છગને ધીરેથી કહ્યું ''તારી ભાભી માટે અહીંથી ખરીદેલાં સ્પ્રે, સેન્ટ, સોપ, નેઈલ પોલીશ, બ્રા, નીકર, નેપકીન, હેન્ડકરચીફ, હેન્ડબેગ, વગેરે છે. તારી ભાભી રાજી થશે. તેને દઈ દેજે.''

મેં તેને કહ્યું ''ભલે આપી દઈશ, રાખીશ નહીં. આમાંથી કંઈ મને કામ આવે તેવું નથી.''

એવામાં ટ્રેન આવી ગઈ. હું તેના જનરલ ડબામાં ચડી ગયો. બારી પાસેની એક ખાલી મારી સીટ શોધી બેસી ગયો. થોડીવારમાં ટ્રેનની વ્હીસલ વાગી. ટ્રેન

ઉપડી. મેં બારીમાંથી બહાર જોયું. છગન ગાડીની સાથે દોડતો દોડતો મને આવજે આવજે કહેતો રહ્યો. છેવટે તે મારી નજરથી અલોપ થયો.

બીજે દિવસે બપોરના સમયે હું મારા ગામમાં મારા ઘરે પહોંચી ગયો. માને પગે લાગ્યો. તેણે દુઃખણા લઈ મારું સ્વાગત કર્યું પણ એક પણ શબ્દ ન બોલી. મેં મુંબઈની ઘણી વાતો કરી પણ તે ન બોલી. મેં મનાવવા કોશીશ કરી. છેવટે મારા સમ આપ્યા ત્યારે બોલી "એક શરતે બોલીશ. તું સૂરજબાને ભૂલી જા. તે સામે ન આવે તે પહેલાં કદી તારી જીભ પર તેનું નામ ન આવવું જોઈએ."

મેં કહ્યું "મા તારા પર સો સૂરજ કુરબાન કરી દઉં. જા હવે કદી હું તેનું નામ નહીં લઉં."

મા મને ઉમળકાથી ભેટી પડી. વહાલથી મારા માથા પર હાથ ફેરવવા લાગી. મેં મારી પહેલી કમાણી તેના હાથમાં સોંપી. તેને ખૂબ જ આનંદ થયો. તેણે મને તેના બે હાથથી અંતરથી આશીર્વાદ આપતા કહ્યું "દીકરા, સો વરસનો થજે. આજે તે આપણાં પૂર્વજોને ઉજળાં કરી દેખાડયા. દીકરા તારો બાપ કશું બચાવી નથી ગયો પણ તને સોંપતો ગયો તેય મારે મન ઘણું છે. મારા દીકરા તું સુખી થજે."

થોડીવારે માએ ગોવુભાને બોલાવી તેને ગામમાં પાણીનું પરબ બનાવવા દશહજાર રૂપિયા આપ્યાં. તેણે મારી સાથે અન્યાય કર્યો હોવાથી તે મારી સામે નજર મિલાવી શકતા ન હતા. આ જોઈ મા બોલી "દીકરા, ગોવુભા તારા કાકા છે. તેણે હંમેશા આપણું હિત જોયું છે. મારા ગયા પછી તે તારું ધ્યાન રાખશે. તેનાથી અબોલા ન હોય. કાકાને નમવાથી ભત્રીજો કોઈ દી' નાનો નથી થઈ જતો."

મેં કહ્યું "મા, મેં કદી તેમની સાથે તોછડું વર્તન નથી કર્યું. લો આ કાકાને નમ્યો."

આમ કહી હું ગોવુભાને નમ્યો. ગોવુભાનો ક્ષોભ ઓછો થયો. તે મને બેઠો કરી મને ભેટી પડયા. હું પણ આનંદથી ભેટી પડયો. હવે, બધું પતી ગયું હતું. નાહક રોષ રાખવાનો કશો અર્થ ન હતો.

બીજા દિવસે છગને આપેલી સૂટકેશ લઈને હું તેના ઘેર ગયો. તેની વહુ ફળિયામાં માટીનું ખામણું કરી તેની પાસે બેઠાં બેઠાં માટીના પિંડાઓ બનાવીને

તેની આસપાસ ગોઠવી રહી હતી. મંદિરમાં પૂજારણ બેસીને તેની ફરતેના સહસ્ત્ર શિવલીંગોની પૂજા કરતી હોય તેવી તે દિસતી હતી!

મેં સૂટકેસ ફળિયામાં મૂકી તેને કહ્યું "નમસ્તે, ભાભી."

તે છણકો મારીને બોલી "તમે કોણ છો? કેમ મને ભાભી કહો છો? શું કામ આવ્યા છો?"

મેં કહ્યું "હું રાજુ છું. છગન મારો ગોઠિયો છે તો તમે મારા ભાભી થયા કે નહીં? હું પણ મુંબઈમાં રહું છું. તેણે તમારા સાટું આ સૂટકેશ મોકલી છે તે દેવા આવ્યો છું. તેણે મને તમારી બધી વાતો કરી છે. તમારી સુહાગરાતની ધમાચકડીની વાત પણ મને કહી છે. કહો તો બોલી બતાઉ?"

તે શરમાઈને બોલી "હાય..., હાય..., સંધુય તમારી પાસે ઓકી નાખ્યું! જે નવ મહિના પેટમાં રહે તે પાંચ દિ' તેના પેટમાં વાતેય ન રાખી શકે? હેં..., ભગવાન આ પુરુષોને ક્યારે અક્કલ આવશે?"

મેં મજાકથી કહ્યું "ભાભી, જે પુરુષમાં ભાન હોતું નથી એ પહેલાં પરણે છે. પરણ્યાં પછી પહેલું ભાન થાય છે કે ખોટું કામ થઈ ગયું. છૈયાછોકરાં પછી બીજું ભાન થાય છે કે ખોટો ધંધો થઈ ગયો. વરસો સુધી સંસાર માણ્યાં પછી ત્રીજું ભાન થાય છે કે હું ખોટેખોટો બૈરીનો ગુલામ બની ગયો!"

તે લાડથી બોલી "ભરમા, વિસનું અને શંકર પણ પરણેલાં છે એટલે શું તે પણ ગુલામ થયાં?"

મેં કહ્યું "ભાભી, ભરથરીએ તેના શૃંગારશતકમાં પહેલાં શ્લોકમાં લખ્યું છે કે બ્રહ્મા, વિષ્ણુ અને મહેશને સદાય માટે જેણે મૃગનયની સ્ત્રીઓના ઘરકામ કરતાં નોકર બનાવી દીધા છે અને જેના વિચિત્ર ચરિત્રનો દેવી સરસ્વતી પણ પાર પામી શકતી નથી એવા કામદેવને હું નમસ્કાર કરું છું."

તેણે આંખનો તિરછો ઈશારો કરી મને સૂટકેશને ઓસરીમાં મૂકવા જણાવ્યું. મેં તેમ કર્યુ. આથી તે મર્માયું હસી. તેણે તેના એક હાથની આંગળી હલાવી મને તેની પાસે બોલાવ્યો. હું તેની ગયો એટલે તે મારી મશ્કરી કરતી હોય તેમ હસતી હસતી બોલી "તે કામદેવ કોનો નોકર?"

મેં કહ્યું "ભરથરીએ કહ્યું છે કે કામદેવ સુંદર સ્ત્રીઓનો નોકર છે કેમ કે તેની આંખના ઈશારા પર તે કામ કરવા લાગે છે. અર્થાત્ સુંદર સ્ત્રીઓ નજર ફેરવે છે કે પુરુષોમાં કામ જાગે છે."

તે કટાક્ષમાં હસીને બોલી "તો તમે પણ મારાં નોકર થયાં! તમે કેવી સૂટકેશ મૂકી દીધી!"

મેં હસીને કહ્યું "વાહ, ભાભી વાહ, તમે તો પરપુરુષનેય નોકર બનાવી દીધો તો છગનની તો કેવી હાલત કરતાં હશો? વળી, તમારી આંગળીની તાકાત! ત્રણ મણના પુરુષને તરત પાસે તાણી લાવી!"

તે બોલી "એ તો, પરસ્ત્રીને જોતાં પરપુરુષનો બધોય રસ ઢોળાઈ જતો હોય છે એટલે તે પરસ્ત્રીનો નોકર બની જાય છે. જેમ પરસ્ત્રીની આંગળીના ઈશારે ત્રણ મણનો પુરુષ તણાય આવ્યો તેમ તેના આંખના ઈશારે પાંચ ફૂટનો પુરુષ લાંબોલચ્છ થઈને તેના પગમાં પણ પડી જાય હોં..."

હું મશ્કરીના સ્વરે બોલ્યો "તે ભાભી, તમારા જેવી સુંદર નારી ભોગવવા મળતી હોય તો પરપુરુષ ગલોટિયાં પણ ખાવા માંડે."

તે શરમાઈ ગઈ. સાચે જ તે ખૂબ સુંદર હતી. અત્યારે તે તેના હાથે, પગે, માથે, ગાલે, કેડે, માટીવાળી થઈ ગઈ હતી તોપણ તે ઘણી જ આકર્ષક લાગી રહી હતી. માટી સાથે મહેનત કરવાથી તેના હાથ અને પગ ઘાટીલાં થઈ ગયા હતા. તેની કેડ તેને કેડેથી પકડી કસોકસ ભેટી લેવાનું મન થાય તેટલી આકર્ષક અને પાતળી હતી. તેના પરવાળા જેવાં આછાં ગુલાબી હોઠ પર મારી એકાદ ચૂમી તો બનતી હતી. તેની આંખની બાજુમાં લમણાની નીચે થોડીક માટી ચોંટી હતી. આથી કાદવમાં કમળ ખીલ્યું હોય તેવી તેની આંખો લાગતી હતી. પવનની કોઈ લહેરખી આવે અને જેમ કમળ ડોલવા લાગે તેમ તેની આંખો વિલાસ કરી રહી હતી. આ આંખોમાં ખોવાઈ જવાનું મન થઈ જાય તેવી નટખટ હતી. તેની નશીલી આંખો મને પાગલ કરી રહી હતી. ધીરેધીરે હું તેની મદમસ્ત આંખોમાં ખોવાઈ જવાનો હતો. એવામાં મને તેના પતિની દયા આવી. બિચારો! આવી સુંદરીને મૂકીને તે સંપત્તિ પાછળ પડયો છે! ઘરડે ઘડપણે લાખોની સંપત્તિ હોય તોયે શું? સ્વર્ગમાંથી ઉતરી આવી હોય તેવી આવી સુંદરીઓનો ભોગવટો પડતો મૂકી સંપતિ પાછળ દોટ દેનારો પાગલ ગણાય પાગલ.

કહે છે કે એક વખત પરદેશમાં ધન કમાવવાની ગણતરીએ ગયેલાં લોકો જ્યારે અધવચ્ચે કમાણી પડતી મૂકી ઓછાં ધન સાથે ઝડપથી પોતાના ઘેર જઈ રહ્યા હતા ત્યારે રાજા ભરથરીએ તેમને આવું કરવાનું કારણ પૂછયું તો તેમણે જવાબ આપ્યો કે હે રાજન! આ જગતમાં કોઈપણ તૃષ્ણાના સમુદ્રને પાર કરી શકયો નથી. જ્યારે આ શરીરમાંથી પ્રેમસભર યૌવન ચાલ્યું જાય ત્યારે પણ તેને સ્ત્રીઓના ભોગવિલાસની લાલસા રહે જ છે. એ વખતે પાસે પુષ્કળ ધન હોય તોપણ તે શા કામનું? આથી ખીલેલાં ડોલરના ફૂલ જેવી અને નીલકમળ જેવાં નયનોવાળી અમારી યુવાન પ્રેયસીના રૂપને ઝડપથી ઝાપટ મારીને વૃધ્ધાવસ્થા નષ્ટ કરે તે પહેલાં અમે અમારા ઘેર જઈએ છીએ.

આટલી સાદી અક્કલ પણ છગનમાં ન હતી. આવી સુંદરી પાસે સંપતિની શું વિસાત?

તે મરક મરક હસતી મારી સામે નયનબાણ ચલાવીને તેને ઘાયલ કરી રહી હતી અને હું ખુશીથી ઘાયલ થઈ રહ્યો હતો! જો તે પરણેલી ન હોત તો આજે રાજા ભરથરીની જેમ તેની સુંદરતાના વખાણ કરતાં કરતાં તેને કહી દેત કે હે મુગ્ધા! તારું આ ધનુર્ધારીપણું અપૂર્વ છે કે જેના વડે તું બાણો ચલાવ્યા વગર પણ મારા મનને ફકત તારા ધનુષની દોરીથી જ વીંધી નાખશ.

સંસ્કૃતમાં ગુણ એટલે દોરી. જેનો બીજો અર્થ ગુણ. સુંદરી ગુણોથી પુરુષનું મન જીતે છે. ભાભીમાં ગુણ પણ હતા એટલે તે છગનની ગેરહાજરીમાં પણ ઘર સંભાળી રહી હતી. જોકે, તેનામાં ચારિત્રનો ગુણ ન હતો એમ મને લાગ્યું. મારી માન્યતાને હવા દેતી તે મને જોઈ રહી હતી. હું તેને જોઈ રહ્યો હતો. ધીરેધીરે મારી નજર બગડી રહી હતી. જેને તે પારખી રહી હતી.

થોડીવારે તે મને બોલી "પરસ્ત્રી પાછળ નજર બગાડવા કરતાં પરણી જાવ ને?"

મેં કહ્યું "પરણી જાઉ પણ તમારા જેવી સુંદરી મળે તો 'ને?"

તેને કોઈ સુંદરી કહે તે તેને ગમતું હશે એમ હસીને બોલી "મારા જેવી ગોતી દઈશ. બસ."

મેં મજાકમાં કહ્યું "તોયે પરણવાથી લાભ શું થાય? ભાભી."

તે જોરજોરથી હસવા લાગી અને બોલી "લે, એટલીયે સમજ નથી, દિયરજી! રોજ રોજ લાડવા વાળવા મળે લાડવા. લાડવા વળાય જાય એટલે ઊંડા ઊંડા રાતા રાતા દરિયામાં નહાવા મળે નહાવા."

મેં કહ્યું "એ ખરું પણ ભાભી, મને લાડવા વાળતાંય આવડતું નથી અને દરિયામાં તરતાંય નથી આવડતું. રાતા દરિયામાં હું ડૂબી જાઉં તો? વળી, એમને એમ લાડવા વાળવાથી મને લાભ પણ શું થાય? કહે છે કે લગ્ન એટલે લાકડાના લાડુ. ખાય તે પસ્તાય અને ન ખાય તે પણ પસ્તાય."

તે બોલી "તે આજે સાંજે આવજો, લાડવા વાળતાં અને દરિયામાં તરતાં પણ હું તમને શીખવાડી દઈશ. લાડવા ન ખાવા તે કરતાં ખાઈને પસ્તાવું સારું. આવશો તો તમને પણ લાભ મળશે ."

હવે, હું શરમાઈ ગયો અને શરમાતો શરમાતો જ ત્યાંથી નીકળી ગયો.

સાવ નિર્લજ્જ હતી છગનની વહુ. વાતવાતમાં કેવી ચતુરાઈથી પરપુરુષને કેવું આમંત્રણ દઈ દીધું! તે સાંજ સુધી તેના વિશે જ હું વિચારતો રહ્યો. એ પરસ્ત્રીના રૂપનો નશો મને ધીરેધીરે ચડતો જતો હતો અને આમંત્રણ પણ હતું. આથી સાંજે સ્નાન કરી ફરી તેના ઘેર પહોંચી ગયો.

તે પણ કુંભારીકામમાંથી નવરી પડીને, તાજું સ્નાન કરીને, ગુલાબી રંગનું સાળું પહેરીને, બનીઠનીને, ગારમાટીના તેના ઘરના બારણાં પાસે એક હાથ બારણાના ટોડલે રાખી અને એક પગની પાની ઊંચી રાખીને મેઘને જોતાં મોરલાની જેમ ઊભી હતી. તેણે તેના માથા સુધીના વાળને એક ગાંઠ મારીને બાંધેલાં હતા અને માથા પછીના તેના વાળ છૂટાં અને વિખરાયેલાં રાખેલાં હતા. તેના અડધા ભીનાં અને અડધા સૂકાં વાળમાંથી માદક સુગંધ આવી રહી હતી. આ જોબનવંતીએ તેના કપાળે આછા ગુલાબી રંગનો ચાંદલો ચોંડયો હતો. કાન પાસેના વાળમાં ગુલાબી રંગનું ગુલાબનું એક ફૂલ ખોંસ્યું હતું. કમળસમ વદન પાસેનું આ ફૂલ અતિઆકર્ષક લાગતું હતું.

તેણે તેના નાકમાં સોનાની નથણી પહેરી હતી અને તેમાં ગુલાબી રંગનું નંગ જડેલું હતું. મારી સામે જોતી જોતી તે હળવે હળવે તેનો હાથ હલાવી તેના હાથમાં પહેરેલી ગુલાબી અને પીળાં રંગની બંગડીઓ ખનકાવી રહી હતી. તેણે પગમાં ચાંદીના સાંકળાં પહેરેલાં હતા જેને વારેવારે તેના પગ હલાવી છમછમ અવાજ

કરતી હતી. તેના ગળામાં ચાંદીનો હાર હતો અને તેમાં ગુલાબી રંગના જડેલાં રત્નો ડૂબતાં સૂરજના પ્રકાશમાં વધુ ગુલાબી રંગે ચમકી રહ્યાં હતા. તેની ઊંચી નીચી થતી છાતીને અનુસરીને આ હારમાંથી નીકળતાં કિરણો મારા ચહેરાને પણ ગુલાબી બનાવી રહ્યા હતા એમ મને કળાતું હતું. તેના હોઠ, હથેલી, પગની પાની ગુલાબી હતી અને તેની ચામડીનો રંગ પણ થોડોક ગુલાબી જેવો હતો.

આમ, આ મદમાતી સુંદરી સાચે જ ફૂલગુલાબી હતી. છગન મધુને લાલચટક કહેતો હોય તો તેની વહુ ફૂલગુલાબી હતી. હું તો આ કુંભારણની સુંદરતાને જોઈને આભો જ બની ગયો.

આવી કોઈ રૂપવતીને જોઈને ભરથરી પૂછે છે કે જેના શરીર પર કેસરનો લેપ લગાડેલો છે, જેના ગૌર સ્તનો પરનો હાર કંપિત થયેલો છે, જેના ચરણોમાં ઝાંઝરરૂપી હંસો ખનગનાટ કરે છે તેવી સુંદરીઓ આ પૃથ્વી પર કોને વશ કરતી નથી? બધાને વશ કરે છે.

ભઠ્ઠામાંથી તાજી કાઢેલી નાનકડી માટલી જેવાં ગોળ, ઘાટીલાં, કડક સ્તનો બ્રાનું બંધન તોડી ગુલાબી પોલકામાંથી અડધા બહાર ડોકાય રહ્યા હતા અને મને આકુળવ્યાકુળ કરી રહ્યા હતા. ગુલાબી સાળુંમાં વીંટળાયેલી, નાનકડી નાંદની ગોળાઈઓ જેવી ગોળ અને ગંઠાયેલી કેળ જેવી તેની માંસલ જાંઘો વચ્ચે વારેવારે મારી નજર ભૂલી પડી જતી હતી. આટલું ઓછું પડતું હોય તેમ તે મને વધુ આકર્ષવા પ્રસન્નચિત્તે ઊભીઊભી અર્ધવૃતાકારે અડધી પડધી થોડી થોડી ડોલી પણ રહી હતી. તેના ગુલાબી ચણિયામાં આકર્ષક ગોળાઈ કરી તેના નિતંબો મારું મન લલચાવી રહ્યા હતા. કદાચ આ ગુલાબી વસ્ત્રો છગને મારી સાથે જ મોકલેલાં હતા. તેની બ્રા અને નીકર પણ ગુલાબી જ હશે એ પણ ચોક્કસ જ છે.

તેણે ગુલાબનું અત્તર છાંટેલું હતું જેનો પમરાટ મને મહેંકાવી રહ્યો હતો. મારી સામે આખો ગુલાબનો બગીચો હોય તેવો ભાસ થતો હતો. તેણે તેની કમરે ચાંદીનો એક કંદોરો પહેરેલો હતો. જે તેના એક નિતંબને સોળે કળાએ શોભાવી રહ્યો હતો. તે ધીરેધીરે તેની કમર લચકાવી કંદોરાને છનકાવી મારું મન લોભાવતી હતી.

કંદોરાનું સ્થાન જોઈને મને એક સંસ્કૃત મુક્તક યાદ આવી ગયું. જેમાં પલંગ પર પડેલી એક સુંદરીના સુંદર ગૌર વર્ણના ઉત્કૃષ્ઠ માંસલ નિતંબ પર પડેલાં સોનાના કંદોરાને જોઈને તેનો પ્રિયજન તેની પ્રેમિકાને કહે છે "હે સુંદરી,

તારા આ નિતંબના ઢોળાવ પર આરોહણ કરવાનું સુખ મારા સિવાયનો બીજો કોઈ પુરુષ પામી શકતો નથી પરંતુ આ મણિમેખલા આ સુખ ભોગવી શકે છે કારણ કે તેના પર અગ્નિદેવ અને વઢણદેવની એકસામટી કૃપા થયેલી છે તેનો આ મહિમા છે.”

સોનાના અલંકાર ઘડતાં પહેલાં સોની સોનાને પહેલાં અગ્નિમાં તપાવે છે અને ઘડાયાં પછી તેને પાણીમાં ડૂબાડી ઠંડા પાડે છે. આ વાતને કવિએ શૃંગારરસમાં ચતુરાઈથી વણી લીધી છે.

હું યુવાન હતો. તે પણ યુવાન હતી. હું ચિતાકર્ષક હતો. તે ચિતચોર હતી. હું વીર્યરસથી ભરેલો હતો. તે વાસનાસભર હતી. હું તેના પર આસકત થયો હતો. તે મારા પર ફિદા થઈ હતી. હું આગળ વધ્યો. તેણે હાથ લંબાવી મને આવકાર્યો. હવે, અમે પાપના ભાગીદાર થઈએ તેમ હતાં. આ પાપ એક વાર થયાં પછી અમે અનેકવાર પાપ આચરવાના હતાં. સર્વ પાપોનું મૂળ યુવાની છે.

આથી જ ભરથરીએ કહ્યું છે કે જે વાસના માટેનું ધામ છે, જે નરકના સો સો મોટાં મોટાં દુઃખોની પ્રાપ્તિ માટેનો હેતુ છે, જે મોહને ઉત્પન્ન કરનારું બીજ છે, જે જ્ઞાનરૂપી ચંદ્રને ઢાંકી દેનારાં વાદળોનો સમુદાય છે, જે કામદેવનો એક માત્ર મિત્ર છે, જે જુદાં જુદાં સ્પષ્ટ દોષોનો પ્રબંધ કરી તેને પ્રગટ કરે છે અને જે આ લોકમાં અનર્થોના સમુહના ફૂલોના વન જેવું છે તે યૌવન સિવાય બીજું કશું પણ નથી.

અમે વાસનામાં અંધ બની જઈએ તે પહેલાં મારે વિચારવું જોઈએ કે છગનની વહુ એટલે મારી ભાભી. ભાભી તો મા ઠેકાણે ગણાય. મા સાથે સંવનન કઈ રીતે થાય? મહાપાપ લાગે. જે યુવાનીમાં જ વાસનાનો ગુલામ બને તે યુવાન ન ગણાય. મારે વાસનાના મારગેથી પાછા હટવું જોઈએ. મારે ચેતવું જોઈએ.

ભરથરીએ સાચું જ કહ્યું છે કે શૃંગારના વૃક્ષની તરસ બુઝાવવા માટે વરસાદ જેવું, પ્રણયરસની ક્રિયા માટે ધસમસતાં પ્રવાહના રેલાં જેવું, કામદેવના પ્રિય મિત્ર જેવું, ચતુરાઈથી બોલેલી વાણીરૂપી મોતી ઉત્પન્ન કરતાં મહાસાગર જેવું, પાતળી સુંદર સ્ત્રીના ચકોર પક્ષીરૂપી નેત્રો માટે પૂનમના ચંદ્ર જેવું અને સૌભાગ્યની લક્ષ્મીના ભંડાર જેવું, યૌવન જેને મળેલું છે તોપણ જેને વિકાર આવતો નથી તે યુવાનને ધન્ય છે.

આમ છતાં હું ન જ રોકાયો. હવે મને તેનાં શરીરની માદક સુગંધ પણ અનુભવાય રહી હતી. તેણે મારી સામે લંબાવેલો તેનો હાથ હું પકડું તે પહેલાં તેનો તે હાથ તેની નજીક લઈ લીધો એટલે હું તેની વધુ નજીક ગયો. હવે તે મને કચકચાવીને બાથ ભરીને મારી છાતીને તેની છાતી સાથે એક કરી દે એટલી જ વાર! મારી છાતી તો ધકધક થતી હતી. તેની છાતીના ધબકારાં પણ મને સંભળાઈ રહ્યાં હતા. તેના ભરાવદાર સ્તનોનો સ્પર્શ કરી શકું તેટલો હું નજીક ગયો અને તે પછી?

તે પછી એકાએક હું તેના ચરણોમાં નમી પડયો. હું બોલ્યો ''ભાભીમા, મને માફ કરો.''

એ જ વખતે તેણે તેના બંને હાથથી મને ઊભો કરી કહ્યું ''દિયરજી, હું તો તમારી પરીક્ષા લેતી હતી. તમે મારી પરીક્ષામાં પાસ થયા છો. તમે મારી નજીક આવીને કોઈ અટકચાળો કરો તે પહેલાં તો મેં સટાક દઈને તમને એક તમાચો મારી દીધો હોત! મેં તમને તમાચો મારવા મારો હાથ માર્યો પણ હતો કે તમે એ જ પળે નીચે નમી ગયા અને મારો હાથ હવામાં જ વીંજાયને રહી ગયો. તમને તો મારા તમાચાની ખબર પણ ન પડી! વાહ, દિયરજી વાહ, મને લખમણ જતિ જેવો દિયર મળ્યો છે ને કાંઈ! તમને દિયરરૂપે મેળવી હું ધન્યભાગ્ય બની છું! બધાને આવો દિયર નથી મળતો.''

આટલું બોલી તે ખડખડાટ હસવા લાગી. તે મને છેતરવાં માંગતી હતી પણ હું છેતરાયો ન હતો તેથી હું પણ ખડખડાટ હસવા લાગ્યો. ખડખડાટ હસીહસીને અમે બંને બેવડાં વળી ગયાં. થોડીવારે અમે હસવાનું બંધ કરી વાતોએ વળગ્યાં.

તેણે મને પૂછયું ''દિયરજી, એકાએક આવી સદ્‌બુદ્ધિ કેમ સૂઝી?''

હું બોલ્યો ''ભાભી, હું તમને ભેટી પડું તે પહેલાં મને વિચાર આવ્યો કે છગનની વહુ એટલે મારી ભાભી. ભાભી તો મા ઠેકાણે ગણાય. મા સાથે સંવનન કઈ રીતે થાય? મહાપાપ લાગે. યુવાનીમાં વાસનાનો ગુલામ બને તે યુવાન ન ગણાય. મારે ચેતવું જોઈએ 'ને હું ચેતી ગયો. તમે?''

તે બોલી ''મને પણ તમારા જેવો જ વિચાર આવેલો. દિયર તો મારા દીકરા બરાબર. દિયરને જાણીજોઈને પાપનો ભાગીદાર ન બનાવાય. આમેય મારે તમારું માપ કાઢવું હતું તે મેં કાઢી લીધું.''

તે હસવા લાગી. હું પણ તેને સાથ દેતો હસતો રહ્યો. અમે વાતો કરતાં રહ્યાં અને હસતાં રહ્યાં. જોકે, અમે વાતો ઓછી કરી અને મશ્કરી વધુ કરી. એવામાં વાતવાતમાં મેં તેને પૂછી પણ લીધું "ભાભી, તમે દિયરનું માપ કાઢવા આટલો બધો ઠઠારો કેમ કર્યો? તે તો કહો."

તે ગંભીરતાથી બોલી "આ બધું મુંબઈ જઈને તમારા ભાઈબંધને કહેજો. તેને ખબર પડે કે પતિથી છૂટી પડેલી પત્નિના અરમાનો ગુલાબી કપડાં મોકલી દેવાથી ગુલાબી નથી થઈ જતાં! તે કચડાય છે. દર વખતે તમારા જેવો દિયર નહીં હોય, ક્યારેક પગ લપસી પણ પડે. તો તે મારો વાંક ન કાઢે. આ ઘરમાં મને બીજું કોઈ દુઃખ નથી પણ આ દુઃખ સામે કોઈ સુખ મોટું પણ નથી."

ભાભીની વ્યથા જાણી મને બહુ દુઃખ થયું. હું સમર્થ હોવા છતાં પરદુઃખભંજન ન થયો. રેઢાં પડેલાં ખેતરમાં હું લાંબા લાંબા ચાસ પાડી શકું તેમ હતો પણ મેં તેને જોત જ રહેવા દીધું. મારો એક છેલબટાઉ મિત્ર કહે છે કે વિરહિણી સ્ત્રીઓની વાસના સંતોષવી એ પણ એક પ્રકારનું પરોપકારનું કાર્ય છે. એ કાર્ય મારાથી થઈ શકે તેમ હતું પણ મેં તે ન કર્યું. થોડીવાર પછી હું છગનના ઘેરથી પાછો ફર્યો. લગભગ એકાદ અઠવાડિયું ગામમાં રોકાયો અને પછી ફરી પાછો મુંબઈ પહોંચી ગયો.

# ૨૩

આ હતી મારી હૂતાસણીની યાદ. પાંચ વરસ પહેલાંની હૂતાસણીની યાદ મારા મનમાંથી હજી પૂરેપૂરી ખસી ન હતી. છતાં માને વેણ આપ્યું હતું તેથી બધું ભૂલી ગયો હોઉં તેમ વર્તન કરતો હતો. ફરી કદી તેનું નામ મારી જીભ પર આવ્યું ન હતું. મુંબઈમાં તો તેને કદી યાદ પણ કરી ન હતી.

થોડા દિવસો પછી હૂતાસણી આવી અને કંઈ પણ નવાજૂની વગર ચાલી પણ ગઈ. તેના પછી સમય થયે સાતમ–આઠમ, નવરાત્રિ, દિવાળી અને દેવદિવાળી જેવા તહેવારો એક પછી એક આવતા ગયા અને ચાલ્યા પણ ગયા. માની તબિયત ઘડીક સારી હોય તો ઘડીક ખરાબ હોય. જેમ તેની તબિયત બગડી જતી તેમ તેમ તે મારી વધુનેવધુ ચિંતા કરવા લાગી.

એ ચિંતા મારા લગ્નની વાત સુધી પહોંચી ગઈ. હું મારા લગ્નની વાત ટાળતો હતો. તે સમજતી હતી કે હું હજી પેલીને ભૂલ્યો નથી. તેથી તે વધુ ચિંતા કર્યા કરતી. ચિતા બાળે તેના કરતાં ચિંતા વધારે બાળે છે. દિવસેને દિવસે તે દૂબળી થતી જતી હતી. ક્યારેક તેના પર દવા અસર કરતી દેખાતી હતી ત્યારે તે પોતાની જાતે હાલવા ચાલવા લાગતી હતી તો ક્યારેક એટલી નબળી પડી જતી હતી કે પોતાના હાથે પાણી પણ પી શકતી ન હતી.

મારે માની સેવા કરવા સિવાય કશું કામ ન હતું. હું માનતો હતો કે કોઈ ધર્મધ્યાન ન કરે તો તેના માટે વૈકુંઠના દરવાજા દેવાય જાય છે. તીર્થયાત્રા ન કરે તો તેના માટે કૈલાસલોકના દ્વાર બંધ થઈ જાય છે. ભક્તિજાપ ન કરે તો તેના માટે સ્વર્ગના બારણાં કોઈ ખોલતું નથી પણ જો તે માતાપિતાની સેવા કરે તો તેનું વૈકુંઠમાં સ્વાગત થાય છે. કૈલાસમાં તેની પૂજા થાય છે. સ્વર્ગમાં તેનું સ્થાન ખાલી રખાય છે. મારા પિતાએ મને તેની સેવાની તક આપી ન હતી. મા મને તેની સેવાની તક આપી રહી હતી.

એવામાં ડિસેમ્બર મહિનો આવી ગયો. આ મહિનો શરૂ થતાં જ મારા મનમાં અજંપો થવા લાગ્યો કારણ કે આ મહિનામાં મિસ માલિનીનો જન્મદિવસ આવતો હતો અને મેં તેને વચન આપ્યું હતું કે હું તે દિવસ તેની સાથે વિતાવીશ.

તે મુંબઈમાં હતી અને તેને મળવા મારે મુંબઈ જવું પડે તેમ હતું પણ બિમાર માને મૂકીને કેમ મુંબઈ જવું?

જેમ જેમ દિવસો વીતતાં ગયા તેમ તેમ મારી દ્વિધા પણ વધતી ગઈ. તેના જન્મદિવસને દશેક દિવસની વાર હતી કે માની તબિયત સારી થઈ ગઈ હોય તેમ મને લાગ્યું કારણ કે તે હાલવા ચાલવા લાગી હતી. બપોરના સમયે હું ગામમાં દિલા હજામ પાસે હજામત કરાવવા ગયો.

દિલો હજામ પણ બીજા હજામોની જેમ જ વાતોડિયો અને વિનોદી હતો. આખા ગામના ઘરેઘરની ઘટનાઓ તે જાણતો હોય. તે મારી સાથે વાતોએ વળગ્યો. તેની વાતોમાં મજા આવી તેથી હું મોડે સુધી તેની પાસે બેસી રહ્યો. તે પછી હું ઘેર આવ્યો તો મારી મા મળે નહીં. ક્યાં ગઈ હશે?

આડોશપાડોશમાં ગઈ હશે એમ માની ઘરમાં તેની રાહ જોતો બેઠો. રાત પડી તોયે તે ઘેર આવી નહી એટલે મેં તેની શોધખોળ આદરી. આખા ગામના ઘરેઘર તપાસી વળ્યો. અંધારામાં પાદર અને સીમ પણ જોઈ વળ્યો. ક્યાંક બિમારીથી કંટાળીને તેણે નદીમાં કે કૂવામાં ઝંપલાવ્યું તો નહીં હોય ને એવી શંકા મને થઈ. હું કૂવેકૂવો જોઈ વળ્યો. નદીનો કિનારો જોઈ વળ્યો. ક્યાંય મા ન હતી. અડધી રાત સુધી તેની શોધ ચલાવી. નદીમાં અધવચ્ચે પડી હશે તો રાતે કિનારેથી તેની લાશ પણ દેખાય નહીં. કદાચ તણાઈ પણ ગઈ હોય. જે હોય તે સવાર સુધી કશું થઈ શકે તેમ ન હતું.

માની ચિંતામાં હું બીજા દિવસની વહેલી સવાર સુધી ઓશરીમાં નાખેલાં ખાટલા પર જાગતો પડયો રહ્યો. ઠેઠ સવારે વાતા ઠંડા પવનની લહેરખીઓમાં ઊંઘ આવી ગઈ. તડકો થયો ત્યાં સુધી હું સૂઈ રહ્યો હતો. આમ તો બપોર સુધી સૂઈ રહેત પણ મને અમારાં ગામના ભરવાડે લાકડીનો ગોદો મારી ઊઠાડી દીધો હતો. ઊઠીને જોયું તો સામે મારી મા ખાંસી ખાતી બેવડી વળી બેઠી હતી.

ભરવાડ મને વઢયો. તે બોલ્યો "શું ઘેટાંની જેમ ઘોરશ? તારી માની ભાળ રાખ. બિચારી સીમમાં પડી'તી. આ તો અમે માલને ચરાવવા સીમમાં પોંગ્યા ત્યારે ભાળી એટલે ઓળખીને લઈ આવ્યા નહીંતર સીમમાં મૂઈ હોત અને તેનું મડદું ગામને ગંધવી મૂકત ત્યારે તને ખબર પડત!"

મેં તેને કહ્યું "કાલે અડધી રાત સુધી ખોળી હતી ભાઈ! સીમ પણ ફેંદી હતી..."

તે ધખ્યો "રે'વા દે ને! આ ઉંમરે માને સીમમાં મોકલતાં શરમબરમ આવતી નથી?"

હું મારો બચાવ કરવા બોલ્યો "એ ગોકળી... એવું નથી. માને મેં ક્યાંય કાઢી નથી."

તે વધુ ધખી ગયો "એવું નથી વાળી, બહુ ભણેલો છો ને? માનું મૂલ તને શું ખબર પડે? હવે રાખવી હોય તો રાખ તારી માને. તારી માને નો રાખવી હોય તો નો રાખ, મારે શું? આ તો મને જરાક દયા આવી એટલે ઘેર મૂકવા આવ્યો છું. બાકી તારા ઘરે આવેય કોણ? લે હુંય આ હાલ્યો."

તે જાણે મને ગાળો ભાંડતો હોય તે રીતે ઠપકો આપીને ચાલ્યો ગયો. માને જેમ તેમ તેડીને ઘરમાં લાવ્યો. તેને તેના ખાટલામાં સૂવાડી. પછી તેને પાણી પાયું. તે હજી ખાંસતી હતી.

મેં કહ્યું "મા તું ક્યાં જતી રહી હતી? આખી રાત તારી ચિંતામાં હું સૂઈ શક્યો નથી."

તે ખાંસતા ખાંસતા બોલી "તું મારી ચિંતામાં એક રાત નથી સૂતો. દીકરા, હું તો તારી ચિંતામાં કેટલીયે રાતથી સૂતી નથી."

મેં કહ્યું "મારી શું ચિંતા કરવાની? હું કંઈ નાનો ગીગલો છું!"

તે બોલી "ગગા, દીકરો ગમે તેટલો મોટો થઈ જાય, માવતર પાસે તે નાનો જ રહે છે."

હું થોડી નારાજગીથી બોલ્યો "મને આમ નાનો ગણીને જ બહાર જતી રહે છે. હજી સાજી નથી થઈ ત્યાં રખડવાનું કેમ કરે છે ? પે'લાં સાજી થા પછી ફરજે. બોલ શું કામ ગઈ હતી?"

મા બહુ મીઠાશથી બોલી "દીકરા, તારા માટે છોકરી જોવા ગઈ હતી. આંબાભાઈની રૂપલી મોટી થઈ ગઈ છે. તારી હેડીની છે. રૂપાળી પણ છે. તને અને ઘરને શોભે તેવી છે. મારી ઈચ્છા છે કે મારા જીવતાં તારા લગ્ન થઈ જાય. આંબાભાઈએ વેવિશાળની હા પણ પાડી છે."

મેં કહ્યું "પણ મને પૂછતી તો હો..."

મા બોલી "હજી તારું મન ગરાસણીમાં ભરાયું છે? કાં તું તેને ભૂલી જા કાં દુઃખી થા."

હું બોલ્યો "મા એવું નથી. હું તેને ભૂલી જ ગયો છું પણ મારે હમણાં લગ્ન કરવા નથી."

માએ અનુભવ વાણી ઉચ્ચારી "હું બેઠી છું ત્યાં લગી કોઈ નાતિલો ના નહીં પાડે પછી તું સાત સોનાનો લાગીશ તોય કોઈ હા નહીં પાડે. તેથી સમજી જા અને વેવિશાળની હા પાડી દે."

આટલું બોલતાં બોલતાં તે જોરથી ખાંસવા લાગી. તેની પર મને ગુસ્સો આવતો હતો.

હું બોલ્યો "હવે, છાનીમાની સૂઈ જા. મરવા પડી છો તે દીકરાના લગનની શું કરવા માંડશ?"

તે ખાંસતી ખાંસતી ચૂપચાપ સૂઈ ગઈ. તે ચાલીને ત્રણ ગાઉ છેટેના આંબા કોળીના ગામ પહોંચી હતી. વળતાં અમારાં ગામની સીમમાં આવતાં આવતાં ઢળી પડી હશે. તે અમારાં ગામનો ભરવાડ ઘેર મૂકી ગયો. ક્યાંક અધવચ્ચે ઢળી પડી હોત તો અત્યારે તે સ્વર્ગમાં મહાલતી હોત! મારા બાપા સાથે.

જો કે, સ્વર્ગને અને તેને ઝાઝું છેટું ન હોય તેમ બપોર પછી તેની તબિયત વધુ લથડી. વારંવાર તેનું શરીર એકદમ ગરમ થઈ જતું હતું. તે ફાવે તેમ લવારો કરતી હતી. ઝાડો પેશાબ પણ પથારીમાં થઈ જતાં હતાં. તેને નજીકની કોઈ દેરાણી કે જેઠાણી ન હતા. તેને સાસુ ન હતા કે ન કોઈ વહુ હતી. દીકરી પણ ન હતી. આથી જે તેનો દીકરો હતો તેના ભાગ્યમાં તેની સાફ સફાઈનું કામ આવી પડયું. સાંજ સુધીમાં તો પાણી પણ પાવું પડતું હતું અને હાથથી ખવરાવવું પણ પડતું હતું.

એક તરફ મારે મુંબઈ જવાનું હતું અને મા બરાબરની બિમાર પડી ગઈ. માને છોડીને મુંબઈ જવા નીકળી પડું તો માનું ધાવણ લાજે અને માની સેવામાં દિવસો કાઢી નાખું તો મિસ માલિનીને આપેલાં વચનનું શું? શું કરવું તેની મને સમજ પડતી ન હતી. હું બરાબર મૂંઝાયો હતો.

આમનેઆમ બે દિવસ વીતી ગયા. બે ત્રણ ડોકટરોને ઘેર બોલાવી જોયા પણ ખાસ કોઈ ફેર પડયો ન હતો. તેને શહેરમાં કોઈ મોટા દવાખાને ખસેડવી પડે તેમ હતી. કદાચ તો સાજી થાય.

મેં મારી મા પાસે વાત મૂક્તા કહ્યું "મા, તને મોટા દવાખાને દાખલ કરવી પડે તેમ છે."

તે બોલી "ના, જરાય નહીં, હું દવાખાને નહીં આવું. હું મરીશ તોપણ આ ઘરમાં મરીશ.

હું મરીશ ત્યારે તારા બાપા મને લેવા આવવાના છે. મારે તેને દેખાડવાનું છે કે તેના ગયાં પછી પણ હું મરતાં સુધી આ ઘરમાં રહી છું. મેં કદી નવું ઘર નથી કર્યું. હું દવાખાને મરીશ તો તે શું સમજશે?"

કદાચ તેને દવાખાનામાં મરવાની બીક હતી અથવા તેણે મનથી સ્વીકારી લીધું હતું કે હવે તે મરી જ જવાની છે તો પછી મારા ઘરમાં જ શા માટે ન મરું? જે હોય તે. મેં તેની ઈચ્છાને માન આપ્યું.

ચમત્કાર થયો હોય તેમ ત્રીજા દિવસે તેની તબિયતમાં સુધારો થયો. હું રાજી થયો. હાશ! હવે, મા સાજી થઈ જતાં હું મુંબઈ જઈ શકીશ અને મિસ માલિનીને મળી શકીશ. તે મારી પ્રતિક્ષા કરતી હશે. તેને મળ્યાને હમણાં એકાદ વરસ પૂરું થવા આવશે. આ ગાળામાં મેં કદી તેને ફોન પણ કર્યો ન હતો કારણ કે તે બેંગ્લોર ગઈ તે પછી તે ક્યારે મુંબઈ પાછી આવી હશે તેની મને ખબર ન હતી અને તેનો મોબાઈલ નંબર પણ મારી પાસે ન હતો. આમેય હોત તોપણ નકામો હતો કારણ કે હજી મેટ્રો શહેરમાં મોબાઈલ ટાવર ઊભા થઈ રહ્યા હતા. ગુજરાતમાં હજી ટાવર નાખવાના શરૂ થયા ન હતા. વળી, છેલ્લે માને શહેરના દવાખાને લઈ ગયો હતો તે પછી હું શહેરમાં ગયો ન હતો.

કદાચ તેણે મારો સંપર્ક કરવા કોશિશ કરી હશે પણ તે સફળ થઈ નહીં હોય કારણ કે મેં તેને મારા વતનનું સરનામું આપ્યું ન હતું. છગન મુંબઈમાં હતો પણ મેં તેનો પરિચય પણ તેને કરાવ્યો ન હતો. કદાચ પરિચય કરાવું તોપણ કઈ રીતે કરાવું? એક રાતની તો મુલાકાત હતી. માણસ એક રાતમાં કેટકેટલું કરી શકે?

હું ભગવાનને પ્રાર્થના કરવા લાગ્યો કે માને બે ત્રણ દિવસમાં સાજી કરી દે જે. એ જ દિવસે સાંજે દિલો હજામ મારી માની ખબર કાઢવા આવ્યો. તેણે માની

ખબરઅંતર પૂછી અને મને સમાચાર આપતા કહ્યું "તારી નિશાળના ભેરુઓ તને યાદ કરે છે અને આજે રાતે તને ખાપરાકોડિયાની ગુફામાં મળવા માટે બોલાવ્યો છે."

તેણે કરેલી વાત મા સાંભળી ગઈ. તે બોલી "ભલે, યાદ કરતાં હોય. તારે નથી જવાનું."

મેં કહ્યું "મા હું નહી જાઉં. તું શાંતિથી સૂઈ જા."

તે સૂઈ ગઈ. હું અને દિલો મારા ઘરની બહાર આવ્યા. મારા ચાર ભેરુઓ હતા. તેઓ મારી સાથે શહેરની શાળામાં સાથે ભણતા હતા. તેમની આવી વાતો દિલા હજામે મને સાંભળાવી હતી.

# ૨૪

મારો પહેલો ભેરુ હતો, ચાર ચાકુવાળો ચંદુ સરાણિયો. તે મારા ગામથી દશ ગાઉ દૂરના ગામમાં રહેતો હતો. શહેરની સરકારી શાળામાં થોડા દિવસ તે મારી સાથે ભણ્યો હતો. શાળામાં તે મારો પહેલો દોસ્ત બન્યો હતો. શાળામાં કરેલાં તોફાનના કારણે તેનું ભણવાનું હંમેશ માટે છૂટી ગયું હતું. તેના પિતાના મૃત્યુ પછી તેના પરીવારના ભરણપોષણનો ભાર તેના પર આવ્યો હતો.

તેણે જાતે લાકડાની ઘોડીમાં પગથી ઊંચું નીચું થઈ શકે તેવું લાકડાનું પગું લગાવી, પગથી ફરી શકે તેવું સાયકલનું એક પૈડું જોડી, પૈડા ફરતે એક દોરી લગાવી, દોરીની મદદથી ઘોડી પર ફરી શકે એક એમરીનો ગોળ પથ્થર લગાવી, એક સરાણ તૈયાર કરી હતી.

આ સરાણ કાંધે લઈને તે ગામેગામ ફરતો. સરાણ પર તે ગામના લોકોની તલવાર, ગુપ્તી, જમૈયો, ચપ્પુ, છરી, ત્રિકમ, કોશ, કુહાડી, દાતરડું, ટાંકણું વગેરેની ધાર કાઢી આપતો હતો. અમારા ગામમાં હજી ઈલેક્ટ્રિક સરાણ આવી ન હતી. આથી તે અમારા ગામમાં પણ આવતો. તે વખતે તે મને મળતો પણ હતો. તેનો ભાવ વાજબી હતો. તે તૈયાર ધાર કાઢેલાં છરી–ચપ્પા પણ રાખતો હતો.

એક વખત એક ગામમાં કોઈ વાણિયાની છોકરી તેની પાસે ચપ્પાની ધાર કઢાવી રહી હતી કે ક્યાંકથી એક ખૂંટિયો તે ગામમાં ચડી આવ્યો. ગામમાં નાસભાગ મચી ગઈ. ગામના લોકોએ તેને કાબૂમાં કરવા ઘણાં પ્રયત્નો કર્યા પણ તેઓ સફળ ન થયા. લોકો પાસેથી છટકી ખૂંટિયો તેના શીંગડા ઉલાળતો ઉલાળતો અને દોડતો દોડતો જ્યાં ચંદુ ચપ્પાની ધાર કાઢી રહ્યો હતો ત્યાં આવી પહોંચ્યો.

વાણિયાની છોકરીએ લાલ રંગના કપડા પહેર્યા હતા આથી તેને જોઈને ખૂંટિયો ભૂરાટો થયો અને તેણે વાણિયાની છોકરી પર હુમલો કર્યો. ચંદુ કે તે છોકરી કંઈપણ સમજે તે પહેલાં તો તેણે તે છોકરીને શિંગડે ચડાવી ઉપર હવામાં ઉછાળી. ઉછળીને તે ધડામ કરતી ચંદુની પાછળ પડી. ખૂંટિયો તેને રગદોળીને

તેને મારી નાખવા તેની તરફ ધસી ગયો. હવે ખૂંટિયાની પીઠ ચંદુ આગળ હતી. ખૂંટિયો વાણિયાની છોકરીને તેનું માથું મારીમારીને મારી નાખવા જતો હતો કે ચંદુને શું થયું કે તેણે તેની પાસેની એક છરી લઈને ખૂંટિયાની પીઠમાં ખૂંચાડી દીધી. તોયે ખૂંટીયાએ છોકરીને ન મૂકી એટલે બીજી છરી ખૂંચાડી દીધી. તોયે તેને કંઈ ફેર ન પડયો. ચંદુએ તેની ત્રીજી છરી ખૂંચાડી દીધી. હવે ખૂંટિયો ચંદુ પર બગડયો. છોકરીને મૂકીને તે ચંદુ સામે થયો. ચંદુ કયાંય ભાગી શકે તેમ ન હતો. હવે ખૂંટિયાનું માથું ચંદુ તરફ હતું. હિંમત કરીને ચંદુએ ચોથી છરી લીધી અને આગળ ધપીને ખૂંટિયાના ગળામાં મારી દીધી. છરીના આ ઘાએ તેના ગળાની ધોરી નસ કાપી નાખી હતી આથી ખૂંટિયો લથડી પડયો. તે પડયો એટલે ગામના લોકોમાં ઓચિંતુ શૂરાતન આવી ગયું અને ધોકા, લાકડી અને ગાડાની આડાશો મારીને ખૂંટિયાને મારી નાંખ્યો.

આમ, વાણિયાની છોકરીનો જીવ બચી ગયો.

ચાર છરીઓ મારીને ખૂંટિયાને મારી નાંખ્યો હોવાથી તેનું નામ ચંદુ સરાણિયાના બદલે ચાર ચાકુવાળો ચંદુ સરાણિયો પડી ગયું. તે જ વખતે વાણિયાની છોકરી ચંદુના પ્રેમમાં પડી ગઈ. ચંદુએ થોડા સમય પછી તેની સાથે પ્રેમલગ્ન કરી લીધા. વાણિયાને બીજું કોઈ સંતાન ન હતું આથી તેણે તેને ઘરજમાઈ બનાવી લીધો. ચંદુએ ધીરેધીરે વાણિયાને ભોળવીને તેની સઘળી માલમિલ્કત, જમીનજાયદાદ વગેરે પડાવી લીધું. તે પછી તે અવળાં રવાડે ચડી ગયો હતો અને જાકુબીના ધંધા કરવા લાગ્યો. સાંભળવા મુજબ તે ભેટમાં ચાર ચાર છરીઓ ભરાવી જે ગામમાં નીકળતો ત્યારે તે ગામ હેરતમાં પડી જતું. તેના ગામની છોકરીઓ તેના પ્રેમમાં પડી જતી હતી. આવો હતો મારો પહેલો ભેરુ!

# ૨૫

મારો બીજો ભેરુ હતો, ત્રણ તલવારવાળો ત્રિકમ. જાતે કુંભાર હતો. મશ્કરીમાં તે મને કોળો બોલતો ત્યારે હું તેને ટપલો કહેતો હતો. મારા ગામથી પંદર ગાઉ દૂરના ગામમાં રહેતો હતો. શહેરની સરકારી શાળામાં બે વર્ષ સુધી તે મારી સાથે ભણ્યો હતો. તેને તલવારો રાખવાનો અને ઘોડો રાખવાનો બહુ શોખ હતો. આ પંથકમાં આ પહેલો એવો કુંભાર હતો જેને ગધેડાના બદલે ઘોડા પર લગાવ હતો! તેના આ શોખનો ઘણીવખત તેના ગામના દરબારોનો વિરોધ પણ થતો હતો કારણ કે તેઓ માનતા હતા કે તલવાર અને તોખાર પર દરબારોનો જ અધિકાર છે. ત્રિકમ આવા અધિકારને ગણકારતો ન હતો.

એક વખત અમે જે શહેરમાં ભણ્યા હતા તે શહેરમાં રામનવમીના દિવસે ભગવાન રામની ભવ્ય શોભાયાત્રા નીકળવાની હતી. અયોધ્યામાં રામમંદિર બનાવવાનો શોર ચારેકોર ગુંજતો હતો એટલે આ શોભાયાત્રા હિન્દુઓ માટે મહત્વની બની રહેતી હતી. આ શોભાયાત્રામાં જવા માટે ત્રિકમ થનગની રહ્યો હતો કારણ કે તેને આ શોભાયાત્રામાં તેના તલવારના દાવો અને તેના ઘોડાના કૌશલ્યોનું પ્રદર્શન કરવું હતું.

તે બંને હાથમાં તલવારો લઈને અદ્‌ભુત પટાબાજી ખેલી જાણતો હતો. ઘોડા પર બેસીને પણ બંને હાથથી ચારેય દિશામાં બે બે તલવારો ફેરવી શકતો હતો. ઘોડો પણ તેના ઈશારે જુદી જુદી ચાલ બતાવતો હતો. આ વખતે ત્રિકમ દેવાંશી જેવો લાગતો હતો.

રામનવમીના આગલા દિવસે તે તલવારો અને ઘોડો લઈને તેના ગામની નદીએ તલવારોને ધોવા માટે અને ઘોડાને નવરાવવા માટે ગયો હતો. તેના ગામની નદીમાં ક્યાંકથી કોઈ મગર આવી ચડયો હતો જેની કોઈને ખબર ન હતી. ત્રિકમ તેની તલવારો ધોવામાં મશગૂલ હતો. તેનાથી થોડે દૂર એક પટલાણી એક ખડકા પર બેઠી બેઠી કપડાં ધોઈ રહી હતી. ખડકું એટલે નાનો ખડક, અહીં કપડાં ધોવાનો પથ્થર.

તે કપડાં ધોતી ધોતી વારેઘડીએ ત્રિકમ સામે જોતી હતી અને તેનો એક પગ પાણીમાં નાખીને તેને હલાવી રહી હતી અને પાણીને વલોવી રહી હતી. જાણે કે આમ કરીને તે તેને પલાળી રહી હતી. ત્રિકમ પણ ક્યારેક ક્યારેક તેને આડી નજરે જોઈ લેતો હતો. એવામાં તે પટલાણી રાડ પાડી ઊઠી.

ચોંકીને ત્રિકમે જોયું તો તેનો પાણીમાં નાખેલો પગ પાણીના બદલે મગરના મુખમાં હતો અને મગર તેને પાણીમાં તાણી રહ્યો હતો. તે બંને હાથથી મજબૂતાઈથી ખડકું પકડી મગરના તાણ સામે પોતાની જાતને ખેંચીને બચી રહી હતી. સાથોસાથ તે તેને બચાવવાની રાડો પણ પાડી રહી હતી.

ત્રિકમ આ જોઈને બંને હાથમાં તલવારો લઈને તેની મદદે પહોંચ્યો. તેણે બંને હાથથી બંને તલવારો મારીને મગરની પીઠમાં ખૂંચાડવા મથવા લાગ્યો. આ મગર હતો ચીભડું થોડું હતો કે તેની તલવાર ખૂંચી જાય! તેની એક પણ કારી ફાવતી ન હતી. પટલાણીની ચીસો થમતી ન હતી.

મગર પણ તેની મશ્કરી કરી રહ્યો હોય તેમ તેની આંખો અડધી મીંચીને તેને જોતો હતો. જાણે તે બે ડાંડીઓથી નગારું વગાડતો હોય તેમ તે વારંવાર તેના પર બંને તલવારથી ધડાધડ ઘા કરતો હતો પણ તેના એક ભીંગડાને પણ અસર થતી ન હતી. તે થાકી ગયો, હાંફી ગયો તોયે તે મચ્યો જ રહ્યો.

એવામાં પટલાણી બોલી ઊઠી "તેની આંખમાં મારો."

તેણે એમ જ કર્યું. તેણે તરત જ બંને તલવાર મગરની બંને આંખોમાં જોરથી મારી દીધી. મગરની બંને આંખોમાં બંને તલવાર એક એક વેંત જેટલી ખૂંપી ગઈ અને તેની બંને આંખો ફૂટી ગઈ.

મગરે તે જ પળે પટલાણીને છોડી દીધી પણ તેના પૂછડાની એક ઝાપટ ત્રિકમને જોરથી મારી દીધી. પૂછડાના મારથી તે લથડયો અને પાણીમાં પડયો. બરાબર મગરના મુખની સામે જ . આંધળો મગર ઝડપથી તેનું મોં ફાડીને બંધ કરવા લાગ્યો. તે હવામાં ઉછળતો હતો અને પાણીમાં તેને શોધતો હતો. તે હવામાં અને પાણીમાં બચકાં ભરતો હતો. ગમે તે ઘડીએ ત્રિકમ મગરનો કોળિયો કરી જાય તેમ હતો. તે તેનાથી બચવા આગળ પાછળ આડો અવળો થતો હતો. હવે, તે કષ્ટહારીને બદલે કષ્ટધારી બન્યો હતો. બંને તલવારો સાથેનો મગર પણ શિંગડાધારી બન્યો હતો.

સંકટમાંથી છૂટેલી પટલાણી પાણીની બહાર નીકળી અને ત્યાં પડેલાં પથ્થરો હાથમાં લઈને તાકીને મગરને મારવા લાગી. જુવારના દાણા મારવાથી કિલ્લો થોડો તૂટી જાય! મગરને તો તે પથ્થરોની અસર પણ થતી ન હતી. તે તો ગુસ્સે થઈને પાણીમાં ત્રિકમને શોધતો હતો. મગરના તોફાનથી પાણી વલોવાયને ડહોળું થઈ ગયું હતું. ત્રિકમને હવે બહુ સ્પષ્ટ દેખાતું પણ ન હતું. આમ પાણીની અંદર મગર અને ત્રિકમ બંને આંધળા હતા. ઘડીક ત્રિકમ પાણીની નીચે હોય તો ઘડીક પાણીની ઉપર હોય. મગરનું પણ તેવું જ હતું. આમ છતાં ત્રિકમ પાણી બહાર જોતો તો તેને મગર તેની સામે ભળાતો હતો. તે મગરની આંખમાં ખોંસેલી તલવાર લઈ શકે તેમ હતો પણ તે પહેલાં તે તેનો કોળિયો કરી જાય તેમ હતો. તેનાથી બચવાનો કોઈ ઉપાય તેને મળતો ન હતો.

પટલાણી નિશાન લઈ લઈને મગરને પથ્થરો મારી રહી હતી પણ એક બે પથ્થર તેના બદલે ત્રિકમને આંટી ગઈ. આથી તેનું માથું ફૂટી ગયું અને તે લોહી પાણીમાં ભળ્યું. આ લોહીની ગંધ સૂંઘી મગર તેની તરફ ધસ્યો. તે જીવ બચાવવા પાણીમાં ભાગ્યો. ત્રિકમ આગળ આગળ અને મગર પાછળ પાછળ. મગર પાણીની અંદર તરીને ઝપાટાબંધ તેની નજીક આવી રહ્યો હતો. મગર પાણીની અંદર તરતો હોવાથી તેને તે દેખાતો ન હતો પણ બહાર દેખાતી તલવારો પરથી તે છૂપો રહી શકતો ન હતો.

ત્રિકમ પાણીમાં દોડતો તેના ઘોડા તરફ ગયો. સમજુ ઘોડો ત્યાં પડેલી એક તલવાર તેના મોંમાં પકડી તેની તરફ દોડયો. ઘોડો તેની નજીક પહોંચ્યો. પાછળ મગર પણ આવી પહોંચ્યો. તેણે ઝડપથી ઘોડાના મોંમાંથી તલવાર ખેંચી લીધી અને મગર તરફ ધરીને ઊભો રહી ગયો. મગર પાણીમાંથી ઉછળીને તેની તલવાર સાથે અથડાયો અને પાણીમાં પડયો. મગરના ધક્કાથી ત્રિકમ પણ પાણીની અંદર પડયો. પાણી અંદર તેણે ઝાંખુ ઝાંખુ જોયું તો તેની ઉપરથી મગર પસાર થઈ રહ્યો હતો.

તત્કાળ તેણે વીજળીવેગે તલવારને આકાશને ચિરતો હોય તેમ ઊપર ઉઠાવી. તલવાર મગરના પેટમાં ઘૂસી ગઈ અને તેના પેટાળમાં લાંબો ચીરો કરી નાખ્યો. તે ઉછળીને દૂર પડયો. તેના લોહીથી પાણી લાલ લાલ થઈ ગયું. ત્રિકમ લાલ લાલ પાણીમાંથી બહાર આવ્યો. પટલાણીને તે લાલ આકાશમાં ઊગતા સૂરજ જેવો લાગ્યો. તે બીજાની ઘરવાળી હોવા છતાં તેના પ્રેમમાં પડી ગઈ.

મગર મરી ગયો હતો અને તે તેના પર મરી પડી. તેણે તેની તરફ આભારયુક્ત અને પ્રેમયુક્ત નજર કરી કપડાં ધોઈને સમેટીને તેના ઘેર જતી રહી. ત્રિકમ તેની તલવારો ધોઈને, ઘોડાને નવરાવીને, પોતે નાહીને, મરેલાં મગરને દોરડેથી ઘસડીને ગામમાં લાવ્યો ત્યારથી તેનું નામ ત્રણ તલવારવાળો ત્રિકમ પડી ગયું.

આમ તેણે એક પટલાણીનો જીવ બચાવ્યો હતો. તે તેના ઘેર આવતો જતો થયો. ધીરેધીરે તેનું અને પટલાણીનું સલાડ થઈ ગયું એટલે તે તેના ઘરમાં જ રહેવા લાગ્યો. ધીરેધીરે તેણે પટેલનું ઘરબાર ખેતરવાડી સંપતિ અને તેની બાયડી સુધ્ધાં પડાવી લીધી અને છેલ્લે પટેલને તેના જ ઘરની હાંકી કાઢયો.

આમ, તેણે તેની બહાદૂરીથી ઘણુંબધું મેળવ્યું હતું. આવો હતો મારો બીજો ભેરુ બોલો!

# ૨૬

મારો ત્રીજો ભેરુ હતો બે બંદૂકવાળો બાબુ કોળી. તે મારા ગામથી વીસ ગાઉના અંતરે આવેલાં ગામમાં રહેતો હતો. શહેરની શાળામાં સૌથી વધુ સમય તે મારી સાથે ભણ્યો હતો. તેના બાપા રાતના તેના ગામનું રખોપું કરતા હતા. તે જાતે ચુંવાળીયા કોળી. રજવાડાના વખતમાં માણસના પગની છાપ જોઈને તેઓ ગુનેગાર સુધી પહોંચી જતાં આથી તેમને રજવાડામાં પગીપણાનું કામ મળતું હતું. હાલ પણ બીજા કોળી તેમને પગી તરીકે ઓળખે છે. હાલ કેટલાંક ચુંવાળીયા કોળી તેમને ઠાકોર તરીકે પણ ઓળખાવે છે.

સામાન્ય રીતે કોળી સમાજ તેના વસવાટના સ્થળથી ઓળખાય છે. ભાલ વિસ્તારમાં રહે તે ભાલિયા કોળી, ઘેડ વિસ્તારમાં રહે તે ઘેડિયા કોળી, ઈડર વિસ્તારમાં રહે તે ઈડરિયા કોળી, પાંચાળ તેનું મૂળ સ્થળ છે. મૂળ એટલે તળ પ્રદેશ. તળ પ્રદેશમાં રહે તે તળપદા કોળી. કોળીઓમાં સૌથી મોટો ભાગ તળપદા કોળીઓનો છે. તેની બોલીને તળપદી ભાષા કહે છે. આ તળપ્રદેશના કોળીઓએ નવા ચુંમાળીશ ગામો વસાવ્યા હતા. તેમાં વસેલાં કોળી એટલે ચુંમાળીશીયા કોળી. અપભ્રંશ થતા ચુંમાળીયા કોળી થયું અને છેવટે તેમાંથી ચુંવાળીયા કોળી થયું.

ભારતની પ્રાચીન પ્રજા છે કોળી. સંસ્કૃતમાં કોળ એટલે હોડી. કોળ ચલાવે તે કોળી. આજે પણ દરિયા કિનારે તેમની વસતિ સૌથી વધારે છે. મુંબઈ મૂળ કોળીઓનું છે. ઈડર અને ધંધુકા જેવાં શહેરો કોળીઓએ વસાવેલાં છે. એક સમયે આ સ્થળોએ તેમનું રાજ હતું. આજે પણ કોળીઓ માને છે કે તેઓ સમ્રાટ માંધાતા રાજાના વંશજો છે. આમ જોતાં તે ક્ષત્રિયો જ છે.

શાળા છોડયા પછી બાબુ તેના બાપા સાથે ગામના રખોપાએ જતો હતો. તેના બાપા રક્ષણ સારું દેશી બંદૂક રાખતા હતા. તેમણે બાબુને બંદૂકબાજી શીખવી હતી. નિશાન લેવામાં બાબુ એ મહારત હાંસલ કરી લીધી હતી. ઘણીવાર તેના બાપાના બદલે તે પોતે ગામનું રખોપું કરવા જતો હતો.

એક વખત તેના ગામમાં ધોળા દિવસે બે સિંહ ચડી આવ્યા. ગામવાસીઓમાં નાસભાગ મચી ગઈ. સિંહો તેના ગામની બજારમાં અને શેરીઓમાં વનમાં ઘૂમતા હોય તેમ ઘૂમવા લાગ્યા. તેનાથી ડરીને કેટલાંક લોકો ઘરમાં ભરાઈ ગયા. કેટલાંક ઘરના છાપરે ચડીને બેઠા. કેટલાંક થાંભલે ચડી ગયા. કેટલાંક ભાગીને ગામના દરબાર ભવાનીસિંહની ડેલીમાં ભરાયા. શોરબકોર સાંભળી ભવાનીસિંહ બંદૂક લઈને બહાર આવ્યા. પહેલાં પણ ગામમાં અવારનવાર સિંહ આવી જતા હતા અને તે તેમને ભડાકા કરી ભગાડી મૂક્તા. જો સિંહ ન ભાગે તો તે બંદૂકની ગોળીથી તેને મારી નાખતા. તેમણે બંને સિંહને ભાળ્યા. સિંહે તેમને જોયા. એક સિંહ તેમને જોઈ ઘૂરાયો. તેમની આંખ લાલ થઈ ગઈ. તેણે એક સિંહનું નિશાન લીધું. તે સિંહ તેમને તેનો શિકાર ગણી કૂદકો લગાવવા તૈયાર થયો. એવામાં તે સિંહ કૂદ્યો. બાપુએ ગોળી છોડી પણ તે સિંહે તેમનું નિશાન ચૂકવી દીધું. દરબારે ગલોટિયું ખાઈને સિંહનો વાર ચૂકવી દીધો. ગલોટિયું ખાઈને બેઠા થઈને જોયું તો તેની આગળ અને પાછળ એક એક સિંહ ઊભો હતો. બે બે સિંહનો એક બંદૂકથી સામનો થઈ શકે તેમ ન હતો. તોયે તેમણે બંદૂક સંભાળવાની કોશિશ કરી. એવામાં એક સિંહે તેના પંજાની ઝાપટ મારી. આથી તેની બંદૂક હાથમાંથી છટકીને દૂર પડી ગઈ. તે લાચાર બન્યા. હવે ગમે તે ઘડીએ તેઓ સિંહના શિકાર બની જવાના હતા. છતાં તેમણે હિંમત ન હારી. બંને સિંહ તેની સામે ગર્જના કરતા હતા. તેની નજીકના સિંહે બીજી ઝાપટ મારીને તેમને પાડી દીધા અને તેમની પર ચડીને એવો ગરજયો કે તે સાંભળીને ડેલીના ઝરોખામાં ઊભેલાં નાનાં છોકરાઓના મૂતર છટકી ગયા.

હવે, તેમને અને તેમના મોત વચ્ચે એકાદ વેંતનું જ અંતર રહ્યું હતું. નજરે જોનાર લોકોમાં ભય ફેલાય ગયો. તે જોરજોરથી ચીસો પાડવા લાગ્યા. તેમણે લોકો તરફ છેલ્લી નજર ફેરવી. તેમને બચાવવા કોઈ આગળ આવે તેવું તેમને ન દેખાયું. મોતવેળાએ ભગવાને યાદ કરવા તેમણે તેમના બંને હાથ જોડયા. તેમણે તેમની આંખો બંધ કરી. શાંતિથી મોતને વધાવી લેવું જ ઉચિત હતું. ક્ષત્રિય મોતથી કદી કંપે નહીં.

એવામાં તેમણે બે ગોળી છૂટવાના અવાજો સાંભળ્યા. તેમણે આંખો ખોલીને જોયું તો જે સિંહ તેમની માથે ચડી ગયો હતો અને તેમને કોળિયો બનાવવાનો હતો તે બાજુમાં ઢળી પડયો હતો. તેના ગળામાં બે ગોળીઓ ઘૂસી ગઈ હતી.

સિંહનું વજન ઓછું થતાં જ તે બેઠા થયા અને સામે જોયું તો બાબુએ તેની દેશી બંદૂકથી તેની માથે ચડી ગયેલાં સિંહને બે બે ગોળી મારીને મારી નાંખ્યો હતો.

સંકટ હજી સમાપ્ત થયું ન હતું. બીજો સિંહ બાબુને તાકી રહ્યો હતો. બાબુએ જાણે તેના ભાઈને મારી નાખ્યો હોય તેમ ગુસ્સાથી ગરજતો બીજો સિંહ ઓચિંતો બાબુ પર ત્રાટક્યો. બાબુની બંદૂક બેનાળી હતી. તેમાંથી બે ગોળી છૂટી શકે તેમ હતી. તેણે બે ભડાકા કરી એક સિંહને મારી નાખ્યો હતો. નવી ગોળીઓ ભરવાનો સમય ન હતો. તેથી બંદૂકમાંથી ત્રીજો ભડાકો થઈ શકે નહીં.

તેની બંદૂકનો સિંહ સામે ઘા કરીને ચપળતાથી ગલોટિયું ખાઈને તે સિંહના વારથી બચ્યો અને ભવાનીસિંહની બંદૂક પાસે પહોંચી ગયો. તેમની બંદૂક હાથ કરી તેમાંથી એક ગોળી મારીને બીજા સિંહને પણ પહેલાં સિંહની ભેગો યમરાજ પાસે મોકલી આપ્યો. ભવાનીસિંહ બાબુના આ પરાક્રમથી ખુશ થયા. તેમણે બાબુને અભિનંદન આપ્યા. તેમણે બાબુને પૂછ્યું કે તું શું કરશ? બાબુએ કહ્યું કે રખડુ છું. જે સાચું હતું તે બાબુએ કહી દીધું. તેનો જવાબ સાંભળી તે બહુ ખુશ થયા.

ભવાનીસિંહ દરબારે પોતાનો જીવ બચી જવાથી તે દિવસની સાંજે ગામમાં ઉત્સવ રાખ્યો. ગામલોકોએ ઉત્સવ મનાવ્યો. તેમણે તે રાતે ગામમાં ગામસભા ભરી. ભરી સભામાં ભવાનીસિંહ દરબારે બાબુના પરાક્રમના વખાણ કરી તેને તેમની બંદૂક ભેટમાં આપી. તેના ગામનું રખોપું પણ સોંપ્યું.

હવે, બાબુ તેના બાપની જગ્યાએ ગામનું રખોપું કરવા લાગ્યો. દરરોજ રાતે તે તેના બંને ખભે એક એક જોટાળી ભેરવીને ગામની સીમમાં, શેરીઓમાં, બજારમાં, વાડીમાં, ખેતરમાં રખોપું કરવા લાગ્યો. થોડા સમયમાં ગામલોકો તેને બે બંદૂકવાળો બાબુ કોળી તરીકે ઓળખવા લાગ્યા. તેનું રખોપું આજુબાજુના પંથકમાં વખણાવા લાગ્યું હતું. તેથી તેના ગામમાં ચોર પ્રવેશતા ન હતા. ક્યારેક દીપડા જેવું હિંસક જાનવર ભૂલથી ગામના સીમાડામાં પ્રવેશી જતું તો તે બાબુની ગોળીનો અચૂક શિકાર બની જતું હતું. બીજા સિંહો પણ સમજી ગયાં હોય તેમ અહીં કદી ફરકતાં ન હતાં.

ગામનું રખોપું કરતાં કરતાં બાબુને ભવાનીસિંહ દરબારની દીકરી રાજબા સાથે પ્રેમ થઈ ગયો. રાજબાએ તેનું પરાક્રમ નજરોનજર જોયું હતું. તે ત્યારથી

જ બાબુ પર મોહિત થઈ હતી. આમેય સ્ત્રીઓ પુરુષોના પ્રેમથી, પરાક્રમથી, પ્રભાવથી અને પૈસાથી વશ થાય છે. તે પણ થઈ હતી.

સ્ત્રી પ્રેમથી, સ્નેહથી, લાગણીથી વશ થાય તો તે ઉત્તમોત્તમ છે કારણ કે તેમાં તેને પ્રેમ મેળવવાની ઈચ્છા હોય છે. તે પરાક્રમથી, બહાદૂરીથી, શક્તિપ્રદર્શનથી વશ થાય તો તે પણ ઉત્તમ છે કારણ કે તેમાં તેનો તેના રક્ષણનો હેતુ હોય છે. તે પ્રભાવથી, સત્તાથી, બળથી વશ થાય તો તે કનિષ્ઠ છે કારણ કે તેમાં તેનો સત્તા મેળવવાનો આશય હોય છે. તે પૈસાથી, સોનાથી, જમીનથી વશ થાય તો તે અતિકનિષ્ઠ છે કારણ કે તેમાં તે ખરીદાયેલી હોય છે અને તેમાં તેનો કોઈ મનોરથ નથી હોતો અને હોય તો ધનદોલત, જરજમીન, સંપતિ મેળવવાનો જ હોય છે.

જો કે, જ્યારે સ્ત્રી પ્રેમ, પરાક્રમ અને પ્રભાવથી વશ થાય છે ત્યારે તેને કોઈ ઠોસ વસ્તુ પ્રાપ્ત થતી નથી અને જ્યારે તે પ્રેમભંગ થાય છે ત્યારે તેની પાસે રડવા સિવાય કશું જ વધતું નથી. જ્યારે તે પૈસાથી વશ થાય છે ત્યારે તેને શરૂઆતમાં જ લક્ષ્મી, સૂવર્ણ, જમીન કે મકાન જેવી ઠોસ વસ્તુ પ્રાપ્ત થાય છે અને જ્યારે તે પ્રેમભંગ થાય છે ત્યારે પણ કોઈનેકોઈ ભૌતિક વસ્તુ મેળવે છે. આમ, ભૌતિક રીતે અતિકનિષ્ઠ એ ઉત્તમોત્તમ છે! આથી હાલમાં સ્ત્રીપુરુષોના આવાં સંબંધો વધુ બળવત્તર બન્યા છે.

રાજબા બાબુના પરાક્રમથી વશ થઈ ગઈ હતી. આથી જ્યારે રાતવરત બાબુ ગામનું રખોપું કરતો કરતો દરબારગઢ પાસે પહોંચતો ત્યારે રાજબા ચોરીછૂપીથી આવીને તેને મળતી હતી. ધીરેધીરે તેમના મિલનનો સમય વધતો ગયો અને તેમનો પ્રેમ પરાકાષ્ટાએ પહોંચ્યો ત્યારે શરીરસુખ સુધી પહોંચી ગયો. કદાચ પ્રેમ તેની પૂર્ણ અવસ્થાએ સંભોગ સુધી પહોંચે છે.

એવામાં હોળી આવી ત્યારે રાજબાએ સરેઆમ બાબુને રંગ છાંટયો અને બાબુએ સામે રંગ છાંટયો ત્યારે બધા દરબારોને તેમના પ્રેમની ખબર પડી. પછી મોટો ઝગડો થયો. ગામ બે ભાગમાં વહેંચાઈ ગયું. દરબારોએ કહ્યું કે અમારી છોકરી સાથે પ્રેમમાં પડવાની હિંમત કેમ કોઈ કરી શકે?

ગામના લોકોનું અને તેમાંય કોળી લોકોનું કહેવું હતું કે દરબારના દીકરાઓ ગામની છોકરીઓ સાથે પ્રેમમાં પડે તે સારું પણ દરબારની છોકરી ગામના છોકરાં સાથે પ્રેમમાં પડે તે ખરાબ એવું કેમ? દરબારનો દીકરો વાંકમાં આવે તો

ગામની દીકરીને ગમે ત્યાં લગ્ન કરાવીને તરત વળાવી દેવાય છે. તો રાજબાને પણ લગ્ન કરાવી વળાવી દેવા જોઈએ.

ગામમાં કોળી–દરબાર વચ્ચે વેરના વાવેતર ન થાય તે માટે પંચાયત બોલાવવામાં આવી અને પંચાયતે ફેંસલો સંભળાવ્યો કે રાજબાના લગ્ન થાય ત્યાં સુધી બાબુએ ગામ બહાર રહેવાનું છે. બાબુ પાસેથી ગામનું રખોપું પાછું લઈ લેવામાં આવ્યું. તેની બંને બંદૂકો લઈ લેવામાં આવી. એક બંદૂક તો તેના બાપાની હતી છતાં દરબારોની સલામતી માટે તે પણ લઈ લેવામાં આવી હતી. ભવાનીસિંહ પણ દરબારોના પક્ષે રહ્યા હતા.

રાજબાને તો પંચાયતમાં આવવાનો હક ન હતો. તેથી તેનો અવાજ શાંત રહ્યો. બાબુને આ ફેંસલો નહીં પણ સજા ફટકારવામાં આવી હોય તેમ લાગ્યું. તે ગામની બહાર નીકળી ગયો પણ જતાં જતાં બોલતો ગયો કે હવે પછી જ્યારે હું ગામમાં આવીશ ત્યારે રાજબાને લેવા આવીશ અને તેને મારી સાથે લઈને જ જઈશ. આથી આખું ગામ અવાક થઈ ગયું.

પોતાનું ગામ છોડીને બાબુ શાંત ન રહ્યો. એક વરસની અંદર તેણે કેટલાંક અનાથ, વંઠેલ, ચોર, લૂંટારા, ખૂની જેવાં લોકોને ભેગાં કરીને એક નાની ટોળકી જમાવી. આ ટોળકી નાના મોટા ગુનાને અંજામ આપવા માંડી. તે મોટા શહેરોમાં જઈને રાતે ચોરી કરતાં અને દિવસે લૂંટ કરીને ભાગી જતા. પોલીસની ભીંસ વધી હોય ત્યારે જંગલમાં ઊંડા ઊંડા ચાલ્યા જતા નહીંતર એકાદ ગામમાં પડયા રહેતા હતા.

આ તરફ ગામમાં રાજબાના ઉતાવળે સગપણ કરી નાખવાના પ્રયાસો શરૂ થયા. એકાદ વરસની અંદર જ તેનું સગપણ એક તાજેતાજા ઘરભંગ થયેલાં પાંત્રીસ વરસના દરબાર સાથે નક્કી થયું. સગપણ થયું અને ઘડિયાં લગ્ન પણ લેવાયા.

પોતાના લગ્નથી નારાજ દુઃખી રાજબાએ કોઈક રીતે બાબુને નાનકડી ચીટ્ઠી મોકલી કે જો તું ભડ હોય તો આવીને મને માંડવા વચ્ચેથી ભગાડી જા, નહીંતર મારાં લગ્નની પહેલી રાતે જ હું ઝેર પી મરી જઈશ. હું સમજીશ કે મેં પાવૈયાને પ્રેમ કર્યો હતો.

પાવૈયા શબ્દે બાબુના રોમેરોમમાં આગ લગાડી દીધી. તેણે સાગરીતોને તૈયાર કર્યા. રાજબાના લગ્ન તલવાર સાથે કરવાના હતા. વરરાજાને રાજબા અને બાબુના પ્રેમપ્રકરણની ખબર હતી. તેણે તેની બહાદુરી બતાવવા રાજબાના ગામમાં જ બીજા સ્થળે પોતાના લગ્ન ગોઠવ્યા હતા. તેને હતું કે એક નાનકડું કોળીનું છોકરું શું કરી લેવાનું છે? વળી, ગામમાં તેનો રોલો પડે તે નોખો.

બાબુ તેના લગ્ન વખતે જ ત્રાટક્યો. તેના સાગરીતોએ માંડવિયાઓ અને જાનૈયાઓને મારીને ભગાડી દીધા. માંડવામાં નાસભાગ મચી ગઈ. એકાદ બે નાનકડી હાથાપાઈ પણ થઈ પરંતુ બાબુના સાગરીતોનો ધંધો જ આ હતો તેથી તેમની જીત થઈ. માંડવો સૂનો સૂનો થઈ ગયો. છેવટમાં માંડવામાં ચાર માનવીઓ જ રહ્યા. પહેલો વરરાજો, બીજી કન્યા, ત્રીજો અણવર, ચોથા ગોરબાપા. વરરાજાનો બાપ બંદૂક લઈને આવ્યો હતો. જ્યારે જાન ગામમાં આવી હતી ત્યારે તેણે ગામની સીમમાં અને બજારમાં ઘણાં ભડાકા કર્યા હતા. જાણે કે આ ગામે કદી બંદૂક ભાળી ન હોય અને કદાચ ભાળી હોય તો તેણે કદી બંદૂક ફોડી ન હોય. કદાચ ફોડી હોય તોપણ આટલાં ભડાકા તો કદી નહીં જ કર્યા હોય એમ માનીને.

જ્યારે માંડવામાં અફરાતફડી ચાલી રહી હતી ત્યારે વરરાજાનો બાપ માંડવાથી થોડે દૂર ડાયરો ભરીને બેઠો હતો અને કસુંબાપાણી કરી રહ્યો હતો. માંડવામાં થયેલી નાસભાગ જાણીને તે તરત જ બંદૂક સાથે માંડવામાં ધસી આવ્યો. બાબુને ભાળીને તેણે તેની સામે બંદૂક તાકી. પછી શું?

પછી બાબુએ ત્રીજા સિંહનો શિકાર કર્યો. તે જોઈ વરરાજો ફફડી ગયો. તેણે હાથ જોડયા. બાબુએ વરરાજાનું લોહી ગામમાં છંટાય તે સારું નહીં તેમ કહી તેને જતો કર્યો. વરરાજો આવ્યો હતો કન્યા લેવા પણ લઈને ગયો પોતાના પિતાની લાશ. તે કરે પણ શું? બાબુએ એક ડાકુ નાખે તેવો ખેલ નાખ્યો હતો. તે તેની સાથે એકસો કરતાં વધારે સાગરીતોને લઈ આવ્યો હતો. બધાં હથિયારધારી પણ હતા. કોઈ કોઈ તલવારધારી, કોઈ કોઈ ધારિયાધારી અને દશ પંદર તો બંદૂકધારીઓ હતા.

બાબુની કડક સૂચના હતી કે ગામમાં કોઈ તેમનો જીવ લેવા માટે હથિયાર ન ઉગામે તો કોઈને મારી ન નાખવા અને લૂંટફાટ તો બિલકુલ ન કરવી. તેમના

સાગરીતોએ તેના હુકમનું બરાબર પાલન કર્યુ હતું. જો વરરાજાના બાપે બંદૂક ન બતાવી હોત તો તે પણ જીવતા હોત!

જાન જતી રહી એટલે બાબુએ એ જ માંડવામાં રાજબા સાથે છડેચોકે લગ્ન કરી લીધાં. તેણે ગામને લલકાર આપ્યો કે જેની માએ સવાશેર સુંઠ ખાધી હોય તે સામે પડે. કોઈ સામે ન પડયું. રાજબા સાથે લગ્ન કરી બાબુ રાજબાને લઈને પોતાની જાન લઈને તેના ગામની બહાર જતો રહ્યો.

આ દિવસથી તે ગામમાં દરબારો અને કોળીઓ વચ્ચે વેર બંધાયું છે તે હજી છૂટયું નથી. રાજબાના બાબુ કોળી સાથે લગ્ન થવાથી તેના પિતાજી ભવાનીસિંહ નાલેશી સહન ન કરી શકયાં. એકાદ માસની અંદર જ તેણે જાતે ગળે ફાંસો ખાઈને આપઘાત કરી લીધો.

તેના કારજના પ્રસંગે આવેલાં બીજા દરબારોએ પ્રતિજ્ઞા લીધી કે વહેલા કે મોડા દરબારો બાબુને મારીને ભવાનીસિંહનું વેર લેશે. આ વાતને આજે બે વરસ થઈ ગયા છે પણ કોઈ દરબાર બાબુને મારી શક્યો નથી. ક્યારેક ક્યારેક બાબુના બે ચાર સાગરીતો પોલીસના હાથે પકડાઈ જાય છે પણ હજી સુધી બાબુ પકડાયો નથી. આજે પણ હાઈવે રોબરીના કેસમાં બાબુનું નામ પહેલાં આવે છે.

સાંભળવા મુજબ રાજબા બાબુ સાથે રહીને સુખી છે. તેને બાબુની રખડપટ્ટી ગમતી નથી. તેની લૂંટફાટ ગમતી નથી. બાકી બધી વાતે સુખી છે રાજબા. આવો હતો મારો ત્રીજો ભડવીર ભેરુ.

# ૨૭

મારો ચોથો ભેરુ હતો એક મુઠીયાવાળો મકો ખવાસ. તે મારી સાથે ભણતો હતો. તેનું ગામ મારા ગામથી ઘણું બધું દૂર હતું. તેના દાદા એ વખતના રજવાડામાં ગોલા હતા. આઝાદી આવતા તેઓ ગોલાગીરીમાંથી છૂટયા હતા પણ હજી તેમાં ગોલાગીરીની ઝલક દેખાતી હતી. તેના બાપા કોઈ દરબારને ત્યાં નોકરી કરતા હતા. એક વાર શાળામાં મકાએ મુક્કો મારી એક સાહેબનું નાક તોડી નાખ્યું હતું તેથી તેને શાળામાંથી કાઢી મૂકાયો હતો. તેના ઘરની સ્થિતિ ખૂબ નબળી હતી. તેના કારણે તેની નાતમાં કોઈ તેને કન્યા દેતું ન હતું. આપણી સામાજિક રૂઢી પણ એવી છે કે જ્યાં લક્ષ્મી હોય ત્યાં જ લક્ષ્મી દેવાય છે!

તેને કરાટેનો ખૂબ શોખ હતો. કરાટેના તાલીમવર્ગોમાં તે ભાગ લેતો. તેની ઈચ્છા બ્લેક બેલ્ટ મેળવવાની હતી પરંતુ તે ઓરેન્જ બેલ્ટથી આગળ વધી શક્યો ન હતો. હાથોહાથની લડાઈમાં હાથમાં પહેરવાનું મુટ્ઠીયું આવે છે તે પહેરી તે એક મુક્કો મારીને બરફની પાટ પણ તોડી નાખતો હતો. માથું મારી વિલાયતી નળિયા તોડી નાખતો હતો. હાથની કાતર મારી નારીયેળ તોડી નાખતો હતો. આપણે હાથના કાંડાથી ડુંગળી તોડી નાખીએ એટલી સરળતાથી તે તેના હાથના કાંડાથી સૂકી અખરોટ તોડી નાખતો હતો.

તે કરાટેની ફિલ્મો બહુ જોતો હતો. કોબ્રા નામની એક હિન્દી ફિલ્મમાં હિરો સાપની ફેણ નીચે એટલી ઝડપે મુક્કાઓ મારે છે સાપ તેને ડંસ મારી શક્તો નથી. મકાને આવો પ્રયોગ કરવાની ખૂબ ઈચ્છા હતી પરંતુ તે આવો પ્રયોગ કરી શકતો ન હતો કારણ કે ગામલોકો સાપને નાગદેવતા માનતા હતા.

એક વાર તેણે બચાવો બચાવોની બૂમ સાંભળી. તે દોડતો ત્યાં ગયો. ત્યાં જઈને જોયું તો તેના ગામની એક વિધવા બ્રાહ્મણી તેના ફળિયામાં બનાવેલાં માટીના કોઠા પાસે બેઠી હતી અને તેની સામે એક કોબ્રા નાગ ફેણ ચડાવીને બેઠો હતો. તેણે કોઠામાંથી છાણા કાઢયા ત્યારે કોઠામાં રહેલો નાગ છાણા સાથે બહાર આવી ગયો હતો. તે કોઈ હલનચલન કરે તો તે તેને ડંસી લે તેમ હતો. મકો તેને

બચાવવા તત્પર બન્યો. આજે તેને સાપ સાથે ખેલ ખેલવાનો મોકો જો મળ્યો હતો.

તે ધીરેધીરે સાપની નજીક ગયો. તેણે ઈશારેથી બ્રાહ્મણીને હલનચલન ન કરવા અને અવાજ પણ ન કરવા જણાવ્યું. સાપ અવાજ સાંભળી શક્તો નથી એ જ્ઞાન મકાને શાળામાંથી મળ્યું હતું પરંતુ તે અવાજ કરી તેની એકાગ્રતા તોડે તો તેનો પ્રયોગ નિષ્ફળ જાય અને તેનો જીવ પણ જાય.

મકાએ ધીરેથી તેના પાટલુનના ખિસ્સામાં જમણો હાથ નાખી પિત્તળનું મુટ્ઠીયું કાઢયું અને તેમાં ચારેય આંગળીઓ પરોવી. તેણે તે હાથની મુટ્ઠી બંધ કરી. તેનું હલનચલન જાણી સાપે તેની ફેણ તેના તરફ કરી. બ્રાહ્મણી ડઘાઈને તેને જોઈ રહી. તે પણ સાપથી દૂર જઈ શકે તેમ ન હતી. કારણ કે સાપ તેની નજીક જ હતો. મકો થોડો નજીક સરક્યો. સાપે તેની ફેણ થોડી વધુ ઊંચી કરી.

કોઈ ધનુર્ધારી તેના ધનુષમાં લગાડેલું તીર ખેંચતો હોય તેમ મકાએ તેનો હાથ તેની છાતી સુધી ખેંચ્યો. સાપ તેને ડંસ મારવા જતો હતો કે મકાનો હાથ તીરની જેમ તેની ફેણ સામે છૂટયો અને કોઠા સાથે જોરથી અથડાયો. તેના હાથના પિત્તળના મુટ્ઠીયાથી તેની ફેણ છુંદાઈ ગઈ. તે થોડીવાર તડફડીને મરી ગયો. બસ ત્યારથી તે મકામાંથી એક મુટ્ઠીયાવાળો મકો બની ગયો.

આ પછી મકાએ તે વિધવા બ્રહ્મણી સાથે ઘર માંડી લીધું અને ધીરેધીરે તેની જમીન, ઘર અને મિલ્કત પચાવી પાડી. થોડા સમયમાં બ્રાહ્મણી મરી ગઈ હતી કાં તો મકાએ મારી નાખી હતી. જે હોય તે. તે પછી તે ચોરી અને લૂંટફાટના માર્ગે ચડી ગયો હતો. આવો હતો મારો ચોથો ભેરુ.

# ૨૮

આવા ચાર ચાર ભેરુઓએ મને મળવા માટેનું નિમંત્રણ મોકલ્યું હતું. મારે જવું પણ હતું. મારા શાળાકાળના તે દોસ્તોને ઘણાં સમયથી મળ્યો ન હતો. મારે તેમને મળવું હતું. તેમની યાદે અમે શાળામાં જે શરારત કરતા હતા તે મારી નજર સામેથી પસાર થવા લાગી. પાંચેય ભેરુમાંથી હું હોંશિયાર હતો તે સાચું હતું પણ હું ડાહ્યો વિદ્યાર્થી હતો એ અમારા સાહેબોનો વહેમ હતો. ઘણાં ખરાં તોફાનો મારા મગજની ઉપપેદાશો હતી જેને મારા આ ભેરુઓ અમલમાં મૂકતા હતા અને ક્યારેક તેઓ પકડાઈ જતા તો માર પણ ખાતા હતા. ક્યારેક મારા લીધે તેઓ બચી જતા હતા તો ક્યારેક તેમના લીધે મારે પણ માર ખાવો પડતો હતો!

અમે પાંચ પાંડવ જેવા હતા પણ પાંચેય બહુ તોફાની હતા. એક વખત અમારા વર્ગખંડમાં અમારા પાંચ સિવાય કોઈ ન હતું અને મકાને શરારત કરવાનું મન થયું. તેણે વર્ગખંડની બારીના કાચ પર તેની કરાટેની કરામત અજમાવી. કાચ તૂટી ગયો અને તેની એક કરચ મકાના હાથમાં ખૂંપી ગઈ. હાથમાંથી લોહી નીકળ્યું અને તેના કારણે સાહેબને વગર શોધ્યે બારીનો કાચ તોડનાર મળી ગયો અને તેમણે તેને જે ધોયો છે કે તેની વાત ન પૂછો. બાઈઓ કપડાં ધોવા પણ આટલા ધોકા નહીં મારતી હોય!

મારખાણા મકાએ ભેરુઓ સમક્ષ વાત મૂકી કે તેને મારનાર સાહેબ સામે બદલો લેવો છે. અત્યાર સુધી એવું બનતું હતું કે અમારા પાંચમાંથી એકાદ બેને કે ક્યારેક પાંચેપાંચને કોઈ કારણસર કોઈ સાહેબ મારે તો તેનો બદલો લેવા અમે તેમના મોટરસાયકલના ટાયરમાંથી હવા કાઢી નાખતા અથવા ખીલીથી પંચર પાડી નાખતા. અમે બદલો લેવાનો આવો એક પ્રસ્તાવ મૂકી જાયો જેનો મકાએ ઈન્કાર કરી દીધો. તેને સાહેબને જિંદગીભર યાદ રહે તેવો બદલો લેવો હતો. ઘણું વિચારીને અમે બદલો લેવાની યોજના તૈયાર કરી—વર્ગમાં બોમ્બ મૂકવાની.

મકાને રાવલ સાહેબે ધોયો હતો. બીજે દિવસે વિશ્રાંતિ પછીનો બીજો તાસ રાવલ સાહેબનો આવતો હતો. વિશ્રાંતિ પછીનો પહેલો તાસ ત્રિવેદી સાહેબનો હતો. દરેક તાસ ચાલીસ મિનિટનો હતો. વિશ્રાંતિના સમયમાં બોમ્બ મૂકવાનો હતો. વિશ્રાંતિ પછી એક કલાકે બોમ્બ ફૂટવો જોઈએ. મચ્છર ભગાડવાની કાચબા છાપ અગરબતી એક કલાકમાં કેટલી સળગે છે તે મેં પ્રયોગ કરી શોધી કાઢયું. તે માપે બીજી અગરબતી સાથે એક લક્ષ્મી છાપ સૂતરી બોમ્બને વાટ સહિત બાંધ્યો. બીજે દિવસે તેને દફતરમાં સંતાડી અમે શાળાએ ગયા–સાથે દીવાસળીની એક પેટી લઈને.

વિશ્રાંતિના સમયે જાણીજોઈને અમે પાંચેય વર્ગમાં રહ્યા. બીજું કોઈ આસપાસ નથી તેની ખરાઈ કરી મારા ચારેય ભેરુઓએ કાળા પાટિયા પાસે રાખેલું શિક્ષક માટેનું લાકડાનું સ્ટેજ ઊંચું કર્યું. મેં બોમ્બ ગોઠવ્યો. અગરબતી સળગાવી. ભેરુઓએ સ્ટેજ પહેલાં હતું તેમ રાખી દીધું. તે પછી અમે બહાર નીકળી ગયા. વિશ્રાંતિ પૂરી થયે બધાની સાથે અમે વર્ગમાં આવ્યા. પહેલો તાસ ત્રિવેદી સાહેબનો હતો. તેણે રસપ્રદ શૈલીથી જ્ઞાન પીરસ્યું. અમને આનંદ થયો. થોડીવારમાં વધુ આનંદ મળવાનો હતો. ત્રિવેદી સાહેબનો તાસ પૂરો થયો. રાવલ સાહેબ વર્ગ બહાર હાજર થયા. ત્રિવેદી સાહેબને બીજો તાસ લેવો હશે. તેમણે રાવલ સાહેબને કહ્યું કે ‘હું તમારો તાસ લઈ લઉં છું.’

ત્રિવેદી સાહેબ આચાર્ય હતા. આચાર્યને તાસ લેવાની કોણ ના પાડે? રાવલ સાહેબે પણ ના ન પાડી. અમને ના પાડવાની ખૂબ ઈચ્છા હતી પણ અમારું થોડું ચાલે? વળી, તેમ કરવા જતાં અમારી યોજના ખૂલી પડી જાય તેનું શું? ભલે ત્યારે વાણિયાના બદલે નવાણિયો કૂટાઈ જતો. અમારે શું?

ત્રિવેદી સાહેબે અજાણતામાં ઊડતાં પાણાને પોતાના માથે લીધો હતો. બીજો તાસ શરૂ થયાને દશેક મિનિટ વીતી હશે. ત્રિવેદી સાહેબ એક હાથમાં પુસ્તક અને ડસ્ટર પકડી, પુસ્તકમાંથી જોતાં જોતાં બીજા હાથે ચોકથી પાટિયામાં કશુંક લખાવી રહ્યા હતા અને બોમ્બ ફૂટયો. ધડામ.....

અમે જોયું તો, ‘ઓય માડી’ કરતાંક ત્રિવેદી સાહેબ એક જોરદાર કૂદકો મારીને સામેની દિવાલે પહોંચી ગયા! ચોપડી વિદ્યાર્થીઓના માથે આવી પડી! ડસ્ટર બારણાં સુધી પહોંચી ગયું! ચોક તો બારી ઠેકીને બહાર પડી ગયો! વિદ્યાર્થીઓ ગભરાઈને ચીસાચીસ કરતાં વર્ગની બહાર નીકળી ગયા. અમે પણ

ગભરાઈને બહાર નીકળવાનું નાટક કરી બારણા સુધી જઈને પાછા ફર્યા અને સીધા ત્રિવેદી સાહેબ પાસે ગયા. તે સારો માણસ હતો. તે વિદ્યાર્થીઓને ચાહતો હતો. અમે તેને ચાહતા હતા. આવો આચાર્ય બહુ જ થોડી શાળાને પ્રાપ્ત થાય છે. તે વિપતિમાં આવી પડયો હતો! આમેય દુષ્ટ માણસોની ચાલનો ભલો માણસ સરળતાથી ભોગ બનતો હોય છે. તે પણ બન્યો હતો. લોકો આને કરમની કઠણાઈ કહે છે.

સાહેબ હજી ગભરાયને ધ્રૂજી રહ્યા હતા. અમે તેમને પૂછયું "સાહેબ, કશું થયું તો નથીને?"

તે માંડ માંડ બોલ્યા "ના, ખાલી પાટલૂન ફાટી ગયું છે."

અમે નિર્લજ્જ થઈને સાહેબનું પાટલૂન જોયું. ભીમે જરાસંઘને બે ભાગમાં ચીરી નાખ્યો હતો તેવી તેની સ્થિતિ હતી. તે નીચેથી ફાટીને લગભગ બે ભાગમાં વહેંચાય ગયું હતું. ખાલી નેફાના ભાગ જેટલું જોડાયેલું હતું. જાંઘીયો ગેરહાજર હતો. કોઈ વૈકલ્પિક વ્યવસ્થા ન થાય ત્યાં સુધી સાહેબ ત્યાંથી ખસી શકે તેમ ન હતા. એટલામાં પટ્ટાવાળો દોડીને આવી પહોંચ્યો અને વર્ગ બહાર ઊભો રહી ગયો.

મેં જોરથી તેને કહ્યું "સાહેબના ટેબલનું કપડું કાઢીને લેતો આવ."

સાહેબની કટોકટીની અવસ્થામાં અનાયાસ જ મેં તેને તુંકારેથી કહી દીધું. તે ઊભો રહ્યો.

આથી સાહેબ બગડયા "બહેરા, તને નથી સંભળાતું? રાજુએ કીધું તેમ કર."

તે દોડીને ગયો. એટલામાં બીજા સાહેબો દોડતા આવ્યા અને બહાર ઊભા રહી ગયા. અંદર જવામાં જરાય જોખમ નથી તેમ જાણ્યા પછી વિદ્યાર્થીઓને ખસેડી તેઓ તરત અંદર આવ્યા. 'શું થયું? શું થયું?' તેમ અમને અને સાહેબને પૂછવા લાગ્યા. કોઈએ જવાબ ન આપ્યો. સાહેબ વર્ગની દિવાલે હજી લઘુશંકાની મુદ્રામાં જ લપાઈને બેઠા હતા. નીચે પેશાબનું ખાબોચિયું પણ હતું.

તે જોઈને એક સાહેબ ધીમેથી બોલ્યા "સાહેબને ઘણાં સમયથી પેશાબની તકલીફ છે."

બીજા સાહેબ આશ્ચર્ય સાથે જોરથી બોલ્યા "તે એમાં આવડો મોટો ધડાકો થાય?"

પેલા સાહેબે જવાબ આપ્યો "તે થાય, મોટા સાહેબ છે. આથી પણ મોટો ધડાકો કરે, તેમને ધડાકા કરવાની થોડી ના પાડી શકાય? મોટા સાહેબોનું વર્તન હંમેશા વિશિષ્ટ હોય છે."

બીજા સાહેબને આ જવાબથી સંતોષ ન થયો. તે બોલ્યા "તે વિશિષ્ટા બતાવવા મોટા સાહેબો વર્ગમાં મૂતરે? આવું વર્તન કરે? આમાં વિદ્યાર્થીઓને આપણે શું સંસ્કાર આપી શકીએ? વાલીઓ આપણને શું કહેશે? મોટા સાહેબ હોય તોપણ શું થયું? હું આ વાત કેળવણી નિરીક્ષકશ્રીના ધ્યાન પર લાવીશ, હું જિલ્લા શિક્ષણાધિકારીને કહીશ, હું શિક્ષણ મંત્રીશ્રીને લેખિતમાં જાણ કરીશ, હું મુખ્યમં..."

મોટા સાહેબ બરાડયા "જે કરવું હોય તે કરજો. અત્યારે ચૂપ મરો."

સિંહની ગર્જના સાંભળી શિયાળવાઓ ચૂપ થઈ જાય તેમ બધા ચૂપ થઈ ગયા. એટલામાં પટ્ટાવાળો ટેબલકલોથ લઈને આવી ગયો એટલે મેં તે સાહેબને આપ્યું અને હું અવળું ફરી ગયો. હું અવળું ફર્યો એટલે મારા ચારેય ભેરુઓ અવળું ફરી ગયા. વિદ્યાર્થીઓ પાસેથી પ્રેરણા લઈને સાહેબો અવળું ફરી ગયા! સાહેબો ફર્યા એટલે પટ્ટાવાળો અવળું ફરી ગયો. છેવટમાં વર્ગની અંદર સૌ કોઈ એકબીજાનું અનુકરણ કરતાં કરતાં અવળું ફરી ગયા.

વર્ગની બહાર ઊભેલાં વિદ્યાર્થીઓ અવળું ન ફર્યા. તેઓએ ખાલી ગાંધીજીના ત્રીજા વાંદરાની જેમ બંને હાથથી તેમની આંખો દાબી દીધી જેથી ધીરેધીરે તેમના આંગળા પહોળા પણ કરી શકાય!

હવે, ઊભા થવાથી મર્યાદાભંગ થાય તેમ નથી તે જાણી મોટા સાહેબ ઊભા થયા અને તે પછી 'અપની ઈજ્જત અપને હાથ' માની તેમણે ટેબલ કલોથને તેની કમરે લપેટીને તેનું પાટલૂન કાઢી નાખ્યું. આમ તેઓ અસલ મદ્રાસી બની ગયા એટલે બધા તેની સંમુખ થયા. તેમણે તેનું પાટલૂન પટ્ટાવાળાને આપી દીધું. તે પછી તેમણે અમને કહ્યું "સ્ટેજ ઊંચું કરો."

અમે પાંચેય મિત્રોએ મળીને સ્ટેજ ઊંચું કર્યુ. અંદરથી ધૂમાડાનો ગુબાર ઊઠયો. અમે આંખો બંધ કરી સ્ટેજ ઊંચકીને ઊભા રહ્યા. આખો વર્ગખંડ

ધૂમાડાથી ભરાઈ ગયો. સ્ટેજ નીચે જોવા પ્રયત્ન કરનારા સાહેબોની આંખોમાં ધૂમાડો ભરાયો એટલે તેમણે આંખો બંધ કરી દીધી. થોડીવારે ધૂમાડો આછો થયો ત્યારે બધાએ આંખો ખોલી સ્ટેજની નીચે જોયું તો, અગરબતી અનેક ટુકડામાં વહેંચાય ગઈ હતી અને હજી સળગી રહી હતી. તેને સાથ આપવા બોમ્બની લીલી દોરીના અનેક ટુકડાઓ પણ સળગી રહ્યા હતા. એક સાહેબે નીચે ઝૂકી બોમ્બ વિસ્ફોટના કેટલાક પુરાવાઓ એકઠાં કર્યા અને મોટા સાહેબને બતાવ્યા. આ પુરાવાઓ જોઈ આચાર્ય બરાડયા "કોણે કર્યું આ?"

મોટા સાહેબના ડરથી અમે તરત જ સ્ટેજ છોડી દીધું તો એક સાહેબ 'ઓયવોય, મરી ગયો...' કરતાં પગનો અંગુઠો પકડી બીજા પગે ગોળ ગોળ ફરવા લાગ્યા. પડતું મુકાયેલાં સ્ટેજ નીચે તેનો અંગુઠો ચગદાય ગયો હતો. તેમણે ગુસ્સાથી અમને કહ્યું "આમ ઓચિંતું સ્ટેજ છોડી દેવાય? ગધેડાઓ."

મેં કહ્યું "મોટા સાહેબની બૂમથી ડરીને છોડી દીધું ક્યાંક તે અમારા પર વહેમાય તો?"

મોટા સાહેબ એક હાથે તેની કમરે ટેબલ ક્લોથ પકડી રાખીને ધીરેધીરે આગળ આવ્યા અને એક હાથે મારો ખભો થાબડી કહ્યું "વાહ, છોકરાઓ વાહ, તમે ડર્યા વગર મને મદદ કરી છે. તમારા પર મને વહેમ નથી પણ તમારી બહાદુરી પર મને ગૌરવ છે."

દંડને બદલે પુરસ્કાર મળે તો દુષ્ટો હસે એવી રીતે અમે પાંચેય ભેરુઓ હસી પડયા.

વિદ્યાર્થીઓને વધુ પ્રોત્સાહિત કરવા બંને હાથે મારો ખભો પકડી તેઓ મને શાબાશી દેવા ગયા એમાં ટેબલક્લોથ ઢીલું પડયું અને નીચે સરકી ગયું. તેમને ફરી અર્ધવસ્ત્રાવૃત થઈ ગયાનું દેખી બધાએ 'ઓય માડી' કરતાં પોતપોતાની આંખે હાથ દઈ દીધા. સમયસૂચકતા વાપરી મોટા સાહેબે મને શાબાશી દેવાનું પડતું મૂકી શીઘ્રતાથી ફરી ટેબલક્લોથ વીંટી દીધું. આ ટેબલ ક્લોથ થોડુંક રેશમી હતું.

હવે વધુ વાર અહીં રહેવાથી ટેબલક્લોથ ફરીથી સરકી જશે તેમ સમજી જઈને આચાર્ય ઝડપથી શાળાના કર્મચારી પરીવાર સાથે વર્ગની બહાર નીકળી ગયા. તેઓ ગયા કે તરત આખો વિદ્યાર્થીગણ ખડખડાટ હસી પડયો. કેટલાક

વિદ્યાર્થીઓ અને બીજા સાહેબો મોટા સાહેબની પાછળ ગયા. જેમ અધરણી સ્ત્રીને બીજી સ્ત્રીઓ હળવે હળવે ચલાવતી લઈ જાય છે તેમ મોટા સાહેબને બીજા સાહેબો હળવે હળવે ચલાવીને લઈ જતા હતા. અધરણી એટલે ગર્ભીણી. જેણે ગર્ભ ધારણ કરેલો છે તે.

અમારો વર્ગ ઉપલાં માળે હતો અને આચાર્યનું કાર્યાલય નીચેના માળે હતું. મોટા સાહેબ દાદરાના પગથિયાં ઉતરી રહ્યા હતા કે તેનો કોઈ એક પગ ટેબલક્લોથમાં ભરાતાં તેઓ પડી ગયા અને દડદડતાં નીચલા માળે પહોંચી ગયા. ટેબલક્લોથ તેની સાથે દડદડતું ન ગયું. આથી તે ફરી અર્ધવસ્ત્રાવૃત થઈ ગયા. આ જોઈને વિદ્યાર્થીઓ ખડખડાટ હસી પડયા. જે સાહેબોએ હજી સુધી માંડમાંડ પોતાનું હસવું ખાળી રાખેલું તેઓ પણ ખડખડાટ હસી પડયા. પટ્ટાવાળો થોડો પાછળ રહે તે પણ હસી પડયો.

મોટા સાહેબનો કોટ મોટો હતો એટલે તે અર્ધવસ્ત્રાવૃત હોવા છતાં કોઈને આચાર્યલિંગ દર્શનનો લાભ ન મળ્યો તેમાં કેટલાક વિદ્યાર્થીઓના ચહેરા પર નિરાશા વ્યાપી ગઈ. બધા મોટા સાહેબને મદદ કરવાના બદલે હસી રહ્યા હતા તે જોઈને આચાર્ય દોડીને તેમની કેબીનમાં ભરાઈ ગયા. બીજાને મુસીબતમાં મુકાયેલો જોઈને દરેકને પહેલાં હસવું જ આવે છે અને સહાનુભૂતિ પછી. વિપતિમાં મુકાયેલો મનુષ્ય લોકોનું જેટલું મનોરંજન કરે છે તેટલું મનોરંજન કોઈ નટ, વિટ કે વિદૂષક કરતો નથી. તે નિઃશુલ્ક મનોરંજન પૂરું પાડે છે અને એના પર કોઈપણ જાતનો મનોરંજનકર પણ લાગતો નથી!

મોટા સાહેબના હુકમથી પટ્ટાવાળો તેમના ઘેર જઈને તેમનું બીજું પાટલૂન લઈ આવ્યો પછી તેમણે નિઃશુલ્ક મનોરંજન પૂરું પાડવાનું પડતું મૂકી ષડયંત્રના સૂત્રધારોને શોધવાનું શરૂ કર્યુ. સાચા સૂત્રધારોએ તેમની વિપતિ વખતે તેમને સહાય કરી હતી એટલે તેમના પર કોઈને પણ શંકા ન ગઈ અને એટલે તેઓ ન પકડાયા. તપાસ સમિતિ કશું ઉકાળી ન શકી એટલે તેમણે કેટલાક નિર્દોષોને પકડયા. તેઓ તેમના રોષનો ભોગ બન્યા.

નિદોર્ષોને પડતો માર જોઈને મારાથી ન રહેવાયું. મેં ચંદુને સમજાવી તેને તેમની સામે રજૂ કર્યો. એ સાથે જ ચંદુનું ભણવાનું પણ સમાપ્ત થઈ ગયું. ચંદુ રાજી થયો હતો કારણ કે તેને ભણવું જ ન હતું પણ તેને તેના બાપા પરાણે ભણાવી રહ્યા હતા. તે ગયો એટલે અમે ચંડાળચોકડી જેવા ચાર રહ્યા.

થોડા સમય પછી અમને ફિલ્મ જોવાનું મન થયું. ફિલ્મનું નામ હતું ચોરી ચોરી. અમારી પાસે ફિલ્મ જોવાની ટિકિટ લેવાના પૈસા ન હતા. કરવું શું? ફિલ્મ જોવી જ હતી. અમે ચારેય પૈસાની વેતરણમાં પડયા પણ કોઈ મેળ ન પડયો. થર્ડ કલાસની પંચોતેર પૈસાની ટિકિટ હતી. અમારાં બધાના મળીને દોઢ રૂપિયો માંડ ભેગો થયો હતો. ત્રણ રૂપિયા થાય તો અમે બધા ફિલ્મ જોવા જઈ શકીએ તેમ હતા. શાળાના મેદાનમાં અમારી આખી મંડળી વિચારવા બેઠી.

મેં પ્રેરણાદાયી શબ્દો ઉચ્ચાર્યા "ફિલ્મના નામ પરથી કંઈક શીખો."

બીજો બોલ્યો "ચોરી ચોરી. તે તો સમજ્યા પણ ચોરવું શું?"

ત્રીજો બોલ્યો "સંઘવી સાહેબની સાયકલ, બીજું શું?"

ચોથો બોલ્યો "પણ ચોરવી કઈ રીતે?"

પહેલો બોલ્યો "તે કામ મારું."

ત્યાં દૂરથી સંઘવી સાહેબ જાતે જ સાયકલ દોરીને અમારી સામે આવ્યા!

તે પહેલાને બોલ્યા "એઈ... રાજુ, આ સાયકલમાં પંચર કરાવી લાવ તો."

આને કહેવાય ભાવતું'તું ને વૈદ્યે બતાવ્યું. મેં સાયકલનો કબજો લઈ લીધો. તેણે પંચર કરાવવાની પાવલી પણ આપી. પાવલી એટલે પચીસ પૈસાનો સિક્કો. હાલ તે ચલણમાંથી બહાર નીકળી ગયો છે. સાહેબની સાયકલ દોરીને પહેલાં હું પંચરવાળા પાસે ગયો અને પંચર સંધાવ્યું. તે પછી તાળાકૂંચીવાળા પાસે ગયો અને પચાસ પૈસામાં તેની ડુપ્લીકેટ ચાવી બનાવીને રાખી લીધી. તે સાયકલ સંઘવી સાહેબને પરત કરી. ચાવી ત્રિકમને આપી. આવતીકાલે સાયકલ ચોરવાની હતી અને તેને વેચીને ફિલ્મ જોવાની હતી.

બીજા દિવસે સંઘવી સાહેબે તેની સાયકલને તાળું માર્યું અને તે બરાબર મરાયું છે કે નહીં તે બે વખત ચકાસ્યું. સંઘવી સાહેબ ભલા સાહેબ હતા પણ ગરીબ હતા. બીજા સાહેબો સ્કુટર લઈને શાળાએ આવતા હતા ત્યારે તે સાયકલ પર જ આવતા હતા. તેમણે હમણાં જ નવી સાયકલ ખરીદી હતી તેથી તે ચોરાય જાય તે તેમને પરવડે તેમ ન હતું પણ ત્રિકમ ટાંપીને તૈયાર જ ઊભો હતો.

તે ઝાડ પાછળ સંતાયને ઊભો હતો. ત્રિકમ અને સંઘવી સાહેબ સિવાય બધા પ્રાર્થનાખંડમાં હતા. જેવાં સાહેબ શાળાની અંદર દાખલ થયા કે તે બહાર આવ્યો અને નકલી ચાવીથી સાયકલનું તાળું ખોલી સાયકલ પર બેસી તેને મારી મૂકી. એકાદ કલાકમાં તે તેને વીસ રૂપિયામાં વેચી પણ આવ્યો. બપોરની રિસેસ પછી શાળામાં ગુલ્લી મારી અમે ટોકિઝે ગયા અને તે રૂપિયામાંથી બાલ્કનીની ટિકિટ ખરીદી અમે પહેલીવાર બાલ્કનીમાં ફિલ્મ જોવા બેઠા. ઈન્ટરવલમાં રીમઝીમ પીધી. સમોસા ખાધા. ચાલુ ફિલ્મે ખાવા ખારી સીંગ અને રેવડી પણ લીધી. ફરી ફિલ્મ જોવા બેઠા. ફિલ્મ જોવાની મઝા પડી. અમે તેના ગીતોમાં ઝૂમી ઉઠયા. છેવટે સાંજના છ વાગ્યે ફિલ્મ પૂરી થઈ. અમે ટોકિઝની બહાર નીકળ્યા તો સામે પોલીસ ઊભી હતી—અમને પકડવા સ્તો. અમે ચારેય પકડાયા.

થયું હતું એવું કે ત્રિકમે જેને વીસ રૂપિયામાં સાયકલ વેચી હતી તે એક પોલીસપુત્ર હતો. તેણે વીસ રૂપિયામાં સાયકલ ખરીદી હોવાનું તેના પિતાને જણાવ્યું અને તેના પોલીસ પિતા ચમક્યા. પોલીસ સગા દીકરા પર પણ શંકા કરે કારણ કે તેનો ધંધો જ શંકા કરવાનો છે. તેથી ચોરીનું કારસ્તાન પકડાયું. કારસ્તાન પકડાયું એટલે અમે ચારેય પકડાયા. દફતર સોતા અમને પોલીસચોકીએ લઈ જવાયા. જમાદાર દ્વારા અમને પહેલાં ચારપાંચ લાકડીનો માર મરાયો પછી પૂછપરછ આદરવામાં આવી એટલે અમે સંઘવી સાહેબની સાયકલની ચોરી આસાનીથી કબૂલી લીધી—વધુ માર ન ખાવો પડે એટલે.

સંઘવી સાહેબને બોલાવવામાં આવ્યા. પહેલાં તેમને તેમની સાયકલની ખરાઈ કરાવવામાં આવી પછી અમારી ખરાઈ કરાવવા અમારી સમક્ષ લાવવામાં આવ્યા. અમને જોતાં જ સાહેબ બોલી પડયા “અલ્યા, મેં તને સાયકલ વેચી નાખવા મોકલ્યો હતો. તે તેને વીસ રૂપિયામાં વેચી!”

આ સાંભળી જમાદાર ચમક્યો. પોલીસ ચમક્યા. અમે પણ ચમક્યા.

જમાદાર બોલ્યો “તો તમે આને સાયકલ વેચવા મોકલેલાં?”

સાહેબ બોલ્યા “કેમ ન મોકલી શકાય? આ સાયકલ મને અપશુનિયાળી લાગી એટલે મેં તેને ભંગારમાં વેચી આવવા આને મોકલ્યો હતો. ભંગારમાં બહુ બહુ તો દશ બાર રૂપિયા આવે. મને ફાયદો કરાવવાના ઈરાદે તેણે વીસ રૂપિયામાં સાયકલ વેચી તો તેમણે શું ગુનો કરી નાખ્યો?”

જમાદાર ભોંઠપ અનુભવી બોલ્યા "ના તો ગુનો નથી કરી નાખ્યો પણ આ માટે તમારે નિવેદન લખાવવું પડશે."

સાહેબે તરત નિવેદન લખાવ્યું એટલે જમાદારે અમને ચારેયને છોડયા. અમે શરમીંદા બનીને સંઘવી સાહેબ સાથે બહાર નીકળ્યા.

પાછળથી જમાદાર બોલ્યો "સાહેબ, તમે છોકરાઓને ચોરીના રવાડે ચડાવો છો."

સાહેબે જતાં જતાં જવાબ વાળ્યો "ભલે, તમારે જે માનવું હોય તે માનજો પણ મારા છોકરાઓ ચોર બને તે શક્ય નથી અને અત્યારે પણ તે ચોર નથી."

બહાર નીકળી અમે સાહેબને કહ્યું "સાહેબ, અમને માફ કરી દો. હવે, આવું નહીં કરીએ."

સાહેબે આટલું જ કહ્યું "ના તમારો વાંક નથી. મારી કેળવણીમાં ખામી રહી ગઈ છે. તમારાથી બની શકે તો આટલું કરજો. આજથી હું તમારો સાહેબ છું તેમ કદી કોઈને પણ ન કહેતા."

તે આંખમાં આસું લૂછતાં જતા રહ્યા. તેનો આઘાત ત્રિકમને એટલો લાગ્યો કે તે પછી તેણે છોડી દીધું. સાવ છોડી દીધું. સાવ છોડી દીધું એટલે અહીં ભણવાનું છોડી દીધું, ચોરી કરવાનું નહીં!

આમ અમે ત્રણ એક્કા જેવા ત્રણ ભેરુઓ શાળામાં રહ્યા.

ચંદુ અને ત્રિકમ વગર અમને શાળામાં ગમતું ન હતું. અમે વારેવારે શાળામાંથી ગુટલીઓ મારવા લાગ્યા અને જુગારના રવાડે ચડી ગયા. શરૂઆત પાંચિયા દશિયાના સિક્કાથી થઈ અને પાંચ દશ રૂપિયામાં ફેરવાઈ ગઈ. આમનેઆમ તીન પત્તીના જુગારમાં અમે ત્રણેયે મહારત હાંસલ કરી લીધી.

બાબુએ શોધી કાઢયું કે ત્રણે પત્તા એક જ રંગના હોય તો નીચલા હોઠ પર જીભ ફેરવવી. ત્રણે પત્તા ક્રમમાં હોય તો આંખો બંધ કરી હાથની આંગળીઓ માથે, હોઠે અને ગળાએ લગાડવી. ત્રણે પત્તા એક જ હોય તો ત્રણ આંગળીઓ રાખવી. પત્તા ભારે હોય તો કપાળે અને હલકાં હોય તો ગળાએ અને સાવ હલકાં હોય તો પગે સંકેત કરવો. આપણી જીત થતી હોય તો ગંજીફો ઓછો ચીપવો. હારજીત થતી રહેતી હોય તો ગંજીફો માફકસર ચીપવો.

આપણી હાર થતી હોય તો તેને વધુ ચીપવો અને આપણી વારંવાર હાર થતી રહેતી હોય તો પત્તાની બે ત્રણ વાર કાતર મારવી. જેને પત્તાની કાતર મારતાં આવડતી હોય તેને અઠંગ જુગારી ગણવો. અમે અઠંગ જુગારી બન્યા. તેની આ કારીગરી મને બહુ કામ લાગેલી.

બાબુપાઠથી અમે જુગારમાં કપટ કરી જીતતા શીખી ગયા. મોટેભાગે અમે કોઈના ઘરમાં, શેરીઓમાં, સ્મશાનમાં, મંદિરના પાછલા ભાગમાં, બાવળીયાઓની ઝાડીમાં, રેલ્વેના પુલ નીચે, કે નદીના પટમાં જુગાર રમતા હતા. એક વખત અમે જુગારમાં બે હજાર જેટલી રકમ જીતી ગયા. આથી ઉત્સાહમાં આવી અમે શહેરના મનુદાદાના જુગારની કલબમાં રમવા ગયા. ત્યાં અમે મોટા મોટા જુગારીઓ સામે પણ જીતવા લાગ્યા. લગભગ એકાદ કલાકના જુગારમાં તો અમારી પાસે બારેક હજાર રૂપિયા ભેગાં થઈ ગયા. બધા જોઈ જ રહ્યા. આવડા ટાબરિયાઓ આવું સરસ રમે!

એવામાં રેઈડ પડી. દારૂ કે જુગારનો હપ્તો મળે ત્યાં સુધી પોલીસ રેઈડ પાડતી ન હતી. મનુદાદાએ બે મહિનાથી પોલીસને કોઈ હપ્તો આપ્યો ન હતો તેથી નછુટકે પોલીસે રેઈડ પાડવી પડી. કલબમાં ભાગંભાગી થઈ ગઈ. રૂપિયા મૂકીને હું અને મકો ભાગી છૂટયા પણ રૂપિયા ભેગા કરી લીધા પછી ભાગવા જતાં બાબુ પકડાઈ ગયો. તેને બે દિવસ પોલીસ લોકઅપમાં રાખવામાં આવ્યો.

સગીર અપરાધીને કોર્ટ સજા કરે તે પહેલાં તો તેને સજા આપવાનું કામ અમારી શાળાએ કર્યું. તેને શાળામાંથી કાઢી મૂકાયો. આ સાથે બાબુના ભણતરનું પૂર્ણવિરામ મૂકાઈ ગયું. છેવટે બે વીર રહ્યા.

હવે, મકાના ઘડિયા ગણાતા હતા. એવામાં પાઠક સાહેબે ગૃહકાર્ય કરી ન લાવવા બદલ તેને માર્યો. થોડોક વધારે પડતો મારી લીધો. મકાના મગજની કમાન છટકી. કરાટેની એક ચોપ સાહેબના નાક પર મારી દીધી. સાહેબનું નાક તૂટી ગયું. નાકમાંથી લોહી નીકળ્યું અને તેને મુર્છા આવી ગઈ.

બીજે દિવસે આચાર્યશ્રીના વરદ્ હસ્તે તેને તેનું ઈનામ મળ્યું—શાળા છોડયાનું પ્રમાણપત્ર! છેલ્લે હું એકલોઅટુલો રહ્યો. એવામાં વાર્ષિક પરીક્ષા નજીક આવી ગઈ. ભેરુઓની કાયમી ગેરહાજરીના કારણે મારું હરાયાપણું હણાય ગયું. તેથી છેલ્લાં બે માસ મન લગાવીને વાંચી શકાયું અને પરિણામે હું

પ્રથમ ક્રમાંકે ઉર્તીણ થયો! સાહેબોને આશ્ચર્ય થયું અને મને પણ થયું. તે પછી મેં કોલેજ પણ પૂરી કરી.

શાળાકાળના આ ભેરુઓને મારે મળવું હતું. બાલ્યકાળના મિત્રો કદી ભૂલ્યાં ભૂલાતા નથી. મા સૂઈ ગઈ છે તેની ખાતરી કરી આજની રાત માનું ધ્યાન રાખવાનું પાડોશીને કહીને હું નીકળી ગયો. ખાપરા કોડિયાની ગુફામાં તે ચારેય મારી રાહ જોતા હતા. મને ભાળતાં જ સામા દોડી આવ્યા અને મને ભેટી પડયા. અમારી આંખમાંથી હરખના આસુંઓ નીકળી પડયા. અમે ગુફામાં બેસી વાતોએ વળગ્યા. જુવાનિયાઓ વાતોએ વળગે અને સુંદરીઓના ભોગવટાની વાત ન થાય તેમ બને? અમેય અબોટ યૌવન ભોગવ્યાની વાતોમાં વળગ્યા. વારાફરતી વાત કરવાની હતી. પહેલી વાત ચંદુએ આ પ્રમાણે કરી હતી.

# ૨૯

ગયા વરસની વાત છે. લોકો ધનતેરસના દિવસે સોનાની ખરીદીને શુકનવંતી માને છે. આ દિવસે શાહુકારના ઘરમાં ચોરી કરીએ તો ઘણો માલ મળે છે. હું ચોરવિદ્યા સારી રીતે જાણું છું. હું દૂર દૂર ચોરી કરવા જાઉં છું. તે દિવસે હું જસદણ શહેરમાં ગયો હતો અને એક સોનીની દુકાનેથી કોણ કેટલું સોનું ખરીદે છે તેની ખબર પડે તે રીતે તેની આજુબાજુની અને સામેની દુકાનોમાં વારેવારે જતો હતો. વારેવારે પાનવાળાની દુકાને જઈને એકાદ પાન ખરીદ કરતો. પાન બનાવતા વાર લાગે એટલે વધુ વાર તે દુકાને રોકાય શકાય. વાળંદની દુકાને જઈને દાઢી અને બાલ કરાવ્યા. કાપડીયાની દુકાને કેટલાંય તાકા જોયા પછી ભાવમાં રકઝક કરી અડધો મીટર કાપડ ખરીદ કર્યુ. સોડાની દુકાને જઈને સોડા પીધી. આમ છતાં મારી નજર તો સોનીની દુકાન પર જ ચોંટેલી રહેતી. જે તે દુકાને વધુ વાર રહી શકાય તે માટે મારી પછી આવેલા ગ્રાહકોને હું આગળ પણ થવા દેતો હતો.

એવામાં મેં જોયું કે કમળાપુરનો વાણિયો તેના વાણોતર સાથે સોનીને ત્યાં આવ્યો અને લગભગ દોઢેક લાખના સોનાના ઘરેણાની ખરીદી કરી ચાલ્યો ગયો. મેં છાનોમાનો તેનો પીછો કર્યો અને તેનું મકાન જોઈ લીધું. તે પછી હું ગામ બહાર નીકળી ગયો.

રાતનો એકાદ વાગ્યો એટલે ચોરી માટે સજ્જ થયો. કાળી લંગોટ પહેરી. મોં અને હાથેપગે થોડું થોડું કાજળ ઘસી તેને કાળા કર્યા. બાકીના શરીરે કાળાં પીળાં લીટા કર્યા. આથી ચાર પગે ચાલતો હોઉં તેમ ચાલુ તો દૂરથી અંધારામાં દીપડા જેવું કોઈ જાનવર ચાલતું હોય તેવું લાગે. હાથેપગે અને કેડે તેલ ચોપડયું. જેથી કોઈ પકડે તો સહેલાઈથી છટકી શકાય. એક ચકમક અને થોડું જલાઉ તેલ લીધું જેથી જરૂર પડયે પ્રકાશ ઉત્પન્ન કરી શકાય અને આગ પણ લગાડી શકાય. ચડવા અને ઉતરવા ચારેક વાંભ લાંબું અને પાતળું દોરડું લીધું. પકડનારના પેટમાં મારવા એક છરી, માથામાં મારવા એક દંડૂકો, આંખોમાં છાંટવા મરચાની થોડી ભૂકી, ગળે ટૂંપો દેવા માટે એક રેશમી રૂમાલ, આંગળીયો તોડવા માટે એક ગણેશિયો અને સળગતો દીવો ઓલવવા એક જાતનું ફૂદું લીધું. ભીડ

પડયે ભાગી છૂટાય તે માટે એક ઘોડો પણ લીધો અને કમળાપુરના પાદરે પોગ્યો. દોરડાને સરકણી ગાંઠ વાળી ઘોડાને એક ઝાડ નીચે બાંધી દીધો. ઘોડો અવાજ ન કરે તે માટે તેના મોં પર મોંબંધી પણ બાંધી દીધી.

એ રાતના ત્રીજા પહોરે ચૂપચાપ કમળાપુર ગામમાં ઘૂસ્યો અને વાણિયાના ઘરની પછીત પર ચડીને તેના ઘરમાં પ્રવેશ્યો. ચૂપચાપ અંધારામાં તેના ઘરના ઓરડાઓમાં રાખેલી પેટીઓ, કબાટો અને પટાળો જોઈ વળ્યો. કશું મળ્યું નહી. ચોક્કસ તે સોનાને સાથે લઈને સૂતો હશે. હું ધીરે રહીને તેના શયનખંડમાં પ્રવેશ્યો. તે ઓરડામાં માતાજીનો અખંડ દીવો બળતો હતો. મેં ફૂદું બહાર કાઢી ઉડાડયું. તે સીધું દીવા તરફ ધસી ગયું અને તેની વાટ સાથે અથડાયને દીવો ઓલવી નાખ્યો.

હું વાણિયાની પથારી સુધી પહોંચી ગયો. તેની બાજુમાં વાણિયણની પથારી પણ હતી. બંને અલગ અલગ સૂતા હતાં. એવામાં મારો પગ રાતે પાણી પીવા માટે નીચે મૂકેલાં પાણી ભરેલાં લોટા સાથે અથડાયો. આથી લોટો આડો પડી ગયો અને ગોળ ગોળ ફરવા લાગ્યો. તેનો થણણ..., થણણ... અવાજ થયો. હું ઝડપથી તેની પથારી નીચે સરકીને છૂપાઈ ગયો. જો વાણિયો જાગી ગયો હોય તો તેને છેતરી શકાય તે માટે મેં 'મ્યાઉ...મ્યાઉ...' એવો બિલાડીનો અવાજ કર્યો. વાણિયો પડખું ફરી સૂઈ ગયો. થોડીવારે હું ફરી બહાર આવ્યો અને વાણિયાના માથા પાછળ ઊભો રહ્યો. એવામાં કમબસ્ત મારો પગ ફરી એ લોટા સાથે અથડાયો. ફરીથી થણણ..., થણણ... અવાજ થયો. હવે, હું વધુ સાવધ બની ગયો.

આ વખતે મેં મ્યાઉ મ્યાઉ અવાજ ન કર્યો કારણ કે કઈ એવી બિલાડી હોય જે એકના એક લોટા સાથે બીજી વખત અથડાય! હવે, જો વાણિયો ઊઠી જાય અને તે મને જોઈ જાય તો તેને મારવા માટે મેં દંડૂકો તૈયાર રાખ્યો. આ વખતે લોટો ખાલી હતો તેથી તેણે વધુ વખત અવાજ કર્યો.

એવામાં વાણિયો ઊંઘમાં હોય તેમ બોલ્યો "એઈ...પપુની બા, એઈ પપુની બા. જાગ."

વાણિયણે ઊંઘમાં જવાબ આપ્યો "શું છે અડધી રાતે? હવે, જાગવાની ઉંમર છે આપણી?"

વાણિયો બબડયો "એ મને હમણાં સપનામાં ચક્રવતી દેવી આવ્યાં હતાં. તેમણે મને કહ્યું કે લક્ષ્મીદેવી અને વિષ્ણુદેવ વચ્ચે મનુષ્યને કોણ વધુ પ્રિય છે તે વિશે મોટો વિવાદ થયો છે. આ વિવાદમાં લક્ષ્મીદેવી જીતી ગયાં છે તેથી વિષ્ણુદેવ કશું પણ લીધા વગર રિસાઈને તરત વૈકુંઠ છોડી ગયા છે. તે તારા ઘરમાં ભરાયા છે. તે મારી પૂજાઅર્ચના અર્થે જે રેશમી બંડી અને પિતાંબર ખરીદ્યું છે અને તે તારા બીજા ઓરડાના લાકડાના કબાટમાં પડયા છે તે પહેરીને આજ રાત્રિના ચોથા પ્રહરે સાક્ષાત્ વિષ્ણુદેવ તારા ઓરડે પધારી તમને બંનેને દર્શન આપવાના છે. હાથમાં ગદાના બદલે કરદંડૂકો હશે. મુખ કાનુડા જેવું કાળું હશે. તે કરદંડૂકાથી પ્રહાર કરી તને જગાડશે. તું અને તારી પત્નિ તરત જાગી જજો. તેની પૂજાપ્રાર્થના કરજો. તમારાં સર્વે સુવર્ણના અલંકારો તેને અર્પણ કરજો. તેને મધમિશ્રિત દૂધ પાજો. તેને પ્રસન્ન કરી દિવાળી સુધી તમારે ઘેર રોકી રાખજો. તેને મનાવીને તેને ફરી વૈકુંઠ લઈ જવા દિવાળીની રાતે સો ગણું સુવર્ણ પહેરીને સ્વયં લક્ષ્મીદેવી તમારે ઘેર આવશે. સુવર્ણના સાટામાં તેને મુક્ત કરજો."

વાણિયણ બોલી "લક્ષ્મીદેવી ઘરમાં આવવાના સપના તમને દર વરસે આવે છે. કદી તે આવતા નથી. છતાં જો આજે ખરેખર વિષ્ણુદેવ આપણાં ઘરમાં પધારે તો હું માનું. બાકી બધું ખોટું."

વાણિયો બોલ્યો "તો સૂઈ જા. જો ચક્રવતી દેવીનું સ્વપ્ન સાચું હશે તો વિષ્ણુદેવ આવશે જ."

બંને સૂઈ ગયા. મેં વિચાર કર્યો કે જો હું વિષ્ણુદેવ બની જાઉં તો તે મને બધું સોનું આપી દેશે. ચોરી કરવાથી મળશે તેના કરતાં તે સોનું વધુ હશે. કોઈક રીતે તે સોનું લઈને હું બહાર નીકળી જઈશ.

આવું વિચારી હું છાના પગલે બીજા ઓરડામાં ગયો. લાકડાના કબાટમાંથી રેશમી બંડી અને પિતાંબર શોધ્યા અને પહેરી લીધા. પછી ફરી તેની પાસે જઈને તેના કૂલામાં એક દંડૂકો માર્યો. તે જાગી ગયો. તે 'પ્રભુ, પ્રભુ' કરતો મને નમી પડયો. તેની પત્નિ પણ જાગી. તે પણ મને નમી પડી.

મેં તેમને આશીર્વાદ આપ્યા. તે પછી તે બંને ઉઠયાં. વાણિયાએ માતાજીનો દીવો સળગાવ્યો. વાણિયણે બાજોઠ ઢાળી, તેના પર લાલ કાપડનું આસન પાથરી મને બેસાડયો. બંનેએ ઘીના દીવા કરી મારી આરતી કરી. પૂજા કરી.

અર્ચના કરી. વાણિયાએ ખરીદેલાં બધાં સોનાના ઘરેણાં મને અર્પણ કર્યા. વાણિયણે પહેરેલાં અને ઘરમાં રાખેલાં બધાં સોનાના ઘરેણાં મને પ્રેમથી અર્પણ કર્યા. આ મૂર્ખ વાણિયાવાણિયણને જોઈને હું મુસ્કાઈ રહ્યો હતો. તે તેને પ્રભુ પ્રસન્ન થયા છે તેમ સમજ્યાં.

એ વખતે વાણિયો બોલ્યો "અરે! વાણિયણ, પ્રભુ ઠેઠ વૈકુંઠથી આપણને દર્શન દેવા પગપાળા આવ્યા છે. તે થાકી ગયા હશે. તેને ભૂખ પણ લાગી હશે. હું તેના પગ દબાવીને તેનો થાક ઓછો કરું છું. તું રસોડામાં જા અને શીઘ્ર શક્તિવર્ધન મધયુક્તદુગ્ધ લઈ આવ.

વાણિયણ રસોડામાં ગઈ. વાણિયો મારા બંને પગ દબાવવા લાગ્યો. મને મજા આવી. આવાં પગ તો કદી મારી ઘરવાળીએ પણ દબાવ્યા ન હતા. થોડીવારમાં વાણિયણ એક તાંસળીભરી દૂધ લઈને આવી. તેણે તે દૂધ મને અર્પણ કર્યુ. હું બધું જ દૂધ પી ગયો. મીઠું મીઠું મધ નાંખેલું દૂધ પીવાની ભારે મજા પડી. તેઓ મને આંખો ફાડી પ્રસન્ન મુખે જોઈ રહ્યા. દૂધ પીને હું થોડીવારમાં ત્યાં ને ત્યાં સૂઈ ગયો.

જ્યારે જાગ્યો ત્યારે ગામના ચોક વચ્ચેના થાંભલાની સાથે બંધાયેલો ઊભો હતો! મારી સામે ગામલોકો ઊભા રહી હસી રહ્યા હતા. નાના બાળકો મને કાંકરાઓ મારી હસી રહ્યા હતા. બાયું મારી હાંસી ઉડાવી રહી હતી. હવે, મને સમજાયું કે મૂર્ખ વાણિયોવાણિયણ ન હતાં, હું હતો. તેની વાતમાં આવી જઈને હું વિષ્ણુદેવ બની બેઠો હતો અને મૂર્ખ ઠર્યો હતો. જેમ બલીએ વિષ્ણુને તેની સેવામાં પાતાળમાં બાંધ્યા હતા તેમ ચતુરાઈથી વાણિયે મને ગામના ચોકમાં બાંધ્યો હતો.

આખો દિવસ મારી પાસે ગામલોકો આવતા અને મારી મજાક કરી મને મારતા હતા. તેઓ લાકડીથી, દંડાથી, પટાથી મારતા હતા. કોઈ અડબોથ મારતા હતા તો કોઈ લાત મારતા હતા. કોઈ વાળ ખેંચતા હતા તો કોઈ થૂંકતા હતા. કોઈ ગુદામાં આંગળી કરતા હતા તો કોઈ કૂલામાં અણીદાર સળિયો ખૂંચાડી દેતા હતા. હું ચીસો પાડી જતો તો તેઓ જોરથી હસી પડતા હતા. વાણિયણે મને જે મધમીઠું દૂધ પાયું હતું તે મને મોંઘું પડયું હતું. તેમાં તે ચતુરાએ માણસને બેહોશ કરવાની દવા મેળવી હતી.

સાંજે મારી સામે આખું ગામ ભેગું થયું. ગામના આગેવાને વાણિયાના ખૂબ વખાણ કર્યા. મારા ચોરીના સાધનો તેને ભેટ કર્યા. મારો ઘોડો પણ તેને ઈનામમાં આપ્યો. હું સમસમી ગયો. આગેવાનના કહેવાથી બધાએ મને ઓછામાં ઓછો એક એક નાનો મોટો પથ્થર માર્યો. હું લોહીલુહાન થઈ ગયો. મને ફરી લાકડીથી માર મારવામાં આવ્યો. હું મારથી બેહોશ થઈ જવામાં હતો. મેં પાણી માગ્યું. તેમણે વચન માગ્યું. હું કોઈ દિવસ આ પંથકમાં ચોરી નહી કરું એવું વચન માંગ્યું. મેં વચન આપ્યું. તેમણે પાણી પાયું. તેમણે મને થોડાક ગાજર, મૂળા અને કારેલાં ખવડાવ્યા. જો કે, હજી મારી સજા પૂરી થઈ ન હતી.

થોડીવારે એક કાળો ગધેડો લાવવામાં આવ્યો. મને થાંભલેથી છોડી મને એ ગધેડા પર અવળો બેસાડયો. મારું મોં કાળું કર્યુ. મારી માથે કાંટાળી વેલનો સાફો બાંધવામાં આવ્યો અને આખા ગામમાં મારો વરઘોડો કાઢવામાં આવ્યો. મારી પાછળ ગામલોકો ગાળો બોલતા અને મારી ટીખળ ઉડાડતાં હતાં. બાળકો ગધેડાને અને મને બાવળની ડાળખીઓ મારતા હતા. તેના કાંટા મને ભોંકાય જતા હતા. ગધેડાને કાંટો લાગતો ત્યારે તે બે પગ ઉછાળીને લાત મારતો હતો. એ વખતે હું પડી ન જાઉં તે માટે તેનું પૂછડું સખ્તાઈથી પકડી રાખતો હતો. આ જોઈને બધા ખડખડાટ હસી પડતા હતા.

ગામલોકોએ મારા આવા અનેક અપમાનો કરીને છેક રાતે મને છોડયો. મુક્ત થતાં વેંત જ હું ગામથી દૂર જવા માટે દોડવા લાગ્યો. પાછું વાળીને જોયા વગર દોડયો. લંગાટ પડી ગઈ તે લેવાય ન થમ્યો. બીજા ગામનું સ્મશાન આવ્યું ત્યાં સુધી દોડયો. નાગેનાગું તે ગામમાં ગરવું પણ હિતાવહ ન હતું. આજની રાત આ સ્મશાનમાં જ ગાળવાનું નક્કી કરી નાખ્યું. મને સખ્ત ભુખ અને તરસ લાગી હતી. સ્મશાનમાં મૃતક પાછળ મૂકેલાં ત્રણ ચાર નારીયેળ શોધી, તેને તોડી, તેનું પાણી પી તરસ બૂઝાવી. તેનું કોપરું કાઢી ભૂખ મીટાવી. છેવટે એક પથ્થરના ટેકે માથું મૂકી ઘસઘસાટ સૂઈ ગયો. તે અડધી રાતે શિયાળવા સ્મશાનમાં આવી લાળી કરવા લાગ્યા ત્યારે ઊઠયો. મેં પથ્થરો મારીમારીને તેમને ભગાડયા.

કહે છે કે કાળીચૌદશની રાતે મસાણમાં ભૂતપ્રેત નાચે છે. મને ભૂતપ્રેતની કોઈ બીક ન હતી.

એવામાં મેં સ્મશાનથી થોડે દૂર નજર કરી તો કોઈ કાળો ઓછાયો મારી તરફ આવી રહ્યો હતો. હું ડર્યો. મારું હૃદય જોરથી ધડકવા લાગ્યું. મને પરસેવો વળી ગયો. છતાં હું તેની તરફ જ જોતો રહ્યો.

તે ઓછાયો થોડો નજીક આવતાં મને જણાયું કે કોઈ અઘોરી બાવો ખૂલ્લાં વાળ રાખી એક મદડું ઘસડીને સ્મશાનમાં આવી રહ્યો હતો. હવે, હું ખરેખર ડરી ગયો. અઘોરીઓ અનેક જાતની વિદ્યાઓ જાણતા હોય છે. તે સ્મશાનમાં આખી રાત બેસી તાંત્રિક વિધિઓ કરતાં હોય છે.

તે તાંત્રિક વિધિના ભાગરૂપે સળગતાં મડદાનું માંસ ખેંચીને ખાય છે. દારૂ પણ પીવે છે. સ્ત્રી સાથે અને પશુઓ સાથે સંભોગ પણ કરે છે. અલૌકિક શક્તિ મેળવવા માટે જાતજાતના અનુષ્ઠાનો કરતા હોય છે. મેલી વિદ્યા શીખવા માટે તે મનુષ્યની બલિ દેતા પણ અચકાતા નથી. ક્યાંક આ અઘોરી મને પકડી મારી બલિ દઈ ન દે તે માટે હું એક મોટા પથ્થર પાછળ સંતાઈ ગયો.

મેં તેનો સ્મશાનની અંદર આવવાનો અને તેની પાછળ મડદું ઘસડાવાનો અવાજ પણ સાંભળ્યો. તે મારી તરફ આગળ વધી રહ્યો હતો. ભયથી શરદ ઋતુમાં પણ હું પરસેવે નાહી ગયો. મારી પાસે આવી અવાજ સમી ગયો. ભયનું એક લખલખું પસાર થઈ ગયું. મારા બધા રૂંવાટા ઊભા થઈ ગયા હતા. હું બે હાથ જોડીને આંખો મીંચી ભગવાનને યાદ કરવા લાગ્યો.

એવામાં મશાલ સળગી. તેના પ્રકાશમાં મને તેનો હરતો ફરતો પડછાયો દેખાયો. પડછાયો લાંબો હતો. મારા ડરની પરાકાષ્ટા આવી ગઈ હતી. હું કોઈપણ પળે ચીસ પાડી જાઉ તેમ હતો. તેની ગતિવિધિ જાણવા હું તેનો પડછાયો સતત જોવા લાગ્યો. ક્યારેક તે તેના બે હાથ આકાશ તરફ ફેલાવતો હતો. ક્યારેક હાથથી હવામાં કુંડાળું કરતો હતો. ક્યારેક પૂતળાની પ્રદક્ષિણા કરતો હતો.

તેણે વારાફરતી તેની મુટ્ઠીમાં ચોખા, સફેદ જુવારના દાણા, માંસ લઈ મુટ્ઠીને મોં પાસે રાખી ખૂબ ધીમેધીમે મંત્ર ભણી હવામાં ઉડાડયા. છેલ્લે લોહી પણ ઉડાડયું. મારી ઉપર પણ લોહીના કેટલાક છાંટા પડયા. તે પછી તેણે તેના કપડાં કાઢયા અને થોડે દૂર ફગાવી દીધા. હવે મને નગ્ન માણસનો પડછાયો દેખાતો હતો. મને તેના પડછાયામાં છાતીના ભાગે બે સ્તનો હોય તેવું જણાયું!

હું વિચારમાં પડયો આવું કેમ બને? શંકાનું સમાધાન કરવા મેં ડરતા ડરતા મારું માથું બહાર કાઢયું.

જોયું તો તે અઘોરી ન હતો પણ અઘોરણ હતી! મડદું ન હતું પણ માનવ કદનું પૂતળું હતું! પૂતળું કાળું હતું અને તેના પગ પાસે પડયું હતું. તેણે તેની પાછળના ઝાડમાં મશાલ ખોસી હતી. મારી બીક ઓછી થઈ. છતાં બહાર આવવું જોખમી હતું. હું છાનોમાનો તેની ક્રિયાઓ જોવા લાગ્યો.

તે ઊભી ઊભી ઘડીક પૂતળાં પર પાણી છાંટતી. ઘડીક દૂધ છાંટતી. ઘડીક લોહી છાંટતી. હું સમજયો નહીં તેવા મંત્રો મોટેથી બોલવા લાગી. તે જોરજોરથી ઓમ હ્રીમ્ હ્રીમ્ ફટ્ સ્વાહા કરતી હતી.

આવી વિધિ પછી તે બોલી "હે મહાકાળ, હું તારી આરાધક છું. તારી સાધક છું. તારી ઉપાસક છું. તું મને નિરાશ ન કરતો. હું મારા પતિને સજીવન કરી તેની સાથે આ રાત્રિ ભોગવવા આવી છું. મારા લગ્નની સુહાગરાત થાય તે પહેલાં મારા પતિને કાળોતરો કરડી ગયો હતો. પરણ્યાની પહેલી રાતે જ હું મારા અખંડ શીલ સાથે વિધવા થઈ ગઈ છું. તને કશી દયા ન આવી. હું અહીં તહીં ભટકીને એક તાંત્રિક પાસેથી સંજીવની વિદ્યા શીખી છું. મારા એ તાંત્રિક ગુરુજીએ મને કહ્યું છે કે તારા પતિનું પૂતળું લઈને તું કાળીચૌદશની રાતે સ્મશાનમાં એકલી જજે અને મેં શીખવેલી તંત્રવિદ્યા પ્રમાણે વિધિ પૂરી કરજે. તદ્દન નગ્ન થઈને મહાકાળને પોકારજે. જ્યાં સુધી તે તારા પતિને એ રાત પૂરતો સજીવન ન કરે ત્યાં સુધી સમાધિ ધારણ કરજે. તારો પતિ સજીવન થાય પછી તેની સાથે ત્યાં જ સ્મશાનમાં સુહાગરાત મનાવજે.

હે મહાકાળ, પુરુષશરીરના મિલનસુખ વગર એક વરસથી હું તડપું છું. આજે મારે મારી આ તડપ બૂઝાવવી જ છે. હું મારા પતિના પ્રેમ વગર તડપું છું. મારા અબોટ યૌવનને ભોગવનારને જીવતો કર. આ પૂતળું મારા પતિનું છે તેમાં પ્રાણ પૂર. તેને સજીવન કર. મારી ઈચ્છા પૂરી કર. જ્યાં સુધી તું તેને સજીવન નહીં કરે ત્યાં સુધી હું અહીં જ સમાધિમાં બેસીશ. ઊઠીશ નહીં. જ્યાં સુધી મારી અક્ષત યોનિ વીર્યસભર નહીં બને ત્યાં સુધી હું આ સ્મશાન છોડીશ નહીં. હે મહાકાળ..., હે મહાકાળ..."

આમ કહી તે આંખો મીંચીને સમાધિમાં બેસી ગઈ. હું ધીરેથી બહાર નીકળ્યો. તેને જોઈ. તે ખરેખર ખૂબ રૂપાળી યૌવના હતી. દીવાઓના પ્રકાશમાં

તેનું શરીર સોના જેવું ચમકતું હતું. સ્વર્ગની અપ્સરા ધરતી પર બેઠી હોય તેમ લાગ્યું. તેના કડક મોટાં સ્તનોએ મને પાગલ બનાવ્યો. તેના નિતંબોએ મારું ભાન હરી લીધું. તેની પાતળી કેડ પણ મારી વાસનામાં ભડકો કરી રહી હતી.

તે ઋષિકન્યા શી સમાધિમાં બેઠી હતી. તેના યૌવનને ભોગવવાની મને ઈચ્છા જાગી. મરી ગયેલું કોઈ કદી સજીવન થતું નથી. તે ખોટા તાંત્રિક ગુરુની વાતમાં આવી હતી. આથી સ્મશાનમાં એકલી આવીને આવી વિધિઓ કરી રહી હતી. મારે તેની ઈચ્છા પૂરી કરવી હતી. તેની યોનિને મારે વીર્યસભર કરવી હતી. તેને શરીરમિલનનું સુખ આપવું હતું. આ પણ એક જાતનો પરોપકાર છે.

હું વાસનાથી સળગવા લાગ્યો હતો. ધીમેથી ઝાડ પાસે જઈને મેં મશાલ ઓલવી નાખી. તે પછી સાવચેતીથી જરાય અવાજ ન થાય તેમ મેં તે પૂતળાને ધીરેથી ઊંચક્યું અને જ્યાં થોડીવાર પહેલાં હું સંતાયો હતો ત્યાં જઈને તેને સંતાડી દીધું. તે પછી ધીરેથી હું તે પૂતળાની મૂળ જગ્યાએ જઈને સૂઈ ગયો–બરાબર તેના પતિનું પૂતળું બનીને. એ પછી મેં મારો પગ હલાવી તેને અડાડયો. તેણે આંખો ખોલી. મારો હલતો પગ જોયો. તે રાજી થઈ. મેં મારો બીજો પગ હલાવ્યો.

આ જોઈ તે બે હાથ જોડી બોલી "વાહ, મહાકાળ, અંતે તે મારી પ્રાર્થના સાંભળી ખરી."

ધીરેધીરે મેં મારા બધા અંગો હલાવવા શરૂ કર્યા. તે મને ભેટી પડી. તેણે મને ચૂમ્યો. મેં તેને ચૂમી. કાળીચૌદશના અંધારામાં તે મારો ચહેરો બરાબર જોઈ શક્તી ન હતી. કદાચ તેનો પતિ મારા જેવો કાળો હતો. કદાચ તેનો પતિ મારો સમરૂપ હશે. કદાચ તે મારો સમરૂપ ન હોય તોપણ પ્રેમાવેગમાં કામાતુર તેવી તેને તે જોવાની હોંશ ન હતી. કદાચ તેની તંત્ર વિદ્યાની સફળતાના કેફમાં મારા અને તેના પતિના દેખાવને અવગણી રહી હતી. કદાચ આ બહાને પણ તે તેની વાસના તૃપ્ત કરી લેવા માંગતી હતી. કદાચ સાચે જ તે મને તેની તંત્રવિદ્યાથી સજીવન થયેલો તેનો અસલ પતિ જ માની રહી હતી. જે હોય તે. આમેય વાસનાઅંધને ક્યાં કદી કશું સ્પષ્ટ દેખાય છે.

અમે બંનેએ રતિક્રિયાનો પ્રારંભ કર્યો. તે તંત્રવિદ્યાની જાણકાર હતી તેમ તે રતિક્રિયાના અનુભવ વગર પણ રતિક્રિયાના આસનોથી પરીચિત હતી. તે કંઈ

બોલ્યા ચાલ્યા વગર અમે જુદાં જુદાં આસનો કરી વેગપૂર્વક રતિક્રિયા કરી અમે ભરપૂર આનંદ ભોગવ્યો. તે ઠેઠ વહેલી સવાર સુધી ભોગવ્યો.

દિવસે જે કંઈ યાતના મેં વેઠી હતી તે સઘળી યાતનાઓ વિસરાઈ ગઈ. મારો થાક પણ ઉતરી ગયો. સાચે જ સ્ત્રી એ પુરુષના પરિશ્રમનો વિસામો છે. મેં તેને ભોગવી, તેણે મને ભોગવ્યો.

છેલ્લે વિપરીત આસનથી તેણે મને આનંદની પરાકાષ્ટાએ પહોંચાડયો. હું તૃપ્ત થયો. તે તૃપ્ત થઈ. છેવટે થાકીને તે મારા પર પડીને સૂઈ ગઈ. થોડીવારે મેં ધીરેથી તેને જમીન પર સૂવાડી દીધી. તે પછી પેલાં પૂતળા પાસે જઈને તેમાંથી થોડું કાપડ કાઢી મેં તેની લંગોટ વાળી. પૂતળાને ફરી તેની પાસે મૂક્યું અને તે જાગે તે પહેલાં તેની સામે છેલ્લી નજર ફેરવી હું ધીમેથી ત્યાંથી નીકળી ગયો—દૂર દૂર સુધી.

આવી રીતે મેં એક રાતે અબોટ યૌવન ભોગવ્યું છે. એ અબોટ યૌવનને ભોગવવાની જે મજા મળી તેવી મજા આજ સુધી મને મળી નથી. સાચું કહું તો જેણે અબોટ યૌવન નથી ભોગવ્યું તેનો જન્મારો એળે ગયો કહેવાય. કહે છે કે કાળીચૌદશની રાત અપશુકનિયાળ હોય છે પણ મારા માટે તે શુકનિયાળ નીવડી હતી.

ચંદુએ તેની વાત પૂરી કરી. અમે બધા ખડખડાટ હસી પડયા. ચંદુએ એ સ્ત્રી સાથે કપટ કરી તેને ભોગવી હતી. અમે ચંદુ પર વારી ગયા. ચંદુ પછી ત્રિકમે વાત શરૂ કરી. જે આમ હતી.

# ૩૦

એકવાર હું શરદપૂનમની રાતે રાજકોટ રાસ જોવા ગયો હતો. મધરાત થઈ હતી. આકાશમાં ચાંદો સોળે કળાએ ખીલી ગયો હતો અને યુવાન ખેલૈયાઓ મન મૂકીને રમી રહ્યા હતા. તેમાં એક અતિસ્વરૂપવાન યુવતી બહુ સરસ રાસ રમતી હતી. હું તેને જોઈ રહ્યો. તેના અંગમરોડ જોઈને હું તેના પર આફરિન થઈ ગયો. તેનો સુંદર ચહેરો, તેની પાતળી કેડ, તેના સ્તનોનો ઉભાર અને નિતંબોની ગોળાઈઓ જોઈને મને થયું કે એક વાર તે મને ભોગવવા મળે તો મને શેર લોહી ચડે!

તેની સાથે જે નવયુવાન રાસ રમતો હતો તે કંઈક અંશે મને મળતો આવતો હતો. મને તેની ઈર્ષા થઈ. એવામાં પોલીસ આવી ચડી અને તેણે રાસ રમાતો અટકાવી દીધો. ખેલૈયાઓ અને પોલીસ વચ્ચે વડચડ થઈ. એમાં કોઈ એકાદ પોલીસનું ધ્યાન મારા પર પડયું અને તે મને ઓળખી ગયો.

તે બોલી ઊઠયો “સાહેબ, પેલો ત્રિકમ છે. બોડી ઘોડી, વચલી ઘોડી અને છેલ્લી ઘોડી ગામમાં ધોળે દિવસે લૂંટ ચલાવેલી તે. બે વરસથી આપણે તેને શોધીએ છીએ. ચાલો પકડીએ.”

આ સાંભળી ઈન્સપેક્ટરે મારી તરફ તેનો ચહેરો કર્યો. તે પણ મને ઓળખી ગયા. હવે, મારે ભાગવું જોઈએ. ભીડનો લાભ લઈને હું ભાગ્યો. પોલીસ ભીડમાંથી બહાર નીકળે તે પહેલાં હું દોડીને મુખ્ય રસ્તા પર આવી ગયો. દૂરથી પોલીસ મારી તરફ દોડતી આવી રહી હતી. હું મુખ્ય રસ્તો મૂકી શેરીઓમાં ભરાયો. એક પછી એક આડીઅવળી શેરીઓમાં ભાગતો પોલીસથી બચવા મથતો હતો. મારી પાછળ પોલીસ બરાબર પીછો પકડી રહી હતી. હવે, ઝાઝૂં ભાગી શકાય તેમ ન હતું કારણ કે હું દોડીને થાકી ગયો હતો. જો હું કોઈના ઘરમાં સંતાઈ શકું તો જ બચી શકું તેમ હતો.

થાકી ગયો હોવા છતાં હું ભાગતો રહ્યો અને ભાગતો ભાગતો હું અનેક બહુમાળી ઈમારતોવાળી એક શેરીમાં ઘૂસી ગયો. થાકીને હું એક ઈમારત પાસે મારા બંને હાથથી મારા બંને પગના ઢીંચણ પકડી વાંકો વળી હાંફતો હાંફતો થાક

ખાવા ઊભો રહ્યો. મારું મોં જમીન તરફ હતું. થોડીવાર થાક ખાધો. કંઈક રાહત થઈ એટલે મેં માથું ઊંચું કર્યું તો મેં મારી સામેની એક ઈમારતના સાતમા માળે એક ફ્લેટની બારી ખૂલી હતી તે મેં જોઈ. બારીની નીચે ચારેક ફીટ અંતરે એક છજું હતું. તેની નજીકથી એક ગટરનો પાઈપ નીચે ઊતરતો હતો.

એવામાં મારો પીછો કરતી દોડતી પોલીસના બૂટોનો અવાજ મેં સાંભળ્યો. આથી ઝડપથી તે ઈમારત પાસે પહોંચ્યો અને તે પાઈપ વાટે સડસડાટ સાત માળ ચડીને છજા પર પહોંચી ગયો. નીચે પોલીસ આવીને ઊભી રહી આથી હું છજા ઉપર સૂઈ ગયો. પોલીસે ઊંચે જોયું હશે પણ હું તેને દેખાયો નહીં હોઉં. નીચેથી પોલીસ જતી રહી એટલે ફરી છજા પર ઊભો થયો અને તેની ઊપરની બારી વાટે ફ્લેટની અંદર ઘૂસી ગયો. અંદર અંધારું હતું. બારીમાંથી બહાર ડોકિયું કરીને નીચે જોયું તો પોલીસ ફરી ત્યાં આવી મને શોધી રહી હતી. હું અંદર સંતાઈ ગયો. હું ઊપર હતો. પોલીસ નીચે હતી. પોલીસને પૂરી શંકા હતી કે હું આટલામાં જ ક્યાંક સંતાયો છું તેથી તે આજુબાજુમાં ફરીને ફરી ત્યાં જ આવી જતી હતી. ધીરે ધીરે પોલીસની સંખ્યા પણ વધતી જતી હતી.

હું આ ફ્લેટમાં જ સલામત હતો. હું જરાય અવાજ ન થાય તે રીતે ફ્લેટમાં સંતાઈ રહ્યો. થોડીવારે નીચેથી પોલીસ ચાલી ગઈ. સલામતીની ખાતરી થઈ એટલે હું ફ્લેટમાં હરવા ફરવા લાગ્યો—અલબત અંધારામાં જ સ્તો. મેં આરામ કરવા એક સોફામાં લંબાવ્યું. થોડીવાર આરામ કર્યો હશે કે ફ્લેટના દરવાજાનું તાળું ખોલવાનો અવાજ થયો. માર્યા ઠાર! સાથે પોલીસ હશે તો?

મને પરસેવો વળી ગયો. ગભરાઈને હું ઝડપથી સોફામાંથી બેઠો થયો અને તેની અંદરના એક ખંડમાં લટકતાં પડદા પાછળ સંતાઈ ગયો. મેં પડદા પાછળથી જોયું તો ફ્લેટનો દરવાજો ખોલી એક યુવતી અંદર આવી. અંદર આવી તેણે ટયુબલાઈટ ચાલુ કરી અને દરવાજો બંધ કર્યો.

મેં જોયું તો તે પેલી જ યુવતી હતી જેને મેં થોડીવાર પહેલાં રાસ રમતી જોઈ હતી. હું તેને જોઈને ખૂબ આનંદિત થઈ ગયો કારણ કે થોડીવાર પહેલાં જ હું તેના પર ફિદા થઈ ગયો હતો. ખરેખર તે ખૂબસુરત હતી. હિન્દી ફિલ્મની કોઈ હિરોઈન જેટલી તે સુંદર હતી.

અંદર આવ્યા પછી તરત જ તેણે રડવાનું શરૂ કરી દીધું. રડતી રડતી તે એક લાકડાના કબાટ પાસે ગઈ અને તે ખોલી તેમાંથી તેણે ઈંગ્લીશ દારૂની એક

બોટલ અને કાચનો એક પ્યાલો લીધો. કબાટ બંધ કરી તેણે બોટલ ખોલી અને તેમાંથી દારૂની પ્યાલી ભરી પી ગઈ.

હવે તે બકી. "એ... જય મેં તને અખૂટ પ્રેમ કર્યો છે અને તે જ મને તરછોડી? મેં તને કેટલો સાથ આપ્યો અને તે મને એકલી છોડી? શા માટે? મારો શું વાંક છે કે તું દિવ્યા પાસે ચાલ્યો ગયો? બે બે વરસથી હું તને પ્રેમ કરું છું. સાચાં મનથી પ્રેમ કરું છું. આખી નવરાત્રિ તારા સાથે રાસ રમી છું. તારા કારણે મારા મમ્મી પપ્પા પણ મને છોડીને ચાલ્યા ગયા છે. હું એકલી રહીને પણ તને પ્રેમ કરતી રહી છું. મને શું ખબર કે તું વાસનાનો કીડો છો. મેં તારા માટે જ મારું સ્ત્રીત્વ અખંડ રાખ્યું છે. મેં મારા શરીરને દાગ લાગવા નથી દીધો અને તું..., તું વાસનાનો કીડો બની લગ્ન પહેલાં મને ભોગવવા માંગતો હતો. લગ્ન પહેલાં મારું શરીર ચૂંથી નાંખવા માંગતો હતો. ફટ્ છે તને, મેં ના કહી તો દિવ્યાને લઈને ચાલતો થયો. ભોગવ..., ભોગવ... દિવ્યાને શું શહેરની બધી કુંવારી છોકરીઓને ભોગવ પણ છેવટે તો તારે મારી પાસે જ આવવું પડશે. મારો પ્રેમ તને મારા તરફ ખેંચી લાવશે, ખેંચી જ લાવશે."

આવું બોલતી બોલતી તે ત્રણ ચાર દારૂના પેગ પી ગઈ. હવે તે મદમસ્ત બની ગઈ હતી. એવામાં તે મારા તરફ થોડીક ચાલી અને તેણે તેના ચણિયાચોળી કાઢીને ફરસ પર ફેંકી દીધા. હવે તે આંતરવસ્ત્રોમાં હતી. તેણે સફેદ બ્રા અને સફેદ નીકર પહેર્યા હતા અને તેમાં તે બહુ જ સુંદર દેખાતી હતી. મેં જોયું કે તેના સ્તન એટલા બધા ભરાવદાર અને કડક હતા કે જાણે તે તેની બ્રા તોડી હમણા બહાર આવી જશે. તેની જાંઘો પણ એટલી તંગ અને કડક જણાતી હતી કે હમણાં તેનું નીકર પણ ફાટી જશે. આ જોઈને હું પાણી પાણી થઈ ગયો. જો બહારની પોલીસની બીક ન હોત તો હું તેને બાથ ભરીને વળગી પડયો હોત!

થોડીવારે તેણે તેના આંતરવસ્ત્રો પણ કાઢીને હવામાં ઉછાળી દીધા. જે પણ ફરસ પર પડયા. તે તેના ઘરમાં દિગંબર અવસ્થામાં આટાંફેરા મારવા લાગી. હું ફાટી આંખે તેને જોઈ રહ્યો. હું આભો બની ગયો. આવું રૂપ તો મેં અગાઉ કદી પણ જોયું ન હતું. હું તેને ભોગવવા તલપાપડ થઈ ગયો હતો પણ મનમાં પોલીસનો ભારે ડર સતાવી રહ્યો હતો.

તેના કેસરી પીળી મોસંબી જેવાં સ્તન અને કેળકદલી જેવાં સાથળ મારું મન ડોલાવી રહ્યા હતા. તેની પાતળી કેડનો લચકારો અને નિતંબોની ગોળાઈનું

ઊંચકનીચક મારી ઉત્તેજના વધારી રહ્યું હતું. જન્નતની હૂર જેવી તેને હવે હું વધુ વખત જોઈશ તો વગર પ્રયત્ને હું શીઘ્ર વીર્યપતન કરી બેસીશ તેવી ભીતિ લાગતા મેં મારી આંખો બંધ કરી દીધી.

એવામાં તે સામેના બાથરૂમમાં ચાલી ગઈ. આથી મને કંઈક રાહત થઈ. મારી ઉત્તેજના ધીરેધીરે શાંત થઈ. બાથરૂમની કાચની બારીમાંથી દેખાતું હતું કે તે હવે ફુવારામાં સ્નાન કરી રહી હતી.

થોડીવારે તે સ્નાન કરી ટુવાલથી શરીર લૂંછ્યા વગર જ બાથરૂમમાંથી બહાર આવી. તે સદ્યસ્નાતાને જોતાં જ મારી ઉત્તેજના ફરી જાગૃત થઈ ગઈ. લચકાતી મદમાતી ચાલે તે મારા તરફ આવી. હું પકડાઈ જ જઈશ એવાં ડરથી મારા શરીરમાં ભયનું એક લખલખું પણ પસાર થઈ ગયું. તે ખૂબ નજીકથી મારી પાસેથી પસાર થઈ. હું તેના શરીરની માદક ખુશબૂ અનુભવી શક્યો. જતાં જતાં તેણે મારી નજીકમાં જોરથી તેનું માથું ઝાટકી તેના વાળ હવામાં ધુમાવ્યા. આથી તેના વાળના પાણીના છાંટાં મારા ચહેરા પર પડયા. મને એક ઠંડીની ઝણઝણાટી આવી ગઈ. ફરી તે પેલાં ટેબલ પાસે ગઈ અને ફરી એક પેગ પીધો. તેની પીઠ મારી પાછળ હતી. તેની ખૂબસુરત જવાની હું જોઈ રહ્યો. ગળાથી લઈને પગની પાની સુધી તે ગોરી હતી. હવે મારાથી ન રહેવાયું. હું બહાર નીકળ્યો.

હવે, મારે તેને ભોગવી જ લેવી હતી. ભલે ને ગમે તે થાય. પોલીસ કી તો ઐસી કી તૈસી. હું તેની તરફ આગળ વધ્યો. તેની નજીક પહોંચ્યો. હું તેની પાછળ જ હતો અને હજી તેને મારી હાજરીનો અહેસાસ ન હતો. તેને બાથમાં લેવા મેં મારા બંને હાથ પહોળા કર્યા. બસ હવે, મારા જમણા હાથની મુઠ્ઠીમાં તેનું ડાબું સ્તન અને મારા ડાબા હાથની મુઠ્ઠીમાં તેનું જમણું સ્તન આવે તે રીતે મારા બંને હાથથી તેને ભીંસી લઉં તેટલી જ વાર હતી પણ પ્રથમ ગ્રાસે મક્ષિકા આવે તેવું થયું.

બહારથી કોઈએ ડોરબેલ વગાડી. તે ચોંકી. હું ચોક્યો. તેણે દરવાજા સામે જોયું. હું ઝડપથી નીચે નમી ગયો અને તેનાથી લપાતો છુપાતો તેની પાછળ રહું તેમ ફર્યો. તે ઝડપથી તેના વોર્ડરોબ તરફ ગઈ. તેની સાથે સાથે હું પણ દબાતે પગલે તેની પાછળ ગયો. તેણે વોર્ડરોબ ખોલી તેમાંથી એક લાલ રંગની મેક્સી કાઢી અને પહેરી. મેક્સી અર્ધપારદર્શક હતી. તેમાંથી તેના અંગો આછાં આછાં

દેખાઈ રહ્યા હતા. તે પછી તે દરવાજા તરફ ગઈ. ડોરબેલ હજી પણ વાગી રહી હતી. લાગ જોઈને હું ઝડપથી વોર્ડરોબની અંદર ઘૂસી ગયો. વોર્ડરોબની અંદર રાખેલાં કપડાઓ વચ્ચેની પાતળી તિરાડ જેવી જગ્યાએ હું મારી એક આંખથી બહાર જોઈ શકતો હતો. તેણે દરવાજો ખોલ્યો. દરવાજો ખુલતાં જ અંદર પોલીસ ઘૂસી આવી. જેમાં પોલીસમેન અને પોલીસ ઈન્સપેક્ટર હતા. તેને જોતાં જ મારા તો બાર વાગી ગયા. હું ગભરાયો. માર્યા ઠાર. આજે પકડાયો. હું થરથરી ગયો.

અંદર આવેલાં પોલીસ ઈન્સપેકટરે કહ્યું ‘‘મેડમ, પોલીસથી નાસતો ફરતો એક અપરાધી અહીં ક્યાંક ભરાયો છે. અમને શક છે કે તે આ ફલેટમાં જ છે. અમે તેને પકડવા માંગીએ છીએ.’’

તે લથડતા અવાજે બોલી ‘‘તો લઈ લો મારા ફલેટની તલાશી. તમને રોક્યા છે કોણે? બાકી તમને જણાવી દઉં છું કે હું હમણાં જ બહારથી આવી છું અને આખા ફલેટમાં આંટાફેરા કરી ચૂકી છું. મને કોઈ નજર આવ્યું નથી. આ ફલેટમાં હું એકલી રહું છું અને આજે પણ એકલી જ છું.’’

પોલીસે પહેલાં તેણે નીચે ફેંકેલાં તેના કપડાં પર નજર નાખી પછી દારૂની બોટલ જોઈ. ઘરમાં નજર ફેરવી અને છેલ્લે તેના પર નજર ફેરવી. તે નશામાં ચૂર હતી. પોલીસ સમજી ચૂકી હતી કે થોડીવાર પહેલાં તે દિગંબર હતી પણ કોઈ પુરુષના કપડાં નજરે ન પડતાં તે નિરાશ થઈ. કદાચ તેણે વિચાર્યું હશે કે જો તેની સાથે પુરુષ હોય તો તેના કપડાં પથારીમાં હોય, ફરસ પર નહીં! પોલીસને ખાતરી થઈ ગઈ કે આ ફલેટમાં કોઈ પુરુષ નથી. તેથી ‘સોરી મેડમ’ કહી તે જતી રહી. જતાં જતાં પોલીસ ઈન્સપેક્ટરે કહ્યું ‘‘મેડમ, કદાચ કોઈ અંદર હશે તો?’’

તે બોલી ‘‘તો આ દરવાજો અંદરથી ખુલ્લો હશે. તમે ગમે ત્યારે અંદર આવી શકો છો.’’ દારૂના નશામાં તે આ વાક્ય એવી માદકતાથી બોલી હતી કે કોઈ તેનો અલગ જ અર્થ સમજી બેસે!

પોલીસ ગઈ. તેણે કહ્યા પ્રમાણે દરવાજો બંધ કર્યો પણ અંદરથી તેણે કોઈ સ્ટોપર ન મારી. આથી મેં હાશકારો અનુભવ્યો. તે ફરી ટેબલ પાસે ગઈ અને બે પેગ દારૂ પીધો અને એક પેગ સાથે લીધો. એ પછી તેણે ત્યાં પડેલાં ટેઈપ–રેકોર્ડરમાં એક કેસેટ ભરાવી તે ચાલુ કર્યુ. સંગીત વાગવા લાગ્યું.

સંગીતના તાલે દારૂની ચૂસકી લેતી લેતી તે નૃત્ય કરવા લાગી. તે બહુ માદક નૃત્ય કરવા લાગી. કપડાં ખસેડી હું મારી બંને આંખે તેનું નૃત્ય માણવા લાગ્યો. ઘડીક તે ગોળ ઘૂમતી, ઘડીક ઘૂમતી ઘૂમતી બેસતી, ઘડીક ઊડતી અને અંગમરોડ તો એવો કરતી હતી કે વોર્ડરોબમાં બેઠો બેઠો હું તેના નૃત્ય પર આફરિન થઈ ગયો. તે એટલું સરસ નૃત્ય કરતી હતી કે મને પોલીસની બીક ન હોત તો હું તાલીઓ પાડી ઊઠત. જોકે, આ નૃત્યમાં તેના દિલનું દર્દ પણ વારેવારે છલકાય જતું હતું.

થોડીવારે સંગીત પૂરું થયું. તેણે નૃત્ય બંધ કર્યું. ફરી તેણે દારૂની પ્યાલી ભરી અને પીધી.

હવે, તે દારૂના નશામાં ચકચૂર બની ગઈ હતી. તે લથડિયાં ખાવા લાગી હતી. તે દારૂની ચૂસકીઓ લેતી લેતી આખા ખંડમાં ઘૂમરીઓ ખાવા લાગી હતી. સાથે સાથે બકવાસ પણ કરી રહી હતી.

"જય, તું જાણતો નથી કે હું તને કેટલો પ્રેમ કરું છું. આજે તું મારા પ્રેમની તાકાત જોઈશ. આજે તારે મારી પાસે આવવું જ પડશે. તારે મારું હુશ્ન જોઈએ ને? તું આવ હું મારું હુશ્ન તારે હવાલે કરું છું. એક વખત મારું રૂપ જો. તું પલભરમાં દિવ્યાને ભૂલી જઈશ. આવ તું આવ. તું મારી પાસે આવ."

જય તેનું રૂપ જુએ કે ન જુએ, હું તો જોઈ જ રહ્યો હતો. પારદર્શક લાલ વસ્ત્રમાં તે હુશ્નપરીનું હુશ્ન વધારે આકર્ષક લાગતું હતું. ગોરો ગોરો તેનો ચહેરો, ગોરું ગોરું તેનું રૂપ, ગોરાં ગોરાં તેના સ્તનો, ગોરી ગોરી તેની કમર અને ગોરાં ગોરાં તેના સાથળ મને પાગલ કરી રહ્યા હતા.

તે લથડિયા ખાતી ખાતી તેના બેડરૂમમાં ગઈ અને ધડામ દઈને પથારીમાં ચતી પડી. પથારીમાં તે એવી રીતે પડી કે તે તેના સાથળના અડધા ભાગ જેટલી જ પથારીમાં હતી બાકીની લટકતી હતી. લટકતાં પગ તે ડોલાવતી હતી. હવે મારાથી રહેવાતું ન હતું. હું વોર્ડરોબની બહાર નીકળી તેની લગોલગ પહોંચ્યો. પથારીમાં પડી પડી તે તેના બંને હાથ હવામાં લાંબા કરતી બકતી હતી "આવ, આવ, જય તું આવ. તું દિવ્યાને છોડી દે. મને અપનાવી લે. તારા વિના હું એકલી છું. જય હું તારા વિના નહીં જીવી શકું. જય તું કહે તે કરવા હું તૈયાર છું. જય તારે મારું હુશ્ન જોઈએ ને? તો તું આવ મારું હુશ્ન લઈ લે. હું મારું હુશ્ન તારે

હવાલે કરું છું. આજ તું મારા હુશ્નનો આનંદ લઈ લે અને તું પણ જાણી લે કે દિવ્યા કરતાં મારામાં કેટલી બધી અગન ભરી છે. આવ, જય આવ.''

હું થોડો ઝીઝકતો ઝીઝકતો તેની નજીક ગયો અને તેના બંને પગોની વચ્ચે જઈને ઊભો રહ્યો. તેણે મને જોયો અને મને બંને હાથોથી વળગી પડતા તે આનંદથી બોલી ઊઠી ''આવી ગયોને જય, મને વિશ્વાસ હતો કે તું મારો છે. તું જરૂર મારી પાસે આવશે જ. લે તારે મને ભોગવવી છે ને? લે મન ભરીને ભોગવ. હું મારી જવાની આજથી તારે હવાલે કરું છું. જય ભોગવ, મને ભોગવ. મન ભરીને ભોગવ.''

નશામાં તે મને જય સમજી રહી હતી. ભલે ને સમજે. તે મને ભોગવા મળે એટલે બસ. તે મને ગાંડાની જેમ ચૂમવા લાગી. હું પણ તેને ચૂમવા લાગ્યો. ધીરેધીરે મેં તેનું સ્તનમર્દન કર્યુ. તે તેને ગમ્યું. તેની સુંવાળી કાયા પર સુવાનું મને ગમ્યું. ધીરેથી મેં તેની મેક્સી ઉપર લીધી અને તેના સાથળો પર હથેળી ફેરવી. આ સાથે જ તેના આખા શરીરમાં કંપારી છૂટી ગઈ. મેં મારું પાટલૂન જરૂર પૂરતું નીચું કર્યુ અને એક ધીમા ધક્કા સાથે મિલનનો શુભારંભ કર્યો. તે પ્રથમ મિલનના દર્દથી એક હળવી ચીસ પાડી ઊઠી. તેણે તેની આંખો બંધ કરી દીધી. જેથી તેની સંમતિ વ્યક્ત થઈ.

આ એક ધક્કાએ તેનું યોનિપટલ ખંડિત કરી નાખ્યું. બંધ આંખે તે મારા માથાના વાળ સાથે રમી રહી હતી. હું તેના સ્તન સાથે રમી રહ્યો હતો. એક અજબ ગરમાવો અનુભવી અંગ્રેજીમાં વોલ્ચર સસ્પેન્સન કહે છે તે પ્રકારનું આસન અજમાવી મેં મહેનત ચાલુ કરી. તેને તે ખૂબ ગમ્યું. ધીરેધીરે મેં રફતાર પકડી. અંતે અમે તૃપ્તિ અનુભવી. અમે કામમુક્ત થયા. હું ઊઠયો. તે સૂઈ ગઈ.

એવામાં દરવાજામાંથી કોઈના અંદર આવવાથી અવાજ થયો. હું સાવધ બન્યો. આવનારે અંદર આવી દરવાજો અંદરથી બંધ કરી દીધો. આવનારનો પડછાયો મને દેખાયો. બેડરૂમમાં અધકચરું અંધારું હતું. મેં ઝડપથી યુવતીના કપડાં ઠીકઠાક કર્યા. મેં ઝડપથી મારું પેન્ટ ચડાવ્યું અને તેને હું જોઈ શકું તે રીતે હું બેડરૂમમાં સંતાયો.

ધીરેથી મક્કમ અને રોફદાર ચાલે તે બેડરૂમમાં આવ્યો. હવે આવનાર મને પૂરેપૂરો કળાયો. તે પેલો પોલીસ ઈન્સપેક્ટર હતો જે મને શોધતો શોધતો હજી થોડીવાર પહેલાં જ અહીં આવ્યો હતો. આ વખતે તેનો ઈરાદો મને શોધવાનો ન

હતો કંઈક અલગ જ હતો તેથી તે એકલો આવ્યો હતો. તે યુવતી પાસે પહોંચ્યો. એક હાથની એક આંગળી અને અંગૂઠો દાઢી પર ફેરવતો ફેરવતો તેનું અવલોકન કરવા લાગ્યો.

તે કામુક અવાજે બોલ્યો "વાહ! તે તો મારા સ્વાગતની પૂરી તૈયારી કરી લીધી છે ને કંઈ! તારો ઈશારો હું પામી જ ગયો હતો. આજે પણ હું એકલી જ છું. દરવાજો અંદરથી ખુલ્લો જ હશે. તમે ગમે ત્યારે અંદર આવી શકો છો. લે આવી ગયો. હવે, મારી જાન બેઠી થા અને મને સંતોષ આપ."

તે દારૂના નશામાં અને કામક્રિડાના થાકથી સૂઈ ગઈ હતી તેથી બેઠી ન થઈ. તેણે તેને માથાથી ઊંચી કરી પણ તેણે આંખ ન ખોલી. તેથી તે બોલ્યો "ટલ્લી થઈને સૂઈ ગઈ લાગે છે!"

તેણે તેનું માથું નીચું મૂકી દીધું. તે તેના બે પગ વચ્ચે ભરાયો. થોડીવાર પહેલાં હું ભરાયો હતો તેમ. તેણે તેની રિવોલ્વર કાઢીને બેડ પર તેનાથી થોડેક દૂર મૂકી. તેણે તેનો બેલ્ટ ખોલ્યો અને પેન્ટ ખોલી તેને નીચે સરકાવી દીધું. હવે, તે તેનો જાંઘિયો નીચે સરકાવી દે એટલી જ વાર હતી.

તે અડધો નાગો હતો. તે તેની પર નમ્યો. જે મને ન ગમ્યું. જેને મેં ભોગવી હોય તેને બીજું કોઈ ભોગવે? તેય મારી નજર સામે? તે તેના બદઈરાદામાં આગળ વધે તે પહેલાં તો હું જ્યાં સંતાયો હતો ત્યાંથી બહાર નીકળ્યો અને ચુપકીદીથી નજીકની ટીપોઈ પર મૂકેલી એક નાનકડી ફૂલદાની ઉપાડી તેની તરફ આગળ વધ્યો પણ તે મને જોઈ ગયો. મેં ઝડપથી તેને ફૂલદાની મારી જે તેણે તેના હાથથી રોકી લીધી અને તેણે તેની રિવોલ્વર લેવા તેનો હાથ લંબાવ્યો જેને મેં મારા હાથથી અટકાવી દીધો. હવે, જામી. બથ્થમૂબથ્થી થઈ. તે મારો બરાબર સામનો કરતો હતો પણ તેના પગ તેના પેન્ટમાં અટવાતાં હતા તેથી હું ફાવતો હતો. મારા હાથમાં હજી ફૂલદાની હતી. લાત અને ઘુસાવાળી એક નાનકડી ફાઈટ પછી હું જીત્યો. લાગ મળતાં જ મેં ફૂલદાની તેના માથાના પાછલા ભાગે મારી દીધી. તે બેશુધ્ધ થઈને પડી ગયો.

હું સ્વસ્થ થયો અને મેં બેડરૂમની લાઈટ ચાલુ કરી. પૂરાં પ્રકાશમાં મેં ધ્યાનથી જોયું તો તેનો ચહેરો પણ થોડેઘણે અંશે મને મળતો આવતો હતો. ખાલી મૂછોનો ફરક હતો. તેને મૂછો હતી મારે ન હતી. મારાથી તે થોડોક જાડો પણ

હતો. કુદરતની લીલા અજબ હોય છે. હું જયને મળતો આવતો હતો અને આ મને મળતો આવતો હતો! પણ તેથી શું?

હું ફરી બારી પાસે ગયો. ધીરેથી બારી ખોલી. નીચે જોયું તો પોલીસ હજી મને શોધતી હતી!

મારે અહીંથી સહીસલામત બહાર નીકળી ભાગી જવું હતું પણ ભાગવું કઈ રીતે?

નિરાશ થઈને મેં હળવેથી બારી બંધ કરી અને ફરી હતો ત્યાં આવ્યો. એવામાં બેડરૂમમાં રાખેલાં એક અરીસામાં મેં મારો ચહેરો જોયો. આથી મને અહીંથી છટકવાનો રસ્તો મળી ગયો. મેં તેનો યુનિફોર્મ ઉતારી લીધો. તેમાં પાંચેક હજાર રૂપિયા હતા જે મેં લઈ લીધા. તેના યુનિફોર્મને મારા કપડાં પર પહેરી લીધો. હવે હું તેના જેટલો જાડો જણાતો હતો. તેનો બેલ્ટ લઈ લીધો અને રિવોલ્વર પણ લઈ લીધી. અરીસાની નીચેના ખાનાઓમાંથી મને એક રેઝર અને ફેવીસ્ટીક મળી આવી. રેઝરથી તેની મૂછ કાપી નાખી અને ફેવીસ્ટીકની મદદથી કાળજીથી તેને મારી મૂછ તરીકે ચોંટાડી દીધી.

મેં અરીસામાં જોયું તો હવે, હું અસલ તેના જેવો લાગતો હતો. પેલી યુવતીના ગાલ પર એક ચુંબન કરી હું રૂઆબથી ત્યાંથી ચાલ્યો. દરવાજો ખોલી, દાદર ઉતરી રોડ પર આવ્યો. પોલીસની વચ્ચેથી રૂઆબથી ચાલ્યો. પોલીસોએ મને સલામ પણ મારી. ત્યાં એક પોલીસવાન મારી પાસે આવીને ઊભી રહી. તેમાં એક ડ્રાઈવર જ હતો. કદાચ આ પોલીસવાન પેલાં પોલીસ ઈન્સપેક્ટરની હતી. તેનો દરવાજો ખોલી હું તેમાં બેસી ગયો અને રોફથી બોલ્યો ‘‘કોઠારીયા નાકે લઈ લે.’’

‘જી સાહેબ.’ કહી ડ્રાઈવરે પોલીસવાન ચલાવી. કોઠારીયા નાકે હું ઉતરી ગયો અને તેને વિદાય આપી. તે પછી ત્યાંથી પસાર થતાં એક ટ્રકને મેં રોક્યો. ટ્રક તરત રોકાયો. તેમાંથી ટ્રક ડ્રાઈવરે બહાર મોં કાઢી કહ્યું ‘‘સાહેબ, ગયા અઠવાડિયે તો આ મહિનાનો હપ્તો આપ્યો છે તોયે...’’

મેં ગુસ્સાથી કહ્યું ‘‘જુનાગઢ જાશને? મારે આવવું છે.’’

ડ્રાઈવરે આશ્ચર્ય અનુભવ્યું. તેણે કહ્યું ‘‘હા, સાહેબ, હું જુનાગઢ જ જાઉં છું.’’

હું ટ્રકની બીજી બાજુએ જઈને ટ્રકમાં બેસી ગયો. ડ્રાઈવર રાજી રાજી થઈ ગયો. સાહેબ ટ્રકમાં બેઠાં હોય એટલે કઈ પાવલીની હિંમત છે કે ટ્રક રોકે! વચ્ચે ક્યાંય હપ્તો પણ આપવો ન પડે!

ટ્રકમાં હું અને ડ્રાઈવર બે જ હતા. ટ્રક ચાલ્યો. રાજકોટથી દશ પંદર કિલોમીટર જેટલાં દૂર ગયા હઈશું કે મેં મારો પોલીસ ઈન્સપેક્ટરનો ડ્રેસ ઉતારી નાંખ્યો. મેં મારી મૂછો પણ કાઢી નાખી. આ જોઈ ડ્રાઈવર ડરી ગયો. આગળ આવતી નદીમાં મેં તે ડ્રેસનો ઘા કરી દીધો. જો કે, તેની રિવોલ્વર મેં લઈ લીધી હતી. જે આજે પણ મારી પાસે છે. એ વખતે મેં તે રિવોલ્વર હાથમાં રાખી રમાડી. આથી મને અદ્દભૂત આનંદ થયો પણ ટ્રક ડ્રાઈવર વધુ ડરી ગયો. તે બોલ્યો "સાહેબ, તમે સીઆઈડીમાં છો?"

મેં કહ્યું "હું પોલીસમાં નથી કે નથી સીઆઈડીમાં. આગળ તને ખબર પડશે કે હું શું છું."

મારો જવાબ સાંભળી તે પૂરો ડરી ગયો. તે મને લૂંટારો સમજ્યો. તેણે તરત ટ્રક ઊભી રાખી અને બંને હાથ જોડીને મને કહ્યું "ભાઈ સાહેબ, હું બાળબચ્ચાવાળો માણસ છું. મારા પર દયા કરો. મને જવા દ્યો. મારી પાસે આ અઢી હજાર રૂપિયા છે તે લઈ લો પણ મને મારશો નહીં. મારા બચ્ચાં રઝળી પડશે. હું ગરીબ છું. મારા પર દયા કરો ભાઈ."

આટલું બોલી તેણે તેના ખિસ્સામાંથી જેટલાં રૂપિયા હતા તે બધા બહાર કાઢી મને આપી દીધા અને ઝડપથી ટ્રકમાંથી ઠેકડો મારી ઉતરી ગયો અને દૂર દૂર ભાગીને ઘાટી ઝાડીઓમાં અલોપ થઈ ગયો. મેં તે રૂપિયા લઈ પણ લીધા અને જાતે ટ્રક ચલાવી દામનગર સુધી આવ્યો. ટ્રકમાં ચોખા ભરેલાં હતા. દામનગરમાં સો સો રૂપિયામાં એક એક લેખે ચોખાની બધી ગુણીઓ વેંચી નાખી દશેક હજાર રૂપિયા ઉપજાવ્યા. કાગળીયા પછી આપવાનું કહી દામનગરમાં તે ટ્રકને પાંચ લાખમાં ગીરવે રાખી પાંચ લાખ રૂપિયા મેળવી હું આસાનીથી જુનાગઢ મારા ગુપ્ત ઠેકાણે પહોંચી ગયો.

બીજે દિવસે છાપુ વાંચ્યું ત્યારે ખબર પડી કે મારી શોધમાં નીકળેલી પોલીસને તેમનો ઈન્સપેક્ટર અને એક યુવતી સાથે કઢંગી હાલતમાં મળી આવેલાં છે. આ યુવતીએ પોલીસ તપાસમાં જણાવેલ છે કે તેના પ્રેમી જયનો સ્વાંગ ધરી આ પોલીસ ઈન્સપેક્ટરે અને તેની સાથે આવેલાં અજાણ્યા

પોલીસમેને તેના પર બળાત્કાર કર્યો છે. તેથી તે બંને પર બળાત્કારનો કેસ થયો છે. આ પોલીસ ઈન્સપેક્ટર તેની રિવોલ્વર પણ સાચવી શકેલ ન હોવાથી એસપીએ તેને તાત્કાલિક અસરથી સસ્પેન્ડ કરી દીધો છે અને હાલ તે હિરાસતમાં છે. આ કેસની તપાસ ખુદ એસપી કરવાના છે.

છાપામાં એ પણ વાંચવા મળ્યું કે એક ટ્રક ડાઈવરે તેને અને તેનો ટ્રક લૂંટી લેવાયાની ફરિયાદ કરી છે. જેની ફરિયાદ પરથી લૂંટારાનો સ્કેચ બનાવતાં તે જયને મળતો આવતો હોવાથી જયને પકડી લેવામાં આવ્યો છે. જય અને તેની આગવી ઢબે પૂછપરછ ચાલી રહી છે. પોલીસને શંકા છે કે જય અને પોલીસ ઈન્સપેક્ટરે એકબીજાનો વેશ ધરી કાવત્રુ ઘડી યુવતી પર બળાત્કાર કરેલ છે અને ટ્રક ડાઈવરને લૂંટી લીધેલ છે. બંને નિર્દોષ છૂટી જાય તે માટે આ કાવત્રુ ઘડેલ છે.

આમ તો જય નિર્દોષ છે છતાં પણ કદાચ પેલી યુવતીને દીધેલાં દગાનું તેને ફળ મળ્યું છે.

ત્રીજા દિવસે છાપુ વાંચ્યું તો ખબર પડી કે સસ્તા ભાવે ચોખા લેનાર કેટલાંક લોકોના નિવેદન નોંધવામાં આવી રહ્યા છે અને ટ્રક ગીરવે રાખનારની ધરપકડ કરી લેવામાં આવી છે. આ તપાસમાં વહેલુંમોડું મારું નામ આવે તેમ હતું અને તો હું પકડાઈ જાઉં. આથી ઘણાં દિવસો સુધી મારા ગુપ્તસ્થાનમાં સંતાઈ રહ્યો હતો. છાપુ વાંચવાનું પણ બંધ કરી દીધું હતું. સબ સલામતની ખાતરી થઈ ત્યારે ઘણા દિવસો બાદ વેશ બદલી બહાર નીકળવા લાગ્યો.

આમ, મેં મારી રાજકોટની ટ્રિપમાં રૂપવતી, રૂપિયા અને રિવોલ્વર મેળવ્યા છે અને બીજાને ભેરવ્યા છે.

ત્રિકમે તેની વાત પૂરી કરી એટલે અમે સૌ ખડખડાટ હસી પડયા.

આ પછી બાબુ કોળીએ તેની વાત શરૂ કરી. જે આ પ્રમાણે હતી.

# ૩૧

એકવાર હું હિંમત કરી ગાંધીનગર ગયો હતો. કહે છે કે ગાંધીનગરની પોલીસથી છટકવું ખૂબ મુશ્કેલ હોય છે મારે તેની ખાતરી કરવી હતી. પ્રસંગ હતો મુખ્યમંત્રીના શપથવિધિનો. લોકોની સાથે હું પણ ભીડમાં ઘૂસી ગયો અને મુખ્યમંત્રીને ફૂલહાર પણ કરી આવ્યો પણ ન પકડાયો. મને થયું કે આવી બોગસ વ્યવસ્થા હોય પછી આતંકવાદીઓ પાટનગરમાં ઘૂસી જાય તેમાં શું નવાઈ!

તે પછી હું ઈન્દ્રોડા પાર્કમાં ફરવા ગયો. ત્યાં હું બેધડક ફરી રહ્યો હતો ત્યારે એક પ્રેમી જોડું બાઈક પર આવ્યું અને બાઈક પાર્ક કરી તેનાથી થોડેક દૂર જઈને પ્રેમમસ્તીમાં ખોવાઈ ગયું. મોકો જોઈને નકલી ચાવીથી તેનું બાઈક ચાલુ કરીને હું ભાગ્યો. તે મને જોઈ ગયાં. તે બૂમો પાડવા લાગ્યાં તોયે હું તેમનાથી ઘણો દૂર નીકળી ગયો. મુખ્યમંત્રીની શપથવિધિમાં બહારથી અનેક કાર્યકર્તાઓ આવ્યા હતા આથી કોઈ ચેકપોસ્ટ પર બહાર જનારનું કોઈ ખાસ ચેકિંગ થતું ન હતું.

હું ગાંધીનગરની બહાર નીકળી જવાની તૈયારીમાં જ હતો. છેલ્લી ચેક પોસ્ટ વટાવવાની હતી. હું ત્યાં પહોંચ્યો કે એક પોલીસે મને રોક્યો અને મારી પાસે મારું ડ્રાઈવિંગ લાયસન્સ માંગ્યું. મારી પાસે લાયસન્સ ન હતું. તેણે બાઈકની આર. સી. બૂક માંગી. ચોરાઉ બાઈકની આર. સી. બૂક ચોર પાસે હોય ખરી? મારી પાસે પણ ન હતી. તેને શંકા થઈ અને મને પકડવા પ્રયત્ન કર્યો. બીજા પોલીસો તેની મદદે આવ્યા. હું ચેતી ગયો. એકાએક બાઈક ભગાડી તેમને પાડી દીધા અને હું ભાગી છૂટયો.

થોડીવારમાં મારી પાછળ સાયરન વગાડતી એક પોલીસવાન ઝડપથી આવી રહી હતી. મેં બાઈકની ઝડપ વધારી. ગાંધીનગર વટાવી હું હાઈવે પર આવી ગયો. પોલીસવાન મારો બરાબર પીછો કરતી હતી. ચોર–પોલીસની રેસના ફિલ્મી દૃશ્યો સર્જાયા. એવામાં વચ્ચે નર્મદા કેનાલ આવી. મેં હાઈવે મૂકી કેનાલનો રસ્તો લીધો. પોલીસવાન પણ પાછળ આવી. આગળ જતાં રસ્તો બંધ હતો. મેં બાઈક કેનાલમાં ઉતારી દીધી. બાઈક ડૂબી ગઈ. પાણીની અંદર તરીને થોડે દૂર જઈને બીજી તરફ બહાર નીકળી ગયો. પોલીસવાન મારો પીછો કરતી

અટકી ગઈ હતી. છતાં તેણે આગળની પોલીસને મને પકડવા જણાવી દીધું જ હોય તેથી હવે છૂપાઈ જવામાં સાર હતો. ઝાડી ઝાખરાં વટાવતો હું આગળ ચાલ્યો. છેવટે એક લાંબી દિવાલ આવી. દિવાલ કૂદી હું અંદર ગયો.

અંદર જઈને જોયું તો તે મોટું ફાર્મ હતું. ફાર્મમાં આગળ એક મોટો લોખંડનો બનેલો મુખ્ય દરવાજો હતો અને વચ્ચે એક મોટો બંગલો હતો. ફાર્મના મુખ્ય દરવાજા પાસે બે માણસો ચોકી કરી રહ્યા હતા. બંગલાના દરવાજા પાસે સ્ટેનગન સાથે બે સિક્યુરિટી ગાર્ડ પહેરો ભરી રહ્યા હતા. મહેંદીની વાડની આડ લેતો હું બંગલાની પાછળ જવા લાગ્યો. એવામાં મુખ્ય દરવાજો ખૂલ્યો. મને શોધતી પોલીસવાન અંદર આવી અને સીધી બંગલાની પાસે આવીને ઊભી રહી ગઈ. પોલીસવાનનો અવાજ સાંભળી અંદરથી નેતા જેવો એક માણસ બહાર આવ્યો. તેને જોઈને પોલીસવાનમાંથી એક પોલીસ અધિકારી નીચે ઊતર્યો અને તેને સેલ્યુટ મારી બોલ્યો "સાહેબ, એક બદમાશ પોલીસથી ભાગી રહ્યો છે. અમે તેનો પીછો પકડયો છે પણ તે છટકી ગયો છે. કદાચ આ તરફ આવી શકે છે."

નેતા જેવો માણસ જોરથી હસી પડયો તે બોલ્યો "આ બાબુલાલ બાવલીયાનું ફાર્મ છે. આ ફાર્મમાં મેં દશ સિક્યુરિટી રાખેલાં છે. અહીં, યમરાજ પણ આવતાં દશ વખત વિચાર કરે તો બદમાશ કઈ રીતે આવે? છતાં હું તપાસ કરાવી લઉં છું. ઈન્સપેક્ટર સાહેબ, તમે જઈ શકો છો."

પોલીસ અધિકારી તેને સેલ્યુટ મારી પોલીસવાનમાં બેસી ગયો. વાન ત્યાંથી જતી રહી.

તે પછી તેણે પોતાની જાતને કહેતો હોય તેમ બોલ્યો "આ ગુલબદન હજી કેમ નથી આવી?" તે પછી તેણે તેના સિક્યુરિટી ગાર્ડને કહ્યું "જુઓ, હમણાં મારી મુલાકાતે ગુલબદન આવવાની છે. તેને અંદર આવતી કોઈ રોકશો નહીં અને હાં... મારી અને તેની ખાસ મુલાકાત છે એટલે અમે બંને અંદર હોઈએ ત્યાં સુધી ગમે તે થાય તોપણ અમને જરાય ખલેલ પહોંચાડતા નહીં પણ... એ આવે તે પહેલાં ફાર્મમાં એકાદ આંટો મારી લો, ખાત્રી કરો કે સાચે જ કોઈ અંદર તો નથી આવી ગયુંને?"

"જી, સાહેબ." કહેતાં તરત જ બંને સિક્યુરિટી ગાર્ડ બંગલાની અંદર જવા ગયા. તેણે તેને રોકતાં ગુસ્સાથી કહ્યું "અંદર જવાની કોઈ જરૂર નથી. હું અંદર જ હતો. બહાર જઈને જુઓ."

આટલું બોલી તે અંદર જતો રહ્યો. બંને સિક્યુરિટી ગાર્ડ ફાર્મમાં તપાસમાં લાગી ગયા. મને સમજાઈ ગયું કે બહાર ખતરો હતો અંદર કંઈક સલામતી છે એટલે હું ઝડપથી બંગલાની પાછળ પહોંચી ગયો. મેં જોયું કે એક વેન્ટિલેટર ખુલ્લું છે અને તેમાંથી અંદર જઈ શકાય તેમ હતું.

વેન્ટિલેટર એટલે હવા અને પ્રકાશ આવી શકે તેવું–હવાઉજાસિયું. જરાપણ અવાજ ન થાય તે રીતે એક કૂદકો મારી મેં મારા બંને હાથથી વેન્ટિલેટરની દિવાલનો ખાંચો પકડી લીધી અને જોર કરી મારું શરીર ઊંચું કર્યું. બંને હાથનો ટેકો લઈને વેન્ટિલેટર સુધી મારી છાતીને લઈ ગયો. તે પછી એક હાથ પર આખા શરીરને ટેકવીને એક હાથ અંદર નાખીને અંદરનો એક પાઈપ પકડી લીધો પછી બીજા હાથથી પણ તે પાઈપ પકડી લીધો. પછી મેં મારું માથું અંદર નાખ્યું. જોયું તો તે એક લેવેટરી કમ બાથરૂમ હતું. આમ તો તે બાથરૂમ હતું પણ એક ગરીબ કુટુંબનો આસાનીથી તેમાં સમાવેશ થઈ જાય તેવડું મોટું હતું. ધીરેધીરે પાઈપને આગળને આગળ પકડીને મારું શરીર વાંકુ વાળીને હું તેની અંદર નીચેની તરફ સરકવા લાગ્યો. જાણે કે કોઈ સાપ દિવાલેથી નીચે ઉતરી રહ્યો હોય એમ!

છેવટે મારા પગ પણ વેન્ટિલેટર સુધી પહોંચી ગયા એટલે તેમાં મારા બંને પગ ભરાવી દીધા અને પાઈપ છોડી દઈને હું ઊલટો લટક્યો. હાથની મદદથી એક ઝૂલો ખાઈ મેં દિવાલથી થોડેક દૂરના ઊભા સંડાસના બંધ કમોડને બંને હાથથી પકડી લીધું પછી મારા બંને હાથ પર શરીરનું વજન ઝીલી ધીરે ધીરે આખા શરીરને થોડુંક નીચે લીધું. તે પછી ચક્રાસન કરી પગને ફરસ પર ટેકવ્યા. તે પછી કમરેથી શરીર સીધું કરી હું ઊભો થયો. આપણા શારીરિક શિક્ષણના શિક્ષક કહેતા હતા કે શીખેલું કદી નિષ્ફળ જતું નથી. તેમણે શીખવેલાં યોગાસનો અત્યારે મને કામ આવ્યા!

બાથરૂમનું બારણું બહારથી બંધ હતું. જો બહાર તપાસ કરતો કોઈ સિક્યુરિટી ગાર્ડ વેન્ટિલેટરમાંથી મને જોઈ જાય તો હું બહુ આસાનીથી પકડાય જાઉં! પણ એવું કશું ન થયું! હું તેના બારણાં પાસે પહોંચ્યો. બાબુ બાવલીયા

ફોન પર વાત કરી રહ્યા હતા "એય... સિંકદર તે ગુલબદનને મોકલી છે કે નહીં? તને ખબર છે ને કે મને તાજી મીઠાઈ જ ભાવે છે! ગુલબદન તાજી કળી છે ને? સાંભળી લે, જો તે કાચી કળી હશે તો પૂરાં એક લાખ લઈને જશે, નહીંતર ખાલી પાંચસો જ મળશે. તે હજી પહોંચી કેમ નથી? દશ પંદર મિનિટમાં આવી જશે એમ? તો સારું. ચાલ ત્યારે ફોન રાખ."

તેણે ફોન પરની વાત બંધ કરી. હું વધુ સતેજ થયો. થોડીવાર પછી બાથરૂમ ખોલવાનો અવાજ થયો. આથી હું તરત બારણાં પાછળ લપાયો. તેણે બારણું ખોલ્યું. હું તેની પાછળ છૂપાયો. બાથરૂમનું બારણું ખોલી તેણે અંદર એન્ટ્રી મારી પણ તે મને જુએ તે પહેલાં મેં તેની ગરદન પાછળ કાનની નીચે એક જોરદાર ઢીંકો મારી દીધો. આથી તે બેભાન થઈને ફરસ પર પડી ગયો. મેં તેના ઝભ્ભો અને લેંઘો કાઢીને મારા કપડાં પર પહેરી લીધા. તેણે અંદર ગંજી અને વાદળી પટ્ટાવાળી ચડી પહેરી હતી.

મેં તેનું ગંજી કાઢી નાખ્યું અને બહુ અવાજ ન થાય તે રીતે તેને ફાડીને ચીંદરડાં બનાવ્યા. તેમાંથી કેટલાંક ચીંદરડાંથી મેં તેના હાથપગ બાંધી દીધાં અને વધેલાં ચીંદરડાં તેના મોંમાં ભરી દીધાં જેથી તે ભાનમાં આવે તો બાથરૂમમાંથી બહાર ન આવી શકે અને બહાર આવવા બૂમ પણ પાડી ન શકે. મેં તેની ચડી એમનેએમ રહેવા દીધી એટલે તે ખરેખર જેટલો નાગો હતો એટલો નાગો ન થયો!

નેતાબંધનવિધિ પતાવી પછી હું બાથરૂમમાંથી બહાર આવ્યો અને બહારથી બાથરૂમની સ્ટોપર બંધ કરી દીધી. આમ બાબુ બાવલીયા તેના બાથરૂમમાં કેદ થયો. મને ખાતરી હતી કે તેના સિવાય અંદર કોઈ ન હતું. જો અંદર કોઈ હોય તો તે ગુલબદનને થોડી બોલાવે? આથી હું બિનધાસ્ત થઈને તેની ખુરશીમાં ગોઠવાયો. જાણે હું ગુજરાતના મુખ્યમંત્રીની ખુરશી પર બેઠો હોઉં તેમ કેટલીક સ્ટાઈલો મારી. મારી સામે એક ટેબલ હતું. જેમાં કેટલીક સ્ટેશનરી અને ટેલિફોન પડયાં હતાં. થોડીવારે જાણે મારા બાપનું આ મકાન હોય તેમ તેની અંદર લટાર પણ મારી. આ બાબુ બાવલીયાનું ઘર હતું કે કાર્યાલય હતું તેની મને કશી ખબર ન પડી પણ જે હતું તે આલિશાન હતું. અંદરના ભાગે એક રૂમ હતો અને તેમાં એક મોંઘીદાટ ડબલબેડની શેટી પર થ્રીડી પ્રિન્ટની ચાદર પાથરેલી પોંચી પોંચી પથારી પણ પાથરેલી હતી. તેની

દિવાલમાં એક તિજોરી ફીટ કરી હતી. મારા સદ્ભાગ્યે તેમાં ચાવી પણ લટકતી હતી. મેં તિજોરી ખોલી તો તેમાં હજાર હજાર રૂપિયાઓની સો નોટોની દશેક થપ્પીઓ હતી. જે મેં બહાર કાઢી લીધી અને તિજોરીને તાળું મારી દઈને ચાવી પણ લઈ લીધી. મારા બંને હાથમાં રૂપિયાઓની થપ્પીઓ લઈને હું ફરી ટેબલ પાસે પહોંચ્યો. જેના પર મેં થપ્પીઓ રાખી દીધી.

એવામાં બહાર કોઈ કાર આવ્યાનો અવાજ આવ્યો આથી હું ઝડપથી દરવાજે ગયો અને તેના પીપ હોલમાંથી બહાર જોયું તો સાચે જ બહાર એક કાર આવીને ઊભી હતી. તેનો ડ્રાઈવર નીચે ઉતર્યો અને ઉતરીને તેણે કારનો પાછળનો દરવાજો ખોલ્યો. તેમાંથી કોઈ કાળો ઓળો બહાર આવી રહ્યો હતો. ઓળાની આકૃતિ બતાવતી કે ચોક્કસ તે કોઈ સ્ત્રી હતી. મેં એ પણ જોયું કે દરવાજાથી થોડે દૂર બહાર બંને સિક્યુરિટી ગાર્ડ ફરજ બજાવી રહ્યા હતા. આટલું જોયાં પછી મેં દરવાજાની અંદરની સ્ટોપર અને હેન્ડલલોક ખોલી નાખ્યાં અને ઝડપથી ખુરશીમાં જઈને નીચું મોં કરીને બેસી ગયો અને ટેબલ પરની થપ્પીઓ ટેબલના ખાનામાં મૂકી દીધી.

બેઠાં બેઠાં મેં કાર થોડે દૂર ગઈ હોય તેવો કકર્શ અવાજ સાંભળ્યો અને સાથેસાથે એક મુલાયમ અવાજ પણ સાંભળ્યો "મૈં ગુલબદન, સાહિબને મુઝે બુલાયા હૈ, સાહિબ અંદર હૈ ક્યા?"

તે સાથે સિક્યુરિટીનો ઘોઘરો અવાજ સંભળાયો "હાં, આપ અંદર જા શકતી હો."

આ સાથે દરવાજે બે ટકોરાં પડયા અને બારણું થોડુંક ખુલ્યું. હું હજી પણ નીચું જોઈને બેઠો હતો. જોકે, હું જરાય ગાફેલ ન હતો, પૂરેપૂરો સાવધ હતો. કદાચ મારી પોલ ખૂલી જાય તો લડવાની પણ તૈયારીમાં હતો. જોકે, એવું કશુંય ન થયું.

મને ફરી ઘંટડી જેવો અવાજ સંભળાયો "સાહિબ, ક્યા મૈં અંદર તશરીફ લા શકતી હું?"

બહારના સિક્યુરિટી ગાર્ડ મારો અવાજ ન ઓળખી લે તે માટે મેં ઊંચું જોયા વગર ધીરેથી આટલું જ કહ્યું "હાં."

કોઈ અંદર આવ્યું અને અંદર આવીને તેણે સમજીવિચારીને દરવાજાને અંદરથી લોક પણ કરી દીધો અને મારી સામે આવી ઊભું રહી ગયું અને મુલાયમ અવાજે બોલ્યું "સાહિબ, મૈં ગુલબદન. આપ કી સેવામેં હાજિર હું. જરા નજર ઉઠાકે તો દેખિયે જનાબ. મૈં તાજા ગુલાબ હું."

હવે મેં ઊંચું જોયું તો મારી સામે હાથમાં એક પર્સ પકડીને કાળો બુરખો પહેરેલી એક મુસ્લિમ ખાતુન ઊભી હતી. તે લગભગ મારી ઊંચાઈ જેટલી જ ઊંચી હતી. આથી હું ખુશ થયો.

મેં તેને ધીરેથી પૂછયું "ક્યા તુમ મુસલમાન હો?"

તે બોલી "હાં સાહિબ, ક્યા આપકો મુસલમાનો સે એતરાજ હૈ? તો મૈં ચલી."

મેં કહ્યું "નહી, મુઝે મુસલમાનો સે કોઈ એતરાજ નહીં હૈ ઔર ઔરત કી બાતમેં તો હિન્દુ ક્યા ઔર મુસલમાન ક્યા? સભી મર્દ ઔરત કે હુશ્ન કે આગે ઔરત કે ગુલામ હો જાતે હૈ મગર મૈં યકીન સે કહ શકતા હું કિ તુમ મુસલમાન નહીં હો."

તે હસી અને બોલી "વાહ, હુશ્ન કે કદરદાન હો તો આપ જૈસા મગર મૈં મુસલમાન હું."

મેં મક્કમતાથી કહ્યું "તુમ મુસલમાન નહીં હો."

તે બોલી "મૈં મુસલમાન હી હું. દેખો મૈં ઉર્દૂ જબાન મેં આપ સે બાત ભી કર રહી હું."

મેં કહ્યું "કોઈ બાત નહી. તુમ મુસલમાન હો યા નહી પર તુમ્હારી જબાન ઉર્દૂ નહીં હૈ."

તે બોલી "વો કૈસે?"

હું ઊઠયો અને તેની નજીક જઈને મેં કહ્યું "તુમને કહા થા મૈં ગુલબદન. આપ કી સેવા મેં હાજિર હું. ઉર્દૂ મેં સેવા નહીં ખિદમત બોલા જાતા હૈ. ફિર ભી સેવા મેં હાજિર હો ગઈ હો તો જરા રૂખ સે પર્દા ઉઠાઈએ. ગુલબદન. દેરી મત કિજીયે. જરા તેરે હુશ્ન કા કરિશ્મા હમેં ભી દિખાઓ. જાનેમન."

“તો લો, બાબુ.” એમ તે બોલી અને તેણે એક ઝાટકે તેનો બુરખો કાઢીને ફેંકી દીધો. તેને જોઈને હું અવાક થઈ ગયો. તે એક કોલેજ ગર્લ હતી! આજે તે કોલગર્લ બનીને અહીં આવી હતી! સતર–અઢાર વરસની જુવાનજોધ છોકરીને જોઈને હું આશ્ચર્યચક્તિ થઈ ગયો. તેણે ખાખી ક્રિમ કલરની શોર્ટ મિડી અને વ્હાઈટ કલરનો હાફ બાયનો શોર્ટ શર્ટ પહેર્યો હતો. કદાચ તે કોઈ પ્રાઈવેટ ઈંગ્લીશ મિડિયમની કોલેજમાં સ્ટડી કરતી હતી. સાચે જ તે ગુલાબના ફૂલ જેવી બ્યુટિફૂલ હતી. સહસા આવેગથી હું તેને ભેટી પડયો. તેના સ્પર્શથી મારા શરીરમાં વીજળીવેગે ઝણઝણાટી આવી ગઈ. મારા રોમરોમ ઊંચા થઈ ગયા. તેનું શરીર ગુલાબની પાંખડી જેવું મુલાયમ હતું. તે ગુલાબ જેવી તાજી હતી. તેના શરીરની સુવાસ ગુલાબ જેવી સુગંધિત હતી. સાચોસાચ તે ગુલબદન હતી.

મેં તેને હવામાં ઊંચી ઊઠાવી લીધી એટલે તે મુક્ત મને ખડખડાટ હસી પડી. તેને મારી આ હરકત ગમી હોય તેમ તે હસતાં હસતાં બોલી “કેમ કેવું સરપ્રાઈઝ આપ્યું?”

તેને ગુજરાતીમાં બોલતાં સાંભળીને હું આનંદ અને આશ્ચર્યથી હસી પડયો. મને ખરેખર નવાઈ લાગી હતી. મેં તેને નીચે મૂકી અને કહ્યું “તો લે હવે, હું પણ તને સરપ્રાઈઝ આપું છું.”

આટલું બોલી મેં નેતાના પહેરેલાં ઝભ્ભો અને લેંઘો કાઢીને ફેંકી દીધા. મને પેન્ટ–શર્ટમાં જોઈને તે પણ નવાઈ પામી ગઈ. આજે તેની મુલાકાત ખડૂસ નેતાના બદલે એક નવજુવાન સાથે થઈ હોવાથી તે બહુ ખુશ થઈ ગઈ. તે મને ભેટી પડી. અમે બંનેએ એકબીજાને અનેક ચુંબનો કર્યા. અમે બંનેએ એકબીજાના ગાલે, હોઠે, કપાળે, પાંપણે, ગળે અને કાને અવિરત ચુંબનોનો વરસાદ કર્યો. અમે હરખની હેલીથી છલકાય ગયા. અમે બંને રોમાંચિત થઈ ગયા હતાં.

થોડીવારે અમે એકબીજાથી અડધા મુક્ત થયાં. હજી અમારો એક એક હાથ એકબીજાની કમરે વીંટળાયેલો હતો. જાણે કોઈ બગીચામાં મહાલતાં હોઈએ તેમ ધીરેધીરે ચાલતાં ચાલતાં અમે અંદરના રૂમના બેડ સુધી ગયાં. બેડ પર અમે સાથે જ બેઠાં અને થોડીવાર માટે વાતોએ વળગ્યાં.

તેની વાત પરથી મને જાણવા મળ્યું કે તે એક મધ્યમવર્ગના પરિવારની પુત્રી હતી અને તેનું નામ ચૈતાલી હતું. તે તેના મોજશોખ પૂરાં કરવા

રાજીખુશીથી આજે આ માર્ગે વળી હતી. એકાદ વખતમાં એકાદ લાખ રૂપિયા કમાઈ લેવાની ગણતરીએ નેતાજીનું બિસ્તર ગરમ કરવા આવી હતી. તે કહેતી હતી કે ગુજરાતના પાટનગરમાં આવાં ઘણાં નેતાજીઓ છે જેને કુંવારી કળી પૂરી પાડવાનું કામ સિંકદર કરે છે. તે મને હજી બાબુ બાવલીયા જ સમજી રહી હતી. મેં સમજવા દીધી પણ મારા પાસે સમય બહુ ઓછો હતો. આથી મેં વાતો કરતાં કરતાં જ મારા કપડાં કાઢી નાખ્યા. મને દિગંબર થયેલો જોઈ તે ઊભી થઈ અને તેણે તેની મિડીની એક ક્લિપ ખોલી તેને જમીન તરફ સરકાવી દીધી. શર્ટ પણ ઉતારી દીધો. તેણે છિદ્રોવાળી ભાત ધરાવતી અને કિનારીએથી કરકરીયાંવાળી સફેદ બ્રા અને એવું જ નીકર પહેર્યા હતા અને તેમાં તે સફેદ પતંગિયાં સમી બેહદ આકર્ષક લાગી રહી હતી. તેનું હૂર જેવું બદન જોઈ મારાથી ન રહેવાયું. હું તેને વળગી પડયો અને તેને દિવાલ સરસી ચાંપી દીધી.

ધીરે ધીરે મારા હાથથી તેના આંતરવસ્ત્રો દૂર કરી દીધા. તેના બંને હાથ મારા હાથથી પકડી તેને તેના માથાની ઉપર કરી દીધા. મારું આખું શરીર તેને વળગેલું હતું. તેના રેશમી મુલાયમ સ્તનોના સ્પર્શથી હું બેકાબૂ બની ગયો અને એ પછી કોઈ પ્રાચીન મંદિરની દિવાલ પર કોતરેલાં ઊભડક કામાસન જેવું કામાસન અજમાવી મેં સુરતક્રિયાની શરૂઆત કરી. સાચોસાચ તે કુંવારી કળી હતી એટલે પ્રારંભમાં થોડી મુશ્કેલી પડી પણ પછી કામ આનંદનો વરસાદ થયો. મેં એક મંદિરની બહારની દિવાલ પર કોતરેલાં કેટલાંક કામાસનો જોયેલાં તે અજમાવી મેં તેને પણ ભરપૂર આનંદ આપ્યો. અંતે મારા બંને પગ પરિશ્રમથી ભરાય ગયાં ત્યારે તેને છોડી બેડ પર જઈને ચતોપાટ થઈને સૂતો.

જોકે, હું હજી તૃપ્ત થયો ન હતો અને તે પણ અતૃપ્ત હતી આથી તે પણ બેડ પર આવી અને મારા પર ગોઠવાઈ ગઈ. તે પછી તેણે વિપરીત આસન અજમાવી મને થોડીવારમાં કામતૃપ્ત કરી દીધો અને તે પણ કામતૃપ્ત થઈને મારી છાતી પર સૂઈ ગઈ. કામક્રિયાના આનંદને અને થાકને અનુભવતાં અનુભવતાં અમે બંને આંખો બંધ કરીને થોડીવાર માટે પડી રહ્યાં. ફરી હું સજાગ થયો.

અહીં વધુ સમય રહેવું મારા માટે જોખમકારક સાબિત થાય તેમ હતું. મેં સૂતાં સૂતાં જ અહીંથી સહીસલામત બહાર નીકળી જવાનો માર્ગ વિચારી લીધો. હું મારી આંખો ખોલી તેને જોઈ રહ્યો. તેનું સૌંદર્ય મારી આંખોમાં કેદ કરી રહ્યો

હતો. તેને જોતાં જોતાં વિચારી રહ્યો હતો કે આવી સુંદરી આખું જીવન ભોગવવા મળે તો કેવું સારું! કેવી સુંદર કન્યાએ મને પ્રણયરસનું પાન કરાવ્યું હતું! માખણ જેવી મુલાયમ કાયા ધરાવતી આ કન્યાને છોડીને મૂકી જવાનું મન થતું ન હતું. મને તેની સાથે પ્રેમ ન હતો પરંતુ આવી નાજુક કન્યાને એક વાર ભોગવીને છોડી દેવી એ યોગ્ય ન હતું.

એવામાં તેણે આંખો ખોલી અને મારી સામે જોયું. મેં સૂતાં સૂતાં જ તેના કાનની નીચે તરત એક ઢીકો મારી દીધો. તેની લંબમજ્જા પર આઘાત થતાં તે બેહોશ થઈને નીચે ગબડી પડી. હું ઊભો થયો અને મેં મારાં કપડાં પહેરી લીધાં. બેડરૂમની બહાર નીકળી જ્યાં નેતાજી બેહોશ થઈને પડયા હતા તે બાથરૂમમાં જઈને નેતાજીને મહામહેનતે ઢસડીને બેડરૂમમાં લાવ્યો. તેને આ કન્યાની પાસે સૂવાડી તેના હાથ પગ છોડી નાખ્યાં. તેના મોંમાં ઠોંસેલો ડુચ્ચો બહાર કાઢી નાખ્યો. એ હજી બેભાન જ હતો કદાચ મેં વધારે પડતો જોરથી ઢીકો મારી દીધો હતો. તેના ગંજીના મેં કરેલાં તમામ ચીંદરડાઓ એકઠાં કરી બાથરૂમમાં જઈને બાથરૂમના વેન્ટિલેટરમાંથી બહાર નાખી દીધાં.

તે પછી મેં ટેબલના ખાનામાં રાખેલી રૂપિયાની થપ્પીઓ બહાર કાઢી લીધી અને તેને પેલી કન્યાના પર્સમાં ભરી દીધી. બે–ત્રણ થપ્પીઓ વધી જે તેની મિડીના પોકેટમાં ભરી દીધી અને તેને તેની પાસે છોડી દીધી. તેણે કાઢીને જમીન પર ફેંકી દીધેલો બુરખો ઉઠાવીને મેં પહેરી લીધો અને પર્સ લઈને દરવાજાનો લોક ખોલી હું બહાર આવી ઊભો રહ્યો કે તરત જ પેલી કાર આવીને મારી પાસે ઊભી રહી ગઈ! તે કારમાંથી ડ્રાઈવર બહાર આવ્યો અને તેણે મારી પાસેનું કારનું પાછલું બારણું ખોલી નાખ્યું.

હું બુરખામાં હોવાથી તે કદાચ મને ગુલબદન જ સમજતો હતો. તે જ નહીં કદાચ બંને સિક્યુરિટી ગાર્ડ પણ મને ગુલબદન જ સમજી રહ્યા હતા. હું માદક ચાલે ચાલતો કારમાં બેસી ગયો. ડ્રાઈવરે અને બંને સિક્યુરિટી ગાર્ડે મારું ફૂલી ગયેલું પર્સ જોયું. તેઓ એકબીજાની સામે જોઈને હસ્યા. જાણે કે તેઓ મનમાં બોલી રહ્યા હતાઃ આ આવી હતી ત્યારે પર્સ સાવ ખાલીખમ હતું અને હવે જાય છે ત્યારે આખેઆખું પર્સ ભરાય ગયું છે! તેમને નવાઈ લાગી રહી હતી કે સ્ત્રીઓ પાસે એવું તો શું હોય છે કે આટલીવારમાં તો તેનું પર્સ આખેઆખું રૂપિયાથી ભરાય જાય છે!

ડ્રાઈવરે બારણું બંધ કર્યું અને તે તેની જગ્યાએ બેઠો. હોર્ન મારી તેણે કાર આગળ ચલાવી. મુખ્ય દરવાજે કેટલાંક પ્રેસ રિપોર્ટર, ટીવી મિડિયાના રિપોર્ટર અને કેમેરામેન નેતાજીના ઈન્ટરવ્યુ માટે અંદર આવવા માટે મુખ્ય દરવાજા પાસેના સિક્યુરિટી ગાર્ડ સાથે દલીલો કરી રહ્યા હતા. તેમને છોડી અમારી કાર આગળ વધી ગઈ અને સીધી અમદાવાદ સરખેજ ચોકડી પાસે આવીને અટકી.

કારમાંથી ઉતરી મેં સીધી ચાલતી પકડી. આખા રસ્તે મેં ડ્રાઈવર સાથે વાત કરી ન હતી. અત્યારેય ન કરી. રસ્તામાં તેણે વાત કરવા કોશીશ કરેલી પણ મેં કોઈ જવાબ આપ્યો ન હતો આથી છેવટે તે મને કદાચ રિસાઈ ગયેલી કે મુંગી માની મુંગો બની ગયો હતો. કદાચ તેણે અહીંથી ગુલબદનને પિકઅપ કરી હતી આથી તેણે મારા ઉતરતાં જ કાર પાછી વાળી લીધી અને ગાંધીનગર તરફ મારી મૂકી.

હું બુરખાધારી બનીને હાઈવે પર ઊભો હતો કે એક મેમણ તેની ચાર બુરખાવાળી બેગમોને લઈને ઝડપથી આવી રહ્યો હતો. તેની એક બેગમ તેનાથી ઘણી પાછળ હતી. એવામાં સદ્દ્ભાગ્યે એક ખાનગી ભાડૂતી કાર ધોરાજી સુધી જતી હતી જેમાં તે ભાડું નક્કી કરી, તેની બેગમોને પાછળ બેસવાનું કહી, તે આગળ બેસી ગયો. એવામાં સામેથી એક પોલીસને મારી તરફ આવતો મેં જોયો. કદાચ તેને મારી સામે કંઈક શંકા જાય અને મારી પૂછપરછ કરે તો મારી પોલ ખૂલી જાય તેમ હતું. આથી તેનાથી બચવા હું કારની આડશ લેવા કારની નજીક ગયો. મને જોઈને મેમણ થોડા ગુસ્સાથી બોલ્યો "બહાર હી રહોગી કિ અંદર ભી આવોગી? રૂઠને સે ક્યા ફાયદા? મેરી મર્જી થી તો મૈંને ચોથી શાદી કી. તેરી શાદી કે વક્ત ભી મૈંને પૂરે પાંચ લાખ તેરે અબ્બાજાન કો દીયે થે, વો વાપસ દેકર તલ્લાક લે લો, વર્ના જો મૈં કહેતા હું વો કરો. શુક્ર કરો કિ મૈંને અભી તક તુઝે નિકાલા નહીં હૈ."

પોલીસથી બચવાનો આથી સારો મોકો બીજો નથી એમ સમજી તેની ત્રણે બેગમો સાથે હું પણ કારની પાછળની સીટમાં બેસી ગયો. તેની પાછળ રહી ગયેલી ચોથી બેગમ કાર સુધી પહોંચે તે પહેલાં તો કાર ચાલુ પણ થઈ ગઈ. પેલી બૂમો પાડતી રહી પણ સાંભળે તે બીજાં, મેમણ સાહેબ નહીં! તે તો એમ જ સમજેલો કે તેની ચારેય બેગમો સાંકડમોકળ પાછળ ગોઠવાઈ ગઈ છે. કારમાં ત્રણે બેગમો આપસમાં વાતચીત કરતી હતી પણ મને બોલાવતી ન હતી. કદાચ

તેઓ પણ મને ચોથી બેગમ સમજી રહી હતી અને તેની સાથે આ ત્રણે ઝગડી હતી આથી તેમની વચ્ચે અબોલા હતા. આમેય મને કોઈ ન બોલાવે તે જ મારા માટે સારું હતું. સબ સે ભલી ચૂપ.

ત્રણે બેગમોની વાતચીત પરથી ખબર પડી કે હું મેમણની પહેલી બીવી છું અને મને ઔલાદ ન થતાં તેમણે બીજી બીવી કરી હતી. તેને પણ ઔલાદ ન થતાં તેણે ત્રીજી બીવી કરી હતી. ત્રીજીને પણ ઔલાદ ન થતાં તેણે ઈસ્લામી કાનૂનનો પૂરો ફાયદો ઉઠાવી ચોથી બીવી કરી હતી. આથી પહેલી બીવી એટલે કે મેં તેની સાથે અને તેની બાકીની ત્રણે બીવીઓ સાથે ઝઘડો કર્યો હતો. તેમનાથી રૂઠી પણ હતી. તેણે ચોથી બીવી બે–ત્રણ દિવસ પહેલાં જ કરી હતી અને ઔલાદ વાસ્તે કરેલી આ શાદી થઈ જતાં અમદાવાદના કોઈ ફકીરની હાજરીમાં જે મન્નત માની હતી તે પૂરી કરવા અમદાવાદ આવ્યાં હતાં.

વચ્ચે રાજકોટના કુવાડવા પાસેની એક હોટલ પર મેમણ સાહેબે જમવા માટે કાર રોકાવી. બધા જમવા માટે નીચે ઉતર્યાં પણ હું ન ઉતર્યો. મને રિસાઈ ગયેલી માની મને મનાવ્યા વિના બધાં જમી આવ્યાં અને ફરી કારમાં ગોઠવાઈ પણ ગયાં.

રાતના સાડા દશેક વાગ્યે કાર ધોરાજી પહોંચી. મેમણ સાહેબના મકાન પાસે કાર થંભી. તેનું મકાન ભાકુંભાજીપરામાં કામદાર નિવાસની પાછળ જ હતું અને આગળ મોટો દરવાજો હતો. મેં મારી જીભને જેવડું તાળું મારી દીધું હતું તેથી મોટું એક તાળું દરવાજે લટકતું હતું! બધાં કારમાંથી નીચે ઉતર્યાં. મેમણ સાહેબે કાર ડ્રાઈવરને ભાડું ચૂકતે કર્યું એટલે કાર જતી રહી. મેમણે તાળું ખોલી દરવાજો ખોલ્યો એટલે બધાં તેના ઘરમાં દાખલ થયાં. હું પણ થયો. તેની અસલ પહેલી બેગમનું શું થયું તે મને ખબર નથી પણ હવે, જે થવાનું હતું તે મેમણ સાહેબના ઘરમાં જ થવાનું હતું! તેમાં મારે શું?

અંદરથી મેમણનું ઘર મોટું હતું. દરવાજાથી શરૂ થતું એક મોટું લંબચોરસ ફળિયું હતું. તેની એક બીવીએ ખૂણા પરની એક ટયુબલાઈટ ચાલુ કરી એટલે વધુ દેખાયું તો વચ્ચે એક ફુવારો હતો. જે બંધ હતો. ફુવારાની વચ્ચે પાણીનો ઘડો ઠાલવી રહી હોય તેવી આરસપહાણમાંથી બનાવેલી માનવકદથી થોડીક મોટી એક સ્ત્રીની મૂર્તિ હતી. સામેની તરફ બે માળની હવેલી જેવું મકાન હતું. નીચલાં માળે બે નાનાં ઓરડાં અને બે મોટાં ઓરડાં હતાં. ઉપલાં માળે એક

મોટો ઓરડો હતો. ઓરડાથી થોડે દૂર એક છત્રી હતી. છત્રી એટલે ચારે ખૂણે પથ્થરના ચાર કલાત્મક સ્તંભ ઊભા કરી તેની ઉપર પથ્થરની ગોળાકારે બનાવેલી છતવાળી કલાત્મક રચના. છત્રી બતાવી રહી હતી કે આ મકાન રજવાડી છે. કદાચ મેમણના બાપદાદાઓ જુનાગઢના નવાબોની સેવામાં હશે. મેમણે નીચેનો એક મોટો ઓરડો ખોલ્યો કે તરત જ પેલી બીવીએ અંદરની એક ટયુબલાઈટ ચાલુ કરી. મારા ખ્યાલથી તેને અંધારામાં બીક લાગતી હતી. આ ઓરડામાં સિંગલ બેડના ત્રણ નાનાં પલંગ હતાં. ત્રણ પલંગની ઉપર ત્રણ પંખા ઝંબોરાઈ રહ્યાં હતાં. ત્રણ અરીસા હતાં. ત્રણ કબાટ હતાં. ત્રણ બાથરૂમ હતાં. આ ઓરડામાં દરેક ચીજવસ્તુઓ ત્રણ ત્રણ હતી. આ તેનું બીવીઘર હતું.

મારા સહિતની તમામ બીવીઓ આ ઓરડામાં આવી ગઈ એટલે મેમણે ઓર્ડર છોડયો ''સબ નહા ધોકર તૈયાર હો જાઓ ઔર નઈ બીવી કો સજાધજાકે અપને ખાવિંદ કે પાસ લે આઓ.''

આટલું કહી તે ઉપરના માળે ચાલ્યો ગયો. તેની ત્રણે બીવીઓ કપડાં લઈને ફટાફટ એક એક બાથરૂમમાં ઘૂસી ગઈ. હું વધી પડયો કારણ કે ચોથું બાથરૂમ ન હતું. જોકે, બાથરૂમની સૌથી પહેલાં મને જરૂરિયાત હતી. સ્ત્રીનું મૂત્રાશય પૂરું ભરાય જાય તો તે ગર્ભાશયની જગ્યાને સંકોચીને વધુ ફૂલી શકે છે અને વધુ મૂત્રનો ભરાવો કરી શકે છે. પુરુષમાં આવું હોતું નથી. હું અકળાયો. મૂત્રત્યાગ ગમે ત્યારે થઈ શકે તેમ હતો અને તે પણ મારી મરજી વિરુધ્ધ. મેં આડીઅવળી નજર દોડાવી. એવામાં મેં એક કાચની બારીવાળો એક કબાટ જાયો. મેં ઓરડામાંનો એ કબાટ ખોલ્યો.

કબાટમાં એક કોઈક સરબત ભરેલી અડધી બોટલ હતી. મેં તેનું બૂચ ખોલી તેને પૂરેપૂરી ભરી દીધી અને મૂત્રત્યાગનો આનંદ માણ્યો! ત્યારે મને સમજાયું કે ત્યાગનો આનંદ પણ અવર્ણનિય હોય છે.

બોટલનું બૂચ બંધ કરી તેને જેમ હતી તેમ કબાટમાં ગોઠવી કબાટ બંધ કરી દીધો અને એક પલંગ પર જઈને બેસી ગયો.

થોડીવારમાં એક બાથરૂમનું બારણું ખૂલ્યું અને તેમાંથી એક સદ્યસ્નાતા બહાર આવી. મને તે ખૂબસૂરત લાગી. તે મેમણની નવી બીવી હતી. સરસ રૂપાળી હૂર જેવી તે હતી. તેણે સફેદ રંગનું અર્ધપારદર્શક ઈજાર–ફ્રોક પહેર્યું હતું. જેમાં તેના સુવિકસિત સ્તનો અને માંસલ જાંઘ વધુ સુંદર જણાતાં હતાં.

થોડીવારમાં બીજી બંને બીવીઓ પણ સ્નાન કરીને બહાર આવી ગઈ. તેઓ પણ મને હૂર જેવી જ સુંદર લાગી. અત્યારે મને બધું જ સુંદર સુંદર લાગી રહ્યું હતું. કદાચ મને સુંદરવા થયો હતો!!

જેમ બને તેમ ઝડપથી બંને બીવીઓ પણ સફેદ રંગના કપડાં પહેરીને તૈયાર થઈ ગઈ અને થોડીવારમાં નવી બીવીને પણ શણગારી દીધી. હું હજી પણ મારું ગુલાબી પર્સ પકડીને નિષ્ક્રિય અવસ્થામાં પલંગ પર જ બેઠો હતો. આથી એક બીવી બોલી "કબ તક રૂઠી રહોગી. જો હોના થા હો ગયા. શૌહર કો નઈ બીવી લાની થી, વો આ ગઈ. સારા ગુસ્સા થૂંક ડાલો ઔર અબ ચલો. અપને શૌહર કો નયા નજરાના પેશ કરને કો."

આટલું બોલી બંને બીવીઓ નવી દુલ્હનનો શણગાર પૂરો કરી તેને તેમના બંને હાથથી હળવેકથી પકડી હળવે હળવે ચલાવી ઓરડાની બહાર લાવ્યા. હું પણ તેની સાથે ચાલ્યો. બધાં ઉપરના માળે ગયાં. ઉપર છત્રી નીચે એક મોટી સફેદ તરાઈ પાથરી તેના પર બે મોટાં મોટાં સફેદ તકિયાં નાખી તેને ઓઠીંગણ દઈને સફેદ પઠાણી કપડાં પહેરી મેમણસાહેબ બેઠા હતા અને એક સુંદર કલાત્મક સુરાહીમાંથી કાચનો એક જામ ભરી રહ્યા હતા.

છત્રીની ઉપર આકાશમાં ચાંદ ચાંદની વેરી રહ્યો હતો. અગાશી સફેદ કળીચૂનાથી થોડા સમય પહેલાં જ રંગી હતી તેથી તેની દિવાલો ચાંદનીને પરાવર્તિત કરી છત્રીની અંદરની ચાંદનીમાં વધારો કરી રહી હતી. સફેદ રંગની સુંદરતા સૌ માણી રહ્યાં હતાં. ફકત બે વસ્તુ કાળી હતી, એક આકાશ અને મેં પહેરેલો બુરખો.

મેમણે એક હાથ લંબાવી નવી બીવીનો હાથ પકડી તેને તેની નજીક ખેંચી અને તેના હાથને ચૂમ્યો. નવી દૂલ્હનનો હાથ પણ એટલો સુંદર અને નાજુક હતો કે મને પણ તેને ચૂમવાનું મન થઈ આવ્યું. મેમણે નાજુકાઈથી તેને તેની નજીક બેસાડી. તે હજી શરમાઈ રહી હતી. મેમણે તેને બાથમાં લીધી. તે તેની બાથમાં લગભગ સૂઈ ગઈ હતી.

મેમણે તેનો ચહેરો પકડી કહ્યું "કિતના ખુશનશીબ હું મૈ, ઈક સાથ દો દો ચાંદ કા દીદાર કર રહા હું."

નવી બીવી વધુ શરમાઈ ગઈ. આથી મેમણ બોલ્યો "એઈ... ક્યું શરમા રહી હો? હુશ્ન કી બાહોમેં ઈશ્ક કો મીલ જાને દો. અરે! આજ તો જશ્ન કા દિન હૈ. જશ્ન મનાઓ. જરા નાચો. અપને શૌહર કા દિલ બહેલાઓ. સુના હૈ કિ તું બેલે ડાન્સમેં માહિર હો, તો જરા હમેં ભી દિખા દો. હમેં ભી નાઝ હો કિ હમારી છોટી બીવી કો પા કે હમ ઈસ દુનિયા કે સબ સે બડે ખુશકિસ્મત બન ગયે હૈ. "

આ સાથે તેણે તેની બાજુમાં પડેલાં એક ટેઈપ રેકોર્ડરની ચાપ દાબી કોઈ ઉર્દૂ–અરબી સંગીત વગાડયું. આ સાથે તેની નવી બીવી શરમાતાં શરમાતાં તેનાથી અલગ થઈને થોડે દૂર ગઈ.

તે પછી તે ધીરેધીરે તેની નાજુક કમર હલાવવાં લાગી અને ધીમેધીમે નાચવા લાગી. આ જોઈ તેની બાકીની બંને બીવીઓ પણ તેની પાસે જઈને નાચવા લાગી. ત્રણે તેમની કમર હલાવતી હલાવતી નાચતી હતી. નાચતાં નાચતાં નવી બીવીએ વધારાના કપડાં દૂર કર્યા હવે તે કેબરે ડાન્સર જેવી લાગતી હતી. આ જોઈને તેની બાકીની બંને બીવીઓએ પણ તેમનાં કેટલાંક કપડાં દૂર કરી દીધા. હવે, અહીં નાનકડું અરબી જગત ખડું થઈ ગયું હતું. ચાંદની રાતનું આ દ્રશ્ય અલૌકિક લાગતું હતું.

થોડીથોડીવારે મેમણ શરાબ પણ પી રહ્યો હતો અને વચ્ચે વચ્ચે 'આફરિન..., આફરિન...' બોલી તે તેમને પ્રોત્સાહિત પણ કરી રહ્યો હતો. તે તેમનો નાચ જોઈને ઘણો ખુશ થઈ રહ્યો હતો. હું પણ આ ત્રણે હૂરનો નાચ માણી રહ્યો હતો. ખરેખર તેમનો નાચ કોઈપણ પુરુષને ઉત્તેજિત કરી મૂકે તેવો હતો. મેમણની નવી બીવીની લચકતી કમર અને થરકતી જાંઘો જોઈને હું બુરખામાં પણ ઉત્તજિત થઈ ગયો હતો અને મનોમન હું મેમણની ઈર્ષા કરવા લાગ્યો હતો. અચાનક તેણે ટેઈપ રેકોર્ડર બંધ કરી દીધું, કદાચ તે ઉત્તેજિત થઈ ગયો હતો. કયાંક શૌહર ગુસ્સે ન થયો હોય તેમ સમજી ત્રણે બીવીઓએ નાચવાનું બંધ કરી ડરતી ડરતી તેની નજીક જઈને બેસી ગઈ.

મેમણે ફરી તેની નવી બીવીને બાથમાં લીધી અને જોરથી તેની છાતી સાથે ભીંસી દીધી. નવી બીવીના નાજુક હોઠ સિસકારી ઉઠયાં 'આહ...' મેમણે તેના હોઠ ચૂમી લીધા. હોઠ પર લાંબું ચુંબન આપી પરસેવાથી લથબથ તેના ગાલ ચૂમ્યાં. તેનો પરસેવો તેને સ્વાદિષ્ટ જણાયો હોય તેમ તેણે પોતાના હોઠ પર

જીભ ફેરવી અને નવી બીવીના ગાલને ફરી ચૂમતાં બોલ્યો "નાઝનીન, થક ગઈ હો ક્યા?"

નવી બીવીએ માથું હલાવી હા કહી. આથી તેણે તેની બંને બીવીઓને હુકમના સ્વરે થોડું જોરથી કહ્યું "નીચે જાઓ ઔર રૂહ અબ્જા શરબત લે કે આઓ. સબ પીતે હૈ. આજ મેરી ઔર જિન્નત કી વસ્લ કી રાત હૈ. આજ કી હમારી યે રાત ઈતિહાસ કે સુનહરે પન્નોમેં લીખી જાયેગી. યે જિન્નત જન્નત કી હૂર હૈ. ઉસકે બગૈર હમ અધૂરે હૈ. જિન્નત કે લિયે હમ બહૂત તરસે હૈ. આજ વો હમારી બરસોં કી પ્યાસ બૂજાયેગી."

આ સાંભળી મેમણની નવી બીવી જિન્નત વધુ શરમાઈ ગઈ. મેમણની એક બીવી ઝટપટ નીચે ગઈ અને થોડી ક્ષણોમાં એક શરબતની બોટલ લઈને પાછી આવી. એ બોટલ જેને મેં હમણાં જ પૂરેપૂરી ભરી દીધી હતી. મેમણે તે લઈને તેની નજીક પડેલો એક કાચના પ્યાલો ભર્યો અને તેના હાથથી નવી બીવીને રૂહ અબ્જા પાયું. તે ખુશ થઈને બોલી "બહૂત નમકીન હૈ."

તે બોલ્યો "અચ્છા." તેણે પણ પ્યાલો ભરી પીધું અને બોલ્યો "સહી બાત હૈ, જાન."

તેણે ફરી તેને ભર્યો અને બીજી બીવીને શરબત પાયું. તેને પણ આ નવા સ્વાદવાળું રૂહ અબ્જા પસંદ આવ્યું. તે બોલી "માશાલ્લાહ, ઐસી શરબત કભી પી નહીં. બહૂત અચ્છી હૈ."

તે બોલ્યો "અચ્છા, તુઝે ભી પસંદ આઈ."

તેણે ફરી પ્યાલો ભર્યો અને તેની ત્રીજી બીવીને આપ્યો. તેને પણ આ શરબત પસંદ આવ્યું. તે બોલી "અરે, ખાવિંદ પહેલે ભી ઈસે પી થી તબ તો ઐસી અચ્છી નહીં લગી થી ક્યું?"

તે બોલ્યો "યે શરબત ભી શરાબ કી તરહ હી હૈ. જિતની પડી રહેગી, ઔર અચ્છી હોતી રહેગી." તેણે ફરી પ્યાલો ભર્યો અને મારી તરફ લંબાવી બોલ્યો "નાદાન બીવી, લે તું ભી પી."

મેં કદી શિવામ્બુનો પ્રયોગ કર્યો ન હતો અને કરવા પણ માંગતો ન હતો આથી મેં તે પ્યાલો ન લીધો. આથી તે ગુસ્સે થયો અને તે પ્યાલો મારી તરફ ફેંકવા જતો હતો કે અચાનક નવી બીવીએ તેને રોકયો.

તે રોકાયો પણ તે મારી તરફ ઘૂરાયો અને બોલ્યો "કમજાત ઔરત, અપને ખાવિંદ કી ખુશીમેં ખુશ નહીં હૈ. તેરે બાપ કો દિયે હુએ પાંચ લાખ મિલ જાતે તો અભી તુઝે તલ્લાક દે દેતા. નાલાયક બીવી, તું મર ક્યું નહીં જાતી? દેખ તેરે સામને ઈસકે બાપ કો સાત ઔર ઈસકે બાપ કો આઠ લાખ દીયે હૈ. અભી અભી તેરે સામને દશ લાખ દે કે જિન્નત કો પાયા હૈ. જિન્નત મતલબ જન્નત પાયા હૈ. યે હૂર હૈ ઔર તું ડાયન. પાંચ લાખમેં તુઝે ખરીદા થા. અબ તુઝે બેચ દું તો તેરા પાંચ રૂપિયા ભી નહીં આયેગા."

મારાથી ન રહેવાયું. મેં મારા પર્સમાંથી રૂપિયાઓની થોકડીઓ કાઢી અને તેના મોં પર મારી. તે હબકી ગયો. તેણે ફટાફટ તે રૂપિયાઓ ભેગાં કરી લીધા અને ઝડપથી ગાદલાં નીચે સંતાડી દીધા. તેની આ બીવી પાસે આટલાં રૂપિયા ક્યાંથી આવ્યાં તે વિશે આશ્ચર્યચક્તિ થઈ ગયો હતો તોપણ તેણે તત્કાળ મને ફારગતી આપતાં કહ્યું "તલ્લાક, તલ્લાક, તલ્લાક..., અબ તું જા."

હું ફટાફટ ત્યાંથી નીચે જવાં નીકળી ગયો. મારી પાછળ તેણે પ્યાલાનો ઘા ર્ક્યો. સદ્દનસીબે જે મને વાગ્યો નહીં અને સામેની દિવાલે અથડાઈને નીચે ઠણણણ..., ઠણણણ... અવાજ કરતો ગોળ ગોળ ઘૂમવા લાગ્યો. ગુસ્સાથી મેં તેને ઉઠાવીને મેમણ તરફ માર્યો. જે તેને લાગ્યો જ હશે કારણ કે મારું નિશાન કદી ખાલી જતું નથી છતાં તે કોઈ પ્રતિક્રિયા આપે તે પહેલાં તો હું આખો દાદરો નીચે ઉતરી ગયો. તેનો અસ્પષ્ટ અવાજ મને સંભળાયો કદાચ તે મને અરબી–ઉર્દૂ ભાષામાં ગાલીપ્રદાન કરી રહ્યો હતો. હું તેનો બદલો લઈ શક્યો હોત પણ હજી પકડાઈ ન જવાય તેનું મારે ધ્યાન રાખવું પડે તેમ હતું. નવી બીવીએ મેમણને સાચવી લીધો હશે કારણ કે તે તેનો ગાલીપ્રદાનનો અવાજ બંધ થઈ ગયો હતો. નીચે ઉતરી હું પહેલાં હતો તે જ ઓરડામાં તે જ પલંગ પર જઈ તે જ સ્થિતિમાં બેસી પડયો.

થોડી જ વારમાં મેમણની બે બીવીઓ પણ હસતી હસતી આ ઓરડામાં આવી અને ફટાફટ આ ઓરડાની અંદર જ પડતું બાજુના ઓરડાનું બારણું ખોલી બીજા ઓરડામાં જતી રહી. આ બીજા ઓરડામાં શું હશે તે વિચારતો વિચારતો

હું બેસી જ રહ્યો. એ ઓરડામાંથી બંને બીવીઓના ખિલખિલાટ હસવાના અવાજો મને સંભળાતા હતા. કદાચ તેઓ મેમણથી દૂર હોય ત્યારે આનંદમાં જ રહેતી હશે તેમ છતાં તેમના ખિલખિલાટ હસવાનું રહસ્ય જાણવા હું પણ તે ઓરડામાં ગયો.

એ ઓરડામાં જતાં જ હું આભો બની ગયો. તેના એક ખૂણામાં સંગેમરમરની પાપડીમાંથી બનાવેલાં એક નાનકડાં મેજ પર એક નાની અને પાતળી મીણબતી સળગતી હતી જેનો આછો પાતળો પ્રકાશ ઓરડામાં પથરાયેલો હતો. આ ઓરડો કોઈ નાનકડાં નાટ્યગૃહ જેટલો મોટો હતો! તેના ભોંયતળિયે વચ્ચોવચ્ચ એક કલાત્મક ઈરાની ગાલીચો પાથરેલો હતો. તેની નજીક પિત્તળનાં કડાં અને પિત્તળની સાંકળોવાળો એક હિંડોળો હતો.

સામેની દિવાલ નજીક પાંચ ચાંદીની ખુરશીઓ, ચાંદીની સુરાહી, ચાંદીની ફ્રેમથી મઢેલાં બે અરીસાવાળો લાકડાનો એક કબાટ, બે સીસમના ટેબલો અને અભેરાઈ પર જર્મન સિલ્વરના અનેક વાસણો રાખેલાં હતાં. છત પર એક ઝૂમર લટકતું હતું. રાજઘરાના સાથે સંકળાયેલ અમીરનો આ આલીશાન ઓરડો હશે એ સરળતાથી જોઈ શકાતું હતું. કોઈ કારણસર આ ઓરડો વિદ્યુતઊર્જાથી મુક્ત હતો. તોપણ આ બધાની વચ્ચે પેલી બે ક્યાં હતી?

તેમના હસવાના અવાજની દિશામાં મેં જોયું તો તે બંને એક પડદાંની પાછળ હતી. પડદો હટાવીને મેં જોયું તો તે બંને ઓરડાની ખૂબ અંદરના અંધારા ભાગમાં હતી અને અંધારામાં તે બંને જે કંઈ કરી રહી હતી તે જોઈને તો મારી બંને આંખો ફાટી ગઈ!! તે બંને હસતી હસતી સંગેમરમરમાંથી બનાવેલાં આદમકદથી સહેજ મોટાં એક પૂતળાં સાથે પ્રણયક્રિડાઓ કરી રહી હતી!!

ચાંદમાં કલંક છે પણ આ પૂતળાંમાં કોઈ કલંક ન હતું કારણ કે તે શુદ્ધ ઈટાલિયન આરસપથ્થરમાંથી બન્યું હતું. સફેદ કબૂતર જેવું તે સફેદ હતું. તે મુલાયમ પણ હશે જ કારણ કે એક બીવી તેને પાછળથી વળગી પડી હતી. તેને જોઈને સમજી શકાતું હતું કે તેને કોઈ રમુજી ગ્રીક શિલ્પીએ કંડાર્યું હતું.

તે તદ્દન નગ્ન પુરુષ ખેલાડીનું પૂતળું હતું. જેનો એક પગ પગથિયું ચડતો તેમ આગળ હતો અને ઢીંચણથી વળેલો હતો તો બીજો પગ સીધો હતો અને થોડોક પાછળ હતો. તેનો એક હાથ બાજુમાં હતો અને તે કોણીએથી સહેજ વળેલો હતો. બીજો હાથ તેના માથાથી ઊંચો ઊઠેલો હતો. જેની મુટ્ઠી વાળેલી

હતી એવી રીતે ઊભું હતું કે જાણે કે તે ભાલો ફેંકતો હોય! આટલી નગ્નતા ઓછી જણાઈ હોય તેમ શિલ્પીએ તેનું શિશ્ન તદ્દન ટટ્ટાર કંડારી રમુજની પરાકાષ્ટા આણી હતી!!

આ પૂતળાંના વળેલાં પગની જાંઘ પર બેસી એક બીવી તે પૂતળાના શિશ્નને કોઈ સ્નિગ્ધ પદાર્થથી તરબોળ કરી, તેનો હાથ પકડી ઘોડેસ્વારી કરતી હોય તેમ આગળપાછળ હલતી રહી તેના શિશ્નનું તેની યોનિ સાથે મિલન કરાવી આનંદ માણી રહી હતી. બીજી પૂતળાને પાછળથી આલિંગન આપી સ્પર્શસુખ માણી રહી હતી. તેમની આ હરકતોથી મળતાં આનંદથી બંને નિર્લજ્જ બની હસી રહી હતી. કહે છે કે આવાં જ કારણોથી અનેક બેગમો રાખતાં બાદશાહો તેના જનાનખાનામાં વપરાતી મીણબતીઓના મીણમાં તાંબાના ખૂબ જ ઝીણાં ભૂક્કાંનું મિશ્રણ કરાવતાં હતા અને તેમના ઝનાનખાનામાં ચોકીદારો તરીકે પણ વ્યંઢળોને જ રાખવામાં આવતા હતા.

કદાચ આ પૂતળું કોઈ નવાબજાદાએ ખાસ તૈયાર કરાવ્યું હશે જેને સજાતિય સંબંધોમાં વધુ આનંદ આવતો હશે. છેલ્લો નવાબ પાકિસ્તાન ભેગો થઈ જતાં તેમના અમલદારોએ તેની કેટલીક મિલ્કત સગેવગે કરી લીધી હતી જેમાં આ પૂતળું કદાચ આ મેમણના વડીલોના હિસ્સામાં આવ્યું હશે. જે પૂતળું પહેલાં નવાબજાદાઓને આનંદ આપતું હતું તે અત્યારે આ બીવીઓને કામ લાગતું હતું.

હું હિંડોળામાં બેસી તેમને જોઈ રહ્યો. થોડીવારે બંને બીવીઓએ તેમના સ્થાનની અદલાંબદલી કરી. તેમાંની એકે મને પણ ઓફર પણ કરી "ક્યા તુઝે મઝા નહીં લેના હૈ?"

મેં કોઈ પ્રતિક્રિયા ન આપી. તેથી બીજી બોલી "તુને તો યે કરિશ્મા બતાયા હૈ. સબસે પહેલે તું હી મઝા લેતી હો. આજ હમ આગે હો ગયે હૈ તો નારાજ મત હો ઔર આજા. મઝા લે લે."

એટલામાં મેમણની નવી બીવી જિન્નત પણ પગ પછાડતી રડતી રડતી અંદર આવી. રડતાં રડતાં તે બોલતી હતી "સાલો, હીજડો, એક કો છુ નહીં પાતા ઔર ચાર ચાર બીવી રખતા હૈ. પહલીને દૂસરી કો નહીં બતાયા, દૂસરીને તીસરી કો ઔર તીસરીને મુઝે નહીં બતાયા. હરામી હૈ તીનો હરામી હૈ. અરે ઓય, મુઝે છક્કા કે પાસ છોડકે કહાં છૂપ ગઈ હો?"

એવામાં તેણે મને જોયો. મેં હજી બુરખો કાઢયો ન હતો. તે મને મારવા આગળ વધી. એમાં સંતુલન ખોઈ બેસી અને મારા પર પડી. મેં તેને પકડી. પ્રેમમાં નાસીપાસ થયેલી પ્રેમિકા તેના પ્રેમીને પૂરી દાઝથી લાફો મારે તેવાં ગુસ્સાથી તેણે મને એક સણસણતો તમાચો જડી દીધો.

તે આંખમાં આસું સાથે ગુસ્સાથી બોલી "મેરે સાથ ધોખા કયું કિયા?"

દર્દથી મારી આંખમાંથી આસું સરી પડયા તોયે હું શાંત રહ્યો. પ્રેમિકા તો આમ જ મળે. તે ફરી બોલી "જવાબ દો, મેરે સાથ ઐસા કયું?"

હું શાંત રહ્યો. તે બોલી "ના જવાબ દો તો ના સહી પર યે તો બતા દો વો દોનોં કહાં હૈ?"

મેં તેને આંગળી ચીંધી પેલી બેને બતાવી. તેમાંની એક હજી પૂતળાંના શિશ્ન સાથે તેની યોનિનું ઘર્ષણ કરાવી રહી હતી અને આનંદિત થઈ રહી હતી. બીજી સ્તનઘર્ષણનો આનંદ માણી રહી હતી. તેમની આવી ક્રિયાઓ જોઈને નવી બીવી આશ્ચર્યચકિત થઈ ગઈ. તે મારાથી અળગી થઈ ગઈ અને પેલીઓ તરફ આગળ વધી. મારું બેટું આ પૂતળું ભારે ભાગ્યશાળી હતું! બે સ્ત્રીઓ તેને સ્નેહથી તળબોળ કરી રહી હતી અને ત્રીજી પણ તેની પર ઓળઘોળ થઈ જાય તેમ હતી!

નવી બીવી પૂતળાંનો પ્રેમ પામે તે પહેલાં મારે મારી અસલિયત પર આવી જવું પડે. જન્નતની હૂર જેવી જિન્નત એક નિર્જિવ પૂતળાં સાથે સંબંધ બાંધે તે મને ન ગમે. મેં ધીરેધીરે સીટી વગાડતાં વગાડતાં મારો બુરખો હટાવવાની શરૂઆત કરી. સીટીનો અવાજ સાંભળી ત્રણેયે તેમનાં ચહેરા મારી સામે કર્યા. બુરખો દૂર થતાં જ તેઓ હરખાઈ ગઈ. પૂતળાંને પડતું મૂકી "માશાલ્લાહ..., માશાલ્લાહ..." કહેતી ત્રણેય મારા તરફ દોડી. એ રીતે દોડી જાણે કે તેમને દોડસ્પર્ધામાં જોડી હોય!

હું મારા બીજાં કપડાં દૂર કરું તે પહેલાં તો તે ત્રણે આવી પહોંચી અને મને ચારેતરફથી વળગી પડી અને મને જ્યાં ત્યાં ચૂમવા લાગી અને તેમનાં હાથોથી મારાં અંગેઅંગ દબાવવા લાગી. આખરે વનવગડામાં કેસૂડો જો ખીલ્યો હતો. તે ત્રણે મદમસ્ત થઈ હતી. તે ત્રણે પ્રેમની પ્યાસી હતી. તેઓએ આવેશથી મારાં કપડાં ફાડીને મને પેલાં પૂતળાં જેવો જ કરી મૂક્યો–તદ્દન નગ્ન.

થોડીવારમાં તે ત્રણે મને આગળ પાછળ કરતી રહી અને છેવટે ઈરાની ગાલીચા પર પટકી દીધો. હરણ પર દિવસોથી ભૂખ્યાં વરૂઓ તૂટી પડે તેમ તે ત્રણે મારા પર તૂટી પડી હતી અને કયારેક કયારેક બચકાં પણ ભરી લેતી હતી. અંતે એક મારા પર ચડી બેસી અને ઘોડેસ્વારી કરવા લાગી. થોડીવારમાં તે તૃપ્ત થઈ એટલે તે આઘી ખસી કે બીજી ચડી ગઈ. ત્રીજી જિન્નત હજી પણ હવાતિયાં જ મારી રહી હતી. થોડી પળો પછી બીજી પણ થાકી એટલે એ મારી છાતી પર પડી. હવે, જિન્નતનો વારો હતો. તેણે ધક્કો મારી બીજીને દૂર ધકેલી દીધી. મેમણની આ બંને બીવીઓનું કૌમાર્યપટલ પહેલાં જ ગ્રીક ખેલાડીના પૂતળાએ ખંડિત કરી દીધું હતું તેથી તે મારાથી શીલભંગ થઈ ન હતી.

હવે, જિન્નત મને ભોગવી લેવા માંગતી હતી પણ ના, જિન્નતને તો મારે ભોગવવી હતી. મેં તેને વહાલથી ઉઠાવી અને ઉતાવળ ન કરવાનું જણાવ્યું. તે સમજી ગઈ અને તેણે તેની ઊર્મીઓને કંઈક અંશે શાંત કરી. છતાં કામાવેગથી તેના હોઠ કંપી રહ્યા હતા. તેના શરીરના રોમેરોમ ઊભા થયેલાં હતાં. તેના મુખમાંથી અસ્પષ્ટ અવાજો આવી રહ્યા હતા. થોડીવાર માટે મેં તેને સહેલાવી અને પછી ધીરેથી ઊભી કરી. તેના શરીર પરના બે ત્રણ વસ્ત્રાવરણો દૂર કરી દીધા અને પછી તેને માથાથી લઈને પગની પાની સુધી ચૂમી. તેના રેશમી વાળને હાથની આંગળીઓ પરોવી ખોલી નાંખ્યા. તેના ગાલથી લઈને જાંઘ સુધી હથેળીથી હળવો સ્પર્શ કર્યો. તે કામાગ્નિની જ્વાળામાં લપેટાઈને લાલ લાલ બની ગઈ. તે પછી મેં મધુરજનીનો શુભારંભ કર્યો. તે સાચે જ અખંડ કૌમાર્યવતી હતી. મેં તેને તન મનથી ભરપૂર પ્રેમ આપી, અનેક સંભોગાસનોના પ્રયોગો કરીને તેને પૂર્ણપણે સંતૃષ્ટ કરી અને પછી તેની સાથે પ્રેમની વાતો કરતો કરતો તેની જોડે જ રાતભર સૂતો રહ્યો.

સહારાના રણમાં ભરઉનાળે ભૂલાં પડયા હોય અને ખરાબપોરે તીવ્ર તરસ લાગી હોય ત્યારે આસપાસ દેખાતાં મૃગજળની પાછળ આમતેમ રખડીભટકીને પ્યાસ વધારી દીધી હોય અને તેમાંય કોઈ મૃગજળના બદલે સાચે જ પાણીથી ભરેલું એકાદ દ્વિપકલ્પ મળી જાય અને તેનું નારિયેળ જેવું મીઠું પાણી પીને તરસ છીપાય તેમ આ માનુનીઓની તરસ છીપાઈ હતી. સાથે મારી પણ.

બીજે દિવસે મેમણની બે જૂની બીવીઓએ અમને જગાડયા ત્યારે જાગ્યા. તેમણે મને આ ઓરડામાં જ કેદ કર્યો અને તાકીદ કરી કે જો તે કહે તેમ હું નહીં કરું તો પોલીસને બોલાવી લેશે. મને કેદ કરી ત્રણેય બીજા ઓરડામાં જતી રહી અને બહારથી આ ઓરડાને તાળું પણ લગાવી દીધું. અંધારા ઓરડામાં હું કેદ થઈ ગયો. આખા ગુજરાતની પોલીસ હજી સુધી મને પકડી શકી ન હતી પરંતુ આ ત્રણેય બલાએ મને આબાદ કેદ કરી લીધો. હું આ રીતે સુંદરીઓનો કેદી બનીશ તેવું તો મેં સ્વપ્નમાં પણ વિચાર્યુ ન હતું. કવિઓ કહે છે કે જે ભમરાંને કેદ કરવાનું કાર્ય લોખંડના પાંજરાના જાડા સળીયાઓ કરી શકતા નથી તે કાર્ય કમળની નાજુક પંખડીઓ બહુ આસાનીથી કરી શકે છે.

રહ્યો પ્રશ્ન મેમણનો તો મારું અનુમાન છે કે તેમને તેની આ ચતુર બીવીઓએ સમજાવી દીધું હશે કે તેણે તલ્લાક આપ્યા પછી તેની પહેલી બીવી ચાલી ગઈ છે. તેઓએ એ પણ કાળજી રાખી જ હશે કે મેમણ આ ઓરડામાં ન આવે કારણ કે મેમણની કોઈ ચહલપહલ મને અનુભવાઈ રહી ન હતી. બપોરના સમયે તેમાંની એક મારા માટે ભોજન લઈને અંદર આવી અને મને જમાડીને જતી પણ રહી. સાથે સાથે આ ઓરડામાં પણ એક સંડાસ બાથરૂમ છે તેની ભાળ આપતી ગઈ. આથી હું નાહીને ચોખ્ખો થઈ શકયો. ઘુવડની જેમ આખો દિવસ મેં આ અંધારા ઓરડામાં વિતાવ્યો.

સાંજના સમયે મુગલાઈ ભોજન આવ્યું. તે મને તરોતાજા રાખવા માંગતી હતી. મારાં ભોજન સમયે બે બીવીઓ ઓરડાના બારણે ઊભી રહેતી–હું ભાગી ન જાઉ તેની ચોકીદારી માટે.

આ અંધારા ઓરડામાંથી છટકવા માટે મેં ખાખાંખોળાં કર્યા. જેમાં એક નાનકડી દાબડી મળી આવી. તેમાં મલમ જેવું કશુંક હતું. જે મેં જરાક ચાખ્યું તો મારા ગુપ્ત અંગમાં સળવળાટ મચી ગયો. મને ખબર પડી ગઈ કે આ શીઘ્રોત્થાન મલમ હતો. કદાચ કોઈ નવાબજાદો આ વાપરતો હશે. કદાચ સજાતિય સંબંધવાળો નવાબજાદો હોય તોપણ નવાઈ નહીં. આ મલમ મારા કામનો હતો.

રાત્રિના સમયે મેમણને કોઈ કેફી પીણું પીવડાવી તે ત્રણે અંદર આવી અને મને મઝા કરાવી. સમુહ સંભોગનો આવો પરમ આનંદ મેં ચાર–પાંચ રાત માટે માણ્યો હશે. સંભોગ પહેલાં મલમ ચાખી લેતો જેથી શીઘ્રોત્થાન થતું હતું અને સ્તભંન શક્તિમાં પણ ખાસ્સો વધારો થતો હતો. આથી મેમણની બીવીઓને

ખૂબ મજા પડી જતી હતી. જોકે મને જિન્નત જેવી મજા બાકીની બે બીવીઓમાં આવતી ન હતી. અંતે એક દિવસ મલમનો કેફ મેં થોડો વધારે કરી લીધો આથી સમુહ સંભોગ એટલો બધો ચાલ્યો કે તેના અંતે અતિરતિક્રિયાના પરિશ્રમથી ત્રણે બીવીઓ સાનભાન ગુમાવી બેઠી અને સંભોગસુખથી ગાઢ નિદ્રામાં સરી પડી. છટકવાનો આ જ સાચો મોકો હતો. ત્રણેયને નિવસ્ત્ર અવસ્થામાં રાખી મેં કપડાં પહેરી લીધા અને છાનોમાનો આ અંધારા ઓરડાની બહાર નીકળી ગયો. બહાર નીકળી બીજા ઓરડામાં રાખેલાં ત્રણેય બીવીઓના ઘરેણાં અને રૂપિયાની શોધ કરી તે લઈ લીધાં. મેમણ મને નીચે ન મળ્યો તેથી હું ઉપર ગયો જ્યાં તે છત્રીની નીચે શરાબ પીને બેભાન થઈને સૂતો હતો. તલ્લાક લેવાં મેં આપેલાં પાંચ લાખ રૂપિયા શોધી તે લઈ લીધા. બીજાં લાખેક રૂપિયા મળી આવ્યા તે પણ મેં લઈ લીધા. આ પછી તેઓને સૂતા મૂકી ત્યાંથી ભાગ્યો.

રાતના બારેક વાગ્યે એક ખખડધજ ટ્રક મળી ગયો જેમાં બેસી હું જૂનાગઢ આવ્યો ત્યારે સવાર પડી ગઈ. કાળવાચોકમાં છાપાઓ વેચતાં એક ફેરિયા પાસેથી છેલ્લાં ચાર પાંચ દિવસના છાપાઓ ખરીદી હું મારા ગુપ્ત ઠેકાણે પહોંચી ગયો અને કેટલાંય દિવસ સુધી છૂપાઈ જ રહ્યો હતો.

જે દિવસે ગાંધીનગરમાં મુખ્યમંત્રીએ શપથ લીધા હતા તેના બીજે દિવસના અખબારોમાં બાબુ બાવલીયા છોકરી સાથે રંગરેલિયા મનાવતાં રંગે હાથ પકડાયા હોવાના ખબર છપાયા હતા. તે દિવસે ટીવી પર તેની ભારે ફજેતી થઈ હતી અને સરવાળે તેને મંત્રીપદ મળવાનું હતું તે ન મળ્યું. નવા મંત્રીમંડળમાંથી તેની બાદબાકી થઈ ગઈ અને તેની રાજકીય કારકીર્દી પણ પૂરી થઈ ગઈ. આ બધું મને યાદ છે. મને આજે પણ બાબુ બાવલીયાના ફાર્મમાં મળેલી તે કન્યાનો ભોગવતો યાદ છે. જે કદીયે નહીં ભૂલાય અને જિન્નતનો ભોગવટો પણ ભૂલ્યો ભૂલાય તેમ નથી.

આ સાથે બાબુએ તેની વાત પૂરી કરી. તેની વાત સાંભળી અમને ખૂબ આનંદ થયો.

આ પછી મકાએ તેની વાત શરૂ કરી જે આ પ્રમાણે હતી.

# ૩૨

મારી વાત નાનકડી છે. એકવાર હું લાંબો પથ કાપી હિંમતનગરના એક ગામડામાં સમીસાંજે ચોરી કરવા ગયો હતો પરંતુ ગામલોકોની સજાગતાના કારણે મારે ચોરીનું કામ અધવચ્ચે પડતું ભાગવું પડયું. આ લોકોની ખાસિયત છે કે જો ચોર પકડાય તો તેનો જીવ નીકળી જાય એટલો તો ઓછામાં ઓછો મારવો. મારી તે દશા થાય તે પહેલાં હું ભાગી છૂટયો અને ઠેઠ સાબરકાંઠાના એક ગામડામાં જઈને ભરાયો. આ ગામથી છેટું એક ઘર હતું અને તેમાં એક દીવો સળગતો હતો. તે ઘરનું બારણું ખુલ્લું હતું. હું ચૂપચાપ તે ઘરમાં ઘૂસી ગયો અને બારણાંની પાછળ લપાઈ ગયો. અંદર થોડાક પુસ્તકો અસ્તવ્યસ્ત પડયાં હતાં આથી ઘરમાં કોઈ ભણેલું હશે એવું મેં અનુમાન કર્યું. ઘરમાં બીજું કોઈ દેખાતું ન હતું પરંતુ ઓશરીમાં એક વૃધ્ધ દંપતી બેઠું હતું અને વાતો કરી રહ્યું હતું.

તેમની વાત પરથી મને જાણવા મળ્યું કે તેઓ બ્રાહ્મણ હતાં અને નિઃસંતાન હતાં. બ્રાહ્મણનું નામ ચંદ્રપ્રસાદ અને બ્રાહ્મણીનું નામ લીલાવતી હતું. વૃધ્ધાવસ્થામાં તેમની સેવા કોણ કરશે તેવી ચિંતા તેમને સતત થયાં કરતી હતી આથી તેઓએ ખૂબ દૂરના ગામના એક ભોળાં બ્રાહ્મણ દંપતીની પાસે જઈને વાત મૂકી કે તેમનો પુત્ર દેવીપ્રસાદ બારબાર વર્ષથી કાશીએ પાણિનિ વ્યાકરણ અને વેદાંત શીખવા ગયો છે. તે મહાપંડિત થઈને આવશે એટલે કન્યાઓના માંગા લઈને અનેક બ્રાહ્મણો આવશે પણ તેમને તેના લગ્ન માટે તેમની કન્યા રત્નાવલી પસંદ આવી ગઈ છે. તેથી તેઓ અહીં કન્યારત્નનું માગું કરવાં આવ્યાં છે. આથી જો તેમને આ સંબંધ સ્વીકૃત હોય તો તેમની કન્યાને સત્વરે તેમની સાથે વળાવે જેથી તેમનો પુત્ર કાશીએથી આવે કે અતિશીઘ્ર તેમના લગ્ન થઈ શકે. ભોળાં બ્રાહ્મણ દંપતીએ તેમની વાતમાં આવી જઈને વિધિ કરી તેમની પુત્રીને તેમની સાથે વળાવી દીધી. બનવાકાળ બન્યું એવું કે કન્યાવિદાયના થોડાં દિવસોમાં કન્યાના માતાપિતા એક દુર્ઘટનામાં મૃત્યુ પામ્યાં. કન્યાને બીજું કોઈ સગું ન હતું. જેથી તે સદાય સાસુસસરાંની નિશ્રામાં જ રહેતી હતી.

પોતાના ઘેર આવી આ બ્રાહ્મણ દંપતિએ તેની અપરણિત વધૂને સમજાવેલું કે એકાદ વર્ષમાં તેનો પુત્ર આવી જશે એટલે તેમનાં લગ્ન થઈ જશે પરંતુ પુત્ર હોય તો આવે ને? દર વર્ષે વધૂ તેનો વર મહાપંડિત થઈને આવશે તેની રાહ જોઈ રહેતી અને વૃધ્ધ સાસુસસરાની સેવાચાકરી કરી દિવસો પસાર કરતી હતી. આમને આમ આજે પાંચ વર્ષથી પણ વધુ સમય પસાર થઈ ગયો હતો. આ સમયગાળામાં બ્રાહ્મણ પુત્રવધૂ રત્નાવલી તેની મુગ્ધાવસ્થા ત્યાગી નવયૌવના બની ગઈ હતી. તે પોતે સુશીલ અને સંસ્કારી હતી. આથી તે અબોટ યૌવનની સ્વામીની હતી. તેનાં સાસુસસરા પર તેને પૂરો વિશ્વાસ હતો. તે પોતે એક મહાપંડિતની પત્નિ થવાની છે તેનો ખૂબ જ ગર્વ અનુભવતી હતી. તેના સાસુસસરાએ તેનો પતિ વહેલો આવે તે માટે તેને પુરુષોત્તમ માસનું વ્રત કરવાનું કહ્યું તો તેણે આ વ્રત પણ કર્યુ. આજે મધરાતે તેનો પતિ દેવીપ્રસાદ કાશીએથી આવી જશે એમ તેના સાસુસરાએ તેને જણાવ્યું હતું. જેથી તે જુવાનડી પ્રસન્નચિત્તે આજે ગામમાં રાસ રમવા ગઈ હતી.

પુત્ર ન હોવાના શોકમાં અને પોતાની સેવા ચાકરી કરાવવાના સ્વાર્થમાં કોઈ અબોધ મુગ્ધાનું જીવતર એળે કરવાનો તેમને સંતાપ થતો હતો. જો આજ સવાર સુધીમાં તેમનો પુત્ર નહીં આવે તો તેમની પુત્રવધૂ પાસે તેમની બનાવટ ખુલ્લી પડી જવાની હતી અને ધુતારાનું કલંક તેમનાં કપાળે લાગી જવાનું હતું. આથી તેમણે નક્કી કર્યુ કે કાલે વહેલી સવારે તે અહીંથી નીકળી જશે અને દૂરના કોઈ ગામના અવાવરૂ કુવામાં પડી પ્રાણત્યાગ કરીને પોતાનાં પાપનું પ્રાયશ્રિત કરશે.

મને તે બ્રાહ્મણ દંપતીની દયા આવી. કોઈ પણ ભોગે મારે તેમને બચાવવા હતા. એવામાં રાસ રમીને તેમની પુત્રવધૂ પાછી આવી. મેં તેને જોઈ. તે અસીમ સુંદર હતી. તેનું યૌવન ફાટફાટ થતું હતું. આવતાંવેંત તેણે તેના સાસુસરાને પૂછયું કે તેમનો પુત્ર પંડિત બનીને આવી ગયો છે? સસરાએ કહ્યું કે હા કદાચ આવી ગયો છે પણ થોડોક અભ્યાસ કંઠસ્થ થયો નહીં હોય એટલે અત્યારે ઓરડાની અંદર તે વાચન કરી રહ્યો છે. તેને ખલેલ ન પાડતી. આપણે સવારે તેને બોલાવીશું.

આજ્ઞાકારી પુત્રવધૂએ તેમની વાત માની તોયે તે આ ઓરડામાં તેનો પતિ છે કે નહીં તેની ખાતરી કરવા ઓરડા તરફ આવી. હું ઝટપટ બારણાં પાસેથી

ખસી ગયો અને ત્યાં પડેલી નાટ્યશાસ્ત્રની એક પુસ્તિકા લઈને દીવા પાસે બેસી ગયો અને તે વાંચવાનો ઢોંગ કરવા લાગ્યો. પુત્રવધૂએ બારણાને થોડુંક ખોલીને અંદર ડોકિયું કર્યું. તે મને અડધી રાતે પણ શાસ્ત્રોનો અભ્યાસ કરતો જોઈ અતિઆનંદિત થઈ. બારણું વાસી તેને બહારથી સાંકળ ચડાવી તેણે તેના સાસુસાસુરા પાસે જઈને વધામણી ખાધી કે સાચે જ તેમનો પુત્ર કાશીએથી ઘેર આવી ગયો છે અને હજી અડધી રાતે પણ અતિગહ્નશાસ્ત્રોનો અભ્યાસ કરી રહ્યા છે. આ સાંભળી બ્રાહ્મણ દંપતી અતિઆશ્ચર્ય પામી ગયું. તેમણે ઉવાચ કર્યો ''આ પુરુષોત્તમ ભગવાનના વ્રતનું ફળ છે.''

થોડીવારે સૌ સૂઈ ગયા. પુરુષોત્તમ ભગવાન તેમની લાજ રાખવા સ્વયં તેમનો પુત્ર બનીને આવ્યા છે તેવી શ્રધ્ધાની ફલશ્રુતિરૂપે વહેલી સવારે ગૃહત્યાગ કરવાનો જે નિર્ણય દંપતીએ લીધો હતો તે માંડી વાળ્યો. ઘરને એક પણ બારી ન હતી ફકત એક બારણું જ હતું અને તે પણ બહારથી બંધ કરી દેવામાં આવ્યું હતું અને આથી હું રાતભર તે ઘરમાં બંદી બની ગયો. મેં કદી સાદી જેલ પણ ભોગવી ન હતી પણ આજે ઘરજેલ ભોગવવી પડી હતી. મારી પાસે અહીંથી બહાર નીકળવાનો રસ્તો ન મળવાથી આખરે હું પણ પુસ્તિકા વાંચતો વાંચતો આ ઘરજેલમાં સૂઈ ગયો.

સવારે ઉઠયો ત્યારે બહાર ઢોલનગારા અને તાસાં વાગી રહ્યા હતા. આ શોરબકોર શેનો છે તે સમજુ તે પહેલાં બારણું ખુલ્યું અને અનેક સ્ત્રીઓ અંદર ધસી આવી. મને ત્યાંને ત્યાં પીઠી ચોળી, સ્નાન કરાવી અને નવાં વસ્ત્રો પહેરાવી વરરાજા બનાવી દેવામાં આવ્યો. થોડીવારે બહાર કાઢવામાં આવ્યો તો બહાર લગ્નમંડપ બંધાવી દેવામાં આવ્યો હતો અને ચોરી ચીતરવામાં આવી હતી. મારાં ઘડિયાં લગ્ન કરાવવામાં આવ્યા. ગામના ઠાકોર લોકો મારા માવતર થયાં. પટેલ લોકો મોસાળિયાં થયાં. થોડાંઘણાં ક્ષત્રિય લોકો હતા તે મારા વરસાંકળી થયા. ગામમાં વાણિયાનું પણ એકાદ ઘર હતું. જેમને મારા સાસુસરા ઠેરવવામાં આવ્યાં. ફળિયામાં એક ચક્કર ફેરવી જાન આવી તેવો દેખાડો થયો. સાસુએ મને પોંખ્યો. સાસુએ સાંબેલું ફેરવી મને સાનમાં કહ્યું કે મારી દીકરી સાંબેલા જેવી છે તને ખાંડી નાંખશે. વલોણું બતાવી ચેતવ્યો કે મારી દીકરી તને વલોવી નાખશે. સોય બતાવી સંકેત કર્યો કે આ સોયાની જેમ તને વિંધી નાખશે. હળ બતાવી હળવાશથી કહ્યું કે જેમ બળદને ધૂંસરી નાખવામાં આવે છે તેમ મારી દીકરી તારા પર ધૂંસરી નાખી બળદ જેટલું કામ લેશે. સાસુના લાખ પ્રયત્નો એળે ગયાં એટલે

તેણે હળદરથી લપેટાં ઘઉના લોટમાંથી બનાવેલાં મુઠ્ઠીયાં ચારે દિશામાં ઉડાડી છેલ્લે એક શરત બાંધી કે મારી દીકરી આપું તો ચારે દિશામાં હસ્તમૈથુન બંધ!! મેં સાસુ સામે અડીખમ ઊભા રહી સ્વીકૃતિ આપી. આથી મને નાકકટ્ટો ગણી મારું નાક ખેંચી ચોરીમાં લઈ જવામાં આવ્યો. સ્ત્રીઓએ મારા રૂપરંગ જોયા અને થોડીક શાસ્ત્રોક્ત વિધિ થઈ. થોડાંક લગ્ન ગીતો પણ ગવાયા પછી ગોરમહારાજે આલબેલ પોકારી ''કન્યા પધરાવો સાવધાન.''

ચોરીમાં કન્યા પધરાવવામાં આવી. લગ્ન વંચાયા. લગ્નવિધિ શરૂ થઈ. ચાર ફેરાં પણ ફેરવવામાં આવ્યા. બપોરસુધીમાં તમામ લગ્નવિધિ પૂરી કરી જમણવાર કરવામાં આવ્યો. બપોર પછી આખા ગામમાં રંગેચંગે મારું વરરાજા તરીકે અને મહાપંડિત તરીકે સરઘસ કાઢવામાં આવ્યું. આ આખું આયોજન બ્રાહ્મણ દંપતીએ અગાઉથી કરી રાખ્યું હતું. છેક સમી સાંજે ગામ વિખેરાયું ત્યારે અમને જેમાં હું ઘરકેદી બન્યો હતો તે ઘરમાં લઈ જવામાં આવ્યાં—અમારી સુહાગરાત માટે.

બધાને અધિક માસ ફળ્યો હતો. બ્રાહ્મણ દંપતી માનતું હતું કે પુરુષોત્તમ ભગવાન તેમનાં ઘેર પુત્ર રૂપે પધાર્યા છે. મારી પત્નિ માનતી હતી કે કાશીએ ગયેલો તેનો પતિ મહાપંડિત થઈને આવ્યો છે. હું માનતો હતો કે વિધાતાએ સુંદર અને સુશીલ બ્રહ્મકન્યા મારી પત્નિ થશે એવાં કોઈ લેખ લખ્યા હશે.

ગામડાના એક નાનકડાં ઘરમાં એક ઓરડામાં અમે નવદંપતિ સેજ પર આવ્યાં. અંદર આવતાં તે મને પગે લાગી અને બોલી ''મારા પ્રાણનાથ, આપ તો મહાપંડિત છો. સરસ્વતીનું સાક્ષાત્ દ્વિતીય સ્વરૂપ છો. આપનું જ્ઞાન આકાશની ઊંચાઈને આંબે છે. સમુદ્રના તળિયા સમીપે અડકે છે. દશે દિશાઓમાં આપના જ્ઞાનનો ફેલાવો છે ત્યારે મારા પ્રાણ વલ્લભ, હું પૂર્ણતયાં નિરક્ષર છું, અભણ છું, ગમાર છું. હું સરસ્વતીની માનિતી થઈ શકી નથી. વિદ્યા મારાથી યોજનો દૂર છે. આપનો અને મારો મેળાપ અસંભવ છે પણ સાક્ષાત્ બ્રહ્માએ આપણું મિલન સર્જ્યું છે. તે થયું છે.

આપ ઘેઘુર વૃક્ષ છો તો હું નમણી વેલ છું. જ્ઞાનરૂપી સૂર્યનો પ્રકાશ મારા સુધી પહોંચી શકે તેમ નથી અને હું તેને આંબી શકું તેમ નથી તો જગત મારું ઉચિત સન્માન કઈ રીતે કરશે તેની ચિંતા મને સંતાપતી હતી પરંતુ હવે, હું આપની આસપાસ વીંટળાયને ધીરેધીરે ઉર્ધ્વગતિ કરીને જ્ઞાનપ્રકાશ સુધી

પહોંચી શકીશ. મારા પ્રાણેશ્વર હું આપની રત્નકણિકા છું. મારો સ્વીકાર કરી મારું કલ્યાણ કરો. મારા પ્રાણપ્રિય, કાલ સુધી હું અનાથ હતી આજે આપે મને સનાથ બનાવી દીધી. આપનો આ ઉપકાર હું જીવનપર્યંત નહીં ભૂલું. હું આપની દાસી છું. મારા છેલ્લાં શ્વાસ સુધી હું આપની સેવા કરીશ. આપના સર્વે કાર્યમાં હું સદૈવ આપની સહાયક રહીશ. કદાચિત્ મારાથી કોઈ ક્ષતિ થાય તોપણ ઉદાર હૃદય રાખી મને ક્ષમા કરશો પણ કદાપિ ત્યાગ કરવાનો વિચારસુધ્ધાં ન કરશો કેમ કે વૃક્ષ વિનાની વેલનું આયુષ્ય અલ્પ હોય છે. હું આપની સેવામાં દીર્ઘ આયુષ્યવતી બનવા માંગું છું. આપણાં દાંપત્યજીવનમાં ષષ્ઠપુત્રોની માતા બનવાની મારી મનિષા છે. હું અખંડ સૌભાગ્યવતી તરીકે મૃત્યુ પામું એ એક જ મારી ઈચ્છા છે. મારા પ્રાણાધાર, મારો સ્વીકાર કરો, સ્વીકાર કરો.''

તેનો પ્રલાપ સાંભળી હું દંગ થઈ ગયો. સ્વયં નિરક્ષર હોવાનું કહે છે તેની તોલે આવે એવું પણ હું બોલી શકું તેમ ન હતો. મારી કસોટી શરૂ થઈ ચૂકી હતી. ગમે ત્યારે બોલવામાં પકડાય જાઉં તેમ હતો. આવું ન થાય તે માટે ચીવટ રાખી શબ્દો પસંદ કરી બોલવું પડે તેમ હતું. મેં ધીરેથી તેને ઊભી કરી અને તેને બાહોંમાં લીધી. મેં તેને કહ્યું ''પ્રિયે, મહાપંડિત તો હું બહાર, ઘરની અંદર તો હું તારો દાસ. ઘરમાં હું પંડિતાઈ યુક્ત શબ્દો બોલી તારું અપમાન ન કરી શકું. મારી વાણીમાં શબ્દાડંબર ત્યાગી તારી સમક્ષ હું આપણી ગામઠી ભાષા જ બોલીશ. આખા ગામ સામે પણ ગામની ભાષામાં જ વાતો કરીશ. આજથી તું અભણ હોવાનું રટણ ન કરીશ. તારા અને મારામાં કોઈ ભેદ નથી અને હું તારો ત્યાગ કરીશ એવું કદી મનમાં ન લાવતી. ગુપ્ત વાત કહું તો તંત્રસાધનામાં હું કાચો છું તેથી ફરી એકવાર કાશીએ જવું પડશે પણ એ વખતે તારા વિના એક પળ વિતાવવી પણ મારા માટે દુઃખદાયક હશે. હવે, વાત રહી છ પુત્રોની મા બનવાની તો વિલંબ કરવાનો શું અર્થ?''

આમ કહી મેં તેને મારી છાતીસરસી એવી દબાવી કે તેના કડક સ્તનોની અણીઓએ મારી છાતી વીંધી નાખી. તેનો શ્વાસ થંભી ગયો. તે એક બાજુ માથું કરી શરમાઈ ગઈ. મેં તેને ઊંચકી અને ફૂલોથી શણગારેલી સેજ પર નાખી. ધીરેથી તેની બાજુમાં સૂતો. તેના લાલ ગુલાબી હોઠ પર અતિદીર્ઘ ચુંબન કર્યું. તેના હોઠના ચુંબનના આનંદના કેફથી હું ખૂબ ઉત્તેજિત થઈ ગયો. મેં ધીરેથી તેની સાડી દૂર કરી દીધી અને તેના ઘાઘરાની નાડી ખોલવા મારો હાથ તેની ડૂંટીની નીચે લંબાવ્યો. તેણે તે હટાવ્યો. તેણે શરમાઈને આવું ન કરવા કહ્યું. તે

હજી ગરમ થઈ ન હતી આથી તેને ધીરેધીરે ગરમ કરવા માટે મેં તેના છાતીના ઉભાર સાથે રમવાનું શરૂ કર્યું અને પછી ધીરેધીરે તેની કમર અને જાંઘ પર હાથ ફેરવ્યો. તેના નિતંબોને થોડાં ઊંચકી હથેળી અને આંગળીઓથી તેનો સ્પર્શ કર્યો. તેની બગલમાં અને ગળા પર આંગળીઓથી થોડાં ગલગલિયાં કર્યા. તે આનંદથી હસી ઊઠી. હવે તે તૈયાર હતી. તેનું ફાટફાટ થતું અબોટ યૌવન ભોગવવા હું તલપાપડ થઈ રહ્યો હતો.

મેં ધીરેથી તેના રેશમી પોલકાના બટન ખોલ્યા. બે સફેદ કબૂતરો જેવાં સ્તનો બહાર આવી ઝૂલવા લાગ્યા. તેના સ્તનોની વિશાળતા જોઈને મેં તેની વચ્ચે મારો ચહેરો છૂપાવી દીધો. તેના સ્તનોની ઉષ્ણતા મારા ગાલો પર અનુભવી મારું મન પ્રસન્ન થઈ ગયું. મેં તેના ચચૂકોને મારા મોંમાં લઈ ચૂસ્યા. તે હર્ષથી મચલી ગઈ. મેં આંચકો મારી તેનો નીવીબન્ધ તોડી નાખ્યો અને તેનો ઘાઘરો તેના ઢીંચણ સુધી દૂર કરી દીધો. તે હર્ષમિશ્રિત આશ્ચર્યથી હસી ઊઠી. હું તેની ઉપર સવાર થઈ ગયો. તેણે આંતરવસ્ત્રો પહેર્યા ન હતા આથી મને ઘણી સરળતા રહી. થોડા પ્રયત્નોમાં મેં તેનું કૌમાર્યશીલ ખંડિત કર્યું. થોડું રૂધિર બહાર આવ્યું. તે તેનાં મીઠાં દર્દથી આંખો બંધ કરી આગળ શું થશે તેની કલ્પના કરવા લાગી. બે–ચાર પળો પછી અમે મધુરજનીનો આનંદ માણવો શરૂ કર્યો. બંને ખુશી ખુશી એકબીજાંને સહયોગ આપવા લાગ્યા. બંને પરસેવાથી તરબતળ થઈ ગયા ત્યારે મારાથી વીર્યત્યાગ થયો અને તેનાથી થોડોક જલસ્ત્રાવ થયો એમ મને અનુભવાયું. અમે અતિપ્રસન્ન થયાં. તે પછી અમે બંને એ જ સ્થિતિમાં સવાર સુધી સૂઈ રહ્યાં.

બીજે દિવસે પ્રાતઃવિધિ પતાવી ત્યાં મુસીબત ઊભી થઈ ગઈ. આ ગામના કોઈ બ્રાહ્મણનો દીકરો મહાપંડિત થયો હોવાનું જાણી સિધ્ધપુરના કેટલાંક વિદ્વાન બ્રાહ્મણો મારા જ્ઞાનની પરીક્ષા લેવા આવી પોંગ્યા હતા અને સમાજમાં અંધશ્રધ્ધા ફેલાતી રોકવા ઈશ્વર નથી એવો પ્રચાર કરતા અને પોતાને વિજ્ઞાનિકો તરીકે ખપાવતા રેશનાલીસ્ટોને પણ સાથે લાવ્યા હતા. તેઓ માનતા હતા કે ધર્મ અને વિજ્ઞાન એકબીજાના વિરોધી છે. તેથી બેમાંથી કોઈ એકની દલીલમાં મારી હાર નક્કી જ છે. જોકે, હું માનતો હતો કે ધર્મ અને વિજ્ઞાન એકબીજાના પૂરક છે. આથી મારી જીત નક્કી જ છે.

કહે છે કે બ્રાહ્મણો વચ્ચે ઈર્ષા ન હોત તો આ વિશ્વનું સંચાલન તેમના હાથમાં હોત. ગામની વચ્ચે મને ઊભો કરવામાં આવ્યો. મારી ફરતે તેઓ ગોઠવાયા અને તેમની ફરતે ગામલોકો ગોઠવાયા. મારા સિવાય બધા બેઠાં હતાં. ગામનો ઠાકોર એક લાકડાની ખુરશી પર દૂર બેઠો હતો. થોડે દૂર સ્ત્રીવર્ગ બેઠો હતો. તેમાં મારી પત્નિ પણ બેઠી હતી. છેલ્લે મારા માતાપિતા બેઠાં હતાં.

એવામાં એક બ્રાહ્મણ અગ્રણી ઊભો થયો અને ‘‘મહાપંડિતજી, અમારા સૌના આપને નમસ્કાર.’’ એમ બોલી તેણે મને નમસ્કાર કર્યા. ફરતે બેસેલાં બીજા બ્રાહ્મણોએ પણ બેઠાબેઠાં મને નમસ્કાર કર્યા. મેં થોડાં નમીને બધાને બે હાથ જોડી નમસ્કાર કર્યા. કેટલાંક વિજ્ઞાનિકોએ તેમના હાથ ઊંચા કરીને મારું અભિવાદન કર્યું એટલે મેં પણ મારો હાથ ઊંચો કરી તેમનું અભિવાદન કર્યું.

અભિવાદન પછી અગ્રણી બોલ્યો ‘‘મહાપંડિતજી, અમે સિધ્ધપુરના શ્રીમાળી અને ઔદિત્યાદિ બ્રાહ્મણોએ સાંભળ્યું છે કે આપ વેદ, વેદાંત, સ્મૃતિ, શ્રુતિઓ, રામાયણ, મહાભારત, પાણિનિ વ્યાકરણ, છંદ અને અલંકારો આદિનો કાશીમાં બારબાર વર્ષ સુધી ગહ્‌ન અભ્યાસ કરી મહાપંડિત થયા છો. તે સત્ય હશે પણ અમે તેને માન્ય નથી રાખતા. અમે સર્વેએ આપની પરીક્ષા લેવાનું નક્કી કરેલ છે. જો એમાં આપ ઉર્તીણ થાવ તો અમને આપ મહાપંડિત તરીકે સ્વીકાર્ય ગણાશો. જો આપને અમારી આ શરત માન્ય હોય તો પ્રથમ આપ આપનું નામ અને ગૌત્ર જણાવો. તે પછી આપ કેટલી અને કઈ કઈ વિદ્યામાં અને કઈ કઈ કળાઓમાં પારંગત થયા છો તે જણાવો.’’

મેં કહ્યું ‘‘પ્રિય વિપ્રો, મારો જન્મ આપની સામે બેઠેલાં શિવ અને શક્તિના સ્વરૂપ એવાં મારા માતાપિતાનાં લગ્ન પછી થયેલાં પવિત્ર મિલનની ફળશ્રુતિ તરીકે માર્ગશીષ મહિનાની પૂર્ણિમાએ થયો છે. મારા જન્મ સમયે બ્રાહ્મણ, ક્ષત્રિય, વૈશ્ય અને શૂદ્ર એ ચારે વર્ણના લોકોની ઉપસ્થિતિમાં શ્રેષ્ઠ બ્રાહ્મણ પુરોહિતે રવિ એટલે કે સૂર્ય અથવા સૂર્યના વિકલ્પે પૃથ્વી, સોમ એટલે કે ચંદ્ર, મંગળ, બુધ, ગુરુ, શુક્ર, શનિ, રાહુ અને કેતુ એ નવ ગ્રહના સ્થાન, બાર રાશિ અને સત્યાવીસ નક્ષત્રોની સ્થિતિ જાણવા તિથિ, વાર, નક્ષત્ર, યોગ અને કરણ એ પાંચ અંગોવાળું પંચાંગ કાઢી શુભ ચોઘડિયે મને દૂધ, દહીં, ઘી, મધ અને સાકર એ પાંચ દ્રવ્યના મિશ્રણથી બનેલાં પંચામૃતનું આચમન કરાવી મારું નામ દેવીપ્રસાદ પાડવામાં આવેલું છે. ગૌત્ર શાંડિલ્ય છે.

બાર વર્ષ સુધી કાશીમાં રહીને શ્રેષ્ઠ પંડિતોને મારા ગુરુઓ બનાવી મેં ઋગ્વેદ, યજુર્વેદ, સામવેદ, અને અર્થવવેદ એ ચાર વેદ, સાંખ્ય, યોગ, ન્યાય, વૈશષિક, ન્યાય અને મીમાંસા એ છ વેદાંગ, બ્રહ્મ, પદ્મ, વિષ્ણુ, શિવ, ભાગવત, નારદ, માર્કંડય, અગ્નિ, ભવિષ્ય, બ્રહ્મવૈવર્ત, લિંગ, વરાહ, સુંદ, વામન, કૂર્મ, મસ્ત્ય, ગઢડ અને બ્રહ્માંડ એ અઢાર પુરાણ વગેરેનો ચૌદ વિદ્યાશાસ્ત્રોમાં સમાવેશ થાય છે તેનો અભ્યાસ કર્યો છે. મનુ, યાજ્ઞવલ્કય, પારાશર આદિ છત્રીસ સ્મૃતિઓનું જ્ઞાન મારા ગુરુઓએ મને આપ્યું છું. વાલ્મિકી રચિત રામાયણ અને વ્યાસકૃત મહાભારત એ બંને મહાકાવ્યોમાં હું ફાવ્યો છું. મહાકવિ કાલિદાસના મેઘદૂત અને કુમારસંભવ કાવ્યો મને કંઠસ્થ છે. ભારવિ, ભાસ, માઘ, બાણ, બિલ્હણ, કલ્હણ, મયુર, મમ્મટ, જયદેવ અને જગન્નાથ આદિ કવિઓની કૃતિઓનો અભ્યાસ કરેલો છે. ભતૃહરિકૃત શૃંગાર, નિતિ અને વૈરાગ્ય એ ત્રિશતકો ઉપરાંત અમરુકૃત અમરુશતક વાંચ્યા છે. આટલું ઓછું હોય તેમ હું બ્રહ્મજ્ઞાન, રસાયણ, સ્વરગાન, વૈદ, વૈદક, જ્યોતિષ, ધનુર્વિધા, વ્યાકરણ, નૌકાવિધા, કૃષિવિદ્યા, કામશાસ્ત્રવિદ્યા, અશ્વવિદ્યા, નૃત્યશાસ્ત્ર અને નાટ્યશાસ્ત્રમાં પારંગત છું. ચોસઠ કળાઓમાં પાવરધો છું. કામ, નાટ્ય અને ચૌરકળામાં હું અતિકુશળ છું અને સુવક્તા છું. આજે હું પૂર્વ, પશ્ચિમ, ઉત્તર, દક્ષિણ, ઈશાન, અગ્નિ, નૈઋત્ય અને વાયવ્ય એ આઠ દિશાઓમાં ગંગાયમુનાધર મહાપંડિત તરીકે ઓળખાવ છું. આ આઠેય દિશાઓના ઈન્દ્ર, વઢણ, કુબેર, યમ, શિવ, અગ્નિદેવ, નૈર્ઋતિ અને વસુ જેવાં રક્ષક દેવો મારા જયજયકારથી અતિપ્રસન્ન થઈ ગયા છે. ભૂર્લોક, ભુવલોક, સ્વર્લોક, મહર્લોક, જનલોક, તપલોક, બ્રહ્મલોક એ સાત અવકાશી લોક અને અતલ, વિતલ, સુતલ, રસાતલ, તલાતલ, મહાતલ અને પાતાલ એ સાત પાતાળલોક મળીને ચૌદ લોકમાં મહાપંડિત તરીકે મારી કિર્તી પ્રસરી ગયેલી છે. ઉદ્યોગ, સાહસ, ધીરજ, બળ, બુધ્ધિ અને પરાક્રમ એ મારા છ ગુણો છે. કામ, ક્રોધ, લોભ, મોહ, મદ અને મત્સર એ છ મારા અવગુણો છે. આપ મારી સર્વે પ્રકારે પરીક્ષા લઈ શકો છો પણ મારી પરીક્ષા લેવાનું સાહસ એ જ કરે જે પ્રશ્નનો ઉત્તર હું ન આપી શકું તે પ્રશ્નનો ઉત્તર સ્વયં આપવો પડશે અને પ્રશ્નોત્તરી ગુજરાતીમાં જ થશે.''

મારી વાત સાંભળી બ્રાહ્મણોમાં ખળભળાટ મચી ગયો. હું બોલ્યો આટલું જ્ઞાન તો તેમના બધાનું મળીને પણ થતું ન હતું. તે મારુંય કયાં થતું હતું! ગઈ રાતે જે પુસ્તિકા વાંચી હતી તેનો આ પ્રતાપ હતો. અહીં કેટલાંક દ્વિવેદી, ત્રિવેદી

અને ચતુર્વેદીઓ હતા જેમણે એકેય વેદ કદી વાંચ્યો ન હતો. પુરાણીઓ અઢાર પુરાણોના નામથી પણ અજાણ હતા. જોષીઓને જ્યોતિષીનું જ્ઞાન ન હતું. આચાર્યોએ અભ્યાસ કર્યો ન હતો અને મેહતાઓ ભણાવતાં ન હતા. કેટલાંકે આઠ દિગ્પાલોના નામ પણ આજે જ જાણ્યાં હતાં. પંડયાઓના મોં પડી ગયા હતા અને ભટ્ટો દિગ્મૂઢ થઈને ભૂરાંભટ્ટ થઈ ગયા હતા.

થોડીવારે બ્રાહ્મણો સ્વસ્થ થયા અને દરેકે એક પ્રશ્ન પૂછવો એમ સર્વાનુમતે નક્કી થયું.

એકે ઊભા થઈને ચર્ચાનો શુભારંભ કર્યો "ચૌદ રત્નો શું છે? તે કયાંથી મળેલાં?"

મેં જવાબ વાળ્યો "એકવાર દેવો અને દાનવોએ મળીને વાસુકી નાગની દોરી બનાવી, મેરુ પર્વતનો રવૈયો બનાવી, વિષ્ણુ અવતાર કશ્યપને આધાર બનાવી, સમુદ્રને વલોવી નાખ્યો હતો ત્યારે સમુદ્રમાંથી લક્ષ્મી, કૌસ્તુભ, પારિજાતક, સુરા, ધન્વંતરી, ચંદ્ર, કામદુર્ગા, ઐરાવત, રંભા, સપ્તમુખી અશ્વ, વિષ, સારંગ ધનુષ, પાંચજન્ય શંખ અને અમૃત એ ચૌદ રત્નો નીકળ્યા હતા."

બીજો બોલ્યો "નવ દેવીઓ કઈ કઈ છે અને તેની ભક્તિ કેટલી અને કઈ કઈ છે?"

મેં જવાબ આપ્યો "કાત્યાયની, કાલરત્રિ, કૂષ્માંડા, ચંદ્રઘંટા, બ્રહ્મચારિણી, મહાગૌરી, શૈલપુત્રી, સિદ્ધિદાત્રી અને સ્કંદમાતા એ માઁ પાર્વતિના નવ સ્વરૂપો નવ દેવીઓ છે. શ્રવણ, કીર્તન, સ્મરણ, પાદસેવન, અર્ચન, વંદન, સખ્ય, દાસ્ય અને આત્મનિવેદન એ નવ પ્રકારની ભક્તિ છે."

ત્રીજો બોલ્યો "નવ રસ કયા કયા છે? તેમાં રસરાજ કોણ છે? તેના પ્રકાર કયા છે?"

મેં તત્કાળ જવાબ દીધો "શૃંગાર, હાસ્ય, કરુણ, રૌદ્ર, વીર, ભયાનક, બીભત્સ, અદ્દ્ભૂત અને શાન્ત એ નવ રસ છે. તેમાં શૃંગાર રસરાજ છે. સંભોગ અને વિપ્રલંભ એ શૃંગાર રસના બે પ્રકાર છે."

ચોથે તેનું જ્ઞાન બતાવ્યું "બ્રહ્મચારીઓ સંભોગને નિંદે છે તેનું શું? શું તે ખરાબ છે?"

મેં ઉપાલંભથી કહ્યું "બ્રહ્મચારી સ્વયં સંભોગની ક્રિયાનું ફળ છે. તે ખરાબ કઈ રીતે હોઈ શકે? તે પવિત્ર છે. આપણાં માતાપિતાની આ પવિત્ર ક્રિયાનું પરિણામ જ આપણે છીએ. આપણું અસ્તિત્વ તેના કારણે છે. શિવ–પાર્વતી, લક્ષ્મી–વિષ્ણુ આદિ દેવીદેવતાઓ એટલે તો સાથે છે."

એક બીજો ઊભો થયો અને બોલ્યો "નાટક, ચેટક, વાર્તા, કાવ્ય, મહાકાવ્ય અને ભવાઈ વગેરેની નાયિકાના પ્રકાર બતાવો."

મેં સવિસ્તર ઉત્તર આપ્યો "પૂર્વે આપેલાં વચન, સંકેત કે અભિલાષના કારણે પ્રેમી કે પતિને મળવાજનાર સ્ત્રીને અભિસારિકા, જેનો પતિ ઘર, ગામ કે દેશની બહાર ગયો હોય અને તેની રાહ જોતી હોય તે સ્ત્રીને પ્રોષિતભર્તૃકા, પતિ કે પ્રેમીનો અનાદર કરીને, તેની સાથે ઝગડો કરીને કે તે પછી રિસાય જઈને તેનો શોક કરતી સ્ત્રીને કલહાન્તરિતા, પોતાનો પતિ કે પ્રેમી તેની બીજી પત્નિ કે પ્રેમિકા સાથે મિલન કે સમાગમ કરીને આવ્યો હોવાની જાણ થતાં મનમાંને મનમાં બળી જતી સ્ત્રીને ખંડિતા, પતિ કે પ્રેમી માટે સજીધજીને તૈયાર થઈને તેના આવવાની રાહ જોતી સ્ત્રીને વાસકસજ્જા, પતિ કે પ્રેમીએ મળવા આવવાનું કહ્યાં પછી પણ મળવા ન આવ્યો હોવાથી નાસીપાસ થયેલી સ્ત્રીને વિપ્રલબ્ધા, પતિ કે પ્રેમીને મળવા માટે તલપાપડ થયેલી સ્ત્રીને ઉત્કંઠિતા અને પોતાના પતિને કે પ્રેમીને પોતાના નિયંત્રણમાં રાખતી સ્ત્રીને સ્વાધીનપતિકા એમ નવ પ્રકારની નાયિકાઓ નાટક, ચેટક, વાર્તા, કાવ્ય, મહાકાવ્ય અને ભવાઈ વગેરેમાં બતાવવામાં આવેલી છે."

વળી, એક આગળ આવી બોલ્યો "અષ્ટસૌભાગ્ય સ્ત્રીને કઈ રીતે ઓળખી શકાય?"

હું દૂર બેસેલી મારી પત્નિ સામે જોઈને આનંદથી બોલ્યો "જેના માથા પર સેંથામાં લાલ સિંદૂર પૂરેલું હોય, કપાળે સોનાના સિક્કા જેવડો લાલ ચાંદલો કરેલો હોય, આંખમાં કાળું કાજળ કરેલું હોય, નાકમાં સોનાની નથણી કે વાળી ઝુલતી હોય, કાનમાં સોનાનું ઝૂમર ઝૂલતું હોય કે લટકણિયાં લટકતાં હોય, કેડમાં સોનાનો કે ચાંદીનો કંદોરો કે કીડિયાસર પહેરેલું હોય, હાથમાં ચૂડલાં, બંગડીઓ કે બલોયાં રણકતાં હોય અને પગમાં સોનાના કે ચાંદીના કડલાં કે કાંબીયું કે ઝાંઝર કે સાંકળા છમછમ કરતાં હોય તેને અષ્ટસૌભાગ્ય સ્ત્રી કહેવાય. આટલું ઓછું હોય તો તેના ગળામાં એકાદ સોનાનો હારલો પણ

ઝગાળાં મારી રહ્યો એ સૌભાગ્યવતી છે. તેને ઓળખવી ન પડે તે તો આપોઆપ જ ઓળખાય જાય. આવી નારનો ભરથાર ભાગ્યશાળી કહેવાય, હોં ભાઈ!''

મારી વાત સાંભળી મારી પત્નિ શરમાઈ ગઈ. તેની બાજુમાં બેસેલી સહેલીઓએ તેને કશુંક સંભળાવીને અને ચૂંટી ખણીને વધુ શરમાવી દીધી. શ્રોતાગણમાંય થોડી હસાહસ થઈ ગઈ.

એકે કહ્યું ''તો પછી સ્ત્રીઓ કેટલાં પ્રકારની છે?''

મેં તેને જણાવ્યું ''કામશાસ્ત્ર મુજબ જે સુડોળ, સુકોમલ અને ઉત્તમ છે તે પદ્મિની, ચતુર, સુંદર અને ગુણવાન છે તે ચિત્રિણી, શરીરે સ્થૂળ અને જાડી બુદ્ધિવાળી તે હસ્તિની અને કજિયાળી અને અધમ છે તે શંખિની. મહાશય આમાંની આપને કયા પ્રકારની પ્રાપ્ત થઈ છે?''

મારી મજાકથી બધા હસ્યાં. તેથી વાતાવરણ એકદમ હળવું થયું તે વિરહીઓથી ન ખમાયું. એવામાં ભવાઈ કરતો એક બ્રાહ્મણ ઊભો થયો અને બોલ્યો ''નાન્દી અને ભરતવાક્ય શું છે?''

મેં ઉત્તર આપ્યો ''સંસ્કૃત નાટકોના પ્રારંભ વખતે ઈશ્વરના આશીર્વાદ માંગતો, ઈશ્વરને નમસ્કાર કરતો, શ્રોતાઓને આશીર્વાદ આપતો, શ્રોતાઓને નમસ્કાર કરતો કે તેના વિષયવસ્તુને અભિમુખ કરતા શ્લોકને નાન્દી કહે છે અને તેના અંતમાં આશીર્વાદ સૂચવતા શ્લોકને ભરતવાક્ય કહેવામાં આવે છે. સામાન્યરીતે નાન્દી થોડી લાંબી અને સ્તૃતિરૂપે હોય છે જ્યારે ભરતવાક્ય ટૂંકું અને શ્લોક કે પંકિતરૂપે હોય છે. ગુજરાતમાં ભવાયાઓ ભવાઈની શરૂઆતમાં નાન્દી અને ભવાઈના અંતમાં ભરતવાક્ય ગુજરાતીમાં બોલે છે.''

તે બેસી ગયો એટલામાં બીજો બ્રાહ્મણ ઊભો થઈ બોલ્યો ''ભાવ શું છે? વિભાવ શું છે? અનુભાવ શું છે? તેમના પ્રકાર કેટલાં છે? તેના પ્રકારના પ્રકાર કેટલાં છે? કામીની દશા શું છે?''

મેં લાંબા પ્રશ્નનો ખૂબ જ લાંબો જવાબ આપ્યો ''વિવિધ પ્રસંગોના દર્શનથી, વર્ણનથી, શ્રવણથી કે વાચનથી દર્શકને, શ્રોતાને કે વાચકને જે લાગણી ઉદ્ભવે છે તેને કે તેના ચિત્તમાં જે સ્થિતિ ઉત્પન્ન થાય છે તેને ભાવ કહે છે. તેના સ્થાયી અને સંચારી એ બે પ્રકાર છે. જે ભાવ લાંબો સમય ટકી રહે તેને સ્થાયી ભાવ કહે છે. પ્રેમ, હાસ્ય, શોક, ક્રોધ, ઉત્સાહ, ભય, ઘૃણા અને વિસ્મય

એ આઠ સ્થાયી ભાવ છે. જે ભાવ લાંબો સમય ટકતાં નથી અને પ્રસંગ અનુસાર ટુંકસમય માટે આવતાંજતાં રહે છે તેને સંચારી ભાવ કહે છે. સંચારી ભાવને વ્યભિચારી ભાવ પણ કહે છે. અણગમો, ગ્લાનિ, શંકા, અદેખાઈ, મદ, શ્રમ, આળસ, દીનતા, ચિંતા, મોહ, સ્મૃતિ, ધૈર્ય, લજ્જા, ચપળતા, હર્ષ, આવેગ, જડતા, ગર્વ, વિષાદ, ઉત્સુકતા, નિદ્રા, અપસ્માર, સ્વપ્ન, ઉજાગરો, અસહિષ્ણુતા, હર્ષ અને લજ્જા આદિ ભાવોથી છુપાવતો અવહિત્થ, ઉગ્રતા, મતિ, વ્યાધિ, ઉન્માદ, મરણ, ત્રાસ અને વિતર્ક એ તેત્રીસ સંચારી ભાવો છે.

સ્થાયી અને સંચારી ભાવો જેનાથી ઉત્પન્ન થાય છે તેને વિભાવ કહે છે. આલંબન અને ઉદ્દીપન એ વિભાવના બે પ્રકાર છે. કોઈ મશ્કરો બોલીને કે ચેનચાળા કરીને આનંદનો ભાવ ઉત્પન્ન કરે તો મશ્કરાને આલંબન અને તેની બોલીને કે ચેનચાળાને ઉદ્દીપન કહે છે. ભાવ ઉત્પન્ન થવાથી દર્શકની, શ્રોતાની કે વાચકની જે શારીરિક સ્થિતિ કે ચેષ્ટા વ્યક્ત થાય છે તેને અનુભાવ કહે છે.

ભાવ અને અનુભાવથી સાત્વિક ભાવ ઉત્પન્ન થાય છે. પરસેવો વળી જવો તે સ્વેદ, ચેતનાનું અટકી જવું તે સ્તંભ, અવાજ ધ્રૂજી જવો કે ફાટી જવો તે સ્વરભંગ, રોમ ઊંચા થઈ જવા તે રોમાંચ, શરીર ધ્રૂજવા લાગવું તે કંપ, શરીરનો રંગ બદલાઈ જવો તે વૈવર્ણ્ય, આંખમાંથી આસું પડવા તે અશ્રુ અને શરીર ચેષ્ટાહીન થઈ જવું તે પ્રલય એમ આઠ પ્રકારના સાત્વિક ભાવ છે.

કામીજન પ્રેમીજનની ઈચ્છા કરે છે તે અભિલાષ, તેને યાદ કરે છે તે ચિંતન, તે તેને વારંવાર યાદ કરે છે તે અનુસ્મતિ, તેના ગુણગાન કરે છે તે ગુણકીર્તન, તેના મનમાં અકળામણ થાય છે તે ઉદ્વેગ, રડવા લાગે છે તે વિલાપ, પાગલ જેવું વર્તન કરે છે તે ઉન્માદ, ભૂખ તરસ જેવા દુઃખો ભોગવે છે તે વ્યાધિ, તેના ગાત્રો જડ થઈ જાય છે તે જડતા અને અંતે મૃત્યુ પામે છે તે મરણ એમ દશ દશા કામીની હોય છે. ગુણીજન હું આપને પૂંછું છું કે આપે આવી દશા અનુભવી છે?''

પગ પછાડીને પોતે કામીજન નથી એવું બોલીને તે સત્વરે બેસી ગયો. બધા હસી પડયાં. બ્રાહ્મણો કોઈ પણ રીતે મને હરાવવા માંગતા હતા. તેઓ હજી કેટલાંક પ્રશ્નો ઘડી રહ્યાં હતા કે કહેવાતાં વિજ્ઞાનીઓ ઊભા થયા. જેમનો બ્રાહ્મણોએ વિરોધ કર્યો. મારે આ જ જોઈતું હતું પરંતુ થોડીવારમાં તેમની વચ્ચે સમાધાન પણ થઈ ગયું. બંનેએ નક્કી કર્યુ કે બંનેએ એક સરખો જ પ્રશ્ન પૂછવો.

આથી મારો ઉત્તર શાસ્ત્રીય કે વૈજ્ઞાનિક એમ એકાદ રીતે તો ખોટો પડે અને હું હારી જાઉં.

તેમનો પ્રશ્ન હું સમજી ન શકું તે માટે તેઓએ સંકેત કરી પ્રશ્ન પૂછવાનો નિર્ણય કર્યો. એક ધર્મધુરંધર પરમપૂજ્ય બ્રાહ્મણ અને એક કહેવાતો વિજ્ઞાની ઊભા થયા. મારી સામે ડોળાં ફાડી ધધૂપપૂ બ્રાહ્મણ તિરસ્કારથી બોલ્યો "અરે! આવા પ્રશ્નોના જવાબ તો અમારા ગામનો હરીજન પણ આપી શકે. છતાં હવે, તું જવાબ આપી આપીને થાકી ગયો હોઈશ એથી અમને તારી દયા આવવાથી અમે નક્કી કર્યું છે કે અમે સંજ્ઞા કરીને પ્રશ્ન કરીશું. સંજ્ઞા પરથી તારે પ્રશ્ન સમજી જવાનો અને તેનો જવાબ આપવાનો છે. અહીં વિજ્ઞાનીઓ પણ આવ્યા છે તેઓને પણ તને પ્રશ્નો કરવા છે પણ તારી એક મર્યાદા હોયને? તેનો વિચાર કરીને અમે લગભગ સરખી સંજ્ઞાથી પ્રશ્ન પૂછીશું. તારા જવાબથી અમારા બંનેને સંતોષ મળશે તો અમે સંયુક્ત રીતે તને મહાપંડિત માનીશું."

મને મહાકવિ કાલિદાસની યાદ આવી ગઈ. તે અભણ અને ગમાર હતા તોપણ ઉજ્જૈનની રાજકુમારીએ સંજ્ઞાથી પૂછેલાં પ્રશ્નોનો જવાબ સંજ્ઞાથી આપી રાજકુમારીને પરણી શકયા હતા. સંજ્ઞાઓનું બંનેએ પોતપોતાની રીતે અર્થઘટન કરેલું હતું. જો સંજ્ઞા પદ્ધતિ કાલિદાસને મદદ કરી શકતી હોય તો મને પણ મદદ કરે એવું વિચારી મેં તેમને કહ્યું "હે વિદ્વાન શ્રેષ્ઠ, આપની વાત મને માન્ય છે પરંતુ મારી બે વાત આપે પણ માન્ય રાખવી પડશે."

તેણે અહંકારથી સવાપાંચ શેરનું માથું હલાવી બોલ કાઢયા "બોલ."

મેં કહ્યું "પહેલી વાત તો એ કે હવે હું ફકત બે જ પ્રશ્નોના ઉત્તર આપીશ. બીજી વાત એ કે મારા ઉત્તરથી અત્રે ઉપસ્થિત બ્રાહ્મણ વિદ્વાનોને અને બુદ્ધિશાળી વિજ્ઞાનિકોને સંતોષ થાય તો આપ બંનેએ આપના પ્રશ્નોની અને મારા ઉત્તરોની સંજ્ઞાઓનું અર્થઘટન બતાવી આપવું પડશે."

મારી આ વાત સાથે 'હાં..હાં.' બોલતાં સર્વ વિદ્વાનો, બુદ્ધિશાળીઓ અને ગામલોકો સંમત થયા. બ્રાહ્મણો અને વિજ્ઞાનિકો વચ્ચે કેટલીક ગુપસુપ શરૂ થઈ. આ જગતમાં અનેક બાબતો એકબીજાથી ઊલટી છે. સંતુલન જાળવવા કુદરતે પરસ્પર વિરોધી પરિબળોનું સર્જન કરેલું છે. આથી મેં નક્કી કર્યું કે જે સંજ્ઞાથી પ્રશ્ન કરવામાં આવે તેનાથી ઊલટી સંજ્ઞા કરીને ઉત્તર આપવો.

થોડી ગુપસુપના અંતે ધધૂપપૂ બ્રાહ્મણે તેના જમણા હાથની એક આંગળી ધરતી તરફ કરી અને ગોળ ગોળ ફેરવી મારી તરફ ચીંધી મારી છાતીમાં કાણું પાડવા ખોસતો હોય તેમ બે વાર મારી તરફ ધકેલી. મેં તેનું અર્થઘટન કર્યું કે આ બ્રાહ્મણ કહે છે કે આ આખી બિરાદરી મારી છે તે બધા ભેગાં મળીને તારી છાતીમાં બે બે સૂયા મારશે તોપણ તું મરી જઈશ.

તે પછી વિજ્ઞાનીએ તેના જમણા હાથની એક આંગળી આકાશ તરફ કરી ગોળ ગોળ ફેરવી મારી તરફ ચીંધી મારી છાતીમાં કાણું પાડવા ખોસતો હોય તેમ બે વાર મારી તરફ ધકેલી. મેં તેનું અર્થઘટન કર્યું કે આ વિજ્ઞાની કહે છે કે આજુબાજુના ગામમાં પણ મારા જેવાં અનેક નાસ્તિકો છે તેમને ભેગાં કરીને તે બધા તારી છાતીમાં બે બે વાર વિદ્યુતશોક આપશે તો તું મરી જઈશ.

જવાબમાં મેં મારા જમણા હાથની આંગળી મારી છાતીમાં ખોસી તેને ધરતી તરફ કરી ગોળ ગોળ ફેરવી ધધૂપપૂ બ્રાહ્મણની છાતી તરફ કરી બે વાર ખોસી અને પછી આકાશ તરફ કરી ગોળ ગોળ ફેરવી વિજ્ઞાનીની છાતી તરફ કરી બે વાર ખોસી. આથી બંને સ્તબ્ધ થઈ ગયા. મેં મારી આ સંજ્ઞાથી તેમને ચેતવણી આપી કે બિરાદરીના બ્રાહ્મણો કે આજુબાજુના ગામના નાસ્તિકો મને મારશે તે પહેલાં તો હું તમને બંનેને છરીના બે બે ગોંદા મારીને મારી નાખીશ. આ સાથે તાળીઓનો ગડગડાટ થયો. મારા જવાબથી બંને પક્ષના લોકોને સંતોષ થયો હતો. ગામલોકો પણ ખુશ થયાં.

હવે, પ્રશ્નોત્તરની સંજ્ઞાનું અર્થઘટન આપવાનું હતું.

ધધૂપપૂ બ્રાહ્મણે જણાવ્યું "અમે એમ પૂછયું હતું કે આ સૃષ્ટિના તમામ જીવો એક માત્ર શિવ સ્વરૂપે અસ્તિત્વ ધરાવે છે તારી જેમ જ. શિવ અને જીવ અદ્વૈત છે. શું એ સાચું છે? તેનો ઉત્તર એમ મળ્યો કે જીવ અને શિવ એક સ્વરૂપ છે પણ ખરેખર તો શિવ અને શક્તિ એમ બે બે રૂપો છે. શક્તિના આધાર વિના એકલાં શિવ કે જીવનું અસ્તિત્વ રહેતું નથી. આમ દ્વૈત સ્વરૂપ સાચું છે."

વિજ્ઞાનીએ કહ્યું "અમે એમ પૂછયું હતું કે આ સકળ બ્રહ્માંડમાં એ દ્રવ્ય વ્યાપ્ત છે જે દ્રવ્ય તારી અંદર પણ મોજુદ છે. આથી બ્રહ્માંડ અને તું પોતે એક જ સ્વરૂપમાં અસ્તિત્વ ધરાવો છો. જવાબમાં તેણે એમ જણાવ્યું કે હું અને બ્રહ્માંડ એક જ છીએ પરંતુ ખરેખર તો દ્રવ્ય અને ઊર્જા એમ બે સ્વરૂપ છે અને બંને એકબીજાથી અલગ નથી. તમે પોતે પણ દ્રવ્ય અને ઊર્જાના સ્વરૂપ જ છો."

બધા એકબીજાને મળતા આવતા આ અર્થઘટનો સાંભળી ખૂબ ખુશ થયાં. હું પણ થયો.

તેઓ મને હરાવવા માંગતા હતા એટલે થોડીવારમાં વધુનેવધુ જટીલ પ્રશ્નો ઘડી કાઢવામાં આવ્યા. થોડીવારમાં એક થાળીમાં એક ચુરમાનો લાડુ લાવવામાં આવ્યો અને ધધૂપપૂ બ્રાહ્મણને આપવામાં આવ્યો. બ્રાહ્મણોને મોદક પ્રિય હોય છે. આ બ્રાહ્મણે તેના પર હાથથી ઢીંકો મારી તેનો કણકણમાં ભૂક્કો કરી નાખ્યો અને તે થાળી મને આપી.

મેં તેનું અર્થઘટન કર્યુ કે જેમ લાડુ ઘઉં, ઘી, સાકર, દ્રાક્ષ અને ખસખસ એ પાંચ દ્રવ્યોથી બનેલો છે તેમ હું પણ આકાશ, વાયુ, અગ્નિ, પાણી અને પૃથ્વી એ પંચભૂતનો બનેલો છો. એ તેની પૂરી શક્તિની પ્રહાર કરી તેને અલગ કરી મારું વિસર્જન કરી નાખશે એટલે કે મને મારી નાખશે.

મેં તે થાળીના તમામ કણોને બંને હાથથી એકઠાં કરી તેમને દબાવી ફરી લાડુ બનાવી પરત આપી તેમને સંકેતમાં જવાબ આપ્યો કે મને આ લાડું જેવો નિર્બળ ન માનશો. મારું વિસર્જન કરવાની તમારી ક્ષમતા નથી. હું જીવતો છું અને જીવતો જ રહીશ. બધાએ ખૂબ જ તાળીઓ પાડી.

વિજ્ઞાનીકોએ પણ એક થાળીમાં બુંદીનો લાડુ મંગાવી તેના પર ઢીંકો મારી તેને બુંદ બુદમાં ફેરવી નાખી મને આપ્યો.

મેં તેનું અર્થઘટન કર્યુ કે જેમ આ લાડુના બુંદબુંદમાં મીઠી ચાસણી ભરેલી છે તેમ મારા અંગેઅંગ અને મારા કોષેકોષ યુવાનીના લોહીમાંસથી સભર છે. તે તેનો એક ઘા કરી તેનું વિભાજન કરી સેંકડો ટુકડાઓ કરી મારું અસ્તિત્ત્વ મીટાવી દેશે એટલે કે મને મારી નાખશે.

મેં થાળીમાં રહેલી બુંદીઓ એકઠી કરી તેમને દબાવી ફરી બુંદીનો લાડુ બનાવી તેમને પરત કરી સંકેતમાં જવાબ વાળ્યો કે બુંદીના લાડુ અને મારામાં ફર્ક છે. હું અખંડ રહેવાનો છું. તમે મારા શરીરમાંથી એક અંગ તો શું એક કોષ પણ ઓછો કરી શકો તેમ નથી. ફરી તાળીઓનો ગડગડાટ થયો. હવે, ધધૂપપૂ અને વિજ્ઞાનીએ આ પ્રશ્નોત્તરનું સ્પષ્ટીકરણ આપવું પડયું.

ધધૂપપૂએ કહ્યું કે તેણે લાડુનો ભૂક્કો કરી બતાવ્યું હતું કે પરમાત્મા નામના એક આત્માના વિભાજનથી અનેક આત્માઓ પેદા થયા છે. તેણે ફરીથી લાડુ

બનાવી બતાવ્યું કે અનેક આત્માઓ એકઠાં થાય છે ત્યારે આપોઆપ પરમાત્માનું સર્જન થાય છે. ફરીવાર તાળીઓનો ગડગડાટ થયો.

વિજ્ઞાનીએ કહ્યું તેમણે અખંડ લાડુનો ભૂક્કો કરી જણાવ્યું હતું કે આ બ્રહ્માંડ એક ઈંડા સ્વરૂપે હતું જે બિગબેન્ગ નામના વિસ્ફોટના કારણે તૂટીને અનેકાનેક ટુકડાઓમાં વહેંચાઈ ગયું છે. તેણે ફરીથી લાડુ બનાવી પ્રતિપાદિત કર્યું કે બિગક્રન્ચના કારણે આ બ્રહ્માંડ પૂર્વવત્ બની જવાનું છે.

ફરી તાળીઓનો ગડગડાટ થયો. મારી સાથેના વાદવિવાદમાં બ્રાહ્મણો અને વિજ્ઞાનીઓની હાર થઈ હતી. આથી પંડિતોએ મને મહાપંડિત તરીકે સન્માન આપવું પડયું અને બ્રહ્માંડ વિશેનું આવું જ્ઞાન ધરાવનાર કદી અંધશ્રધ્ધા ફેલાવી જ ન શકે તેમ વિજ્ઞાનીઓને માનવું પડયું. આમ, હું છેવટમાં જીત્યો.

મારી આ જીતથી ગામલોકોએ પોતાના ગામમાં મહાપંડિત વસે છે તેનો ગર્વ અનુભવ્યો. મારા માતાપિતાએ મારો જન્મ આપ્યો ન હોવા છતાં તેનો પુત્ર મહાવિદ્વાન છે તેનું અભિમાન થયું. મારી પત્નિ તો ફૂલી ન સમાણી. આવેલા બ્રાહ્મણો અને વિજ્ઞાનીઓ પોતાને એક મહાવિદ્વાનનો સંગ થયો છે એમ અભિમાનપૂર્વક બોલવા લાગ્યા. એકંદરે બધા આનંદ અનુભવતા હતા. એ પછી તેઓ વિસર્જિત થયા.

બપોર સુધીમાં આજુબાજુના અનેક ગામના હજારો લોકો આ ગામમાં ધસી આવ્યા અને મારા પગમાં પાંચ, દશ, પચાસ અને સો એમ જુદી જુદી રૂપિયાની નોટ મૂકી મને પગે પડી ધન્યતા અનુભવવા લાગ્યા. જોતજોતામાં મારા ઢીંચણ સુધીના પગ રૂપિયાના ઢગલામાં ઢંકાઈ ગયા.

નમતા બપોરે મારું વિજેતા તરીકે સરઘસ કાઢવામાં આવ્યું. ચારેતરફ અબીલગુલાલ છંટાયા અને ઢોલ–ત્રાંસા વગાડી ગામ આખામાં મને ફેરવવામાં આવ્યો. મને બીક હતી કે કોઈ મને ચોર તરીકે ન ઓળખી લેશે તો આ લોકો એક એક ટપલી મને મારશે તોયે મારા આ ગામમાં રામ રમી જશે પણ આવું કશું ન થયું. ચારેકોર મારી ખ્યાતિ પ્રસરી ગઈ. ધીરેધીરે સૌ વિખેરાયાં. અમે પણ ઘેર આવ્યા. ઘેર આવતાં જ મેં વિચાર્યું કે નવી મુસીબત આવે તે પહેલાં મારે ભાગવું જોઈએ. છતાં મુસીબત આવી પડી. જેનો ભય હોય તે થાય જ. જે કાર્યમાં શંકા હોય કે કંઈક અવળું પડશે તો તે ચોક્કસ અવળું પડે જ છે.

સમીસાંજે અમે પતિપત્નિ અમારાં ફળિયામાં બેઠાં હતાં કે ઓચિંતો એક મુસલમાન અમારે ઘેર આવ્યો અને મારા બંને પગ પકડીને બેસી પડયો.

હું તેને આઘો ખસેડતાં બોલ્યો "અરે! આ શું કરો છો? હું કોઈ ઓલિયો, પીર કે ફકીર નથી."

તે બોલ્યો "પંડિતજી, આપ સબકુછ જાનતે હો, આપ કાબિલ નુજૂમી હો. મેરી બકરી દો દિન સે ખો ગઈ હૈ. કહીં ભી મિલ નહીં રહી. બકરી હી મેરી મિલકત હૈ. વો કહાં હૈ? બતા દિજીએ."

મારી પત્નિ તિરસ્કારથી તેને બોલી "સારું થયું કે તારી બકરી ખોવાઈ ગઈ, નહીંતર તું તેને મારીને કાપીને ખાઈ જાત. અમે બકરી બતાવી પાપમાં પડવા નથી માંગતા. સમજ્યો. જા અહીંથી."

તે બોલ્યો "નહીં મારુંગા, મેરી બકરી મિલ જાયેંગી તો બકરીઈદ કે દિન ભી ઉનકી કુરબાની નહીં કરુંગા. ખુદાકસમ મૈં મેરી બકરી કો નહીં મારુંગા. બસ મુઝે મેરી બકરી દિલા દો."

મારે શું જવાબ દેવો તે મને સમજાતું ન હતું એટલે મારી બાજુમાં ઉગેલાં તકમરિયાંના છોડનું એક લીલું પાન તોડી તેને આપ્યું. તે લઈને મારો અહેસાન માનતો તે દોડતો ચાલ્યો ગયો.

જેમ જૈનોને સફેદ રંગ પર, બૌદ્ધોને ઘેરા મરુન રંગ પર અને હિન્દુઓને કેસરી રંગ પર લગાવ હોય છે તેમ મુસ્લિમોને લીલા રંગ પર લગાવ હોય છે. રંગને પણ ધર્મનો રંગ ચડાવાય છે!!

તકમરિયાંના છોડ કબ્રસ્તાનમાં વધારે હોય છે અને મસ્જિદો લીલા રંગે રંગેલી હોય છે. આ ગામમાં કબ્રસ્તાન કે મસ્જિદ ન હતી પણ બાજુના ગામમાં બંને હતા એટલે તે ત્યાં પોગ્યો. યોગાનુયોગ અહીં તેની બકરી ચરતી હતી. તેથી તેને મળી ગઈ. તે બકરી લઈને પોતાના ગામ પાછો ફર્યો અને પોતાના ઘરે બકરી બાંધી મારી પાસે આવી મારો અહેસાન ફરી માની ખુશ થતો ઘેર પાછો ફર્યો.

બકરી મળી ગઈ તે જાણી મારી પત્નિ તેનો પતિ સાચો જ્યોતિષી છે તેમ માની ખુશ થઈ અને બકરી ઈદથી વધારે આયુષ્ય ભોગવી નહીં શકે તેમ માની

દુઃખી થઈ. આવું યોગાનુયોગ થયું હતું. આવાં યોગાનુયોગ વારંવાર થાય નહીં. આથી મારે આજે રાતે ગામ છોડી ભાગી જવું જોઈએ.

એ રાતે બધાયે સાથે ખાધું. તે પછી માતાપિતાને સુવાડી અમે અમારા શયનખંડમાં આવ્યાં. મારી પત્નિ અનહદ આનંદમાં હતી. તેનો પતિ જો વાદવિવાદમાં વિજેતા થયો હતો. ગામલોકોએ તેના પતિના કરેલાં ગુણગાનથી તે ભાવવિભોર બની ગઈ હતી. આનંદથી તે નિર્લજ્જ બની ગઈ. ઓરડાનું બારણું બંધ કરી તેણે કસકસાવીને મને બાથ ભરી અને પછી મને પથારીમાં પટકી દીધો. તેણે એક પછી એક મારા તમામ વસ્ત્રો દૂર કરી મને નિઃવસ્ત્ર કરી દીધો અને પછી તેના વસ્ત્રો દૂર ફગાવી દઈને અનાવૃતા થઈ ઉન્મત્ત બની મારા પર ચડી બેસી. તેણે મારા પુરુષાતનનો તેની યોનિમાં પ્રવેશ કરાવ્યો. પુંલિંગ અને સ્ત્રીલિંગનું મિલન થતાં તે સંતૃપ્ત થવાં મથામણ કરવાં લાગ્યાં. ભરપૂર આનંદ આપી તે થાકી એટલે નીચે પડી ચત્તીપાટ થઈ ગઈ. હવે, હું તેની માંસલ રૂપાળી અને ઉષ્ણ જાંઘો પર ચડી ગયો અને કામસુખનો અનુભવ કરવા લાગ્યો. વચ્ચેવચ્ચે સ્તનમર્દન કરી તેને વધુ આનંદ આપવા લાગ્યો. જગતના તમામ સુખોમાં કામસુખ સૌથી ચડિયાતું છે અને તેનો મને નશો ચડતો જતો હતો. અંતે પરાકાષ્ટા અનુભવી એકબીજાને લપેટી અમે રાતના બીજા પ્રહરે સૂઈ ગયા.

એ રાતના ત્રીજા પ્રહરના અંતમાં હું જાગ્યો. ચૂપચાપ મારા કપડાં પહેરી મારી પત્નિના ઘરેણાં અને આજે મળેલાં રૂપિયા લઈને હું ત્યાંથી ભાગી છૂટયો. અહીં પહોંચ્યો પછી ખબર પડી કે મહાપંડિતનો અર્થ તો મૂર્ખ થાય છે! આજે પણ તે બ્રાહ્મણ કુળવધૂ સાથે ગાળેલી એ બે રાતોને યાદ કરતાં હું ઉત્તેજિત થઈ જાઉં છું. હું ફરી કાશીએ ભણવા જતો રહ્યો છું તેવું મન મનાવી કદાચ તે દિવસો પસાર કરતી હશે. કયારેક મને થાય છે કે તેમને જઈને અહીં તેડી લાઉ પણ હું જતો નથી.

આ સાથે મકાએ તેની વાત પૂરી કરી. હવે, મારે વાત કરવાની હતી– ખાસ તો મુંબઈની.

# ૩૩

મુંબઈ જઈને મને શરૂઆતમાં કેવી મુશ્કેલી પડી તેની વાત સંક્ષિપ્તમાં કરી પછી કઈ રીતે મારે મિસ માલિનીને મળવાનું થયું તે વાત કરી. દિગંબર અવસ્થામાં અમે કઈ રીતે એ રાત વીતાવી તે કહ્યું. મારી વાત પૂરી થતાં ચારેય ખડખડાટ હસવા લાગ્યા. હસીહસીને તેમના પેટ દુ:ખી ગયા એટલે તેઓ જમીન પર આળોટવા લાગ્યા. આળોટતા આળોટતા પણ તેઓ હસતા હતા. સાથેસાથે તેઓ 'પાવૈયો, હિજડો, ફાતડો, નામર્દ, બાયલો, છક્કો, વ્યંઢળ, નપુંસક, ટટ્ટીકટો, લિંગહીન' જેવાં સમાનાર્થી શબ્દો બોલતા બોલતા જોરથી હસતા હતા. ઘણીવારે તેઓ બેઠા થયા.

માંડમાંડ પોતાનું હસવું રોકી બાબુ બોલ્યો ''રાજુ, તે ખસી ક્યારે કરાવી તે તો કહે?''

તે ફરી હસવા લાગ્યો. બીજાઓ પણ તેમાં ભળ્યા. તેઓ મને શું સમજી રહ્યા હતા તે જાણી મને ગુસ્સો આવી ગયો. હું બોલી ઉઠયો ''મેં ખસી કરાવી નથી. હું પૂરેપૂરો મર્દ છું, મર્દ. સમજ્યા?''

ત્રિકમ બોલ્યો ''મર્દ શાનો? સાલી એક બૈરી ઉપર ચડવાની તો તારી હિંમત પણ નથી.''

મેં વધુ ગુસ્સાથી કહ્યું ''એ દિવસે મેં સંયમ જાળવ્યો હતો. રાજા ભરથરીએ કહ્યું છે કે આ પૃથ્વી પર મદમસ્ત હાથીના ગંડસ્થળને ફાડી નાંખનારા શૂરાઓ હોય છે. પ્રચંડ સિંહનો શિકાર કરનારા કેટલાંક બહાદુરો પણ હોય છે પરંતુ હું બળવાનની સમક્ષ વિશ્વાસથી કહું છું કે કામદેવનું અભિમાન ઉતારી નાંખે તેવાં સંયમી પુરુષો વિરલ હોય છે.''

મકો બોલ્યો ''તું વિરલ નથી, સંયમી નથી, બહાદુર નથી, શૂરવીર નથી, ભરથરી પણ નથી. તું નપુંસક છો, તું છક્કો છો, તું હિજડો છો, તું પાવૈયો છો. એક પાવૈયો કોઈ નાગીનું શું બગાડી શકે!''

હું બરાડયો "મને પાવૈયો કહેવાની તારી હિંમત કઈ રીતે થઈ? વળી, તું મિસ માલિનીને નાગી કહે છે. બીજી વાર તેને તેમ કહીશ તો હું તારી જીભ કાપી નાખીશ. સમજ્યો? ખવાસડીના."

ચંદુ બોલ્યો "નાગીને નાગી ન કહીએ તો શું તેને ઢાંકેલી કહીએ? નાગીને જોઈને પણ જે ઉત્તેજિત ન થાય તેને શું અમે સંતમહાત્મા કહીએ? નામર્દને નામર્દ ન કહીએ તો શું તેને ધર્મપુરુષ કહીએ? તારી નામર્દાઈને અમે શાબાશી આપીએ? તારી પાવૈયાગીરીને અમે ધન્યવાદ આપીએ?"

મેં ગુસ્સો ઓછો કરી તેને કહ્યું "ન તેને નાગી કહો. ન મને નામર્દ કહો. મારામાં પુરુષાતન પડેલું છે. તે ઉત્થાન પામે છે. એ સમયે તેનું વારંવાર ઉત્થાન થતું હતું. તે વારંવાર બેકાબૂ બની જતું હતું. તેને માંડમાંડ હું કાબૂમાં રાખી શકયો છું. આ માટે મારે તમારા ધન્યવાદ જોઈતા નથી કારણ કે વરસો પહેલાં રાજા ભરથરીએ મને ધન્યવાદ આપતા કહી દીધું છે કે ધવલ અને દીર્ઘ આંખોવાળી, યૌવનના અભિમાનથી છલકતી, કઠણ અને મોટા પયોધરવાળી, પાતળા પેટ પર ત્રિવલ્લી ધરાવતી સ્ત્રીની આકૃતિ જોઈને પણ જેના મનમાં વિકૃતિ પ્રવેશ પામી શકતી નથી એ પુરુષને ધન્યવાદ છે."

બાબુ બોલ્યો "રાજા ભરથરી બાવો બની ગયો હતો. તુંય બાવો બની જા. તારાથી સ્ત્રીઓનો ઉપભોગ નહીં થાય. અમે જે અબોટ યૌવન ભોગવ્યું છે તે ભોગવવાનું તારું કામ નથી. તોપણ અમે એક કામ કરવાના છીએ મિસ માલિનીના અબોટ યૌવની પરીક્ષા કરવાના છીએ. કેમ ભેરૂઓ બરાબરને?"

ત્રણે ભેરૂઓએ હા ભણી. તેનો ઈરાદો હું પામી ગયો.

હું એકદમ ગુસ્સાથી બોલ્યો "રખે એવું કરતા, મિસ માલિનીને કશું થયું તો હું તમને જીવતા નહીં છોડું. હું તેને ચાહું છું. તેના માટે ગમે તે કરી શકું છું. તેના માટે હું મારો જીવ પણ આપી શકું છું તો તેના માટે હું બીજાનો જીવ લઈ પણ શકું છું. તમારા ચારેયનો પણ."

"તે રાહ શેની જોવે છે? થા માટી." એમ બોલતો તે મારી સામે લડવા ઊભો રહી ગયો.

મેં તેને દૂર કરતાં કહ્યું "હું અહીં લડવા નથી આવ્યો, તમને મળવા આવ્યો છું. મારી મા બિમાર છે. રાત પણ વીતી જવામાં છે. તે મારી રાહ જોતી હશે. હવે, મારે મારા ઘેર જવું જોઈએ."

મને રોકતા ચંદુ બોલ્યો "તારે જવું હોય તો જા પણ એ પહેલાં તું કબૂલ કર કે તું પાવૈયો છે."

ફરી હું ગુસ્સે થયો અને ચંદુનો કાંઠલો પકડી બરાડયો "હું પાવૈયો નથી."

બાબુ બોલ્યો "જો તું પાવૈયો ન હો તો અમારી સાથે લડીને તારી મરદાઈ સાબિત કર."

હું સમજી ગયો કે કોઈપણ ભોગે તેઓ મારી સાથે લડવાના જ માંગે છે. એ ચાર હતા અને હું એકલો પણ તેથી હું ડરી જાઉં તેમ ન હતો. મેં બાબુને કહ્યું "લડવાથી મરદાઈ સાબિત થતી નથી."

મકો બોલ્યો "સાબિતીની શું જરૂર છે? પેલી નાગીને કોરીકટ રાખી તે સાબિતી જ છે."

હું ચકરી ખાઈ ગયો. ચંદુને પડતો મૂકીને હું મકા તરફ વળ્યો. મેં તેને કહ્યું "ફરીવાર બોલ તો?"

મકો જોરથી બોલ્યો "નાગી, નાગી, નાગી, સાડી સાતવાર નાગી. પાવૈયો પાવૈયો, પાવૈ..."

તે ત્રીજી વાર પાવૈયો પૂરું બોલે તે પહેલાં તો તેના જડબા પર મારો મુક્કો પડી ગયો. તે ગોથું ખાઈ ગયો. તેનું જડબું તૂટી ગયું. આ સાથે જ બાબુ, ચંદુ અને ત્રિકમ મારા પર તૂટી પડયા.

મેં ત્રણેયનો મુકાબલો કર્યો. એક લાત મારીને ચંદુને ગરિયાની જેમ ચાર ગલોટિયા ખવડાવી દીધા. ધક્કો મારી ત્રિકમને ત્રણ ફીટ દૂર ધકેલી દીધો. બાબુ સાથે બાથંબાથી કરી તેને પણ બજાણિયાના ઢોલની જેમ બજાવી નાખ્યો. પોતાને હારતા જોઈ ચારેયે સંપીને હુમલો કર્યો. મેં ચારેયનો બરાબર મુકાબલો કર્યો. મારા વાસા, છાતી અને પેટ પર તેમના ઢીકાપાટુ પડવા લાગ્યા તો તેઓને પણ મારા મુક્કાઓની પ્રસાદી મળવા લાગી. મકો કરાટેમાં ઓરેન્જ બેલ્ટ ધરાવતો હતો પણ તેનેય મારો માર પડતો હતો. તે મને ચોપ, કિક, પંચ, એલ્બો વગેરે

મારતો હતો જેની કોઈ અસર મને થતી ન હતી. એક યોગશિક્ષકે શરીરને કઈ રીત સખ્ત બનાવવું તે મને ખાસ શીખવાડયું હતું જે મને અત્યારે કામ લાગ્યું હતું. શીખેલું કદી ફોગટ જતું નથી. જોકે, તેમના મારથી મને પણ દર્દ થતું હતું.

લડતાં લડતાં મેં મકાની આંખ પર એક મુક્કો મારી દીધો. તે તેની આંખમાંથી આસુંઓ નીકળી ગયા. તેની આંખ રાતીચોળ થઈ ગઈ હતી. તે તેની આંખ ચોળતો અને હથેળીથી તેને ઢાંકતો મારાથી દૂર ચાલ્યો ગયો. મેં ત્રિકમના નાક પર પણ એક ઢીક્કો મારી દીધો. તેનું નાક લાલચોળ થઈ ગયું અને તેની આંખમાંથી આસુંઓ નીકળી ગયા. તે તેનું નાક ઝાલી બેસી ગયો. તેના નાકમાંથી લોહી સાથે સેડાં પણ નીકળી રહ્યા હતા. લાગ મળ્યે મેં ચંદુના વૃષણ પર મારો ઢીંચણ મારી દીધો. તે "ઓય મા..., ઓય મા..." કરતો વાંકો વળી ગયો અને તેને પગમાં દબાવતો નીચે ગબડી પડયો.

એવામાં બાબુનો કાન મારા મોં પાસે આવી જતાં મેં તેને કરડી ખાધો. આથી તે "મૂક, મૂક, મારો કાન મૂક." કહેતો દર્દથી કણસવા લાગ્યો અને તેનો કાન છોડાવવાનો વ્યર્થ પ્રયત્ન કરવા લાગ્યો. ચારેયની એક એક ઈન્દ્રિયને મેં નિશાન બનાવી હતી. હવે, મને રોકનાર કોઈ ન હતું. એક વિજેતાની જેમ છાતી ફૂલાવી, માથું ઊંચું રાખી, તેમને લાતથી દૂર ધકેલતો પાછળ જોયા વગર હું આગળ વધ્યો.

હું મેદાન છોડવાની નજીક જ હતો કે પાછળથી મારા માથા પર જોરદાર ફટકો પડયો. મેં પાછા ફરીને જોયું તો સામે બાબુ એક લાકડું લઈને ઊભો હતો. હું વધુ કંઈ સમજુ તે પહેલાં તેણે મને બીજીવાર લાકડાનો ફટકો માર્યો. હું જમીન પર પડી ગયો. મારા ગાલ પર માથામાંથી નીકળતાં લોહીના શેરડાં ઉતરી રહ્યા હતા. મને ચક્કર આવી ગયા. મારી આંખે અંધારા આવી ગયા. મારા હાથપગ શિથિલ થયા. મને મૂર્છા આવી રહી હતી. તેવામાં તેણે ત્રીજો ફટકો મને માર્યો અને હું બેશુદ્ધ થઈ ગયો.

ઘણાં સમય પછી હું મૂર્છામાંથી જાગ્યો અને બેઠો થયો. મારા કપડાં પર હાથપગ પર લોહીના સૂકાય ગયેલાં અનેક ડાઘ હતા. મારા ચહેરા પરના લોહીના રેગાડાં પણ સૂકાયને ફોતરી ફોતરી બની ગયા હતા. મારા હાથપગમાં દુઃખાવો થતો હતો. તેમણે મને સારી પેઠે માર્યો હતો.

એવામાં મને મારી મા અને મિસ માલિની યાદ આવ્યા. હું વિચારવા લાગ્યો કે જો આજે માને સારું હશે તો મારે આજે જ મુંબઈ જવાનું છે અને આવતીકાલે મિસ માલિનીને મળવાનું છે અને આવતીકાલની રાત મારે તેની સાથે જ વિતાવવાની છે. જો રાતે બધું સમુસૂતરું ઉતરશે તો તેણે આપેલાં વચન પ્રમાણે પરમદિવસે તે મારી સાથે લગ્ન કરવાની છે. મારી મા માથેથી મારા લગ્નનો ભાર ઊતરી જશે પછી તે સુખેથી ભગવાનના ઘેર જઈ શકશે. એના ગયાં પછી હું મુંબઈમાં સ્થાયી થઈશ અને મિસ માલિની સંગાથે સુખેથી દાંપત્યજીવન પસાર કરીશ. આમ જ થવું જોઈતું હતું પણ ન થયું.

હું ઊભો થયો અને લથડિયાં ખાતો ખાતો ખાપરા કોડિયાની ગુફામાંથી બહાર આવ્યો. બહાર આવી મેં આકાશ તરફ જોયું તો સૂરજ બરાબર મારા માથા પર આવી ગયો હતો. બીજા દિવસનો મધ્યાહ્ન થયો હતો. જેમતેમ કરીને હું ગામમાં પહોંચ્યો. મારી દશા જોઈને ગામલોકો મને પૂછવા લાગ્યા કે આ શું થયું છે? મેં કહ્યું કે કશું થયું નથી. ધાર પરથી જતો હતો કે હું નીચે પડી ગયો છું.

મને વૈદ્યરાજના ઘેર લઈ જવામાં આવ્યો. વૈદ્યે મારી શુશ્રૂવા ચાલુ કરી. તેમણે ગરમ પાણીનું નાનું પોતું ફેરવીને મારા હાથપગ અને ચહેરા પરના લોહીના ડાઘ સાફ કર્યા. મારા માથાના ઘા પર આયુર્વેદિક મલમ લગાડી તેના પર સફેદ પાટો બાંધી દીધો.આથી હું નાતનો પટેલ હોઉં તેવો શોભી ઉઠયો!

એક ઓરસિયા પર પાણી ઉમેરી કેટલીક વનસ્પતિઓના પાનને પથ્થરથી લસોટી અને એક ખરલમાં બીજી કેટલીક વનસ્પતિના બીજને દસ્તાથી વાટીને કેટલાંક ઓસડિયા તૈયાર કરી મને આપવામાં આવ્યા. બીજી કેટલીક જરૂરી સૂચનાઓ આપી મને બે ત્રણ દિવસ મગ અને ભાતનું ઓસામણ જ લેવાનું કહ્યું.

વૈદ્યરાજ પાસેથી ઔષધિઓ લઈને હું મારે ઘેર આવ્યો. ઘરના ફળિયામાં પગ દેતાં જ મેં જોયું તો ઓશરીમાં ઢાળેલાં ખાટલામાં સૂતી સૂતી મારી મા જીવનના છેલ્લાં ડચકાં ખાતી હોય તેમ મહામહેનતે શ્વાસ લઈ રહી હતી. તેની આંખો ચકરવકર થઈને કશું શોધતી હતી. હાથપગ હલાવવાની પણ તેનામાં તાકાત રહી ન હતી. કદાચ આજે તેના જીવનનો છેલ્લો દિવસ હતો.

જો તે મારા માથા પરનો પાટો જોઈ જશે તો તેના એકનાએક દીકરાના દર્દને ભાળી અબીહાલ મરી જશે એમ વિચારી તેનાથી છાનોમાનો ફળિયામાં જ મારો પાટો કાઢી નાખ્યો અને તેને ઘર ફરતેની બાવળની વાડમાં ફેંકી દીધો અને જાણે

કશું ન બન્યું હોય તેમ મહાલતો મહાલતો તેની પાસે ગયો. તેની આંખનું નૂર ચમકી ઉઠયું. તે મને વારંવાર ઈશારાથી કશુંક કહી રહી હતી પણ હું તે સમજી ન શકયો. પાણિયારા પાસે જઈને પિત્તળના એક કળશિયામાં પાણી ભરી તેને પાણી પાયું. તે આખો પી ગઈ. કદાચ તે ગઈકાલની તરસી હતી. તેની સંભાળ લેવાનું વિનિયાની બહેનને કહ્યું હતું પણ કદાચ તે આવી નહીં હોય કાં આવી હશે તો ભાગી ગઈ હશે. તે ભાગી જ હશે કારણ કે મને માની પથારીમાંથી મળની વાસ આવી રહી હતી. આમ તો મને ખરાબ વાસ પ્રત્યે સૂગ હતી પણ બાળપણમાં મારી માએ હજારોવાર મારું મળ સાફ કર્યું હશે અને મને પણ સાફ કર્યો હશે. શું એ વખતે તેને કદી સૂગ નહીં ચડી હોય?

આથી મેં પણ તેનું મળ સાફ કયું અને તેને પણ પાણીથી સાફ કરી. તેના ગંધારા વસ્ત્રો દૂર કરી તેના બદલે ફળિયામાં બાંધેલી વળગણી પર વિનિયાની બહેને માના ધોયેલાં વસ્ત્રો ટીંગાતા હતા તે લાવી તેને પહેરાવ્યા. જેમતેમ કરીને તેને જમીન પર લીધી અને તેને જમીન પર સૂવાડી.

તે પછી ઝટપટ ઘરમાં ગયો. ઘરમાં બધું રમણભમણ પડેલું હતું પણ અત્યારે તેના માટે સમય ન હતો તેથી ડામચિયા પાસે જઈને તેના પરથી નીચે પડી ગયેલું એક ગોદડું લઈ આવ્યો અને માની પથારીનું ગંધારું ગોદડું દૂર કરી આ ગોદડું પાથરી તેની પથારી વ્યવસ્થિત કરી અને જેમતેમ કરીને તેને ફરી તેના ખાટલામાં સૂવાડી. ઓઢવાનું ગોદડું સારું હતું તેથી તે ફરીથી તેને ઓઢાડી દીધું. મેં તેને ફરી પાણી પાયું. તે હજીય મને કશુંક કહી રહી હતી પણ હું ન સમજ્યો. મેં તેને સૂઈ જવા કહ્યું પણ તે ન સૂતી. તે બરાબર સાંભળી શકતી હતી પણ તેની વાચા પૂરેપૂરી હણાય ગઈ હતી.

થોડીવારે હું ફરી ઘરમાં ગયો અને નજર ફેરવી. મારા ઘરમાં બધું અસ્તવ્યસ્ત થયેલું હતું. ડામચિયા પર રાખેલાં ગોદડાઓ નીચે પડયા હતાં. પટાળો ખુલ્લો પડયો હતો. પટારામાં રાખેલી તલવાર, જીન, ચોપાટ, ઘુંઘરીઓ, શીરખનું ગોદડું અને લહેરિયાએ ઘરની મોટાભાગની જમીન રોકી લીધી હતી. કોઠીની નીચેનો ડૂચો કાઢી લેવામાં આવ્યો હતો એટલે તેની નીચે બાજરાનો ઢગલો થઈ ગયો હતો. ખાલી એક કોઠાનું બારણું બંધ હતું.

મારા ઘરમાં ચોરી થઈ હતી. કદાચ ગઈ રાતે, પણ ચોરી કરી કોણ? પેલાં ચાર તો પરોઢ થવું થવું હતું ત્યાં સુધી તો મારી સાથે હતા. મેં ઘરમાં તપાસ શરૂ

કરી. ડામચિયામાં, કોઠીમાં અને પટાળામાં રાખેલાં રૂપિયા ગાયબ હતા પણ કોઠામાં રાખેલાં લાખ રૂપિયા સલામત રહ્યા હતા. ઘરમાં રૂપિયા મૂકયા હતા ત્યારે મેં વિચારેલું કે કદાચ ઘરમાં ચોર આવે તો એકાદ જગ્યાએ રૂપિયા બચી જાય. આથી આ ચોરી થયાનું મને દુઃખ થયું પણ મારો વિચાર સાચો છે તેનો હર્ષ પણ થયો.

ઘરમાં પાછું બધું જેમ હતું તેમ સરખું કરી ફરી મા પાસે આવ્યો. મારા ઘરમાં ચોરી થયાનો ગુસ્સો હજી મારા ચહેરા પર હશે અને ચોરી માટે મારી મા જવાબદાર છે તેવો રોષ પણ હશે તેથી મને જોઈને મારી માનો ચહેરો પીળો પડી ગયો. હું હમણાં તેને ખિજાઈશ તેવું સમજી તે ગભરાઈને આંખો ફાડી ફાડીને મને જોવા લાગી. છેલ્લી તાકાત અજમાવી તે તેના હાથ હલાવી મને મેં ચોરી નથી કરી એમ કહેવા મથવા લાગી. હું તેને એકીટસે જોઈ રહ્યો. તેથી તે વધુ ગભરાઈ ગઈ.

તેને શાંત કરવા હું ઘરમાં ગયો અને લાખ રૂપિયા લઈને તેને બતાવ્યા અને તેને કહ્યું કે કશું ગયું નથી. તું ચિંતા ન કરીશ. તે શાંત પડી. થોડીવારે તેણે તેની ચાર આંગળી બતાવી મને જણાવ્યું કે ચાર ચોર હતા. તેણે તેના ગાલ પર થપલીઓ મારી મને સમજાવ્યું કે ચારેયે તેને મારી પણ હતી. આજે સવારે ચોર આવ્યા હતા. તું ઘેર ન હતો. ધોળે દિવસે તે ચોરી કરી ગયા હતા.

આ ચોરી ન હતી. ધાડ હતી. મને મારા ભાઈબંધો હાથમાં આવે તો તેમના હાથપગ ભાંગી નાખું એટલો મને ગુસ્સો આવ્યો. તેમણે મનેય માર્યો હતો અને મારી માને પણ મારી હતી. મને માર્યો તે હું માફ કરી શકું તેમ હતો પણ મારી માને મારી તેનો બદલો મારે લેવો જ જોઈએ. ગમે ત્યાંથી તેમને ગોતી કાઢીને મારીશ પણ અત્યારે આ બદલો લેવાં કરતાં મારી માની સેવા મહત્વની હતી.

થોડીવારે હું પડોશમાં રહેતી મારી દૂરની ભાભીના ઘેર ગયો. તેની પાસે ખીચડી બનાડાવી. એ ખીચડી અને દૂધ લઈને હું ઘેર પાછો આવ્યો. એક કાંસાની તાસળીમાં થોડીક ખીચડી લઈ તેને સારી પેઠે ચોળી, તેમાં દૂધ ઉમેરીને મારી માને ખવડાવ્યું. તે બે કોળીયાથી વધુ ખાઈ ન શકી. તેણે ઈશારાથી મેં ખાધું કે નહીં તેમ પૂછયું. મેં હા કહી એટલે જાણે કે તે ધરાય ગઈ હોય તેવી તે ખુશ થઈ.

થોડીવારમાં તે ઊંઘી ગઈ એટલે વિનિયાના ઘેર જઈને મેં તેની બહેનની તપાસ કરી તો તે ગઈકાલની તેના મામાના ઘેર ગઈ હતી. તે મને જણાવવા ઘેર આવી હતી પણ કાલે હું મારા ઘરે ન હતો.

હું વૈદ્યના ઘેર પણ ગયો અને તેને મારા ઘરે બોલાવી લાવી તેને માની તપાસ કરવા કહ્યું. વૈદ્યે તેને તપાસી પણ કોઈ ઓસડિયા ન આપ્યા.

વૈદ્યે મને જણાવ્યું "હવે તેને દવાદારૂની કોઈ જરૂર નથી. તે જીંદગીની એવી આવસ્થામાં છે કે તેના પર ઓસડિયાની તો શું ઝેરની પણ અસર ન થાય. હવે તે જેટલાં શ્વાસ લે તે પ્રભુનો પ્રસાદ છે. આજનો દિવસ કાઢે તો તું મા અંબાના આશિર્વાદ ગણજે."

વૈદ્યની વાત સાંભળી હું મૂંઝાઈ ગયો. માની પાસે રહેવું કે તેને છોડીને મારે મુંબઈ જવું? માની છેલ્લી અવસ્થામાં મારે તેની પાસે રહેવું કે આવતીકાલે પ્રેમિકા પાસે પહોંચવું? શું કરવું?

એવામાં તે બોલી ઊઠયો "તે તારા માથાનો પાટો કેમ કાઢી નાખ્યો છે? ખુલ્લાં ઘામાં રસી થઈ જશે."

આ સાંભળી મારી મા અચાનક જાગી ઊઠી અને અમારા તરફ હાથ લંબાવતી થોથવાતી અને લોચાં મારતી જીભથી બોલવાનો પ્રયત્ન કરવા લાગી જાણે તે કહેવા માંગતી હોય કે વૈદ્યરાજ, મારા રાજુને શું થયું છે? તેના માથે પાટો શેનો બાંધ્યો હતો?"

કદાચ વૈદ્ય તેનું કહેવું સમજી પણ ગયા હોય તેમ માની મેં વૈદ્યને વાત છાની રાખવાનો સંકેત કર્યો. તે સમજી ગયા. તે બોલ્યા "મણીમા, તમે જીવો છો કે નહીં તે જાણવા બોલ્યો હતો. રાજુને કશું થયું નથી. તેની કશી ચિંતા ન કરો અને નિરાંતે સુખીથી સૂઈજાવ."

માને વૈદ્યરાજની વાતમાં વિશ્વાસ ન બેઠો. તેણે હાથના ઈશારાથી મને તેની પાસે બોલાવ્યો. હું તેની પાસે ગયો અને તેની નજીક બેઠો. તેણે મારા માથા પર તેનો હાથ ફેરવી ચકાસણી કરી મને કશું લાગ્યું તો નથીને? તેનો પ્રેમાળ હાથ ફરતાં મારા માથાનું દર્દ પણ સમી ગયું. તેને નિરાંત થઈ. બોલવાનો પ્રયત્ન કરવાથી તેને ફરી હાંફ ચડયો. હાંફતી હાંફતી તે બેભાન થઈ ગઈ. મને વૈદ્યની વાતમાં વિશ્વાસ હતો. તે આજની રાત નહીં જ ખેંચે. થોડીવારે વૈદ્ય રવાના થયા.

સાંજ સુધી મારી મા બેહોશીમાં રહી. સાંજે મેં તેને થોડું પાણી પાયું. મેં તેને કંઈક ખાવાનું કહ્યું. તેણે ઈશારાથી કંઈ પણ ખાવાનો ઈન્કાર કર્યો અને તેણે પટારામાંથી લહેરિયું લઈ આવવા કહ્યું. ઘરમાં જઈને, પટાળો ખોલી, લહેરિયું લઈ આવ્યો અને તેની સાથે શીરખનું ગોદડું પણ લઈ આવ્યો. શીરખનું ગોદડું જોઈને તે રાજી રાજી થઈ ગઈ. તેને તેનું પિયર યાદ આવી ગયું. તેણે મારા બાપ સાથે ભાગીને લગ્ન કર્યા હોવા છતાં તેના પિયરિયાઓ લોકવ્યવહાર કરવાનું ચૂકયાં ન હતાં. તેના ચહેરા પર તેના પિયરની ખાનદાનીનો ગર્વ ચમકી પડયો. તેણે ઈશારાથી મને જણાવ્યું કે તેના પરનું હાલનું ગોદડું કાઢી આ ગોદડું ઓઢાડ. મેં તેમ કર્યું. તે આ ગોદડાની લીલી રેશમી કોરને અડીને પ્રસન્નતા અનુભવતી હતી. તે પછી તેણે મારા હાથમાંથી લહેરિયું લઈ લીધું અને તેને તેના બે હાથથી પકડી તેના ગાલ નીચે રાખી તેની આંખો અધખુલી રાખી હળવું હળવું હસવા લાગી. તે અદ્‌ભૂત આનંદ માણી રહી હતી. કદાચ તે મારા બાપનું સાનિધ્ય અનુભવી રહી હતી! પતિપત્નિનો પ્રેમ આટલો બધો ઉત્કૃષ્ટ હશે એ મને આજે સમજાયું. મને ઘણાં લોકોએ કહ્યું હતું કે જો તું નાનો ન હોત તો તારી મા તારા બાપ ભેગી જ સ્વર્ગે સંચરી હોત એટલી બધી એ બંને વચ્ચે પ્રીત હતી. મને તેમની વાત સાચી લાગી.

એવામાં તેણે તેના હાથથી મારો હાથ પકડીને મારા હાથને લહેરિયાને અડાવ્યો અને તેની આંખો મીંચી તેને માથે ઓઢાડવાને જણાવ્યું. અર્થ સ્પષ્ટ હતો કે તેના મરી ગયા પછી આ લહેરિયું તેને ઓઢાડવામાં આવે. મેં તેમ કરવાનું વચન આપ્યું આથી તે સ્વર્ગમાં મહાલતી હોય તેમ આનંદમાં આવી ગઈ પણ, આનંદ કયાં લાંબો સમય ટકે છે? તે ફરી હાંફવા લાગી. તેનો શ્વાસ તૂટતો જતો હતો. હું તેના વાંસામાં હાથ ફેરવવા લાગ્યો. મારી આંખમાંથી દડદડ આસુંઓ પણ સરવા લાગ્યા.

થોડીવારે તેનો શ્વાસ બેઠો. તે થોડીક સ્વસ્થ થઈ. તેણે મને જોયો. તેણે તેની નબળાં હાથની આંગળી અડાડી મારું એક આસું લૂછયું. બાકીના આસુંઓ મેં લૂંછી નાખ્યા. તે તેનું માથું હલાવી મને ન રડવા સમજાવવા લાગી. 'મા, હવે હું નહીં રડું.' તેમ મેં કહ્યું એટલે તેણે તેનું માથું હલાવવાનું બંધ કર્યું. તેના મોંમાંથી લાળ ટપકી રહી હતી. જે મેં તરત જ મારા રૂમાલથી સાફ કરી. જેમ નાનું બાળક તેની માને ટગરટગર આંખે જોવે છે તેમ તે મને ટગરટગર આંખે જોઈ રહી હતી!

એટલામાં ગોવુભા અને વિનિયો મારે ઘેર આવી પહોંચ્યા. તેમણે માની સ્થિતિ જાણી. ગોવુભાએ ઘણી દિવાળીઓ જોઈ હતી એટલે તે બહાર ગયા અને વિનિયના ભાઈને મારી માના પિયરમાં દોડાવ્યો. આડોશીપાડોશીને કાગાનીંદરમાં સૂવાનું કહ્યું. લોકો પણ સમજતાં હતા કે કદાચ રાતે મણીડોશી મરી જાય તોયે લક્ષ્મીને રાતે ન કઢાય તેથી સ્મશાનયાત્રા સવારે જ નીકળવાની હતી.

જોકે, મારી મા મરે તે મને જરાય ગમે તેમ ન હતું તેથી તેને જીવાડવાના અંતિમ પ્રયાસ તરીકે મેં પરાણે તેને અડધી ટબૂડી દૂધ પાયું. જે તે માંડમાંડ પી શકી. તેને દૂધ પીવું ન હતું પણ દીકરાનું મન કોચવાય તેમ હતું તેથી તેણે દૂધ પી લીધું હોય તેમ મને લાગ્યું. મેં તેને એક ઘૂંટડો પાણી પણ પાયું. મેં તેની આંખમાં જોયું તો ધીરેધીરે તેની આંખો ધોળી થતી જતી હતી. કદાચ તેની આંખોનું નૂર ઓછું થતું જતું હતું. ધીરેધીરે તે તેની શ્રવણશકિત પણ ગુમાવી રહી હતી. શ્વાસ પણ ઓછો લેતી હતી.

મેં તેને સૂઈ જવાનું કહી તેની આંખો બંધ કરી. તે સૂઈ ગઈ. જોકે, તે હજી મરી ન હતી. આથી મારા મનમાં ફરી આશા જીવંત થઈ કે તે જીવી જશે અને સવાર સુધીમાં જાતે હાલતીચાલતી થઈ જશે તો હું બપોર સુધીમાં હું મુંબઈ જવા રવાના થઈ શકીશ અને મારી પ્રેમિકાને મળી શકીશ. આ વિચારે મારાથી સ્મિત થઈ ગયું. એકાએક મેં વિનિયા સામે જોયું તો તે મારા ચહેરાને એવી રીતે તાકી રહ્યો કે જાણે કે તે મારો મનોભાવ કળી ગયો હોય! હું સ્વાર્થી હતો. મને મનોમન શરમ ઉપજી. આ અજબ દ્વિધા હતી.

મણીડોશી આજની રાત નહીં ખેંચે એવી આખા ગામમાં ખબર ફેલાવીને ગોવુભા પાછા આવી ગયા. તેણે મને ઘીનો દીવો કરવા કહ્યું એટલે મેં ઘી ભરેલું એક નાનું ડોલશું લઈ તેમાંથી એક પળી વડે એક પાવળાં જેટલું ઘી બહાર કાઢી પિત્તળની એક અડાળીમાં લીધું અને રૂની એક વાટ બનાવી દીવો કરી તેને લાકડાની દીવી પર મૂકયો. બહારથી વાતા પવનની લહેરખીઓથી જ્યોત હલબલીને એટલી નાની થઈ જતી કે જાણે દીવો ઓલવાઈ ગયો સમજો પણ જેવી લહેરખી ધીમી પડતી કે દીવો ફરી ઝળહળી ઉઠતો. માનો જીવ પણ આ દીવાની જ્યોત સરીખો થતો હતો. મેં ઘરમાં પડેલાં એક ફાનસનો કાચ કાઢી તેને

દીવા ફરતે એમ મૂકી દીધો જાણે હું માના જીવનદીપને બૂઝાવા દેવાનો ન હતો. ધીરેધીરે અમારી ઓશરીમાં અને ફળિયામાં માણસો વધવા લાગ્યા હતા.

મારી દૂરની ભાભી પણ આવી અને ઓશરીની જમીન પર મારી માની પથારીની નજીકમાં પાણી છાંટી જમીન પર ગાયનું છાણ અને ગોરમાટીને મિશ્ર કરી ગાળ તૈયાર કરી લીંપણ કર્યું. એકાદ વરસ પહેલાં મારી માએ ખડીમાટી અને ગોરમાટીમાંછાણ ભેળવી ગાળ બનાવી આખા ઘરની અંદરની અને બહારની દિવાલો પર અને ભોંયતળિયે લીંપણ કરેલું હતું. મેં આખું ઘર પાડી નવું ઘર બનાવી તેની દિવાલો પર ટાઈલ્સ અને ભોંયતળિયે મારબલ લગાવવાનું નક્કી કર્યુ હતું પરંતુ માએ કહેલું કે 'મારા જીવતાં આ ઘરમાં એક પથરો પણ નહીં ફરે. આ ઘર મારા ધણીનું છે. તેમાં તેનો વાસ છે, હું આ કૂબામાં ખુશ છું. મારા મરી ગયાં પછી તારે જે કરવું હોય તે કરજે.' આથી મેં ઘરમાં સંડાસ–બાથરૂમ સિવાયનો કોઈ ફેરફાર કર્યો ન હતો. આજે પણ આ ઘર કૂબાવત્ જ હતું.

થોડી થોડીવારે બધાં અંદર આવી જોઈ જતાં હતાં કે મણીડોશી જીવે છે કે નહીં. મારી માનો જીવ જાય તેની બધાંને ઉતાવળ હતી પણ તે યમરાજ સાથે બાથ ભીડીને જીવી રહી હતી. મોડી રાત થઈ એટલે મારા ફળિયામાં બેસેલાં ભાયું બીડીઓ ફૂકતાં ફૂકતાં અલકમલકની વાતો કરવા લાગ્યા. બાયું મણીડોશીનો જીવ ક્યાંક ભરાયો છે તેથી છૂટતો નથી એવી ગુપસુપ કરવા લાગી. કદાચ તેને તેના પિયરિયાંની વાટ હતી. મધરાત પછી ધીરેધીરે ઓશરીમાંથી અને ફળિયામાંથી એક–એક માણસ ઓછું થવા લાગ્યું. છેવટે અમે ચાર વધ્યા. મારી મા, હું, વિનિયો અને ગોવુભા.

મારી માના મરવાની રાહ જોઈને કંટાળેલાં વિનિયાએ જમીન પર નવકાંકરીની રમતનાં ખાનાઓ કોતરી કાઢયાં અને મારા ઘરમાં જઈને સોય, દોરો અને બટન રાખવાનો મારી માનો ડબો લાવી તેમાંથી બે જુદાં જુદાં રંગના નવ નવ બટન કાઢી તેને નવ નવ કાંકરી બનાવી એકલો એકલો રમવા લાગ્યો. થોડીવારે ગોવુભાએ પણ તેનો સંગાથ કર્યો. મા સૂતી હતી કે બેભાન હતી તેની ખબર પડતી ન હતી. છેવટે હું તેના ખાટલાની ઈસ પર માથું ટેકવીને બેઠોબેઠો જ સૂઈ ગયો.

એકાએક માના ખાંસવાના અવાજથી હું જાગી ગયો. વહેલી સવાર થઈ ગઈ હતી. ગોવુભા અને વિનિયો આખી રાત નવકાંકરી રમ્યા હતા. તે રમત છોડી પાસે આવી ગયા. થોડીવારે ખાંસીથી મા થાકી. તે ધીમેધીમે શ્વાસ લેવા લાગી. ગોવુભાએ ઘડીભર માને નિહાળીને તેના ઘેર જતા રહ્યા. વિનિયો શૌચક્રિયા કરવા ગામબહાર ગયો. મારે ન જવું પડયું કારણ કે બે દિવસથી ખાધું જ ન હતું. માના શ્વાસોશ્વાસના અવાજ સિવાય ઘરમાં બધું શાંત થઈ ગયું હતું. હું માને નિહાળતો બેસી રહ્યો.

એવામાં મારા ફળિયામાં ચારપાંચ માણસોની ચહલપહલ સંભળાઈ. મેં ઊઠીને જોયું તો મારા મામા તેના ગામના ચારેક માણસો સાથે મારે ઘેર આવ્યા હતા. મેં સામે જઈને મારા મામાને નમન કરીને આવકાર્યા અને બાકીનાને હાથ જોડીને રામરામ કર્યા. મારા મામાને પહેલીવાર મારે ઘેર આવેલાં જોઈ હું હરખઘેલો થઈ ગયો હતો પણ હરખ છતો કરાય તેમ ન હતું. તોયે હું ઝડપથી મા પાસે ગયો અને જોરથી બોલ્યો "મા..., મા..., આંખ ઉઘાડ, ખીમમામા આવ્યા છે તને જોવા."

માએ આંખ ખોલી ચકરવકર નજરે ચારેકોર જોયું. કદાચ તેને ઓછું દેખાતું હશે એમ માની મારા મામા મારી માની નજીક આવ્યા અને બોલ્યા "મણી, હું ખીમો..."

એમ બોલતાં બોલતાં માની સ્થિતિ જાણી રડી પડયા. માએ આંખો ફાડી તેના ભાઈને નિહાર્યો. તે રાજી થઈ હોય તેમ જણાયું. તે તેના ભાઈને કશુંક કહેવા જતી હતી પણ તેનો અવાજ તેના મુખમાંથી બહાર નીકળી રહ્યો ન હતો. તોયે છેવટે તેનો હાથ જેવોતેવો ઊંચો કરી તેના માથે મૂક્યો. કહે છે કે સાસરે ગયેલી દીકરીને પિયરનું કૂતરું પણ વહાલું લાગે. આ તો તેની માએ જણ્યો હતો!

મારી માએ ભાગીને મારા બાપનું ઘર માંડયું હતું તેથી તેના પિયરીયાં નારાજ હતાં જેનો ખટકો તેના દિલમાં હતો તે ખટકો આજે દૂર થયો હતો. તેણે સ્મિત કર્યું અને છેલ્લું જોર અજમાવી તે બેઠી થવા ગઈ પણ થઈ ન શકી. બેઠાં થવું તેના ગજા બહારનું કામ હતું. તે થાકીને ફરી હાંફવા લાગી.

થોડીવારે મામા બોલ્યા "મણી, તારા જીવને નિરાંત કર. સુખેથી સરગાપુરીમાં જા. હવે, કોઈનામાં વાસના ન સેવીશ. દીકરામાંથી પણ તારા જીવને મોકળો કર. તારા જીવની સદ્દગતિ કર."

આટલું બોલી મામા તેનાથી થોડે દૂર ગયા. તેની આંખમાંથી આસું સરી પડયા. તેઓ રોઈ રહ્યા હતા કારણ કે સંબંધ સુધારવામાં તે ઘણાં મોડાં પડયા હતા. કદાચ પહેલાં મારા નાના પાંચા પટેલની ધાકથી અને પછીથી મામીની બીકથી તે આ પહેલાં કદી મા પાસે આવ્યા ન હતા.

મારા મામાએ મારી માને નાનપણમાં લીંબડાની ડાળમાં બાંધેલો હીંચકો હલાવી ઝૂલાવી હશે. આંબલીપીપળીની રમત રમાડી હશે. સાથે ઈષ્ટો કે ચોપાટ રમ્યાં હશે. નદીમાં ઘૂબાકા માર્યા હશે. મેળામાં લઈ ગયા હશે. તોયે એ બધું વ્યર્થ હતું કેમ કે મામાએ તેના લગ્નમાં માને બોલાવી ન હતી. તમે હેતથી જેને આનંદમાં રાખવા લાખો પ્રયત્નો કરો છો અને તે આનંદમાં રહે તેવું એક કાર્ય જાતે કરે છે તો તમે તેનાથી નારાજ રહીને તેને જીવનભર દુઃખી કરો છો તો તેને સાચું હેત કેમ કહેવાય?

એટલામાં ગોવુભા અને વિનિયો પણ આવી ગયા. ધીરેધીરે બીજાં લોકો પણ આવવા લાગ્યા. મારી દૂરની ભાભી પણ આવી. મામાના આવવાથી રાજી થયેલી માના શ્વાસોશ્વાસ વધુ ટૂંકા થવા લાગ્યા. ગોવુભા તેના ઘરેથી તેની સાથે એક નાની તાંબાની લોટી અને એક નાની ચાંદીની ચમચી લેતાં આવેલાં તેને મારી સામે લંબાવી તે બોલ્યા "લે, માને તારા હાથથી ગંગાજળ પા. તેની સદ્‌ગતિ કર."

મેં તેમની પાસેથી એ લોટી અને ચમચી લીધી. અયોધ્યામાં રામમંદિર બનાવવાના આંદોલન વખતે વિશ્વ હિન્દુ પરિષદે નાની નાની ગંગાજળ ભરેલી બાટલીઓનું વિતરણની ઓથમાં વેંચાણ કરેલું ત્યારે ગોવુભાએ એક બાટલી ખરીદી લીધી હતી. ગામમાં જ્યારે કોઈ મરણપથારીએ પડયું હોય ત્યારે તે આ તાંબાની લોટીમાં અમારાં ગામની નદીનું પાણી ભરી તેમાં તે બાટલીના ગંગાજળના બે ત્રણ ટીપાં ઉમેરીને મરનારને ગંગાજળનું આચમન કરાવી પુણ્ય કમાઈ લેતા હતા. મારી માએ પણ આવી રીતે ગંગાજળનું આચમન કર્યું એટલે પુણ્ય કમાવાથી ગોવુભા પોરસાયા.

હું તેને બીજી ચમચી પાણી પાવા ગયો પણ તેનાથી તેના હોઠ ન ખૂલ્યાં. તોયે તેણે હળવું સ્મિત કર્યુ. મેં માની આંખોમાં જાયું તો તે આંખો ફાડીને મને જોઈ રહી હતી પણ તેને બરાબર દેખાતું નહીં હોય. મેં તેની આંખો બંધ કરી તો તેની બંને આંખના એક એક ખૂણામાંથી એક એક આસું સરી પડયું. તેની ડોક

નમી પડી અને એક લાંબો ઉચ્છ્વાસ નાખી પરલોક સીધાવી. તોયે તેના હોઠ સ્મિત કરતા રહ્યા કારણ કે તેના છેલ્લાં શ્વાસ સુધી તેનો દીકરો તેની પાસે હતો તેને તે વાતનો આનંદ હતો અને તેની આંખમાંથી આસું સરી પડયા કારણ કે તેના મર્યા પછી મારી કાળજી કોણ લેશે તેનું તેને દુ:ખ હતું.

માના જીવનદીપ સાથે પિત્તળની અડાળીનો દીવો પણ ઓલવાઈ ગયો. હવે દીવાની જરૂર નથી એમ કહેતો સૂરજ પણ ઉગ્યો અને ચારેકોર અજવાળું પથરાયું પણ મારા જીવનમાં અંધારું છવાયું. જેમ ગોળ વિના મોળો કંસાર તેમ મા વિના સૂનો સંસાર. માખણથી પણ પોચું માનું હૃદય થમી ગયું હતું.

હું મારી માને વળગી રોઈ પડયો. મામા તો ક્યારનાય રડતા હતા. વિનિયો રડી પડયો. મારી દૂરની ભાભીએ પોક મૂકી. તેને સાથ આપવા બીજી બાયું રડવા લાગી. એકમાત્ર ગોવુભા જ સ્વસ્થ હતા.

તેમણે મને માથી દૂર કર્યો અને માના શરીરને જમીન પર લીધું. બાકીની વિધિ નાતિલાઓએ સંભાળી લીધી. મામા પાસેથી નાણાં લઈને ખાપણ, અબીલગુલાલ, ફૂલહાર, ફૂલો, નાડાછડી અને નારિયેળ વગેરે લેવા એક આદમી બજારમાં ગયો. બીજો ઠાઠડી લેવા અને ત્રીજો પરાળ લેવા ગયો. ચોથો કૂતરાંને ખવડાવવા લાડવા અને ગાંઠિયા લેવા ગયો. પાંચમો દોણી લેવા ગયો. છઠ્ઠો સ્મશાનમાં લાકડાં ભેગા કરવા ગયો. સાતમો ગામના એક એક ઘરે ગયો–મણીમા ગયાં તેની ખબર દેવાં.

થોડીવારમાં નનામી તૈયાર થઈ ગઈ. માની ઈચ્છા મુજબ તેને પહેલાં લહેરિયું ઓઢાડયું અને પછી ખાપણ ઓઢાડયું. માના મોંમાં તાંબાનો એક આનાનો કાણિયો પૈસો મૂકાયો અને છાતી પર કાસાંની તાસળી બાંધી તેમાં એક મરણલાડૂ પણ મૂકાયો. નનામીને ચારે છેડે એક એક નારિયેળ બંધાયા. ચારેય છેડે નાની લાલ રંગની ધજાઓ બંધાણી. સૂતરની આંટીથી મડાંને કસોકસ સીડી સાથે બાંધવામાં આવ્યું.

નાતિલાઓએ મારી માની નનામી તૈયાર કરી લીધી એટલે તેને ફળિયામાં લાવવામાં આવી. મેં અને મારાં સગાસ્નેહીઓએ વારાફરતી નનામીની પ્રદક્ષિણા કરી, માને ગલગોટાના હાર પહેરાવી, અબીલગુલાલ છાંટી, માના મડદાને નમસ્કાર કર્યા. બૈરાઓએ પણ આમ કર્યું. મારી દૂરની ભાભીનો નાનો દીકરો દોણિયો થયો અને આગળ ચાલ્યો એટલે મેં, મારા મામાએ, વિનિયાએ અને

મારા દૂરના કાકાના દીકરાએ કાંધિયા બની એક એક ખૂણેથી નનામી ઊંચકી ‘રામ બોલો ભાઈ રામ’ બોલતાં મારી માની નનામી ઘરની બહાર કાઢી. આ સાથે બૈરાઓએ રડાકૂટ કરી મૂકી. તેમની સામુહિક મરણપોક અને છાતી કૂટવાના અવાજથી ભલભલા ડાઘુની છાતી નરમ બની ગઈ અને તેની આંખોમાંથી આસુંઓની ધાર થવા લાગી. માની સુવાસ સારી હશે કારણ કે ગામના ઘરેઘરમાંથી માણસો આવી ડાઘુ બન્યા હતા. આજુબાજુના ગામના લોકો પણ આવ્યા હતા જેમને હું ઓળખતો સુધ્ધાં ન હતો.

એક નાતિલો કૂતરાઓને લાડવા ગાંઠિયા ખવડાવતો આવતો હતો. રસ્તામાં કાંધિયાઓને અને ડાઘુઓને ચાર વિસામા આપવામાં આવ્યા. ચોથા વિસામા પછી ફરી અમે કાંધ આપી. રામરામના અવાજ સાથે અમે સૌ સ્મશાને પહોંચ્યા. અમે નનામીને નીચે મૂકી એટલે કેટલાંક લાકડાઓ એકઠાં કરવા લાગ્યા અને કેટલાંક તેને ગોઠવી ચિતા તૈયાર કરવા લાગ્યા. એક બે જણ બધાને પાણી પાવા લાગ્યા. થોડીવારે ચિતા તૈયાર થઈ ગઈ એટલે નનામી પરથી માનું મડદું છોડી તેને ચિતા પર લાવવામાં આવ્યું. જ્યાં મર્યાદાભંગ ન થાય તે રીતે મડદા પરનું ખાપણ ધીરેધીરે દૂર કરી તેની જગ્યાએ છાણાં ગોઠવવામાં આવ્યા. લહેરિયાંને મડદા પાસે જ રાખવામાં આવ્યું. થોડીવારે મને માટીનો પાણી ભરેલો ઘડો આપી તેમાં એક કાણું પાડી મને ચિતાની પ્રદક્ષિણા કરવા કહ્યું. મેં તેમ કર્યું અને છેવટમાં તેને ફોડી નાખવામાં આવ્યું. દોણિયા પાસેથી દોણી લઈને તેમાંનો અગ્નિ લઈને છાણું સળગાવી ઘાસનો પૂળો સળગાવવામાં આવ્યો અને તેનાથી મને અગ્નિદાહ આપવા કહ્યું. મેં તેનાથી ચિતાને ફરતે અગ્નિદાહ આપ્યો. થોડીવારમાં ચિતા સળગવા લાગી. ચિતાએ બરાબર આગ પકડી એટલે ડાઘુઓ ટોળીઓ કરી ગપાટાં મારવા લાગ્યા. કેટલાંક ધંધારોજગારની વાતે વળગ્યા, કેટલાંકને સ્મશાન વૈરાગ્ય ઉપજયો.

થોડીવારમાં માનું મડદું પૂરેપૂરું સળગી ગયું એટલે ડાઘુઓએ પાસેની નદીના પાણીમાં સ્નાન કર્યું. મેં પણ સ્નાન કર્યું. ધીરેધીરે બધા સ્મશાનેથી મારા ઘેર આવ્યા. અગરબત્તીનો ધૂપ દેવાયો અને મારા મામાએ મારા દૂરના કાકાનું ગોળધાણાથી મોં મીઠું કરાવી શોક ભંગાવ્યો. બપોર થવા આવ્યો હતો. માએ અગાઉથી નાતિલાઓને દહાડો કરવાનું કહી દીધું હતું એટલે તરત દહાડો કરી નાખવામાં આવ્યો. દહાડો એટલે મરનારની પાછળ કરાવાતું પ્રેતભોજન.

તે પછી મામાએ વિદાય લીધી. મેં માના દહાડાનું પચાસ હજાર રૂપિયાનું ખર્ચ નાતને ચૂકવી આપ્યું. ગોવુભાને વીસ હજાર રૂપિયા આપી માની પાછળ બ્રાહ્મણ જમાડવાનું કહી દીધું. દશેક હજાર રૂપિયા બીજાં નાનાં મોટાં ખર્ચ ચૂકવવામાં ગયા. ચારેક વાગ્યે સ્મશાને જઈને ઉતાવળે માની ટાઢી જેવીતેવી ઠારી આવ્યો. વિનિયાને મિત્રભાવે પાંચ હજાર રૂપિયા આપ્યા જે તેણે પરાણે લીધા. તે પછી ઘરમાંથી એક બગલથેલો લઈ, તેમાં કેટલીક ચીજવસ્તુઓ ભરી, ઘર બંધ કરી, ઘરની બહાર નીકળી ગયો. રસ્તામાં દોઢ હજાર રૂપિયામાં મોટરગાડી ભાડે કરી સાંજના રાજકોટ પહોંચ્યો. સૌરાષ્ટ્ર મેઈલ ટ્રેન બે કલાક મોડી હતી તેથી મને ભેગી થઈ ગઈ. બુકીંગ કલાર્કને પાંચસો રૂપિયાની લાંચ આપી મુંબઈની મારા નામની રિઝર્વેશનની ટિકિટ લઈને પ્લેટફાર્મ પર આવી ગયો. જ્યારે ટ્રેન આવી ત્યારે તેમાં બેસી ગયો અને બીજા દિવસે મુંબઈ પહોંચી ગયો. આ સાથે મારો તમામ ભૂતકાળ પૂરો થયો હતો.

# ૩૪

મારી નજર સામેથી ધીરેધીરે કરતાં મારો આખો ભૂતકાળ પસાર થઈ ગયો હતો. છેલ્લાં બે દિવસની ઘટનાને અવગણું તો ભારતની જેમ મારો પણ ભૂતકાળ ભવ્ય હતો. કેટલીયે યાદગાર મીઠી, ગુલાબી, વારંવાર ઘટે તેવી અપેક્ષિત, સ્મૃતિમાંથી કદી નષ્ટ ન થાય તેવી, વારેવારે મમરાવવાનું મન થાય તેવી અને મનને આનંદિત કરી દે તેવી ઘટનાઓથી સભર મારો ભૂતકાળ પૂર્ણ થયો હતો.

આખી રાત મેં વિચારમાં કાઢી હતી. મારી સાથે જે જે અકલ્પિત ઘટનાઓ ઘટી રહી હતી તેથી હું વ્યગ્ર હતો. પોલીસના જાપ્તા વચ્ચે દવાખાનામાં સારવાર લઈ રહ્યો હતો. મિત્રોએ માથાને અને પોલીસે ધડને પસંદગી આપી હતી. આથી મને નખશિખ દર્દ થઈ રહ્યું હતું. મિત્રોના મારથી મસ્તકમાં પીડા ઊપડી રહી હતી અને પોલીસના મારથી મારા સાંધેસાંધા દુ:ખી રહ્યા હતા.

શરીરના મારને તો હું સહન કરી લઈશ પણ મારી પ્રેયસીની હત્યાનો આરોપ હું કઈ રીતે સહન કરી શકીશ તે વિચારે હું પરેશાન થઈ રહ્યો હતો. આ આરોપમાંથી હું નિર્દોષ કઈ રીતે છૂટી શકું તેના ઉપાયો વિચારી રહ્યો હતો. બીજા દિવસની વહેલી સવારમાં એક નર્સ આવી અને મને એક ઘેનનું ઇન્જેકશન ઘોંચતી ગઈ. જેની અસરથી હું ઘડીકમાં સૂઈ ગયો.

આશરે અગિયારેક વાગ્યે મને ઢંઢોળવામાં આવ્યો ત્યારે જાગ્યો. ડોકટરો રાઉન્ડમાં નીકળ્યા હતા. આ ડોકટરો એક પછી એક દરેક દર્દીને તપાસીને, તેમનાં સ્વાસ્થ્યનું પૂરેપૂરું અવલોકન કરી, પ્રિસ્ક્રિપ્શન/સારવાર, જરૂરી દવાઓ અને સૂચનાઓ લખી રહ્યા હતા. નર્સો તેમને અનુસરતી હતી. મારું સ્વાસ્થ્ય સારું ન હોવાં છતાં પોલીસના કહેવાથી મને એ જ સમયે ડિસ્ચાર્જ કરવામાં આવ્યો. મને ફરી પોલીસ સ્ટેશને લવાયો અને કોઈપણ જાતની પૂછપરછ કર્યા વગર જ એકાદ કલાક પછી પોલીસવાનમાં બેસાડી કોર્ટમાં રજૂ કરવામાં આવ્યો. પોલીસ તરફથી સરકારી વકિલ હાજર હતો.

પોલીસે ન્યાયાધીશ સમક્ષ કેટલાંક કાગળો મૂક્યા ત્યારે ન્યાયાધીશે તેને પૂછ્યું કે આરોપીને અહીં ક્યા ગુનાસર લાવવામાં આવ્યો છે? તેનો પોલીસે જે

જવાબ આપ્યો ત્યારે મને ખબર પડી કે મને મિસ માલિનીની હત્યાના આરોપસર ઈન્ડિયન પિનલ કોડ–૩૦૨ હેઠળ નહીં પરંતુ તેની સિક્યુરિટી હેડ સરિતા પાંડે પર હુમલો કરી તેને ઈજાગ્રસ્ત કરી મારી નાખવાની કોશિશના શકમંદ આરોપસર ઈન્ડિયન પિનલ કોડ–૩૦૭ હેઠળ મારી ધરપકડ કરી અત્રે રજૂ કરવામાં આવ્યો છે. સરિતા પાંડે હાલ બેશુદ્ધ અવસ્થામાં સરકારી હોસ્પિટલમાં સારવાર હેઠળ છે. પોલીસના જવાબથી મેં ઘણી રાહત અનુભવી. હાશ! મારા પર મારી પ્રેમિકાની હત્યાનો આરોપ તો નથી. આ સરિતા પાંડેને તો હું જાણતો પણ ન હતો. કદાચ મેં તેને જોઈ પણ નથી.

ન્યાયાધીશે મને પૂછયું કે આરોપ કબૂલ છે? મેં ના કહી. તેણે મને ફરી પૂછયું કે ધરપકડ બાદ પોલીસે માર મારેલ છે? મારે હા કહેવી હતી છતાં મેં ના કહી કારણ કે જો મેં હા કહી હોત તો પોલીસ મને મિસ માલિનીની હત્યાના આરોપમાં ગિરફતાર કરી તેની વસુલાત કરી લેવાની હતી.

આથી ન્યાયાધીશે પોલીસને પૂછયું કે કોઈ સાહેદ છે? પોલીસે ના કહી. આથી ન્યાયાધીશે મને બે હજાર રૂપિયાના જામીન પર છોડી મૂકવાનો આદેશ કર્યો. મેં તરત જ કોર્ટમાં બે હજાર રૂપિયા ભરી જામીન લઈ લીધા. મને પોલીસે છોડી મૂક્યો. આથી હું તરત કોર્ટ પરિસરની બહાર નીકળી ગયો. બહાર નીકળતાં જ મને પોલીસે ફરી ગિરફતાર કર્યો– મિસ માલિનીની હત્યા માટે! ભારતીય પોલીસની કામની રીત અદ્ભૂત હોય છે. તે કદી સીધી આંગળીથી ઘી કાઢતી જ નથી!

ફરી મને પોલીસ સ્ટેશને લઈ જવાયો અને ફરી મારી પૂછપાછ થઈ અને ફરી થોડીક મારઝૂડ પણ થઈ છતાં પણ પોલીસ મારા પાસેથી ખાસ કંઈ ઓકાવી શકી નહીં. મારી મારઝૂડ દરમિયાન એક પોલીસે વાળ ખેંચ્યા તો ત્યાંથી મિત્રોએ માર્યાના પુરાવારૂપે લોહી નીકળવા લાગ્યું. લોહી ભાળી પોલીસે મને પાછો કસ્ટડીમાં દર્દ સહેવા મૂકી દીધો. હું રાતભર એ જ કસ્ટડીમાં પડયો રહ્યો.

પોલીસ દ્વારા મારા અને મિસ માલિનીના મોબાઈલ ફોનની ચકાસણી કરી તેની કોલ ડિટેઈલ્સ્ કઢાવવામાં આવી. અમારાં વચ્ચે વાતચીત થયાનો એક પણ પુરાવો પોલીસને ન મળ્યો. ઘટનાના આગલાં દિવસથી મિસ માલિનીનો મોબાઈલ બંધ હતો અને મારા મોબાઈલનું લોકેશન મુંબઈની બહાર હતું. મને ઘટના સ્થળે લઈ જઈ ડોગ સ્કવોર્ડ બોલાવી પણ એકે કૂતરો મારી પાસે ન

ફરક્યો. આથી મને એ હિન્દી કહેવતનો જાત અનુભવ થયો. આદમી સે જાનવર જ્યાદા સમજદાર હોતા હૈ.

એકાદ વરસ પહેલાં એક ગુજરાતી સિને મેગેઝીનમાં 'સિને રાયટર રાજેશકુમાર મિસ માલિની સાથે રાત રોકાતાં તેની ફિલ્મસ્ટાર સૂજિતકુમાર સાથે થયેલી મારામારી' વિશે છપાયેલી ગોસિપને આધાર માની લઈ પોલીસ મારા સામે આરોપપત્ર ઘડી રહી હતી. પોલીસ તપાસ દરમિયાન મિસ માલિનીના બંગલેથી તેના વસિયતનામાની કોઈ સહી વિનાની એક કાચી નકલ તેને મળી આવી હતી. આથી મિસ માલિનીના વારસાહક્કના કારણે મેં તેનું ખૂન કર્યું હતું અથવા કરાવ્યું હતું તેમ તે માની રહી હતી. ગુજરાતી ભાષાની કેવી કમાલ છે! એક પોલીસ નર છે, વધુ હોય તો નારી.

પોલીસ મારી વિરુદ્ધ પુરાવાઓ મેળવવા મથી રહી હતી પણ નાકામ રહી હતી. ઘટના સ્થળેથી હું મળી આવ્યો હતો તે એકમાત્ર પુરાવો હતો. પોલીસ ખાતાના જુદાં જુદાં અધિકારીઓએ આખી રાત મારી આકરી પૂછપરછ કરી મને ખૂબ ટોર્ચર કર્યો. ગુનો કબૂલ કરાવવા માટે મને જાતજાતના પ્રલોભનો આપવામાં આવ્યા અને ડર પણ દેખાડવામાં આવ્યો. પોલીસને ગમેતેમ કરીને આ ગુનાનો ઉકેલ લાવવો પડે તેમ હતો. તેમાં જ તેની આબરૂ જળવાય તેમ હતી.

મિડિયા તેના પર માછલાં ધોઈ રહ્યું હતું. ફિલ્મ લાઈનના પ્રોડયુસર, ડાયરેકટર, એકટર, રાઈટર, સ્ટંટમેન વગેરેના એસોશિએશનો મિસ માલિનીના ખૂનીને શોધી કાઢવા પોલીસ પર ભારે દબાણ કરી રહ્યા હતા. નાની નાની રાજકીય પાર્ટીઓ આ મુદ્દે આંદોલન કરવાની ખોટી ધમકીઓ આપી રહી હતી. મિસ માલિનીના ચાહકો ઈન્ડિયા ગેટ પાસે એકઠાં થઈ કેન્ડલ માર્ચ કરી તેને શ્રદ્ધાંજલી આપી રહ્યાં હતાં. અખબારો સાચોખોટો મસાલો એકઠો કરી તેને છાપી તેનું વેચાણ વધારી રહ્યા હતા. ટીવી મિડિયા ફિલ્મલાઈનની હસ્તિઓના, ચાહકોના, સામાજિક અગ્રણીઓના ધડાધડ ઈન્ટરવ્યુ લઈ રહ્યા હતા અને આડેધડ ડિબેટ ગોઠવી તેને પ્રસારિત કરી રહ્યા હતા. જેનું દબાણ પોલીસ પર આવતું હતું અને તેમાંથી છૂટવા પોલીસ મને બલિનો બોકડો બનાવી રહી હતી.

કાયદાની જોગવાઈ અનુસાર પોલીસે પકડેલ કોઈપણ આરોપીને ચોવીસ કલાકમાં જે તે ક્ષેત્રના ન્યાયાધીશ પાસે રજૂ કરવો પડે. આથી પોલીસે મને ફરી

વખત ગઈકાલની જેમ જ એ જ ન્યાયાધીશની સમક્ષ રજૂ કર્યો. મને જોઈને તે ભડકયો. તેણે મને પૂછયું "ફરી કોઈ ગુનો કરી આવ્યો?"

મેં કહ્યું "ના, આ પોલીસ મને નાહકનો પકડીને રજૂ કરે છે."

મારો જવાબ સાંભળી તે પોલીસ પર ભડકયો. આથી પોલીસે મિસ માલિનીના ખૂન બદલ કલમ ૩૨૦ નીચે શકમંદ તરીકે પકડયો હોવાની વાત કરી. તેમણે કહ્યું કે દરવખતે શકમંદ તરીકે કેમ પકડી લાવો છો? આરોપી તરીકે પકડી લાવતાં શું થાય છે? આ વખતે પોલીસ ચૂપ રહી.

એવામાં સરકારી વકિલે કેટલાંક કાનુની કાગળો ન્યાયાધીશ સામે રજૂ કરી મને ચીંધીને દલીલ કરી "નામદાર, આ આરોપીએ જ મિસ માલિનીનું ખૂન કર્યું હોવાની મહત્વની કડીઓ પોલીસે મેળવી લીધી છે. આરોપીને ઘટનાસ્થળેથી જ પકડવામાં આવ્યો છે. મિસ માલિનીના ખૂન સમયે તેની અને આ આરોપીની વચ્ચે ઝપાઝપી થયેલી છે જેમાં આ આરોપીને માથામાં વાગ્યું છે અને તે છુપાવવા આ આરોપીએ કોઈ સારવાર લીધી નથી. પોલીસ તપાસ વખતે આ આરોપી સતત નિવેદનો બદલીને પોલીસને સતત ગુમરાહ કરી રહ્યો છે. તે પ્રાથમિક તપાસમાં સહકાર આપતો નથી તેથી પોલીસ તપાસમાં વિલંબ થઈ રહ્યો છે. તપાસના મૂળ સુધી પહોંચવામાં પોલીસને થોડાં સમયની જરૂરિયાત હોવાથી અમે આરોપીના આઠ દિવસના રિમાન્ડની માંગણી કરીએ છીએ. નામદાર આ અમારી માંગણી મંજૂર કરવામાં આવે."

એકી સાથે તે બોલી ગયો. તે વારંવાર આ આરોપી બોલી હું અપરાધી છું તેમ તે ન્યાયાધીશના મગજમાં ઘૂસાડી દેવા માંગતો હતો. ન્યાયાધીશે મને મારા વકિલ બાબતે પૂછયું. મારા તરફથી કોઈ વકિલ ન હતો. આથી મેં 'હું નિર્દોષ છું' એવી એકમાત્ર દલીલ કરી. જે ન મનાઈ.

રાબેતા મુજબ ન્યાયાધીશે પચાસ ટકા વળતર કાપી મારા ચાર દિવસના રિમાન્ડ મંજૂર કર્યા અને પોલીસને તાકિદ કરી કે આરોપીને પહેલાં દાકતરી સારવાર અપાવ્યા બાદ પોલીસ સ્ટેશને લઈ જવામાં આવે અને રિમાન્ડ દરમિયાન આરોપી મારકૂટ કરવામાં ન આવે. સરકારી વકિલે પોલીસ વતી તેમ કરવાની ખાતરી આપી એટલે જરૂરી કાગળીયાઓ કરી મને પહેલાં સરકારી દવાખાને લઈ જવામાં આવ્યો. મારા માથાના ઘામાં રસી થઈ ગઈ હતી. તેથી પહેલાં મારા માથાના ઘામાં સારી રીતે ડ્રેસિંગ કરી, છ ટાંકા લઈ, તેને પાટો

બાંધી, મારા કુલામાં ધનુર્વાનું ઈન્જેક્શન આપવામાં આવ્યું. પછી મને જરૂરી એન્ટિબાયોટિક્સ્ અને પીડાશામક દવાઓ પણ આપવામાં આવી. તબીબી સારવાર કરાવ્યા બાદ મને પાછો પોલીસ સ્ટેશને લાવવામાં આવ્યો.

એવામાં મને તાવ આવી ગયો. આ તાવ મને ધનુર્વાના ઈન્જેક્શનની આડઅસરના કારણે આવ્યો કે મારાથી રિમાન્ડના ચાર ચાર દિવસો કેમ પસાર થશે તેની ચિંતામાં આવ્યો તેની મને કશી ખબર ન પડી. એમ કરતાં કરતાં રાત પડી ગઈ તોપણ પોલીસ દ્વારા મારી કોઈપણ જાતની પૂછપાછ કરવામાં ન આવી અને મને શાંતિથી સૂઈ જવા કહેવાયું. છતાં મને ઊંઘ ન આવી.

હવે, ભગવાન સિવાય મારો કોઈ આશરો ન હતો. તેત્રીસ કરોડ દેવીદેવતાઓમાંથી મને જેટલાં દેવીદેવતાઓના નામ યાદ હતા તેમને સ્મરી સ્મરીને મને આ મુસીબતમાંથી છોડાવવા કોઈ ચમત્કાર કરવા પ્રાર્થના કરી. આખી રાત પ્રાર્થના કરી અને પ્રાર્થના કરતાં કરતાં વહેલી સવારે સૂઈ ગયો. આ કળયુગમાં ભગવાન ચમત્કાર કરવા થોડાં આવે! પણ તે આવ્યાં અને ચમત્કાર પણ કર્યો.

બીજે દિવસે જાગ્યો ત્યારે ભગવાન પોલીસ સ્ટેશને આવ્યા–મારા વકિલ બનીને. અંદર આવીને તેમણે ફરજ પરના પોલીસ સ્ટેશન અધિકારી સાથે કશીક વાત કરી હશે એટલે તે તરત તેને મારી પાસે લઈ આવ્યો હતો. હું લોકઅપની અંદર જ હતો.

તેણે મને બતાવીને તેને કહ્યું "વકિલ સાહેબ, તમે જેને મળવા માંગો છો તે રાજેશકુમાર આ છે. તે મિસ માલિનીના ખૂનનો આરોપી છે. અમે તેને મળવા માટે એક કલાક આપીએ છીએ."

તે વકિલે કહ્યું "આભાર સાહેબ, તેને માટે મારે થોડાં એકાંતની જરૂરિયાત છે."

આથી તેણે મારા લોકઅપ પાસેના પોલીસને દૂર જવાનું કહી તે હતો ત્યાં જતો રહ્યો.

એકાંત થયું એટલે તેમણે મને કહ્યું "હું મહારાષ્ટ્ર હાઈકોર્ટનો જાણીતો એડવોકેટ જમશેદજી જરીવાલા છું. મારું નામ પારસી જેવું છે અને હું પારસી જેવો લાગું છું પણ હું પારસી નથી. મારી નાનીમા પારસી હતા. તેમણે મારું નામ જમશેદ પાડયું છે. બાકી મારા કુટુંબમાં કોઈ પારસી નથી અને અમે તોતડું બોલતાં પણ નથી. અમે પાકાં ગુજરાતી છીએ. તું ય ગુજરાતી છે કેમ ખરું ને?"

મને તે અડધો પાગલ લાગ્યો. મેં કહ્યું "હા. ખરું પણ તમે મને કેમ મળવા આવ્યા છો?"

તે હસવા લાગ્યો અને હસતા હસતા બોલ્યો "તે બહુ મોટો સવાલ કરી નાખ્યો. મારા દિલને થાય છે કે તું નિર્દોષ છો. હું તને મદદ કરવા માગું છું. હું ચાર દિવસથી કલકતા હતો. મારા માતાપિતાને મળવા ગયો હતો. કાલે મુંબઈ આવ્યો ત્યારે ખબર પડી કે મિસ માલિનીનું ખૂન થઈ ગયું છે અને તને પકડવામાં આવ્યો છે. હવે, જો તું સંમતિ આપે તો હું આજથી તારો વકિલ બનું."

મેં કહ્યું "આભાર સાહેબ, પણ હું તમારી ફી ચૂકવી શકું તેમ નથી."

તે ખડખડાટ હસવા લાગ્યો. મને તે પૂરો પાગલ લાગ્યો. ક્યાંય સુધી તે હસતો જ રહ્યો. છેવટે હસીહસીને થાકયો ત્યારે તે બોલ્યો "ફીની ચિંતા કરતો નહીં. પહેલાં હું આપું પછી લઈશ."

મને નવાઈ લાગી. પહેલીવાર એવો વકિલ જોઈ રહ્યો હતો જે પહેલાં આપે પછી ફી લે.

મેં કહ્યું "એમ તો તમે મને શું આપવાના છો?"

તે બોલ્યો "એ અત્યારે નહીં કહું. પહેલાં તું મને તારો વકિલ બનાવ. જો તે મિસ માલિનીનું ખૂન કર્યું નહીં હોય તો હું તને ચોક્કસ નિર્દોષ છોડાવી લઈશ અને જો ખરેખર તે જ ખૂન કર્યું હશે તો તને ફાંસીની સજા કરાવીને જંપીશ. મને વકિલ બનાવવો કે નહીં તેની પસંદગી તારે કરવાની છે."

મને સમજાતું ન હતું કે સરકારી વકિલની જેમ આ મારી વિરુદ્ધ કામ કરવાનો છે કે મારો વકિલ બની ખરેખર મને મદદ કરવાનો છે. મેં ભગવાનની મદદ માંગી હતી. આ ભગવાન ન હતો.

મેં તેની પાસે વિચારવાનો સમય માંગ્યો. તેણે મને પાંચ મિનિટ વિચારવા માટે આપી.

હું વિચારવા લાગ્યો કે મર્ડર ક્રાઈમ કેસ લડતા વકિલો લાખો રૂપિયામાં ફી લેતા હોય છે. હાલ મારી પાસે પૈસા નથી. કોઈ મને લાખો રૂપિયા ઉછીના પણ આપે તેમ નથી. જો હું વકિલ નહીં રાખું તો પોલીસ ગમેતેમ કરીને પણ મને ખૂની સાબિત કરી દેશે અને મને ફાંસીની સજા પણ થાય. કોઈ પણ વકિલ મફતમાં મારો કેસ લડવાનો નથી. તો પછી ન મામા કરતાં કાણો મામો શું ખોટો?

મેં મારો વકિલ બનવા તેને સંમતિ આપી દીધી એટલે તરત મારા વકિલ તરીકેના સંબંધિત કાગળો તૈયાર કરી મારી સહીઓ લીધી. એ પછી એ તરત ત્યાંથી ચાલ્યો ગયો. હું રહ્યો.

આ દિવસે પણ પોલીસ ખાસ કંઈ ઉકાળી શકી ન હતી. એક બે વખત મારી ટૂંકી પૂછપાછ કરી સંતોષ માની લીધો. બીજે દિવસે ચમત્કાર થયો. ચાલુ રિમાન્ડે પણ મને એક દિવસના જામીન મળી ગયા. મારો જામીન બન્યો હતો ખુદ જમશેદજી જરીવાલા. તેણે પૂરાં દશ લાખ રૂપિયા કોર્ટમાં ભરી અને પોતાની જામીનગીરી પર તાત્કાલિક અસરથી મારા જામીન મેળવ્યા હતા. મને એ જાદુગર લાગ્યો. મને જામીન પર છોડાવી તેણે મને તેની કારમાં બેસાડીને મને કહ્યું ‘‘ચાલ.’’

મેં કહ્યું ‘‘ચાલો.’’ મનમાં થયું કોઈ સ્મગલરે આને મને છોડાવવાનું કહ્યું નહીં હોયને? પણ ના કોઈ સ્મગલરે આવું કહ્યું ન હતું. તે જાતે આવું કરી રહ્યો હતો. તેણે જાતે જ તેની કાર ચલાવી અને એ કાર સરકારી હોસ્પિટલ પાસે જઈને ઊભી રાખી. હોસ્પિટલમાં જઈને કેટલીક સરકારી નિયમો હેઠળની કાગઝી કાર્યવાહી કરી તેમાં મારી સહી કરાવી તેણે એક લાશનો કબજો મેળવ્યો!

લાશને તેણે એક ખાનગી શબવાહિનીમાં મૂકાવી તેને આગળ લેવડાવી તેની પાછળ પાછળ તેની કાર હંકાવવા લાગ્યો. આથી મને પ્રશ્નો થયા. લાશ મેળવવાનો તેનો ઈરાદો શું હતો? શું તે સાઈડમાં મેડિકલ કોલેજ ચલાવતો હતો? તે લાશમાંથી કોઈ કિંમતી અંગો કાઢી લઈ તેનો વેપાર કરતો હતો? લાશ મેળવી તે મેલીવિદ્યાની કોઈ આરાધના કરવાનો હતો? આ સિવાય લાશ કોઈને શું કામ આવે છે તે આને આવશે? તે લાશને કયાં લઈ જવા માંગતો હતો? લાશ કોની હતી?

મુંબઈ શહેરનો ભરચક રસ્તો ચીરતી ચીરતી શબવાહિની અંતે પહોંચી મિસ માલિનીના બંગલે. લાશ તેની હતી. પાંચપાંચ દિવસ થયાં હોવા છતાં મિસ માલિનીની લાશ સ્વીકારવા હજી કોઈ આગળ આવ્યું ન હતું. તેનાં મમ્મીપપ્પા અને ભાઈ તો કાર એક્સિડન્ટમાં માર્યા ગયાં હતાં પણ તેની ભાભી તો જીવતી હતી તો તે પણ કેમ નહીં આવી હોય? કે તે પણ કાર એક્સિડન્ટમાં જ ગઈ! તેની લાશ સ્વીકારવા ફિલ્મ ઈન્ડ્રસ્ટ્રિઝનો કોઈ સભ્ય કેમ આવ્યો નહીં હોય? કોઈ ચાહકે કેમ તેની લાશ ન સ્વીકારી? જીવતાં જેનો ભાવ લાખોમાં હતો તેની કિંમત મર્યા પછી કશી નહીં? તેના જીવતાં લાખો પુરુષો તેની સાથે લગ્ન કરવા મરતા હતા, મર્યા પછી કોઈ ધણી નહીં? જે હોય તે.

હવે, અમે લાશ સ્વીકારી લીધી હતી. બંગલાની ચાવી જમશેદજીએ મેળવી લીધી હતી. તેણે તેના બંગલાનો લોખંડી દરવાજો ખોલી, શબવાહિનીને અંદર લેવડાવી, લાશને કમ્પાઉન્ડમાં ઉતરાવી. પોલીસ ઈન્વેસ્ટિગેશન હેઠળ હોવાથી બંગલાની અંદરનો મુખ્ય દરવાજો સીલ કરવામાં આવ્યો હતો. એ દરવાજો જ્યાં મેં પહેલી વખત મિસ માલિનીને ઊભેલી જોઈ હતી–તદન નિઃવસ્ત્ર. આજે એ દરવાજા પાસે તેની લાશ પડી હતી. સફેદ કાપડમાં લપેટાઈને. અજબ ગજબનો વિરોધાભાસ હતો.

એ શબવાહિનીમાંથી ચારપાંચ સેવાભાવી માણસો પણ નીચે ઉતરેલા. થોડીવારમાં બિનવારસી લાશના અંતિમસંસ્કાર કરતી એક સેવાભાવી સંસ્થાના વીસપચીસ માણસો સાજોસામાન સાથે આવી પહોંચ્યા જેમને પણ જમશેદજી જરીવાલાએ જ બોલાવેલાં હતા. જે તરત મિસ માલિનીની લાશના અંતિમસંસ્કારની પૂર્વ તૈયારીમાં લાગી ગયા. થોડીવારમાં તેના કેટલાક ચાહકો પણ આવી ગયા. થોડાક ફિલ્મી લાઈનના માણસો આવી પહોંચ્યા. જેમ દૂધની વાસ બિલાડીને આવી જાય તેમ મિડિયાના માણસો પણ આવી ગયા. પ્રેસમિડિયાના લોકો રિપોર્ટિંગ કરવા લાગ્યા અને ટીવીમિડિયાના લોકો આવેલાંને પ્રશ્નો કરી તેનું જીવંત પ્રસારણ કરવા લાગ્યા. ધીરેધીરે કરતાં પાંચસો જેટલાં માણસો એકઠાં થઈ ગયા.

એકાદ કલાક બાદ મારી માની જેમ મિસ માલિનીની પણ સ્મશાનયાત્રા નીકળી. ફર્ક એટલો હતો કે તેમાં અમે કાંધિયાઓ અને ડાઘુઓ પગપાળાં હતા અને અહીં બધા વાહનોમાં હતા. છેવટે વર્સોવાના સ્મશાને લાકડાંની ચિતા ખડકી

તેની અંતિમવિધિ કરવામાં આવી. જમશેદજીએ મારા હાથે તેને અગ્નિદાહ દેવડાવ્યો. તે માનતો હતો કે મિસ માલિનીની અંતિમઈચ્છા આ જ હતી.

ચિતાથી થોડેક દૂર બેઠોબેઠો હું વિચારતો હતો કે મિસ માલિની સાથે મારે શું ઋણાનુબંધ હશે? અમારાં આગલાં જન્મમાં આવી કોઈ ક્રિયા બાકી રહી ગઈ હશે જે આ જન્મે પૂરી થઈ હશે? શું અમે સદેવંત–સાવળિંગાની જેમ શાપિત હતા કે અમે સાતસાત જનમ સુધી ભેગાં મળી શકવાના ન હતાં? શું ગયા ભવમાં અમે કોઈ સંવનન કરવાં ભેગા થયેલાં મોર અને ઢેલને મારી નાખ્યાં હતાં જે પાપનું પરિણામ અમે આ ભવે ભોગવી રહ્યાં હતાં? શા માટે અમે એક રાત પૂરતા મળ્યાં હતાં? એક રાતના અમારાં મિલને ઘણી જ અંધાધૂની સર્જી હતી અને હજી સર્જાવાની હતી. તેનું કારણ શું? તે આગમાં સળગી રહી હતી અને મારા દિલમાં આગ ભડકી રહી હતી. તેના ખૂનના બદલાની આગ.

એવામાં એક સેવાભાવી મને પાણી આપી ગયો. જે લઈને હું ચિતા પાસે ગયો અને મારી હથેળીમાં પાણી લઈને મેં તેની ચિતા સમક્ષ પ્રતિજ્ઞા લીધી " હે મારી પ્રિયતમા, જો તું મને સાંભળી શકતી હોય તો સાંભળજે. હું પ્રતિજ્ઞા કરું છું કે જેણે તારી આવી હાલત કરી છે તેને હું પાતાળમાંથી પણ શોધી કાઢીશ અને તેને એવી રીતે મારીશ કે તેની લાશના કોઈ અંતિમસંસ્કાર નહીં કરી શકે. તેના હાડકાંનો એકેય એવો અવશેષ નહીં રહેવા દઉં કે જેને કોઈ ગંગામાં વિસર્જિત કરી શકે. જો હું મારી આ પ્રતિજ્ઞા પૂરી ન કરી શકું તો ભગવાન મને હજાર હજાર વર્ષનું રૈરવ નર્ક પ્રાપ્ત કરાવે."

આ સાથે મેં ચિતા સમક્ષ અંજલિનું પાણી ઢોળી નાખ્યું. મારી આ પ્રતિજ્ઞાની નોંધ જમશેદજીએ લીધી, બીજા ડાઘુઓએ લીધી અને મિડિયાએ પણ લીધી. સ્મશાનમાં કોઈ ગરબડ ન થાય તે માટે આવેલાં બે–ત્રણ પોલીસે પણ મારી આ પ્રતિજ્ઞા ધ્યાનથી સાંભળી હતી.

ત્રણચાર કલાકે ચિતા પૂરી સળગી ગઈ એટલે સ્નાન કરી અમે સ્મશાનેથી પરત આવ્યા. ધીરેધીરે બધા ત્યાંથી ચાલ્યા ગયા. છેલ્લે હું અને જમશેદજી રહ્યા. એટલામાં સાંજ પણ પડી ગઈ. તે પછી મિસ માલિનીના બંગલાનો દરવાજો બંધ કરી તે મને તેની કાલબાદેવીની ઓફિસે લઈ ગયો અને તેની બાજુની વીશીમાંથી બે ટિફિન મંગાવી મને જમાડયો અને તે પણ જમ્યો. થોડોક આરામ કરી જમશેદજીએ મારી સાથે વાત શરૂ કરતાં કહ્યું "મિસ માલિનીને છેલ્લે તું કયારે

મળ્યો હતો અને તે પછી તારી સાથે ખરેખર શું શું બન્યું હતું તેની તમામ વાત મને અક્ષરશઃ કહે તો હું તારો બચાવ કરું.''

મેં કહી. અથથી ઈતિ સુધીની વાત કહી. વિસ્તારથી કહી. કહેવામાં વાંધો પણ શું હતો? જોકે, મારા ચાર મિત્રોની વાત મેં છુપાવી રાખી. છુપાવવી જરૂરી હતી. હું જાણું છું કે શિક્ષક, વકિલ અને ડોકટરથી કોઈ વાત છુપાવવી નહીં. છુપાવીએ તો દુઃખી થાવ. છતાં પણ મેં છુપાવી. જે થવું હોય તે થાય.

અડધી રાત સુધી મારી વાત ચાલી. તેણે કેટલીક વાતો કાગળ પર ટપકાવી પણ લીધી. વચ્ચેવચ્ચે તેણે સવાલો કર્યા. મેં તેના જવાબો આપ્યા. તે પછી અમે તેની ઓફિસમાં જ સૂઈ ગયા.

બીજે દિવસે દશ વાગ્યે અમે જાગ્યા અને તેની ઓફિસમાં અમારી પ્રાતઃવિધિ પૂર્ણ કરી. બપોરે તેણે મને પોલીસ સ્ટેશનના હવાલે કર્યો. ફરી મને લોકઅપમાં પૂરવામાં આવ્યો. આજે મારી વધુ સઘન પૂછપરછ કરવામાં આવી. મારી ઊલટ તપાસ કરવામાં આવી. વચ્ચેવચ્ચે એકાદ બે ધોલધપાટ પણ કરવામાં આવી. મહત્વનો સવાલ એ હતો કે તેણે મારા હાથે મિસ માલિનીનો અગ્નિદાહ કેમ અપાવ્યો? જેનો જવાબ હું પણ જાણતો ન હતો એટલે ન આપ્યો. તેથી મને બે ધોલ વધુ પડી. મેં કરેલી પ્રતિજ્ઞા મને સંભળાવી, આવી પ્રતિજ્ઞા કરવાની શું જરૂર પડી તે પણ પૂછયું. મારે પોલીસને જવાબ આપવો ન હતો તે ન આપ્યો. તેથી થોડો વધારે માર માર્યો. તે ખાઈ લીધો.

જોકે, મને હોસ્પિટલમાં લઈ જવાયો ત્યારથી લઈને આજ સુધી ભાસ્કરરાવ દેખાયો ન હતો. મારી પૂછપરછ બીજા પોલીસ અધિકારીઓ કરી રહ્યા હતા. રાત પડતાં હું લોકઅપમાં સૂઈ ગયો.

બીજા દિવસે સવારે હું જાગ્યો ત્યારે મને તે દેખાયો. કોઈ કારણસર તે રજા પર ગયો હતો. તે આજે તેની ફરજ પર પાછો હાજર થયો હતો. થોડીવારમાં તેણે મારા રિમાન્ડ વિશેની માહિતી મેળવી અને મારી પૂછપરછમાં જોડાયો પણ તે નિરાશ થયો કારણ કે મેં કશું નવું જણાવ્યું ન હતું. તેથી મને ઊલટો લટકાવ્યો. તે મને તેના પટ્ટાથી ફટકારવા જતો હતો કે જમશેદજી આવી ગયો. સાથે ડોકટરને પણ લાવ્યો હતો. તેણે આ જોયું. તેણે ભાસ્કરરાવને ઘઘલાવ્યો. મને નીચે ઉતરાવ્યો. મને કોઈ શારીરિક ઈજાઓ થઈ નથી તેની ડોકટર પાસે તપાસ કરાવી. મને કશું થયું ન હતું.

હું ટકોરાબંધ હતો છતાંય તે ભાસ્કરારાવનો ઈરાદો જાણી ગયા હોય તેમ તેણે તેને ચીમકી આપી કે હવે પછી મને કોઈપણ જાતનું ટોર્ચરિંગ કરવામાં આવશે તો તેની સામે માનવ અધિકાર પંચમાં માનવ અધિકાર ભંગની ફરિયાદ કરશે. આથી મને નિરાંત થઈ. મને કેટલીક જરૂરી પૂછપરછ કરીને તેઓ જતા રહ્યા.

ભાસ્કરારાવ નિરાશ થયો. તેણે ગુસ્સામાં ટેબલ પરની ફાઈલો નીચે પછાડી. મિસ માલિનીના ખૂન થયાને આજે સાતમો દિવસ થયો હતો. પહેલી રાત દવાખાનામાં, બીજી, ત્રીજી અને ચોથી રાત પોલીસ લોકઅપમાં, પાંચમી રાત જમશેદજીની ઓફિસમાં, ફરી છટ્ઠી રાત પોલીસ લોકઅપમાં ગુજારી હતી. ખાસ નવાજૂની વગર મારી આજની રાત પણ પોલીસ કસ્ટડીમાં વીતી.

આઠમા દિવસે સવારે જમશેદજી મારી મુલાકાત લઈ ગયો અને આવતી કાલે કોર્ટમાં મળીશું એમ કહી ગયો. મેં મિસ માલિનીનું ખૂન કર્યું હોવાની કોઈ કડી ન મળવાથી ભાસ્કરારાવ સાંજ સુધી ધૂઆપૂંઆ થતો રહ્યો અને મને ગુનો કબૂલી લેવા દબાણ કરતો રહ્યો તોયે કંઈ ન વળ્યું.

રાતના સમયે તે ફરી મારી પાસે આવ્યો અને બોલ્યો "હોસ્પિટલેથી રિપોર્ટસ્ મળી ગયા છે. તારો પોટેન્સિ રિપોર્ટ પોઝિટિવ છે. હવે, તું ગયો!"

આ સાંભળી હું હસ્યો. મારો પોટેન્સિ રિપોર્ટ નેગેટિવ આવે તો મારે રડવું પડે. મારા હસવાથી તે ખાસિયાણો પડી ગયો.

તેણે બીજો દાવ ફેંકયો "તારું બ્લડ ગૃપ મિસ માલિનીના રૂમમાંથી મળેલાં લોહીના ડાઘ સાથે મેચ થયું છે અને તારી ફિંગર પ્રિન્ટ પણ ત્યાં મળી આવી છે. તે સાબિત કરે છે કે તું તેના ખૂનમાં સામેલ છે. હવે, તું તારો ગુનો કબૂલી લે અને તારા સાગરિતોના નામ પણ મને બતાવી દે."

હું ફરી હસ્યો. તે કંપ્યો. તે ખોટું બોલી રહ્યો હતો. છેવટે તે જતો રહ્યો અને હું નિરાંતે સૂઈ ગયો.

નવમા દિવસે મને અદાલતમાં ઊભો કરવામાં આવ્યો. સરકારી વકિલ અને જમશેદજી આવી ગયા હતા. સરકારી વકિલે બીજા બે દિવસના રિમાન્ડની માંગણી કરી જે ફગાવી દેવાઈ.

જમશેદજીએ ન્યાયાધીશને કહ્યું "નામદાર, આપણી ન્યાયપ્રણાલીનો સિદ્ધાંત છે કે સો ગુનેગાર ભલે નિર્દોષ છૂટી જાય પણ એક નિર્દોષને સજા ન થવી જોઈએ. મારો અસીલ નિર્દોષ હોવા છતાં આઠ આઠ દિવસથી સજા ભોગવી રહ્યો છે. પોલીસ તેની વિરુદ્ધ કોઈ પુરાવો રજૂ કરી શકી નથી. કોઈ દાર્શનિક નથી. તેથી હું જમશેદજી, તેને છોડી મૂકવાની અદાલતને વિનંતિ કરું છું.''

સરકારી વકિલે કહ્યું "આરોપી નિર્દોષ નથી તેથી તેને છોડી મૂકવાની કોઈ જરૂર નથી.''

જમશેદજીએ દલીલ કરી "સાહેબ, નિર્દોષને કસ્ટડીમાં ગોંધી રાખવાની જરૂર નથી. મારા અસીલની રજૂઆત માટે મને થોડો સમય સાંભળવામાં આવે એવી આપ નામદારને મારી વિનંતિ છે.''

સરકારી વકિલે તેનો વિરોધ કરતાં દલીલ કરી "સાહેબ, એવી કોઈ જ જરૂર નથી કારણ કે આરોપી તદ્દન નિર્દોષ નથી. તે ઘટના સ્થળે હાજર હતો. પોલીસે તેને ઘટના સ્થળેથી જ તે જ દિવસે પકડયો છે.''

જમશેદજીએ દલીલ કરી "ઘટના સ્થળે કોઈ હાજર હોય તેથી તેણે ખૂન કર્યાનું સાબિત થઈ શકતું નથી. ઘટના સમયે કોઈ હાજર હોય તો તેણે ખૂન કર્યાની ખાલી સંભાવના રહેલી છે.''

સરકારી વકિલે કહ્યું "આરોપી ઘટના સ્થળે હાજર હતો તેથી ઘટના સમયે પણ હાજર હોવાની પૂરી સંભાવના રહેલી છે અને તેણે જ ખૂન કર્યાની પણ સંપૂર્ણ સંભાવના રહેલી જ છે નામદાર.''

જમશેદજીએ કહ્યું "નામદાર, મારો અસીલ મિસ માલિનીના ખૂન સમયે ટ્રેનમાં મુસાફરી કરી રહ્યો હતો. તે રાજકોટથી મુંબઈ આવી રહ્યો હતો. તે તે દિવસની સવારે જ મુંબઈ પહોંચ્યો હતો. તે મુંબઈ પહોંચ્યો તે પહેલાં તો ઘટના ઘટી ચૂકી હતી.''

સરકારી વકિલે કહ્યું "તો બતાવો ટિકિટ.''

જમશેદજી બોલ્યા "ટિકિટ નથી.''

સરકારી વકિલ બોલ્યો "તો આરોપી વગર ટિકિટે મુસાફરી કરે છે તેમ કહો છો?"

જમશેદજી બોલ્યા "ના એવું નથી. શરતચૂકથી તેણે ટિકિટ ખોઈ નાખી છે."

સરકારી વકિલે કહ્યું "તો સાહેબ, આરોપીએ મુસાફરી કરી જ નથી તો ટિકિટ કયાંથી હોય? ટિકિટ ન હોય તો તે ખોવાઈ કયાંથી? આરોપી જુઠ્ઠુ બોલી રહ્યો છે. તેની પાસે ટિકિટ નથી તેથી તેણે મુસાફરી કરી નથી. મુસાફરી કરી નથી એટલે તે ઘટના સમયે સ્થળ પર હાજર હતો."

જમશેદજી બોલ્યા "તો મારા સાહેબ, ટિકિટ બતાવી દઈએ તો આપ મારો અસીલ નિર્દોષ છે તેમ માની લેશો?"

સરકારી વકિલ જોરથી બોલ્યો "ના."

જમશેદજી શાંતિથી બોલ્યા "ટિકિટ હોય તોપણ તે નિર્દોષ નથી તેમ ટિકિટ ન હોય તેથી તે દોષિત છે તેવું પણ નથી. વળી, ટિકિટ ન હોય એટલે તેણે મુસાફરી ન કરી હોય તેવું પણ નથી."

સરકારી વકિલ બોલ્યો "તો મુસાફરી કરી હોવાનો પુરાવો આપો."

જમશેદજીએ અદાલતને વિનંતિ કરતાં કહ્યું "નામદાર, મારા અસીલે મુસાફરી કરી હોવાનું સાબિત કરવા મને મારા સાહેદોને અદાલતમાં રજૂ કરવાની પરવાનગી આપવામાં આવે."

ન્યાયાધીશ સાહેબે પરવાનગી આપી એટલે જમશેદજીએ ત્રણ વ્યકિતને હાજર કર્યા. હું તેમને જોતો રહી ગયો. સૌ પ્રથમ ટિકિટ ચેકરને કઠેડામાં ઊભો કરી તેને ગીતાના સોગંદ ખવડાવ્યા.

તેણે અદાલતને જણાવ્યું "સાહેબ, મારું નામ ગીરીશ શર્મા છે અને હું વેસ્ટર્ન રેલ્વેની મુંબઈની ઓફિસમાં ટિકિટ ચેકર તરીકે ફરજ બજાવું છું. ૨૨ મી ડિસેમ્બરની વહેલી સવારે હું સૌરાષ્ટ્ર મેઈલમાં મુસાફરોની ટિકિટ તપાસતો તપાસતો મારી સામે ઊભેલ આદમી પાસે ગયો હતો ત્યારે તે ઊંઘી રહ્યો હતો. મેં તેને જગાડીને તેની ટિકિટ માંગી હતી ત્યારે તે તેની ઊંઘ બગાડવા બદલ મારી સાથે ઝગડી પડયો હતો. તે પછી તેણે તેની ટિકિટ મને આપી હતી. મેં તેની

ટિકિટ ચેક કરી હતી. તે રાજકોટથી મુંબઈ આવી રહ્યો હતો. તેની ટિકિટ ચેક કરી મેં તેની ટિકિટ પરત કરી હતી. સાહેબ, એ સમયે મેં બારીમાંથી બહાર જોયું હતું. ટ્રેન વસઈની ખાડી પસાર કરી રહી હતી.''

ન્યાયાધીશે સરકારી વકિલને કહ્યું ''આપને ટિકિટ ચેકરને કંઈ પૂછવું છે?''

સરકારી વકિલે લૂખ્ખું કહ્યું ''ના.''

ન્યાયાધીશે મારા વકિલને કહ્યું ''જમશેદજી, આપને ટિકિટ ચેકરને કંઈ પૂછવું છે?''

જમશેદજીએ કહ્યું ''ના, સાહેબ આપનો આભાર.''

ન્યાયાધીશ હસ્યા અને બોલ્યા ''વકિલ સાહેબ, તમારે આભાર મારો નહીં, આ ટિકિટ ચેકરનો માનવો જોઈએ.''

જમશેદજીએ ટિકિટ ચેકરને આભાર કહ્યું. મેં મનોમન તેનો આભાર માન્યો. તે હસ્યો કારણ કે તેણે અપકારનો બદલો ઉપકારથી વાળ્યો હતો. સંસારમાં બધા માનવીઓ આવાં હોય તો કેવું સારું!

તે પછી ન્યાયાધીશે ટિકિટ ચેકરને કહ્યું ''તમે જઈ શકો છો.''

આ સાંભળી તેણે કઠેડો છોડયો અને મારી સામે મંદમંદ હસતો હસતો અદાલતની બહાર નીકળી ગયો. કહે છે કે ઝઘડો કદી સારું ફળ આપતો નથી પરંતુ મારી વિશે આથી ઊલટું થયું હતું.

તે અદાલતની બહાર નીકળી ગયો કે તરત જ મારા વકિલે પાછો મોરચો સંભાળ્યો.

તેણે ન્યાયાધીશને કહ્યું ''જજ્ સાહેબ, ટિકિટ ચેકરના નિવેદનથી સાફ છે કે મારો અસીલ ઘટનાના દિવસે સૌરાષ્ટ્ર મેઈલમાં મુસાફરી કરી રહ્યો હતો અને તેની પાસે ટિકિટ પણ હતી.''

સરકારી વકિલ બોલ્યો ''નામદાર સાહેબ, આરોપીએ મુસાફરી કરી છે તો મારા મિત્ર જમશેદજી સાહેબને હું વિનંતિ કરું છું કે તે પહેલાં આરોપીની ટિકિટ અદાલત સમક્ષ રજૂ કરે.''

જમશેદજીએ કહ્યું "નામદાર, મુસાફરી પૂરી થયે કોઈ મુસાફર ટિકિટ સાચવતો નથી."

સરકારી વકિલ ઉતાવળે બોલી ગયો "હું તો સાચવું છું."

જમશેદજી હસીને બોલ્યા "એ તો, આપને ટી. એ. ડી. એ. બીલ મળે છે ને એટલે!"

આ સાંભળી બધા હસી પડયા. આથી સરકારી વકિલ છોભીલો પડી ગયો.

થોડીવારે તે બોલ્યો "નામદાર, એક વ્યકિતના નિવેદનથી ખૂનના આરોપીએ મુસાફરી કરી છે તેમ માની લઈને તેને છોડી દેવો એ મરનારને અન્યાય કરવા બરાબર છે. મારી માંગણી છે કે આરોપીએ કરેલી મુસાફરીની ટિકિટ મને બતાવવામાં આવે."

મારા વકિલે કહ્યું "એ પહેલાં હું મારા અસીલના પક્ષે બીજો સાહેદ રજૂ કરવા માંગું છું."

તે પછી તેણે એક રેલ્વે જમાદારને કઠેડામાં ઊભો કરી તેને પણ ગીતાના સોગંદ ખવડાવી તેની જુબાની લેવામાં આવી.

તેણે અદાલતને જણાવ્યું "મારું નામ ભોલારામ ગુપ્તા છે અને હું રેલ્વે પોલીસમાં જમાદાર તરીકે અંધેરી મેટ્રો સ્ટેશન પર ફરજ બજાવું છું. ૨૨ મી ડિસેમ્બરે સવારે આપની સામે ઊભેલ ઈસમને સૌરાષ્ટ્ર મેઈલ નામની ટ્રેનમાંથી ઊતરીને ભાગતા મેં અને મારા સાથીદાર પાંડુએ જોયો. અમને થયું કે તે કોઈ ત્રાસવાદી છે જે ટ્રેનમાં બોમ્બ મૂકીને ભાગી રહ્યો છે કાં તે કોઈ બેગલિફટર છે અને તે કોઈની બેગ તફડાવીને ભાગી રહ્યો છે. આથી અમે તેની પાછળ દોડીને તેને સ્ટેશન પર પકડી પાડયો હતો. તેણે મહામહેનતે અમને ખાતરી કરાવી કે તે કોઈ ત્રાસવાદી નથી અને તે કોઈ બેગલિફટર પણ નથી. તેની પાસે બેગ ન હતી. આથી અમે તેને છોડી મૂકયો. તે દોડીને સ્ટેશનની બહાર નીકળી ગયો. ઉતાવળમાં તેની ટિકિટ ત્યાં જ પડી ગઈ હતી જે અમને મળી હતી. આ રહી."

એમ કહી તેણે ખિસ્સામાંથી પાકિટ કાઢી તેમાંથી કરચલીઓ પડેલી એક ટિકિટ કાઢી. આથી બધા હેરતમાં પડી ગયા. કોઈ મુસાફરની ટિકિટ સાચવે તેવો પહેલો જમાદાર જોયો હતો. જમશેદજીએ ટિકિટ લીધી. તેણે ટિકિટ પર મારું

નામ વાચ્યું અને સરકારી વકિલને પણ વંચાવ્યું. પછી તેણે તે ટિકિટ ન્યાયાધીશને આપી. તેમણે પણ ટિકિટ પર મારું નામ વાચ્યું. તેમણે ટિકિટની તારીખ નોંધી. ૨૧ મી ડિસેમ્બર. તેમણે સરકારી વકિલને પૂછ્યું કે જમાદારની ઊલટ તપાસ કરવી છે? તેણે ના કહી.

તે જમશેદજીને પણ પૂછ્યું તો તેણે પણ ના કહી એટલે બીજા જમાદારને તસ્દી આપવાની રહી નથી. ભોલારામ કઠેડાની બહાર આવ્યો. જમશેદજીએ બંને જમાદારોનો આભાર માન્યો. ન્યાયાધીશે તેમને જવાની રજા આપી એટલે તે બંને અદાલતમાંથી બહાર ચાલી ગયા.

હવે, મને મુક્તિ મળે તેમ હતી પણ એવું ન થયું કારણ કે સરકારી વકિલને તેમાં વાંધો હતો.

સરકારી વકિલે વાંધો રજૂ કર્યો "નામદાર, બની શકે છે કે આરોપીએ અગાઉથી ટિકિટ મેળવી લીધી હોય અને ખૂન કરી અવળી મુસાફરી કરી સૌરાષ્ટ્ર મેઈલમાં સવારે પાછો ફર્યો હોય."

જમશેદજી બોલ્યા "તમે શું કહેવા માંગો છો? તેની અદાલતમાં ચોખવટ કરો, સાહેબ."

તે બોલ્યો "હું એમ કહેવા માંગું છું કે પૂર્વયોજના મુજબ આ આરોપીના સાગરિતે તેના પોતાના નામે એક ટિકિટ લીધી હોય અને આ આરોપીના નામે વધારાની એક ટિકિટ લીધી હોય અને તેણે સૌરાષ્ટ્ર મેઈલમાં મુસાફરી કરી હોય. એમ પણ બની શકે છે કે અડધી રાતે આ આરોપીએ મિસ માલિનીનું ખૂન કર્યું હોય અને તે પછી તેણે વસઈથી આગળના કોઈ સ્ટેશન સુધી મુસાફરી કરી હોય અને પછી તે સૌરાષ્ટ્ર મેઈલમાં તેના સાગરિત સાથે બેસી ગયો હોય. તેણે ચાલાકીથી ખોટો પુરાવો ઊભો કરવા જાણીજોઈને ટિકિટ ચેકર સાથે ઝગડો કર્યો હોય. બે જમાદારોએ તેને પકડીને સામે ચાલીને બીજો ખોટો પુરાવો ઊભો કરાવી દીધો હોય. આ બધું સંભવિત છે. સાહેબ."

મને સરકારી વકિલની બુદ્ધિ પર માન થયું. મારો બેટો! અજગર જેવો છે, લીધેલો ભરડો મૂકતો નથી. મને થયું કે લાવ, જઈને તેને એવી શાબાશી આપું કે તેને સરકારી દવાખાનાના ઓર્થોપેડિક વિભાગમાં બે મહિના સુધી બંને પગ ઊંચા કરી આરામ કરવા મળે! પણ મેં તેમ ન કર્યું.

જમશેદજીએ દલીલ કરી "મારા વિદ્વાન મિત્રની વાત સાચી હોય શકે છે, હું માનું છું, પરંતુ મારો અસીલ ખૂન કરી ઘટના સ્થળે પાછો કેમ ફરે? એ મારા વકિલ મિત્ર મને સમજાવે."

તે બોલ્યો "ઘણીવાર હત્યારો હત્યા સ્થળે કોઈનેકોઈ સબૂત છોડી જાય છે. તે તેને બાદમાં યાદ આવી જાય તો તે સબૂત મિટાવવા હત્યા સ્થળે પાછો આવે છે. આ આરોપી પણ આવ્યો હોય."

જમશેદજીએ કહ્યું "તોયે તમારે સંભાવનાની સાબિતી તો અદાલતને આપવી જોઈએ."

તે બોલ્યો "સાબિતી છે નામદાર, મિસ્ટર રાજેશના માથા પર ઘાવ થયો છે. જેની સારવાર પોલીસે ડોકટર પાસે કરાવી છે."

તે પછી મારા તરફ ફરી મારી નજીક આવી મને પૂછયું "મિસ્ટર રાજેશકુમાર, આ વાત ખરી છે કે નહીં? હા કે ના માં જવાબ આપો."

મેં હા કહી. તેણે વાત આગળ વધારી "નામદાર, આરોપીના માથામાં ઘાવ છે અને તેની સારવાર પોલીસે સરકારી ડોકટર પાસે કરાવી છે તેમ ખુદ આરોપી કબૂલી રહ્યો છે તેની નોંધ કરવામાં આવે."

ન્યાયાધીશે તેની પાસેના કાગળ પર કંઈક લખ્યું.

તેણે મને ફરી પૂછયું "આ ઘાવ કયાં થયો છે? કોણે કર્યો છે? બતાવશો જરા."

હું ચુપ રહ્યો. આ ઘાવ મારા મિત્રોએ કરેલ છે તેમ કહેત તો મારા મિત્રો ગુંડા છે અને આ ખૂનમાં તે મારા સાગરિતો છે તેવું આ વકિલ આસાનીથી સાબિત પણ કરી નાખશે તેમ મને લાગ્યું.

તેણે ફરી પૂછયું તોપણ હું ન બોલવામાં નવ ગુણની કહેવતને અનુસરીને ચુપ જ રહ્યો.

તે વીજયીની અદામાં બોલ્યો "સાહેબ, બે બે વાર પૂછવાં છતાં આરોપી તેના ઘાવ વિશે કશું બોલતો નથી તો હું અદાલતને બતાવી શકું છું કે તેને તેના માથામાં ઘાવ કયાં અને કેમ થયો?"

બધા શાંત થઈ ગયા. કોઈ નવું રહસ્ય જાણવા મળશે તેમ બધાના કાન સરવાં થઈ ગયા.

તેણે ઘટસ્ફોટ કર્યો "સાહેબ, આ આરોપીએ અને તેના સાગરિકોએ મિસ માલિની પર પહેલાં બળાત્કાર કર્યો છે અને પછી તેનું ઠંડા કલેજે ખૂન કર્યું છે. સાહેબ, ઠંડા કલેજે ખૂન કર્યું છે, ઠંડા કલેજે."

તેણે આગળ કહ્યું "સાહેબ, આ દરમિયાન થયેલી ઝપાઝપીમાં મિસ માલિનીએ આ આરોપીના માથામાં કોઈ ફૂલદાની કે કોઈ કૂંજા જેવી કોઈ વસ્તુ મારી છે જેનો તેને ઘાવ થયો છે."

હું વિસ્મય પામ્યો પણ જમશેદજી વિસ્મય ન પામ્યા. તે બોલ્યા "નામદાર, ફૂલદાની કે કૂંજા જેવી કોઈ વસ્તુ કે કોઈ બોથડ પદાર્થ મારા અસીલને તેના માથામાં વાગી હોય અને ઘાવ થયો હોય તો મારા અસીલને લોહી પણ નીકળ્યું જ હોય. ડોકટરે છ ટાંકા લીધા છે. તેથી ઘાવ મોટો છે. ઘાવ મોટો છે તો લોહી પણ વધુ નીકળ્યું હોય. મારા વકિલ મિત્રને કહું છું કે છે કોઈ એવો પુરાવો કે જે સાબિત કરે કે મિસ માલિનીના હત્યાના સ્થળેથી મારા અસીલનું લોહી મળી આવ્યું છે?"

સરકારી વકિલે ધીરજથી કહ્યું "મિત્ર, ઉતાવળ ન કરો. ફિંગર એક્સપર્ટ પાસેથી આ આરોપીનો ફિંગર રિપોર્ટ, હોસ્પિટલેથી તેનો બ્લડ રિપોર્ટ, મિસ માલિનીનો બ્લડ રિપોર્ટ અને તેનો પોસ્ટમોર્ટમ રિપોર્ટ, ફોરેન્સિક ડિપાર્ટમેન્ટમાંથી તેના વિશેરાનો ફોરેન્સિક રિપોર્ટ આવી જવા દો એટલે દૂધનું દૂધ અને પાણીનું પાણી થઈ જ જશે. તે પછી મારે તમને કોઈ પુરાવો આપવાની જરૂર નહીં પડે."

ન્યાયાધીશે સરકારી વકિલને પૂછયું "આ રિપોર્ટસ્ કયારે આવશે?"

સરકારી વકિલે કહ્યું "ફોરેન્સિક સિવાયના રિપોર્ટસ્ આવતીકાલ સુધીમાં આવી જશે."

ન્યાયાધીશે કહ્યું "સરકારી ડોકટરો શું કરે છે? રિપોર્ટસ્ આપતાં આટલાં બધા દિવસો કેમ લાગે છે? આવતીકાલે એ રિપોર્ટસ્ સાથે હાજર થજો. જરૂર જણાય તો જાતે જઈને લઈ આવો."

સરકારી વકિલે નમ્રતાથી કહ્યું "જી સાહેબ."

આ પછી તેણે મારી એક દિવસની રિમાન્ડ મંજૂર કરી મને લોકઅપમાં રાખવાનો હુકમ કર્યો. પોલીસ મને પાછો પોલીસ સ્ટેશને લઈ આવી અને મને ફરીથી લોકઅપમાં ઘાલી દીધો. તે દિવસે ભાસ્કરરાવે મારી સઘન પૂછપરછ કરી ગુનો કબૂલી લેવાં ભારે દબાણ કર્યું. તેને ભારે ગુસ્સો આવતો હતો. તેથી તેણે મને થોડોક ધીબ્યો પણ ખરો. છતાં તેનું કશું ન વળ્યું. તેને જજ્ પર પણ ગુસ્સો આવતો હતો. તે બબડતો હતો "આવો જજ્ હોતો હશે! ચાલુ રિમાન્ડે બેઈલ આપે છે. જે રિમાન્ડ ફગાવી દેવાઈ તેને ફરી મંજૂર કરે છે. કેવી પ્રોસિજર અપનાવે છે! આરોપીની તરફેણ કરતો હોય તેમ સુનાવણી ગોઠવે છે. રિપોર્ટસ્ લેવાં પબ્લિક પ્રોસિક્યુટરને જાતે જવાનું કહે છે."

તે બબડતો બબડતો ગયો. હું નવરો પડયો. હું વિચારવા લાગ્યો. અદાલતની ભાષા કઈ? ફરિયાદીઓના, આરોપીઓના, સાક્ષીઓના નિવેદનો અને ઉલટતપાસ માતૃભાષમાં થાય. દલીલોમાં ફારસી, અરબી, ઉર્દૂ, ફિરંગી અને અંગ્રેજી ભાષાના શબ્દો છૂટથી વાપરવામાં આવે. ચૂકાદો મોટેભાગે અંગ્રેજીમાં આપવામાં આવે છે.

આજે તમે ગુજરાતીમાં બોલો છો તો, તેમાં દર ત્રણ શબ્દોમાં એક શબ્દ પરદેશી ભાષાનો છે. આ ગુજરાતી ભાષાની વિશિષ્ટા છે કે ગુલામીની નિશાની? આ ભાષા છે કે ભેળ? જે હોય તે. મેં બને એટલાં ગુજરાતી શબ્દો વાપરવાનો પ્રયત્ન કરેલો છે. એવામાં મારું ખાણું આવી ગયું એટલે મેં જમી લીધું. પાણી પી લીધું અને ખાલી ભાણું પાછું મોકલી દીધું. આવતીકાલે મારું શું થશે તે વિચારતો મોડી રાત સુધી હું જાગ્યો. એવામાં મને નરસિંહ મહેતાના કાવ્યની કડી યાદ આવી ગઈ.

'ન જાણ્યું જાનકીનાથે કાલે સવારે શું થવાનું છે?' આ કડી યાદ આવતાં મને થયું કે કાલે સવારે શું થવાનું છે તે જાનકીનાથ પણ ન જાણતા હોય તો હું તે કઈ વાડીનો મૂળો? એવું વિચારી હું સૂઈ ગયો.

બીજે દિવસે ઊઠયો અને પ્રાતઃક્રિયામાંથી પરવાર્યો ત્યાં ભાસ્કરરાવ આવી ગયો. ફરી તેના એના એ જ પ્રશ્નો અને મારા એના એ જ જવાબો. કશું નવું નહીં. બીજું બોલે તે બે બાપનો. તે કંટાળ્યો. તે મને એક લાત મારીને જતો રહ્યો.

ફરી બરાબર અગિયાર વાગ્યે મને અદાલતમાં લઈ જઈને ફરી કઠેડામાં ઊભો કરી દેવાયો. જમશેદજી અને સરકારી વકિલ આવી ગયા હતા. આજે સરકારી વકિલ પાસે રિપોર્ટસ્ આવી ગયા હતા.

એક રિપોર્ટ તેણે કાઢયો અને મનોમન વાંચી તે બોલ્યો "સાહેબ, આ આરોપી મિસ્ટર રાજેશકુમારનો પોટેન્સિ રિપોર્ટ છે અને તે પોઝિટિવ છે."

ન્યાયાધીશ સાહેબ હસ્યા અને બોલ્યા "તે હોય જ ને! તે હજી નવયુવાન છે. ભાઈ!"

બીજા પણ હસ્યા. તે બોલ્યો "નામદાર, આ હસી કાઢવાની વાત નથી."

જમશેદજી બોલ્યા "તો આ રિપોર્ટ શું સાબિત કરે છે તે અદાલતને જણાવો."

તે બોલ્યો "આ આરોપી બળાત્કાર કરવા પૂરો સક્ષમ છે તેમ સાબિત થાય છે."

જમશેદજી બોલ્યા "મારા અસીલનો પોટેન્સિ રિપોર્ટ પોઝિટિવ આવે એટલે તેણે મિસ માલિની પર બળાત્કાર કર્યો છે તેવું તો સાબિત થઈ જતું નથી."

તે બોલ્યો "તે બળાત્કાર કરી શકવા સક્ષમ છે તેમ તો સાબિત થાય છે ને? સાહેબ."

જમશેદજી બોલ્યા "બળાત્કાર કરવા નહીં, શારીરિક સંબંધ બાંધવા સક્ષમ છે તેમ કહો."

તે બોલ્યો "ભલે એમ કહો ત્યારે."

તે પછી તેણે પોટેન્સિ રિપોર્ટ મારા વકિલને બતાવ્યો અને પછી ન્યાયાધીશને સોંપ્યો. તેણે બીજો રિપોર્ટ કાઢયો. તે મારો ફિંગર રિપોર્ટ હતો. તેણે તે જમશેદજીને આપ્યો. તેણે તે જોયો.

તે બોલ્યા "સાહેબ, આ રિપોર્ટ સાફ કહે છે કે મારા અસીલના આંગળાની છાપ મિસ માલિનીના ખૂનના સ્થળેથી મળી આવેલ નથી."

તેણે મારા વકિલ પાસેથી એ રિપોર્ટ પરત લઈ ન્યાયાધીશને આપ્યો.

ન્યાયાધીશે તે જોઈ બોલ્યા "આમાં તો કશું નથી. વકિલ સાહેબ."

તે બોલ્યો "કશું નથી પણ કેમ કશું નથી તે હું આપ નામદારને જણાવવા માંગું છું."

ન્યાયાધીશ બોલ્યા "જણાવો."

તે બોલ્યો "આરોપી મિસ માલિનીનું ખૂન કરી જતો રહ્યો હતો. વસઈથી આગળના કોઈ સ્ટેશનેથી ટ્રેનમાં બેસી મુંબઈ તરફ પાછો આવ્યો હતો. ટીસી સાથે ઝગડો કરી ખોટો પુરાવો ઊભો કરી લીધો હતો. હવે, તે મુંબઈના ગમે તે સ્ટેશને ઉતરી શકે તેમ હતો અને બિનધાસ્ત મુંબઈમાં ફરી શકે તેમ હતો પરંતુ તેમ ન થયું. તેને યાદ આવ્યું કે મિસ માલિનીના રૂમમાં તે અને તેના સાગરિતો ઘટનાનો અંજામ આપ્યા પછી ઘણો સમય રહ્યા હતા અને બાથરૂમમાં નાહ્યા હતા. એ સમયે તેઓ ઘણીબધી ચીજવસ્તુઓને અડકયા હતા. આ ચીજવસ્તુઓ પર તેમની આંગળીઓના નિશાન પોલીસને મળી શકે તેમ હતા આથી આ નિશાન મિટાવવા તે અંધેરીથી કારમાં બેસી ફરી ઘટના સ્થળે આવ્યો હતો અને તે તમામ નિશાનો મિટાવી બહાર નીકળી જાય તે પહેલાં મિસ માલિનીની હત્યા થઈ હોવાની ખબર પોલીસને મળી ચૂકી હતી એટલે તે ઘટના સ્થળે આવી ગઈ હતી. આથી તે ઘટના સ્થળે સંતાઈ ગયો પરંતુ ઘટના સ્થળની પોલીસ તપાસ વખતે તે પકડાઈ ગયો હતો. મારી પાસે તેનો ગવાહ છે. નામદારની પરવાનગી હોય તો હું તેને અદાલતમાં રજૂ કરવા માંગું છું."

અદાલતે તેને રજૂ કરવાની મંજૂરી આપી. તેણે એક વ્યકિતને અદાલતમાં હાજર કર્યો. તે એ હતો જેની ટેક્સિમાં બેસી હું તે દિવસે અંધેરી મેટ્રો સ્ટેશનેથી મિસ માલિનીના ઘેર પહોંચ્યો હતો. તેને કઠેડામાં ઊભો કરી ભગવદ્ ગીતાના સોગંદ ખવડાવવામાં આવ્યા.

તેણે અદાલતને જણાવ્યું "સાહેબ, સાહેબ, મારું નામ અતુલ જોષી છે અને હું મુંબઈમાં ટેક્સિ ચલાવી મારું અને મારા કુટુંબનું ગુજરાન ચલાવું છું. ૨૨ મી ડિસેમ્બરના દિવસે સવારે અંધેરી મેટ્રો સ્ટેશને સૌરાષ્ટ્ર મેઈલ આવ્યો તેની થોડીવારમાં સામે ઊભેલો માણસ દોડતો દોડતો સ્ટેશનની બહાર આવ્યો હતો અને મારી ટેક્સિ ભાડે કરી હતી. તે મને વારંવાર વધુનેવધુ ઝડપે ટેક્સિ ચલાવવાનું કહેતો હતો. હું તેને સાત બંગલા સુધી લઈ ગયો હતો. જેનું ભાડું ચારસો રૂપિયા થયું હતું. તેણે મને પાંચસો રૂપિયાની નોટ આપી હતી અને સો

રૂપિયા પાછા લીધા વગર ઝડપથી આગળની ગલીમાં ચાલ્યો ગયો હતો. મેં તેને સો રૂપિયા લેવાની બૂમ પાડી હતી પણ તેણે મારા બાળકો માટે કશુંક લઈ જવાનું કહી સો રૂપિયા માંડી વાળ્યા હતા. તે પછી હું પરત ફર્યો હતો.''

ન્યાયાધીશે જમશેદજીને પૂછયું ''તમારે કંઈ ટેક્સિ ડ્રાઈવરને પૂછવું છે?''

તેમણે ના કહી. ન્યાયાધીશે સરકારી વકિલને પણ આમ પૂછયું. તેણે પણ ના કહી. ન્યાયાધીશે ટેક્સિ ડ્રાઈવરને રજા આપી એટલે તે જતો રહ્યો.

સરકારી વકિલ બોલ્યો ''નામદાર, ટેક્સિ ડ્રાઈવરની જુબાની પરથી ચોક્કસ સાબિત થાય છે કે આ આરોપી અંધેરી મેટ્રો સ્ટેશનેથી દોડતો દોડતો બહાર આવ્યો હતો આથી એટલું તો ચોક્કસ છે કે તે ખૂબ ઉતાવળમાં હતો. તે વારંવાર ટેક્સિ ડ્રાઈવરને ટેક્સિની ઝડપ વધારવા કહેતો હતો. તે જેમ બને તેમ ખૂબ ઉતાવળે મિસ માલિનીના બંગલે પાછો ફરવા માંગતો હતો અને પાછો પણ ફર્યો હતો. મારા મિત્ર જમશેદજી, આ બાબતમાં સંમત છે કે કેમ?''

જમશેદજીએ કહ્યું ''મારો અસીલ મિસ માલિનીના બંગલે આવ્યો હતો તેમાં હું સંમત છું પણ તે મિસ માલિનીના બંગલે પાછો ફર્યો હતો તે બાબતે હું જરાય સંમત નથી.''

સરકારી વકિલ બોલ્યો ''તે મિસ માલિનીના બંગલે આવ્યો હતો એટલું પણ ચાલશે.''

તે પછી તેણે મિસ માલિનીના બંગલે મળેલાં લોહીના ડાઘ અને તેના વહેલાં લોહીના રિપોર્ટસ્ બહાર કાઢયા અને અદાલતને બતાવ્યા. પહેલાં ન્યાયાધીશે અને પછી જમશેદજીએ તે ચકાસ્યા. તમામ ડાઘ અને વહેલું લોહી એક જ ગૃપનું હતું. જે મિસ માલિનીનું લોહીનું ગૃપ હતું.

સરકારી વકિલ બોલ્યો ''સાહેબ, આ તમામ રિપોર્ટસ્ પ્રમાણે તમામ લોહીના ડાઘ અને વહેલું લોહી ફકત મિસ માલિનીનું છે. આરોપી કે તેના સાગરિતોનું લોહી ઘટના સ્થળેથી મળી આવેલું નથી. તેનું કારણ એ છે કે મિસ માલિની સાથે થયેલી ઝપાઝપી વખતે મિસ માલિનીએ કોઈ બોથડ પદાર્થ આરોપીના માથામાં મારી દેતાં તેનું લોહી જમીન પર પડયું હશે પરંતુ તેણે પોલીસ આવે તે પહેલાં તે લોહી સાફ કરી નાખ્યું હતું. આથી મિસ માલિનીની સિવાય કોઈનું લોહી કે આંગળીઓના નિશાન સુધ્ધાં પોલીસને ઘટના સ્થળેથી

મળેલ નથી. મિસ માલિનીએ આરોપીને માથામાં મારી ઘાયલ કર્યો હતો. તેનો આરોપીના માથામાં ઘાવ પણ છે. તેની ચાલુ અદાલતે ચકાસણી કરાવો. ધેટસ્ ઓલ યોર ઓનર.''

તરત ભરી અદાલતમાં મારા ઘાવની તપાસ કરવામાં આવી. મારા માથામાં ઘાવ તો હતો જ.

ન્યાયાધીશે ફરી મને મારા ઘાવ બાબતે પૂછયું પણ હું મુંગો રહ્યો. સાત દિવસની મુદ્દત પાડી મને જેલ હવાલે કરવાનો હુકમ કરી દીધો. મને પોલીસવાનમાં બેસાડી આર્થર જેલમાં મોકલી દેવાયો.

મિસ માલિનીનું ખૂન ખરેખર કોણે કર્યું હતું ?

રાજેશે કે કોઈ બીજાએ?

જો રાજેશે ખૂન કર્યું હોય તો તે શા માટે ખોટું બોલી રહ્યો છે?

તે ગુનેગાર સાબિત થશે?

જો બીજા કોઈએ મિસ માલિનીનું ખૂન કર્યું હોય તો તે કોણ છે?

શું રાજેશ તે ખૂનીને જાણતો હતો?

ખૂની એક હતો કે વધારે?

શું તેમણે મિસ માલિની પર બળાત્કાર કર્યો હતો?

જો આ ખૂન બીજાઓએ કરેલું છે તો રાજેશ નિર્દોષ છૂટી શકશે?

તે હવે શું કરશે?

તે તેની પ્રેમિકાના ખૂનનો બદલો લઈ શકશે?

શું સાચે જ સૂરજબાએ ખરેખર અગનપછેડી ઓઢી લીધી છે?

કે મહિપતસિંહે ખોટી વાત ઉપજાવી કાઢી છે?

જો સૂરજબા જીવંત છે તો શું રાજેશ અને તેનું મિલન થઈ શકશે?

આવાં અનેક પ્રશ્નોના ઉત્તર જાણવા માટે વાંચો.

આ નવલકથાનો બીજો ભાગ.

સૌંદર્યના સરોવરેથી વૈરાગ્યના શિખરે ઉત્તરાર્ધ

કોમલાંગીની

જે ટૂંક સમયમાં જ પ્રકાશિત થશે.

www.ingramcontent.com/pod-product-compliance
Lightning Source LLC
LaVergne TN
LVHW061538070526
838199LV00077B/6828
*9789358191172*